रॉबिन कुक

कुक हे वेस्लेयन विद्यापीठ आणि कोलंबिया विद्यापीठाच्या वैद्यकीय शाखेचे पदवीधर आहेत. हारवर्डमध्ये त्यांनी आपले पदव्युत्तर वैद्यकीय प्रशिक्षण पूर्ण केले आहे. आपल्या पत्नी व मुलासह ते आलटून पालटून बोस्टन, नेपल्स आणि फ्लोरिडामध्ये असतात. वैद्यकीय सत्य आणि स्वत:ची कल्पनाशक्ती यांच्या यशस्वी संयोगाने त्यांनी विक्रमी मागणी असलेल्या पुस्तकांची शृंखला निर्माण केली आहे. कुक यांच्या वैद्यकीय रोमांचकथा, वैद्यकशास्त्रातील संभाव्य तांत्रिक गोष्टी आणि नैतिक प्रश्न यांची जाणीव करून देण्यासाठी आहेत.

कुक हे 'वुड्रो विल्सन सेंटर'च्या विश्वस्त मंडळातील खासगी सदस्य आहेत, या सदस्यांची नेमणूक सहा वर्षांसाठी अमेरिकेचे अध्यक्ष करतात.

आजपर्यंत त्यांनी अवयवदान, जैवअभियांत्रिकी जननक्षमतेवर उपाय, संशोधनासाठी अनुदान, नियोजित संगोपन, वैद्यकीय क्षेत्रातील गैरप्रकार, औषध संशोधन, अवयव रोपण इत्यादी विषयांचा वेध घेतला आहे. त्यांच्या कादंबऱ्यांनी देशात चर्चेची वादळे उठतात. 'स्टेम सेल'सारख्या लोकांना अपरिचित विषयांवरही त्यांनी लिहिले आहे. वाचकांचे रंजन करण्याबरोबरच अशा विषयांबद्दल लोकांच्या मनात उत्सुकता निर्माण करणे आणि त्यातल्या नैतिक समस्यांची जाणीव निर्माण करणे हा त्यांच्या कादंबऱ्यांमागचा उद्देश आहे.

आपल्या पुस्तकांच्या लोकप्रियतेचे रहस्य सांगताना ते म्हणतात, ''मुख्य कारण म्हणजे, आपल्याला लक्षात येतं की, आपण सगळेच असुरक्षित आहोत. कधी ना कधी आपण सगळेच 'पेशंट' असणार आहोत.''

रॉबिन कुक यांचे साहित्य

सीज़र
शॉक
अॅबडक्शन
व्हेक्टर
टॉक्सिन
इन्व्हेजन
क्रोमोझोम ६
कन्टेजन
फेटल क्युअर
टर्मिनल
ब्लाइंडसाईट
व्हायटल साइन्स
हार्मफुल इन्टेन्ट
म्युटेशन
मॉर्टर फिअर
आऊटब्रेक
माइंडबेन्ड
गॉडप्लेयर
फिवर
ब्रेन
स्फिंक्स
कोमा
द इयर ऑफ द इंटर्न

मार्कर

रॉबिन कुक

अनुवाद
अनिल काळे

मेहता पब्लिशिंग हाऊस

■ **MARKER**
Robin Cook

© 2005 by Robin Cook

■ **मार्कर / अनुवादित कादंबरी**

अनुवाद : अनिल काळे
सनगौरी को. ऑप. सोसायटी,
सी-११, सर्व्हे नं. ५२,
कुंभारे टाऊनशीप, पौड रोड, पुणे
✆ : ०२०-२५४६६८२५

■ मराठी अनुवादाचे व प्रकाशनाचे हक्क
मेहता पब्लिशिंग हाऊस, पुणे ३०

■ प्रकाशक
सुनील अनिल मेहता
मेहता पब्लिशिंग हाऊस
१९४१ सदाशिव पेठ,
माडीवाले कॉलनी, पुणे ३०

■ मुखपृष्ठ
फाल्गुन ग्राफिक्स

■ प्रथमावृत्ती
जून, २००९

■ ISBN 978-81-8498-029-5

'मेहता पब्लिशिंग हाऊस'च्या नवीन पुस्तकांची माहिती
मिळविण्यासाठी आपला पत्ता, फोन नंबर व E-mail Address
आमच्या E-mail : info@mehtapublishinghouse.com /
production@mehtapublishinghouse.com वर पाठवावा
किंवा ✆ ०२०-२४४६०३१३ या फोनवर
आमच्याशी थेट संपर्क साधावा.
Website : www.mehtapublishinghouse.com

कविमनाचा माझा जिवलग मित्र नंदकुमार बापट
आणि त्याची 'बॉस' असलेली
माझी बालमैत्रीण शमा बापट
या दोघांना अत्यंत स्नेहपूर्वक अर्पण!

लेखकाचे मनोगत

जून २००० मध्ये मानवी जेनोममधल्या (म्हणजे मानवी शरीरातील क्रोमोझोम्सचा* संपूर्ण संच) ३२० कोटी न्युक्लिओटाईडच्या मूलभूत जोड्यांच्या क्रमबध्द मांडणीचा पहिला मसुदा तयार झाल्याचे दोन राष्ट्रांच्या प्रमुखांच्या उपस्थितीत मोठ्या समारंभपूर्वक जाहीर करण्यात आले. हे दोन राष्ट्रप्रमुख म्हणजे अमेरिकेचे राष्ट्राध्यक्ष बिल क्लिंटन व ब्रिटनचे पंतप्रधान टोनी ब्लेअर, हे होते. प्रसिध्दीमाध्यमांनी या गोष्टीला टीव्ही वरील बातम्यांमध्ये व जगातील सर्व प्रमुख वर्तमानपत्रांमध्ये पहिल्या पानावर जी भरपूर प्रसिध्दी दिली, त्यावरून या बाबतीतील प्रसिध्दीमाध्यमांनी दाखवलेली रुची दिसून येते. पण सामान्य जनतेत मात्र त्याबद्दल फारसा उत्साह किंवा कुतूहल आढळले नाही. थोडासा रस, काहीसे विस्मयमिश्रित कुतूहल आणि बऱ्याच काही शंका सामान्य जनतेने प्रदर्शित केल्या आणि मग लवकरच ही घटना विसरून गेली. यातून मानवाला भरपूर फायदे होतील असे जाहीर केलेले होते, तरीपण एकंदरीत हा विषय फारच अनाकलनीय असल्यामुळे कदाचित असे झाले असावे. ज्या दोन प्रतिस्पर्धी संस्थांनी हे किचकट काम पार पाडले, त्यांमधील प्रमुख शास्त्रज्ञांच्या बहुपेडी व्यक्तिमत्त्वांची ओळख करून देणारे आणि हे काम पूर्ण करण्याच्या बाबतीतल्या त्यांच्यामधील काहीशा विनोदी स्पर्धेचे वर्णन करणारे काही लेखही नंतरच्या काळात प्रसिध्द झाले. पण एवढे सोडले, तर प्रसिध्दी माध्यमांनाही नंतर या घटनेचा विसर पडला. कदाचित हाही सामान्य जनतेच्या अनुत्साही प्रतिसादाचाच परिणाम असावा.

जनतेचे दुर्लक्ष अजूनही तसेच आहे, पण या विषयाशी संबंधित शास्त्र आणि तंत्रज्ञानात मात्र वेगाने प्रगती होत आहे. धक्कादायक नवी माहिती समोर येत आहे. उदाहरणार्थ, आपल्या शरीरात पूर्वीच्या तज्ज्ञांनी सांगितले होते तसे एक लाख जीन्स नसून फक्त पंचवीस हजारच आहेत. म्हणजे निदान या बाबतीत तरी गांडुळासारख्या एखाद्या त्या मानाने साध्या जिवामध्ये आणि मानवात काही फारसा फरक नाही! (हा म्हणजे मानवाच्या स्वतःच्या श्रेष्ठत्वाबद्दलच्या कल्पनेला मोठाच धक्का आहे. पूर्वी कोपर्निकसने शोध लावला होता की सूर्य पृथ्वीभोवती फिरत नसून पृथ्वीच सूर्याभोवती फिरते. तो शोध जसा धक्कादायक होता, तसाच हा शोधही आहे.) थोडक्यात सांगायचे, तर मानवी जेनोमचे विश्लेषण आणि त्यातून उत्पन्न होत असलेला संशोधनजन्य माहितीचा महापूर, या सगळ्या गोष्टी सगळ्यांच्याच रडारवरून नाहीशा झालेल्या दिसतात. अपवाद आहे, तो केवळ त्यातूनच निर्माण झालेल्या जेनॉमिक्स आणि बायोइन्फर्मेटिक्स या दोन नवीन ज्ञानशाखांमध्ये प्रत्यक्ष काम करत असलेल्या लोकांचा. जेनॉमिक्सचा अर्थ साध्या शब्दांमध्ये सांगायचा, तर जेनॉमिक्स म्हणजे एखाद्या पेशीमधील माहितीच्या प्रवासाचा अभ्यास. आणि बायोइन्फर्मेटिक्स म्हणजे जेनॉमिक्समधून बाहेर पडत असलेल्या प्रचंड माहितीचा अर्थ आणि संदर्भ लावण्यासाठी कॉम्प्युटरचा उपयोग.

सामान्य जनतेतील हा रुचीचा अभाव किंवा औदासिन्य हे धक्कादायकही आहे आणि वाईटही आहे, असे माझे मत आहे. माझ्या मते मानवी जेनोमचे विश्लेषण हा वैद्यकशास्त्राच्या इतिहासातील सर्वात मोठा मैलाचा दगड असेल. या विश्लेषणामुळे आपल्याला मानवी शरीराच्या जीवनाच्या पुस्तकातील सर्व 'मुळाक्षरे' मिळाली आहेत आणि ती योग्य क्रमाने लावून मिळाली आहेत. अजून आपल्याला या पुस्तकातील 'भाषेचे' आणि 'विरामचिन्हांचे' ज्ञान संपूर्ण व्हायचे आहे, पण तेही होईल. थोडक्यात, दुसऱ्या शब्दात सांगायचे, तर मानवी शरीर बनवून ते शरीर मरेपर्यंत चालवण्यासाठी निसर्गाने जी प्रचंड आणि अनाकलनीय माहिती वापरली आहे, ती सर्व माहिती आता

आपल्या हातात आली आहे! तिचा नेमका अन्वयार्थ लावण्याचे काम वाढत्या वेगाने सुरू आहे. त्यामुळे, मानवी जेनोमचे हे जे ज्ञान आहे, ते आपल्याला माहीत असलेले वैद्यकशास्त्राचे संपूर्ण विश्वच अमूलाग्र बदलून टाकणार आहे. आणि यातील काही बदल तर आपल्याला कल्पना येणार नाही इतक्या नजीकच्या भविष्यकाळात होणार आहेत.

विज्ञानामधील प्रत्येकच मोठ्या शोधाचे चांगले आणि वाईट परिणाम होत असतात. तसेच ते या शोधाचेही होतील. अणूच्या आतील संरचनेच्या संशोधनातून उत्पन्न झालेले परिणाम लक्षात घ्या. इतिहासच या परिणामांचा साक्षीदार आहे. संपूर्ण मानवजातीचा विचार केला तर त्या बाबतीत आपल्याला अपयश आले आहे. पण या जेनोमच्या विश्लेषणाच्या बाबतीत मात्र असे होऊन चालणार नाही. खरे म्हणजे समाजाने सर्व महत्त्वाच्या वैज्ञानिक आणि तंत्रज्ञानविषयक शोधांचे व प्रगतीचे सर्व बरे-वाईट परिणाम जाणून घेऊन त्यातील वाईट परिणामांच्या बाबतीत स्वत: होऊन पावले उचलली पाहिजेत. तो समाजाचा हक्क आहे, तितकेच ते त्याचे कर्तव्यही आहे आणि शेवटी त्याचा फायदा समाजालाच होणार आहे. वाईट परिणाम जाणवू लागल्यानंतर त्यावर प्रतिक्रियात्मक पद्धतीने पावले उचलण्यापेक्षा, हे किती तरी बरे.

'मार्कर' कादंबरीत या शोधाच्या एका दुष्परिणामाचा विचार केला आहे. एखादा आजार जेव्हा आधीच सांगता येऊ लागतो, तेव्हा रुग्ण व त्याचा डॉक्टर यांच्यातील गोपनीयतेचा भंग होतो आणि संबंधित माहिती नको त्या व्यक्तींच्या हातात पडते. यातील दुर्दैवाचा भाग असा, की असे प्रत्यक्षात घडण्याची शक्यता खूप मोठी आहे. याचे कारण असे, की 'मार्कर'मध्ये वर्णन केलेले जे मायक्रो ॲरेज आहेत, ते या क्षणीसुध्दा अस्तित्वात आहेत. रक्ताच्या केवळ एका थेंबाचे परीक्षण करून त्यातून सदोष जीन्सशी संबंध दाखवणाऱ्या अक्षरश: हजारो मार्कर्ससाठीची तपासणी या मायक्रो ॲरेजच्या मदतीने करता येते. (डीएनए च्या अणूची जी शिडी असते, त्या

शिडीच्या पायऱ्या म्हणजे न्युक्लिओटाईड बेसेस. ते एका विशिष्ट अनुक्रमाने असतात. या अनुक्रमातील दोषपूर्ण बदल दाखवतो तो म्हणजे मार्कर.) लेझर स्कॅनरद्वारे या मायक्रो अॅरेजच्या स्लाईड्स 'वाचल्या' जातात आणि आवश्यक ते सॉफ्टवेअर असलेल्या कॉम्प्युटर्समध्ये टाकल्या जातात. ही सारी किमया बायोइन्फर्मेटिक्सची. आणि हे खास सॉफ्टवेअर त्या व्यक्तींना असलेले सगळे धोके आणि उपचारांसाठी येणारा संभाव्य खर्च या सर्वांचे कमालीच्या अचूकपणे अंदाज करते. याचा परिणाम असा होणार आहे, की विशिष्ट गटांमधील संभाव्य धोक्यांच्या एकत्रीकरणावर आधारलेली अशी जी आरोग्य विम्याची संकल्पना आहे, ती भराभर कालबाह्य होणार आहे. कारण धोका अगर जोखीम जर अचूकपणाने सांगता येत असेल, तर तिचे एकत्रीकरण कशाला करायचे?

माझ्या दृष्टीने या सगळ्या वेगवान प्रगतीची व्याप्ती फार प्रचंड आहे. एक व्यावसायिक डॉक्टर या नात्याने आरोग्य विम्याला माझा कायमच विरोध आहे – अपवाद फक्त दोन : एक म्हणजे आपत्कालीन शुश्रूषा आणि दुसरे म्हणजे आर्थिकदृष्ट्या ज्यांना वैद्यकीय सेवेचा खर्च पेलवणार नाही असे घटक, रुग्ण आणि डॉक्टर या दोघांमध्ये असलेले संबंध स्वच्छ, थेट आणि विश्वासावर आधारलेले असतात, तेव्हा ते दोघांच्याही दृष्टीने अत्यंत वैयक्तिक आणि उपकारक असतात, अशा परिस्थितीत माझा अनुभव असा आहे, की दोघेही जण परस्परभेटींना भरपूर महत्त्व देतात आणि त्यामुळे आपोआपच सर्व गोष्टी जास्त काळजीपूर्वक आणि आत्मीयतेने केल्या जातात, रुग्णही डॉक्टरचा सल्ला जास्त काटेकोरपणे पाळतो आणि एकूणच दोघांच्याही दृष्टीने हा अनुभव अत्यंत समृद्ध बनतो.

जेनॉमिक्स आणि बायोइन्फर्मेटिक्स या दोन्हींमुळे विम्याच्या दृष्टीने जोखमीचे असलेल्या विवक्षित गटांमधील एकत्रीकरण करण्याची आवश्यकता संपलेली आहे, त्यामुळे आता माझे संपूर्णपणे उलट दिशेने मतपरिवर्तन झाले आहे. आता माझे मत

असे झाले आहे, की अमेरिकेत – किंवा जगातील कुठल्याही प्रगत देशामध्ये शुश्रूषेचा खर्च विभागण्याचा फक्त एकच मार्ग आहे : साऱ्या देशाच्या जोखमीचे एकत्रीकरण करणे. (येथे 'शुश्रूषा' या शब्दाचा अर्थ मी प्रतिबंधात्मक शुश्रूषा, अतिदक्षतेच्या अवस्थेतील शुश्रूषा आणि आपत्कालीन शुश्रूषा असा एकत्रितपणे घेत आहे). मीच आरोग्य विम्याचे समर्थन करेन असे मला कधीच वाटले नव्हते. पण आता मात्र माझे मत असे आहे, की जितक्या लवकर आपल्या देशात शासनपुरस्कृत, 'ना-नफा-ना-तोटा' तत्त्वावर आधारलेली, आर्थिकदृष्ट्या करांच्या पैशाने चालविली जाणारी आरोग्य विमा योजना सुरू होईल, तितके बरे. असे होईल तेव्हाच आपल्या संपूर्ण देशाच्या शुश्रूषाविषयक जोखमीचे एकत्रीकरण करता येईल, तसेच सर्वसाधारण शुश्रूषेवर देशाने किती खर्च करावा, हेही तर्कसंगत पद्धतीने ठरवता येईल. जेनॉमिक्सचा शुश्रूषेवर होणारा दुसरा परिणाम म्हणजे शुश्रूषेचे वैयक्तिकीकरण करता येईल. फार्मेकोजेनिक्स नावाच्या आणखी एका विज्ञानशाखेमुळे उपचारांचा संपूर्ण औषधशास्त्रीय आधारच बदलून जाणार आहे. फार्मेकोजेनिक्समुळे प्रत्येक व्यक्तीच्या विशिष्ट जिनॉमिक स्वरूपानुसार त्या व्यक्तीला योग्य अशी औषधे तयार करता येणार आहेत. अशा प्रकारच्या वैयक्तिकीकृत शुश्रूषेचे फायदे तर प्रचंड होणार आहेत, पण त्यासाठीचा खर्चही भरपूर असेल. आता सुध्दा आपण आपल्या ढोबळ राष्ट्रीय उत्पादनापैकी पंधरा टक्के शुश्रूषेवर खर्च करतो त्यामुळे हा खर्चाचा विचार अत्यंत महत्त्वाचा आहे.

राष्ट्रीय पातळीवर मी आधी सांगितली तशी आरोग्य विमा योजना का असावी याचे समर्थन करण्यासाठी अनेक मुद्दे आहेत, पण माझ्या दृष्टीने त्यातला सगळ्यांत महत्त्वाचा एकच मुद्दा म्हणजे जेनॉमिकही प्रचंड वाढत चाललेली शक्ती. पण हा बदल काही सहजपणे घडून येणार नाही. 'मार्कर'मध्ये जॅक स्टेपलटन म्हणतो, तसे ''योग्य काय आणि अयोग्य काय, याचा या देशामध्ये शुश्रूषेशी काहीही संबंध नाही. हे सगळं फक्त फायद्यासाठी ठरवलं जातं.'' यात

अडचणी तर येणारच आहेत, पण मला अगदी मनापासून वाटते, की जेवढ्या लवकर आपल्या देशात असा आरोग्य विमा सुरू होईल, तेवढे बरे. दैवयोगाने, आपल्यापुढे यापूर्वीच अशा आरोग्य विमा योजना लागू केलेल्या, औद्योगिकदृष्ट्या पुढारलेल्या काही देशांचे अनुभवही आहेत.

आता जस्मिन रॅकोव्झीसारख्या एखाद्या समाजविघातक, विकृत नर्सला नर्सचे काम कसे मिळू शकते या बद्दल थोडेसे. अगदी सरळ सांगायचे तर अमेरिकेमध्ये नर्सेसचे भयंकर दुर्भिक्ष्य आहे आणि आपल्या हॉस्पिटल्सना, किंवा अगदी आपल्या नावाजलेल्या शिक्षण केंद्रांनासुध्दा एकसारख्या नर्सेस घेणे भाग पडते आहे. 'मार्कर' मध्ये सांगितलं आहे, तशी ही भरती बाहेरील देशातूनही, अगदी विकसनशील देशांमधूनही करावी लागत आहे. कमी वेतन आणि उत्पादकता वाढवण्यासाठी येत असलेला सततचा दबाव (येथे उत्पादकता वाढवणे म्हणजे आपल्याला जेवढ्या रुग्णांची शुश्रूषा करणे शक्य आहे, त्यापेक्षा जास्त रुग्णांना सेवा पुरवावी लागणे) या गोष्टींमुळे काम करण्यास उत्तेजन देईल अशी परिस्थिती उरलेली नाही आणि त्यामुळे प्रशिक्षित, अनुभवी नर्सेसना पर्यायी व्यवसाय शोधावे लागत आहेत, तर तरुण – तरुणींना नर्सिंगसाठी आवश्यक असलेले खर्चिक, प्रदीर्घ आणि अत्यंत कष्टप्रद असे प्रशिक्षण सुरू करण्याचीच इच्छा उरलेली नाही. यात आणखी दुर्दैवाचा भाग असा, की आपल्याला सर्वांना (निदान ज्यांना हॉस्पिटलमध्ये राहावे लागले असेल अशांना) माहीतच आहे, की प्रत्यक्ष शुश्रूषेची जबाबदारी ही केवळ ऑर्डर लिहून आपल्या आलिशान ऑफिसकडे किंवा उबदार घराकडे पळणाऱ्या डॉक्टरवर नसते, तर ती प्रत्यक्ष तेथे हजर राहून डॉक्टरच्या सूचना अमलात आणणाऱ्या नर्सेसवर असते. आणि हॉस्पिटलमध्ये असतानाच ज्यांना काही तरी गंभीर स्वरूपाचा आजार होतो, त्यांच्या दृष्टीने तर हा आजार नर्सच्या लक्षात आला, तिने डॉक्टरला बोलावले व एकदम तातडीची औषधयोजना अमलात आणून प्राण वाचवले, हीच शक्यता जास्त असते. माझे

मत असे आहे, की आपल्याला व्यवस्थापनावरचा खर्च कमी करून आपल्या संत्रस्त नर्सेसना अधिक चांगले वेतन आणि सोई-सुविधा देण्याची गरज आहे, कारण जस्मिन रॅकोव्झी म्हणते, तशा रोग्यांना प्रत्यक्ष शुश्रूषा देण्याचं काम त्या करत असतात.

रॉबिन कुक

मार्च २००५

*क्रोमोझोम – शरीरातील पेशींच्या गाभ्यात असलेला एक पदार्थ, ज्यात जीन्स अथवा जनुके असतात. पेशीबरोबर या संपूर्ण संचाचे जसेच्या तसे विभाजन होत जाते. सर्वसाधारण माणसाच्या पेशीत ४६ क्रोमोझोम्स असतात.

■

अनुवादकाचे मनोगत

प्रिय वाचक,

माझे मोठे सुदैव असे, की मला आजपर्यंत जी जी पुस्तके भाषांतर करण्यासाठी मिळाली, त्यापैकी बहुसंख्य पुस्तकांमध्ये निश्चितच काही ना काही सामाजिक आशय होता. आणि तो आशय आपणापर्यंत आणून पोचवण्याचे भाग्य मला लाभले.

'मार्कर' हे प्रसिध्द लेखक रॉबिन कुक यांचे प्रस्तुत पुस्तकही असेच आहे. पण त्याचा विषय अगदीच वेगळा असल्यामुळे ते नीट समजण्यासाठी त्यामागची पार्श्वभूमी थोडक्यात समजावून घेणे आवश्यक आहे. त्याचप्रमाणे रॉबिन कुक यांचे स्वत:चे मनोगत वाचणेही अगत्याचे आहे. किंबहुना, प्रत्यक्ष कादंबरी सुरू करण्यापूर्वी त्यांचे मनोगत अवश्य वाचावे, असेच माझे म्हणणे आहे.

'ह्यूमन जेनोम प्रोजेक्ट' हा एक मोठा महत्त्वाकांक्षी संशोधनात्मक प्रकल्प १९९० साली अमेरिकेत सुरू करण्यात आला. अमेरिकेचे ऊर्जा मंत्रालय आणि विविध राष्ट्रीय आरोग्य संस्थांच्या साहाय्याने हा प्रकल्प सुरू करण्यात आला. मानवी जेनोमची संपूर्ण रचना व अनुक्रम यांची माहिती संशोधनाने मिळवून तिची सुसंगत मांडणी करणे हे या प्रकल्पाचे उद्दिष्ट आहे. ब्रिटन, जपान व इतर काही देशांमध्ये, तसेच काही खासगी संशोधन संस्थांनीही असे प्रकल्प सुरू केले. मानवी जेनोममध्ये ३२० कोटी न्युक्लिओटाईड्स बेसच्या जोड्या असतात, त्या सर्वांची माहिती या संशोधनामार्फत मिळवायची होती. ही माहिती जर एखाद्या टेलिफोन डिरेक्टरी स्वरूपात छापली, तर अशा प्रत्येकी १००० पानांच्या १००० टेलिफोन डिरेक्टरी भरतील. मानवाच्या पेशीतील सर्व ४६ क्रोमोझोम्समध्ये डीएनए चा यथायोग्य क्रम

लावण्यासाठी १५वर्षे लागतील व ३०० कोटी डॉलर खर्च येईल, अशी अपेक्षा होती. यातून तयार होणारा माहिती संच अत्यंत आदर्श पद्धतीने माहिती पुरवणारा असेल. या माहिती संचामुळे मानवी शरीराच्या जडणघडणीतील अत्यंत बारीकसारीक माहितीसुध्दा उपलब्ध होईल, व तिच्याद्वारे आनुवंशिक रोगांचे चटकन निदान करून त्यावर प्रतिबंधात्मक उपचार करणे सोपे होणार आहे. याच पद्धतीने बॅक्टेरिया, यीस्ट, वनस्पती, दुभती जनावरे व इतर सजीवांच्या जेनोमची माहिती मिळवण्याचे संशोधन प्रकल्पही सुरू आहेत. या माहितीमुळे शेती, पर्यावरणशास्त्र औद्योगिक प्रक्रिया आदींमुळे नजीकच्या भविष्यकाळात प्रचंड प्रगती करणे शक्य होणार आहे. या प्रकल्पाच्या अंदाजित निधीपैकी पाच टक्के रक्कम त्यातून उद्‌भवणाऱ्या नीतिमत्ताविषयक, कायदेविषयक आणि सामाजिक समस्यांचा अभ्यास करून त्यांचे निराकरण करण्यासाठी केला जाणार आहे.

ही होती या पुस्तकाच्या कथानकामागची पार्श्वभूमी. प्रकल्प १९९० साली सुरू झाला. मुदत १५ वर्षे होती. आता हे २००७ साल सुरू झाले आहे. मग प्रकल्पाचे पुढे काय झाले? ही शंका आपल्या मनात येणे स्वाभाविक आहे. त्यासाठी कृपया मूळ लेखकाचे मनोगत वाचावे, कारण त्यात हे व्यवस्थित सांगितले आहे. ते मी माझ्या शब्दांत सांगणे अयोग्य आहे आणि निरर्थकही आहे.

आजवर मी जी इंग्रजी पुस्तके वाचली आणि ज्या काहींचे भाषांतरही केले, त्यात एक गोष्ट प्रकर्षाने जाणवली, ती अशी, की हे लेखक प्रचंड, सखोल अभ्यास करून मगच पुस्तके लिहितात. आपल्यालाही त्यायोगे नवनवीन क्षेत्रांमधली खरीखुरी माहिती मिळत जाते. प्रस्तुतचे 'मार्कर'ही त्याला अपवाद नाही. तुमच्या आमच्यासारख्या सर्वसामान्य लोकांना फोरेन्सिक पॅथॉलॉजी या शास्त्राबद्दल कायम कुतूहल असते. व्यक्तीचा खून झाला, तिने आत्महत्या केली, किंवा ती अपघातात मरण पावली, तर त्या व्यक्तीचे शवविच्छेदन कसे केले जाते, त्यातून काय माहिती मिळते, त्यातून पोलीस तपास कसा होतो, 'व्हिसेरा राखून ठेवला आहे' म्हणजे काय हे प्रश्न

वर्तमानपत्रातील बातम्या वाचत असताना आपल्या मनात कुतूहलापोटी कायम उठत असतात. या कादंबरीमधील नायक आणि नायिका हे दोघेही असे शवविच्छेदन करणारे डॉक्टर आहेत. त्यांच्या अनुभवांमधून आपल्याला ही नवीन माहिती समजत जाते. मूळ लेखक रॉबिन कुक हे स्वत: प्रथितयश डॉक्टर असल्यामुळे त्यातील बारकाव्यांबाबत प्रश्नच येत नाही.

भाषांतर करत असताना आणखी एक गोष्ट लक्षात आली, ती विशेषत: आरोग्य विमाक्षेत्राबद्दल. मी 'द रेनमेकर' ही जॉन ग्रिशॅम यांची कादंबरी मराठीत अनुवादित केली. ते स्वत:ही एक प्रथितयश वकील आहेत. प्रस्तुतच्या 'मार्कर' कादंबरीचे लेखक रॉबिन कुक हे प्रथितयश डॉक्टर आहेत. या दोन्ही कादंबऱ्यांमध्ये मला आरोग्यविमा क्षेत्र, त्यातील कारभार, त्यातील विमाधारकांना मिळत असलेली वागणूक, या गोष्टींबद्दल तीव्र नाराजी आढळली. अमेरिका किंवा इतर पुढारलेल्या श्रीमंत देशांसारखी परिस्थिती आपल्याकडेही आरोग्य विमा, मोठमोठी हॉस्पिटल्स, प्रचंड खर्चिक उपचार, सर्व प्रकारचे गैरव्यवहार या बाबतींमध्ये झपाट्याने निर्माण होत आहे. त्या दृष्टीने या दोन्ही सुप्रसिध्द कादंबऱ्यांमधील या मला आढळलेल्या समान गोष्टीचा मुद्दाम उल्लेख करावासा वाटतो.

असो.

इतक्या वेगळ्या विषयावरची ही कादंबरी मराठीत अनुवादित करणे हे माझ्या दृष्टीने मोठे आव्हानच होते. ते पेलण्याचा यथाशक्ती प्रयत्न केला आहे. त्यासाठी मला स्वत:लाही वैद्यकशास्त्र व त्यातील प्रमुख संकल्पनांविषयी थोडी फार माहिती मिळवावी लागली. विशेषत: वर उल्लेख केलेल्या 'ह्यूमन जेनोम प्रोजेक्ट'बद्दल माहिती मिळवणे भाग होते, कारण त्याखेरीज या कादंबरीच्या नेमक्या आशयाबद्दलची माहिती आपणापर्यंत पोचणे कठीण होते. त्यामुळे कादंबरीच्या कथानकाबरोबरच त्यातील आशयही जाणून घ्यावा, अशी कळकळीची विनंती आहे.

शेवटी जाता जाता पुन्हा एकदा सांगावेसे वाटते, की कादंबरीला सुरुवात

करण्यापूर्वी मूळ लेखकाचे मनोगत आवर्जून वाचावे. कारण जग इतक्या झपाट्याने जवळ येत आहे, की अगदी नजीकच्या भविष्यकाळात या सर्व गोष्टींचे प्रत्यक्ष फायदे-तोटे भारतातही जाणवू लागणार आहेत.

'मेहता पब्लिशिंग हाऊस'चे श्री. सुनील मेहता यांनी नेहमीप्रमाणे प्रस्तुत भाषांतरित कादंबरी उत्कृष्टपणे, कोणतीही तडजोड न करता छापून प्रसिध्द केल्याबद्दल त्यांचे मन:पूर्वक आभार.

आपला,
अनिल काळे

उपोद्घात

दोन फेब्रुवारी. वेळ अगदी पहाटेची. न्यूयॉर्क शहराच्या त्या प्रचंड कॉंक्रीटच्या जंगलावर थंडगार पावसाची एकसुरी संततधार बरसत होती आणि शहरातल्या त्या टोलेजंग, गगनचुंबी इमारती त्यामुळे जांभळट गुलाबी धुक्याच्या मधूनच उठणाऱ्या लाटांमध्ये गुरफटून जात होत्या. गाड्यांचे अगदी तुरळक वाजणारे हॉर्न आणि रुग्णवाहिकांचे भोंगे सोडले, तर कधीही न झोपी जाणाऱ्या या महानगरात बरीचशी शांतता होती. आणि अशा वातावरणात बरोबर पहाटे तीन वाजून सतरा मिनिटांनी, जवळजवळ एकाच वेळी, दोन वेगवेगळ्या घटना सेंट्रल पार्कच्या दोन विरुध्द बाजूंच्या भागांमध्ये घडल्या. तसं म्हटलं तर दोन्ही घटनांमध्ये एक साम्य होतं, त्यांचा एकमेकींशी त्या वेळी जरी संबंध नसला तरी तो नजीकच्या भविष्यात येणार होता. साम्य होतं, ते इतकंच, की दोन्ही घटना अतिसूक्ष्म पातळीवर घडल्या. एक घटना पेशींच्या पातळीवर घडली, तर दुसरी त्याहीपेक्षा सूक्ष्म, रेण्वीय पातळीवर घडली. जैविकदृष्ट्या दोन्ही घटनांचे परिणाम संपूर्णपणे विरुध्द होते, पण या दोन्ही घटनाच अशा होत्या, की त्यामुळे या दोन्ही घटनांना कारणीभूत असलेल्या व्यक्ती नजीकच्या भविष्यकाळात एकमेकींच्या विरोधात उभ्या ठाकणार होत्या. नजीकच्या भविष्यकाळात म्हणजे फार दूर नाही, आणखी दोन महिन्यांच्या आत.

पहिली, पेशींच्या पातळीवर जी घटना घडली, ती शारीरिक संभोगसुखाच्या परमोच्च क्षणी घडली. योनिमार्गामध्ये साधारण पंचवीस कोटी शुक्रजंतूंचं अंत:क्षेपण – हो, अंत:क्षेपणच म्हणावं लागेल त्याला, कारण ते मुद्दाम होऊन घडवून आणलेलं होतं – झालं. आत शिरकाव होताक्षणीच या पंचवीस कोटी अतिसूक्ष्म

शुक्रजंतूंनी एखाद्या मॅरेथॉन स्पर्धेत उतरलेल्या धावपटूंसारखी धावायला सुरुवात केली. मात्र या मॅरेथॉनमध्ये असंख्य अडचणी होत्या, अडथळे होते. ही स्पर्धा होती मृत्यूशी, कारण फक्त एकच शुक्रजंतू ती जिंकू शकणार होता आणि बाकीच्यांचा मृत्यू अटळ होता. इथे दुसरा, तिसरा असे क्रमांक येण्याचीसुध्दा सुतराम शक्यता नव्हती. विजेता सोडला, तर बाकीचे सगळेच जण अत्यल्पायुषी ठरणार होते.

पहिलाच मोठा अडथळा होता, तो गर्भाशयाच्या पोकळीच्या तोंडाशी असलेला चिकट, मऊ, श्लेष्मल अडथळा पार करून आत घुसण्याचा. एवढा मोठा अडथळा जरी असला, तरी एक जथ्था म्हणून या शुक्रजंतूंनी तो पार केला. त्यांच्या पहिल्या लाटेपैकी कोट्यवधी शुक्रजंतूंची या कामी आहुती पडली. पण ती आवश्यकच होती, कारण मरताना त्यांनी जी एन्झाईम्स सोडली, त्यांच्याच मदतीनं बाकीचे सगळेजण पुढे गेले.

पुढचा अडथळा या अतिसूक्ष्म शुक्रजंतूंच्या दृष्टीनं केवळ प्रदीर्घ होता. हे म्हणजे अत्यंत छोट्या माशांनी समुद्रात पोहत ग्रेट बॅरिअर रीफच्या या टोकापासून त्या टोकापर्यंत जाण्यापैकी होतं. त्यांना गर्भाशयाची संपूर्ण पोकळी पार करणं भाग होतं. पण अशक्यप्राय वाटणारा हा अडथळासुध्दा त्यांच्यापैकी काही सशक्त आणि सुदैवी शुक्रजंतूंनी पार केला. पण पलीकडे पोचलेल्या शुक्रजंतूंची संख्या मात्र केवळ काही हजारांमध्ये उरलेली होती. दोन्ही गर्भाशयनलिकांच्या उघड्या तोंडांशी ते येऊन पोचले. बाकीचे कोट्यवधी शुक्रजंतू मात्र वाटेतच शहीद झाले.

पण अजून हा प्रवास संपलेला नव्हता. अडचणीही संपलेल्या नव्हत्या. काही शुक्रजंतूंनी त्यातल्या योग्य गर्भनलिकेत प्रवेश केला होता. ते सुदैवी ठरले. नलिकेच्या सदा हलत असलेल्या, घड्यांनी बनलेल्या अंतर्भागातून जात असताना आतून स्त्रवत असलेल्या विशिष्ट स्त्रावातली रसायनं त्यांना खुणावू लागली आणि ते वाढत्या वेगानं तिकडे निघाले. पुढे साधारण बारा सेंटिमीटर अंतरावर त्यांचा 'भोज्या' होता – हे होतं नव्यानंच आपल्या नियोजित स्थानावर येऊन पोचलेलं स्त्रीबीज. हेच होतं त्या शुक्रजंतूंचं अंतिम लक्ष्य. पोषक अशा पेशींच्या आवरणात लपेटलेलं स्त्रीबीज.

शुक्रजंतूंचा एक जथ्था जसजसा जवळ येऊ लागला, तसतसा तो त्या दिशेला आणखी आकर्षिला जाऊ लागला. एवढ्या प्रदीर्घ प्रवासानं आता ते अत्यंत क्षीण झालेले होते. मातेच्या शरीरातल्या हल्ला करायला टपलेल्या संरक्षक पेशींनी त्यांच्या कोट्यवधी बांधवांना मृत्युलोक दाखवला होता, पण त्यांच्या तडाख्यातून स्वत:चा जीव कसाबसा वाचवत मूळच्या पंचवीस कोटी शुक्रजंतूंपैकी फक्त जेमतेम शंभरजण अजून जीव धरून होते. त्यांची संख्या अजूनही रोडावतच होती. एकमेकांशी अत्यंत अटीतटीची स्पर्धा करत हे उरलेसुरले शुक्रजंतू त्या बिचाऱ्या असहाय अंड्याच्या रोखानं पुढे पुढे जात होते.

आश्चर्य म्हणजे जेमतेम दीड तासाच्या आतच त्यांच्यातल्या त्या विजेत्या शुक्रजंतूनं उरलीसुरली शक्ती पणाला लावून आपली सूक्ष्मातिसूक्ष्म शेपटी शेवटचीच जोरानं हलवून स्वत:ला वेग दिला आणि त्या अंड्याच्या अवतीभोवती पडदा धरून असलेल्या पेशींना सरळ धडक मारली. धडपड करत त्यानं पेशींचं आवरण आपल्या मस्तकानं भेदलं आणि त्या अंड्यावरच्या जाडजूड प्रोटीनच्या आवरणाला स्पर्श केला. तत्क्षणीच त्या दोघांचा संयोग झाला आणि ही मॅरेथॉन संपली. ताबडतोब या विजेत्या शुक्रजंतूनं आपल्या शरीरातली द्रव्यं त्या अंड्यामध्ये सोडून दिली आणि त्यातून पुरुष पूर्वकेंद्रकाची निर्मिती झाली.

एव्हाना त्याचे फक्त सोळा साथीदार अजून जिवंत होते. तेही अंड्याशी पोचलेले होते, पण त्यांना काही सेकंद उशीर झालेला होता. विजेत्या शुक्रजंतूनं त्या अंड्याभोवतीच्या प्रोटीनच्या आवरणाचं स्वरूपच बदलून टाकलेलं होतं, त्यामुळे या बाकीच्यांना अंड्याशी चिकटून राहणं अशक्य झालं. थोड्याच वेळात त्यांची धडपड थांबली. या स्पर्धेत फक्त एकच विजेता असतो. दुसरा, तिसरा येऊन काही उपयोग नसतो. ताबडतोब या शुक्रजंतूंना मातेच्या शरीरातल्या संरक्षक पेशींनी घेरलं आणि तिथून दूर नेलं.

आता फलन झालेल्या या अंड्यामधल्या स्त्री पूर्वकेंद्रकानं आणि पुरुष पूर्वकेंद्रकानं एकमेकांकडे संमीलनाच्या अनादि ओढीनं एकमेकांकडे धाव घेतली. त्यांच्यावरची प्रावरणं विरघळून गेली आणि त्यांच्या संयोगातून मानवी शरीरातली मूळ पेशी बनण्यासाठी आवश्यक असलेले सेहेचाळीस क्रोमोझोम्स निर्माण झाले. अंड्याचं रूपांतर आता झालेलं होतं. पुढच्या चोवीस तासांत त्याचं विभाजन होणार होतं आणि त्यानंतरच्या वीस दिवसांमध्ये एका गुंतागुंतीच्या अत्यंत वैशिष्ट्यपूर्ण विभाजन प्रक्रियेनं हळूहळू, क्रमाक्रमानं प्राथमिक अवस्थेतला गर्भ – किंवा भ्रूण – आकार घ्यायला सुरुवात होणार होती.

एक जीव जन्मलेला होता.

याबरोबरच, याच वेळी दुसरी, रेण्वीय पातळीवरची घटना घडली. हिलासुध्दा घडायला एक अंत:क्षेपणच कारणीभूत झालं, पण सर्वस्वी वेगळ्या प्रकारचं. पोटॅशियम क्लोराईडचे एक लाख कोटीपेक्षाही जास्त रेणू इंजेक्शनच्या बाटलीभर स्वच्छ, शुध्द पाण्यामध्ये मिसळून या मिश्रणाचं इंजेक्शन एका हाताच्या रक्तवाहिनीमध्ये टोचलं गेलं. इंजेक्शनचे परिणाम तत्क्षणीच सुरू झाले. त्या रक्तवाहिनीच्या पेशींना आपल्या अंतर्भागात पोटॅशियम झपाट्यानं पसरत चालल्याचं जाणवलं आणि त्यांची जीवनशक्ती अत्यंत वेगानं क्षीण होत चालली. पेशींच्या आसपास असलेल्या, कमालीच्या संवेदनाक्षम नसांनी प्रचंड, जीवघेणं संकट कोसळत असल्याच्या बातम्या

ताशी दोनशे मैल वेगानं मेंदूकडे पाठवायला सुरुवात केली.

काही सेकंदातच पोटॅशियम रक्तात मिसळून सगळ्या मोठ्या नीलांमधून हृदयात जाऊन पोचलं आणि हृदयाच्या प्रत्येक ठोक्यागणिक झपाट्यानं रोहिण्यांच्या महाजालामधून धावत सुटलं. अर्थात, पोटॅशियमच्या मूळ द्रावणाची शक्ती ते रक्तात मिसळत चालल्यामुळे सौम्य होत होती, पण तरीसुध्दा पेशींच्या चलनवलनाच्या दृष्टीनं ते खूपच जास्त होतं. सगळ्यांत जास्त धोका होता, तो अर्थातच हृदयाची क्रिया चालू ठेवणाऱ्या खास पेशींना, श्वास घेण्याची क्रिया चालू ठेवण्याचं काम अव्याहत करणाऱ्या मेंदूच्या भागाच्या पेशींना आणि संदेश आणण्या-पाठवण्याचं काम करणाऱ्या नसांना आणि स्नायूंच्या भागांना. या सगळ्यांवरच पोटॅशियमचे भयंकर गंभीर दुष्परिणाम झाले. हृदयक्रियेचा वेग झपाट्यानं मंदावू लागला, हृदयाच्या ठोक्यांची शक्तीही क्षीण झाली. श्वास वरच्यावर होऊ लागला, त्यामुळे रक्तात ऑक्सिजन मिसळेनासा झाला. पुढच्या काही क्षणांतच हृदयाची क्रिया पूर्णपणे थांबली आणि संपूर्ण शरीरातल्या पेशी झपाट्यानं मरायला लागल्या. शरीर अचेतन होत गेलं.

एक जीव गेलेला होता.

यात भरीस भर म्हणून, सगळ्या मरत चाललेल्या पेशींनी आपल्यामध्ये साठवून ठेवलेलं पोटॅशियम आता पूर्णपणे चलनवलन थांबलेल्या रक्ताभिसरण संस्थेमध्ये सोडून दिलं. त्यामुळे मृत्यूला मुळात कारणीभूत ठरलेलं पोटॅशियम आपोआपच झाकलं गेलं.

एक

कुठून तरी थेंब थेंब गळत असलेल्या पाण्याची टप टप मेट्रोनोमच्या आवाजासारखी तालबध्द रीतीनं ऐकू येत होती. बाहेर फायर एस्केपवर कुठे तरी पावसाचं गळणारं पाणी कसल्या तरी लोखंडी पत्र्यावर आपटून ठणठणाट करत होतं आणि जॅक स्टेपलटनच्या अगदी शांत अपार्टमेंटमध्ये झोपण्याचा आटोकाट प्रयत्न करत असलेल्या लॉरी माँटगोमेरीला तो आवाज असह्य होत होता. पावसाला सुरुवात होण्याआधी फक्त रेफ्रिजरेटरच्या कॉंप्रेसरचा नियमितपणे चालू होऊन बंद होणारा आवाज आणि घरातली उष्णता कायम ठेवत असलेल्या रेडिएटरचा एकदा 'फुस्स' आणि जरा वेळानं 'धप्' असा तितकाच नियमित आवाज, एवढेच आवाज ऐकू येत होते. मधूनच गाड्यांच्या हॉर्नचे आणि भोंग्यांचे आवाजही दूरवर होत होते, पण न्यूयॉर्कमधल्या लोकांचं अशा आवाजांकडे आपोआपच दुर्लक्ष होतं. आज लॉरीचं मात्र तसं होत नव्हतं. गेले तीन तास ती बेडवर तळमळत झोपेची आराधना करत होती, त्यामुळे आता तिला प्रत्येक आवाजाचा त्रास होत होता.

पुन्हा कूस बदलून लॉरीनं डोळे उघडले. खिडकीच्या पडद्यातल्या फटीतून थोडासा क्षीण, पांढुरका प्रकाश आत येत होता आणि त्यात तिला जॅकची अपार्टमेंट आणखीच एकसुरी, कंटाळवाणी दिसत होती. आज ते दोघं तिच्या अपार्टमेंटऐवजी इथे झोपले होते, याचं कारण असं होतं, की तिची बेडरूम आकारानं फारच छोटी होती. त्यामुळे दोघांना सहज सामावून घेऊन वर लोळायला पुरेशी जागा उरू शकेल एवढा मोठा बेड तिच्या बेडरूममध्ये मावणंच शक्य नव्हतं. शिवाय जॅकला त्याच्या त्या आवडत्या बास्केटबॉलचा कोर्टच्या शक्यतो जवळच झोपायला आवडायचं, हे ही एक कारण होतं.

लॉरीनं जवळच्या गजराच्या घड्याळात बघितलं. त्यात दिसणारे वेळाचे आकडे जसजसे पुढे जात होते, तसतशी तिच्या मनातली चीड वाढत चालली. आपल्याला जर आत्ता पुरेशी झोप मिळाली नाही, तर उद्या दिवसभर आपल्याला नोकरीवर – मेडिकल एक्झॅमिनरच्या ऑफिसात – जागं राहून मेंदू तल्लख ठेवणं किती जड जाणार आहे, याची तिला पूर्वीच्या अनुभवामुळे चांगलीच कल्पना होती. आपल्या शिक्षणातून आणि नंतरच्या शिकाऊ निवासी डॉक्टर म्हणून काम करण्याच्या काळातून आपण कशा तग धरून बाहेर पडलो, हे अजूनही तिला उमगत नव्हतं, कारण दोन्हीकडे पुरेशी झोप मिळण्याच्या नावानं बोंबच होती. आणि तरीही या क्षणी आपण चिडलोय त्याला फक्त अपुरी झोप हे एकच कारण नाही, हेही तिला जाणवत होतं. किंबहुना, परिस्थिती नेमकी याच्या उलट होती : ती चिडलेली असल्यामुळेच तिला नीट झोप येत नव्हती.

आत्ता थोड्या वेळापूर्वीच जॅकनं ध्यानीमनी नसताना तिला तिचा वाढदिवस जवळ आल्याची आठवण करून दिली होती. ''हा वाढदिवस तुला काही खास पद्धतीनं साजरा करायचाय का,'' असंही त्यानं विचारलं होतं. नुकतंच सुंदरपैकी शरीरसुख उपभोगून झाल्यावर सुखावून पडल्यानंतर त्यानं हा प्रश्न विचारलाय, त्यामुळे त्यात त्याचा काही वेगळा हेतू असण्याचं कारण नाही, याची तिला कल्पना होती. पण भविष्याचा विचार करणं टाळण्यासाठी तिनं 'आपण फक्त येणारा दिवस जसा येईल तसा जगतो' अशी जी स्वतःची समजूत करून घेतलेली होती, त्या समजुतीचं तिनंच बनवलेलं संरक्षक कवच एकदम मोडून पडलं होतं. अजूनही विश्वास ठेवणं जड जातंय, पण आपण त्रेचाळीस वर्षांच्या झालो आहोत. पस्तिसाव्या वर्षाच्या आगेमागेच आपली मुलं होण्याची वेळ हळूहळू टळून चालल्याचं आपल्याला जाणवलं होतं – आणि आता तर धोक्याची घंटाच वाजायला लागलीय.

लॉरीच्या तोंडातून अजाणताच एक निःश्वास बाहेर पडला. बेडवर तळमळत पडलेली असताना तिनं आपल्या गतायुष्याचा, विशेषतः त्यातल्या सामाजिक जीवनाचा बराच विचार केलेला होता. कशी सगळ्या बाजूंनी कोंडी झालीय आपली. ही गोष्ट आजचीच नाही, पार शाळेत असल्यापासून हे असंच चाललंय. आणि शेजारी झोपलेला जॅक मात्र आहे त्या स्थितीतच खूष दिसत होता. तो अत्यंत शांतपणे झोपलेला दिसत होता, त्यामुळे तर तिची चिडचिड आणखीच वाढलेली होती. आपल्याला मुलं वगैरे होणार, हे आपण ऐन तारुण्यातही गृहीत धरलेलं होतं. तिशीतही आपली तशी खात्री होती. आणि आता थोड्याच दिवसांत आपण त्रेचाळीस वर्षांच्या होऊ आणि आज काय परिस्थिती आहे आपली? न्यूयॉर्कसारख्या शहरातल्या या अगदी सामान्य लोकवस्तीतल्या अत्यंत छोट्या, अपुऱ्या अपार्टमेंटमध्ये आपण एका अशा माणसाशेजारी तळमळत पडलेलो आहोत, की अजून जो लग्नाबद्दल

किंवा मुलांबद्दल काही निर्णयच घ्यायला तयार नाही!

तिनं आणखी एकदा सुस्कारा सोडला.

आधी आपण मुद्दामच जॅकसमोर हा विषय काढायचं टाळत होतो – त्याला उगीच चिडवायला नको म्हणून. पण आता नाही तसं करून चालणार. या विषयाकडे बोलणं वळलं की लगेच तो काही बोलायचंच टाळतो, पण आता हे मुळीच चालू द्यायचं नाही. आपण दोघं जर चांगले अनुभवी, प्रशिक्षित फोरेन्सिक पॅथॉलॉजिस्ट आहोत, तर आपल्याला शोभेल अशा घरात छानपैकी राहण्याऐवजी आपण फक्त गरीब विद्यार्थ्यांनीच राहण्याची लायकी असलेल्या या खुराड्यात काय म्हणून रहायचं?

तरीपण सगळ्यांच बाबतीत काही परिस्थिती एवढी निराशाजनक नव्हती. करिअरच्या बाबतीत तिला कुठेही नाव ठेवण्यासारखी परिस्थिती नव्हती. न्यूयॉर्क शहराच्या चीफ एक्झॅमिनरच्या ऑफिसात ती मेडिकल एक्झॅमिनर म्हणून नोकरी करत होती. तिच्या नोकरीत ती एकदम समाधानी होती. गेली तेरा वर्षं ती नोकरी करत होती आणि जॅकसारखा उत्तम, ज्याच्याशी ती कामाच्या बाबतीत चर्चा करू शकेल, असा सहकारी मिळाल्याबद्दल ती स्वत:ला सुदैवीच समजत होती. फोरेन्सिक पॅथॉलॉजीच्या क्षेत्रात त्यांच्या बुध्दीला भरपूर खाद्य मिळत होतं. दोघांनाही रोज काही ना काही नवीन शिकायला मिळत होतं. शिवाय इतरही अनेक विषयांवर ते मोकळेपणानं एकमेकांशी चर्चा करत होते. जीवनातल्या, किंवा कुठल्याच बाबतीतल्या एकसुरीपणाबद्दल, निर्बुध्दपणाबद्दल त्यांना भयंकर तिटकारा होता. सरकारी नोकरीत अपरिहार्यपणे येणाऱ्या नोकरशाहीच्या राजकीय बाजूचाही त्यांना जाम कंटाळा होता. पण कामाच्या दृष्टीनं जरी ते दोघंही असे एकमेकांना अगदी सुयोग्य असले, तरी तिच्या मनातल्या मुलं होण्याच्या सतत वाढणाऱ्या इच्छेच्या दृष्टीनं त्याचा काहीच उपयोग नव्हता.

तेवढ्यात जॅकनं झोपेत चाळवाचाळव केली आणि तो दोन्ही हातांची बोटं गुंफून ती छातीवर ठेवून उताणा झाला. लॉरीनं त्याच्या निद्रिस्त आकृतीकडे बघितलं. बऱ्यापैकी देखणा होता तो – बारीक कापलेले फिकट चॉकलेटी, मधूनच पांढरे होत चाललेले केस, दाट भुवया, चांगलं लांब आणि धारदार नाक, टोकदार, निमुळती हनुवटी, घट्ट मिटलेले बारीक ओठ, ओठांवर कायम, अगदी झोपेतही तरळणारं काहीसं कोरडं, तिरकस हसू. तिला त्याच्यात अनेक संमिश्र स्वरूपाची स्वभाव वैशिष्ट्यं दिसत होती. तो आक्रमक होता पण मनमिळाऊही होता, स्पष्टवक्ता असूनही निगर्वी होता, अंगावर येणारा होता, तरीही एकदम उदार मनाचा होता, मनमोकळा होता आणि सर्वसामान्यपणे त्याचा स्वभाव एकदम गमत्या, चेष्टेखोर होता. अत्यंत हजरजबाबी असल्यामुळे त्याच्या सहवासात तिला कधी कंटाळा येत

नसे. तिच्यापेक्षा वयानं थोडा मोठा असूनही तो भलताच धाडसी होता. तिच्या दृष्टीनं त्याच्यातला सगळ्यांत मोठा दोष होता तो असा, की काही बाबतीत तो भयंकर दुराग्रही होता – विशेषत: लग्न आणि मुलं होऊ देणं या बाबतीत तर नको इतका दुराग्रही होता.

थोडंसं आणखी त्याच्याजवळ सरकून लॉरीनं त्याच्याकडे बारकाईनं बघितलं. तो तर या क्षणी झोपेत चक्क हसत होता आणि त्यामुळे तर तिची आणखीच चिडचिड झाली. हे काय? आहे या परिस्थितीतच हा समाधानी आहे, हे काही बरं नव्हे, तिनं म्हटलं. आपलं याच्यावर प्रेम आहे, त्याचंही आपल्यावर प्रेम आहे – निदान आपली तरी तशी समजूत आहे – आणि तरीही हा लग्नाबद्दल किंवा मुलांबद्दल नक्की काहीच बोलायला तयार होत नाही, म्हणजे काय? त्याचं म्हणणं असं होतं, की नेमका लग्नाला किंवा मुलं होऊ द्यायला माझा विरोध आहे असं नव्हे, पण या गोष्टींची जाम धास्ती माझ्या मनात बसलीय. त्यांच्या मैत्रीच्या सुरुवातीच्या काळात लॉरीला त्याची मन:स्थिती समजू शकत होती. कारण त्याची बायको आणि दोन्ही छोट्या मुली एका विमान अपघातात मृत्युमुखी पडलेल्या होत्या. या दुर्घटनेचं अपरिमित दु:ख तर त्याला होणं स्वाभाविकच होतं, पण मुळात या दुर्घटनेलाच तो अप्रत्यक्षरीत्या स्वत:ला जबाबदार धरत होता. कारण तो दुसऱ्या एका शहरात एकटा राहून पॅथॉलॉजीचं पुन्हा प्रशिक्षण घेत होता आणि त्याला भेटायला त्याची बायको आणि मुली आल्या होत्या आणि तिथून त्या विमानानं न्यूयॉर्कला परतत असताना त्या विमानाला अपघात होऊन त्यात त्या तिघींचा अंत झाला होता. या सगळ्या गोष्टींची तिला पूर्ण कल्पना होती. त्या अपघातानंतर त्याला पराकोटीचं नैराश्य आलं होतं आणि त्यातून फार मोठ्या कष्टानं तो बाहेर पडला होता, हेही तिला माहीत होतं. हे सगळं अगदी समजण्यासारखं आहे, पण आता याला तेरा वर्षं उलटून गेलीत, तिनं मनात म्हटलं. त्यानंतरच काही वर्षांनी आपली याच्याशी मैत्री झाली आणि त्यानंतरच्या काळात आपण त्याला संपूर्ण सहानुभूती, प्रेम दिलं, आधारही दिला. पण आता आपल्या मैत्रीलाही चार वर्षं होऊन गेलीत, आता हे आणखी असंच किती चालू देणार आपण? शेवटी आपल्यालाही आपलं आयुष्य आहे, आपल्याही काही गरजा आहेत.

तेवढ्यात घड्याळानं ठणठणाट सुरू केला आणि खोलीतली शांतता काचेसारखी फुटली. झोपेतच जॅकनं हात लांब करून गजर बंद केला आणि लगेच त्याचा हात पांघरुणातल्या उबेत परत जाऊन लपला. पुढची पाच मिनिटं खोली पुन्हा शांत झाली. जॅकचा श्वासोच्छ्वासही परत एकदा संथ लयीत होऊ लागला. रोज सकाळी घडणाऱ्या या गोष्टी लॉरीला कधीच दिसत नसत, कारण रोज त्यालाच तिच्याआधी जाग येत असे. लॉरीला रात्री झोपण्याआधी थोडा वेळ का होईना, काही तरी

वाचायला फार आवडायचं. बहुतेक वेळा ती नको इतका वेळ वाचत रहायची आणि त्यामुळे तिला नाही म्हटलं तरी झोपायला उशीरच व्हायचा. त्यांनी एकत्र राहायला सुरुवात केली, त्याच्या पहिल्या दिवसापासूनच लॉरीला घड्याळाच्या गजराकडे दुर्लक्ष करून झोपायची सवय लागलेली होती. कारण जॅकच गजर बंद करणार हे तिनं गृहीतच धरलेलं होतं.

दुसऱ्यांदा जेव्हा गजर झाला, तेव्हा मात्र जॅकनं तो बंद केला, पांघरूण दूर केलं आणि तो लॉरीच्या विरुध्द बाजूला पाय सोडून उठून बसला. त्यानं हातपाय ताणून मस्तपैकी आळस दिला आणि जांभई देत डोळे चोळले. लॉरी हे सगळं बघत होती. त्याच्या अंगावर एकही कपडा नव्हता, पण तो बिनदिक्कत उठून उभा राहिला आणि चालत बाथरूममध्ये नाहीसा झाला. दोन्ही हात डोक्यामागे ठेवून लॉरी त्याच्याकडे बघत होती आणि चिडलेली असूनही आतून ती सुखावूनही गेलेली होती. थोड्याच वेळात टॉयलेटच्या फ्लशचा आवाज आला आणि पाठोपाठ तो पुन्हा डोळे चोळतच बाहेर आला.

नेहमीच्या सवयीनं तो बेडला चक्कर मारून तिच्या बाजूला आला आणि त्यानं तिच्या खांद्याला धरून हलवून तिला उठवण्यासाठी हात पुढे केला. पण ती डोळे उघडून आपल्याकडेच बघतेय हे लक्षात आल्याबरोबर दचकून त्यानं हात मागे घेतला. तिची स्थिर नजर आणि चेहऱ्यावरचे चिडलेले भाव बघितल्याबरोबर त्यानं ओळखलं, की काही तरी बिनसलंय.

"अरे! तू तर जागी झालीस!" त्यानं तरीही भुवया उंचावत म्हटलं, पण त्याच्या बोलण्यातलं आश्चर्य नाही म्हटलं तरी जरा कृत्रिमच झालेलं होतं.

"काल रात्री आपण जे काही केलं, तेव्हापासून मी जागीच आहे."

"अरे वा! एवढी मजा आली?" विनोद करून तिला हसवण्याचा त्यानं एक निष्फळ प्रयत्न करून बघितला.

"जॅक, आता आपल्याला जरा बोलायला हवं." पांघरूण छातीशी धरून ती चटकन उठून बसली आणि आपली नजर तिनं सरळ त्याच्या नजरेला भिडवली.

"मग आत्ता आपण काय करतोय?" त्यानं तिरकसपणे विचारलं. ती काय बोलणार हे त्यानं क्षणार्धात ताडलेलं होतं आणि त्यामुळे त्याचा आवाज आपोआपच तिरकस झालेला होता. आत्ता आपण या पद्धतीनं बोलणं घातक ठरेल हे माहीत असूनही. गेल्या दहा-बारा वर्षांत त्यानं ही तिरकेपणाची आणखी एक भिंत स्वत:भोवती उभारली होती.

लॉरीनं ताडकन बोलायला तोंड उघडलं, पण जॅकनं हात वर करून तिला रोखलं. "सॉरी. एवढं निगरगट्टपणे बोलायचं खरोखरच माझ्या मनात नव्हतं, पण आपलं हे बोलणं कुठल्या वाटेनं जाणार आहे हे मला माहीत आहे आणि त्यासाठी

ही वेळ योग्य नव्हे. आय ॲम सॉरी, लॉरी, पण आणखी एका तासात आपल्याला मॉर्गमध्ये पोचलं पाहिजे आणि अजून आपण धड आवरायला सुरुवातही केलेली नाही.''

''ती योग्य वेळ कधी येतच नाही, जॅक.''

''ओके, मग जरा वेगळ्या पद्धतीनं सांगतो. कोणत्याही विषयावर गंभीरपणे चर्चा करण्यासाठी ही वेळ अत्यंत अयोग्य आहे असं मला वाटतं. एक सुंदर वीकएंड घालवल्यानंतर आठवड्याच्या कामाच्या पहिल्या दिवशीचे सकाळचे साडेसहा वाजलेत आणि आपल्याला कामावर गेलं पाहिजे. हा विषय काढण्याचं एवढं जर तुझ्या मनात होतं, तर गेल्या दोन दिवसांत तू कधीही जरी हा विषय काढला असतास, तरी मी मोठ्या आनंदानं त्याच्यावर तुझ्याशी चर्चा केली असती.''

''बुलशिट्! स्पष्टच सांगते जॅक, तुला त्या विषयावर कधीही बोलायचं नसतं. येत्या गुरुवारी मी त्रेचाळीस वर्षांची होईन, जॅक. किती? त्रेचाळीस! त्यामुळे आता माझ्याच्यानं गप्प राहवणारच नाही. तुला काय करायचंय हे तू ठरवत बसण्याची वाट बघण्याइतका वेळच नाही माझ्याकडे. मी जर अशी वाट बघत बसले, तर माझा मेनोपॉजच येईल.''

पुढचे काही क्षण जॅक तिच्या निळसर हिरवट डोळ्यांमध्ये बघत थांबला. ''ओके.'' त्यानं मोठा सुस्कारा सोडत जणू माघार घेत असल्यासारखं म्हटलं आणि आपली नजर वळवली. ''आज रात्री डिनरच्या वेळी आपण बोलू.''

''नाही, मला आत्ताच बोलायचंय.'' तिनं निग्रहानं म्हटलं. हात पुढे करून तिनं पुन्हा त्याचा चेहरा आपल्याकडे वळवला आणि त्याच्या नजरेला नजर भिडवली.''माझी इथे झोप उडालीय आणि तू मात्र मस्तपैकी घोरत होतास. हे आणखी पुढे ढकलणं मला चालणार नाही.''

''लॉरी, मी आता उठून अंघोळ करायला जाणार आहे. तुला पुन्हा सांगतो, या क्षणी आपल्याला बोलत बसायला वेळच नाही.'' तो अर्धवट उठला.

''जॅक, तुझ्यावर प्रेम करते मी.'' त्याचा हात पकडून लॉरीनं त्याला थांबवलं. ''पण त्यापेक्षाही जास्त काही तरी मला हवंय. मला लग्न करायचंय, मला मुलं हवीयत. आणि यापेक्षा चांगल्या जागेत मला रहायचंय.'' जॅकचा हात सोडून तिनं खोलीतल्या उडत चाललेल्या रंगाकडे, शेड नसलेल्या दिव्याकडे, दोन रिकामी लाकडी खोकी एकमेकाशेजारी ठेवून केलेल्या टेबलाकडे, एकुलत्या एका कपाटाकडे हातानं निर्देश केला. ''मला अगदी ताजमहालात रहायचंय असं नव्हे, पण हे म्हणजे फारच झालं.''

''असं? कमाल आहे! मला एवढे दिवस उगाचच वाटत होतं की आपल्या या फोर स्टार अपार्टमेंटमध्ये तू खूष आहेस.''

"कुजकं बोलणं बस कर आता." तिनं ताडकन म्हटलं. "आपण एवढं काम करतो, श्रम करतो, त्यानंतर जरा आरामशीर जागेत राहवंसं वाटलं तर त्यात काय चुकलं? पण तेही महत्त्वाचं नाही. माझा आक्षेप आहे तो आपल्या सध्याच्या संबंधांना. या क्षणी आपले संबंध ज्या परिस्थितीत आहेत, त्यावर तू खूष असशील, पण मी तेवढ्यावर समाधानी नाही, अगदी थोडक्यात सांगायचं तर."

"मी चाललो अंघोळ करायला."

"ओके. तू जा अंघोळ करायला." त्याच्याकडे बघत तिनं अर्धवट, गूढ स्मित केलं.

मान डोलावून जॅक उठला, मध्येच थबकून त्यानं काही तरी बोलायला तोंड उघडलं, मग तोही विचार बदलला. वळून तो बाथरूममध्ये शिरला, पण त्यानं दार आतून बंद करून घेतलं नाही. लगेचच त्यानं शॉवर सोडल्याचा आणि आतला प्लॅस्टिकचा पडदा सरकवल्याचा आवाज तिला ऐकू आला.

लॉरीनं निराशेनं एक मोठा निःश्वास सोडला. अर्धवट झोपेमुळे आणि भावनिक ताणामुळे ती किंचित थरथरत होती. पण आत्ता आपण रडलो नाही हे जाणवून तिला जरा बरं वाटलं. अशा प्रसंगी तिच्या डोळ्यांमधून नेहमी अश्रू यायचे, पण ते तिला मुळीच आवडत नसे. कारण रडण्यामुळे उलट आपली बाजू कमकुवतच होते, हे ती अनुभवानं शिकलेली होती. रडून कधीच उपयोग नसतो.

अंगावर बाथरोब घालून ती कपाटापाशी गेली आणि तिनं आपली सूटकेस बाहेर काढली. आत्ताच्या बोलण्यामुळे तिला उलट काहीसं सुटल्यासारखंच वाटत होतं. तिचा जसा अंदाज होता तसंच जॅक वागल्यामुळे, आता आपण जे काही करणार आहोत ते योग्यच आहे, अशी तिची खात्री पटली. काय करायचं ते तिनं जॅक झोपलेला असतानाच ठरवलेलं होतं. कपाटातल्या आपल्या सगळ्या वस्तू, कपडे वगैरे काढून घेऊन तिनं सूटकेस भरायला सुरुवात केली. तिचं काम पूर्ण होत आलेलं असतानाच तिला शॉवरचा आवाज थांबल्याचं ऐकू आलं आणि मिनिटाभरानं जॅक डोकं जोरजोरात पुसत बाहेर आला. लॉरी सूटकेस भरत असल्याचं दिसताक्षणीच त्यानं एकदम डोकं पुसायचं थांबवलं.

"हे काय चालवलंयस तू?"

"जे तुला दिसतंय तेच."

थोडा वेळ तो ती सूटकेस भरत असल्याचं बघत गप्पच उभा राहिला. "उगाचच टोकाला जातेयस तू." त्यानं म्हटलं. "तुला असं निघून जायचं काहीच कारण नाही."

"आहे." वर न बघताच ती उत्तरली.

"ओके!" क्षणभरानं त्यानं चिडून म्हटलं आणि तो परत बाथरूममध्ये गेला.

तो बाहेर आल्यावर लॉरीनं आपले आज घालायचे कपडे उचलले आणि ती आत गेली. आज मात्र तिनं लक्षात ठेवून दार लावून घेतलं. सहसा ती असं कधी करत नसे. अंघोळ करून, सगळे कपडे घालून ती बाहेर आली, तेव्हा जॅक किचनमध्ये होता. त्यांनी थंड सिरिअल आणि फळांचा ब्रेकफास्ट घेतला, पण उभ्यानंच. किचनमधल्या छोट्याशा व्हिनाईलच्या टेबलाशी दोघंही बसले नाहीत. दोघंही एकमेकांशी अगदी तिऱ्हाईतासारखे 'सॉरी', 'एक्स्क्यूज मी' वगैरे एवढंच बोलत होते. त्या बारक्याशा किचनमध्ये वावरताना एकमेकांना स्पर्श करण्याचं दोघंही हेतुपुरस्सर टाळत होते.

सात वाजेपर्यंत त्यांची निघायची तयारी झालेली होती. लॉरीनं तिची सौंदर्यप्रसाधनं सूटकेसमध्ये कोंबली आणि सूटकेस बंद केली. चाकांवर ढकलत जेव्हा तिनं सूटकेस हॉलमध्ये आणली, तेव्हा तिला जॅक त्याची जुनी माऊंटन बाईक काढून घेण्याच्या खटपटीत असलेला दिसला.

"तू त्या सायकलवरून जाणार?" तिनं विचारलं. त्या दोघांनी एकत्र राहायला सुरुवात केली, त्या आधीच्या काळात जॅक बहुतेक वेळा त्याच्या सायकलवरूनच नोकरीवर जात असे, शहरात इतर कुठल्या कामाला जायचं तर त्यासाठीही तो सायकलच वापरत असे. लॉरीला कायम भीती वाटत असे, की एक दिवस यालाच कोणी तरी मॉर्गमध्ये रक्तबंबाळ अवस्थेत उचलून आणणार आणि आपल्याला याचीही उत्तरीय तपासणी करावी लागणार. त्यांनी दोघांनी नोकरीवर बरोबरच जायला सुरुवात केल्यानंतर मात्र जॅकनं सायकलवरून जाणं बंद केलं होतं. कारण लॉरी दुसऱ्या सायकलवरून त्याच्याबरोबर जाणं शक्यच नव्हतं.

"हो, कारण परत येताना मी बहुतेक एकटाच येणारसं दिसतंय, या माझ्या राजवाड्यात."

"अरे, पण पाऊस पडतोय, जॅक!"

"पावसात तर सायकल चालवायला आणखी धमाल येते."

"हे बघ, जॅक. आज सकाळपासून मी स्पष्ट बोलतेय. त्यामुळे आताही स्पष्टच बोलते. तू हे जे लहान मुलासारखे निष्कारण धोके पत्करत असतोस ना, ते एकदम चूक तर आहेच, शिवाय माझं स्पष्ट मत असं आहे, की हे तू मुद्दाम, माझ्या भावनांची खिल्ली उडवण्यासाठीच करत असतोस. मला जी गोष्ट अजिबात पसंत नाही, तीच गोष्ट तू मुद्दाम, केवळ मला आवडत नाही म्हणूनच करतोस."

"असं? कमाल आहे." त्यानं जणू तिला चिडवण्यासाठीच हसत म्हटलं. "मग मीही तुला स्पष्टच सांगतो. मी सायकल चालवण्याचा तुझ्या भावनांशी काहीही संबंध नाही. आणि अगदी खरं सांगायचं तर, तू जो या दोन्ही गोष्टींचा विनाकारण संबंध जोडतेयस ना, तेच मला स्वार्थीपणाचं, मुद्दाम केल्यासारखं

वाटतं.''

दोघंही बाहेर पडून वन हंड्रेड सिक्स्थ स्ट्रीटवर आले. लॉरी कॅब करण्यासाठी कोलंबस अ‍ॅव्हेन्यूच्या दिशेनं चालत निघून गेली. जॅक सायकलवर बसून सेंट्रल पार्कच्या दिशेनं निघून गेला. दोघांनीही हात उंचावून एकमेकांचा निरोप घेण्यासाठीही मागे वळून पाहिलं नाही.

दोन

आपली गडद जांभळी 'कॅननडेल' माऊंटन बाईक चालवण्यातली मजा जॅक जवळजवळ विसरूनच गेला होता. पण सेंट्रल पार्कमध्ये शिरून तो उतारावरून भरवेगानं निघाल्याबरोबर त्या सगळ्या आठवणी पुन्हा त्याच्या मनात ताज्या झाल्या. या सकाळच्या वेळी एखाद-दुसरा जॉगिंग करत असलेला माणूस सोडला, तर सेंट्रल पार्क निर्मनुष्यच होतं आणि भर महानगरात असलेल्या, धुक्यानं भरलेल्या या पार्कमधून वेगानं गाडी चालवताना जॅकला शहराचा आणि मनातल्या ताणतणावांचा आपोआपच विसर पडला. मागे जाणाऱ्या वाऱ्याच्या आवाजाबरोबरच त्याला आपल्या लहानपणच्या लाल-सोनेरी रंगाच्या 'श्विन' सायकलची आठवण झाली. ती सायकल त्याला दहाव्या वाढदिवसानिमित्त मिळालेली होती – किंबहुना, एका पुस्तकाच्या मागच्या कव्हरवरची तिची जाहिरात बघून त्यानं ती हट्ट करून मिळवलेली होती. त्या सायकलवरून तो आतासारखाच वेगानं इंडियाना राज्यातल्या साऊथ बेन्ड गावाजवळची डेड मॅन्स हिल उतरत असे. आपल्या लहानपणीच्या सुखाच्या काळाची ही आठवण त्यानं आईला विकू न देता जपून ठेवायला सांगितली होती. अजूनही ती सायकल त्याच्या त्या घरी धूळ खात पडलेली होती.

पाऊस अजूनही पडत होता, पण त्याचा जोर जरासा कमी झालेला होता. तरी पण डोक्यावरच्या बायसिकल हेल्मेटवर पावसाच्या थेंबांचा आवाज त्याला ऐकू येत होता. पण डोळ्यांवरच्या गॉगलवर जमलेल्या पाण्यातून आणि दवातून पुढचं बघायला मात्र त्याला जड जात होतं. अंगावरचे कपडे भिजू नयेत म्हणून त्यानं वरून खास सायकल चालवताना वापरण्याचा ढगळ रेनकोट घातलेला होता. सायकलवर

तो पुढे वाकल्यावर त्याचा रेनकोट वाऱ्यानं फुगायचा. रस्त्यावर साचलेल्या पाण्यातून जायचं तो शक्यतो टाळत होता, पण जेव्हा अगदीच शक्य नसेल तेव्हा तो पॅडल्सवरून पाय उचलून घेऊन तसाच पुढे जात होता.

सेंट्रल पार्कच्या दक्षिणेकडच्या कोपऱ्याशी जॅक शहराच्या मध्य भागातल्या रस्त्यांवर आला. गर्दी एवढ्यातच वाढू लागलेली होती. कोणे एके काळी तो सरळ गाड्यांशी स्पर्धा करत सायकल चालवायचा, पण त्याच्याच शब्दात सांगायचं, तर तेव्हा तो आतापेक्षा जरा जास्त वेडा होता. शिवाय त्यावेळी त्याची शारीरिक

तंदुरुस्तीही खूपच चांगली होती. अर्थात, अजूनही तो बऱ्यापैकी बास्केटबॉल खेळत होता, त्याचा फायदा त्याला अजूनही होत होता, पण बास्केटबॉलच्या मानानं सायकल चालवायला खूपच जास्त सातत्यानं शारीरिक हालचाली करत रहाव्या लागतात. तरीपण जॅक आपला वेग कमी करायच्या बिलकूल फंदात पडला नाही आणि मेडिकल एक्झॅमिनरच्या ऑफिसचं जे थर्टीएथ स्ट्रीटवरचं मोठं प्रवेशद्वार होतं – सगळ्या रुग्णवाहिका आणि शववाहिन्या इथेच येऊन आपला 'माल' उतरवायच्या – तिथे तो पोचला, तेव्हा त्याच्या मांड्यांच्या स्नायूंनी चांगलाच ठणठणाट सुरू केलेला होता. तो उतरला आणि रक्तप्रवाहावाटे मांड्यांना पुरेसा ऑक्सिजन मिळू लागेपर्यंत सायकलच्या हँडलवर वाकून तिथेच उभा राहिला.

धाप जरा कमी होऊन पायांचे स्नायू थोडे शांत झाल्यावर जॅकनं सायकल उचलून खांद्यावर घेतली आणि पायऱ्या चढत तो वरच्या, प्रेतांना उतरवून घेण्याच्या प्लॅटफॉर्मकडे निघाला. अजूनही नाही म्हटलं तरी त्याचे पाय जरासे लटपटतच होते, पण आता मॉर्गमध्ये आपल्यापुढे आज 'काय' येणार आहे, याची उत्सुकता त्याला पुढे ढकलत होती. इमारतीच्या दर्शनी भागासमोरून येताना त्याला काही टीव्हीचे सॅटेलाईट ट्रक दिसले होते. रिसेप्शनच्या भागात जमलेली गर्दीही त्याला दिसली होती. नक्कीच काही तरी विशेष घडलेलं दिसतंय, त्यानं मनात म्हटलं.

सिक्युरिटी ऑफिसच्या खिडकीजवळून जाताना जॅकनं आत बसलेल्या सिक्युरिटी ऑफिसर रॉबर्ट हार्परकडे बघून हात केला. हार्पर लगेच उठून उभा राहिला. "काय, डॉक्टर स्टेपलटन? आज बऱ्याच महिन्यांनी सायकलवरून आलात?"

मागे न बघता जॅकनं तसाच पुन्हा एकदा हात हलवला आणि तो खाली मॉर्गच्या तळघरात उतरला. सडत चाललेल्या प्रेतांची उत्तरीय तपासणी करण्याच्या छोट्या खोलीजवळून चालत तो पुढे गेला आणि डावीकडे वळला. तो जिथे वळला, तिथे लगेचच उजव्या हाताला उत्तरीय तपासणीपूर्वी प्रेतं जिथे ठेवली जायची ते ड्रॉवर्स असलेलं शीतगृह होतं. वळून चालत जॅक पाईनच्या लाकडापासून बनवलेल्या 'पॉटर्स फील्ड' शवपेट्या ठेवण्याच्या जागेशी आला. या शवपेट्या ओळख न पटलेल्या आणि बेवारशी प्रेतांसाठी वापरल्या जायच्या. एक-दोन रिकाम्या शवपेट्या

हलवून जॅकनं आपली सायकल तिथे ठेवली, चेंजिंग रूममध्ये येऊन आपल्या लॉकरमध्ये कोट आणि सायकलचं हेल्मेट वगैरे वस्तू ठेवून दिल्या आणि तो जिन्याकडे निघाला. वाटेत त्याला 'ग्रेव्हयार्ड शिफ्ट'मध्ये – रात्रपाळीमध्ये – काम करत असलेला मदतनीस माईक पासानो दिसला. तो कागदपत्रांमध्ये इतका गर्क होता, की जॅकनं त्याच्याकडे बघून हात हलवल्याचं त्याला समजलंही नाही.

पहिल्या मजल्यावरच्या मुख्य कॉरिडॉरमध्ये जेव्हा जॅक पोचला, तेव्हा त्याला पुन्हा एकदा रिसेप्शनमध्ये जमलेली गर्दी दिसली. इतक्या दुरूनही त्याला लोकांची चाललेली कुजबुज जाणवत होती. आता मात्र त्याची उत्सुकता चांगलीच चाळवली गेली. मेडिकल एक्झॅमिनर म्हणून काम करताना त्याला जी सगळ्यांत विस्मयकारक गोष्ट जाणवलेली होती ती अशी, की उद्या आपल्याला काय काम करावं लागणार आहे याची आज त्याला पुसटशी कल्पनासुध्दा येत नसे. त्यामुळे कामावर तो रोज नव्या उत्साहानं आणि उत्सुकतेनं यायचा. पूर्वी नेत्रतज्ज्ञ असताना त्याला रोज आतापेक्षा किती तरी आराम असायचा, पण तेव्हा सगळ्या रूटीनमध्ये प्रचंड तोचतोचपणा होता.

१९९० मध्ये जॅकचं एक नेत्रतज्ज्ञ या नात्यानं जे करिअर होतं, ते अचानक संपुष्टात आलं होतं. 'अमेरिकेअर' या 'मॅनेज्ड केअर' क्षेत्रातल्या प्रचंड कंपनीनं त्याची छोटीशी प्रॅक्टिस एका घासात गिळंकृत केली होती. वैद्यकीय व्यवस्थापन क्षेत्रातल्या त्या राक्षसी कंपनीनं त्याला नोकरीही देऊ केली होती, पण हे म्हणजे जखमेवर मीठ चोळण्यापैकी होतं. जुन्या पद्धतीची, रोग्यांशी वैयक्तिक संबंध असलेली, शुश्रूषेबरोबर प्रेमाचे चार शब्द बोलणारी, योग्य तेच पैसे घेणारी – किंवा कधी कधी पैसेही न घेणारी डॉक्टर-पेशंट संबंधांची शुचिता पाळणारी ती डॉक्टरांची जमात आता किती झपाट्यानं नामशेष होतेय, याचा त्याला या निमित्तानं प्रत्यक्ष अनुभव आला होता. त्यामुळेच त्यानं फोरेन्सिक पॅथॉलॉजीचं पुन्हा प्रशिक्षण घेण्याचा निर्णय घेतला होता – निदान मग तरी आपण या 'मॅनेज्ड केअर' च्या धोक्यापासून दूर राहू असा विचार करून. तो म्हणायचा, ही कसली 'मॅनेज्ड केअर'? ही तर 'डिनायल ऑफ केअर'! पण एवढं करूनही 'अमेरिकेअर'च्या 'मॅनेज्ड केअर'नं त्याची पाठ सोडली नव्हतीच. नुकतंच 'अमेरिकेअर'नं सगळ्यांत कमी प्रीमियम आकारण्याचा प्रस्ताव देऊन शहराच्या महानगरपालिकेच्या सगळ्याच कर्मचाऱ्यांच्या वैद्यकीय देखभालीचं कंत्राट मिळवलेलं होतं. त्यामुळे आता जॅकलाही आपल्या वैद्यकीय गरजांसाठी 'अमेरिकेअर'चेच पाय धरावे लागणार होते. हा एक दैवगतीचा निराळाच रंग त्याला दिसलेला होता.

मीडियाच्या कचाट्यात न सापडलेलंच बरं, असा विचार करत जॅक तसाच मागे फिरला आणि आयडी ऑफिसकडे निघाला. इथूनच या शवागाराच्या कामाचा दिवस

सुरू होत असे. आळीपाळीनं वरिष्ठ, अनुभवी मेडिकल एक्झॅमिनर मंडळींपैकी कोणी तरी एक जण लवकर यायचा, रात्रभरात आलेल्या केसेसची पाहणी करायचा, त्यापैकी कोणत्या प्रेतांची उत्तरीय तपासणी करायची ते ठरवायचा आणि तशी व्यवस्था करायचा. आपली या कामाची पाळी नसेल तेव्हाही जॅक लवकरच यायचा आणि सगळ्यांत जास्त आव्हानात्मक केसेस स्वत:साठी मिळवण्याचा प्रयत्न करायचा. आपले बाकीचे सहकारीही आपल्यासारखंच का करत नाहीत, याचं त्याला आधी आश्चर्य वाटायचं. पण याचं उत्तरही त्याला सापडलं होतं – त्याच्या सहकारी एक्झॅमिनर लोकांपैकी बहुतांश जणांचा कल काम टाळण्याकडेच जास्त होता. ते कष्टाळू नव्हते, कष्टटाळू होते. त्यामुळे जॅकच्या अतिउत्सुकतेचा परिणाम असा व्हायचा, की सगळ्यांत जास्त काम नेहमी त्याच्याच गळ्यात पडत असे. पण त्याची स्वत:ची याला काहीच हरकत नव्हती. किंबहुना, त्याला ते हवंच असे, कारण मनातल्या चिंता आणि भयंकर नैराश्यपूर्ण विचारांना दाबून गप्प बसवण्याचा त्याच्या दृष्टीनं तो एक उत्तम मार्ग होता. तो आणि लॉरी दोघं एकत्र रहात असतानाच्या काळात तो तिलाही आपल्याबरोबर लवकर यायला अनेकदा भाग पाडायचा. सकाळी लवकर उठायला ती किती कटकट करायची, याचा विचार करता त्याच्या दृष्टीनं हे मोठंच यश होतं. त्या आठवणीनं त्याला हसू आलं. त्याचबरोबर, तीही एव्हाना येऊन पोचली असेल, हेही त्याला जाणवलं.

आणि सकाळचा तो समरप्रसंग आठवून जॅक चालता चालता जागीच थांबला. एवढा वेळ त्यानं ती गोष्ट मुद्दामच दूर ठेवलेली होती. आता मात्र त्या दोघांचे संबंध आणि त्या पाठोपाठच पूर्वी घडलेल्या अपघाताच्या भयंकर आठवणींच्या विचारांनी त्याच्या मनात एकदम कल्लोळ सुरू केला. पण हिला तरी आपले संबंध इतके उत्तम असताना या सुंदर वीकएंडचा समारोप इतक्या वाईट पद्धतीनं करायची काय गरज होती? त्यानं चिडून स्वत:शीच म्हटलं. कारण सगळ्या गोष्टींचा विचार करता तो जवळजवळ चक्क खूष होता – विशेषत: मी खरं तर जिवंतच असायला नकोय, हे लक्षात घेतलं, तर हे म्हणजे फारच झालं!

त्याच्या सर्वांगातून संतापाची एक लाट उसळली. कारण प्रत्येक वेळी मुलांचा किंवा लग्नाचा विषय निघाला की त्याला आपल्या दिवंगत बायकोच्या आणि मुलींच्या अपमृत्यूच्या दाहक दु:खाची आणि तितक्याच विखारी अपराधीपणाची प्रत्येक वेळी जाणीव व्हायची. लग्नानंतर आणि मुलं झाल्यानंतर आपोआप येणाऱ्या जबाबदाऱ्यांच्या आणि परावलंबित्वाच्या जाणिवेनं त्याची छाती दडपून जायची.

'ए! हा काय बावळटपणा! स्वत:ला सावर बघू!' त्यानं स्वत:लाच दटावलं. डोळे बंद करून त्यानं दोन्ही हातांनी आपला चेहरा खसखसा पुसला. लॉरीबद्दलच्या चिडीपाठीमागे लपलेल्या एकाकीपणाच्या जाणिवेनं एकदम डोकं वर काढून त्याला

पूर्वी आलेल्या भयंकर नैराश्याशी सामना करताना झालेल्या यातनांची नको असलेली आठवण करून दिली. नेहमी हे असंच व्हायचं. खरं तर आज सकाळपर्यंतसुध्दा ते दोघंही अगदी खूष होते – तेवढा तो सारखा कुरतडणारा मुलांचा मुद्दा सोडला तर. प्रॉब्लेम असा होता, की त्याचं तिच्यावर खरोखरच मनापासून प्रेम होतं.

''डॉक्टर स्टेपलटन, तुमची तब्येत ठीक आहे ना?'' तेवढ्यात एक स्त्रीचा आवाज आला.

जॅकनं बोटांच्या फटीतून पाहिलं, रात्रपाळीला असलेली जॅनिस येगर ही सुंदर फोरेन्सिक इन्व्हेस्टिगेटर पोरगी अंगात कोट घालत त्याच्याकडे निरखून बघत होती. कामाची पाळी संपवून ती घरी निघालेली होती, त्यामुळे तिच्या चेहऱ्यावर थकवा स्पष्ट दिसत होता. तशी तिच्या डोळ्यांभोवती कायमच काळी वर्तुळं असायची, त्यामुळे ही कधी झोपते की नाही, असं जॅकला नेहमी वाटायचं.

''मला काय झालंय?'' जॅकनं चेहऱ्यावरचे हात बाजूला केले आणि उगाचच खांदे उडवले. ''पण हे तू का विचारतेयस?''

''मी तुला याआधी कधीही एका जागी निश्चल उभं पाहिलेलं नाही – कॉरिडॉरच्या मधोमध तर कधीच नाही.''

जॅकनं काही तरी रोचक बोलायचा प्रयत्न केला, पण त्याला आयत्या वेळी बोलण्यासारखं काही आठवलंच नाही. त्याऐवजी बाजू सावरून घेण्यासाठी त्यानं उगाचच विचारलं, ''रात्री काय झालं? काही खास घडलं?''

''अरे, इथे नुसता गोंधळ होता.'' जॅनिसनं म्हटलं. ''रात्रपाळीच्या टूर डॉक्टरची आणि डॉक्टर फाँटवर्थचीही भयंकर घाई गडबड चाललेली होती. डॉक्टर बिंगहॅम आणि डॉक्टर वॉशिंग्टन आत्ता इतक्या लवकर येऊन पोस्ट मॉर्टेम करतायत. त्यांना डॉक्टर फाँटवर्थ मदत करतायत.''

''काय सांगतेस?'' जॅकनं म्हटलं. ''एवढी कसली केस आलीय?'' डॉक्टर हेरॉल्ड बिंगहॅम हा प्रमुख होता, तर डॉक्टर केल्व्हिन वॉशिंग्टन उपप्रमुख होता. दोघांपैकी कोणीही सहसा सकाळी आठ वाजून गेल्याशिवाय येत नसे. कामाचा दिवस सुरू होण्याआधी त्यांनी स्वत: पोस्ट मॉर्टेमला उभं राहाणं तर फारच क्वचित घडणारी गोष्ट होती. म्हणजे यात काही तरी राजकीय भानगड असणार, जॅकनं स्वत:शी म्हटलं. मीडियाची गर्दी कशासाठी, याचंही उत्तर बहुतेक हेच असावं. डॉक्टर फाँटवर्थ हा जॅकचा एक सहकारी डॉक्टर होता आणि वीकएंडच्या सुट्टीत तो 'ऑन कॉल' होता. पोस्ट मॉर्टेम करणारे हे मेडिकल एक्झॅमिनर लोक फारच अडचण असल्याखेरीज रात्री येण्याच्या भानगडीत पडत नसत. रात्री येणाऱ्या साध्या केसेस बघण्यासाठी पॅथॉलॉजीच्या विद्यार्थ्यांना 'टूर डॉक्टर्स' म्हणून नेमण्यात येत असे.

''ती बंदुकीच्या गोळीची जखम झाल्याची केस होती, पोलीस केस झाल्यामुळे

फाँटवर्थला ती घ्यावी लागली. मला समजलंय ते असं, की पोलिसांनी एका संशयिताला त्याच्या मैत्रिणीच्या घरी वेढलं होतं. त्यांनी त्याला अटक करायचा प्रयत्न केला, तेव्हा त्या झटापटीत गोळीबार झाला. पोलिसांनी अवाजवी जबरदस्ती केली, असंही म्हणतात. तुला इंटरेस्टिंग वाटेल ती केस.''

तो मनातल्या मनात जरासा थरारला. बंदुकीच्या गोळीच्या जखमा म्हणजे जरा गुंतागुंतीचा मामला. डॉक्टर जॉर्ज फाँटवर्थची चीफ मेडिकल एक्झॅमिनरच्या ऑफिसमध्ये – ओसीएमई मध्ये – जॅकपेक्षा आठ वर्षं जास्त नोकरी झालेली होती, पण जॅकच्या मते तो कधी पूर्ण खोलात शिरून काम करत नसे. ''नको. चीफ बघतोय ना ही केस? मग मी आपला दूरच बरा.''

''तू काय केलंस रात्री? काही इंटरेस्टिंग केस?''

''काही खास नाही, पण मॅनहटन जनरल हॉस्पिटलमधून आलेली एक केस मात्र वेगळीच होती. हा एक तरुण माणूस होता, तो शनिवारी सेंट्रल पार्कमध्ये स्केटिंग करताना पडल्यामुळे त्याला फ्रॅक्चर झालं होतं. त्या फ्रॅक्चरचं काल सकाळी ऑपरेशन झालं होतं.''

जॅकला मॅनहटन जनरल हॉस्पिटलचं नाव ऐकून पुन्हा मनात कसंसंच झालं. एकेकाळी मेडिकलच्या विद्यार्थ्यांचं मोठं शैक्षणिक केंद्र असलेलं हे प्रचंड हॉस्पिटल आता भरपूर पैसा मोजून अमेरिकेअरनं विकत घेतलेलं होतं आणि आता ते ह्या 'मॅनेज्ड केअर' मधल्या प्रचंड श्रीमंत कंपनीचं सगळ्यांत महत्त्वाचं हॉस्पिटल होतं. एकंदरीत अजूनही हॉस्पिटलचा वैद्यकीय दर्जा उत्तम आहे, हे त्याला माहीत होतं. उद्या जर आपल्याला सायकलवरून पडून गंभीर दुखापत झाली आणि आपल्याला मॅनहटन जनरल हॉस्पिटलमध्ये दाखल केलं – आता ते त्या अमेरिकेअरनं घेतलंय, त्यामुळे तसेही आपल्याला तिथेच नेणार – तर आपली तिथे उत्तम शुश्रूषा केली जाईल, हेही त्याला माहीत होतं. तरीपण ते अमेरिकेअरच्या मॅनेजमेंटखालचं आहे म्हटल्यावर तो नाखूषच झाला. कारण त्याला या कंपनीचा अगदी मनापासून तिटकारा होता.

''पण या केसमध्ये वेगळं काय होतं?'' मनातले विचार चेहऱ्यावर दिसू न देता त्यानं विचारलं. ''त्यात काही डायग्नॉस्टिक घोटाळा होता, का आणखी काही लपवाछपवीचा प्रयत्न होता?'' आपोआपच त्याचा आवाज कुत्सित झाला.

''दोन्ही नाही.'' जॅनिसनं एक सुस्कारा सोडला. ''मला तर ती केसच दुर्दैवी वाटली.''

''दुर्दैवी?'' त्याला आश्चर्यच वाटलं. गेली वीस वर्षं हे पोस्ट मॉर्टेमचं काम करत असलेल्या, मृत्यूची सर्व प्रकारची रूपं बघितलेल्या जॅनिसच्या तोंडून 'दुर्दैवी' हा शब्द येणं जरा चमत्कारिकच होतं. ''तू जर दुर्दैवी म्हणत असशील तर मग ती

केस खरंच दुर्दैवी असली पाहिजे. पण नेमकं काय झालं होतं?''

''जेमतेम पंचवीस-तीस वय असेल त्याचं. त्याला कुठल्याही प्रकारच्या मोठ्या आजाराचा त्रास होत नव्हता, किंवा पूर्वीही कधी झालेला नव्हता – विशेषत: हार्ट ट्रबलचा. मला जे समजलं ते असं, की त्रास व्हायला लागल्याबरोबर त्यानं नर्सला बोलावण्याचं कॉल बटन दाबलं होतं, पण साधारण पाच-दहा मिनिटांनी नर्स तिथे पोचली – असं निदान ती नर्स तरी सांगते – तेव्हा तो मेलेला होता. म्हणजेच त्याचं हार्टफेल झालं असलं पाहिजे.''

''पण त्याचं हार्ट परत सुरू करण्याचे काहीच प्रयत्न झाले नाहीत?''

''झाले ना. त्यांनी भरपूर प्रयत्न केले, पण त्याचा काहीच उपयोग झाला नाही. त्याच्या ईकेजीवर साधी ब्लिपसुध्दा आली नाही.''

''पण मग तू या घटनेला दुर्दैवी असं जे म्हणते आहेस, ते कशासाठी? तो अगदीच तरुण असल्यामुळे का?''

''ते एक कारण होतं, पण हे तेवढ्यावरच संपत नाही. कदाचित ती नर्स चटकन पोचली नसेल, कदाचित आपण मरणार हे त्याला समजलं असेल, पण ऐन वेळी चटकन मदत मिळत नसल्यामुळे त्याच्या मनाची जी अवस्था झाली असेल, ते मी समजू शकत असल्यामुळेही असेल. हॉस्पिटलमध्ये या घटना कशा घडतात हे आपल्याला फार चटकन समजतं आणि त्याची जाणीवही आपल्याला जास्त तीव्रपणे होते. किंवा कदाचित त्या मुलाच्या आईबापांमुळेही असेल, कारण एवढा मोठा आघात होऊनही ते फारच समजूतदारपणे वागले. वेस्टचेस्टरहून ते त्या हॉस्पिटलमध्ये गेले, तिथून ते त्या मुलाच्या मृतदेहाबरोबरच थांबण्यासाठी इथे आले. खूप खचून गेलेत दोघंही. मला वाटतं तो बहुतेक त्यांचा एकुलता एक, लाडका मुलगा असावा. अजूनही ते बहुधा इथेच आहेत.''

''कुठे आहेत? त्या मीडियाच्या लांडग्यांच्या कळपात नाहीत ना अडकलेले?''

''मला जी शेवटची माहिती आहे ती अशी, की ते आपल्याकडे आलेल्या प्रेतांची ओळख पटवण्याच्या आयडी रूममध्ये होते. आता त्या मुलाची ओळख पटवण्यासारखं काहीच नव्हतं, तरीपण ते बिचारे पुन्हा एकदा खात्री करून घ्यायला सांगत होते. त्यांना बरं वाटावं म्हणून टूर डॉक्टरनं माईकला आणखी पोलरॉईड फोटो काढायला सांगितले. पण तेवढ्यात मला दुसऱ्या एका केससाठी बोलावणं आलं, त्यामुळे मी तिकडे गेले. मी परत इथे आले, तेव्हा माईकनं सांगितलं की ते दोघं अजूनही ते फोटो हातात धरून काहीसे भ्रमिष्ट झाल्यासारखे आयडी रूममध्येच बसून आहेत. अजूनही त्यांचा समज होता की यात नक्कीच काही तरी चूक झालीय, त्यामुळे त्यांनी त्या मुलाचं प्रत्यक्ष प्रेतच बघायची मागणी केली. आणि त्यांना ते दाखवलंही गेलं.''

आपलं मूल मरणं म्हणजे काय असतं, याचा जॅकला चांगलाच अनुभव होता. "असं असेल तर मीडियाची गर्दी या केससाठी झालेली असणं शक्य नाही."

"छे, छे. अशा केसेस लोकांसमोर कधी येतच नाहीत. मी मघाशी या केसला दुर्दैवी म्हटलं ना, त्याचं हे आणखी एक कारण. एक जीव हकनाक गेला."

"मग ही मीडियाची माणसं त्या पोलीस केसमुळे इथे आलीयत का?"

"ही माणसं इथे येण्याचं ते मूळ कारण होतं. बिंगहॅमनं त्यांना सांगितलं, की प्रेताच्या पोस्ट मॉर्टेमनंतर पत्रक प्रसिध्द केलं जाईल. टूर डॉक्टरनं मला सांगितलं की या घटनेमुळे स्पॅनिश समाज फार चिडलाय. पोलिसांनी जवळजवळ पन्नास गोळ्या चालवल्या म्हणे. काही वर्षांपूर्वी दक्षिण ब्राँक्समध्ये ती डिएलोची केस झाली होती ना, त्याचाच हा परिणाम असावा. पण खरं सांगायचं, तर माझ्या मते हे मीडियाचे लोक आता त्या सारा क्रॉम्वेलच्या केसमध्ये इंटरेस्टेड आहेत. ते इथे असतानाच ती केस आत आली."

"सारा क्रॉम्वेल? म्हणजे ती 'डेली न्यूज' मधली प्रसिध्द मानसतज्ज्ञ बाईच ना?"

"हो. तीच ती, ज्याला त्याला उपदेश करणारी. टीव्हीवरही ती बऱ्याच वेळा असायची. बऱ्यापैकी प्रसिध्द होती ती."

"मग ती काय अपघातात वगैरे मेली का? म्हणजे, त्या केसचा एवढा गवगवा कशाला होतोय?"

"अपघात वगैरे काही नाही, तिच्या पार्क ॲव्हेन्यूवरच्या अपार्टमेंटमध्येच तिचा निर्घृणपणे खून झालाय वाटतं. मला त्याची सगळी माहिती नाही, पण तिला चांगलंच अमानुषपणे ठार मारलंय. डॉक्टर फाँटवर्थनं मला सांगितलं. ती केसही त्यालाच हाताळावी लागली. तो आणि तो टूर डॉक्टर रात्रभर बाहेरच होते. क्रॉम्वेलची केस झाल्यावर एटीफोर्थ स्ट्रीटवरच्या एका बंगल्यात दोन आत्महत्या झाल्या आणि नंतर लगेचच एका नाईट क्लबमध्ये झालेल्या खुनाची केस आली. त्याच्यानंतर त्या टूर डॉक्टरला पार्क ॲव्हेन्यूवर झालेल्या एका अपघाताच्या ठिकाणी जावं लागलं – अज्ञात वाहनाचा धक्का लागून एक माणूस मेला होता. आणि त्याखेरीज अमली पदार्थाचे ओव्हरडोस घेतल्यामुळे दोनजण मेले, तिकडेही त्याला जावं लागलं."

"त्या दोन आत्महत्यांचं काय? कशी होती ती माणसं – तरुण होती, की वयस्कर?"

"मध्यमवयीन. कार्बन मोनॉक्साईडचा उपयोग केला त्यांनी. त्यांच्या गाडीचं इंजिन त्यांनी बंद गॅरेजमध्ये सुरू केलं आणि एक्झॉस्ट पाईपला एक व्हॅक्यूम क्लीनरचा पाईप जोडून तो गाडीत सोडला."

"हं." जॅक पुटपुटला. "आत्महत्या करण्याआधी चिठ्ठ्या वगैरे लिहिल्या

होत्या का त्यांनी?''

''हे जरा जास्तच होतंय हं, जॅक.'' जॅनिसनं तक्रारीच्या सुरात म्हटलं. ''ज्या केसेस मी पाहिल्याच नाहीत त्यांच्याबद्दल प्रश्न विचारतोयस तू. पण ते एक जोडपं होतं आणि त्यातल्या फक्त बाईनंच एक चिठ्ठी लिहून ठेवलेली होती.''

''इंटरेस्टिंग.'' जॅकनं म्हटलं. ''जाऊ दे. तू आधीच रात्रभर जागलेली आहेस, त्यामुळे तुला आणखी अडकवून ठेवणं बरं नव्हे. मी आपला आयडी रूमकडे जातो. आज बरंच काम पडणारसं दिसतंय.''

जॅकला जरा बरं वाटत होतं. दिवसभर बरंच काम करावं लागणार हे समजल्यामुळे, सकाळच्या प्रसंगामुळे त्याच्या मनात निर्माण झालेली अस्वस्थता जरा कमी झाली. लॉरीला जर काही दिवस तिच्या घरी जायचं असलं तर जाऊ दे तिला! मला हे असलं इमोशनल ब्लॅकमेलिंग मुळीच चालणार नाही.

घाईघाईनं चालत जॅक फोरेन्सिक इन्व्हेस्टिगेटरच्या ऑफिसच्या पलीकडच्या कम्युनिकेशन रूममध्ये शिरला. तिथल्या दिवसपाळीच्या टेलिफोन ऑपरेटरकडे बघून तो हसला, पण त्याच्याकडे कुणाचंच लक्ष नव्हतं. न्यूयॉर्क पोलिसांचा डिटेक्टिव्ह नेहमी जिथे असायचा, तिथून जाताना तो तिथे असलेल्या सार्जंट मर्फीकडे बघून हसला, पण मर्फीही फोनवर बोलत असल्यामुळे त्याचंही लक्ष नव्हतं. अरे, जरा निदान माझ्याकडे बघा तरी, त्यानं मनात म्हटलं.

तो आयडी रूममध्ये आला, तेव्हाही हेच झालं. तिथे तीन माणसं होती, त्यांनीही त्याच्याकडे दुर्लक्ष केलं. दोघांनी सकाळच्या वर्तमानपत्रांमध्ये डोकी खुपसलेली होती, तर लॉरीच्याच बरोबर काम करणारी डॉक्टर रेवा मेहता समोरच्या केसेसच्या फाईलींचं पोस्ट मॉर्टेमसाठी शेड्यूल करण्यात गुंतलेली होती. जॅकनं एका कपात कॉफी घेतली आणि पेपर वाचत बसलेल्या त्या दोघांपैकी विनी ॲमेन्दोलाच्या चेहऱ्यासमोरचा पेपर हळूच जरा दूर केला. विनी हा शवागारात काम करणारा एक सहायक होता. अनेकदा जॅक आणि तो मिळून पोस्ट मॉर्टेम करत असत. कामातही तो हुशार होता आणि जॅकसारखाच तो कायम वेळेआधी हजर असे.

''आज तू अजून इथेच? बिंगहॅम आणि वॉशिंग्टनबरोबर तू खाली काम करत असशील अशी माझी कल्पना होती.'' जॅकनं म्हटलं.

''कोण जाणे.'' जॅकच्या हातातून पेपर सोडवून घेत विनीनं म्हटलं. ''त्यांनी सॅलला बोलावून घेतलं वाटतं. मी इथे आलो, तेव्हा त्यांचं काम सुरूही झालेलं होतं.''

''जॅक! काय म्हणतोयस?'' तेवढ्यात दुसऱ्या पेपरमागून आवाज आला. चेहरा अजून पेपरमागेच लपलेला होता, पण आवाजावरून जॅकनं कोण बोलतंय ते ओळखलं. हा डिटेक्टिव्ह लेफ्टनंट सोल्डॅनो होता. जॅक जेव्हा ओसीएमईमध्ये नवीन

लागला, तेव्हापासून ते दोघं एकमेकांना ओळखत होते. आपल्या तपासाच्या कामी पॅथॉलॉजीचं महत्त्व किती मोठं आहे, हे सोल्डॅनोला माहीत होतं, त्यामुळे तो जरी न्यूयॉर्क पोलीस खात्यात असला, तरी इथे तो अनेकदा येत असे. शिवाय त्यांची चांगली दोस्तीही होती.

जाडजूड शरीराच्या सोल्डॅनोला त्या व्हिनाईलच्या खुर्चीवरून उठताना जरा प्रयत्नच करावे लागले. आपल्या जाडजूड हातात पेपर धरून तो उठला. त्याचा तो जुना लांबलचक ट्रेंचकोट, सैल केलेला टाय आणि उघडलेलं शर्टाचं वरचं बटन, यामुळे तो एखाद्या जुन्या सिनेमातल्या कॅरेक्टरसारखा दिसत होता. त्याच्या गरगरीत, जाडजूड चेहऱ्यावर दोन दिवसांची दाढी वाढलेली दिसत होती. पण ती एकाच दिवसाची आहे, हे जॅकला मात्र माहीत होतं.

बास्केटबॉलच्या मैदानात शिकलेला 'हाय-फाईव्ह' करत दोघं एकमेकांना भेटले. हा 'हाय-फाईव्ह' जॅक त्याच्याबरोबर बास्केटबॉल खेळणाऱ्या, वयानं त्याच्यापेक्षा बऱ्याच लहान असणाऱ्या पोरांकडून शिकला होता आणि तो त्यानं गंमत म्हणून सोल्डॅनोला शिकवला होता. हे असं केलं की दोघांनाही उगाचच तरुण असल्यासारखं वाटायचं.

"आज एवढ्या लवकर उठून आलास? काय झालं?" जॅकनं विचारलं.

"उठून? अरे, मी अजून झोपलेलोच नाहीय." लू नं म्हटलं. "रात्रभर जागाच आहे मी. ही जी पोलिसांनी बळाचा अतिरेकी वापर केल्याची केस आहे ना, त्याची माझ्या कॅप्टनला भयंकर चिंता लागून राहिली आहे, कारण त्या कारवाईत भाग घेतलेल्या आमच्या ऑफिसर लोकांनी सांगितलेली हकिगत जर खोटी ठरली ना, तर आमच्या खात्यावर सगळीकडून प्रचंड टीका होणार आहे. त्यामुळे या केसच्या पोस्ट मॉर्टेममधून काही तरी माहिती लवकर कळेल या अपेक्षेनं मी थांबलोय, पण बिंगहॅमच पोस्ट मॉर्टेम हाताळतोय म्हटल्यावर अशी आशा करण्यात काही अर्थ नाही. तो आता त्यात अख्खा दिवस घालवणार."

"आणि त्या सारा क्रॉम्वेलच्या केसचं काय? का त्यातही तुला इंटरेस्ट आहे?"

"आहे ना! नसून सांगतो कुणाला? बाहेर ती मीडियाच्या माणसांची गर्दी दिसली ना तुला?"

"ती दिसली नसती तरच नवल होतं." जॅकनं म्हटलं.

"त्या पोलीस गोळीबाराच्या प्रकारामुळे ते आधीच इथे आलेले होते. त्यामुळे त्या हडकुळ्या सायकॉलॉजिस्ट बाईला आता इतकी प्रसिध्दी मिळणार आहे, की तिच्या जिवंतपणी ती तिला कधीच मिळाली नसेल. आणि जेव्हा जेव्हा एखाद्या खुनाला मीडियामधून भरपूर प्रसिध्दी मिळते, तेव्हा तेव्हा माझ्यावर वरून प्रचंड दबाव येतो, की वाटेल ते कर आणि एखादा संशयित शोधून काढ. त्यामुळे, आता एवढं

मला जे बडबडायला लावलंयस, त्याबद्दल परतफेड म्हणून ही केस तूच हातात घे आणि उरकून टाक.''

"काय?''

"हो, खरचं सांगतोय. तू काम व्यवस्थित करतोस, तरीही चटकन करतोस. मला या दोन्ही गोष्टींची गरज असते. शिवाय तू पोस्ट मॉर्टेम करत असताना मी तिथे बघत उभा राहायलाही तुझी हरकत नसते. इथल्या बऱ्याच जणांना हे चालत नाही. पण तुला ही केस घ्यायची नसली तर तसं सांग, म्हणजे जमलं तर मी ती लॉरीकडे देण्याची व्यवस्था करेन. पण तिला गोळ्यांना बळी पडलेल्या माणसांच्या केसेसच जास्त आवडतात, त्यामुळे तिला ती पोलीस केस करण्यातच जास्त रस असेल.''

"लॉरीला मॅनहटन जनरल हॉस्पिटलमध्ये झालेल्या एका अचानक मृत्यूच्या केसमध्येही इंटरेस्ट आहे.'' रेवा मेहतानं मध्येच आपल्या गोड आवाजात म्हटलं. तिचे उच्चार खास ब्रिटिश होते आणि त्यांचा सोल्डॅनोच्या न्यूयॉर्कच्या खास नाकात बोलण्याच्या पद्धतीशी कुठेच मेळ बसत नव्हता. "तिनं ती फाईल आधीच घेतलीय आणि आधी तीच केस करणार असल्याचं ती सांगून गेलीय.''

"आज तुला लॉरी भेटली होती?'' जॅकनं सोल्डॅनोला विचारलं. ते दोघंही लॉरीवर मरत होते. लू आणि ती काही काळ एकत्र हिंडतही होते, पण ते काही जमलं नव्हतं, हेही जॅकला माहीत होतं. पोलीस असूनही – किंवा कदाचित त्यामुळेच असेल – तिच्याबरोबर हिंडायला लू लाजत असे, म्हणून त्यांचं फिस्कटलं होतं. लू नं स्वत:च हे जॅकपाशी कबूल केलं होतं. आणि त्यानं आपण होऊन बाजूला होत जॅकची आणि तिची जोडी जमवून दिली होती.

"हो, आत्ताच पंधरा-वीस मिनिटांपूर्वी भेटली होती.''

"तिच्याशी बोललास का तू?''

"बोललो ना. पण असं का विचारतोयस तू?''

"तिची मन:स्थिती कशी होती? ती काय बोलली?''

"काय चाललंय, जॅक? कसले विचित्र प्रश्न विचारतोयस? तिनं फक्त 'काय, लू, कसं काय?' एवढंच विचारलं. आणि तिच्या मन:स्थितीबद्दल म्हणशील, तर ती नेहमीसारखीच होती, किंबहुना मजेतच होती.'' लू सोल्डॅनोनं रेवा मेहताकडे बघितलं. "काय रेवा, बरोबर ना?''

रेवा मेहतानंही मान डोलावली. "ती मजेत होती, इथे चाललेल्या गोंधळामुळे जराशी उत्तेजितच झालेली होती. त्या मॅनहटन हॉस्पिटलच्या केसबद्दल तिचं जॅनिसशी बहुतेक बोलणं झालेलं होतं. त्यामुळेच ती केस तिला हवी होती.''

"माझ्याबद्दल काही बोलली का ती?'' आवाज हळू करत जॅकनं लू सोल्डॅनोला विचारलं.

"आज काय झालंय तुला?" लू नं कपाळाला आठ्या घालत विचारलं. "तुमचं काही भांडण वगैरे तर झालेलं नाही ना?"

"काही नाही रे, रस्त्यात थोडेफार गचके बसायचेच." जॅकनं उडवाउडवी करत म्हटलं. लॉरी 'मजेत' आहे ही गोष्ट म्हणजे त्याच्या दृष्टीनं या क्षणी तरी जखमेवर मीठ चोळण्यापैकी होती.

"ती क्रॉम्वेलची केस देणार आहेस मला?" जॅकनं रेवाला विचारलं.

"लगेच घेऊन जा. केल्व्हिनला ती लगेच करून हवीय." रेवानं त्या केसची फाईल गठ्ठ्यातून काढून टेबलावर ठेवली. जॅकनं फाईल उचलून चाळायला सुरुवात केली. आत काही कागदपत्रं होती– केसची माहिती देणारा एक रिपोर्ट, अर्धवट भरलेला एक मृत्यूचा दाखला, कायद्यानुसार लागणाऱ्या वैद्यकीय कागदपत्रांची यादी, पोस्ट मॉर्टेमसाठी आवश्यक असणाऱ्या सूचना लिहिलेला एक कागद, मृत्यूची खबर देणारा टेलिफोन करणाऱ्या व्यक्तीशी झालेलं संभाषण, फॉंटवर्थनं सांगितलेला एक तपासणी अहवाल, एचआयव्ही चाचणीचा लॅबचा अहवाल आणि मृतदेह ओसीएमईमध्ये आल्यावर त्याचे रीतसर फोटो आणि एक्स-रे काढल्याचं सांगणारा एक रिपोर्ट. जॅकनं फॉंटवर्थचा तपासणी अहवाल बाहेर काढून वाचायला सुरुवात केली. त्याच्या मागे उभ्या असलेल्या लू नं ही त्याच्या खांद्यावरून बघत अहवाल वाचला.

"तू गेला होतास का मृत्यू झालेल्या ठिकाणी?" जॅकनं विचारलं.

"नाही. ही खबर आली तेव्हा मी हार्लेममध्येच होतो. त्या भागातल्या लोकांनी आधी ही केस हाताळली, पण मृत व्यक्ती कोण आहे हे ओळखल्याबरोबर त्यांनी माझ्या जोडीदाराला – डिटेक्टिव्ह लेफ्टनंट हार्वे लॉसनला बोलावून घेतलं. त्यानंतर मी त्या लोकांशीही बोललोय. सगळंच दृश्य भयानक होतं म्हणे. किचनमध्ये सगळीकडे रक्त सांडलेलं होतं आणि सगळीकडे उडालेलंही होतं."

"त्यांचं काय मत झालं?"

"ती अर्धनग्न होती आणि खून केलेला चाकू तिच्या गुप्त भागाच्या थोडंसं खाली, मांडीत खुपसलेला होता. त्यामुळे त्यांच्या मते तिच्यावर बलात्काराचा प्रयत्न झालेला असावा आणि तिनं विरोध केल्यामुळे झालेल्या झटापटीतून तिचा खून झाला."

"गुप्त भाग! पोलिसांच्या तोंडात इतके सभ्य शब्द?"

"त्यांनी वेगळे शब्द वापरले होते, पण मी तुला सभ्य शब्द वापरून सांगतोय. झालं समाधान?"

"वा! थँक्यू. रेफ्रिजरेटरवर रक्त असल्याचं ते काही बोलले होते का?"

"त्यांनी सगळ्यावर रक्त उडालेलं होतं, एवढंच सांगितलं."

''या रिपोर्टमध्ये म्हटलंय, की रेफ्रिजरेटरच्या आतही रक्त होतं आणि आतलं चीजही रक्तानं माखलेलं होतं. तसं काही त्यांनी सांगितलं का?'' रिपोर्टवर बोटानं दाखवत जॅकनं विचारलं. फॉँटवर्थ फार वरवर काम करतो असा जॅकचा पूर्वीचा अनुभव होता, तरीपण हा रिपोर्ट मात्र व्यवस्थित तपास करून बनवलेला दिसत होता. जॅकला नाही म्हटलं तरी बरं वाटलं.

''मी आत्ताच म्हणालो, तसं रक्त सगळीकडे होतं, एवढंच त्यांनी सांगितलं.''

''पण रेफ्रिजरेटरचं दार बंद होतं, तरीही आतही रक्त होतं. हे जरा विचित्र वाटतं.''

''कदाचित तिच्यावर हल्ला झाला तेव्हा रेफ्रिजरेटर उघडा असेल.''

''अस्सं. आणि मग काय तिनं हळूच ते चीज आत ठेवून दिलं म्हणतोस? एकीकडे आपण म्हणतोय की तिच्यावर खुनी हल्ला झाला. त्या दृष्टीनं बघितलं, तर हे फारच विचित्र वाटतं. मला असं सांग, की रक्तामध्ये तिचे स्वत:चे सोडून इतर कुणाच्या पावलांचे ठसे होते, असं काही सांगितलं का त्यांनी?''

''नाही.''

''फॉँटवर्थनंही या रिपोर्टमध्ये तसंच म्हटलंय : बाकी कुणाचे पायाचे ठसे रक्तात नव्हते, पण तिचे स्वत:चे मात्र बरेच होते.''

लू सोल्डॅनोनं हात पसरत खांदे उडवले. ''ओके. मग तुझं काय म्हणणं आहे?''

''माझं म्हणणं असं, की या प्रकरणात पोस्ट मॉर्टेमला फार महत्त्व येणारसं दिसतंय. त्यामुळे आपण ताबडतोब ते काम सुरू करू या.''

अजूनही पेपरमध्येच डोकं खुपसून बसलेल्या विनीपाशी जाऊन जॅकनं त्याच्या पेपरवर हातानं हळूच दोन थपडा मारल्या. विनी दचकलाच.

''चला, मि. विनी.'' जॅकनं हसऱ्या आवाजात म्हटलं. ''कामाला लागू या.''

विनीनं एक नापसंतीदर्शक आवाज काढला, पण तो उठला आणि त्यानं हातपाय ताणून झक्कपैकी एक आळस दिला.

निघता निघता जॅक एकदम थबकला आणि त्यानं रेवाकडे वळून बघितलं. ''तुझी हरकत नसेल, तर त्या जोडप्याच्या आत्महत्यांची केसही मीच करेन.''

''ओके. त्याही तुझ्या नावावर टाकते.'' रेवानं मान डोलावत म्हटलं.

तीन

''मी असं करते,'' लॉरीनं सांगितलं, ''की माझं काम झालं की लगेच तुम्हाला फोन करून मला काय सापडलं ते कळवते. त्यानं जरी तुमचा मुलगा परत येणार नाही हे खरं असलं, तरी नेमकं काय झालं हे तुम्हाला समजलं, तर तुम्हाला निदान थोडी शांती तरी मिळेल– विशेषत: या दुर्घटनेपासून आम्ही काही शिकून आणखी कुणाचा जीव वाचवू शकलो तर. आणि दुर्दैवानं आम्हाला पोस्ट मॉर्टेम करूनही जर काही उलगडा झाला नाही, तर त्याची मायक्रोस्कोपिक तपासणी झाल्यावर ते रिपोर्ट वाचून मग मी तुम्हाला निश्चित उत्तरं देण्यासाठी फोन करेन.''

हे जे आपण बोलतोय ते नियमाला धरून नाही, हे लॉरीला ठाऊक होतं. पब्लिक रिलेशन्स ऑफिसातल्या मिसेस डोनाटेलोला टाळून जर आपण काही माहिती बाहेर पुरवली, तर बिंगहॅम आणि केल्व्हिन यांच्यासारखी नियमांना धरून चालणारी माणसं चिडतील, हे तिला माहित होतं. पण निदान या मॅकगिलिनच्या केसमध्ये तरी बिचाऱ्या म्हाताऱ्या जोडप्याला एवढी सहानुभूती दाखवलीच पाहिजे, असं तिला मनापासून वाटत होतं. तिनं त्यांच्याशी ज्या गप्पा मारल्या होत्या, त्यावरून तिला समजलं होतं, की ते वृध्द गृहस्थ, म्हणजे सीन मॅकगिलिन सीनियर एक निवृत्त डॉक्टर होते. त्यांची वेस्टचेस्टर काऊंटीत बरीच मोठी प्रॅक्टिस होती, तर त्यांची पत्नी ज्युडिथ ही स्वत: एक प्रशिक्षित नर्स होती. ही दोघंही समव्यावसायिक तर होतीच, शिवाय अत्यंत सद्वर्तनी होती, त्यामुळे लॉरीला आपोआपच त्यांच्याबद्दल एक आपुलकी वाटत होती. दोघंही बोलण्यावागण्यात इतकी स्वच्छ आणि चांगली होती, की तिला त्यांच्या दु:खाकडे दुर्लक्ष करणं शक्यच नव्हतं.

"मी तुम्हाला सगळं काही कळवेन, मुळीच काळजी करू नका." लॉरी बोलतच होती. निदान आता आपल्या बोलण्यावर विश्वास ठेवून तरी त्यांनी घरी जाऊन आराम करावा असं तिला मनोमन वाटत होतं. गेले काही तास ते दोघं इथे थांबून होते एव्हाना शरीरानं. आणि मनानंही बरेच थकलेले दिसत होते. "मी स्वत: तुमच्या मुलाकडे लक्ष ठेवीन." हे वाक्य बोलताना मात्र तिचा तिलाच त्यातला फोलपणा जाणवला आणि तिनं नजर दुसरीकडे वळवली. आपसूकच तिची दृष्टी रिसेप्शनमधल्या वार्ताहरांच्या घोळक्याकडे गेली. बराच वेळ ती तिकडे मुद्दामच दुर्लक्ष करण्याचा प्रयत्न करत होती. तेवढ्यात कॉफी आणि डोनट्स आले म्हणून त्यांनी काढलेले आनंदोद्गारही तिला अस्पष्ट ऐकू आले. तिच्या चेहऱ्यावर काही क्षण तीव्र नापसंती उमटली. इकडे ही दोघं दु:खाचा सामना करत असताना शेजारच्याच खोलीत चाललेल्या गप्पागोष्टी आणि हास्यविनोद ऐकून यांना काय वाटत असेल, हे तिला चांगलंच जाणवून गेलं.

"इथे आम्ही दोघं म्हातारे आईवडील जिवंत आहोत आणि आमचा तरुण पोरगा मात्र खाली तिकडे पडलाय, हा काय देवाचा न्याय झाला का?" डॉक्टर मॅकगिलिननी खिन्नपणे मान हलवत म्हटलं. "खरं तर याच्या उलट परिस्थिती असायला हवी होती. चांगलं छान आयुष्य जगलोय मी. आता मी जवळजवळ सत्तरीला आलोय. माझ्यावर दोनदा बायपास सर्जरी झाल्या आहेत, माझं कोलेस्टेरॉल खूप जास्त आहे. तरीही मी जिवंत आहे आणि माझा मुलगा मेलाय, असं कसं? मला तरी हे समजण्यापलीकडचं आहे. त्याचं वय अजून तीसही नाही, त्याला कधीही कसला आजार झालेला नाही."

"तुमच्या मुलाचंही एलडीएच जास्त होतं का?" लॉरीनं विचारलं. जॅनिसनं तिच्या फोरेन्सिक तपासणी अहवालात त्याबद्दल काहीच म्हटलेलं नव्हतं.

"नाही ना. अजिबातच नाही." डॉक्टर मॅकगिलिननी म्हटलं. "मी त्याला कायम वर्षातून एकदा तपासणी करायला लावत होतो. आणि आता त्याच्या लॉ फर्मनं सगळ्या वकिलांच्या आणि कर्मचाऱ्यांच्या हेल्थ इन्शुअरन्ससाठी 'अमेरिकेअर'शी करार केलेला होता, त्यामुळे त्याची तपासणी कायम होत राहणार, हे मला माहीत होतं."

हातातल्या घड्याळाकडे चटकन नजर टाकून लॉरीनं त्या दोघांकडे सरळ बघितलं. तिथल्या कोचावर ते दोघं त्यांच्या मुलाचे पोलरॉईड फोटो हातात धरून ताठ बसलेले होते. मागच्या खिडकीच्या तावदानांवर मधूनच पावसाचे थेंब आपटत होते. त्यांच्याकडे बघत असताना तिला 'अमेरिकन गोथिक' या चित्रातल्या त्या जोडप्याची आठवण होत होती. त्यांच्याही दोघांच्या चेहऱ्यावर तेच निश्चयी भाव, एक प्रकारचं नैतिकतेचं तेज आणि अतिधार्मिक प्रवृत्तीच्या लोकांच्या चेहऱ्यावर

आढळणारी संकुचित वृत्तीची अगदी पुसटशी छटा दिसत होती.

लॉरीची अडचण अशी होती, की मृत्यूच्या भावनिक बाजूपासून ती तशी दूर होती, कारण तिच्या कामाचं ते स्वरूपच नव्हतं. त्यामुळे त्या बाबतीतला तिला फारसा अनुभव नव्हता. मृत व्यक्तीच्या दुःखात बुडालेल्या नातेवाईकांना तोंड देणं, त्यांच्याकडून मृतदेहाची ओळख पटवून घेणं वगैरे कामं करणारे दुसरे लोक होते. शिवाय तिचं कामच असं होतं, की मृत्यूकडे बघण्याचा तिचा दृष्टिकोन अगदी वेगळा होता आणि तशीच तिची मानसिक जडणघडणही एव्हाना झालेली होती. फोरेन्सिक पॅथॉलॉजिस्ट या नात्यानं ती मृत्यूकडे एक कोडं म्हणून बघत असे – म्हणजे ते कोडं सोडवायचं, जेणेकरून जिवंत व्यक्तींना त्याची मदत होईल शिवाय मृत्यू या गोष्टीला ती किती तरी सरावलेली होती. सामान्य माणसाच्या जीवनात मृत्यू ही एक कधी तरी घडणारी असामान्य गोष्ट असते, पण तिची मात्र रोजच वेगवेगळ्या स्वरूपात मृत्यूशी आणि मृतदेहांशी गाठ पडत होती.

"थोड्याच दिवसांत आमच्या मुलाचं लग्न होणार होतं." तेवढ्यात मिसेस मॅकगिलिननी म्हटलं. लॉरीनं स्वतःची ओळख करून दिल्यापासून एवढ्या वेळात त्या एक शब्दही बोललेल्या नव्हत्या. "नातवंडं बघायची फार इच्छा होती आम्हाला."

लॉरीनं सहानुभूतीनं मान डोलावली. 'मुलं' हा तर या क्षणी तिच्या जिव्हाळ्याचा विषय होता. मिसेस मॅकगिलिनच्या बोलण्यामुळे तिच्याही मनातल्या एका दुखऱ्या जागेवर आपोआपच बोट ठेवलं गेलं. काय बोलावं हेच तिला सुचेना, पण तेवढ्यात डॉक्टर मॅकगिलिन तटकन उठले. पत्नीचा हात धरून त्यांनी तिलाही उठवलं.

"हे बघ, आपण जर या पोरीला बोलण्यात गुंतवून ठेवलं, तर ती तिचं काम कधी करणार?" स्वतःशीच मान डोलावत त्यांनी ते फोटो उचलून खिशात घातले. "त्यापेक्षा सीनची जबाबदारी हिच्यावर सोपवून आपण घरी गेलेलंच जास्त चांगलं." कोटाच्या आतल्या खिशातून त्यांनी नोटपॅड आणि पेन काढलं. वरच्या कागदावर आपला फोन नंबर लिहून त्यांनी तो कागद फाडून लॉरीला दिला. "हा माझा फोन नंबर. तुझ्या फोनची मी वाट बघतोय."

अचानक सगळी परिस्थिती बदलल्यामुळे लॉरीला आश्चर्य तर वाटलंच, शिवाय नाही म्हटलं तरी सुटल्यासारखंही वाटलं. तिनं तो फोन नंबरचा कागद उचलून एकदा वाचून बघितला. "शक्य तितक्या लवकर मी तुम्हाला फोन करेन."

डॉक्टर मॅकगिलिननी आधी पत्नीला कोट घालायला मदत केली, मग आपला कोट चढवला. त्यांनी शेकहँडसाठी लॉरीपुढे हात केला. तिनं त्यांचा हात हातात घेतला. त्यांचा हात चांगलाच थंडगार होता.

"आमच्या मुलाची नीट काळजी घे." त्यांनी म्हटलं. "आमचा एकुलता एक मुलगा आहे तो." एवढं बोलून त्यांनी वळून रिसेप्शनकडे जाण्याचा दरवाजा उघडला

आणि ते दोघं बाहेरच्या वार्ताहरांच्या घोळक्याकडे निघाले.

बातमीसाठी हपापलेली सगळी वार्ताहर मंडळी एकदम गप्प झाली. काही तरी बातमी मिळण्याच्या अपेक्षेनं सगळेजण त्या दोघांकडे बघत होते. ते दोघं तसेच हळूहळू चालत मुख्य दाराकडे जात असतानाच एका वार्ताहरानं ओरडून विचारलं, "तुम्ही क्रॉम्वेलच्या नातेवाईकांपैकी कोणी आहात का?" डॉक्टर मॅकगिलिननी चालता चालताच फक्त नकारार्थी मान हलवली. "मग त्या पोलीस कस्टडीच्या केसशी तुमचा काही संबंध आहे का?" आणखी एकानं विचारलं. डॉक्टर मॅकगिलिननी पुन्हा मान हलवली. त्यामुळे वार्ताहरांनी आपला मोर्चा लॉरीकडे वळवला. ती इथली मेडिकल एक्झॅमिनर आहे, हे ओळखून काहीजण आयडी रूममध्येही घुसले. प्रश्नांची सरबत्ती सुरू झाली.

सुरुवातीला वार्ताहरांकडे दुर्लक्ष करून ती मॅकगिलिन जोडप्यापाठोपाठ दारापर्यंत गेली आणि ते नीट बाहेर पडल्यावरच तिनं भोवती जमलेल्या वार्ताहरांकडे बघितलं. "सॉरी," तोंडासमोर धरलेले मायक्रोफोन दूर सारत तिनं म्हटलं. "तुम्हाला आमच्या चीफची वाट बघावी लागेल. तेच काय ते बोलतील." नशिबानं ओसीएमईचा एक सुरक्षा रक्षक अचानक उगवला आणि त्यानं त्या वार्ताहरांना परत रिसेप्शनच्या भागात नेलं.

मधलं दार बंद झाल्यावर आयडी रूममध्ये परत शांतता झाली. काही क्षण लॉरी नुसतीच उभी राहिली. तिच्या एका हातात मॅकगिलिन ज्युनियरची फाईल होती, तर दुसऱ्या हातात तो टेलिफोन नंबरचा कागद होता. त्या जोडप्याशी बोलून त्यांची समजूत काढताना तिला जरा त्रासच झालेला होता – त्यातच आधी तिची स्वत:ची मन:स्थिती या क्षणी नाजूक होती. पण याला एक चांगली बाजूही होती. भावनिकदृष्ट्या पिळून काढणाऱ्या एखाद्या प्रसंगाला अधूनमधून तोंड देणं चांगलं असतं, कारण त्यामुळे आपल्या मानसिक कटकटींचं यथार्थ रूप आपल्याला समजतं, असं तिचं मत होतं आणि अनुभवही होता. पुन्हा पुन्हा त्याच त्या दु:खद आठवणींमध्ये बुडून जाण्यापेक्षा आपल्याला कशात तरी कायम गुंतवून ठेवणं केव्हाही चांगलं!

मन थोडं स्थिर झालेली लॉरी डॉक्टर मॅकगिलिनच्या फोन नंबरचा कागद खिशात घालत आयडी रूममध्ये आली. "हे काय बाकीचे कुठे गेले?" तिनं रेवाला विचारलं. रेवा अजूनही केसेसचं वाटप करण्याच्या कामात गुंतलेली होती.

"बिंगहॅम, वॉशिंग्टन आणि फॉँटवर्थ सोडले, तर अजून फक्त तू आणि जॅकच आला आहात."

"हो, पण डिटेक्टिव्ह सोल्डॅनो आणि विनी मघाशी इथे होते, ते कुठे गेले?"

"जॅक आला आणि त्या दोघांना घेऊन खाली ऑटोप्सी रूममध्ये गेला. सोल्डॅनोनंच जॅकला त्या क्रॉम्वेलच्या केसचं काम करायला सांगितलं."

"असं? गंमतच आहे." मीडियाचं फार लक्ष असलेल्या केसेस घेण्याचं जॅक बहुधा टाळतो, हे तिला माहीत होतं. आणि क्रॉम्वेलच्या केसवर तर मीडियाची नजरच होती.

"त्याला खरोखरच ती केस हवी होती." लॉरीच्या मनातली शंका जणू ओळखल्यासारखं रेवानं म्हटलं. "त्यानं ती दुहेरी आत्महत्यांची केसही मागून घेतली. हे मात्र मला अनपेक्षित होतं. त्यात त्याचा आणखी काही तरी अंतस्थ हेतू असावा असं मला वाटतं, पण तो काय असेल ते मात्र सांगता येत नाही."

"ओके. आणखी कुणी टेक्निशियन आलाय का अजून? कारण मलाही ही मॅकगिलिनची केस सुरू करायचीय."

"हो, मला मार्विन दिसला होता थोड्या वेळापूर्वी. तो कॉफी घेऊन खाली गेला."

"परफेक्ट." लॉरीनं म्हटलं. तिला मार्विनबरोबर काम करायला आवडायचं. बरेच दिवस तो रात्रपाळीला होता, पण नुकताच परत दिवसपाळीला आला होता. "मी आता खाली ऑटोप्सी रूममध्ये जातेय."

"मला आणखी किमान एक केस तुला द्यावी लागणार आहे, लॉरी. सॉरी. तुला रात्री झोप लागली नव्हती असं तू सांगितलंस खरं, पण आज भरपूर काम आलंय."

"नो प्रॉब्लेम." लॉरीनं पुढे होऊन त्या दुसऱ्या केसची फाईल घेतली. "माझ्या कटकटींपासून मनाला दूर ठेवण्याचा हा सर्वांत चांगला उपाय आहे."

"कटकटी? काय झालं?"

"काही विचारू नकोस." लॉरीनं म्हटलं. "तोच आमचा जुना प्रॉब्लेम. पण आज मात्र मी जॅकला स्पष्टच सांगून टाकलं. माझं बोलणं तुला एखाद्या अडकलेल्या रेकॉर्डसारखं वाटत असेल, पण या वेळी मी निश्चयच केलाय. मी परत माझ्या घरी राहायला जाणार आहे. त्याला हा नाही तर तो निर्णय घ्यावाच लागेल."

"बरं केलंस." रेवानं म्हटलं. "आता मलाही जरा जोर येईल."

त्या दोघी एकाच ऑफिसमध्ये बसायच्या, त्याचबरोबर त्यांची गाढ मैत्रीही झालेली होती. जॅकसारखाच रेवाचा बॉयफ्रेंडही रेवाशी लग्न करायला आढेवेढे घेत होता – अर्थात, त्यांची कारणं वेगळी होती – त्यामुळे त्या तशा अर्थानं समदुःखीच होत्या.

काही क्षण लॉरीनं कॉफी घ्यावी की नाही असा विचार केला, पण नंतर कॉफी न घेण्याचंच ठरवलं. कदाचित कॉफीमुळे आपल्या हातांना कंप सुटू शकेल अशी तिला भीती वाटली. लगेच ती मार्विनला शोधायला निघाली. खरं तर तिला एकच मजला उतरून जायचं होतं, पण तिनं लिफ्टनंच जायचं ठरवलं. रात्री झोप न झाल्यामुळे ती तशी थकलेली होती – हेही तिच्या अपेक्षेप्रमाणेच घडलं होतं. पण

ती चिडचिडी मात्र झालेली नव्हती, उलट तिला काहीसं समाधानच वाटत होतं. आता आपल्या घरी परत गेल्यावर आपल्याला फार एकटं वाटणार, जॅकची सारखी आठवण येत राहणार, हेही तिला माहीत होतं; पण असं असूनही आज सकाळी आपण जो निग्रह दाखवून जॅकच्या संबंधातली 'शस्त्रक्रिया' केली, त्याबद्दल मात्र तिला समाधान वाटत होतं, कारण आपण जे केलं ते योग्य होतं आणि आवश्यकही होतं, असं तिला मनोमन वाटत होतं.

फोरेन्सिक इन्व्हेस्टिगेटर ऑफिस जवळून जात असताना लॉरीनं सहज आत डोकावून 'जॅनिस आहे का गेली?' असं विचारलं. तिथला प्रमुख बार्ट अर्नोल्डनं तिला जॅनिस गेल्याचं सांगितलं. 'ओके, मी तिच्याशी नंतर बोलेन' असं म्हणून लॉरी तिथून निघाली. खरं तर आपलं मॅकगिलिन दांपत्याशी झालेलं बोलणं तिला जॅनिसच्या कानावर घालायचं होतं. कारण मृत्यूचं दु:ख वगैरे बाबतीत एव्हाना मन घट्ट झालेल्या जॅनिसला सुध्दा या मॅकगिलिनच्या अपमृत्यूमुळे पाझर फुटला होता, हेच लॉरीच्या दृष्टीनं मुळात एक आश्चर्य होतं.

मार्विन तिला अखेर मॉर्च्युअरी ऑफिसात दिसला. तो त्याचं पेपरवर्क पूर्ण करण्यात गुंतलेला होता. ओसीएमई मध्ये जवळजवळ प्रत्येकालाच भरपूर पेपरवर्क होतं. मुख्य ऑटोप्सी रूममध्ये जावं लागणार या अंदाजानं त्यानं अगोदरच तो खास हिरवा पायघोळ अंगरखा वगैरे घातलेला होता. लॉरीला आत येताना बघून त्यानं मान वर केली. एखाद्या खेळाडूसारख्या चपळ, सडसडीत बांध्याच्या या निग्रो तरुणाची अंगकांती इतकी स्वच्छ आणि निर्दोष होती, की लॉरीला कित्येकदा त्याचा हेवा वाटून जायचा.

आपल्या स्वत:च्या अंगकांतीबद्दल लॉरी जरा जास्तच हळवी होती. ब्लॉंड रंगाबरोबरच तिच्या नाकावर काही वांग होते, शिवाय आणखीही काही, फक्त तिलाच जाणवणारे दोष होते. चॉकलेटी केस ही तिच्या वडिलांची देणगी होती, तर जवळजवळ पारदर्शक वाटणारी त्वचा आणि हिरवट निळे डोळे तिनं आईकडून घेतलेले होते.

"चला, करायची का सुरुवात?" लॉरीनं खेळकरपणे विचारलं. आपण जर थकल्यासारखं दाखवलं नाही, तर आपल्याला थकल्यासारखं वाटणारही नाही, हे ती अनुभवानं शिकली होती.

"हो, चल." मार्विननंही तितक्याच उत्साहानं म्हटलं.

लॉरीनं त्या दोन्ही फाईली त्याच्याकडे दिल्या. "यातली ती मॅकगिलिनची केस आधी करायचीय."

"नो प्रॉब्लेम." मृतदेह कुठे ठेवलाय ते बघण्यासाठी त्यानं रजिस्टर उघडलं.

आधी लॉकरपाशी जाऊन लॉरीनंही तो हिरवा पायघोळ अंगरखा – म्हणजे

‘स्क्रब्ज’ – घातला आणि ‘मून सूट’ घालण्यासाठी ती स्टोअरकडे गेली. ‘मून सूट’ हा पोस्ट मॉर्टेम करताना घालण्याचा एक संरक्षक ड्रेस होता. एका अत्यंत ‘निर्लेप’ प्रकारच्या कापडापासून हे सूट शिवलेले होते, शिवाय त्यांना अंगचीच मागे शिवलेली टोपडी, संपूर्ण चेहरा झाकणारे मास्कही होते. आतच लावलेल्या एका पंख्याच्या साहाय्यानं सूटमध्ये हवा खेळती ठेवण्याची सोय होती. हा पंखा चालवण्यासाठी एक खास बॅटरी होती आणि ही बॅटरी रोज रात्री चार्ज करावी लागायची. आत येणारी हवासुध्दा एका खास प्रकारच्या फिल्टरमधून शुध्द होऊन सोडली जायची. प्रत्यक्ष काम करणाऱ्यांना हे सूट घालणं म्हणजे एक कटकट वाटायची, कारण यामुळे काम करण्यात अडथळे यायचे, पण निदान मन तरी नि:शंक असावं म्हणून सगळेजण ते वापरायचे – जॅकचा अपवाद सोडून. जेव्हा जेव्हा जॅकला वीकएंडच्या सुट्टीच्या काळात काम करावं लागायचं, तेव्हा तो निदान ज्या केसेसमध्ये संसर्गाचा धोका कमी असेल, अशा केसेस करताना तरी सूट घालायचं टाळायचा आणि हे लॉरीला माहीत होतं. अशा वेळी तो नेहमीचे गॉगल आणि ऑपरेशन करताना घालण्याचा मास्क घालायचा. त्याच्याबरोबरचे काम करणारे टेक्निशियन लोकही याची कुठे वाच्यता करत नसत. पण केल्व्हिनला मात्र जर हे समजलं, तर भयंकर आरडाओरडा होण्याची शक्यता होती.

मून सूट वगैरे घालून लॉरी पुन्हा मुख्य कॉरिडॉरमध्ये आली. शेजारच्या खोलीत जाऊन तिनं हात स्वच्छ धुतले, ग्लोव्हज चढवले आणि ती ऑटोप्सी रूममध्ये परत आली.

उणीपुरी तेरा वर्षं ओसीएमईमध्ये काम केल्यावरही या ऑटोप्सी रूममध्ये पाऊल ठेवताना लॉरी कायम काहीशी उत्कंठित होत असे. इथेच तर सगळं घडत असे. म्हणजे, ऑटोप्सी रूमचं रूप तसं उत्तेजित वगैरे होण्यासारखं होतं असं मुळीच नव्हे. खाली टाईल्स घातलेली, नेहमीचाच निळा-पांढरा प्रकाश फेकणाऱ्या ट्यूब लावलेली ही बिनखिडक्यांची खोली अगदीच साधी होती. खोलीतली जी आठ स्टेनलेस स्टीलची टेबलं वेगवेगळ्या जागी पण व्यवस्थित लावलेली होती, त्या सगळ्यांना अगणित पोस्ट मॉर्टेम्समुळे भरपूर पोचे आलेले होते. प्रत्येक टेबलावर एकेक स्प्रिंग लावलेलं स्केल अधांतरी लोंबकळत होतं. भिंतीपाशी वेगवेगळे पाईप दिसत होते, एक्स-रे बघण्याच्या जुन्या बॉक्सेस होत्या, वेगवेगळी भयंकर दिसणारी उपकरणं ठेवलेली जुन्या पद्धतीची, काचेच्या दारांची कपाटं होती आणि वापरून जुनी झालेली सिंक होती. पन्नासेक वर्षांपूर्वी ओसीएमईतली सगळी यंत्रणा अत्याधुनिक गणली जात होती, पण आता मात्र तिचं आधुनिकीकरणही करणं शक्य होत नव्हतं आणि व्यवस्थित निगाही राखता येत नव्हती, कारण तेवढा पैसाच उपलब्ध करून दिला जात नव्हता. या सगळ्याचा लॉरीवर मात्र काहीच परिणाम होत नसे. तिला

ही दुरवस्था जाणवतच नसे. इथे आलो की आपल्याला नक्की काही ना काही नवीन शिकायला किंवा बघायला मिळणार, या जाणिवेमुळे तिला ही उत्कंठा वाटायची.

आठापैकी तीन टेबलांवर मृतदेह होते. त्यापैकी एका टेबलावर सीन मॅकगिलिनचा मृतदेह होता – किंवा असणार, असं लॉरीच्या लक्षात आलं, कारण त्या टेबलाशी मार्विन खुडबुड करताना तिला दिसला. ती जिथे उभी होती, तिथून सगळ्यांत जवळच्या दोन टेबलांवरच्या मृतदेहांची उत्तरीय तपासणी चालू होती. तिच्या समोरच्याच टेबलावर एक थोराड बांध्याच्या, काळी सावळी त्वचा असलेल्या पुरुषाचा मृतदेह होता. लॉरीसारखेच मून सूट घातलेल्या चार आकृती त्याची चिरफाड करत होत्या. चेहऱ्यावर घातलेल्या मास्कवरून प्रकाश परावर्तित होत असल्यामुळे आतला चेहरा ओळखणं जरा कठीण जात होतं, तरी पण तिनं केल्व्हिन वॉशिंग्टनला ओळखलं. कारण त्याचा सहा फूट सात इंच उंचीचा, अडीचशे पौंडांचा अवाढव्य देह लपणं शक्यच नव्हतं. त्याच्याबरोबरची बुटकी, जाडजूड आकृती हेरॉल्ड बिंगहॅमची असणार, हे तिच्या लक्षात आलं. उरलेल्या दोघांचे आकार एकसारखेच होते. त्यातला एक जॉर्ज फाँटवर्थ आणि दुसरा टेक्निशियन सॅल डी' ॲम्ब्रोशियो असणार, हे उघड होतं, पण त्यातला कुठला कोण हे मात्र तिच्या लक्षात आलं नाही.

लॉरी त्या टेबलाच्या पायथ्याशी येऊन उभी राहिली. तिच्या बरोबर समोर असलेल्या, पाणी जाण्यासाठी लावलेल्या पाईपमधून पाणी आत जात असल्याचा सतत आवाज येत होता. मृतदेहाच्या खालून, टेबलाच्या पृष्ठभागावरून सतत पाणी वाहत होतं. मृतदेहातून बाहेर पडणारे द्रव पदार्थ वाहून नेण्यासाठी ही सोय होती.

"फाँटवर्थ, स्काल्पेल वापरायचं कुणी शिकवलं रे तुला?" बिंगहॅम गुरगुरला.

आता त्यातला जॉर्ज फाँटवर्थ कोण, हे तिला लगेच कळलं. तो टेबलावरच्या पेशंटच्या – म्हणजे मृतदेहाच्या – उजवीकडे उभा होता, त्यानं आपले दोन्ही हात मृतदेहाच्या पोटाच्या पोकळीतून मागच्या भागात घातलेले होते आणि तो तिथे काही तरी चाचपून बघत होता – बहुधा गोळीचा शरीरात घुसण्याचा मार्ग शोधून बघत होता. लॉरीच्या मनात आपोआपच जॉर्जबद्दल एक सहानुभूतीची भावना क्षणभर चमकून गेली. बिंगहॅम कधीही ऑटोप्सी रूममध्ये आला, की तो लगेच एखाद्या शिक्षकाच्या भूमिकेत शिरत असे. इथपर्यंत ठीक होतं, पण तो अशा वेळी नको इतका अधीरपणे वागायचा, चिडचिड करायचा. त्याच्याकडून शिकण्यासारखं खूप आहे हे लॉरीला ठाऊक होतं, पण तिला त्याची सहकाऱ्यांशी उध्दटासारखं वागायची पद्धत मुळीच आवडत नसे. निष्कारण त्याच्या वागण्याचा दुसऱ्याला त्रास व्हायचा.

या टेबलावरचं वातावरण फारच तणावपूर्ण आहे, इथे प्रश्न विचारण्यात काही अर्थ नाही, हे लक्षात आल्यावर लॉरी शेजारच्या टेबलाशी गेली. इथे मात्र जॅक, लू आणि विनी या तिघांनाही ओळखण्यात तिला काहीच अडचण आली नाही. दोन्ही

टेबलांवरच्या वातावरणातला फरक तिला लगेचच जाणवला. या टेबलावर गांभीर्य, तणाव वगैरे कुठेच नव्हता. इथे उलट हास्यविनोदच चाललेले दिसत होते. तिलाही यात काही आश्चर्य वाटलं नाही. जॅकचा 'ब्लॅक ह्यूमर' तर प्रसिध्दच होता. या टेबलावरचा मृतदेह एका अत्यंत कृश, ब्लीच ब्लाँड केसांच्या मध्यमवयीन स्त्रीचा होता. हीच सारा क्रॉम्वेल असणार, हे लॉरीनं लगेचच ताडलं. मृतदेहाच्या डाव्या मांडीच्या वरच्या, बाह्य पृष्ठभागात एक किचनमध्ये वापरण्याची सुरी संपूर्णपणे तिरक्या दिशेनं – कमरेकडे पातं करून – घुसलेली दिसत होती. सुरीची फक्त मूठच बाहेर होती आणि पातं संपूर्णपणे आत घुसलेलं होतं. अजून सुरी तिथेच ठेवलेली बघून लॉरीला फारसं आश्चर्य वाटलं नाही. अशा केसेसमध्ये मेडिकल एक्झॅमिनर लोक शस्त्रं तशीच जागेवर ठेवणंच पसंत करतात, हे तिला माहीत होतं.

''मृत व्यक्तीचा योग्य तो आब राखताय ना तुम्ही?'' तिनं खेळकरपणे विचारलं.

''याच्याबरोबर काम करताना कंटाळा कसा तो येत नाही.'' लू नं म्हटलं.

''आणि तो सगळे तेच तेच विनोद करतो, तरीही हसू येतं. असं का होतं तेच कळत नाही.'' विनीनं तक्रारीच्या सुरात म्हटलं.

''सांगा, डॉक्टर माँटगोमेरी!'' जॅकनं एखाद्या प्रोफेसरची नक्कल करत म्हटलं. ''तुमचं प्रोफेशनल मत सांगा. सुरीनं भोसकून केलेल्या मांडीतल्या जखमेमुळे या बाईंना मृत्यू आला असेल?''

ती सुरी मांडीत कशी घुसलीय ते पाहण्यासाठी लॉरी किंचित वाकली. तिनं त्या सुरीचं जरा निरीक्षण केलं. ती सुरी बहुधा छोटी, फार तर चार इंच पात्याची असावी. आणि ती मांडीच्या हाडाला बऱ्याचशा समांतर दिशेनं घुसलेली होती. त्याहूनही महत्त्वाचं म्हणजे, ती सुरी घुसली होती ती जागा कमरेच्या हाडाच्या पुढच्या भागाच्या रेषेत होती.

''ही जखम प्राणघातक नव्हती, असंच मी म्हणेन.'' लॉरीनं म्हटलं. ''कारण ही जखम जिथे झाली, त्यावरून असं दिसतंय की मांडीतल्या कुठल्याही मोठ्या रक्तवाहिन्यांना इजा पोचलेली नसेल, त्यामुळे या जखमेतून रक्तस्त्रावही फारसा झाला नसेल.''

''आणि डॉक्टर माँटगोमेरी, सुरी ज्या कोनातून मांडीत घुसलीय, त्यावरून काय सांगता येईल तुम्हाला?''

''कोणाला तरी भोसकण्याची ही जगावेगळी पद्धत आहे, असंच मी म्हणेन.''

''बघा. ऐकलत मंडळी?'' जॅकनं नाटकीपणानं म्हटलं. ''सुप्रसिध्द मेडिकल एक्झॅमिनर डॉक्टर माँटगोमेरी यांचं मतही अगदी माझ्यासारखंच आहे. माझ्या मताला दुजोरा दिलाय त्यांनी.''

"हो, पण तिथे सगळीकडे रक्त उडालेलं होतं, त्याचं काय?" लू नं आपला धोशा काही सोडलेला नव्हता. "ते कुठून आलं मग? बरं, आणखी कुठेही जखमा दिसत नाहीत."

"आ-हा!" एक बोट वर करत जॅकनं एकदम फ्रेंच पद्धतीनं बोलायला सुरुवात केली. "मला वाटतं ते आपल्याला लवकरच समजेल. मसिए अमेन्दोला, सिल वू प्ले?" त्यानं हात पुढे केला.

विनीच्या मास्कवरून प्रकाश परावर्तित होत होता, तरीही त्यानं खोट्या हताशपणे डोळे वर केलेले लॉरीला स्पष्ट दिसले आणि त्यानं जॅकच्या हातात स्काल्पेल ठेवलं. त्याचे आणि जॅकचे संबंधच तसे होते. दोघंही एकमेकांना मानायचे, पण तसं भासवायचे मात्र नाहीत.

त्यांना तिथेच सोडून लॉरी निघाली. सकाळी तो प्रसंग झाल्यावरही जॅक इतका खेळकर आणि बडबड्या असलेला बघून नाही म्हटलं तरी ती मनातून थोडी खट्टू झालेली होती. म्हणजे याला त्याची पर्वाच नाही की काय, असंही तिला वाटून गेलं.

जॅकसंबंधीच्या कटकटी मनातून काढून टाकण्याचा प्रयत्न करत लॉरी पुढच्या टेबलाकडे निघाली. किंचित उतरत्या केलेल्या या टेबलावर जेमतेम पंचवीस-तीस वयाच्या एका पिळदार अंगाच्या पुरुषाचा मृतदेह होता आणि त्याच्या डोक्याखाली लाकडाचा एक ठोकळा ठेवलेला होता. सरावानंच तिनं त्या मृतदेहाचं बाह्य निरीक्षण सुरू केलं. या माणसाची तब्येत चांगली ठणठणीत दिसत होती. आता मृत्यूनंतर त्याची संपूर्ण त्वचा पांढरी फटक पडलेली असली, तरी ती निर्दोष आणि निकोप दिसत होती.

त्याच्या डोक्यावर काळेभोर, दाट केस होते आणि त्याचे डोळे अगदी शांत झोप लागल्यासारखे मिटलेले होते. त्याच्या उजव्या पायाच्या खालच्या भागावर टाके घालून शिवलेली एक कापल्याची खूण होती, त्यातून मुद्दाम आत ठेवलेल्या एका ट्यूबचं तोंड डोकावत होतं. त्याच्या डाव्या हातात आय व्ही ट्यूबचं बंद केलेलं तोंड दिसत होतं आणि तोंडातून आत घातलेल्या ट्यूबचा वरचा भाग डोकावत होता. ही ट्यूब त्याला पुन्हा जिवंत करण्याच्या प्रयत्नांच्या वेळची एक राहून गेलेली खूण असणार, हे उघड होतं.

मार्विन अजून नमुने ठेवण्याच्या बरण्यांवर लेबलं चिकटवण्यात गर्क होता. लॉरीनं मृतदेहाचं नाव आणि नंबर पाहून घेतला. हा सीन मॅकगिलिनचाच मृतदेह आहे, याची खात्री पटल्यावर तिनं मृतदेहाचं बाह्य निरीक्षण पुढे सुरू केलं. ती डाव्या हातातली आय व्ही ट्यूब तिनं नीट बघितली, ती जागाही नीट पाहिली. तिथे कुठेच काही वेगळं दिसत नव्हतं, सूज नव्हती, रक्त किंवा आय व्ही चा द्रव बाहेर आल्याच्याही कुठे खुणा नव्हत्या. त्याच्या उजव्या पायाच्या नडगीवरची ऑपरेशनची

– त्याची उजव्या पायाची गुडघ्याखालची दोन्ही हाडं मोडलेली होती – शिवलेली खूण तिनं बारकाईनं तपासली. तिथेही कुठे सूज नव्हती किंवा त्या भागाच्या त्वचेचा रंग बदललेला नव्हता. म्हणजे तिथे काही संसर्ग वगैरे झालेला नव्हता, हे उघड होतं. पायाच्या जखमेतून डोकावणारी ट्यूबही टाके घालून व्यवस्थित बसवलेली होती. त्यातून रक्तातला पाण्यासारखा पदार्थ फारच थोड्या प्रमाणात बाहेर आल्याचं दिसत होतं. तो संपूर्ण पाय दुसऱ्या पायासारखाच दिसत होता. कुठे रक्ताची गुठळी झालेली दिसत नव्हती.

"बाहेरून मला काही खास असं दिसलं नाही." मार्विन हातात पाच सहा सिरिंज आणि काही नमुने ठेवायच्या बरण्या घेऊन आत येत म्हणाला. काहींमध्ये प्रिझर्व्हेटिव्ह रसायनं होती, तर काही बरण्या रिकाम्याच होत्या. हातातल्या वस्तू त्यानं टेबलाच्या कडेशी ठेवून दिल्या.

"हं. अजून तरी असंच दिसतंय." लॉरीनं म्हटलं. डॉक्टर आणि त्यांच्या या टेक्निशियन सहायक मंडळींमध्ये भरपूर गप्पा व्हायच्या, विचार विनिमयही चालायचा. फक्त ही गोष्ट या दोन्ही व्यक्ती कशा असतील यावर अवलंबून असे. लॉरी नेहमी आपल्या टेक्निशियनला बोलायला उत्तेजन द्यायची. या लोकांच्या ज्ञानाबद्दल आणि अनुभवाबद्दल तिला कायमच आदर वाटत आलेला होता.

भिंतीशेजारच्या काचेच्या कपाटाशी जाऊन मार्विननं आवश्यक ती उपकरणं आणली. लॉरीच्या 'मून सूट' मधला व्हेंटिलेटर आवाज करत होता, तरीही तिला मार्विन स्वत:शीच शीळ घालत असल्याचं ऐकू येत होतं. त्याचा आनंदी स्वभाव हे तिला त्याच्याबरोबर काम करायला आवडण्याचं आणखी एक कारण होतं.

सीनच्या अंगावर कुठे तो ड्रग्जची इंजेक्शन्स घेत असल्याच्या खुणा दिसतात का, ते लॉरीनं पाहिलं. तसं काहीच दिसलं नाही, तेव्हा तिनं स्पेक्युलम घालून त्याच्या दोन्ही नाकपुड्या उघडून पाहिल्या. तो कोकेन घेत असल्याचंही कुठे दिसत नव्हतं. सीनचे आईवडिल जरी काहीही सांगत असले, तरी त्याचा मृत्यू रहस्यमयरीत्या झाल्यामुळे, तो ड्रग्ज घेत होता का, हे तपासणं आवश्यकच होतं. त्यानंतर तिनं त्याचे डोळे उघडून पाहिले. तेही व्यवस्थित होते. कुठे रक्तस्त्राव झाल्याचं दिसत नव्हतं. मग तिनं त्याचं तोंड उघडून, वरून घातलेली श्वासोच्छ्वासाची ट्यूब श्वासनलिकेतच आहे ना, ते पाहून घेतलं. कारण मृत्युपंथाला लागलेल्या रोग्याला वाचवण्यासाठी त्याच्या श्वासनलिकेत घातलेली ट्यूब घाईघाईनं चुकून अन्ननलिकेत जाऊन त्याचा मृत्यू झाल्याचीही उदाहरणं तिनं पाहिलेली होती.

एव्हाना मार्विनची सगळी तयारी झाली होती आणि तो टेबलाच्या विरुध्द बाजूला, तिच्यासमोर येऊन थांबलेला होता.

"ओके. चला, सुरू करू या!" लॉरीनं म्हटलं आणि हात पुढे केला. मार्विननं

एक स्काल्पेल तिला दिलं.

लॉरीनं अक्षरश: हजारो पोस्ट मॉर्टेम केलेल्या होत्या, तरीसुध्दा प्रत्येक नवीन पोस्टमॉर्टेम सुरू करताना ती काहीशी उत्कंठित व्हायची. प्रत्यक्ष पोस्टमॉर्टेम सुरू करणं म्हणजे तिला एखादा धर्मग्रंथ उघडत असल्यासारखं वाटायचं – आता हा वाचायचा, त्यातली सगळी रहस्यं जाणून घ्यायची. स्काल्पेलच्या वरच्या बाजूवर पहिलं बोट दाबून लॉरीनं नेहमीच्या सफाईनं पहिला 'वाय' आकाराचा छेद घेतला. दोन्ही खांद्यांपासून सुरू करून उरोस्थिखाली हे दोन छेद मिळाले आणि तिथून खाली येणारा उभा छेद सरळ ओटीपोटाच्या शेवटपर्यंत येऊन थांबला. मार्विनच्या मदतीनं तिनं चटकन त्वचा आणि स्नायूंचे थर उलटले आणि मग बोन कटरच्या साहाय्यानं उरोस्थि काढून टाकली.

"अरे! इथे एक बरगडी तुटल्यासारखी दिसतेय." प्रेताच्या छातीच्या उजवीकडे दिसत असलेल्या एका उंचवट्याकडे बोट दाखवत मार्विननं म्हटलं.

"पण रक्तस्त्राव झालेला दिसत नाही, म्हणजे बरगडी मृत्यूनंतर तुटली असणार. त्याचं हृदय परत चालू करण्याचे जे प्रयत्न केले ना, त्यात हे झालेलं असावं. कधी कधी लोक छातीवर दाब देताना अतिरेक करतात."

"आऊच!" मार्विनच्या तोंडातून अभावितपणे बाहेर पडलं.

लॉरीला कुठे तरी रक्ताच्या गुठळ्या सापडतील अशी अपेक्षा होती. त्यामुळे ती प्रेताचं हृदय, मोठ्या अशुध्द रक्तवाहिन्या आणि फुप्फुसांकडून हृदयाकडे येणाऱ्या शुध्द रक्तवाहिन्या तपासायला उत्सुक होती. कारण जीव घेण्याएवढ्या वाईट गुठळ्या बहुधा याच भागात सापडतील अशी तिची अपेक्षा होती. पण तो मोह तिनं टाळला. तिला अनुभवानं माहीत होतं, की मधूनच काही तरी करण्यापेक्षा नेहमीच्या, ठरीव पद्धतीनं जाणंच चांगलं, नाही तर काही तरी विसरून जायचा धोका असतो. काळजीपूर्वक रीतीनं तिनं आतले सगळे अवयव जागेवरच तपासून घेतले आणि मग टॉक्सिकॉलॉजी विभागात तपासणीला पाठवण्यासाठी मार्विननं काढून क्रमानं व्यवस्थित लावून ठेवलेल्या सिरिंजमध्ये प्रत्येक अवयवातल्या द्रवांचे नमुने भरून घेतले. कारण एखाद्या औषधाची, अमली पदार्थाची किंवा एखाद्या भुलीसाठी वापरलेल्या औषधाची भयंकर रिॲक्शन येऊन मृत्यू ओढवला असेल, अशीही शक्यता होती. कारण पायाच्या ऑपरेशनच्या वेळी सीनला भूल देऊन अजून चोवीस तासही झालेले नव्हते.

एक शब्दही न बोलता लॉरी आणि मार्विन काम करत होते. प्रत्येक नमुना योग्य लेबल लावलेल्या सिरिंजमध्येच भरला गेल्याची त्यांनी खात्री करून घेतली. सगळ्या द्रवांचे नमुने घेऊन झाल्यावर तिनं एक एक करून पोटातले अवयव काढायला सुरुवात केली. ठरलेल्या क्रमानंच ती काम करत होती. बऱ्याच वेळानंतर एकदाचं तिनं हृदयाकडे लक्ष वळवलं.

"मुद्देमाल!" मार्विननं मध्येच म्हटलं.

लॉरीनं एक हलकंसं स्मित केलं. मार्विनचं म्हणणं खरंच होतं. हृदयातच काही ना काही सापडणार, अशी तिचीही अटकळ होती. महानीलेच्या कापलेल्या भागातून तिनं आत डोकावून पाहिलं, पण आत कुठेच रक्ताची गुठळी नव्हती. ती जरा खट्टूच झाली. कारण फुप्फुसांकडे जाणाऱ्या-येणाऱ्या रक्तवाहिन्या अगदी स्वच्छ आहेत, हे तिनं आधीच फुप्फुसं बाजूला काढताना पाहिलेलं होतं.

हृदयाचं वजन करून लॉरीनं एक लांब पात्याची सुरी घेतली आणि हृदयाच्या आतल्या भागाची तपासणी सुरू केली. आतही तिला काही आढळलं नाही. हृदयाला रक्तपुरवठा करणाऱ्या रक्तवाहिन्यासुध्दा एकदम नॉर्मल होत्या.

लॉरी आणि मार्विननं एकमेकांकडे बघितलं.

"डॅम!" मार्विननं निराशेनं म्हटलं.

"आता मात्र कमाल झाली." लॉरीनं मान डोलावली. तिनं एक मोठा थोरला श्वास घेतला. "जाऊ दे. तू आता त्याच्या पोटाकडे बघ, तोपर्यंत मी आणखी नमुने घेते. मग आपण त्याचा मेंदू बघू."

"ओके." मार्विननं पोटातलं यकृत आणि आतडी काढली आणि ती धुवायला तो सिंककडे घेऊन गेला.

लॉरीनं मायक्रोस्कोपिक तपासणीसाठी बरेच काही पेशींचे नमुने घेतले – त्यातही हृदयाचे आणि फुप्फुसांचे.

मार्विननं धुतलेलं यकृत आणि आतडी तिला आणून दिली. त्यांची तपासणी करून तिनं त्याच वेळी त्यांचे नमुनेही घेतले. या दरम्यान मार्विननं प्रेताच्या डोक्यावरचे त्वचेचे आणि मांसाचे थर दूर केले. तिची पोटाची तपासणी होईपर्यंत त्याचंही डोक्याचं काम झालेलं होतं. तिनं प्रेताच्या कवटीची वरून एकदा तपासणी केली आणि आपला अंगठा वर करून त्याला खूण केली. लगेच त्यानं बॅटरीवर चालणाऱ्या करवतीनं प्रेताच्या कवटीची कानांच्या वरच्या बाजूची हाडं कापायला सुरुवात केली.

मार्विनचं काम चालू असताना लॉरीनं कात्री घेऊन सीनच्या पायावरची टाके घालून बंद केलेली ऑपरेशनची जखम उघडली. जखम अगदी व्यवस्थित होती. तिनं मग पायांमधल्या लांबलचक रक्तवाहिन्या पार घोट्यापासून ओटीपोटापर्यंत उघडल्या. त्यातही कुठे गुठळी दिसत नव्हती.

"हा मेंदू मला तरी अगदी नॉर्मल दिसतोय." मार्विननं म्हटलं.

लॉरीनं मान डोलावली. मेंदूवर कुठेही सूज नव्हती, किंवा रक्तस्राव झालेला दिसत नव्हता. रंगही नेहमीसारखाच होता. तिनं आपल्या सरावलेल्या बोटांनी तो चाचपून पाहिला. त्यातही कुठे काही वेगळं तिला जाणवलं नाही.

थोड्याच वेळात लॉरीनं मेंदू उचलून बाहेर काढला आणि मार्विननं पुढे केलेल्या पसरट पात्रात ठेवून दिला. मेंदूच्या रक्तवाहिन्यांचे कापलेले भाग तिनं तपासले, पण तेही स्वच्छ होते. मग तिनं मेंदूचं वजन केलं. तेही हवं तेवढंच होतं.

"काय हे! आपल्याला काहीच सापडत नाहीये." तिनं म्हटलं.

"आय ॲम सॉरी." मार्विननं म्हटलं.

लॉरीला हसूच आलं. "तू कशाला वाईट वाटून घेतोस उगाच? यात तुझी काहीच चूक नाही." तिनं मृदुपणे म्हटलं. मार्विनचा आणखी एक मोठा गुण असा होता, की तो फार सहृदय होता.

"हो, पण काही तरी सापडलं असतं, तर बरं झालं असतं. आता काय करणार तू? एकंदरीत असं दिसतंय, की हा माणूस मरायलाच नको होता. तो मरावा असं काही त्याला झालेलंच दिसत नाहीये."

"काय, मलाही समजत नाहीये. आता मायक्रोस्कोपिक तपासणीत काही सापडावं, पण मला आता तीही फारशी शक्यता वाटत नाही आहे, या माणसाची तर प्रत्येक गोष्टच नॉर्मल दिसतेय. आता तू सगळं शिवायच्या तयारीला लाग. तोपर्यंत मी त्याच्या मेंदूचे छेद घेऊन बघते. बाकी आणखी काहीच करायचं शिल्लक आहेसं दिसत नाहीये.

"ओके." मार्विननं उत्साहानं म्हटलं.

लॉरीचा अंदाज खरा ठरला. मेंदूचा आतला भागही बाहेरच्या भागासारखा एकदम निर्दोष होता. तिनं मेंदूचे योग्य ते नमुने घेतले आणि मग ती मार्विनला मृतदेह शिवून टाकण्याच्या कामी मदत करू लागली. थोड्याच वेळात त्यांचं काम पूर्ण झालं.

"मला वाटतं, पुढची केस लगेच सुरू करावी." लॉरीनं म्हटलं. "अर्थात, तुझी हरकत नसेल तर." कारण एकदा आपण बसलो की ताबडतोब आपल्याला भयंकर थकवा जाणवणार आहे, हे तिला पक्कं ठाऊक होतं. या क्षणी तरी तिला अपेक्षेपेक्षाही जास्त उत्साह जाणवत होता.

"छे, छे. मी तयारच आहे." मार्विन लगेच सरळ होत म्हणाला.

लॉरीनं एकदा खोलीमधून आपली नजर फिरवली. एवढा वेळ ती कामात इतकी गुंगून गेलेली होती, की तिला खोलीत चाललेली गडबड जाणवलेलीच नव्हती. एव्हाना खोलीतली आठही टेबलं वापरात आलेली होती. प्रत्येक टेबलाशी किमान दोन माणसं होती. काही ठिकाणी आणखी जास्त होती. तिनं जॅकच्या टेबलाकडे बघितलं. जॅकसमोर आता आणखी एका स्त्रीचं प्रेत होतं आणि तो ओणवा होऊन कामात गढून गेलेला होता. सारा क्रॉम्वेलची केस संपलेली होती आणि लू निघून गेलेला दिसत होता. त्याच्या पलीकडच्या टेबलावर केल्व्हिन आणि फॉंटवर्थ अजून

आधीच्याच प्रेताची उत्तरीय तपासणी करत होते. बिंगहॅम मात्र त्याची ती पत्रकार परिषद घ्यायला निघून गेलेला दिसत होता.

"तुला किती वेळ लागेल, मार्विन?" तिनं विचारलं.

नमुन्यांच्या बाटल्या नेता नेता मार्विन थबकला. "काही फार नाही. आलोच मी."

लॉरी सावकाश चालत जॅकच्या दिशेनं निघाली. त्याचं आणखी उडत उडत बोलणं सहन करायची तिची इच्छा नव्हती, पण सारा क्रॉम्वेलच्या उत्तरीय तपासणीच्या वेळी त्यानं प्रोफेसरी थाटात अभिनय करताना जी प्रश्नोत्तरं केली होती, त्यामुळे त्या उत्तरीय तपासणीत त्याला काय मिळालं, याची उत्सुकताही तिला लागून राहिलेली होती. ती टेबलाच्या पायथ्याशी येऊन उभी राहिली. जॅक त्यावेळी टेबलावरच्या त्या स्त्रीच्या मृतदेहाच्या डोक्याशी वाकून तिच्या डोक्यावर केसांच्या रेषेच्या थोडंसंच आत दिसणाऱ्या एका जखमेचा मोल्ड करण्यात गुंगून गेलेला होता. तो वर बघून आपलं अस्तित्व जाणवल्याची काही खूण करेल म्हणून लॉरी काही क्षण नुसतीच उभी राहिली. कारण त्याच्या बरोबर काम करत असलेल्या विनीनं लगेच तिच्याकडे बघून निदान किंचित हात तरी हलवलेला होता.

"तुला त्या आधीच्या केसमध्ये काय सापडलं रे?" वाट बघून शेवटी लॉरीनं विचारलं. जॅकला ती आलेली दिसलीच नसेल हे संभवतच नव्हतं, पण तसंच झालं असावं, असं दिसत होतं. जॅक आपल्याकडे जाणून बुजून दुर्लक्ष करत असेल, हा विचार करायची तिची स्वत:चीच तयारी नव्हती.

जॅकनं काहीच उत्तर दिलं नाही. आणखी थोडा वेळ असाच गेला. लॉरीनं विनीकडे बघितलं. विनीनंही बुचकळ्यात पडल्यासारखे हात पसरून किंचित खांदे उडवले. लॉरीला स्वत:लाच लाजल्यासारखं झालं. आता काय करावं हे न समजून ती आणखी काही क्षण नुसतीच चुळबुळत उभी राहिली. कधी कधी जॅक भान विसरून जाण्याइतका हातातल्या कामात बुडून जाऊ शकतो, हेही तिला माहीत होतं, पण नाही म्हटलं तरीही तिला थोडंसं अपमानित झाल्यासारखं वाटून गेलंच.

ती पुढे निघाली. फॉटवर्थच्या टेबलाशी परिस्थिती अजून तशीच होती. बिंगहॅम निघून गेला होता, पण त्याच्याऐवजी आता केल्व्हिन बिचाऱ्या फॉटवर्थवर तोंडसुख घेत होता. त्यांचं काम अजूनही सुरूच होतं. उरलेल्या पाच टेबलांशी थोडंसं घुटमळून लॉरी परत आपल्या टेबलाशी आली.

ती मार्विनला मदत करायला पुढे झाली. तेवढ्यात त्यानं म्हटलं, "मी आणखी कुणाला तरी घेतो मदतीला." तो पर्यंत त्यानं चाकांचं स्ट्रेचर आणून टेबलाशी ठेवलेलं होतं.

"आण ना. माझी काहीच हरकत नाही."

अगदी आता आतापर्यंत दोन केसेसच्या दरम्यानच्या काळात मंडळी कधी चटकन एखादी कॉफी घ्यायला वर जायची, तर कधी लंचरूममध्ये जाऊन एखादा खाद्यपदार्थ खात गप्पा मारायची. पण आता हे मून सूट वगैरे आल्यापासून हे शक्य होत नव्हतं.

सीन मॅकगिलिनचं प्रेत शवागारातल्या प्रचंड कूलरच्या ड्रॉवरमध्ये ठेवल्यावर मार्विन आणि लॉरी पुढच्या केसचं प्रेत ठेवलेल्या जागी गेले. हा एक डेव्हिड एलरॉय नावाचा माणूस होता. मार्विननं या मध्यमवयीन माणसाचं हडकुळं, अत्यंत कुपोषित प्रेत बाहेर काढलं आणि ते पाहिल्याबरोबर लॉरीला आठवलं, की या माणसाचा मृत्यू मादक द्रव्यांच्या अतिसेवनानं झाला असण्याची शक्यता आहे. तिच्या सराईत नजरेनं त्याच्या अंगावर जागोजागी असलेल्या इंजेक्शनच्या खुणा आणि जखमा टिपल्या. अशा प्रकारच्या अनेक केसेस लॉरीनं हाताळलेल्या होत्या, तरीदेखील प्रत्येक वेळी तिच्या मनातल्या त्या जुन्या आठवणींवरच्या खपल्या काढल्या जायच्या. त्यातच आज ती आधीच अस्वस्थ होती. तिला ऑक्टोबर १९७५ मधला तो भयंकर दिवस आठवला. त्या दिवशी एकदम स्वच्छ सूर्यप्रकाश पडलेला होता आणि ती आपल्या 'लँग्ले स्कूल फॉर गर्ल्स' या हायस्कूलमधून धावतपळत घरी आली होती. त्यावेळी ती आईवडिलांबरोबर पार्क अॅव्हेन्यूवरच्या एका जुन्या, प्रशस्त फ्लॅटमध्ये राहायची. तो शुक्रवार होता. पुढे 'कोलंबस डे'ची दोन दिवसांची सुट्टी होती आणि तिचा एकुलता एक थोरला भाऊ शेली आदल्या रात्री सुट्टीसाठी येल युनिव्हर्सिटीतून घरी आलेला असल्यामुळे ती एकदम खुषीत होती.

लिफ्टमधून बाहेर पडून घराच्या दाराशी येता येताच लॉरीला एक प्रकारची विचित्र शांतता जाणवली होती. नेहमीचे कसलेच आवाज ऐकू येत नव्हते. घराचं दार उघडून ती आत आली होती आणि टेबलावर पुस्तकं ठेवता ठेवता तिनं शेलीला हाक मारली होती. ती तशीच आत किचनमध्ये आली होती. त्यांच्या घरी काम करणाऱ्या हॉलीचीही कुठेच चाहूल नव्हती. तेवढ्यात लॉरीला आठवलं होतं, की आज हॉलीही येणार नव्हती. पलीकडच्या हॉलमध्ये ती आली होती. हॉलमध्ये टीव्ही चालू होता, पण आवाज बंद होता. लॉरीची अस्वस्थता आणखीच वाढली होती. टीव्हीचा आवाज बंद कसा, असं मनात म्हणत तिनं काही क्षण टीव्हीवरची मॅच बघितली होती. पुन्हा शेलीला मोठ्यानं हाक मारत ती शेलीला शोधत निघाली होती – असं कसं? घरात कोणी तरी असलंच पाहिजे, पण मग कोणीच कसं उत्तर देत नाहीये? एव्हाना लॉरी चांगलीच धास्तावलेली होती.

घाईघाईनं ती भावाच्या खोलीशी आली होती. तिनं दार ठोठावलं होतं, पण आतून काहीच चाहूल आली नव्हती. काही क्षण वाट बघून तिनं पुन्हा दार ठोठावून ते थोडा जोर देऊन उघडलं होतं. आत तिला कार्पेटवर पडलेला शेली दिसला होता.

त्याच्या अंगावर फक्त त्याची छोटी ब्रीफ होती. त्याच्या तोंडातून रक्तमिश्रित फेस बाहेर येत होता आणि तो संपूर्णपणे पांढरा फटक पडलेला होता. त्याच्या एका दंडाभोवती एक सैलसर बांधलेलं फडकं होतं आणि त्याच्या अर्धवट उघडलेल्या हाताजवळ एक इंजेक्शनची सिरिंज पडलेली होती. जवळच्या टेबलावर एक पारदर्शक प्लॅस्टिकचं पाकीट होतं. आदल्या दिवशी शेलीनं आपण स्पीडबॉल घेत असल्याची तिच्यासमोर बढाई मारलेली तिला एकदम आठवली होती. हेरॉईन आणि कोकेनचं मिश्रण असलेल्या त्या स्पीडबॉलचचं हे पाकीट असणार, हे चटकन तिच्या लक्षात आलं होतं.

ताबडतोब लॉरी आपल्या भावाला मदत करायला सरसावली होती.

मोठ्या प्रयासानं लॉरीनं स्वत:ला पुन्हा वर्तमानात आणलं आपण शेलीला पुन्हा शुध्दीवर आणायचे काय प्रयास केले होते, ती आठवणसुध्दा तिला नको होती. त्यावेळी त्याचे ओठ किती थंडगार आणि निर्जीव झालेले होते, त्या स्पर्शाची आठवण तर भयंकर क्लेशदायक होती.

"याला जरा स्ट्रेचरवर ठेवायला मदत करतेस?" मार्विननं म्हटलं. "काही वजनच नाहीय याला."

"हो, चल." लॉरीनं चटकन म्हटलं. डेव्हिड एलरॉयची फाईल ठेवून देऊन ती त्याला मदत करायला पुढे झाली. थोड्याच वेळात ते पुन्हा ऑटोप्सी रूमकडे निघाले. मार्विननं चाकाचं स्ट्रेचर टेबलाशी आणून लावलं आणि दुसऱ्या एका टेक्निशियनच्या मदतीनं एलरॉयचं प्रेत उचलून टेबलावर ठेवलं. प्रेताच्या तोंडाजवळ लॉरीला वाळलेल्या फेसाचे अंश दिसले आणि आपोआपच तिचं मन पुन्हा त्या भयंकर आठवणीत गेलं. शेलीला परत शुध्दीवर आणण्याच्या प्रयत्नांच्या आठवणीपेक्षा आणखी ठळकपणे तिला आठवत होतं, ते नंतर बऱ्याच वेळानं आईवडिलांशी झालेलं बोलणं.

"शेली ड्रग्ज घेत होता हे माहीत होतं तुला?" तिच्या वडिलांनी संतापून विचारलेलं होतं. त्यांची बोटं तिच्या दोन्ही दंडांमध्ये घट्ट रुतलेली होती. "बोल ना!"

"हो." हुंदके देत लॉरीनं कसंबसं म्हटलं होतं.

"तू सुध्दा ड्रग्ज घेतेस?"

"नाही."

"तो घेत होता हे कसं कळलं तुला?"

"अचानक समजलं. त्यानं तुमच्या दवाखान्यातून पळवलेली एक सिरिंज मला त्याच्या शेव्हिंग किटमध्ये सापडली."

"मग तू हे मला का नाही सांगितलंस?" ते मोठ्यानं ओरडले होते. "तू सांगितलं असतंस, तर आज तो जिवंत असता!"

"मला ते तुम्हाला सांगता येणार नव्हतं." लॉरीनं स्फुंदत म्हटलं होतं.

"का?" त्यांनी आणखी भडकून विचारलं होतं. "का? बोल ना!"

"कारण... कारण त्यानं मला तसं वचन द्यायला लावलं होतं. तू... तू बोललीस तर मी तुझ्याशी परत कधीही बोलणार नाही, असं... म्हणाला होता तो."

"आणि आता तरी कुठे बोलणार आहे तो?" त्यांनी म्हटलं होतं. "तुझ्या त्या वचनानंच मारलं त्याला. जेवढं त्या ड्रगनं मारलं, तेवढंच तुझ्या वचनानंही मारलं."

तेवढ्यात कोणीतरी आपला दंड धरल्याचं जाणवून लॉरी एकदम भानावर आली. तिनं मार्विनकडे वळून बघितलं.

"तुला काही खास बघायचंय का, असं विचारतोय मी." समोरच्या मृतदेहाकडे बोट दाखवत त्यानं म्हटलं. "कारण मला तरी ही केस एकदम सरळ दिसतेय."

"काही नाही."

मार्विन नेहमीची उपकरणं आणायला निघून गेला. लॉरीनं एक खोल, दीर्घ श्वास घेऊन मन ताळ्यावर आणायचा प्रयत्न केला. आपलं मन सतत कामात आपण गुंतवून ठेवलं नाही, तर आज ते असंच भरकटणार, नको त्या आठवणी वर काढणार, हे तिला आतूनच उमगलं. तिनं हातातली एलरॉयच्या केसची फाईल उघडून जॅनिसनं लिहिलेला फोरेन्सिक तपासाचा रिपोर्ट वाचायला सुरुवात केली. एलरॉयचा मृतदेह एका कचरापेटीत सापडला होता. बरोबर अमली पदार्थ घेण्याची इतर काही साधनंही होती. याचा अर्थ हा माणूस एखाद्या अमली पदार्थ मिळणाऱ्या ठिकाणी मेलेला होता आणि इतर कचऱ्याबरोबर त्यालाही फेकून दिलेलं होतं. अशा केसेस हाताळणं हा लॉरीच्या कामातला अत्यंत त्रासदायक, वाईट भाग होता.

एका तासानं, उत्तरीय तपासणी आवरून, आपले नेहमीचे कपडे घालून ती मागच्या लिफ्टमध्ये शिरली. डेव्हिड एलरॉयच्या मृतदेहात काहीच खास असं सापडलं नव्हतं. तोंडातून येणारा फेस घशात अडकून श्वास कोंडल्यामुळे त्याचा मृत्यू झालेला होता. त्याच्या अंगावर ठिकठिकाणी छोट्या जखमांचे व्रण होते. म्हणजेच त्याच्या अमली पदार्थांच्या सवयीमुळे त्याच्या जखमा चिघळण्याचे प्रकार अनेकदा झालेले होते.

ती जुनाट लिफ्ट थरथरत, कुरकुरत वर चढत होती. लॉरीला जॅकची आठवण झाली. तिनं एलरॉयची केस संपवली, त्यावेळी जॅकनं तिसरी केस सुरूही केलेली होती. दुसऱ्या आणि तिसऱ्या केसदरम्यान तो विनीबरोबर स्ट्रेचरची ढकलगाडी ढकलत बाहेर गेला होता. ती उभी होती तिथेही तिला त्यांची बडबड ऐकू आली होती. एकमेकांमध्ये नेहमीची शेरेबाजी आणि विनोद करतच ते पाच मिनिटांनी परतले होते. पुढच्या केसचा मृतदेह घेऊन परतले होते. नंतर त्यांनी मृतदेह टेबलावर ठेवून बाकीची पूर्वतयारी केली होती. एवढ्या वेळात जॅकनं एकदाही लॉरीच्या टेबलाशी

येण्याचे, तिच्याशी बोलण्याचे, किंवा नुसतं तिच्याकडे बघण्याचेसुध्दा कष्ट घेतले नव्हते. लॉरीनं खांदे उडवले. तो आपल्याकडे सरळ सरळ दुर्लक्ष करतोय ही गोष्ट तिला एव्हाना समजून चुकलेली होती. गेल्या नऊ वर्षांत तो असा कधीही वागलेला नव्हता.

आपल्या ऑफिसमध्ये जाण्याआधी लॉरी हिस्टॉलॉजी लॅबमध्ये गेली. तिच्या हातात केसच्या फाईलींबरोबरच एका ब्राऊन पेपरच्या पिशवीत सीन मॅकगिलिनचे पेशींचे आणि टॉक्सिकॉलॉजी तपासणीसाठी घेतलेले बाकीचे नमुने होते. लॅबची सुपरवायझर मॉरीन ओ कॉनरला शोधायला तिला फारसे कष्ट पडले नाहीत. भरदार शरीरयष्टीची, तांबड्या लाल केसांचं अस्ताव्यस्त जंगल डोक्यावर वाढवलेली मॉरीन मायक्रोस्कोपमध्ये काही स्लाईड्स बघत बसलेली होती. लॉरी जवळ आली, तसं मॉरीननं वर बघितलं. तिच्या गोलाकार, काळसर ठिपक्यांनी भरलेल्या चेहऱ्यावर ओळखीचं हसू पसरलं.

"आता काय आणलंयत आपण?" तिनं विचारलं आणि तिची नजर लॉरीच्या हातातल्या ब्राऊन पेपरच्या पिशवीकडे गेली. "थांब, मीच सांगते. यात काही नमुने आहेत आणि त्यांच्या स्लाईड्स तुला अर्जंट, म्हणजे काल हव्या आहेत."

लॉरी काहीशी शरमून हसली. "मॉय गॉड! म्हणजे मी एवढी प्रेडिक्टेबल आहे?"

"तू आणि तुझा तो डॉक्टर स्टेपलटन, दोघंही तसेच आहात. जेव्हा जेव्हा तुम्ही इथे येता, तेव्हा तेव्हा तुम्हाला तुमच्या स्लाईड्स भयंकर अर्जंटली हव्या असतात. पण बाळ, एक गोष्ट तुम्ही दोघंही विसरता : तुमचे पेशंट्स आधीच मेलेले असतात!" मॉरीन मोठ्यानं हसली आणि तिच्याबरोबर लॅबमधली बाकीची मंडळीही हसली.

लॉरीलाही हसू आवरलं नाही. खरं तर ओसीएमईकडे पैशाची बोंब असल्यामुळे मॉरीनच्या लॅबमध्ये नेहमीच माणसांची कमतरता असे. तरीपण तिचा कामातला उत्साह आणि चेहऱ्यावरचं हसू कधी मावळत नसे. लॉरीनं पिशवी उघडून आतले नमुने काढले आणि मॉरीनच्या मायक्रोस्कोपजवळ व्यवस्थित मांडले. "पण यावेळचं माझ्या अर्जन्सीचं कारण जरा वेगळं आहे. तू ऐकलंस तर कदाचित तुलाही पटेल."

"इथे आम्हाला सगळ्यांना इतकं काम आहे, की खरं म्हणजे अजून माणसांची फार गरज आहे आम्हाला. तरी पण तू बोल."

खरं म्हणजे आपण देत असलेल्या कारणाला व्यावसायिक दृष्टीनं काहीही महत्त्व नाही, हे माहीत असूनही लॉरीनं मनमोकळेपणानं बोलायला सुरुवात केली. डॉक्टर मॅकगिलिन आणि त्यांच्या पत्नीचं वागणं किती सहानभूतीपूर्ण, सहनशील होतं, त्यांचा मुलगा म्हणजे त्यांचं सर्वस्व कसं होतं, हे तिनं सांगितलं. त्यांच्या

मुलाचं लग्न ठरलेलं होतं, या वयोवृध्द जोडप्याला नातवंडाचं तोंड पाहायची आशा होती, हेही तिनं सांगितलं. त्यांचं पुत्रवियोगाचं दु:ख जरा कमी व्हावं म्हणून आपण त्यांना त्याच्या मृत्यूचं कारण काही झालं तरी दुपारच्या आत सांगायचं कबूल केलं होतं, हे तिनं सांगितलं, पण आपल्या ऑटोप्सीमधून काहीच निष्पन्न झालेलं नव्हतं आणि आता निदान या स्लाईड्स तरी आपल्याला काही उत्तर देतील, हे सगळं तिनं खुलासेवार सांगितलं. ही जबाबदारी मुद्दाम अंगावर घेण्यामागची आपली वैयक्तिक कारणं मात्र तिनं बोलून दाखवली नाहीत.

''अरे बापरे. व्हेरी टचिंग.'' मॉरीननं मृदुपणे म्हटलं. एक दीर्घ श्वास घेऊन तिनं ते नमुने गोळा केले. ''मी बघते काय करायचं ते. काळजी करू नकोस.''

तिचे आभार मानून लॉरी तिथून बाहेर पडली. तिनं मनगटावरच्या घड्याळात पाहिलं. अकरा वाजून गेले होते. आणि डॉक्टर मॅकगिलिनला दुपारी बाराच्या आत तिला फोन करायचा होता. जिना उतरून ती खालच्या मजल्यावरच्या टॉक्सिकॉलॉजी लॅबमध्ये आली. वरच्या हिस्टॉलॉजी लॅबपेक्षा इथलं वातावरण वेगळं होतं. वरच्या बोलण्याच्या आवाजांची जागा इथे असलेल्या अत्याधुनिक जवळजवळ संपूर्ण स्वयंचलित असलेल्या यंत्रणेच्या सतत ऐकू येत असलेल्या 'हम्' आवाजानं घेतलेली होती. कोणीही व्यक्ती लॅबमध्ये दिसायला लॉरीला जरा वेळच लागला. पण तेवढ्यात तिला असिस्टंट डायरेक्टर पीटर लेटरमन दिसला आणि तिनं सुटकेचा नि:श्वास सोडला. त्याच्याऐवजी जर तिला लॅबचा डायरेक्टर जॉन डीव्रीज दिसला असता, तर ती सरळ तिथून चालती झाली असती. तेरा वर्षांपूर्वी जेव्हा लॉरी नवीन लागलेली होती तेव्हा तिला कोकेनच्या अतिसेवनामुळे मृत्यू झालेल्या केसेसच्या बाबतीत लवकरात लवकर तपासणी करून हवी होती आणि त्यावेळी ती जॉनच्या मागे जरा जास्तच लागली होती. त्यावेळी त्यांची बोलाचाली झाली होती. हा वैरभाव जॉननं मनात अजूनही अगदी जपून ठेवलेला होता. त्यानंतर लॉरीनं त्याच्याशी समझोता करायचे प्रयत्न केले होते, पण काही उपयोग झाला नव्हता. आता तिनं ते प्रयत्न सोडून देऊनही काळ लोटलेला होता.

''कोण, लॉरी? या, या!'' पीटरनं हसून तिचं स्वागत केलं. कृश शरीरयष्टी असलेल्या या उंच माणसाचा चेहरा काहीसा मंगोलियन दिसत होता आणि डोक्यावरचे लांब राखलेले ब्लाँड रंगाचे केस सोडले, तर त्याच्या चेहऱ्यावर दाढी-मिश्या जवळजवळ नव्हत्याच. आपले केस तो नेहमी पोनीटेल बांधून ठेवायचा. वयाच्या मानानं तो भलताच तरुण दिसायचा. लॉरीची आणि त्याची एकदम गट्टी होती. लॉरीची आणि जॉनची मात्र अगदी गट्टी फू होती. ''हं काय आणलंयस आज?''

''आणलंय ना. हे घे.'' एकीकडे जॉन कुठे दिसतो का, ते सावधपणे बघत तिनं हातातली ब्राऊन पेपरची पिशवी त्याला दिली.

"काळजी करू नकोस, फ्यूरर खाली गेलाय."

"वा! आज माझं नशीब जोरावर आहे म्हणायचं."

पीटरनं नमुन्यांच्या बाटल्यांकडे बघितलं. "आता मला सांग, यात मला काय सापडेल अशी तुझी अपेक्षा आहे? आणि का?"

लॉरीनं आधी मॉरीनला जे सांगितलं होतं, तेच त्याला थोडक्यात सांगितलं. "खरं म्हणजे तुला यात काही सापडेल अशी माझी फारशी अपेक्षा नाही, पण केवळ सगळ्याच गोष्टी तपासून घ्यायला हव्यात, म्हणून तुला मी हा त्रास देतेय. शिवाय मायक्रोस्कोपिक तपासणीत काही सापडलं नाही, तर तुझ्या तपासणीचं महत्त्व आणखी वाढेल."

"ओके. मी बघतो काय ते." पीटरनं म्हटलं.

"थँक्स."

पुन्हा जिना चढून लॉरी वरच्या मजल्यावर गेली आणि कॉरिडॉरमधून चालत आपल्या ऑफिसकडे निघाली. वाटेत तिला जॅकचं ऑफिस लागलं. ऑफिसचं दार अर्धवट उघडं होतं, पण आत जॅक किंवा त्याच्याबरोबर काम करणारा चेट मॅकगव्हर्न, यांच्यापैकी कोणीच नव्हतं. बहुधा दोघंही अजून खाली ऑटोप्सी रूममध्येच असावेत, असा विचार करत लॉरी आपल्या ऑफिसात शिरली. आत आल्याबरोबर तिची नजर सकाळी जॅककडून निघताना बरोबर आणलेल्या आपल्या सूटकेसवर गेली. जॅकबरोबर सकाळी झालेली वादावादी ती विसरलेली नव्हती, पण सूटकेस बघितल्यावर तो सगळा प्रसंग तिच्या डोळ्यासमोर उभा राहिला. पाठोपाठच सीन मॅकगिलिनच्या उत्तरीय तपासणीत झालेला अपेक्षाभंगही तिला आठवला. त्या गोष्टीचं तिला आश्चर्य राहून राहून वाटत होतं. अठ्ठावीस वर्षांचा एक वरकरणी तरी अगदी निरोगी, सशक्त असलेला तरुण मरतो आणि त्याच्या उत्तरीय तपासणीत किंवा मृत्यूच्या घटनाक्रमात त्याच्या मृत्यूचं काहीच कारण सापडत नाही, याचा अर्थ काय? नाही म्हटलं तरी या घटनेनं फोरेन्सिक पॅथॉलॉजीवरच्या तिच्या विश्वासाला एक लहानसा का होईना, धक्का बसलेला होताच.

"निदान त्या मायक्रोस्कोपिक तपासणीत तरी काही तरी सापडलंच पाहिजे!" लॉरीनं स्वत:शीच मोठ्यानं म्हटलं. ती आपल्या टेबलाशी येऊन बसली. मायक्रोस्कोपिक तपासणीतही काहीच आढळलं नाही तर काय, या प्रश्नाचं उत्तर तिला अजून सापडत नव्हतं. सकाळच्या केसेसच्या फाईली तिनं टेबलावर पडलेल्या, अर्धवट झालेल्या केसेसच्या फाईलींच्या गठ्ठ्यावर ठेऊन दिल्या. प्रत्येक केसच्या बाबतीतली उत्तरीय तपासणीत, फोरेन्सिक तपासणीत, लॅबच्या तपासणीत आणि आणखी कुठून मिळालेली माहिती एकत्र करून तिच्यावर नीट संगतवार विचार करायचा आणि मृत्यूचं कारण आणि पद्धत शोधून काढायची, हे तिचं काम होतं. 'कारण' या शब्दाचा अर्थ

अर्थातच उघड होता. 'पद्धत' म्हणजे मृत्यू नैसर्गिक होता, की अपघातामुळे, की आत्महत्येमुळे, की चक्क खुनामुळे? आणि कायद्याच्या दृष्टीनं प्रत्येक गोष्टीला वेगळे महत्त्व, अर्थ आणि संदर्भ असतात. कधी कधी ही सगळी माहिती मिळायला कित्येक आठवडे लागायचे. आणि सगळी माहिती हाती आली, की लॉरीला मृत्यूचं 'कारण' आणि 'पद्धत' याबद्दल काय तो निर्णय घ्यावा लागायचा – यात पुराव्यांचाही विचार करायला लागायचा. याचाच अर्थ असा, की तिला आपण केलेल्या निर्णयाची किमान एकावन्न टक्के खात्री असणं आवश्यक होतं. अर्थात, जवळजवळ सगळ्याच केसेस इतक्या सरळ आणि साध्या असत, की तिला या केसेसमधल्या आपल्या निर्णयाबद्दल जवळजवळ शंभर टक्के खात्री असे.

लॉरीनं खिशातून डॉक्टर मॅकगिलिनचा फोन नंबर लिहिलेला कागद काढून टेबलावर ठेवला. त्यांना फोन करायला खरं तर तिचं मन घेत नव्हतं, पण दिलेला शब्द तर पाळणं आवश्यक होतं. मुख्य अडचण अशी होती, की कुठल्याही प्रकारची वादावादी किंवा बोलाचाली करण्याचं कसब किंवा ती मनोवृत्तीच लॉरीमध्ये नव्हती. शिवाय आपल्या मुलाच्या अकाली मृत्यूचं कोणतंही संयुक्तिक कारण अजूनही समजलेलं नाही म्हटल्यावर तो वयोवृध्द माणूस आणखी निराश होणार हे ही उघड होतं.

दोन्ही कोपरं टेबलावर टेकवून त्या कागदाकडे बघत लॉरीनं कपाळावरून हात फिरवला. आता ही बातमी जरा सौम्य करून कशी सांगता येईल, असा ती विचार करू लागली. क्षणभर तिला असंही वाटून गेलं, की हे प्रकरण सरळ पब्लिक रिलेशन्सला देऊन मोकळं व्हावं – खरं तर तेच तिनं करणं अपेक्षित होतं – पण तिनं लगेचच हा विचार मनातून काढून टाकला. आपणच जर त्यांना फोन करायचं आश्वासन दिलंय, तर आपणच फोन नको करायला? विचार करता करता 'सीन' या नावावरून अचानक तिला आपल्या कॉलेजमधल्या बॉयफ्रेंडची आठवण झाली.

त्याचं नाव होतं सीन मॅकेंझी. वेस्लीयन युनिव्हर्सिटीत शिकणारा हा रंगीबेरंगी पोरगा लॉरीच्या बंडखोर स्वभावाला भलताच भावलेला होता. तो अगदीच उडाणटप्पू जरी नव्हता, तरीपण त्याचं वागणं-बोलणं जरा अतिरेकीच होतं. प्रचंड वेगानं मोटरसायकलवरून भटकणं, कलांची आवड – आवड कसली, वेडच होतं ते, बेदरकार वर्तन आणि माफक प्रमाणात मादक पदार्थांचं सेवन. त्या वयात त्याच्या या सगळ्याच गोष्टींचा लॉरीला भयंकर मोह पडलेला होता आणि त्यामुळे तिचे आईवडिलही वैतागून गेले होते. आईवडील वैतागल्यामुळे तर लॉरी त्याच्याकडे आणखीच खेचली गेली होती. पण त्या दोघांमधली जवळीक कायम आज आहे तर उद्या नाही, अशाच स्वरूपाची राहिली होती आणि अखेर ओसीएमईतली ही नोकरी पत्करण्याआधी थोडेच दिवस लॉरीनं हे संबंध तोडले होते. आता जॅकबरोबरच्या संबंधांच्या बाबतीत प्रश्नचिन्ह निर्माण झालेलं होतं, त्यामुळे सीन मॅकेंझीला फोन

करावा असा एक अंधुक विचार तिच्या मनात क्षणभरच चमकून गेला, कारण सीन इथेच न्यूयॉर्कमध्ये असतो आणि आता तो एक बऱ्यापैकी यशस्वी चित्रकार झालाय, हे तिला माहीत होतं. पण तिनं तो विचार तिथल्या तिथेच मुळापासून उखडून टाकला. त्या खड्ड्यात पुन्हा, ती ही स्वत: होऊन उडी मारण्याची तिची अजिबात इच्छा नव्हती.

"काय, एवढा कसला विचार करतेयस?"

अचानक आलेल्या प्रश्नानं दचकून लॉरीनं वर पाहिलं. जॅकची सहा फुटी, सणसणीत आकृती दारात उभी होती. फेडेड जीनची पँट, चुरगाळलेला पांढरा शर्ट आणि काळा टाय घातलेला जॅक एकदम उत्साहात, हसतमुख दिसत होता.

"हो, मुद्दाम विचारतोय, कारण तुझे विचार किती मौल्यवान असतात हे मला चांगलं माहिती आहे." आणि तो खोडकर हसला.

लॉरीनं खुर्चीत मागे रेलून बसत आपल्या या मित्राकडे विचारी नजरेनं बघितलं. त्याची ही उगाचच आपण मजेत असल्याचं दाखवण्याची वृत्ती, त्याचं चटकदार बोलणं या गोष्टींची तिला कधी कधी चीड येत असे. आताही तसंच झालं. "म्हणजे आत्ता तुला माझ्याशी बोलायचं सुचलं वाटतं?" तिनं काहीशा दुखावल्या आवाजात विचारलं.

"म्हणजे काय? मी तुझ्याशी बोलत नाहीय असं का वाटलं तुला?"

"ऑटोप्सी रूममध्ये सकाळी आपलं जे थोडंसं बोलणं झालं, ते सोडलं तर तू माझ्याकडे जाणून बुजून दुर्लक्ष केलेलं आहेस."

"दुर्लक्ष केलं?" जॅकनं भुवया उंचावल्या. "तू विसरली असशील, तर परत सांगतो, की आज आपण इथे वेगळे वेगळे आलो – हा निर्णयही अर्थातच तुझा होता. आपण वेगवेगळ्या वेळेला इथे पोचलो आणि त्यानंतर आपण आपापल्या वेगवेगळ्या केसेसवर काम करतोय."

"जवळजवळ रोजच आपण काम करतो आणि जेव्हा जेव्हा आपण एकाच रूममध्ये असतो, तेव्हा तेव्हा आपण काही ना काही बोलतोच. तू तुझी दुसरी केस करत असताना मी तुझ्या टेबलाशी आले होते आणि तुला उद्देशून एक प्रश्नही विचारला होता."

"काय सांगतेस? मला तू दिसलीही नाहीस, किंवा तुझा प्रश्नही ऐकू आला नाही. खरंच सांगतो. स्काऊट्स ऑनर." आणि त्यानं उजव्या हातांची पहिली दोन बोटं उंचावून 'व्ही' ची खूण केली. त्याच्या चेहऱ्यावर पुन्हा तेच खोडकर हास्यही आलं.

लॉरीनं भुवया उंचावत खांदे उडवले. आपला त्याच्या बोलण्यावर मुळीच विश्वास बसलेला नाही, हे तिला मुद्दाम त्याला जाणवून द्यायचं होतं. "असू दे.

ओके, आता मला बरंच काम आहे.'' आणि तिनं फोनकडे हात लांबवला.

''हो, प्रश्नच नाही.'' ही आपल्याला जायला सांगतेय, हिचा आपल्या बोलण्यावर विश्वास बसलेला नाही, हे समजूनही तो जागचा हलला नाही. ''तुझ्या केसेस काय म्हणतायत? काही विशेष?''

लॉरीनं वर पाहिलं, पण जॅककडे पाहिलं नाही. ''एक केस अगदी नेहमीची आणि नीरस होती. आणि दुसरीनं पूर्णपणे निराशा केली.''

''निराशा केली? म्हणजे?''

''एका वयोवृध्द जोडप्याच्या तरुण मुलाला मॅनहटन जनरल हॉस्पिटलमध्ये मृत्यू आला होता. मी त्या जोडप्याला शब्द दिला होता, की तुमच्या मुलाच्या मृत्यूचं कारण मला समजलं, की ते मी तुम्हाला लगेच कळवेन. पण ऑटोप्सीत काहीही सापडलं नाही. आता मला त्यांना सांगावं लागेल, की मायक्रोस्कोपिक तपासणीत काय निघतंय ते कळेपर्यंत आपल्याला थांबावं लागेल. माझी तर निराशा झालीच आहे आणि आता त्यांचीही होणार आहे.''

''हो, जॅनिसनं मला त्या केसबद्दल सांगितलं होतं खरं. पण तुला काही गुठळी वगैरे काहीच सापडलं नाही?''

''छे!''

''आणि त्याचं हृदय?''

लॉरीनं जॅककडे पाहिलं. ''हृदय, फुप्फुसं, सगळ्या मोठ्या रक्तवाहिन्या, सगळं काही अगदी साफ होतं.''

''माझी खात्री आहे, की हृदयाच्या रक्ताभिसरण व्यवस्थेत तुला काही ना काही सापडेल, किंवा मेंदूच्या खालच्या भागात कुठे तरी अगदी सूक्ष्म गुठळ्या असतील. आणि टॉक्सिकॉलॉजीसाठी पुरेसे नमुने घेतलेस का तू? तीही एक शक्यता आहे.''

''हो, घेतले ना. त्याचं ऑपरेशन झालेलं होतं, त्यामुळे त्यानं ॲनेस्थेशिया घेऊन पुरते चोवीस तासही झालेले नाहीत, हेही मी डोक्यात ठेवलं होतं.''

''अरेरे! तुझ्या केसेसनी निराशा केली तर. पण माझ्या केसेस एकदम त्याच्या उलट होत्या. धमाल आली.''

''काही तरीच काय बोलतोयस? धमाल काय आली?''

''खरंच सांगतो. दोन्ही केसेस आम्हाला वाटलं होतं, त्याच्या नेमक्या उलट निघाल्या.''

''म्हणजे?''

''पहिली केस त्या प्रसिध्द मानसतज्ज्ञ बाईची होती.''

''हो, सारा क्रॉम्वेलची.''

''सगळ्यांची कल्पना अशी होती, की तिच्यावर बलात्कार करण्यासाठी केलेल्या

हल्ल्यात तिचा खून झाला.''

''हो, ती सुरी मी पाहिलीय, आठवतंय ना?''

''त्या सुरीनंच सगळ्यांना गोंधळात टाकलं. तिच्या अंगावर दुसरी जखमच नव्हती आणि तिच्यावर बलात्कारही झालेला नव्हता.''

''पण मग ते एवढं रक्त सांडलेलं होतं, ते त्या साध्या, मांडीतल्या जखमेतून बाहेर येणं शक्य तरी आहे का?''

''हो, बरोबर आहे तुझं. ते रक्त तिथून आलेलंच नव्हतं.''

जॅक हसत तिच्याकडे ती आता आणखी काही बोलेल अशा अपेक्षेनं थांबून काही क्षण वाट बघत बसला. पण लॉरी त्याच्याशी खेळण्याच्या मूडमध्येच नव्हती. ''मग ते रक्त कुठून आलं?'' तिनं काहीसं चिडून विचारलं.

''कुठून आलं असेल? तुला काय वाटतं?''

''सरळ सांगून का टाकत नाहीस?''

''मला वाटतं थोडा विचार केलास, तर तुझ्याही लक्षात येईल. ती किती हडकुळी दिसत होती, पाहिलंस ना तू?''

''जॅक, तुला सरळ सांगायचं असलं तर सांग. नाही तर मला तो फोन करायचाय.''

''ते रक्त तिच्या पोटातलं होतं. फार खाल्ल्यामुळे तिचं पोट भयंकर फुगलं, तिचं यकृत आणि अन्ननलिकेचा खालचा भाग चक्क फुटला. तिला निश्चितपणे ब्युलिमिया झालेला होता आणि त्याची तिनं अजिबात पर्वा केली नाही. तेच सगळं तिच्या प्राणावर बेतलं. कमाल आहे की नाही? सगळ्यांची खात्री होती की तिचा खून झालाय आणि शेवटी तो अपघात असल्याचं सिध्द झालं.''

''आणि तिच्या मांडीत घुसलेली ती सुरी?''

''त्या सुरीनंच तर सगळा घोटाळा झाला. ती सुरी तिच्या मांडीत तिच्या हातूनच घुसली होती, पण मुद्दाम नव्हे. अगदी शेवटी जेव्हा तिला रक्ताच्या उलट्या होत होत्या, तेव्हा तिनं ते चीज रेफ्रिजरेटरमध्ये परत ठेवायचा प्रयत्न चालवलेला होता आणि त्या वेळी ती तिच्याच जमिनीवर पडलेल्या रक्तामध्ये घसरून पडली आणि तेव्हा तिच्या हातात असलेली सुरी तिच्या मांडीत घुसली. सगळं कल्पनेच्या पलीकडलं आहे की नाही? तुला सांगतो, ही केस आपल्या गुरुवारच्या कॉन्फरन्समध्ये सांगण्यासारखी आहे.''

लॉरी काही क्षण जॅकच्या स्वत:वरच खूष झालेल्या चेहऱ्याकडे बघत राहिली. त्यानं सांगितलेल्या हकिगतीनं तिच्या मनातही काहीशी खळबळ झालेली होती. तिला एकदम स्वत:ची अवस्था आठवली. भावाच्या मृत्यूनंतर काही काळ तिच्या मनात स्वत:बद्दल, स्वत:च्या लायकीबद्दल एक प्रकारचा गंड निर्माण झालेला होता

आणि त्यावेळी तिला ॲनोरेक्झिया आणि ब्युलिमियाचा थोडा त्रासही झालेला होता. पण ही गोष्ट तिनं कोणालाच सांगितली नव्हती.

''आणि माझ्या उरलेल्या दोन केसेसही तितक्याच चमत्कारिक होत्या. एका जोडप्यानं एकत्रच आत्महत्या केली होती, आठवतंय ना?''

''हो.'' लॉरी पुटपुटली. ती अजूनही आपल्याला झालेल्या क्षुधा-अभाव आणि क्षुधातिशयाचाच विचार करत होती.

''या वेळी मात्र फाँटवर्थला शंभर मार्क द्यायला पाहिजेत.'' जॅकनं म्हटलं. कधी नव्हे ते त्यानं काल अत्यंत व्यवस्थित, मन लावून केलं. त्या आत्महत्या केलेल्या जोडप्याच्या मृतदेहांबरोबर त्याला त्या गाडीच्या पुढच्या सीटवर एक चांगला जड, मॅग-लाईटचा टॉर्च सापडला आणि विशेष म्हणजे तो टॉर्च तो त्या प्रेतांबरोबर घेऊनही आला. ड्रायव्हरच्या बाजूचं दार अर्धवट उघडं होतं, हेही त्याच्या लक्षात आलं.

''त्या टॉर्चचं काय म्हणत होतास तू?''

''सांगतो ना. पहिलं म्हणजे, त्या दोघांच्या प्रेतांजवळ आत्महत्येची फक्त एकच चिठ्ठी होती, ही गोष्ट मला जरा खटकलेली होती. बहुतेक वेळा अशा दोन वेगवेगळ्या चिठ्ठ्या असतात, किंवा एकच चिठ्ठी दोघांनी मिळून लिहिलेली असते. आणि ते योग्यही आहे, कारण दोघंही एकदमच आत्महत्या करत असतात. चिठ्ठी बाईनं लिहिलेली दिसत होती, म्हणून मी तिच्या प्रेताची ऑटोप्सी आधी करायचं ठरवलं. विषानं किंवा विषारी वायूनं तिला मृत्यू आल्याच्या खुणा आपल्याला दिसतील अशी माझी अपेक्षा होती. त्यामुळे प्रत्यक्ष शरीराच्या अवयवांच्या उत्तरीय तपासणीत मला काही सापडेल असं वाटलं नव्हतं, पण तशी एक गोष्ट मला सापडली. तिच्या कपाळावर, केस जिथून सुरू होत होते, तिथून अगदी थोडंस आत मला एक खोक दिसली आणि तिचा आकार चंद्रकोरीसारखा वळणदार होता.''

जॅक थांबला. त्याच्या चेहऱ्यावर स्मित पसरलेलं होतं.

''म्हणजे ती खोक आणि त्या टॉर्चचा आकार एकमेकाशी जुळत होते की काय?''

''अगदी बरोबर! एकंदरीत असं दिसतंय की हा सारा तिच्या नवऱ्याचा बनाव होता. त्यानंच आत्महत्येचा आभास निर्माण केला होता आणि त्यानंच बहुधा ती चिठ्ठीही लिहिली होती. त्यानं त्याच्या बायकोला बहुधा त्या टॉर्चचा फटका मारून बेशुध्द केलं, तिला गाडीच्या पुढच्या सीटवर आणून टाकलं, गाडीचं इंजिन सुरू केलं आणि तो बहुतेक गाडीत कार्बन मोनॉक्साईड भरून ती मरण्याची वाट बघत घरात जाऊन थांबला. पुरेसा वेळ गेल्यावर परत गाडीत येऊन त्यानं बायको मेल्याची खात्री करून घेतली. पण कार्बन मोनॉक्साईडचा परिणाम किती झपाट्यानं होतो, हे

त्याला माहीत नसणार. कारण दार उघडून बाहेर पडायच्या आतच तोही गाडीतच बेशुध्द पडला आणि मग मेला.''

"माय गॉड!''

"आहे की नाही कमाल? म्हणजे जी केस दुहेरी आत्महत्येची होती अशी सगळ्यांची खात्री होती, त्या केसमध्ये बायकोचा खून आणि नवऱ्याचा अपघात, असं झालं. या फोरेन्सिक पॅथॉलॉजीत कशातून काय बाहेर पडेल, सांगता येत नाही.''

लॉरीनं मान डोलावली. मादक द्रव्यांच्या अतिसेवनामुळे मृत्यू आलेल्या एलरॉयची केस सुरू करण्याआधी तिच्या मनातही नेमके हेच विचार आले होते.

"ती जी पोलिसांची केस आहे ना, त्यातही अपेक्षेपेक्षा भलतंच काही तरी निष्पन्न होऊ बघतंय.''

"म्हणजे?''

"त्यामध्ये सगळ्यांचा समज असा आहे, की पोलिसांच्या गोळीबारात तो माणूस बळी पडला आणि त्याला मारण्यामागे चांगली सबळ कारणंही होती. शिवाय आपण त्याच्यावर बऱ्याच गोळ्या झाडल्या असं पोलिसही कबूल करतात. पण आत्ता केल्व्हिननं मला सांगितलं, की त्या माणसानं आत्महत्या केली असल्याची एव्हाना जवळजवळ खात्री झालीय. पोलिसांची एकही गोळी त्याला लागण्याआधी त्यानं स्वत:च छातीत गोळी मारून घेतली होती, असं त्यांनी शोधून काढलंय. ती गोळी त्याच्या हृदयातून आरपार गेली आणि त्यामुळेच त्याचा मृत्यू झाला.''

"माय गॉड! पण निदान आता त्या लोकांचा राग तरी शांत होईल.''

"खरंय.'' जॅकनं म्हटलं. "थोडक्यात काय, तर आजची माझी सकाळ ही सगळी अशीच गेली. आजच्या बऱ्याच केसेसमध्ये अपेक्षा होती एक आणि निष्पन्न झालं भलतंच, अशीच परिस्थिती होती. एनी वे, तू लंचला येणार आहेस का खाली?''

"कोण जाणे. अजून मला फारशी भूक लागलेली नाही. शिवाय बरंच कामही बाकी आहे.''

"ओके. खाली आलीस तर आपण तिथे भेटू. नाही तर परत कधी तरी भेटू.''

लॉरीनं हात हलवून त्याला निरोप दिला आणि पुन्हा टेबलावरच्या डॉक्टर मॅकगिलिनच्या फोन नंबरच्या कागदाकडे बघितलं. पण एकीकडे तिचं मन विचार करत होतं. फोरेन्सिक पॅथॉलॉजी आश्चर्याचे धक्के देते हे खरंच आहे. मग या सीन मॅकगिलिनच्या केसमध्ये याचा काही संबंध असेल का? त्याच्या मृत्यूचं कारण एखादी रक्ताची किंवा चरबीची गुठळी, किंवा अगदी एखादा जन्मजात दोषही असेल, अशी आपली अपेक्षा होती. अजून पर्यंत तरी यातलं काहीच सापडलेलं

नाही, त्यामुळे कदाचित त्याचा मृत्यू नैसर्गिक कारणांनी झालेलाही नसेल. मग ॲनेस्थेशियाच्या बाबतीत बऱ्याच उशिरानं निर्माण झालेल्या एखाद्या अनपेक्षित दोषामुळे त्याला मृत्यू आला असेल का? अपघातानं? पण जॅक म्हणतो तसं त्याच्या मृत्यूचं कारण भलतंच काही तरी असलं, तर मात्र त्याचा खून झाला, हा एकच पर्याय बाकी उरतो.

लॉरी विचार करत होती. सारा क्रॉम्वेलचा मृत्यू अपघाती होता हे कुणी आपल्याला आधी सांगितलं असतं तर आपण थोड्याच वेळापूर्वीसुध्दा त्याला वेड्यात काढलं असतं आणि अखेर तेच कारण निघालं. सीनच्या केसमध्ये आपल्याला काहीच न सापडल्यामुळे या केसनं आधीच आपल्याला आश्चर्याचा धक्का दिलाय. मग ही केस आणखी एक धक्का देणार नाही कशावरून? हे अशक्यप्राय वाटतंय, पण हे अगदीच अशक्यही नाहीये, हेही तितकंच खरं.

चार

डॉक्टर मॅकगिलिनला फोन केला की ते खूप नाराज होतील, कदाचित वादावादीही करतील अशी लॉरीला भीती वाटत होती, पण प्रत्यक्षात तसं काहीच झालं नाही. ऑटोप्सीमध्ये सीनच्या मृत्यूचं काहीही कारण समजलं नाही, हे त्यांनी कमालीच्या शांतपणे आणि समजूतदारपणे ऐकून घेतलं होतं – जणू काही आपला मुलगा खरोखरच निरोगी आणि निर्व्यसनी होता, या त्यांच्या सांगण्यावर शिक्कामोर्तब झाल्यासारखं.

आपण त्यांना सीनच्या मृत्यूचं कारण नक्की कळवण्याचा जो शब्द दिला होता, तो न पाळल्याबद्दल ते चिडून काही तरी बोलतील, किंवा निदान काहीच न बोलून आपली नाराजी व्यक्त करतील, याच अपेक्षेनं तिनं त्यांना फोन केला होता, पण त्यांनी ज्या समजूतदारपणे तिचं बोलणं ऐकून घेतलं होतं, त्यामुळे त्यांच्याबद्दलची तिच्या मनातली आदरयुक्त ममत्वाची भावना आणखीच दृढ झाली. उलटपक्षी, आपल्या वतीनं आपल्या मुलाची काळजी घेतल्याबद्दल आणि ज्या वेळी आपल्याला सहानुभूतीची गरज होती त्यावेळी तिचा अमूल्य वेळ तिनं आपल्यासाठी खर्च केल्याबद्दल त्यांनी तिचे आभारच मानले होते. या सहृदय, वयोवृध्द जोडप्याला मदत करण्यासाठी नियम वाकवण्याची तिची आधी जी तयारी होती, तिचं आता निश्चयात रूपांतर झालं.

पिनांनी वेगवेगळी पत्रं आणि कागद लावलेल्या समोरच्या नोटीस बोर्डकडे बघत लॉरी विचार करत होती. उत्तरीय तपासणीची एकूणच प्रक्रिया या केसमध्ये कशी आणखी गतिमान करता येईल, असा ती विचार करत होती, पण शेवटी तिचेही हात बांधलेले होते. सगळ्याच गोष्टी काही तिच्या हातात नव्हत्या. आता मॉरीन आणि

पीटर जे काही निष्कर्ष काढतील त्यांची वाट बघणं आणि निदान त्यातून तरी काही हाती लागेल अशी आशा करणं, एवढंच ती करू शकत होती.

घड्याळाचा काटा भराभर पुढे सरकत होता. रेवा आत आली आणि लॉरीला 'हॅलो' करून हातातल्या फाईली टेबलावर टाकून जागेवर बसली. लॉरीनं तिकडे न बघताच तिला 'हॅलो' म्हटलं. एव्हाना लॉरीचं मन जॅकचा आणि त्याच्या त्या चीड आणणाऱ्या आनंदी बडबडीचा विचार करत होतं आणि आपल्या दोघांच्या संबंधांच्या संदर्भात त्याचा अर्थ लावू बघत होतं. आपण बाहेर पडल्याचं दुःख होण्याऐवजी जॅकला उलट आनंदच झालाय, अशी तिची हळूहळू खात्री होत चाललेली होती.

विचारांचं चक्र पुन्हा एकदा फिरलं आणि जॅकवरून तिला त्याचं मघाचं, फोरेन्सिक पॅथॉलॉजी अनेकदा मृत्यूची अगदीच अनपेक्षित कारणं उजेडात आणत असल्याचं बोलणं आठवलं आणि पुन्हा एकदा तिचं मन सीन मॅकगिलिनच्या केसच्या विचारात गढून गेलं. सीनच्या मृत्यूचं कारण खून हे असू शकेल का, असा विचार करत असतानाच तिला पूर्वी हॉस्पिटल्समध्ये घडलेली खुनांच्या सत्रांची उदाहरणं आठवली. अगदी अलीकडेच घडलेलं एक हॉस्पिटलमधलं खूनसत्र तर कित्येक महिने उघडकीला आलं नव्हतं. अर्थात, त्या खूनसत्रात बळी पडलेले सगळेच पेशंट खूप वयस्कर होते, वर्षानुवर्षं आजारी होते. त्यातला एकही माणूस असा सीनसारखा तरुण आणि निरोगी नव्हता, हे जरी खरं असलं तरी ही शक्यता अगदीच नाकारण्यासारखी नाही, हे तिला पटलं. त्या खुनांच्या सत्रामागचा उद्देश अत्यंत घृणास्पद, नीच जरी असला, तरी तो अगदीच कल्पनेच्या पलीकडचा होता असंही नव्हे.

पण ही खुनाची शक्यता अगदीच कमी आहे आणि त्यावर फार विचार करायचं कारण नाही, अशी लॉरीची खात्री होती. शिवाय त्याचा मृत्यू इन्शुलिन किंवा डायगॉक्सिन किंवा अशाच कुठल्यातरी उपकारक, पण अतिरिक्त उपयोग केला तर प्राणही सहज घेऊ शकणाऱ्या औषधाचा अवाजवी वापर करून झाला असेल, तर ही गोष्ट पीटरच्या टॉक्सिकॉलॉजीच्या तपासणीत निष्पन्न होणार, हे उघड होतं. पूर्वीच्या हॉस्पिटल्समध्ये झालेल्या खुनांच्या बाबतीत हेच घडलेलं होतं. शेवटी टॉक्सिकॉलॉजीच्या तपासणीचा हाच तर उपयोग असतो. सीनचा मृत्यू एक तर नैसर्गिक, किंवा अपघाती कारणामुळेच झालेला असावा, अशी तिची अजूनही धारणा होती. आणि तरीही, मायक्रोस्कोपिक किंवा टॉक्सिकॉलॉजीच्या तपासणीतही काही नाहीच निघालं, तर त्याला आपला तरी काय इलाज? आणि ऑटोप्सीत काहीच निघालेलं नसल्यामुळे ही शक्यताही नजरेआड करता येणार नाही. पण आजवरचा आपला अनुभव हेच सांगतो, की अगदी सीनसारख्या तरुण, संपूर्णपणे निरोगी माणसाच्या बाबतीतसुध्दा काहीही पॅथॉलॉजी सापडत नाही, असं फार क्वचित घडतं.

तरीही मृत्यूचं 'कारण' आणि 'पद्धत' यांचा निर्णय करण्याचं काम लॉरीचंच होतं. आणि कुठल्याच तपासणीत काहीच सापडलं नाही, अशा परिस्थितीचा सामना करायचा, तर तिला जास्तीत जास्त माहिती हाताशी असणं अत्यावश्यक होतं. मायक्रोस्कोपिक आणि टॉक्सिकॉलॉजीच्या तपासण्यांचे रिपोर्ट येईपर्यंत नुसतीच वाट बघण्यापेक्षा तिनं स्वत:च आणखी माहिती गोळा करण्याचं ठरवलं आणि खालच्या मजल्यावरच्या फोरेन्सिक इन्व्हेस्टिगेटरच्या ऑफिसला फोन केला. दुसऱ्याच रिंगला बार्ट आर्नोल्डनं फोन उचलला.

"मी सकाळी सीन मॅकगिलिन नावाच्या माणसाचं पोस्टमॉर्टेम केलं होतं." लॉरीनं म्हटलं. "तो मॅनहटन जनरल हॉस्पिटलमध्ये ॲडमिट होता आणि तिथेच त्याचा मृत्यू झाला. मला त्याच्या हॉस्पिटलमधल्या नोंदींचा चार्ट हवाय."

"हो, मला माहितेय ती केस." बार्टनं म्हटलं. "पण तुला हवं असलेलं काही आमच्याकडून मिळालेलं नाहीये का?"

"तुमचा रिपोर्ट मिळालाय आणि तो बरोबर आहे. खरं सांगायचं, बार्ट, तर मी जरा चाचपणी करून बघतेय. पोस्टमॉर्टेममध्ये काहीच सापडलं नाही, त्यामुळे आता मला मिळेल तिथून जास्तीत जास्त माहिती काढावी लागेल. आणि ही केस मला ठरलेल्या वेळेतच पूर्ण करावी लागणार आहे."

"ओके. मी ताबडतोब तो चार्ट मागवून घेतो."

"थँक्स, बार्ट."

आणखी काय करता येईल, काय माहिती मिळवावी, असा विचार करत लॉरीनं फोन बंद केला.

"काय झालं?" एवढा वेळ त्यांचं बोलणं ऐकत असलेल्या रेवानं विचारलं. "तू खूप थकलीयस हे मला माहीत होतं आणि त्यामुळे माझ्या मते मी तुला अगदी सरळ आणि सोप्या केसेसच दिल्या होत्या."

"अगं, पण यात तुझा काहीच दोष नाही, रेवा. मीच बहुतेक काही तरी प्रॉब्लेम उकरून काढतेय. कदाचित माझ्या स्वत:बद्दल किंवा माझ्या सोशल लाईफबद्दल विचार करण्याइतका मोकळेपणा मला मिळू नये, म्हणूनही असेल. कोण जाणे."

"कुणाशी काही बोलावं अशी तुझी इच्छा आहे का? तुला कुणाशी तरी बोलावंसं वाटतंय का?"

"माझ्या सोशल लाईफबद्दल?"

"नाही, आज सकाळी तू आणि जॅकमध्ये जे काही झालं त्याबद्दल."

"खरं तर नाही." लॉरीनं जणू हातानं एखादी माशी उडवल्यासारखं करत म्हटलं. "आतापर्यंत आपण दोघी या विषयावर अगदी ओकारी येईपर्यंत जे काही बोललोय ना त्यापेक्षा वेगळं असं सांगण्यासारखं काहीही नाही. सत्य परिस्थिती

थोडक्यात सांगायची तर अशी आहे, की यापुढे मला हे नुसतेच चालत असलेले संबंध जॅकबरोबर ठेवायची मुळीच इच्छा नाही. गेली दोन वर्षं मी स्वत:ला समजावत आलेय. मला लग्न करायचंय, मला नवरा हवाय, मुलं हवीयत इतकं सरळ आणि साधं आहे हे. या माझ्या अपेक्षांमध्ये काहीही अवाजवी आहे असं मला वाटत नाही. आणि त्यासाठी मी आज जॅकच्या घरातून सूटकेस घेऊन बाहेर पडलेय. आणि मला चीड कशाची येते सांगू का, हा जॅक जे काहीच न घडल्यासारखा आनंदी वागतोय ना, त्याची चीड येते मला.''

"हो, ते लक्षात आलंय माझ्या.'' रेवानं म्हटलं. "मला वाटतं तो उगाचच काही घडलंच नसल्यासारखं दाखवतोय.''

"कोण जाणे.'' लॉरीनं म्हटलं आणि ती विषादानं हसली. "ते जाऊ दे. मी तुला त्या मॅकगिलिनच्या केसबद्दल सांगते आधी.'' आणि तिनं ती सगळी हकिगत रेवाला सांगितली. सीनच्या आईवडिलांशी झालेलं आणि नंतर थोड्याच वेळापूर्वी जॅकबरोबर झालेलं बोलणंही तिनं सांगितलं.

"छे! खून वगैरे काही झालेला नसणार.'' रेवानं ठामपणे म्हटलं.

"हो, माझीही तशी खात्री आहे.'' लॉरीनं मान डोलावत म्हटलं. "या क्षणी तरी मी त्याच्या आईवडिलांना दिलेला शब्द पाळू शकत नसल्याचंच दु:ख मला जास्त होतंय. ऑटोप्सीत आपल्याला नक्की काही तरी सापडेल अशी माझी पक्की खात्री होती. आणि आता मात्र मला मॉरीन आणि पीटर, दोघांच्याही रिपोर्टची वाट बघत बसावं लागणार. याचा फार त्रास होतोय मला.''

"पण माझं मत असं, की मायक्रोस्कोपिक तपासणीच खरी महत्त्वाची ठरेल असं जॅक जे म्हणाला, ते बरोबर आहे. माझ्या मते तुला जी पॅथॉलॉजी सापडण्याची अपेक्षा आहे, ती तुला सीनच्या हृदयातच सापडेल. कारण त्याच्या वडिलांचंही एलडीएच कोलेस्टेरॉल भरपूर आहे, शिवाय त्यांना हृदयविकारही आहे.''

लॉरीनं मान डोलावली, पण तेवढ्यात तिच्या टेबलावरचा फोन वाजला. वळून तिनं पटकन रिसीव्हर उचलून कानाला लावला. आपल्या एखाद्या केसबद्दल कोणी तरी काही माहिती सांगत असेल, अशी तिची अपेक्षा होती. तिला येणारे बरेचसे फोन याच स्वरूपाचे असत. पण पलीकडचा आवाज ऐकल्याबरोबर तिच्या भुवया आश्चर्यानं उंचावल्या. फोनवर चटकन हात ठेवत तिनं रेवाला हळूच म्हटलं, "माझे डॅडी बोलतायत!''

रेवालाही तिच्याइतकाच आश्चर्याचा धक्का बसल्याचं तिच्या चेहऱ्यावर स्पष्ट दिसत होतं. चटकन हातवारे करत तिनं लॉरीला "बोल, बोल!'' अशी खूण केली. इथे ऑफिसमध्ये फक्त लॉरीची आईच फोन करत असे. बाहेरही तिचे डॅडी कधी चुकूनही तिला फोन करत नसत.

"कामाच्या वेळी तुला फोन करतोय, आय ॲम सॉरी." डॉक्टर शेल्डन मॉंटगोमेरींनी आपल्या दमदार, खास इंग्लिश आवाजात म्हटलं. खरं म्हणजे ते ग्रेट ब्रिटनमध्ये कधीही राहिलेले नव्हते.

"तसं काही नाही, तुम्ही मला कसलाही त्रास देत नाही आहात. मी इथे नुसतीच माझ्या टेबलावर बसलेय." लॉरीनं म्हटलं. तुम्ही फोन का केलात असं ती थेट विचारू शकत नव्हती, कारण ते फारच तुटक वाटलं असतं. पण डॅडींनी फोन करण्यामागचं कारण जाणून घेण्याची प्रचंड उत्सुकता मात्र तिला मनातून वाटत होती. त्यांच्यातले संबंध काही विशेष जवळचे वगैरे नव्हते. सतत स्वत:ला कामात बुडवून घेतलेले, व्यवसायानं नामांकित कार्डिॲक सर्जन असलेले तिचे वडील भावनिकदृष्ट्या तिच्यापासून कायमच दूर होते. त्यांच्या भेटीही लहानपणापासूनच फारशा कधी होत नसत. कामात ते अत्यंत निष्णात होते, अत्यंत शिस्तप्रिय होते आणि इतरांकडूनही त्यांची तीच अपेक्षा होती. लॉरीनं लहानपणापासून ही कोंडी फोडायचे पुष्कळ प्रयत्न केले होते, मर्यादेच्या पलीकडे जाऊन शाळेत अभ्यासात आणि इतर क्षेत्रांमध्ये चमकण्याचे प्रयत्न करून त्या मार्गानं तरी त्यांचं प्रेम मिळवता येईल अशी आशा केली होती. पण त्यात तिला अपयशच आलं. त्यातच तिच्या भावाच्या अपमृत्यूचा तो प्रसंग झाला होता. त्याचं संपूर्ण खापर तिच्या डॅडींनी तिच्यावरच फोडलं होतं. त्यामुळे त्यांच्यातला दुरावा आणखीच वाढला होता.

"या क्षणी मी हॉस्पिटलमधून बोलतोय." जणू हवापाण्याच्या गप्पा करत असल्यासारख्या निर्विकारपणे तिचे डॅडी बोलले. "मी इथे तुझ्या मम्मीबरोबर आहे."

"मम्मी? ती काय करतेय तिथे?" लॉरीनं विचारलं. कारण डॅडी हॉस्पिटलमध्ये असणं यात विशेष काहीच नव्हतं. आता त्यांनी वयाची ऐंशी वर्षं पार केल्यामुळे प्रॅक्टिस सोडलेली होती, पण तरी ते वरचेवर हॉस्पिटलमध्ये जायचे. तिथे ते काय करायचे हे तिला माहीत नव्हतं. पण तिची आई मात्र हॉस्पिटलसाठी पैसा उभारण्याच्या कामात सक्रिय असूनही कधी हॉस्पिटलमध्ये जात नसे. मम्मी हॉस्पिटलमध्ये गेल्याचं लॉरीला शेवटचं आठवत होतं, ते पंधरा वर्षांपूर्वी, चेहरा सुधारण्याच्या दुसऱ्या ऑपरेशनच्या वेळी. आणि तेव्हा सुध्दा लॉरीला ही गोष्ट नंतर कळली होती.

"आज सकाळी तिचं ऑपरेशन झालं." डॅडींनी म्हटलं. "आणि आता ती एकदम ठीक आहे."

लॉरी एकदम ताठ बसली. "काय, मम्मीचं ऑपरेशन? काय झालं तिला? काही इमर्जन्सी?"

"नाही, आधी ठरवूनच झालं ऑपरेशन. तुझ्या मम्मीचं स्तनाच्या कॅन्सरचं, मॅस्टेक्टमीचं ऑपरेशन झालं."

"माय गॉड!" लॉरीनं कसंबसं म्हटलं. "मला हे माहीतच नव्हतं. परवा

शनिवारीच मी बोलले तिच्याशी. तिनं ऑपरेशन किंवा कॅन्सरबद्दल एक शब्दही काढला नाही त्यावेळी.''

''तू काय आज ओळखतेस का तुझ्या मम्मीला? त्रासदायक गोष्टींकडे ती कसं दुर्लक्ष करते, हे तुलाही माहितेय. आणि या ऑपरेशनबद्दल कळवून तुला उगाचच चिंतेत पाडायचं नाही, हे तर तिनं मला बजावूनच सांगितलं होतं.''

लॉरीनं अविश्वासानं रेवाकडे पाहिलं. त्यांची टेबलं अगदी एकमेकांजवळ असल्यामुळे रेवाला दोन्हीकडचं बोलणं स्पष्ट ऐकू येत होतं. तिनंही अविश्वासानं डोकं हलवलं.

''कुठल्या अवस्थेत होता तिचा कॅन्सर?'' लॉरीनं विचारलं.

''अगदी सुरुवात होती. बाहेर कुठे वाढलेला दिसत नव्हता.'' डॅडींनी सांगितलं. ''काळजी करू नकोस, सगळं काही ठीक आहे. तिला अजून पुढचे उपचार घ्यावे लागतील, पण ती पूर्णपणे सुधारेल.''

''आणि तिची तब्येत चांगली आहे म्हणता?''

''उत्तम आहे. एवढ्यातच तिनं थोडं खाल्लंय आणि आता ती जवळजवळ पहिल्यासारखीच झालीय – कटकट करणारी.''

''तिच्याशी बोलायला मिळेल का मला?''

''ते मात्र अवघड आहे. कारण असं, की मी तिच्या रूममधून बोलत नाहीये. मी इथल्या नर्सेसच्या स्टेशनवरून बोलतोय. मी असा विचार करत होतो, की आज दुपारी तू इथे आलीस तर बरं होईल. याच्याशी संबंधित आणखी एका गोष्टीबद्दल तुझ्याशी जरा बोलायचंय.''

''हो, नक्की येईन मी.'' आणि लॉरीनं फोन ठेवून रेवाकडे वळून बघितलं.

''तुला खरंच कल्पना नव्हती?'' रेवानं विचारलं.

''नाही ना. अजिबातच नव्हती. आता याच्यावर मी चिडावं, का रडावं तेच कळत नाहीये मला. पण अत्यंत लाजिरवाणी गोष्ट आहे. काय पण फॅमिली आहे आमची! विश्वासच बसत नाही. जवळजवळ त्रेचाळीस वय आहे माझं, मी स्वत: एक डॉक्टर आहे आणि तरीही माझी आई मात्र आजारपणाच्या बाबतीत मी एखादी छोटी मुलगी असल्यासारखी वागते माझ्याशी. तिला म्हणे मला विनाकारण चिंतेत टाकायचं नव्हतं. वा!''

''आमची फॅमिली म्हणजे याच्या विरुध्द टोक आहे. प्रत्येकाला प्रत्येकाची प्रत्येक गोष्ट माहीत असते आमच्याकडे. पण हेही योग्य आहे असं मी म्हणत नाही. याच्या मध्ये कुठे तरी असायला हवं.''

लॉरीनं उठून एक आळस दिला आणि लगेचच तिला क्षणभर चक्कर आल्यासारखं झालं. बऱ्याच वेळानंतर खाली बसल्यामुळे तिच्या थकव्यानं दुप्पट जोरानं तिच्यावर

आक्रमण केलेलं होतं. तिनं दारामागे अडकवलेला कोट काढून घेतला. रेवाच्या आणि आपल्या कुटुंबांमधल्या फरकाचा विचार करता करता तिला जाणवून गेलं, की आपल्यापेक्षा रेवाचं कुटुंब कधीही जास्त चांगलं, पण तिच्यासारखं घरी राहणं मात्र आपल्याला जमणार नाही. त्या दोघी जवळजवळ एकाच वयाच्या होत्या.

"तुला काही फोन आले, तर घ्यायचे का मी?" रेवानं विचारलं.

"हो, प्लीज घे. विशेषत: मॉरीन किंवा पीटरचा फोन आला तर जरूर घे. आणि काही निरोप असतील तर माझ्या नोटीस बोर्डवर लावून ठेव." तिनं निरोप लिहिण्याच्या खास छापील चिठ्ठ्यांचा एक गठ्ठा काढून टेबलावर ठेवला. "मला परत इथे यावंच लागेल, त्यामुळे माझी सूटकेस मी इथेच ठेवून जाते."

कॉरिडॉरमधून जाता जाता तिच्या मनात विचार आला, की जॅकच्या ऑफिसात डोकावून त्याला मम्मीबद्दल सांगावं, पण तिनं तो विचार रद्द केला. तो नक्कीच सहानुभूतीनं वागेल, सहृदयपणे सगळं ऐकेल हे तिला माहीत होतं, पण त्याची बडबड आणखी सहन करण्याची तिची बिलकूल इच्छा नव्हती.

पहिल्या मजल्यावर येऊन लॉरी क्षणभरासाठी ॲडमिनिस्ट्रेटिव्ह ऑफिसात डोकावली. केल्व्हिनच्या ऑफिसचं दार अर्धवट उघडं होतं आणि त्याच्या दोन्ही सेक्रेटरींचंही तिच्याकडे लक्ष नव्हतं. त्याचा फायदा घेऊन सरळ त्याच्या दारावर टकटक करून ती आत घुसली. काही तरी लिहिण्यात गर्क असलेल्या केल्व्हिननं मान वर करून आपले काळेभोर, तेजस्वी डोळे तिच्यावर रोखले. नेहमीच्याच साईजचं पेन त्याच्या त्या प्रचंड हातात खेळण्यातल्या पेन्सिली सारखं दिसत होतं. कायम नियमांना घट्ट चिकटून राहाणारा, पण आपल्या स्वार्थासाठी मात्र चलाखीनं नियम हवे तसे वाकवणारा हा माणूस होता आणि या विसंगतीमुळे पूर्वी कधी कधी लॉरीचे त्याच्याशी खटके उडाले होते. मेडिकल एक्झॅमिनरच्या कामातला हा राजकीय पैलू, ही या नोकरीतली लॉरीला न आवडणारी एकमेव गोष्ट होती.

आपण मम्मीला भेटायला जाण्यासाठी जरा लवकर निघत असल्याचं लॉरीनं त्याला सांगितलं. केल्व्हिननं फक्त हातानं खूण करून तिला जायला सांगितलं. त्याच्या परवानगीची तिला गरज होती असं नव्हे, पण हल्ली ती निदान वैयक्तिक पातळीवर तरी या गोष्टींकडे जरा लक्ष देत होती.

बाहेर सकाळपासून पडणारा पाऊस एकदाचा थांबला होता, त्यामुळे हात करून टॅक्सी थांबवण्यात तिला काहीच अडचण आली नाही. अर्ध्या तासानं ती युनिव्हर्सिटी हॉस्पिटलच्या दारात उतरली. प्रवासात ती सारखा विचार करत होती, की डॅडींना मम्मीच्या आजाराशी संबंधित असं काय विशेष बोलायचं असेल? कारण त्यांचं बोलणं तसं अर्धवटच होतं. त्यामुळे तिची अशी कल्पना झाली, की कदाचित मम्मीच्या नेहमीच्या हालचालींवर काही मर्यादा पडणार असाव्यात आणि त्याबद्दलच

डॅडींना आपल्याशी बोलायचं असेल.

हॉस्पिटलमध्ये रुग्णांना भेटण्याची वेळ सुरू होती, त्यामुळे लॉबीत बरीच गडबड होती. मम्मीच्या रूमचा नंबर डॅडींना विचारायला लॉरी विसरून गेली होती, त्यामुळे तो नंबर मिळवायला तिला रांगेत उभं राहाणं भाग होतं. स्वत:वर चरफडत ती उभी राहिली, पण तिला फार वेळ वाट बघावी लागली नाही. नंबर मिळाल्यावर ती चटकन योग्य त्या मजल्यावर आली आणि नर्सेसच्या गजबजलेल्या स्टेशनजवळून चालत सरळ 'व्हीआयपी विंग'मध्ये शिरली. इथे मात्र वातावरण वेगळं होतं. कॉरिडॉरमध्ये सुंदर कार्पेट होतं, भिंतींवर सुंदर चित्रं लावलेली होती. बऱ्याचशा खोल्यांची दारं अर्धवट उघडीच होती.

तिच्या मम्मीच्या खोलीचं दारही अर्धवट उघडं होतं. लॉरी सरळ आत शिरली. तिची मम्मी नेहमीसारख्याच दिसणाऱ्या, खास हॉस्पिटलच्या एका बेडवर होती आणि तिच्या डाव्या हातात एक आयव्हीची ट्यूब होती. वरच्या बाटलीतून संथपणे औषधाचे थेंब जात होते. तिच्या अंगावर मात्र हॉस्पिटलच्या खास ड्रेस ऐवजी सिल्कचा गुलाबी अंगरखा होता. पाठीमागे लावलेल्या गुबगुबीत उश्यांना टेकून ती बसलेली होती. नेहमी मोकळा सोडलेला तिचा पिकलेला केशसंभार आज खाली घट्ट बांधलेला होता. मेकअप नसलेला तिचा चेहरा करड्या रंगाचा दिसत होता, चेहऱ्यावरची त्वचा नेहमीपेक्षा घट्ट ताणून बसवल्यासारखी दिसत होती आणि डोळे काहीसे खोल गेलेले होते. मूळची लहान चणीची असलेली मम्मी आज आणखीच छोटी आणि नाजूक वाटत होती. आठवड्याभरापूर्वी लॉरीनं तिला पाहिलं होतं, त्या मानानं तिचं वयही आज जास्त जाणवत होतं. त्या वेळीही त्यांचं कॅन्सर, ऑपरेशन वगैरेबद्दल काहीही बोलणं झालेलं नव्हतं.

"ये, ये, डिअर.'' लॉरीच्या मम्मीनं, डोरोथीनं उजवा हात वर करून तिला बोलावलं. "ती खुर्ची घे. शेल्डननं तुला फोन करून बोलावल्याचं मला सांगितलं. मी मात्र घरी जाईपर्यंत तुला त्रास देणार नव्हते. त्यात काही अर्थ नाही आणि उगाच काळजी करण्यासारखंही काही नाही.''

बेडपाशी येऊन लॉरीनं मम्मीचा हात हातात घेऊन प्रेमानं दाबला. तिच्या हाताचा स्पर्शही नाजूक होता आणि हात थंड होता. "कशी आहे तब्येत, मम्मी?''

"मी अगदी ठीक आहे. तू बस.''

तिच्या गालाचं ओझरतं चुंबन घेऊन लॉरी एक खुर्ची ओढून बसली. बेडची उंची वाढवलेली असल्यामुळे तिला मम्मीकडे बघताना जरा वरच बघावं लागत होतं. "फारच वाईट झालं हे.''

"काहीही विशेष झालेलं नाही. डॉक्टर आत्ताच येऊन गेले, सगळं काही ठीक आहे म्हणाले. पण तुझे केस मात्र अगदीच विस्कटलेत.''

लॉरीनं मोठ्या कष्टानं हसू दाबलं. तिच्या मम्मीचं हे नेहमीचं होतं. तिला जेव्हा स्वत:बद्दल बोलणं टाळायचं असेल, तेव्हा ती समोरच्या माणसावर बाजू उलटवायची. लॉरीनं दोन्ही हातांनी आपले चेहऱ्यावर येऊ बघत असलेले केस मागे सारले. तिचे केस खांद्यांपर्यंत होते आणि नेहमी ती ते क्लिपच्या साहाय्यानं डोक्यावर बांधायची. पण सकाळी मून सूट घालताना तिनं क्लिप काढून केस खाली सोडले होते आणि नंतरही परत वर घेतले होते. लहानपणापासूनच तिच्या केसांवरून तिनं मम्मीची कायम बोलणी खाल्लेली होती.

हे बोलणं झाल्यावर लॉरीनं मम्मीला ऑपरेशनबद्दल विचारायचा एक प्रयत्न केला, तेव्हा मम्मीनं तिच्या ड्रेसकडे मोर्चा वळवला – मेडिकल एक्झॅमिनरच्या कामाला न शोभण्याइतका तुझा ड्रेस बायकी आहे, असं म्हणून. लॉरीनं काहीसं चिडून, पण शांतपणे सांगितलं, की बायकी ड्रेस मी घालते कारण मी बाई आहे आणि माझ्या व्यवसायाच्या आड तो येतोय असं मला वाटत नाही. तिच्या आईवडिलांना तिनं मेडिकल एक्झॅमिनर – फोरेन्सिक पॅथॉलॉजी – हे क्षेत्र व्यवसाय म्हणून निवडल्याचं पहिल्यापासून कधी आवडलेलं नव्हतं. नंतर त्यांचा विरोध हळूहळू कमी झाला होता, फोरेन्सिक पॅथॉलॉजीचं महत्त्वही त्यांनी हळूहळू, अनिच्छेनं का होईना, मान्य केलं होतं, तरी पण तो कडवटपणा कुठे ना कुठे डोकावत असे. एकदा तर तिच्या मम्मीनं असंही म्हटलं होतं, की तू कशाची डॉक्टर आहेस असं जेव्हा माझ्या मैत्रिणी विचारतात, तेव्हा त्यांना काय उत्तर द्यावं हेच मला समजत नाही.

''आणि जॅक काय म्हणतोय?''

''जॅक एकदम मजेत आहे.'' तो विषय निष्कारण उकरून काढण्याची लॉरीची मुळीच इच्छा नव्हती.

मम्मीनं मग इतर गप्पा मारायला सुरुवात केली.

तिच्या बोलण्याकडे अर्धवट लक्ष देत लॉरी पलीकडे खिडकीशेजारी बसून 'द वॉल स्ट्रीट जर्नल' वाचण्यात गर्क असलेल्या आपल्या वडिलांकडे बघत होती. मघाशी ती आत आली, तेव्हा त्यांनी हळूच हात वर करून, थोडेसं हसून तिच्याकडे बघितलं होतं. तेवढ्यात त्यांचं 'वॉल स्ट्रीट जर्नल' वाचून संपलं. त्यांच्या पुढ्यात आणखीही बरीच मासिकं आणि वृत्तपत्रं पडलेली होती. त्यांनी उठून छानपैकी हातपाय ताणत एक आळस दिला. ऐंशीपेक्षाही जास्त वय होतं त्यांचं, पण अजूनही त्यांचं व्यक्तिमत्त्व भारदस्त, छाप पाडणारं होतं. त्यांची उंची सहा फुटांपेक्षाही जास्त होती पण अजून ते कुठेही वाकलेले नव्हते. एखाद्या उमरावासारखा त्यांचा चेहरा कडक, करारी आणि काहीसा उद्दाम दिसत होता. त्यांचा डोक्यावरचे भरपूर, पिकलेले केस व्यवस्थित भांग पाडलेले होते. नेहमीप्रमाणे इथेही त्यांच्या अंगावर एक जुन्या पद्धतीचा, सुंदर शिवलेला गडद राखी सूट आणि त्याच रंगाचा टाय

होता. चालत ते लॉरीजवळ आले आणि डोरोथीचं बोलणं संपायची वाट बघत थांबले.

"लॉरी, जरा दोन मिनिटं बाहेर कॉरिडॉरमध्ये येतेस?"

"हो, चला." लॉरीनं उठत मम्मीकडे बघितलं. "आलेच मी."

"ए, तिला निष्कारण माझ्या बद्दल चिंतेत टाकायचं नाही." डोरोथीनं नवऱ्याला बजावलं.

तिला काहीच उत्तर न देता डॅडींनी लॉरीला दाराकडे चलण्याची खूण केली.

बाहेर कॉरिडॉरमध्ये आल्याबरोबर एका स्त्री पेशंटला ऑपरेशननंतर तिच्या रूमकडे नेलं जात होतं, त्या गाडीच्या मार्गातून लॉरीला आधी दूर व्हावं लागलं. पाठोपाठ तिचे डॅडी बाहेर आले. तिच्यापेक्षा ते किमान एक फूटभर उंच होते, त्यामुळे त्यांच्याकडे तिला मान वर करूनच बघावं लागत होतं. वयाच्या मानानं त्यांच्या चेहऱ्यावर फारच कमी सुरकुत्या होत्या आणि जानेवारीत ते वेस्ट इंडीजला जाऊन आलेले असल्यामुळे त्यांच्या चेहऱ्याचा रंगही रापलेला दिसत होता. त्यांच्या त्या शिस्तप्रिय, कठोर, तुटक मनोवृत्तीमुळे तिला त्यांचा पूर्वी जसा राग यायचा किंवा हताशा जाणवायची, तसं आता तिला काहीच होत नव्हतं. कारण त्या समस्या त्यांच्या आहेत, आपल्या नाहीत हे तिला हळूहळू समजलेलं होतं ,पण त्याच वेळी तिच्या मनात त्यांच्याबद्दल प्रेमही नव्हतं. असलाच तर एक प्रकारचा परकेपणाच होता.

"तू इतक्या घाईनं आलीस, त्याबद्दल तुझे आभार मानले पाहिजेत." त्यांनी म्हटलं.

"त्याची मुळीच गरज नाही. एकदा हे कळल्यावर मी ताबडतोब येणार नाही, हे शक्यच नव्हतं."

"अचानक ही बातमी कळल्यामुळे तू आणखी अस्वस्थ होशील, अशी मला भीती वाटत होती. पण माझ्यावर विश्वास ठेव, की तिच्या तब्येतीबद्दल तुला न कळवण्याचा निर्णय तिचा होता, माझा नव्हे."

"ते मला आपल्या फोनवरच्या बोलण्यातून समजलंच." लॉरीनं म्हटलं. इतकी महत्त्वाची गोष्ट आपल्याला न कळवणं ही किती लाजिरवाणी गोष्ट आहे, असं तिला म्हणावंसं वाटलं, पण ती गप्प राहिली. कारण त्यात काही अर्थच नव्हता. आपल्या डॅडी आणि मम्मीचा स्वभाव बदलणं शक्य नाही, हे तिला पक्कं ठाऊक होतं.

"तुला मी आज फोन करावा अशीही तिची इच्छा नव्हती. उद्या किंवा परवा फोन करू, असं म्हणत होती ती. पण मीच ठाम नकार दिला तिला. आजपर्यंत मी तिची इच्छा मोडली नव्हती, पण मला हे आणखी पुढे ढकलावं असं वाटेना."

''काय पुढे ढकलावं? कशाबद्दल बोलताय तुम्ही?'' लॉरीनं त्यांच्याकडे वर बघत विचारलं. ते मात्र आसपास कुणी आपलं बोलणं ऐकण्याइतकं जवळ नाही ना, हेच बघत होते.

''लॉरी, तुला हे सांगायला फार वाईट वाटतंय मला, पण तुझ्या मम्मीमध्ये बीआरसीए – १ या जीनचा एक विशिष्ट म्युटेशनचा मार्कर आहे.''

लॉरीची कानशिलं एकदम गरम झाली. अशा धक्कादायक बातमीनं बाकीचे लोक पांढरेफटक पडतात, पण तिचा चेहरा मात्र लाल होत असे. एक प्रशिक्षित डॉक्टर या नात्यानं तिला या बीआरसीए –१ जीनची आणि त्याच्या उत्परिवर्तित अवस्थेत त्याचा स्तनाच्या कॅन्सरशी संबंध असतो, या गोष्टीची माहिती होती. त्याही पेक्षा वाईट म्हणजे, ही अशी उत्परिवर्तनं आईकडून मुलीकडे वंशपरंपरेनं येण्याची मोठी शक्यता असते आणि याचा अर्थ असा, की हाच जेनोटाईप आपल्यातही असण्याची पन्नास टक्के शक्यता आहे, ही गोष्ट तत्काळ तिनं ताडली.

''ही माहिती तुला असणं अत्यंत गरजेचं आहे. त्याची कारणंही तुला माहीत आहेत.'' डॅडींनी म्हटलं. ''ही माहिती कळायला तीन आठवडे उशीर झालाय. तुझ्या दृष्टीनं ती लगेच कळालीच पाहिजे असं जर मला वाटलं असतं, तर तुझ्या मम्मीला काय वाटेल याची पर्वा न करता मी ती तुला लगेच सांगितली असती. पण आता तुला ही माहिती समजलीय, त्यामुळे माझ्या मते तू ताबडतोब तपासणी करून घेतलेली बरी. कारण या म्युटेशनमुळे तुला वयाच्या ऐंशीव्या वर्षाच्या आत केव्हा तरी स्तनाचा कॅन्सर होण्याची शक्यता बरीच वाढलीय.'' त्यांनी पुन्हा एकदा इकडेतिकडे बघितलं. असलं हे कौटुंबिक रहस्य बाकी कुणाला कळू नये, याची त्यांना खरोखरच काळजी वाटत असल्यासारखी दिसत होती.

लॉरीनं हळूच आपल्या गालाला पालथ्या हातानं स्पर्श करून बघितला. अजूनही तिला चेहरा गरम असल्याचं जाणवलं. पण डॅडी जर नेहमीसारखेच निर्विकार आहेत, तर आपण काय असं घाबरल्यासारखं दाखवतोय, त्या विचारानं तिला काहीसं लाजल्यासारखं झालं.

''अर्थात, निर्णय तू घ्यायचा आहेस.'' डॅडींनी म्हटलं. ''पण एक मात्र खरं, की तुझ्या तपासणीत जर दोष आढळला, तर कॅन्सरची शक्यता अगदी नव्वद टक्क्यांनी कमी करण्यासारखे सुध्दा उपाय आहेत. उदाहरणार्थ, दोन्ही स्तन आधीच काढून टाकणं. नशीब एवढंच, की बीआरसीए – १ जीनच्या म्युटेशनचे परिणाम काही हंटिंग्टन्स कोरिया किंवा इतर कुठल्या स्वरूपाचे काही इलाजच न करता येण्यासारख्या कॅन्सरसारखे नसतात.''

डॅडी आपल्या 'स्तन' वगैरे गोष्टीबद्दल बोलताना लॉरीलाही मनातून लाजल्यासारखं होत होतं – तसं ते त्यांनाही होत होतंच – पण तरीही तिनं त्यांच्या नजरेला

भिडवलेली नजर हटवली नाही. नकळत ती हळूच, स्वत:शीच मानही हलवत होती. विशेषत: तिच्या भावाच्या अपमृत्यूनंतर त्यांच्यातले संबंध बरेच ताणलेले होते, ते एखाद्या बापाला शोभेलसं वागत नव्हते, हे सगळं लक्षात घेऊनही, ते आत्ता जे बोलताहेत, ते इतकं कोरडेपणानं कसं बोलू शकताहेत, याचं तिला मनोमन आश्चर्य वाटलं. पूर्वी या त्यांच्या स्वभावातल्या तुटकपणाचं कारण म्हणजे त्यांनी त्यांच्या दैनंदिन कामामधून निर्माण होणाऱ्या प्रचंड ताणाला तोंड देण्यासाठी आपोआप निर्माण केलेली मानसिक संरक्षणव्यवस्था हे असावं, अशी तिनं स्वत: समजूत करून घेतली होती. कारण एक नामांकित कार्डिॲक सर्जन असल्यामुळे रोग्यांचा जीव खरोखरच त्यांच्या हातात असे. मेडिकलचं शिक्षण घेताना, हा तणाव किती भयंकर असतो याचा तिनं प्रत्यक्ष अनुभवही घेतलेला होता. रोग्यांनाही त्यांचा हा त्रयस्थ कोरडेपणा आवडायचा, कारण त्याचा अर्थ ते त्यांचा स्वत:वरचा जबर विश्वास, असा काढायचे. लॉरीला मात्र त्या गोष्टीचा मनापासून तिरस्कार वाटत असे.

''या जाता जाता दिलेल्या अत्यंत उपयुक्त सल्ल्याबद्दल थँक्स.'' लॉरीला आवाजातला तिरकसपणा लपवणं शक्य झालं नाही. चेहऱ्यावर एक हसू ओढून ताणून आणत तिनं वडिलांकडे बघितलं आणि मागे वळून ती आत येऊन परत आईशेजारी खुर्चीवर बसली.

''काय झालं? त्यानं काय त्रास दिला तुला?'' लॉरीच्या चेहऱ्याकडे कटाक्ष टाकून डोरोथीनं विचारलं. ''तुझा चेहरा बघ, कसा बीटसारखा लालबुंद झालाय.''

लॉरी काहीच बोलली नाही. खालचा थरथरू पाहणारा ओठ लपवण्यासाठी तिनं तोंड घट्ट मिटून घेतलेलं होतं. ही तिची आणखी एक कमजोरी होती. विशेषत: आपल्या कोरड्या ठणठणीत वडिलांसमोर मनातल्या भावना उफाळून आलेल्या तिला मुळीच आवडत नसत.

''शेल्डन!'' आत येऊन परत खिडकीशेजारच्या आपल्या जागेवर बसत असलेल्या लॉरीच्या वडिलांकडे बघत डोरोथीनं हाक मारली. ''काय सांगितलंस तू तिला? माझ्या तब्येतीबद्दल तिला उगाच चिंतेत पाडू नकोस असं सांगितलं होतं ना मी?''

''मी तिच्याशी तुझ्याबद्दल बोलत नव्हतो.'' तिच्या डॅडींनी 'द न्यूयॉर्क टाईम्स' चा अंक उचलत म्हटलं. ''मी तिच्याबद्दलच बोलत होतो तिच्याशी.''

हातातलं पेन खाली ठेवून जॅकनं शेजारच्या टेबलाशी बसलेल्या चेट मॅकगव्हर्नकडे पाहिलं. तोही जॅकसारखा मेडिकल एक्झॅमिनर होता आणि ते एकाच ऑफिसमध्ये बसायचे. जॅकपेक्षा तो पाच वर्षांनी लहान होता, पण दोघंही जवळजवळ एकाच वेळी ओसीएमई मध्ये लागले होते आणि त्यांची छानपैकी दोस्ती होती. चेटबरोबर एकाच

ऑफिसमध्ये बसायला, त्याच्याशी मैत्री करायला जॅकला जरी खूप आवडत असलं, तरी ओसीएमई नं प्रत्येकाला वेगळं ऑफिस दिलेलं नाही, ही गोष्ट त्याला अगदीच हास्यास्पद वाटायची. याचं कारण अर्थातच पैशाची उणीव हेच होतं. त्यामुळे ओसीएमई च्या एकूणच हॉस्पिटलमध्ये कसल्याही सुधारणा करणं शक्य होत नव्हतं. आधी शहरालाच निधीची कमतरता जाणवत होती, त्यामुळे निधीची कपात करताना राजकारण्यांच्या डोळ्यांसमोर प्रथम यायचं ते ओसीएमई. पन्नास वर्षांपूर्वी ही इमारत पुरत होती, पण आता मात्र जागा मिळणं भयंकर कठीण होतं. कारण ती आता एखाद्या डायनॉसॉरसारखी जुनाट झालेली होती. डायनॉसॉरचं वास्तव्य पृथ्वीवर सोळा कोटी वर्षं होतं, तशी ही इमारत आताच्या परिस्थितीत एवढा काळ राहू नये, एवढीच जॅकची माफक अपेक्षा होती.

"कमाल झाली." जॅकनं म्हटलं. "माझं काम चक्क संपलंय. विश्वासच बसत नाही. माझं काम कधी संपल्याचं मला आठवतच नाही."

चेटनं वळून त्याच्याकडे बघितलं. त्याचा चेहरा एखाद्या लहान मुलासारखा होता आणि डोक्यावर ब्लाँड रंगाचे भरपूर केस होते. त्याचे केस जॅकपेक्षा बरेच लांब राखलेले होते, पण जॅकसारखेच कायम विस्कटलेले दिसायचे. त्याच्याकडे बघितलं, की जॅकसारखाच तोही एखादा खेळाडू असल्यासारखं वाटायचं, पण ते तो जवळजवळ रोज जिममध्ये जात असल्यामुळे. जॅक मात्र नियमितपणे बास्केटबॉल खेळायचा. पंचेचाळीसच्या आसपास वय असूनही तो वयाच्या मानानं बराच तरुण दिसायचा.

"काम संपलं? असं कसं संपलं?" चेटनं विचारलं.

जॅकनं दोन्ही हात वर करून आळस दिला. "माझ्या सगळ्या केसेसचं काम संपलंय."

"आणि त्या तुझ्या इनबॉक्समध्ये एवढ्या फाईलींचा ढिगारा पडलाय तो?" चेटनं त्याच्या इनबॉक्समध्यल्या बाहेर पडायच्या बेतात आलेल्या फाईलींच्या ढिगाऱ्याकडे बोट दाखवत विचारलं.

"त्या होय? त्यांचे रिपोर्ट अजून लॅबमधून यायचेत."

"अॅहॅं!" कुचेष्टेनं हसून चेट पुन्हा आपल्या कामाकडे वळला.

"अरे, माझ्या दृष्टीनं हे विशेषच आहे." उभं राहून जॅक पुढे वाकला आणि दोन्ही तळहात जमिनीवर टेकून काही क्षण तसाच थांबला. सायकलची सवय मोडल्यामुळे सकाळच्या सायकलच्या प्रवासानंतर त्याच्या मांड्यांचे स्नायू चांगले आखडले होते. पुन्हा ताठ होऊन त्यानं घड्याळात बघितलं. "हे काय, फक्त साडे तीन! आता मात्र खरंच कमाल झाली! म्हणजे मला आज चक्क बास्केटबॉल खेळता येईल."

"हो, पण कोर्ट वाळलं असेल तरच." चेटनं वर न बघता म्हटलं. "त्यापेक्षा

तू आमच्या स्पोर्ट्स क्लब एल ए मध्ये का येत नाहीस? तिथलं कोर्ट कोरडं असेल. शहाणा असशील तर माझ्याबरोबर बॉडी-स्कल्पटिंग क्लासला चल. अरे, काय पोरी असतात तिथे! एक पोरगी तर कमालच आहे. संपूर्ण शरीरावर ती काळा, स्किन टाईट बॉडीसूट घालते. म्हणजे कल्पना करण्याची काही गरजच उरत नाही!''

''अजून पोरी बघतोय!'' जॅकनं चेष्टेनं म्हटलं. ''अरे, वय काय तुझं? पण हळूहळू तूही तुझ्या या कौमार्यावस्थेतून बाहेर येशील आणि मग स्वत:लाच हसशील.''

''ते मात्र मी खालच्या त्या एखाद्या पाईन बॉक्समध्ये जाऊन पडेन ना, तेव्हाच होईल.''

''मला ना, असं दुरून बघणं मुळीच जमत नाही आणि आवडतही नाही. स्पेक्टेटर स्पोर्ट्स करावेत ते तुझ्यासारख्या रड्या लोकांनी.''

खुर्चीपाठीमागे लावलेलं जॅकेट उचलून शीळ घालत जॅक बाहेर पडला. आज त्याला काम करताना खूप मजा आली होती. सगळ्या केसेस मोठ्या इंटरेस्टिंग होत्या. जाता जाता त्यानं लॅरीच्या ऑफिसमध्ये डोकावून बघितलं – दिसली तर तिला विचारावं की परत येणार का, म्हणून. पण ऑफिस रिकामंच होतं. लॅरीच्या टेबलावर एक उघडी फाईल मात्र पडलेली होती.

सहज आत शिरून जॅकनं फाईलमधलं नाव वाचलं. त्याचा अंदाज होता, तशी ती फाईल सीन मॅकगिलिनचीच होती. एका अगदी साध्या, सामान्य केसबद्दल लॅरी आणि जॅनिस डोक्याला एवढा त्रास का करून घेतायत, हेच त्याला समजत नव्हतं. बायकांबद्दल त्याची मतं इतरांसारखी टोकाची नव्हती, तरी पण या केसच्या संबंधात त्या दोघी ज्या पद्धतीनं भावनिकरीत्या गुंतलेल्या दिसताहेत, ते त्यांच्या व्यवसायाला शोभणारं नव्हे, असं त्याला वाटत होतं. त्यानं फाईल भराभर चाळून जॅनिसचा रिपोर्ट शोधून काढला आणि चटकन वाचून काढला. त्यातही त्याला विशेष असं काहीच आढळलं नाही. मृताचं वय फक्त अठ्ठावीस होतं ही गोष्ट वगळता त्याला ज्या परिस्थितीत मृत्यू आला, त्यातही काही वेगळं नव्हतं. झालं ते वाईट झालं, त्याच्या मित्रमैत्रिणींवर, आईबापांवर मोठा आघात झाला खरा, पण इतर अशा लाखो मृत्यूंसारखाच हा एक मृत्यू झाला. त्याचा शहरावर काही परिणाम होणार नाही, देशावर किंवा मानवजातीवर तर नाहीच नाही त्यानं मनात म्हटलं. न्यूयॉर्कसारख्या महानगरात या घटना रोजच्याच घडतात.

चटकन फाईल बंद करून जॅक तिथून बाहेर पडला – जणू आपण चोरून एखादी वाईट गोष्ट करतोय आणि त्यात आपण पकडले जाऊ, अशा पद्धतीनं. आपल्याकडे परत न येण्याच्या निर्णयाचा लॅरी फेरविचार करणार की नाही, या बद्दलची त्याची उत्सुकता आणि इच्छा अचानक नाहीशी झालेली होती. कारण त्या

वेळी जे काही भावनिक प्रसंग निर्माण झाले असते, त्यांना तोंड देण्याची त्याला भीती वाटत होती. कुठल्याही प्रकारच्या कौटुंबिक दुर्घटनांबद्दल क्षणभरही विचार करण्याइतकी भावनिक ताकदच त्याच्यात उरलेली नव्हती. असल्या प्रसंगांचा त्याचा अनुभव आयुष्यात भयंकर रीतीनं आधीच घेऊन झालेला होता.

पहिल्या मजल्यावर येऊन जॅकनं आपली सायकल, हेल्मेट, रेनकोट वगैरे गोष्टी ताब्यात घेतल्या. सुरक्षारक्षकाकडे हात वर करत त्यानं सायकल फुटपाथवर आणली. पाऊस पूर्णपणे थांबलेला होता आणि आता सकाळपेक्षाही हवेत किती तरी जास्त गारठा आलेला होता. ग्लोव्हज वगैरे घालून तो सायकलवर बसला आणि फर्स्ट ॲव्हेन्यूवर आला.

सकाळच्या मानानं आता त्या प्रचंड रहदारीतून बेदरकारपणे सायकल मारताना जॅकला किती तरी जास्त मजा वाटत होती. झपाट्यानं तो मॅडिसन ॲव्हेन्यूवर आला. आता त्याच्या मांड्यांमधले स्नायूही कमी दुखत होते. उत्तरेकडे सायकल वळवून त्यानं वेग वाढवला. अधूनमधून ट्रॅफिक सिग्नलशी थांबलेला असताना तो मनात विचार करत होता, सकाळी जर आपल्याला रहदारीतून सायकल मारताना मजा वाटत नव्हती, तर ती आता, रहदारी एवढी वाढल्यावर का वाटतेय? मग त्याच्या लक्षात आलं, की आपल्याला ज्या गोष्टींचा विचार करायचा नाहीये अशा काही गोष्टी आपल्या डोक्यात आहेत आणि आपल्याला आपलं मन त्यापासून दूर नेऊ बघतंय.

ग्रँड आर्मी प्लाझापाशी, प्लाझा हॉटेल आणि शेरी-नेदर्लंड्स हॉटेल यांच्यामधून जॅकनं पार्कमध्ये प्रवेश केला. हा त्याच्या रोजच्या येण्याजाण्याच्या प्रवासातला सगळ्यांत आवडता भाग होता. वातावरणातली थंडी वाढतच होती. त्यामुळे आता त्यानं टाकलेल्या प्रत्येक उच्छ्वासाबरोबर पाठीमागे जाणाऱ्या वाफेचा एक लोट तयार होऊ लागला. डावीकडे सूर्य अस्ताला जात होता. तेवढी बाजू सोडली, तर बाकीच्या आकाशाचा रंग गडद जांभळा झालेला होता. डावीकडचं आकाश भडक किरमिजी होतं, पण तेही झपाट्यानं काळवंडत होतं. त्या पार्श्वभूमीवर पश्चिम सेंट्रल पार्कमधल्या गगनचुंबी इमारतींचे मनोरे एखाद्या शार्कच्या मोठमोठ्या दातांसारखे दिसत होते.

सेंट्रल पार्कमधले दिवे सुरू झालेले होते आणि जॅक त्यांच्याखाली पडलेल्या प्रकाशाच्या थारोळ्यांमधून सायकल चालवत होता. सकाळच्या मानानं आता पार्कमध्ये जॉगिंग करणाऱ्यांची गर्दी वाढलेली होती, त्यामुळे त्याला वेग कमीच ठेवावा लागत होता. पुढे एटीएथ स्ट्रीटच्या पुढे मात्र जॉगिंग करणाऱ्यांची संख्या झपाट्यानं कमी होत गेली. एव्हाना रात्रीनं आकाशाचा ताबा पूर्णपणे घेतलेला होता. त्यातच दोन दिव्यांमधलं अंतरही वाढत चाललंय की काय, अशी शंका जॅकला येऊ लागली.

अंधार इतका गडद झालेला होता, की प्रकाश पडलेल्या दोन भागांदरम्यानच्या काळोख्या भागात जॅकला जवळजवळ काहीच दिसत नव्हतं, त्यामुळे त्याला सायकलचा वेग चालण्याइतका कमी करावा लागत होता.

नाइन्टीएथ स्ट्रीट पार केल्यावर तर अंधार आणखीच वाढला आणि सकाळी ज्या उंचसखल भागातून त्यानं मोठ्या उत्साहात सायकल मारली होती, त्या भागातून आता जाताना मात्र त्याच्या मनात उगाचच शंकाकुशंका येऊ लागल्या. मार्गात आता निष्पर्ण वृक्षांच्या सांगाड्यांची गर्दी झालेली होती. सेंट्रल पार्कच्या पश्चिमेकडच्या भागातल्या इमारतीही आता दिसेनाशा झाल्या होत्या. रहदारीचे, हॉर्नचे आवाजही इतके तुरळक ऐकू येत होते, की आपण एखाद्या प्रचंड निर्मनुष्य भागात तर नाही ना, अशी एखाद्याला शंका यावी. दिव्यांच्या आसपासच्या वृक्षांच्या उघड्या बोडक्या फांद्या कोळ्याच्या प्रचंड जाळ्यांसारख्या वाटत होत्या.

सेंट्रल पार्कमधून बाहेर पडल्यावर जॅकला जरा हायसं वाटलं आणि आपण घाबरल्याचं हसूही आलं. असं का व्हावं, तेच त्याला समजेना. गेल्या बऱ्याच महिन्यांमध्ये जरी त्यानं रात्रीच्या वेळी सेंट्रल पार्कमधून सायकल चालवलेली नसली, तरी त्या पूर्वीच्या काळात ही गोष्ट त्यानं कित्येकदा केलेली होती. पण तेव्हा कधीही अशी अनामिक भीती वाटल्याचं त्याला आठवत नव्हतं. रहदारीतून बेदरकारपणे सगळे धोके पत्करून सायकल हाणणारे आपण या निर्मनुष्य पार्कमध्ये कसे काय घाबरलो, याचं काही उत्तरच त्याच्याकडे नव्हतं. हॅलोवीनच्या दिवशी दफनभूमीमधून चालणाऱ्या एखाद्या कोवळ्या, निरागस पोरासारखं त्याला वाटलं.

सिग्नलचा दिवा हिरवा झाल्यावर जॅकनं पश्चिम सेंट्रल पार्क ओलांडून वन हंड्रेड सिक्स्थ स्ट्रीटवरून जायला सुरुवात केली आणि आपल्या भागातल्या क्रीडामैदानाशी आल्यावर तो थांबला. पॅडलच्या क्लिपमधून पाय न काढता त्यानं मैदानाच्या कुंपणाचा एक खांब पकडून पलीकडच्या बास्केटबॉल कोर्टवर एक नजर टाकली. त्यानंच दिलेल्या पैशातून कोर्टावर मर्क्युरी दिवे लावलेले होते – खरं तर त्या संपूर्ण मैदानाची ऊर्जितावस्था त्याच्याच पैशातून आलेली होती. आधी जॅकनं फक्त बास्केटबॉल कोर्ट सुधारण्यासाठीच पैसे देऊ केले होते, पण मैदानाच्या व्यवस्थापक कमिटीनं त्याला सांगितलं होतं, की सगळं मैदान सुधारायला पैसे दिलेस, तरच तुला बास्केटबॉलचं कोर्ट सुधारायला परवानगी आहे. जॅकनं दुसऱ्याच दिवशी हे मान्य केलं होतं. हो! नाही तरी आपण पैसा कोणासाठी मिळवतोय? आणि गेल्या सहा वर्षांत त्याला बास्केटबॉल खेळण्यानं जे समाधान मिळालं होतं, त्यामुळे त्याला वाटलं, आपला सगळा खर्च भरून पावला.

''काय डॉक्टर, येणार का खेळायला?'' बास्केट बॉलच्या कोर्टवरच्या एका खेळाडूनं मोठ्यानं विचारलं.

कोर्टवर फक्त पाचच जण होते. सगळे निग्रो होते आणि पलीकडच्या बास्केटपाशी त्यांचं आरामात वॉर्म-अप चाललेलं होतं. गारठ्यामुळे त्यांनी अंगावर खेळाडूचे भरपूर कपडे घातलेले होते आणि तेही चांगले फॅशनेबल. आवाजावरूनच जॅकनं ओळखलं, की हा वॉरनच असणार. चांगली सणसणीत, बलदंड शरीरयष्टी असलेला वॉरन हा निसर्गत:च एक उत्तम खेळाडू होता आणि या गँगचा अघोषित म्होरक्या होता. जॅकची आणि त्याची चांगली दोस्ती होती आणि दोघांनाही एकमेकांबद्दल चांगली आदरभावनाही होती. किंबहुना, वॉरनमुळेच आपण पुन्हा माणसात आलो असं जॅकचं मत होतं.

''हो, येणार आहे.'' जॅकनं ओरडून उत्तर दिलं. ''अजून कोणी येणार आहे, का तीन-तीनच खेळायचं?''

''काल तर पावसानं आम्हाला धुतलं. त्यामुळे आज सगळेच येणार. त्यामुळे तुझं ते गोरं बूड हलव इथून आणि लगेच ये. नाही तर तुला नुसतंच हात हलवत उभं राहावं लागेल इथे. कळलं का?''

जॅकनं हाताचा अंगठा वर केला. वॉरन काय म्हणतोय, ते त्याला चांगलं कळलेलं होतं. म्हणजे आता आज दहापेक्षा बरीच जास्त मंडळी येणार हे उघड होतं. म्हणजेच पहिल्या दहा जणांना खेळायला मिळणार आणि बाकीच्यांना पुढच्या गेम्समध्ये खेळायला मिळायची वाट बघत बसावी लागणार, हेही उघड होतं. खेळायला कुणाला आणि कशी संधी द्यायची, याची एक विलक्षण गुंतागुंतीची ठरीव पद्धत होती आणि ती कळायला जॅकला दोन वर्षं लागली होती. ही पद्धत मुळीच लोकशाहीची नाही किंवा न्याय्यही नाही, असं बाहेरच्या कुणीही म्हटलं असतं. जो माणूस अकरावा येणारा असेल, तो आपल्या टीममधले उरलेले चार खेळाडू निवडू शकत असे. इथे मात्र येणाऱ्या माणसांच्या क्रमाला काही अर्थ नसे. किंबहुना, हरलेल्या टीममधल्या एखाद्या विशेष चांगल्या खेळाडूचीसुध्दा कधी कधी निवड व्हायची. जॅक जेव्हा इथे नवीन राहायला आला, तेव्हा तर त्याला पहिली गेम खेळायला मिळण्यासाठीच कित्येक महिने वाट बघावी लागली होती. आणि तेव्हासुध्दा, आपल्याला इथे लवकर आलं पाहिजे हे त्याला समजल्यावर त्याला खेळायची संधी मिळाली होती.

एवढ्या थंडीत खेळायला मिळायची उगाचच वाट बघत बसावं लागू नये, म्हणून जॅकनं चटकन सायकलनं रस्ता ओलांडला आणि सायकल खांद्यावर उचलून घेऊन तो भराभर पायऱ्या चढून आपल्या बिल्डिंगच्या मुख्य दाराशी आला. वाटेत ठेवलेल्या मोठ्या हिरव्या कचऱ्याच्या पिशव्या चुकवत त्यानं आतलं दार उघडलं. थोडंसंच आत दोन फालतू माणसं कुठली तरी तेवढीच फालतू दारू बाटली तोंडाला लावून पीत बसलेली होती. जॅक आतल्या पायऱ्या झपाट्यानं चढत वर आल्याबरोबर

ते दोघं बाजूला सरकले.

जॅकचं घर चौथ्या मजल्यावर मागच्या भागात होतं. सायकल खाली ठेवून त्यानं घाईघाईनं किल्ल्या काढून दार उघडलं.

अपार्टमेंटचं दार बंद न करताच त्यानं हॉलमधल्या भिंतीशी सायकल टेकवून उभी केली, शूज काढून उडवून दिले, अंगावरचं जॅकेट, टाय आणि शर्ट काढून सोफ्यावर भिरकावून दिले आणि फक्त अंगावरची बॉक्सर शॉर्ट तशीच ठेवून तो बाथरूममध्ये आपला बास्केट बॉलचा ड्रेस घेण्यासाठी घुसला. सर्वसाधारणपणे त्याचा हा ड्रेस शॉवरच्या पडद्यावर टाकलेला असे.

जॅक एकदम थबकला. त्याच्या शॉर्ट आणि स्वेटपँटच्या जागेवर त्याला लॉरीची पँटीहोज दिसली. काल रात्री आपण खेळायला गेलो नव्हतो आणि त्यामुळे लॉरीनं आपला ड्रेस घडी घालून कपड्याच्या ड्रॉवरमध्ये ठेवून दिला असेल, ही गोष्ट तो साफ विसरून गेला होता.

त्यानं तो पँटीहोज तिथून काढून हातात घेतला. हळूहळू नजर वर करून त्यानं आरशातल्या स्वत:च्या प्रतिबिंबाकडे पाहिलं. आता कुठे त्याला आपण एकटे असल्याची जाणीव झाली. आणि ही गोष्ट आरशातल्या त्याच्या पडलेल्या चेहऱ्यावरही स्पष्ट दिसत होती. ज्या गोष्टीकडे लक्ष देण्याचं त्यानं दिवसभर टाळलं होतं, तिची जाणीव त्याला खाडकन थोबाडीत बसल्यासारखी झाली. आता बास्केटबॉल खेळून आपण परत आल्यावर घरात लॉरी नसणार. आता आपलं दोघांचं ते नेहमीचं विनोदी बोलणं नसेल, दिलखुलास हसणंही नसेल. आता कोलंबस ॲव्हेन्यूवर जाऊन एखाद्या रेस्टॉरंटमध्ये काही तरी खाऊन यायला आपल्याबरोबर कोणीही नसेल. काही वर्षांपूर्वी, या शहरात नवीन असताना जसे आपण रिकाम्या घरात येत होतो, तसेच आताही येणार. ही जाणीव फार भयानक होती. आधीही ती निराशाजनक करणारी होती आणि आताही तशीच होती.

''मूर्ख कुठला!'' जॅकनं उपरोधिक स्वत:लाच शिवी हासडली. पुन्हा एकदा त्याची नजर हातातल्या पँटीहोजकडे गेली आणि त्याच्या मनात निरनिराळ्या भावनांचा कल्लोळ उडाला. त्यात स्वत:वरची आणि लॉरीवरची चीडही होती. काय लेकाचं आयुष्य आहे पण!

हळुवारपणे जॅकनं पँटीहोजची घडी घातली आणि बेडरूममधल्या लॉरीच्या, आता रिकाम्या झालेल्या एका ड्रॉवरमध्ये तितक्याच हळुवारपणे ती ठेवून दिली. नको त्या आठवणी करून देणारी ती वस्तू एकदा नजरेआड झाल्यावर त्याला किंचित बरं वाटलं. लगेच धावत जाऊन त्यानं आपला बास्केटबॉलचा ड्रेस काढून घेतला.

जॅक जेव्हा बास्केटबॉलच्या कोर्टवर पोचला, तेव्हा अजून दहाजण जमले नव्हते. त्याला एकदम सुटल्यासारखं वाटलं. वॉरननं त्याला आपल्या टीममध्ये

घेतलं. उड्या मारून थोडे शॉट मारून त्यानं वॉर्मिंग अप केलं. थोड्या वेळानं गेम सुरू झाली. आता आपली खेळायची तयारी झाली, अशी जॅकची कल्पना होती, पण तसं नव्हतं. त्याचा खेळ अगदीच भिकार झाला – किंबहुना, त्याच्यामुळेच टीम हरली. गेम संपेपर्यंत आणखी एक टीम तयार झालेली होती. त्यामुळे वॉरन, जॅक आणि त्यांच्या टीमला कोर्टाबाहेर कुडकुडत बसण्यावाचून पर्यायच नव्हता. झालेल्या गेमबद्दल कोणीच खूष नव्हतं.

"कसला घाणेरडा खेळलास, जॅक." वॉरननं म्हटलं. "तू तर आम्हाला मारूनच टाकलंस. काय झालंय तरी काय तुला?"

जॅकनं निराशेनं मान हलवली. "माझं लक्ष लागत नाहीसं दिसतंय. लॉरी म्हणते की आम्ही लग्न करावं. तिला मूल हवंय."

वॉरन लॉरीला चांगली ओळखत होता. गेली काही वर्षं तो, त्याची गर्लफ्रेंड नटाली, जॅक आणि लॉरी जवळजवळ आठवड्यातून एकदा भेटत होते. सात वर्षांपूर्वी ते चौघं मिळून आफ्रिकेलासुध्दा गेले होते.

"मूल हवंय म्हणते काय तुझी बुटकी?" वॉरननं उपरोधानं म्हटलं. "अरे, यात नवीन काय आहे? माझ्यापुढेही तोच प्रश्न आहे, पण मला बघितलंयस का कधी भिकार खेळताना? स्वत:ला वेळीच सावर, नाही तर तुला मी माझ्या टीममध्ये परत घेणार नाही. अरे, या दोन्हीचा काही संबंध तरी आहे का? आपल्या प्रायॉरिटीज नीट ओळखायला शीक जरा."

जॅकनं मान डोलावली. वॉरनचं म्हणणं त्याला पटत होतं, पण तो म्हणत होता त्या अर्थानं नव्हे. आपण आपल्या प्रायॉरिटीज ओळखू शकू की नाही, याचीच त्याला शंका होती. कारण आपल्या प्रायॉरिटीज काय आहेत, हेच त्याला माहीत नव्हतं.

बंद होण्याची घाई करत असलेल्या लिफ्टच्या दाराला पाय अडकवून चूप बसवत लॉरीनं पाचव्या मजल्याच्या लँडिंगवर कशीबशी आपली बॅग बाहेर काढून ठेवली. हे करताना तिला जरा कष्टच पडले, कारण लँडिंगच्या जमिनीची पातळी लिफ्टच्या खालच्या भागापेक्षा थोडीशी वर होती. त्यानंतर स्वत: बाहेर पडून तिनं दार सोडून दिलं. लिफ्ट लगेच खाली जाऊ लागली. लॉरीला छपरावरच्या लिफ्टच्या मशिनरीचा आवाज ऐकू येत होता. म्हणजे कोणीतरी एवढा वेळ बटन दाबून ठेवलं असणार हे उघड होतं.

बॅगला चाकं होती, त्यामुळे ती आपल्या घराच्या दाराशी नेताना तिला उचलावी लागली नाही. प्रत्येकवेळी तिला बॅगेचं वजन जास्त जास्तच जाणवलेलं होतं. आपल्या बॅगचं वजन जॅकच्या घरून उचलून आणलेल्या कॉस्मेटिकच्या, शॅम्पूच्या, कंडिशनरच्या बाटल्यांमुळेच वाढलंय, हे तिला माहीत होतं. शिवाय ती इस्त्रीही

होती. बाकीच्या खाद्यपदार्थांच्या सामानाची पिशवी घेऊन यायला तिला परत लिफ्टपाशी जावं लागलं.

खांद्यावरच्या पर्समधून चाव्या शोधण्याची धडपड करत असताना लॉरीला समोरच्या अपार्टमेंटच्या दाराच्या साखळीचा 'ठण्' असा आवाज होऊन ते अर्धवट उघडल्याचं जाणवलं. नाईन्टीन्थ स्ट्रीटवरच्या या इमारतीत प्रत्येक मजल्यावर दोन फ्लॅट होते. लॉरीची अपार्टमेंट मागच्या बाजूला होती, तर पुढच्या, तिच्या समोरच्या अपार्टमेंटमध्ये डेब्रा एंग्लर नावाची बाई एकटीच राहात होती. प्रत्येक वेळी लॉरी हॉलमध्ये आली, की ही बाई आपलं दार अर्धवट उघडून बाहेर बघायची. बहुतेक वेळा तिच्या या भोचकपणाचा लॉरीला राग यायचा, पण यावेळी मात्र तिला उलट बरं वाटलं – जणू ओळखीच्या वातावरणात आल्यासारखं.

आपल्या घरात शिरल्यावर लॉरीनं आधी प्रत्येक कुलूप, बोल्ट, चेन वगैरे लावली आणि मग घरातून एक नजर फिरवली. गेल्या महिन्याभरात ती इथे आलेलीच नव्हती आणि इथे आपण शेवटचं कधी झोपलो होतो ते तर तिला आठवतच नव्हतं. संपूर्ण घराची साफसफाई करायला हवी होती. आतल्या हवेलासुध्दा किंचितसा कुबट वास येत होता. जॅकच्या घरापेक्षा ते छोटं होतं, पण कितीतरी जास्त आरामदायक होतं. घरात खरंखुरं फर्निचर होतं, एक टीव्हीसुध्दा होता. पडद्यांचे, भिंतींचे रंग अतिशय आल्हाददायक, चित्तवृत्ती प्रसन्न करणारे होते. भिंतींवर गुस्ताव्ह क्लिम्टच्या फोटोफ्रेम्स होत्या. एकच उणीव होती, ती म्हणजे टॉमची – तिच्या मांजराची. टॉमला तिनं वर्षभरापूर्वी तिच्या एका मैत्रिणीकडे दिलं होतं. आता मात्र आपलं पाळीव मांजर तिच्याकडे परत मागण्याइतकं धैर्य आपल्यात असेल की नाही, कोण जाणे, असं तिला जाणवून गेलं.

लॉरीनं बॅग आपल्या छोट्याशा बेडरूममध्ये आणली आणि पुढचा अर्धा तास सगळं सामान व्यवस्थित लावण्यात घालवला. चटकन शॉवर घेऊन तिनं नाईट ड्रेस चढवला आणि खायला एक साधं सॅलड तयार केलं. दुपारी ती जेवलेली नव्हती, तरी पण अजूनही तिला फारशी भूक नव्हती. सॅलड आणि वाईनचा एक ग्लास तिनं बाहेरच्या हॉलमधल्या टेबलावर आणून ठेवला आणि आपला लॅपटॉप सुरू केला. तो सुरू होण्याची वाट बघत तिनं एकदाची, आपल्या डॅडींनी काय सांगितलं होतं त्यावर विचार करायला सुरुवात केली. अजूनपर्यंत मोठ्या कष्टानं ते विचार तिनं मनात येऊ दिले नव्हते. तिला हा विचार एकटी असताना, इंटरनेट समोर असताना आणि मुख्य म्हणजे आपल्या भावनांवर नीट ताबा मिळवल्यावरच करायचा होता. कारण नीट, मुद्देसूद विचार करण्याइतकी माहितीच आपल्याकडे नाही, हे तिला ठाऊक होतं.

मुख्य अडचण अशी होती, की वैद्यकशास्त्र भयंकर झपाट्यानं पुढे चाललेलं होतं. लॉरी मेडिकल स्कूलमध्ये होती, तो काळ ऐंशीच्या दशकाच्या मध्याच्या

सुमाराचा होता. त्यावेळी ती जेनेटिक्सबद्दल बरंच काही शिकली होती, कारण त्या काळात डीएनएच्या बाबतीत झपाट्यानं नवनवीन शोध लागत होते. पण त्यानंतर या क्षेत्रात खूपच प्रगती झाली होती, ते प्रचंड प्रमाणात विस्तारलं होतं. त्याची परिणती २००० साली प्रचंड गाजावाजा करून, मानवाच्या शरीरातल्या ३२० कोटी जेनोमच्या पायाभूत जोड्यांचा व्यवस्थित अनुक्रम लावण्यात यश आल्याचं जाहीर करण्यात झाली होती.

जेनेटिक्सच्या आपल्या ज्ञानाच्या बाबतीत बऱ्यापैकी काळानुरूप राहण्याचा लॉरीचा कटाक्ष होता – विशेषत: तिचा रोजचा संबंध असलेल्या फोरेन्सिक्सच्या बाबतीत तर जास्तच. पण फोरेन्सिक्सचा डीएनएशी संबंध होता, तो फक्त ओळख पटवण्याची एक पद्धत, एवढाच. एक शोध लागलेला होता तो असा,जीन्स नसलेल्या काही भागांमध्ये तर प्रत्येक माणसामध्ये कमालीचं वैविध्य असतं – इतकं, की अगदी रक्ताच्या नातेवाईकांमध्येसुध्दा सर्वस्वी वेगळे अनुक्रम असतात. या वैविध्याचा फायदा घेणाऱ्या चाचण्यांना 'डीएनए फिंगरप्रिंटिंग' म्हणतात. लॉरीला हे चांगलंच माहित होतं आणि फोरेन्सिक्सच्या बाबतीतलं एक अत्यंत परिणामकारक साधन म्हणून त्याचं महत्त्वही तिला पटलेलं होतं.

पण जीन्सचा आकृतिबंध आणि कार्य हे दोन्ही सर्वस्वी वेगळे विषय आहेत आणि यात मात्र आपलं ज्ञान बरंच कच्चं आहे, याची लॉरीला कल्पना होती. दरम्यानच्या काळात शास्त्राच्या दोन नवीनच शाखांचा उदय झाला आहे, एक आहे मेडिकल जेनॉमिक्स. हे शास्त्र पेशींमधल्या माहितीच्या अत्यंत गुंतागुंतीच्या प्रवाहाशी संबंधित आहे आणि दुसरं शास्त्र आहे बायोइन्फर्मेटिक्स. हे शास्त्र या माहितीसंबंधात कॉम्प्युटरच्या उपयोगाशी संबंधित आहे, हे ती फक्त ऐकून होती.

लॉरीनं वाईनचा एक घुटका घेतला. तिच्या डॅडींनी तिला सांगितलं होतं, की तिच्या मम्मीमध्ये बीआरसीए-१ जीनचा मार्कर आहे आणि लॉरीमध्येही हाच मार्कर असण्याची पन्नास टक्के शक्यता आहे. याचा नेमका अर्थ लावायचा प्रयत्न करणं हे एक भयंकर जिकिरीचं काम होतं तिच्या दृष्टीनं. ती अंतर्बाह्य थरारली. आपल्या शरीरात खोलवर कुठेतरी अशी एक भयंकर गोष्ट दडून बसलीय, की जी आपला प्राण घेऊ शकते, हा विचारच हादरवून सोडणारा होता. कुठल्याही प्रकारची माहिती असणं ही केव्हाही चांगलीच गोष्ट आहे अशी तिची आजवरची धारणा होती. आता मात्र तिची तशी खात्री नव्हती. कदाचित काही गोष्टी माहीत नसलेल्याच बऱ्या!

लॅपटॉपवर इंटरनेट आल्याबरोबर लॉरीनं 'गुगल' मध्ये जाऊन 'बीआरसीए-१ जीन' असं टाईप केलं. काही क्षणातच पडद्यावर पाचशे बारा साईट्स झळकल्या. सॅलडचा एक घास घेऊन तिनं पहिल्या साईटवर क्लिक् केलं आणि सरसावून बसत वाचायला सुरुवात केली.

पाच

"ओ हो!" चेट मॅकगव्हर्ननं डोळ्यांच्या कोपऱ्यांमधून त्या पोरीच्या अत्यंत सुंदर आणि प्रमाणबध्द आकृतीकडे बघत स्वत:शीच म्हटलं. दुपारी जॅकशी बोलताना त्यानं याच पोरीचा उल्लेख केला होता आणि आजही तिनं काळाभोर, अगदी कातडीसारखा अंगाला चिकटून बसणारा बॉडीसूट घातलेला होता. ती बहुधा पंचवीस ते तीसच्या दरम्यान असावी, पण ते त्याला नक्की सांगणं कठीण होतं. नक्की सांगण्यासारखी एक गोष्ट तो तिच्याबद्दल सांगू शकला असता, ती म्हणजे, त्यानं आयुष्यात आजवर इतकी सुंदर फिगर पाहिलेली नव्हती. ती या क्षणी बाकावर पालथी झोपून, वजनं लावलेल्या मशीनमध्ये दोन्ही पाय अडकवून आपल्या मांड्यांचे पाठीमागचे स्नायू आणि पार्श्वभागांना व्यायाम देत होती. दरवेळी पाय खाली-वर करताना तिच्या पार्श्वभागांमध्ये एक नाजुकशी थरथर होत होती आणि चेट ती अगदी मिटक्या मारत बघत होता.

चेट तिच्यापासून साधारण वीस फुटांवर होता आणि ती पोरगी दिसत रहावी म्हणून आरशासमोर उभा राहून डंबेल्सनी व्यायाम करत होता. आजही त्याला बॉडी-स्कल्पटिंग क्लासमध्ये ती दिसली होती, पण जॅकशी झालेल्या बोलण्यामुळे आणखीच उद्युक्त होऊन तो तिच्यापाठोपाठ वेट रूममध्येही आला होता. रात्रीचे नऊ वाजून गेलेले होते, तरी आज अजूनही सात-आठ जण वेट रूममध्ये व्यायाम करत होते. आज तिला भेटून एखादं ड्रिंक तिच्याबरोबर घेत, शक्यतो तिचा फोन नंबर तिच्याकडून काढून घेण्याचा त्याचा इरादा होता. चेटचं डेटिंग हे बहुधा अशा हेल्थ क्लब्जमध्ये भेटणाऱ्या बायकांबरोबरच व्हायचं. कारण पोरींना नुसतं न्याहाळत

बसण्यावर त्याचा विश्वास नव्हता. या खेळात सक्रिय सहभाग घ्यायचीच त्याची नेहमी धडपड असे.

तो व्यायाम प्रकार संपवून ती पोरगी उठली. भिंतीवरच्या घड्याळाकडे एक कटाक्ष टाकून, मुळीच वेळ वाया न घालवता ती पुढच्या मशीनकडे निघाली. चेटला हे आरशात दिसत होतं. तेवढ्यात क्लबचा एक कर्मचारी आत आल्याचंही त्याला दिसलं. चेट त्याला चांगलं ओळखत होता. चांगला स्मार्ट आणि चलाख माणूस होता तो. त्याचं नाव होतं चक् हॉर्नर. लगेच आपला व्यायाम थांबवून चेट मागे वळला. डंबेल्स रॅकवर ठेवून तो चक्पाशी गेला.

''ए, चक्.'' त्यानं हळूच म्हटलं. ''त्या काळा बॉडीसूट घातलेल्या पोरीला ओळखतोस का रे तू?''

चक्नं हळूच त्या पोरीकडे बघितलं. ''कोण? ती पोरगी?'' त्यानं हळूच मानेनं इशारा करत विचारलं.

''हो, तीच.''

''हो, ती माहितेय मला – म्हणजे, तिचं नाव माहितेय. कारण ती नियमितपणे इथे येते. शिवाय तिचे अॅडमिशनचे फॉर्म वगैरे मीच भरून घेतले होते.''

''काय नाव तिचं?''

''जस्मिन रॅकोव्झी, पण ती स्वत:चं नाव 'जॅझ' असंच सांगते. काय पण फिगर आहे!''

''खरंय. एवढी रेखीव फिगर मी बघितलेलीच नव्हती. हे रॅकोव्झी कसलं नाव आहे?'' चेटनं विचारलं.

''हो, मी सुध्दा हाच प्रश्न तिला विचारला होता. तिन सांगितलं की ती हंगेरियन आहे.''

''सध्या कुणाबरोबर हिंडतेय का ती?''

''कोण जाणे. पण तुला सांगतो, ती पोरगी म्हणजे अॅटमबॉंब आहे. तिच्याकडे एक काळी 'हमर' गाडी आहे. तुला आधीच सावध करतोय मी. ती फारशी कोणातही कधी मिसळत नाही. तू काय तिच्याशी सलगी करायचा विचार करतोयस का?''

''हं, तसंच थोडंसं.'' चेटनं सहज स्वरात म्हटलं. तो सहजच वळला आणि त्यानं व्यायाम करत असलेल्या जॅझकडे बघितलं. ती मुळीच वेळ वाया न घालवता तिचा ठरलेला व्यायाम करत होती. तिच्या रापलेल्या गव्हाळवर्णी चेहऱ्यावर घामाचे थेंब चमकत होते.

''पाच डॉलरची पैज लावतो तुझ्याशी. तू तिच्या जवळपासही पोचू शकणार नाहीस.''

चेटनं मागे वळून चक्कडे पाहिलं. त्याच्या चेहऱ्यावर एक उद्दाम हसू झळकलं.

वा! म्हणजे आपण जे करणार, त्याबद्दल आपल्याला पैसेही मिळणार! "चल, लागली पैज."

परत वजनांच्या रॅककडे येऊन त्यानं आणखी काही वजनं घेतली. आता त्यानं जॅझला भेटायचं तर ठरवलेलं होतं, पण चकूनं जे सांगितलं होतं, त्यामुळे मनात नाही म्हटलं तरी धाकधूक निर्माण झालेली होती. कारण असं होतं, की मुळातच चेट जेवढं दाखवत होता, तेवढा काही तो धीट, बिनधास्त वगैरे नव्हता.

आरशासमोर उभं राहून कर्लिंगचा व्यायाम करत चेट, जॅझला भेटण्याआधीच एखादी पळवाट शोधून ठेवण्याच्या दृष्टीनं विचार करत होता. पण त्याला तसं काही सुचेना आणि न जाणो, एवढ्यातच व्यायाम संपवून ती जर बायकांच्या रूममध्ये दिसेनाशी झाली तर घ्या काय, म्हणून त्यानं लगेचच हालचाल करायचं ठरवलं.

खरं तर 'हालचाल' करण्यासारखं असं काही नव्हतंच. तिचा सध्या चालू असलेला व्यायाम प्रकार संपत आलेला दिसल्याबरोबर तो वजनं खाली ठेवून सहजच तिच्याकडे निघाला. एव्हाना त्याच्या तोंडाला कोरड पडलेली होती आणि छाती धडधडत होती. तिचा व्यायाम थांबताक्षणीच तो नेमका तिच्यापाशी पोचला. तिनं मशीनमधून आपले दंड काढून घेतले. खांद्यावर ठेवलेला टॉवेल घेऊन तिनं दोन्ही हातांनी चेहऱ्यावरचा घाम टिपला. चेहरा तसाच झाकून ठेवून ती काहीशी धापा टाकत बसून राहिली.

"हाय, जॅझ!" आपलं नाव याला कसं कळलं याचं हिला नक्कीच आश्चर्य वाटणार, असा विचार करत चेटनं हसऱ्या आवाजात हाक मारली.

जॅझनं मात्र उत्तरादाखल सावकाश चेहऱ्यावरचा टॉवेल खाली घेत आवाजाच्या दिशेनं पाहिलं. विझत आलेल्या विस्तवासारखे तिचे मोठे, पण चेहऱ्यात काहीसे खोलच बसवलेले डोळे त्याला जाळत गेले. जवळून मात्र ती कमालीची आकर्षक दिसत होती. घामानं ओलसर झालेले घनदाट, काळेभोर, बारीक कापलेले केस आणि त्या खालचा तिचा गहूवर्णी, खास मध्य युरोपियन धाटणीचा चेहरा. तिचा चेहरा रापलेला नव्हता, तर तिचा रंगच तसा होता. तिचे डोळे काहीसे बदामी आकाराचे होते आणि नाक धारदार, काहीसं पुरुषीच होतं. तिची गालफडं मात्र बसलेलीच होती, त्यामुळे ती दिसायला दुष्ट वाटत होती आणि तिच्या चेहऱ्यावर शुध्द उद्दामपणा होता.

जॅझनं काहीच प्रतिसाद न दिल्यामुळे चेट जरासा खजीलच झाला. तरीपण त्यानं तसंच बोलणं पुढे रेटायचा प्रयत्न सुरू केला. "काही नाही, म्हटलं ओळख करून घ्यावी." जणू काही विशेष झालेलं नाही, असं दाखवत त्यानं म्हटलं, पण तिच्या रोखलेल्या नजरेमुळे ते त्याला जड गेलं. शिवाय हातात घेतलेल्या जड वजनांमुळेही त्याला त्रास होत होता. एवढी जड वजनं मुद्दामच त्यानं तिच्यावर छाप पाडायला

हातांमध्ये घेतलेली होती, पण ती हातात ठेवून, तिच्या रोखलेल्या डोळ्यांकडे दुर्लक्ष करत तिच्याशी बोलणं त्याला चांगलंच अवघड जात होतं. शिवाय तिच्या त्या बॉडीसूटमधून तिचा अक्षरश: प्रत्येक अवयव त्याला स्पष्ट दिसत होता.

जॅझ एक शब्दही बोलली नाही, की तिनं साधी पापणीसुध्दा हलवली नाही.

''मी डॉक्टर चेट मॅकगव्हर्न.'' ही 'डॉक्टर' ही उपाधी तो नेहमी बायकांवर छाप पाडण्यासाठी वापरायचा. पण कोणी फारच आग्रह केल्याखेरीज, आपण नक्की कसले डॉक्टर आहोत हे तो कधीच सांगत नसे. कारण आपण साधे, नेहमीसारखे, रोग्यांना बरं करणारे डॉक्टर नसून मेडिकल एक्झॅमिनर आहोत, हे सांगितलं की बायका नाकं मुरडतात, असा अनुभव त्याला अनेकदा आला होता.

परिस्थिती झपाट्यानं गंभीर वळण घेत होती. चेट डॉक्टर असल्याचं ऐकूनही जॅझच्या चेहऱ्यावर कसलीच प्रतिक्रिया उमटली नव्हती. काही क्षणातच तिच्या चेहऱ्यावर अत्यंत तुच्छ भाव उमटले. चेटनं खांदे उडवायचा प्रयत्न केला, पण हातातल्या वजनांमुळे तेही त्याला धड जमलं नाही. ''मी विचार करत होतो... की... अं... तुला काही घाई नसली तर आपण... दोघांनी एक ड्रिंक...'' त्याच्या बोलण्यातसुध्दा 'पटवण्या'पेक्षा अजिजीच जास्त होती.

''ए, बावळटा!'' जॅझनं कमालीच्या तुच्छतेनं म्हटलं. ''फूट इथून!''

'काय बिनडोक माणूस आहे!' चेटच्या साफ पडलेल्या चेहऱ्याकडे बघत जॅझनं मनात म्हटलं. कुत्र्यासारखी शेपूट मागच्या पायात घालून, खांदे पाडून तो मागे वळला. शुक्रवारी तिनं त्याला बॉडी-स्कल्पटिंग क्लासमध्ये बघितलं होतं. आणि आता आजही तो दिसला होता. दोन्ही वेळा त्याची अशीच कल्पना झाली होती, की आपण तिच्याकडे इतक्या बेमालूमपणे बघतो आहोत, की तिला काही समजणंच शक्य नाही. आज तर त्यानं तिचा पाठलाग केला होता. तिच्या पाठोपाठ तो वेट रूममध्ये आला होता आणि सतत तिच्याकडे बघत होता – कधी आरशातून, तर कधी डोळ्यांच्या कोपऱ्यातून. आणि यातली प्रत्येक गोष्ट तिच्या लक्षात आली होती. आपण व्यायाम करताना हा आपल्या शरीराच्या होणाऱ्या हालचाली हावरटासारखा बघतो, हे तिनं केव्हाच पाहून ठेवलं होतं. 'हा चाळिशी ओलांडून पलीकडे गेलेला माणूस आहे आणि तरीही हा इतक्या घाणेरड्या नजरेनं आपल्याकडे बघतो! शी!' तिनं मनात म्हटलं 'आणि न शोभणारे फॅशनेबल, डिझायनरचं नाव भडक रंगात रंगवलेले कपडे घालतो! मूर्ख कुठला!'

जॅझ उठली आणि बैठका मारण्यासाठी खास केलेल्या उताराच्या जागेवर गेली. चेट आता कुठेही दिसत नव्हता. मरू दे त्याला! बरंच झालं, तो दिसत नाहीय ते! तिनं मनात म्हटलं. हे असले आयव्ही लीगवाले, स्वत:ला ढुढ्ढाचार्य समजणारे लोक आधीच तिला मनापासून आवडायचे नाहीत. डिग्र्या डझनभर, पण अक्कल काडीचीही

नाही, अशी अवस्था असते यांची!

घड्याळाकडे एक नजर टाकून तिनं शंभर बैठका, त्याच तालात श्वासोच्छ्वास करत पूर्ण केल्या. या हेल्थक्लबमध्ये तिच्या दृष्टीनं एकच समस्या होती – तिला या चेटसारख्या लंपट, घाणेरड्या पुरुषांच्या नजरा, बोलणं, टोमणे, जवळीक करण्याचे प्रयत्न रोजच्या रोज सहन करावे लागायचे. पण हे सगळं आपल्या अंगावरच्या स्किन टाईट बॉडीसूटमुळे होतंय, हे मात्र तिच्या गावीही नव्हतं. हे सगळे पुरुष म्हणायचे, चल, कुठे तरी ड्रिंक घेऊ या, पण त्यांना आपला सहवास त्यापेक्षाही बराच जवळून हवा असतो, हे तिला पक्कं ठाऊक होतं. मी शाळेत असते, किंवा अगदी मिडलस्कूलमध्ये जरी असते, तरी त्या बावळटाला मी थोडीशी 'एक्स्टसी' चारली असती आणि त्याला पार गुलाम करून टाकलं असतं, तिनं स्वत:शी म्हटलं. पण तो काळ वेगळा होता. तेव्हा सेक्स म्हणजे मला एक खेळ वाटायचा, पुरुषांवर हुकूमत गाजवण्याचं आणि मम्मी-डॅडींना भडकवण्याचं एक साधन वाटायचं! पण आता मात्र तिला या सेक्सचा आणि विशेषत: त्या वेळी घेण्याच्या काळजीचा, त्यानंतरच्या परिणामांचा मनस्वी उबग येत असे. त्यापेक्षा आता तिला कधी समागमाची इच्छा झाली, तर ती स्वत:च स्वत:चं समाधान करून घेत असे.

बैठका संपवून जॅझ मोठ्या आरशासमोर जाऊन ताठ उभी राहिली. पाच फूट दहा इंच उंचीच्या आपल्या सडपातळ, कणखर प्रतिबिंबाकडे बघून ती स्वत:वरच खूष झाली. नेव्हीच्या कँपच्या वेळेपेक्षा आता तिची तब्येत आणखी चांगली झालेली होती. त्या कँपमध्येच खरं तर नियमित व्यायामाची सवय तिला लागली होती.

टॉवेल हातात घेऊन तिनं वाकून पाण्याची बाटली उचलली आणि त्यातलं उरलंसुरलं पाणी पिऊन टाकलं. मग ती लॉकर रूमकडे निघाली. चालताना तिला आपल्या शरीरावर खिळलेल्या सगळ्या पुरुषांच्या नजरा स्पष्ट जाणवत होत्या, पण कोणाशीही नजर न मिळवता, चेहऱ्यावर तुच्छ भाव कायम ठेवून ती चालत राहिली. तिला कमरेवर हात ठेवून क्लबच्या त्या बिनडोक कर्मचाऱ्याशी उदास, पडलेल्या चेहऱ्यानं बोलत असलेला चेट मॅकगव्हर्नही दिसला. मघाच्या त्यांच्या बोलण्याच्या आठवणीनं तिला हसूच आलं. डॉक्टर म्हणे! असशील डॉक्टर, ते मला कशाला सांगतोयस?

रिकामी पाण्याची बाटली दाराजवळच्या डब्यात टाकून ती वेट रूममधून बाहेर पडली. वाटेत रिसेप्शन डेस्कपाशी भिंतीवर लावलेल्या घड्याळात तिनं बघितलं – नऊ चाळीस! चला, आवरायला पाहिजे लवकर, तिनं मनात म्हटलं. कारण तिला कामाला लवकर सुरुवात करायला आवडायचं. काल रात्रीच्या कामगिरीपूर्वी काही काळ तिला काहीच काम सांगितलेलं नव्हतं. आता मात्र तिचा उत्साह वाढलेला

होता. आधी त्या लोकांनी नेमकं आपल्यालाच कसं विचारलं, याचं तिला अजूनही आश्चर्य वाटायचं, पण त्यावर ती फार विचार करत नसे. मी जे एवढे प्रयत्न केले, एवढा वेळ घालवला, रजिस्टर्ड नर्स होण्यासाठी जे कष्ट केले, ते बघता हे काम मला मिळायलाच हवं होतं, ती मनाशी म्हणायची.

लॉकर रूममध्ये गेल्याबरोबर सुरुवातीलाच एका टबमध्ये थंडगार सॉफ्ट ड्रिंक्स ठेवलेली होती. जॅझनं वाकून एक कोकचा कॅन उचलून उघडला आणि थंडगार कोकचा भला मोठा घोट घेऊन समाधानानं सुस्कारा सोडला. शेजारी टेबलावर एक रजिस्टर ठेवलेलं होतं आणि एक छोटीशी पाटी ठेवलेली होती, की जो सभासद यातलं सॉफ्ट ड्रिंक घेईल त्यानं कृपया आपलं नाव आणि आपण काय घेतलं ते लिहावं, म्हणजे ते त्याच्या नावावर लिहून ठेवता येईल. त्या भानगडीत न पडता जॅझ तशीच पुढे आपल्या लॉकर रूमकडे गेली – हे असं नाव लिहिण्याचा गाढवपणा कोण कशाला करेल? पण असेही लोक असतात म्हणे!

शॉवरखाली मात्र जॅझ फार वेळ घालवत नसे. साबण आणि शॅम्पू लावल्यावर तिला डोळे मिटून शॉवरखाली थोडा वेळ उभं राहून, ते पाणी आपल्या संपूर्ण शरीरावरून जाऊ द्यायला फार आवडायचं. त्याबरोबरच डोळे मिटल्यामुळे तिला बाकीच्या, चित्रविचित्र आकाराच्या बायकांकडेही बघावं लागत नसे – एवढी स्वत:च्या शरीराची दयनीय अवस्था होऊच कशा देतात या? यांना काही स्वाभिमान, स्वत:वरचं प्रेम वगैरे आहे की नाही?

शॉवरनंतर हेअर ड्रायरनं केस कोरडे करायलाही तिला फार थोडा वेळ लागला. तिचे केस अगदी बारीक, बॉयकट केलेले होते. लहानपणी ती केसांची काळजी घेण्यात फार वेळ घालवायची पण नेव्हीच्या काळात तिचं ते वेड पार नाहीसं झालं होतं. जी गोष्ट केसांची, तीच मेकअपची. आता ती फक्त थोडीशी लिपस्टिक लावायची आणि ते सुध्दा ओठ कोरडे पडू नयेत म्हणून.

त्यानंतर तिनं हॉस्पिटलमधला खास हिरवा ड्रेस चढवला, त्यावर मध्यम लांबीचा पांढरा कोट घातला. कोटाच्या डावीकडच्या खालच्या खिशात एक स्टेथोस्कोप कोंबलेला होता, तर वरच्या खिशात नर्सच्या खिशात नेहमी आढळणाऱ्या पेन, पेन्सिली वगैरे गोष्टी ठेवलेल्या होत्या.

''तुम्ही काय ई आर नर्स आहात का?'' पाठीमागून एक बायकी आवाज आला.

जॅझनं मागे वळून बघितलं. लॉकरच्या समोरच्या बाकावर स्वत:ला टॉवेलमध्ये एखाद्या सॉसेजसारखं गुंडाळून एक अवाढव्य शरीराची बाई बसली होती. सहसा जॅझ कुणाशी गप्पा वगैरे मारण्यात वेळ घालवत नसे. लॉकर रूममधल्या फुकटच्या बायकी बडबडीपासून ती नेहमीच लांब राहायची. पण या बिनडोक प्रश्नाला प्रत्युत्तर देण्यावाचून तिला राहवेना.

"नाही, मी न्यूरोसर्जन आहे."

बोलता बोलता तिनं लॉकरमधून आपला भला मोठा ऑलिव्ह ग्रीन मिलिटरी ओव्हर कोट काढून अंगावर चढवला. कोटाच्या खोल खोल खिशांमध्ये ठेवलेल्या वस्तू हळूच तिच्या मांड्यांवर आपटल्या.

"काय सांगता!" त्या बाईनं अविश्वासानं म्हटलं.

"हो." जॅझनं इतकं तुटक प्रत्युत्तर दिलं, की त्या बाईला पुढे काही बोलवलं नाही. आपला घामेजलेला बॉडीसूट तिनं जिम बॅगमध्ये कोंबला आणि लॉकर बंद केला. त्या बाईकडे तिनं वळूनही पाहिलं नाही, पण तिचा आपल्या बोलण्यावर विश्वास बसलेला नाही, हे तिला जाणवत होतं. पण तिला त्याच्याशी काही देणं घेणंही नव्हतं.

जॅझ आणखी एक शब्दही न बोलता बाहेर पडून कॉरिडॉरमधून चालत लिफ्टमध्ये शिरली. लिफ्टचं खाली जाण्याचं बटन दाबून तिनं ओव्हरकोटाच्या उजव्या खिशात हात घालून आत ठेवलेली आपली आवडती वस्तू कुरवाळली – ते एक छोटंसं, ९ मि.मि. ग्लॉक पिस्तूल होतं. त्याच्या मुठीवर हात ठेवल्याबरोबर तिच्या मनात आत्मविश्वास जागा झाला. त्याबरोबरच तिनं मनातल्या मनात 'डॉक्टर' चेट मॅकगव्हर्नसारख्या काही कीटकांची आणि तिच्या नर्सिंग सुपरवायझरची वेगवेगळ्या प्रकारांनी हत्याही केली.

जॅझनं स्वत:शीच एक सुस्कारा सोडला. जन्मभर तिला अत्यंत बिनडोक आणि कुचकामी वरिष्ठांना तोंड द्यावं लागलेलं होतं. अगदी हायस्कूलमध्येसुध्दा. तिथल्या काऊन्सेलरनं तिला बोलावून विचारलं होतं, तुझा आय क्यू तर असाधारण दिसतोय, पण मग अभ्यासात मात्र तुझी प्रगती इतकी खराब असण्याचं कारण काय? हे तिला आता आठवलं, मूर्ख कुठला! तिनं तोंडानं एक नापसंतीदर्शक आवाज केला. त्या बेअकली माणसाला तर हेही कळलेलं नव्हतं, की शंभरातले नव्वद शिक्षक त्याच्यासारख्याच अतिसामान्य बौध्दिक पातळी असलेल्या लोकांमधून येतात. त्यामुळे हायस्कूलमध्ये जाणं म्हणजे केवळ वेळेचा अपव्यय, असं तिचं स्पष्ट मत तेव्हाही झालेलं होतं. त्या काऊन्सेलरनं तिला दम दिला होता, की तू जर हे असंच सुरू ठेवलंस तर तुला कॉलेजला जाता येणार नाही. त्यावेळीच तिनं शिक्षणाशी संबंध तोडून टाकले होते. मग तिच्या लेखी जीवनाच्या डबक्यातून बाहेर पडण्याचा एकच मार्ग उरला होता, तो म्हणजे मिलिटरी.

पण मिलिटरी तरी काय, फार चांगली होती असं मुळीच नव्हे. पहिल्यांदा सुरुवातीला ठीक होतं, कारण तिला बाकीच्यांच्या बरोबरीला येण्यासाठी बरीच वेगानं प्रगती करावी लागली होती, शरीर सुदृढ बनवावं लागलं होतं. तिच्या ॲप्टिट्यूड टेस्टमध्ये म्हणे त्यांच्या लक्षात असं आलं होतं, की तिनं हॉस्पिटल कोअरमन होणं

जास्त योग्य. हाही एक विनोदच होता, कारण या असल्या चाचण्यांमध्ये ती नेहमीच थापा मारत असे. पण तरी तिनं कोअरमनचं काम स्वीकारलं होतं, कारण तिथे निदान कोणाची कटकट नसे. तिनं मग मरीन्सच्या सैनिकांबरोबर एकटीनं कोअरमन म्हणून काम स्वीकारलं होतं. पण प्रत्यक्षात नेमणूक झाल्याबरोबर परिस्थिती बिघडायला लागली होती. तिचे काही ऑफिसरही असेच डोक्यानं अर्धवट निघाले होते. फेब्रुवारी १९९१ मध्ये तिच्या स्क्वाड्रननं जेव्हा कुवेतमध्ये चोरून प्रवेश केला होता, तेव्हा इराक्यांना गोळ्या घालण्यात तिला फार मौज वाटायची, पण तिच्या कमांडरनं तिचा हाही आनंद हिरावून घेतला होता – तू फक्त तुझं बाकीच्या माणसांच्या तब्येतीकडे लक्ष देण्याचं काम कर, शत्रूला मारायचं काम आम्ही करू म्हणे!

वर्षभरानंतर सॅन दिएगोमध्ये मात्र परिस्थिती हाताबाहेर गेली होती. एकदा ती तिच्याबरोबरच्या काही मरीन्सबरोबर बीअर पीत बसलेली असताना, तो आधीचाच ऑफिसर भरपूर दारू पिऊन आला होता आणि त्यानं तिच्याशी लगट करण्याचा प्रयत्न केला होता. तिनं त्याला झिडकारलं होतं, तेव्हा त्यानं तिला 'फ्रीकिंग डाईक' असं चिडून म्हटलं होतं. मग मात्र संतापून तिनं सरळ आपलं पिस्तूल काढून त्याच्या पायात गोळी घातली होती. त्यामुळे तिचं मिलिटरी करिअर तिथेच संपुष्टात आलं होतं.

मिलिटरीतून बाहेर पडून कम्युनिटी कॉलेजात जाणं म्हणजे तर जॅझच्या दृष्टीनं फुफाट्यातून उठून आगीत पडण्यासारखं होतं, तरी पण तिनं चिकाटी सोडली नव्हती. आपल्याला एकदाची कुठून तरी 'आर एन' म्हणून मान्यता मिळाली म्हणजे पुढे सगळं सुरळीत होईल, अशी तिची समजूत होती. कारण नर्सेसना इतकी मागणी आहे, त्यामुळे आपल्याला हवे तसे पैसे आपण मिळवू शकू असं तिला वाटतं होतं. पण मिलिटरीतले कमांडर आणि इथले सुपरवायझर हे वागण्याच्या बाबतीत सारखेच होते. त्यामुळे निदान पुढची नोकरी तरी यापेक्षा बरी असेल या आशेवर तिला सारखं नोकऱ्या बदलत राहावं लागलं होतं. आणि आता कशानंच फरक पडणार नव्हता.

वरच्या पार्किंग लेव्हलशी लिफ्ट थांबल्यावर जॅझ बाहेर आली आणि काचेच्या लॉबीतून बाहेर पडून तिच्या दुसऱ्या आवडत्या वस्तूकडे निघाली – नव्या कोऱ्या, चमकदार काळ्याभोर एच २ हमरकडे. एखाद्या घोड्याच्या पाठीवरून हात फिरवावा, तसा तिनं त्या गाडीवरून मोठ्या प्रेमानं हात फिरवला. समोरची काच सोडली तर गाडीच्या बाकीच्या काचा इतक्या काळ्या होत्या, की जणू काळे आरसेच वाटावेत. गाडीचं दार उघडण्यापूर्वी तिनं गाडीच्या अत्यंत आक्रमक, नव्हे, लढाऊच वाटणाऱ्या त्या काळ्याभोर, काहीशा चौकोनी, बुटक्या आकृतीकडे निरखून बघितलं.

जॅझ आत बसली. आपली जिमबॅग तिनं शेजारच्या सीटवर टाकून दिली आणि ओव्हरकोटाच्या खिशातून तिचा 'ब्लॅकबेरी' काढून मांडीपाशी सीटवर ठेवून दिला.

गाडीच्या इंजिनाचा एखादं जनावर घशातल्या घशात गुरगुरल्यासारखा आवाज ऐकून तिच्या ओठांवर स्मित झळकलं. आपोआपच तिला मि. बॉबची आठवण झाली. अजूनही तिला या माणसाचं संपूर्ण नाव समजलेलं नव्हतं. त्यानं पहिल्या भेटीच्या वेळी सांगितलं होतं, की आपलं पूर्ण नाव गुप्त राहिलेलंच बरं. त्यावेळी तिनं बरेच आढेवेढे घेतले होते, पण नंतर तो विषय तसाच सोडून दिला होता. पहिल्या भेटीच्या वेळी तिनं त्याला डोळ्यांच्या कोपऱ्यातून आपल्याकडे येताना पाहिलं होतं – इतर पुरषांसारखाच हासुध्दा आपल्याला वश करण्याचा आणखी एक प्रयत्न दिसतोय; असं तिला वाटलं होतं, पण ते तसं नव्हतं. त्यानं तिला चक्क 'डॉक्टर जे आर' अशी हाक मारली होती. हे टोपण नाव तिला मरीन्समधल्या तिच्या सहकाऱ्यांनी ठेवलेलं होतं. त्यामुळे हासुध्दा पूर्वी कधी तरी मरीन्समधलाच एखादा सैनिक असावा, अशी तिनं समजूत करून घेतली होती. त्या पहिल्या भेटीच्या वेळी ती न्यू जर्सीतल्या तिच्या हॉस्पिटलमधून, दुपारी तीन ते रात्री अकराची शिफ्ट संपवून बाहेर येण्याची वाट बघत तो थांबलेला होता. "तुम्हाला जर जादा पैसा – भरपूर जादा पैसा मिळवायचा असला, डॉक्टर जे आर, तर तुम्ही माझ्यासाठी काम करावं, असं मला वाटतं." तो तेव्हा म्हणाला होता.

त्याच क्षणी तिला जाणवलं होतं, की आपले चांगले दिवस आले. मि. बॉबनं तिला त्याच्या स्वत:च्या 'हमर' मध्ये बोलावलं होतं – आताच्या तिच्या गाडीची प्रतिकृतीच होती ती 'हमर.' त्याच्या गाडीत बसण्याआधी चटकन तिनं दोन गोष्टींची खात्री करून घेतली होती – एक म्हणजे गाडीत तिसरं कुणी नाही ना याची आणि दुसरं म्हणजे आपल्या कोटाच्या खिशात ते 'ग्लॉक' आहे ना, याची. मि. बॉबनं जर काही गैरवर्तन केलंच, तर त्याला जागच्या जागी गोळी घालायची असं ठरवूनच ती आत शिरली होती.

पण तसं काही झालं नव्हतं. होणारही नव्हतं. मि. बॉबचं फक्त कामाकडेच लक्ष होतं. नेवार्कच्या भरवस्तीत एका अंधाऱ्या बारमध्ये जाऊन ते एकमेकांशी बोलत बसले होते. मि. बॉबनं उगाचच तिची मरीन्समधल्या अनुभवाबद्दल माफी मागितली होती, तिच्या कामाबद्दल तिची स्तुती केली होती आणि म्हटलं होतं, की त्यामुळेच मी तुला एका महत्त्वाच्या कामगिरीबद्दल विचारायला आलोय. त्याबद्दल तुला योग्य तेवढा मोबदलाही मिळेल. 'त्यांना' तुझे अंगभूत गुण आणि कौशल्य चांगलं माहितेय, त्यानं म्हटलं होतं. हे 'ते' म्हणजे कोण, हे मात्र जॅझला अजूनही समजलेलं नव्हतं. त्यानं विचारलं होतं, तुला इंटरेस्ट आहे का यात?

हे आठवत जॅझनं गाडी रिव्हर्समध्ये घेऊन पार्किंग लॉटमधून मागे घेतली. ती मोठ्यानं स्वत:शीच हसली. काम काय आहे हे समजल्याशिवाय इंटरेस्ट आहे की नाही, हे विचारणं म्हणजे वेडेपणाचं नाही का, तिनं त्याला सरळ विचारलं होतं.

तेव्हापासून मात्र त्यानं उगाचच लांबण लावण्याचं बंद केलं होतं. ''आम्हाला डॉक्टर लोकांचा नालायकपणा नष्ट करायचाय आणि त्यासाठी आम्हाला तुझ्यासारखे लोक हवेत.'' त्यानं म्हटलं होतं. ''लायकी नसलेल्या लोकांचा डॉक्टरी पेशामध्ये प्रचंड भरणा झालाय, पण डॉक्टरी पेशाच अशा डॉक्टरांना पाठीशी घालतो, त्यांच्याबद्दल माहिती देत नाही, त्यामुळे असे लोक शोधून काढणं फार अवघड जातं.'' या कामाला आपण एकदम योग्य आहोत, हे जॅझच्या लगेच लक्षात आलं होतं. लायकी नसलेली माणसं हुडकून काढण्यात ती स्वत:ला एकदम तरबेज समजायची, कारण आतापर्यंत जिथे जिथे तिनं काम केलं होतं किंवा शिक्षण घेतलं होतं, त्या प्रत्येक ठिकाणी तिला अशा माणसांची भरताडच दिसलेली होती. मि. बॉबनं तिला सांगितलं होतं, की ''ज्या केसेसमध्ये सदोष उपचारांमुळे रोग्याचं काही नुकसान झालं असेल अशा केसेस तू आम्हाला ई-मेलनं कळवायच्या. विशेषत: अॅनेस्थेशिया, ऑब्स्टेट्रिक्स आणि न्यूरोसर्जरीच्या केसेस. पण आणखी वेगळ्या केसेसही चालतील.'' त्याबद्दल तिला प्रत्येक केसमागे दोनशे डॉलर मिळणार होते, त्यातल्या ज्या केसेसमध्ये डॉक्टरांविरुध्द खटला भरला जाईल अशा प्रत्येक केसमागे एक हजार डॉलर आणि अशा खटल्यांपैकी ज्या खटल्यांचा निकाल फिर्यादीच्या बाजूनं लागेल, त्या प्रत्येक खटल्याबद्दल आणखी पाचशे डॉलर मिळणार होते.

इथून सगळं सुरू झालं होतं. मि. बॉबनंच सांगितलं होतं, त्यानुसार तिनं संध्याकाळऐवजी रात्रीची शिफ्ट मागून घेतली होती – हे अगदीच सोपं गेलं होतं, कारण रात्रीच्या शिफ्टला यायला फारसं कोणी आपण होऊन तयार होत नसे. शिवाय रात्रीच्या शिफ्टमध्ये अगदी पहाटेच्या वेळी फारसं कुणाचं लक्ष नसे. त्यामुळे जॅझला मोकळेपणानं सगळ्या हॉस्पिटलमध्ये हिंडता यायचं, पेशंटच्या बेडला अडकवलेल्या नोंदी पाहता यायच्या, बाकीच्यांच्या गप्पा ऐकता यायच्या. मि. बॉबनं आणखीही बऱ्याच उपयुक्त सूचना केल्या होत्या. ''वर्षानुवर्षांच्या अनुभवानं शिकलो हे आम्ही.'' तो म्हणे. ''आमचा हा गुप्तपणे काम करणाऱ्या लोकांचा ग्रुप खूप मोठा, हुशार माणसांचा आहे. भरपूर पैसा आहे आमच्याकडे.''

पूर्णपणे गुपचूप करायच्या असलेल्या या कामामुळे जॅझचा आणखी एक अप्रत्यक्ष फायदा झाला होता – तिला नर्सिंगचं कामच आवडायला लागलं होतं. तिला मिळणारा पैसा देशाबाहेर तिला उघडून दिलेल्या गुप्त खात्यात वायरनं पाठवला जायचा. या खात्याचा बॅलन्स चांगला भराभर फुगत गेला होता. शिवाय टॅक्सचाही प्रश्न नव्हता. एकच छोटीशी अडचण होती, की त्या खात्यातून पैसे काढायला तिला स्वत:ला कॅरिबिअन भागात अधूनमधून जावं लागायचं. पण हा भाग तर उलट आनंदाचा होता.

पुढच्या चार वर्षांत तर परिस्थिती आणखीच सुधारली होती. या दरम्यान तिनं

अनेक हॉस्पिटलमध्ये काम केलं होतं. तिची शेवटची नोकरी तिनं क्वीन्समधल्या सेंट फ्रान्सिस हॉस्पिटलमध्ये केली होती. एक दिवस मि. बॉब आला होता आणि त्यानं तिला सांगितलं होतं, ''तुझं उत्तम काम लक्षात घेऊन त्यांनी तुला प्रमोशन देऊन एका अत्यंत निवडक माणसांच्या गटात सामील करायचं ठरवलंय. आता तुला आणखी एक अत्यंत महत्त्वाची कामगिरी मिळेल आणि त्यासाठी तुला मिळणारा मोबदला खूपच वाढणार आहे. आणि त्याबरोबरच तुला पाळावी लागणारी गुप्तताही. या कामगिरीचं नाव आहे 'ऑपरेशन विनो.''

हे नाव सांगितल्यावर मि. बॉब मोठ्यानं हसला होता. ''अर्थात, या नावाचा तुझ्या निवडीशी काहीच संबंध नाही, फक्त मला या नावामुळे 'मिनो' ची आठवण होते, एवढंच.'' लगेच तो गंभीर झाला होता. ''पण या कामाचा कुणाला वासही लागता कामा नये. समजलं ना?'' जॅझनं अर्थातच जोरजोरात मान डोलावली होती.

''इथे परिस्थिती सध्याच्या कामाच्या नेमकी उलट आहे.'' त्यानं म्हटलं होतं. ''अर्थात, सध्याचं कामही तू चालूच ठेवायचंयस. 'ऑपरेशन विनो'मध्ये तुला एका पेशंटचं नाव ई-मेलनं कळवलं जाईल. त्यानंतर एका अत्यंत विचारपूर्वक पद्धतीचा अवलंब करून – आणि लक्षात ठेव, या पद्धतीचं पालन अगदी तंतोतंत झालं पाहिजे – तू त्या पेशंटला सँक्शन करायचंस.''

काही क्षण कोणीच काही बोललं नव्हतं. पहिल्यांदा जॅझला त्याच्या म्हणण्याचा अर्थ कळला नव्हता – त्या 'सँक्शन' शब्दानं तिला गोंधळात टाकलं होतं. पण लगेचच काय ते तिला समजलं होतं. आणि मग मात्र ती मनोमन शहारली होती.

''ही जी पद्धत आहे, ती तज्ज्ञ डॉक्टरांनी संशोधन करून तयार केलीय. आणि ती कधीही उघडकीला येणं शक्य नाही. ती कोणालाही समजणं शक्य नाही. पण तू तिचं अक्षरशः तंतोतंत पालन करायचंयस. येतंय लक्षात?''

''म्हणजे काय? अर्थातच येतंय.'' मूर्खा, मी काय तुला बिनडोक वाटले का?

''या टीममध्ये यायला तू तयार आहेस?''

''नक्कीच तयार आहे.'' जॅझनं म्हटलं होतं. ''पण तू मला पैसे किती मिळणार हे सांगितलेलं नाहीस.''

''प्रत्येक केसला पाच हजार.''

त्या वेळी आपल्या चेहऱ्यावर फुटलेलं हसू जॅझला या क्षणीही आठवत होतं. आपण काही तरी आव्हानात्मक कामाच्या शोधात होतो आणि इथे तर त्याबद्दल आपल्याला पैसेही मिळणार – थोडेथोडके नाही, पाच हजार डॉलर! तिचा विश्वासच बसला नव्हता. आणि प्रत्यक्षात तर हे काम तिच्या कल्पनेपेक्षाही मजेशीर निघालं होतं. तिनं मि. बॉबच्या सूचना खरोखरच तंतोतंत पाळल्यामुळे पहिली पाच कामं बिनबोभाट पार पडल्यावर एक दिवस मि. बॉब उगवला होता. येताना त्यानं एक

स्वत:च्या 'हमर'ची अगदी प्रतिकृती शोभेल अशी नवी कोरी 'हमर' आणली होती.

"तुझ्या कामाचं कौतुक करण्यासाठी ही खास भेट दिलीय त्यांनी." गाडीचे कागदपत्र आणि चाव्या जॅझला देत त्यानं म्हटलं होतं. "ती कुठलीशी कॉस्मेटिक्स कंपनी हुशार आणि तरबेज कर्मचाऱ्यांना गुलाबी कॅडिलॅक देते म्हणे. त्यांचं काम गुलाबी आहे. आपलं काळं आहे."

क्लबच्या आवारातून बाहेर पडून जॅझ कोलंबस अॅव्हेन्यूवर आली. पहिल्या सिग्नलशी थांबल्यावर तिनं 'ब्लॅकबेरी' सुरू केला. क्लबच्या गॅरेजमध्ये रिसेप्शन फार कमी असतं असा तिचा अनुभव होता. मि. बॉबकडून एक संदेश आलेला दिसत होता. मोठ्या अधीरपणे तिनं संदेश उघडला. त्यात आणखी एक नाव दिलेलं होतं!

"यस्!" असं मोठ्यानं ओरडून जॅझनं उजव्या हाताची मूठ आवळून हवेत एक ठोसा लगावला – एखाद्या टेनिसपटूनं उत्कृष्ट फोरहँड विनर मारल्यासारखा! पण पुढच्याच क्षणी तिनं स्वत:ला एकदम आवर घातला आणि ती शांत झाली. कालच रात्री एक कामगिरी पार पाडल्यावर लगेच दुसरं नाव मिळतंय, याचा अर्थ आपली आणखी एक मालिका सुरू होणार, हे तिच्या लक्षात आलं. अशी नावं तिला कधीही यायची हे जरी खरं असलं, तरी एकदा यायला लागली की ती एकापाठोपाठ एक अशी चार-पाच तरी यायची.

जॅझनं समोरच्या डॅशबोर्डवरच्या एका ट्रेसारख्या कप्प्यात 'ब्लॅकबेरी' ठेवून दिला. तेवढ्यात सिग्नल हिरवा झाला. तिच्या उजवीकडच्या टॅक्सीवाल्यानं एकदम झटकन तिच्या लेनमध्ये घुसायचा प्रयत्न केला. पण जॅझनंही हमरच्या शक्तिशाली इंजिनच अॅक्सिलरेटर एकदम दाबला, तशी तिची हमर एकदम उसळली आणि बिचाऱ्या त्या टॅक्सीवाल्याला जोरात ब्रेक मारावे लागले. त्याच्यापुढे निघताना तिनं त्याला हाताचं मधलं बोट उंचावून हिणवलं.

सेंट्रल पार्क साऊथ रस्त्यावरही अशीच टॅक्सींना घाबरवत जॅझ उत्तरेला मॅडिसनवर आली आणि मॅनहटन जनरल हॉस्पिटलला पोचली. हॉस्पिटलच्या प्रशस्त गॅरेजमध्ये तिनं गाडी लावली. सव्वा दहा वाजले होते. रात्रीच्या शिफ्टमध्ये काम करण्याचा आणखी एक मोठा फायदा हा होता, की दुसऱ्या मजल्यावर गॅरेजच्या दाराशीसुध्दा पार्किंगला भरपूर जागा मिळायची. ब्लॅकबेरी कोटाच्या डाव्या खिशात टाकून ती बाहेर पडली आणि पादचारी पूल ओलांडून हॉस्पिटलमध्ये शिरली.

ती शिफ्टच्या वेळेच्या थोडं आधीच आलेली होती. तिनं त्याच दृष्टीनं वेळेचं नियोजन केलेलं होतं. ती सरळ आपल्या कामाच्या ठिकाणी, सहाव्या मजल्यावर गेली. हा मजला संपूर्णपणे जनरल सर्जरीसाठी होता, त्यामुळे इथे सतत वर्दळ असायची. कोट व्यवस्थित लॉकरमध्ये ठेवून ती सहजपणे एका कॉम्प्युटर टर्मिनलशी बसली आणि तिनं ते नाव टाईप केलं – 'डार्लीन मॉर्गन.' वॉर्डच्या संध्याकाळच्या

शिफ्टच्या सेक्रेटरीचं तिच्याकडे मुळीच लक्ष नव्हतं. शिफ्ट संपत आल्यामुळे ती घरी जायच्या तयारीत होती.

डार्लीन मॉर्गनचा रूम नंबर याच मजल्यावर ६२९ होता. जॅझचं काम आणखी थोडं सोपं झालेलं होतं. कॉफीच्या सुट्टीत किंवा लंचच्या वेळेत ती अर्थातच बाकीच्या मजल्यांवर जाऊ शकत होती, पण त्यात कुणाचं तरी उगाचच लक्ष जाण्याचा धोकाही थोडा जास्त असायचा.

सहाव्या मजल्यावरून जॅझ लिफ्टनं पहिल्या मजल्यावर आली आणि तिथल्या इमर्जन्सी रूममध्ये शिरली. इमर्जन्सी रूममध्ये नेहमी प्रमाणेच सावळा गोंधळ होता. त्यातूनही ही वेळ कायमच गर्दीची असे आणि बाहेरच्या वेटिंग रूममध्ये आजारी माणसांची, रडणाऱ्या पोरांची एकच गर्दी होती. जॅझनं स्टोअर रूममध्ये प्रवेश केला. ही स्टोअर रूम लहान मुलांच्या औषधांची आणि सलाईनच्या बाटल्यांची होती. आपल्याला कोणी अडवेल अशी जॅझला मुळीच अपेक्षा नव्हती, तरीपण केवळ सवयीनंच तिनं इकडे तिकडे बघत खात्री करून घेतली. मग तिनं कॉन्सन्ट्रेटेड पोटॅशियम क्लोराईडच्या अँप्यूल्स ठेवलेल्या खोक्यात हात घालून एक अँप्यूल काढली आणि जॅकेटच्या खिशात टाकून दिली. मि. बॉबनं म्हटलंच होतं, की भयंकर गडबड असलेल्या इमर्जन्सी रूममध्ये एक अँप्यूल कमी झालेली कुणाला कळणारही नाही.

कामाचा पहिला भाग सुरळीत पार पडला होता. जॅझ सहाव्या मजल्यावर जाऊन आपली शिफ्ट सुरू होण्याची वाट बघत बसली. केवळ कुतूहलानंच तिनं डार्लीन मॉर्गनचा चार्ट उघडला. अर्थात, चार्टमध्ये काहीही असलं तरी तिला त्याच्याशी काहीही कर्तव्य नव्हतं.

"मम्मी, आज रात्री काही झालं तरी तू घरी ये." स्टीफननं रडवेल्या आवाजात म्हटलं.

आठ वर्षाच्या स्टीफनच्या डोक्यावर मायेनं थोपटून डार्लीन मॉर्गननं पतीकडे – पॉल मॉर्गनकडे – सचिंत नजरेनं कटाक्ष टाकला. स्टीफन वयाच्या मानानं दिसायला मोठा होता, बऱ्याचदा तो समंजस वागतही असे, पण आता मात्र परिस्थिती तशी नव्हती. मम्मीनं हॉस्पिटलमध्ये राहण्याच्या कल्पनेनंच तो फार अस्वस्थ झालेला होता. काही केल्या तो तिचा हात सोडायला तयार नव्हता. पॉलबरोबर तो भेटायला आलेला पाहून डार्लीनला आश्चर्यच वाटलं होतं, कारण हॉस्पिटलच्या नियमानुसार बारा वर्षांपेक्षा कमी वयाच्या मुलांना कुणाला भेटायला आणायला मज्जाव होता. स्टीफन जरी मोठा दिसत असला तरी तो बारा वर्षांचा नक्कीच वाटत नव्हता. तरीही त्यानं हॉस्पिटलमध्ये यायचा इतका हट्ट केला होता, की पॉलला त्याला नाईलाजानं आणावं लागलं होतं. नशीबानं त्याला कोणी अडवलंही नव्हतं.

सुरुवातीला स्टीफनला बघून डार्लीनला बरं वाटलं होतं, पण आता मात्र तिला तो काही तरी आकांडतांडव करेल अशी धास्ती वाटू लागलेली होती. पॉल गेला अर्धा तास इथून निघण्याचा प्रयत्न करत होता, पण त्याला ते जमलेलं नव्हतं. डार्लीननं कसाबसा स्टीफनच्या पकडीतून हात सोडवून घेतला आणि त्याच्या कमरेभोवती हात टाकून त्याला बेडपाशी ओढलं.

''स्टीफन,'' तिनं मृदुपणे म्हटलं. ''काल आपण काय बोललो होतो? अरे, माझं छोटंसं ऑपरेशन करावं लागलं.''

''का?''

डार्लीननं पॉलकडे बघितलं. पॉलनं हताशपणे खांदे उडवले. आपण हॉस्पिटलमध्ये आल्याची स्टीफनला भयंकर भीती वाटतेय आणि त्यामुळेच तो इथून सरळ शांतपणे बाहेर जायला तयार नाही, हे त्या दोघांनाही माहीत होतं. डार्लीननं शनिवार-रविवारच्या सुट्टीत त्याला बरंच समजावलं होतं, पण अजूनही तो अस्वस्थ होता, हे उघड होतं.

''मला माझा गुडघा ठीक करून घ्यावा लागला.''

''का?''

''मागे टेनिस खेळताना माझा गुडघा दुखावला होता, आठवतंय ना तुला? त्याचं छोटसं ऑपरेशन करावं लागलं. त्यामुळे आता आजची रात्र मला इथे राहावं लागेल. पण उद्या मात्र मी नक्कीच घरी येईन. काय?''

मम्मीच्या नजरेला नजर न देता स्टीफन बेडशीटशी चाळा करत गप्पच राहिला.

''स्टीफन, तुझी झोपायची वेळ होऊन गेलीय. किती उशीर झाला बघ, तुला झोपायला. आता तू डॅडबरोबर घरी जाऊन झोपी जा. सकाळी ऊठ, की थोड्याच वेळात मी घरी येईन.''

''नाही, तू आत्ताच चल घरी!''

''असं काय करतोस? शहाणा ना तू?'' डार्लीननं थोडं झुकून त्याला हळूच आलिंगन दिलं. पण त्या हालचालीनं तिच्या ऑपरेशन झालेल्या गुडघ्यातून कळ आली आणि ती किंचित कण्हली. तिच्या पायाला एक खास उपकरण लावलेलं होतं, त्यामुळे तिला पाय फार हलवता येत नव्हता. हे उपकरणच सावकाश, पण सतत तिच्या पायात हालचाल सुरू ठेवत होतं.

पॉलनं पुढे होऊन मुलाच्या खांद्याभोवती हात टाकला आणि त्याला हळूच मागे ओढलं. स्टीफननंही फारसे आढेवेढे घेतले नाहीत. कारण मम्मीचं कण्हणं त्यानं ऐकलेलं होतं.

''फार दुखत नाहीय ना?'' त्यानं डार्लीनला विचारलं.

''नाही. आता ठीक आहे.'' डार्लीननं म्हटलं आणि ती सावकाश हालचाल

करत पुन्हा बेडवर नीट निजली. "फक्त हा पाय हलवता येत नाही मला." हळूहळू तिच्या पायातली कळ थांबली

"पण हे हॉस्पिटल फार छान आहे." त्यानं म्हटलं. "आपलं नशीब, की आपल्याला अमेरिकेअरचा मेडिकल इन्शुअरन्स घेण्याची बुध्दी झाली. नाही तर आत्ताचा खर्च आपल्याला परवडलाच नसता."

"म्हणजे मी हे ऑपरेशन करून घ्यायला नको होतं, असं म्हणणं आहे का तुझं?"

"मुळीच नाही! असं कसं म्हणेन मी? फक्त एवढंच, की आपल्या आधीच्या इन्शुअरन्समधून एवढं सगळं शक्य झालं नसतं. प्रत्येक वेळी आपण त्या इन्शुअरन्सला क्लेम केला की हे मिळणार नाही, त्याला कव्हर नाही अशा किती कटकटी असायच्या, आठवतंय ना तुला? आता मात्र तसं होणार नाही. फार बरं झालं आपण अमेरिकेअरकडे आलो ते."

मम्मीचा पाय दुखावल्याचा स्टीफनवर बराच परिणाम झालेला दिसत होता. कारण थोड्या वेळानं जेव्हा पॉलनं बायकोचा निरोप घेतला, तेव्हा तो निमूटपणे त्याच्याबरोबर निघून गेला.

अचानक डार्लीनला एकटेपणाची जाणीव झाली. दुपारी कॉरिडॉरमध्ये सतत वर्दळ होती. पण आता मात्र एकदम सगळं शांत झालेलं होतं. रूमच्या उघड्या दारातून तिला कोणाचीही ये-जा दिसत नव्हती. ही वेळ संध्याकाळच्या आणि रात्रीच्या शिफ्टच्या नर्सेसनी आणि इतर कर्मचाऱ्यांनी रिपोर्ट देण्या-घेण्याची असते, हे तिला माहीत नव्हतं. दूरच्या कुठल्या तरी रूममधून ठरावीक वेळानंतर येणारी कार्डिअॅक मॉनिटरची 'बीप', हा एकमेव आवाज आता ऐकू येत होता.

डार्लीनची नजर संपूर्ण रूममधून एकदा फिरली. अगदी साधं हॉस्पिटलचं फर्निचर, पॉलनं आणून कपाटावर ठेवलेली फुलं, तो भिंतींचा खास हिरवा रंग, फ्रेममधलं ते छापील चित्र. या भिंतींनी केवढे जन्म-मृत्यूचे भयंकर संघर्ष पाहिले असतील, हा विचार मनात येऊन क्षणभर तिचा थरकापच झाला. लगेच तिनं तो विचार मनातून काढून टाकायचा प्रयत्न केला. पण ते सोपं नव्हतं. कुणाही सामान्य माणसाला हॉस्पिटल आवडत नाही. तसं ते तिलाही आवडत नसे. बाळंतपण सोडलं तर ती कधीही एक पेशंट म्हणून हॉस्पिटलमध्ये आलेली नव्हती. पण बाळंतपण हा प्रसंगच वेगळा असतो. डिलिव्हरीच्या वॉर्डमध्ये कायम एक आनंद, एक प्रकारची उत्कंठा भरलेली असते. इथलं वातावरण मात्र अगदीच वेगळं – खरं तर भीतीदायकच होतं.

तिनं मान वळवून वरच्या आयव्हीच्या बाटलीकडे पाहिलं. त्यातून पडणारा तो एक एक थेंब पाहण्याचा नाही म्हटलं तरी तिच्या मनावर काहीसा संमोहनासारखा

परिणाम झाला. काही वेळानं त्या थेंबावरून नजर काढतानासुध्दा तिला जरा त्रासच झाला. त्या बाटलीबरोबरच लावलेला मॉर्फाईनचा पंपही तिला दिसला. वेदना जास्त झाल्या तर त्यातून पेशंटनं स्वत:च, मर्यादित स्वरूपात मॉर्फाईन शरीरात सोडण्याची त्यात व्यवस्था होती. आतापर्यंत फक्त दोनदाच तिनं तो पंप वापरला होता.

बेडच्या वर एक टीव्ही तिरका करून लोंबकळत सोडलेला होता. केवळ काही तरी करायचं म्हणून डार्लीननं तो सुरू केला आणि त्याचा आवाज अगदी कमी केला. रात्रीच्या स्थानिक बातम्या सुरू होत्या. सकाळचा ॲनेस्थेशिया आणि नंतरचं वेदनाशामक नार्कोटिक औषध, यांच्या दुहेरी परिणामांमुळे तिचं मन जरासं बधीरच झालेलं होतं. पायाचं ते मशीन हळूहळू तिच्या पायात हालचाल निर्माण करत होतं, पण तो पाय जणू दुसऱ्याच कुणाचा असल्यासारखं तिला त्याचं अस्तित्वच जाणवत नव्हतं.

निद्रा आणि जागेपण यांच्या मधल्या अवस्थेत एक तास अगदी सहज निघून गेला. हालचाल न करता पडून राहायचं हे आठवताना ती जास्त झोपेत असे, तर आपोआप पायाची हालचाल झाल्यावर ती थोडी जागी होत असे. टीव्हीवरच्या बातम्या संपून 'लेटरमन शो' सुरू झाल्याचंही तिला जेमतेमच जाणवलं.

जणू अचानकच तिला कोणीतरी आपल्याला हलवून जागं करत असल्याची जाणीव झाली. आणि खरोखरच एक नर्स असिस्टंट तिला हलवून जागं करत होती. या भानगडीत अचानक डार्लीनच्या ऑपरेशन झालेल्या पायाच्या मांडीचा स्नायू आकुचंन पावला आणि डार्लीननं तोंड घट्ट आवळत ती वेदना कशीबशी सहन केली.

''तुमच्या ऑपरेशननंतर लघवी झालीय का तुम्हाला?'' त्या जाडजूड, राठ तांबडे केस डोक्यावर असलेल्या बाईनं विचारलं.

डार्लीननं आठवायचा प्रयत्न केला. पण तिला काही ते आठवेना आणि तिनं तसं त्या बाईला सांगून टाकलं.

''तुम्हाला लघवी झाली असती तर मला वाटतं तुम्हाला आठवलं असतं. त्यामुळे आता करा. मी बेडपॅन आणते.'' बाथरूममध्ये जाऊन त्या बाईनं स्टीलचं बेडपॅन आणलं आणि डार्लीनच्या मांडीशी बेडवर ठेवलं.

''पण आत्ता मला लागलेली नाही.'' डार्लीननं म्हटलं. बेडपॅनवर जाण्यासाठी तिला पायाची हालचाल मुळीच करायची इच्छा नव्हती. तो विचारच तिला सहन झाला नाही. ऑपरेशननंतर थोड्या वेदना वगैरे होऊ शकतील असं त्या सर्जननं सांगितलं होतं, पण या वेदना मात्र त्याही पलीकडच्या आहेत!

''ते काही नाही, तुम्हाला लघवी केलीच पाहिजे.'' त्या बाईनं दटावत म्हटलं आणि जणू बोलायलाही वेळ नसल्यासारखं हातातल्या घड्याळात बघितलं.

अर्धवट जाग्या अवस्थेतली डार्लीन त्या बाईवर चिडली. ''ते बेडपॅन राहू दे इथेच, मी नंतर करेन.''

"बाई, लघवी तुम्ही आत्ताच केली पाहिजे. मला वरून ऑर्डर आहे तशी."

"मग ते वर जे कोण असतील त्यांना सांगा, की मी नंतर करेन."

"मी नर्सलाच बोलावते. तिला कोणी असा शहाणपणा केलेला खपत नाही."

ती नर्स असिस्टंट तरातरा निघून गेली. डार्लीननं शांतपणे बेडपॅन जरा दूर सरकवलं.

पाच मिनिटांनी ताडताड चालत नर्स आली. पाठोपाठ ती नर्स असिस्टंटही होती. डार्लीन दचकलीच. त्या बाईच्या मानानं नर्स फारच सुंदर होती – उंच, सडपातळ, टपोऱ्या डोळ्यांची. कमरेवर हात ठेवून तिनं डार्लीनकडे वाकून पाहिलं. "ही म्हणते की तुम्ही लघवी करायला नाही म्हटलंत."

"मी नाही म्हटलं नाही, मी फक्त नंतर करेन असं म्हटलं."

"नाही. तुम्ही आत्ताच केली पाहिजे, नाही तर आम्ही कॅथेटर लावणार. मला वाटतं याचा अर्थ समजतोय तुम्हाला."

डार्लीनला त्याचा अर्थ चांगला ठाऊक होता आणि तो तितकासा आनंददायक नव्हता. ती असिस्टंट बेडच्या दुसऱ्या बाजूला गेली. आता मात्र डार्लीनचा नाईलाज होता.

"काय ते तुम्ही ठरवायचं, बाई." त्या नर्सनं म्हटलं. "मी तरी सांगेन, की तुम्ही कंबर उचला लगेच."

"हे तुम्हाला जरा चांगल्या शब्दात, थोडंसं मायेनंही सांगता आलं असतं, नाही का?" बेडवर हात टेकून कंबर वर उचलायची शारीरिक आणि मानसिक तयारी करत डार्लीननं म्हटलं.

"हे बघा, मला इतक्या पेशंटकडे लक्ष द्यावं लागतं, की साधी लघवी करण्यासारख्या फालतू गोष्टी सांगताना पेशंटशी प्रत्येक वेळी मायेनं, प्रेमानं बोलणं शक्य होत नाही मला." नर्सनं म्हटलं. असिस्टंट बेडपॅन सरकवत असताना त्या नर्सनं आय व्हीची ट्यूब नीट आहे ना, हे बघून घेतलं.

बेडपॅनवर जाताना वाटत होतं तेवढ्या वेदना जाणवल्या नाहीत, तेव्हा डार्लीननं सुटकेचा नि:श्वास सोडला. त्या मानानं बेडपॅनचा तो थंडगार स्पर्शच असह्य होता. पण लघवी लागलेली नसताना ती करणं मात्र तिला बरंच जड गेलं. आपल्याला वाटलं होतं त्या पेक्षा जास्त लघवी झाली, म्हणजे याची गरजच होती, तिनं मनात म्हटलं. हॉस्पिटल न आवडण्याचं हे आणखी एक कारण. या दरम्यान त्या दोघी निघून गेलेल्या होत्या. त्यामुळे तिला वाट बघत थांबणं भाग होतं. कंबर ती कुठेही फारसं न दुखता वर-खाली करू शकत होती, पण खालून बेडपॅन काढायचा तर तिला बेडवर ठेवलेल्या दोनपैकी एक हात उचलावा लागला असता आणि त्यामुळे आपोआपच तिच्या दुखऱ्या पायाचे स्नायू ताणले गेले असते. त्यामुळे ती निमूटपणे

थांबून राहिली. पण पाच मिनिटांनंतर तिची पाठ दुखू लागली. त्यामुळे हिय्या करून कशीबशी हलून तिनं एकदाचं ते बेडपॅन बाजूला काढलं आणि तेवढ्यात त्या दोघी परत आल्या.

ती नर्स असिस्टंट बेडपॅन घेऊन गेली. नर्सनं डार्लीनला एक झोपेची गोळी आणि ग्लासात थोडं पाणी दिलं.

"या गोळीची काही मला गरज आहेसं वाटत नाही." तिनं म्हटलं. कारण दिवसभर घेतलेल्या औषधांमुळे आधीच तिला हवेत तरंगत असल्यासारखं वाटत होतं.

"घ्या ती गोळी. तुमच्या डॉक्टरांनी घ्यायला सांगितलीय."

डार्लीननं नजर वर करून नर्सच्या चेहऱ्याकडे पाहिलं. तिच्या चेहऱ्यावर बेदरकार भाव आहेत, का कंटाळलेले आहेत, का तुच्छतेचे आहेत, काहीच कळत नव्हतं. पण जे काही भाव असतील ते डार्लीनला मुळीच आवडलेले नव्हते. अशी बाई नर्सिंगमध्ये गेलीच कशी? तिनं स्वत:शीच म्हटलं. "पण तुम्हाला सरळ भाषेत बोलताच येत नाही का?" तिनं विचारलं.

"समोरचा माणूस कसा असेल तसं वागते मी." नर्सनं शांतपणे म्हटलं. डार्लीननं आणखी काही न बोलता ती गोळी तोंडात टाकली आणि पाण्याबरोबर गिळून टाकली. नर्सनं तिच्या हातातला ग्लास घेतला. "नंतर परत येईन मी."

काही गरज नाही परत यायची, डार्लीननं मनात म्हटलं, पण ती उघड काहीच बोलली नाही. त्या दोघी निघून गेल्या. काही इलाज नाही, डार्लीननं मनात म्हटलं. या क्षणी या पायातल्या वेदनांमुळे मी इतकी या लोकांवर अवलंबून आहे, की यांचं वागणं सहन करण्यावाचून गत्यंतरच नाही मला.

बेडपॅनच्या वेळच्या हालचालीमुळे वाढलेल्या वेदना कमी करण्यासाठी तिनं तो मॉर्फाईनचा पंप सुरू केला. ठरलेला मॉर्फाईनचा डोस तिच्या शरीरात गेल्यावर पंप आपोआप थांबला. थोड्याच वेळात तिला शांत वाटू लागलं. हळूहळू त्या दोघींबरोबरच्या बोलाचालीनंतर झालेली चिडचिडही नाहीशी झाली. एक बरं झालं, की एकदाचं ते ऑपरेशन पार पडलंय, ती विचार करत होती. आता झपाट्यानं माझी तब्येत सुधारेल. सहाच महिन्यांत मी पुन्हा टेनिसही खेळू शकेन. डॉक्टरच म्हणत होते तसं.

काय होतंय हे कळायच्या स्थितीतच नसलेली डार्लीन औषधांच्या गुंगीत शांत झोपी गेली. किती वेळ गेला तेही तिला समजलं नाही. अचानक डाव्या दंडात टोचल्यासारख्या कसल्याशा असह्य वेदनेनं तिला जाग आली. तिचे डोळे खाडकन उघडले आणि ओठातून कण्हल्यासारखा आवाज बाहेर पडला. टीव्ही बंद झालेला होता आणि अगदी जमिनी लगत लागलेला मंद नाईटलँप सोडला तर रूममध्ये सगळं अंधुक दिसत होतं. क्षणभर डार्लीनला आपण कुठे आहोत तेच समजलं नाही,

पण ती चटकन भानावर आली. दंडातली वेदना आता तिला खांद्यातही जाणवत होती. झटकन तिचा हात बेलच्या बटनाकडे गेला. पण ती तिथपर्यंत पोचू शकली नाही. उलट एका हातानं तिचं मनगट घट्ट पकडून ठेवलं. डोळे वर करून तिनं पाहिलं, तेव्हा तिला बेडपाशी पांढऱ्या कपड्यातली एक आकृती दिसली, पण त्या आकृतीचा चेहरा अंधारात होता. डार्लीननं बोलायला तोंड उघडलं, पण तिच्या तोंडातून शब्दच फुटेनात. रूममधल्या वस्तू तिला वाढत्या वेगानं धूसर दिसत गेल्या. सगळी रूम तिच्याभोवती गरगर फिरू लागली आणि ती अंधाराच्या अथांग डोहात बुडून गेली.

सहा

"**शे**ली, पुढे बघ!" लॉरी किंचाळली. "थांब!" तिच्या डोळ्यांसमोर तिला तिचा भाऊ तीरासारखा एका तळ्याकडे धावत जाताना दिसत होता आणि त्या तळ्याच्या काठावर भयंकर दलदल होती. तिचा विश्वासच बसत नव्हता. एवढं आपण त्याला सावध केलं, पण हा आपलं न ऐकता असाच पळत सुटलाय! "शेली, थांब!" ती पुन्हा मोठ्यानं ओरडली.

आता पुढे काय होणार हे दिसत असूनही केवळ भडकल्यामुळे लॉरीनंही त्याच्या पाठोपाठ धावायला सुरुवात केली. शेली एकदा त्या दलदलीत घुसला की आपण काहीही करू शकणार नाही, हे माहीत असूनही ती वेगानं धावत होती, कारण आपला भाऊ डोळ्यादेखत दलदलीत रुतत चाललेला तिला बघत राहणं शक्यच नव्हतं. पळता पळता ती कुठे एखादी फांदी, लाकूड काही दिसतंय का, तेही पाहात होती. शेली दलदलीत रुतला तरी त्याला कसंही करून बाहेर तर काढणं आवश्यकच होतं. पण आजूबाजूचा सगळाच भाग अगदी वैराण होता.

पण त्या दलदलीपासून दहा फुटांवर असतानाच शेली अचानक पळायचा थांबला आणि त्यानं मागे वळून तिच्याकडे डांबरटपणानं हसून पाहिलं. लहानपणी तो असंच नेहमी तिच्याकडे बघून हसायचा.

एकदम हायसं वाटून लॉरीही धापा टाकत थांबली. आता याला हसावं, की रडावं, की रागवावं हेच तिला समजत नव्हतं. आणि तेवढ्यात, ती काही बोलण्याआधीच त्यानं पुन्हा वळून त्या तळ्याकडे जोरात पळायला सुरुवात केली.

"नको! थांब!" लॉरी किंचाळली. पण यावेळी मात्र शेली तसाच पळत दलदलीत घुसला आणि शेवटी अडखळून खाली पडला. त्यानं परत तिच्याकडे

बघितलं, पण आता त्याच्या चेहऱ्यावरचं हास्य नाहीसं झालेलं होतं. त्याची जागा आता मूर्तिमंत भीतीनं घेतलेली होती. त्यानं लॉरीकडे मदतीसाठी हात केला. लॉरी एव्हाना अगदी दलदलीच्या काठाशी आलेली होती. तिनं पुन्हा एकदा भिरीभिरी बघत एखादं लाकूड, फांदी, काहीही दिसतंय का, ते पाहिलं, पण जवळपास तसलं काहीही नव्हतं. तिच्या डोळ्यांदेखत शेली भराभर त्या दलदलीत बुडत गेला. अखेरपर्यंत त्याचे डोळे मदतीसाठी तिची याचना करत होते. शेवटी ते ही दलदलीत नाहीसे झाले. काही वेळ एक हात कुठे तरी आधार शोधत असहायपणे हलताना दिसला, मग तोही खाली गेला.

"नो! नो! नो!" लॉरी मोठमोठ्यानं किंचाळत होती, पण कसल्याशा कर्कश घंटेसारख्या आवाजात तिचं किंचाळणं कोणाला ऐकू जात नव्हतं. आणि निद्रेच्या डोहातून एकदम तिचं डोकं वर आलं. चटकन हात लांबवून तिनं घड्याळाचा तो गजर आधी बंद केला. पुन्हा बेडवर अंग टाकून तिनं वर छताकडे बघितलं. तिला दरदरून घाम फुटलेला होता आणि तिचा श्वासोच्छ्वासही फुललेला होता. गेल्या बऱ्याच वर्षांमध्ये तिला हे दु:स्वप्न पडलेलं नव्हतं.

उठून बसत लॉरीनं पाय बेडखाली सोडले. काल रात्री खूप दमलेली असूनही उशिरापर्यंत ती घराची साफसफाई करत जागलेली होती. आपण मूर्खपणा करतोय हे तिला समजत होतं, पण घरातली आणि मनातलीही जळमटं काढणं आवश्यकच होतं. आणि मनातली जळमटं काढण्यावरचा एक उपाय होता, घरातली जळमटं काढणं.

गेल्या फक्त अठ्ठेचाळीस तासांत आपलं आयुष्य किती बदललंय, याचं तिला मनोमन आश्चर्य वाटत होतं. जॅकबरोबरची आपली मैत्री पुढेही चांगली घट्ट राहील खरी, पण त्या संबंधांमधलं प्रेम आणि शारीरिक जवळीक आता संपल्यातच जमा आहे, तिनं मनात म्हटलं. आपल्या गरजा आणि त्याच्याशी जवळीक, या दोन्ही बाबतीत आपल्याला वस्तुनिष्ठ राहाणं भागच आहे. शिवाय मम्मीची चिंता आहेच. त्यातच आता या बीआरसीए-१ ची आणखी एक नवीनच काळजी उत्पन्न झालीय.

एक सुस्कारा सोडून लॉरी उठली आणि आपल्या छोट्याशा बाथरूममध्ये जाऊन तिनं आंघोळ, केस धुवून वाळवणं वगैरे रोजचा दिनक्रम सुरू केला. ती फारसा मेकअपही वापरत नसे. थोडासा आयलायनर, थोडीशी पावडर आणि अगदी नैसर्गिक रंगाचं थोडंसं लिपस्टिक, झाला मेकअप! एवढं करून झाल्यावर तिनं आरशात स्वत:कडे बघितलं आणि हताशपणे मान हलवली. तिची थकावट, मनावरचा ताण या गोष्टी लपवू म्हटलं तरी तिच्या चेहऱ्यावरून लपत नव्हत्या.

जात्याच खरं म्हणजे लॉरीची तब्येत अगदी निरोगी होती. हायस्कूलमध्ये असताना झालेला थोडासा ब्युलिमिया सोडला, तर आपली तब्येत अशीच राहणार

हे तिनं जणू गृहीतच धरलेलं होतं. आणि अचानक आपल्यामध्ये बीआरसीए-१ म्युटेशनचा मार्कर असण्याची शक्यता आहे, हे समजल्यावर तिच्या स्वत:च्या तब्येतीबद्दलच्या आत्मविश्वासाला सुरूंग लागला होता. आपल्या अंगातल्या प्रत्येक पेशीमध्ये, प्रत्येक अणूरेणूमध्ये आपल्याविरुध्द काही तरी कट शिजत असू शकेल, हा विचारसुध्दा थरकाप उडवणारा होता. काल तिनं जो काही शोध घेतलेला होता, त्यातूनही तिला फारशी काही उत्साहवर्धक माहिती हाती लागलेली नव्हती. बीआरसीए-१ बद्दल तिला शैक्षणिकदृष्ट्या बरीच माहिती मिळाली होती – उदाहरणार्थ, चांगल्या स्थितीतील हा जीन गाठ होऊ देण्याला विरोध करण्याचं काम करतो, तर म्युटेटेड स्वरूपात मात्र तो गाठ व्हायला उलट मदत करतो!

पण या पुस्तकी ज्ञानाचा या क्षणी तिला काहीच उपयोग नव्हता – विशेषत: स्वत:च्या तब्येतीबद्दल, किंवा स्वत:ला मुलं होऊ देण्याच्या इच्छेच्या पार्श्वभूमीवर तर मुळीच नव्हता. कॅन्सर होऊ नये म्हणून आधीच दोन्ही स्तन काढून टाकणं तर वाईट आहेच, पण अंडाशयही काढायचे? हे म्हणजे फारच झालं! ती विचार करत होती. म्हणजे आपलं स्त्रीत्व सिध्द करण्याच्या दोन्ही गोष्टी कायमच्या गमावायच्या! कारण कालच आपण इंटरनेटवर वाचलं होतं, की आपल्यामध्ये जर बीआरसीए-१चा मार्कर असेल, तर ऐंशीव्या वर्षापूर्वी स्तनाचा कॅन्सर होण्याची शक्यता तर वाढतेच, वर शिवाय अंडाशयाचा कॅन्सर होण्याचीही शक्यता वाढते. म्हणजे परिस्थिती आपल्याला वाटलं होतं त्यापेक्षाही जास्त चिंताजनक आहे!

आधीच लॉरीला शांत झोप लागलेली नव्हती, त्यातच या सगळ्या चिंतांमुळे तिची मानसिक अवस्था नाजूक बनलेली होती. आता पुढचा प्रश्न, तिनं मनात म्हटलं. माझ्यात बीआरसीए-१ मार्कर आहे का, याची तपासणी करून घ्यावी, की नाही? कारण निदान मूल होईपर्यंत तरी मी माझं अंडाशय कुणाला काढू देणार नाही. स्तनांबद्दलही तीच गोष्ट. असं असेल तर मग मी ही तपासणी कशासाठी करून घेऊ? हल्लीच्या जेनेटिक तपासण्यांच्या बाबतीत हा एक मोठाच प्रश्न असतो. एक तर त्या रोगाला काही उपायच नसतो, किंवा असलाच तर उपायापेक्षा रोग बरा असं म्हणण्याची पाळी!

चटकन ब्रेकफास्ट करून ती जेव्हा घरातून बाहेर पडली, तेव्हा तिला फक्त पंधराच मिनिटं उशीर झालेला होता. तिची अपेक्षा होती, की आता समोरच्या मिसेस एंग्लर दार किलकिलं करून आपल्याकडे बघतील आणि एंग्लरबाईंनीही तिला निराश केलं नाही. तोपर्यंत लॉरीनं लिफ्टला वर आणण्यासाठी बटनही दाबलेलं होतं. एंग्लरबाईंच्या घराचा दरवाजा वाजल्याबरोबर तिनं मागे वळून त्यांच्याकडे बघत हात हलवला. पण एंग्लरबाईंनी मात्र तिला काहीच प्रतिसाद न देता चटकन दार लावून घेतलं.

फर्स्ट अॅव्हेन्यूवरून लॉरी चालत निघाली. गेल्या काही दिवसांपेक्षा हवेतली थंडी वाढलेली होती, पण तिनं टॅक्सी केली नाही. रस्त्यावरच्या रहदारीमुळे तिचं लक्षही मनातल्या चिंता सोडून जरा दुसरीकडे जात होतं, त्यामुळे तिला बरं वाटत होतं. न्यूयॉर्क हे तिच्या मते जगातलं सगळ्यांत जिवंत शहर होतं. त्यामुळे तिच्या मनातल्या चिंता, काळज्या वगैरे नाही म्हटलं तरी विसरल्या गेल्या आणि त्यांची जागा मॅकगिलिनच्या केसनं घेतली. मॉरीनकडून स्लाईड्स आणि पीटरकडून येणारा रिपोर्ट आज लवकर आला तर बरं होईल. आज कोणत्या नव्या केसेस येतील?

पुढच्या मुख्य दरवाज्यातूनच लॉरी ओसीएमई मध्ये शिरली. आज मात्र रिसेप्शन बरंचसं रिकामं होतं. डावीकडचा अॅडमिनिस्ट्रेशनचा भागही रिकामाच होता. रिसेप्शनमध्ये कोणीच नसल्यामुळे शांतपणे पेपर चाळत बसलेल्या रिसेप्शनिस्ट मार्लीन विल्सनकडे बघून लॉरीनं हात वर केला. तिनंही लॉरीकडे बघून हात वर करून प्रतिसाद दिला. कोट काढून हातात घेत लॉरी आयडी रूममध्ये शिरली.

केव्हिन साऊथगेट आणि अर्नोल्ड बेसरमन हे दोघं मेडिकल एक्झॅमिनर प्लॅस्टिकच्या दोन खुर्च्यांवर बसून गप्पा मारण्यात गढून गेलेले होते. त्यांनी गप्पा न थांबवता लॉरीकडे बघून हात वर केले. लॉरीनंही हसून त्यांना प्रतिसाद दिला. विनी अॅमेन्डोला मात्र त्याच्या नेहमीच्या जागेवर दिसत नव्हता. एका टेबलाशी बसलेली रेवा रात्री आलेल्या केसेस वाचून बघण्यात गर्क होती. लॉरी तिच्यासमोर जाऊन उभी राहिली.

चष्म्यावरून तिच्याकडे बघत रेवानं स्मित केलं. ''काल तरी रात्री चांगली झोपलीस की नाही?''

''फारशी नाही.'' लॉरीनं म्हटलं. ''दोन वाजेपर्यंत मी घराची साफसफाई करत होते.''

''हं. माहीत आहे, मी त्या अनुभवातून गेलेय.'' रेवानं सहानुभूतीनं मान डोलावली. ''बरं, हॉस्पिटलमध्ये काय झालं?''

लॉरीनं तिला मम्मीच्या तब्येतीबद्दल सांगितलं. डॅडींबद्दलही ती थोडं बोलली, पण त्या बीआरसीए-१ बद्दल मात्र ती काही बोलली नाही.

''जॅक आधीच येऊन खाली गेलाय.'' रेवानं म्हटलं.

''ते मला विनी दिसला नाही, तेव्हाच लक्षात आलं होतं.''

''मी इथे साडेसहाच्या आधी आले, त्यावेळी तो आधीच इथे येऊन केसेस बघत होता.'' रेवानं मान हलवली. ''तो सुध्दा कधी इतक्या लवकर येत नाही. मला तर दयाच आली त्याची. मी त्याला जरा बाहेर मन रमवायला सांगितलं.''

लॉरी मोठ्यानं हसली. ''वा! आणि त्यानं ऐकून घेतलं?''

''मी त्याला तुझ्या मम्मीबद्दलही सांगितलं. काल दुपारीच त्यानं मला तू कुठे गेलीस ते विचारलं होतं. तो म्हणत होता की मी तुमच्या ऑफिसात येऊन गेलो,

पण तेव्हा तू हॉस्पिटलला गेलेली होतीस आणि मी केल्व्हिनकडे गेले होते.''

''ओके. ठीक आहे.''

''पण तुझी मम्मी तुझ्याकडे तिच्या कॅन्सरबद्दल का बोलली नाही, काही कळत नाही.'' रेवानं म्हटलं. ''पण जॅकला मात्र मी सांगितल्यावर चांगलाच धक्का बसलेला दिसला.''

''तो काही बोलला का?''

''नाही, तुझ्या मम्मीबद्दल काहीच बोलला नाही तो. पण नंतर तो बराच वेळ गप्प होता. एवढा वेळ मी त्याला न बडबडता गप्प राहिलेला कधी पाहिला नाही.''

''आत्ता कसली केस आहे त्याच्याकडे?'' लॉरीनं विचारलं

''विचित्रच केस आहे.'' रेवानं म्हटलं. ''पण जॅकची सुध्दा खरंच कमाल आहे. केस जेवढी जास्त अवघड किंवा गुंतागुंतीची असेल, तेवढी त्याला आवडते. मग ती हाताळायला तांत्रिकदृष्ट्या अवघड असो, की भावनिक दृष्ट्या अवघड असो. ही केस हाताळणं भावनिकदृष्ट्या फार कठीण होतं. फक्त चार महिन्याची एक मुलगी. संपूर्ण शरीर खरचटलेलं, पार झेंजारून गेलेलं होतं तिचं. तिला आधी इमर्जन्सी रूममध्ये आणलं, पण तेव्हाच तिचा जीव गेलेला होता. तिचे आईबाप तर म्हणत होते, नेमकं काय झालं ते आम्हाला माहीत नाही. इमर्जन्सी रूममधली सगळी माणसंही खवळली होती त्यांच्यावर. शेवटी त्यांनी पोलिसांना बोलावून बिचारीच्या आईबापाला त्यांच्या ताब्यात दिलं.''

''ओ गॉड!'' ती हकिगत ऐकूनच लॉरीच्या अंगावर काटा उभा राहिला. गेल्या तेरा वर्षांत तिला मृत्यूच्या वेगवेगळ्या रूपांचं दर्शन झालेलं होतं, पण अजूनही लहान मुलांच्या, अर्भकांच्या केसेस करणं तिला जवळजवळ अशक्य होत असे.

''पहिला इन्व्हेस्टिगेशन रिपोर्ट वाचल्यावर मीच चक्रावून गेले होते.'' रेवानं म्हटलं. ''त्या एवढ्याशा देहाचं पोस्ट मॉर्टेम करायला हवं होतं हे तर निर्विवाद होतं, पण ते काम कुणाला द्यावं हेच मला समजत नव्हतं. एवढं माझं इथल्या कुणाशीच वैर नाही.''

रेवा विनोद करतेय हे लॉरीला समजत होतं. त्यामुळे तिनं हसायचा प्रयत्न केला, पण हसण्याऐवजी फक्त एक म्लान स्मित तिच्या चेहऱ्यावर जेमतेम आलं. रेवाचं इथल्या कुणाशी वैर असण्याचं तर दूरच, तिला इथले सगळेच लोक आवडायचे आणि तीही सगळ्यांची आवडती होती. जॅकनं जर स्वत:हून ही केस घेतली नसती तर रेवानं स्वत:च ती घेतली असती, हेही लॉरीला माहीत होतं.

''खाली जाण्याआधी जॅक माझ्याशी आणखी एका केसबद्दल बोलला.'' बोलता बोलता रेवानं टेबलावरच्या केसेसच्या ढिगाऱ्यातून एक फाईल शोधून वर काढली. ''येता येता त्याची जॅनिसबरोबर गाठ पडली होती आणि तिनं त्याला सांगितलं की

मॅकगिलिनसारखी आणखी एक केस आलीय – मॅनहटन जनरल हॉस्पिटलमधूनच आणि यातही एका अत्यंत निरोगी, तरुण मुलीचा मृत्यू झालाय. त्यानं मला सांगितलं, की ती केस तुला द्यावी. तुला हवीय का ही?''

''हो, प्रश्नच नाही.'' लॉरीनं म्हटलं. फाईल घेता घेता तिच्या कपाळाला आठ्या पडल्या. ती उघडून तिनं इन्व्हेस्टिगेटिव्ह रिपोर्टचं पान काढलं. पेशंटचं नाव होतं – डार्लीन मॉर्गन, वय छत्तीस

''तिला एक आठ वर्षांचा मुलगा होता. काय दुर्दैव आहे की नाही त्या बिचाऱ्या पोराचं?''

''हो? अरेरे!'' रिपोर्ट चाळत तिनं सहानुभूतीनं म्हटलं. ''अगदी खरंच – या दोन केसेसमध्ये विलक्षण साम्य आहे.'' तिनं वर बघितलं ''जॅनिस अजून इथे असेल का?''

''नाही, मला काहीच कल्पना नाही. मी येताना तिला पाहिलं होतं, पण तेव्हा साडेसहासुध्दा वाजलेले नव्हते.''

''ओके, मी बघते.'' लॉरीनं म्हटलं. ''आणि केसबद्दल थँक्स.''

''यू आर वेलकम.'' रेवानं म्हटलं, पण एव्हाना लॉरी मागे वळलेली होती.

लॉरी लगबगीनं चालत निघाली. खरं म्हणजे सात वाजता जॅनिसची कामाची वेळ संपत होती, पण ती अनेकदा उशिरापर्यंत थांबायची. रिपोर्ट्स पूर्ण झाल्याखेरीज तिला जायला आवडत नसे, त्यामुळे ती कित्येकदा आठ वाजेपर्यंतही असायची. इन्व्हेस्टिगेटर ऑफिसच्या दारातून लॉरीनं आत डोकावून पाहिलं, तेव्हा सात वाजून चाळीस मिनिटं झालेली होती. बार्ट अर्नोल्डनं मान वर करून तिच्याकडे पाहिलं. तो फोनवर बोलत होता.

''जॅनिस आहे का रे अजून?'' लॉरीनं विचारलं.

बार्टनं फक्त मागे जायची खूण केली. तेवढ्यात एका मॉनिटरच्या पाठीमागून जॅनिसनं डोकं वर करून पाहिलं. ती सर्वांत शेवटच्या टेबलावर बसलेली होती.

आत जाऊन लॉरीनं एक खुर्ची घेतली आणि ती जॅनिसच्या समोर जाऊन बसली. जॅनिसनं कडकडून दिलेली एक जांभई संपेपर्यंत ती थांबली.

''सॉरी.'' जॅनिसनं डोळ्यांतून आलेलं पाणी हातानं पुसत म्हटलं.

''नो प्रॉब्लेम. हे असं होतंच.'' लॉरीनं म्हटलं. ''रात्री फार काम पडलं का?''

''कामाचं प्रमाण म्हणशील तर ते नेहमीसारखंच होतं. परवा रात्रीच्या मानानं काहीच नव्हतं. पण एक-दोन केसेस फार वाईट होत्या. हल्ली मला हे असं काय होतंय, कोण जाणे. पूर्वी मी एवढी हळवी नव्हते. माझ्या दृष्टिकोनावर याचा परिणाम होत नसला म्हणजे मिळवली.''

''हो, मी त्या बाळाबद्दल ऐकलं.''

''माणूस खरंच असा कसा वागू शकतो? माझ्या समजण्यापलीकडचं आहे सगळं. मला वाटतं, हे काम करण्याइतकी मी आता निबर राहिलेली नाही.''

''मी तर उलट म्हणते. अशा केसेसचा जेव्हा तुमच्यावर परिणाम होईनासा होतो ना, तेव्हा ती वेळ खरी चिंता करण्याची असते.''

''खरंय.'' जॅनिसनं थकून गेल्यासारखा एक नि:श्वास सोडला. ती एकदम स्वत:ला सावरत ताठ बसली. ''बरं, आता तुला काय हवंय ते सांग.''

''मी आत्ताच तुझा डार्लीन मॉर्गनचा रिपोर्ट वाचला. ही केस मला तरी जवळजवळ मॅकगिलिनसारखीच दिसते.''

''डॉक्टर स्टेपलटनला मी नेमकं हेच म्हटलं होतं. आज सकाळीच आमची भेट झाली होती.''

''या रिपोर्टमध्ये नसलेली काही गोष्ट तुला सांगता येईल का?'' लॉरीनं हातातल्या फाईलवर बोटानं वाजवत म्हटलं. ''म्हणजे, याच्याशी संबंधित असलेल्या लोकांशी, नर्सेस किंवा डॉक्टरशी, किंवा तिच्या घरातल्या लोकांशी बोलताना तुला जाणवलेली एखादी गोष्ट. किंवा तुझ्याच लक्षात आपोआप आलेली एखादी गोष्ट.''

लॉरीच्या नजरेला नजर भिडवून जॅनिस विचार करत होती. थोड्या वेळानं तिनं किंचित मान हलवली. ''नाही, खरं तर. तुझ्या म्हणण्याचा अर्थ समजतोय मला, पण तसं मला काही जाणवलं वगैरे नाही. हॉस्पिटलमध्ये झालेला हा फक्त आणखी एक अपमृत्यू होता, एवढंच. वरवर पाहता एक पूर्णपणे निरोगी, बऱ्यापैकी वयानं लहान असलेली बाई मेली. एवढंच फक्त.'' तिनं खांदे उडवले. ''अशी एखादी केस आली, की लक्षात येतं, की कोणाची वेळ कधी येईल, काही सांगता येत नाही.''

आणखी काय विचारायला हवं, असा विचार करत लॉरी ओठ चावत काही क्षण गप्प राहिली. ''तू त्या सर्जनशी बोलली नसणार, हो ना?''

''नाही.''

''मॅकगिलिनचं ऑपरेशन ज्यानं केलं होतं, त्यानंच हेही केलं होतं?''

''नाही. हे दोघं वेगवेगळे सर्जन होते. आणि रेसिडेंट डॉक्टरशी बोलल्यावर मला जाणवलं ते असं, की हे दोघंही चांगले निष्णात सर्जन होते.''

''या दोघांचाही मृत्यू पहाटे साधारण एकाच वेळी झाला. यात तुला काही विचित्र वाटलं?''

''नाही, खरं म्हणजे. याचं कारण म्हणजे, माझा अनुभव असा आहे, की पहाटे दोन ते चारच्या दरम्यान मृत्यूचं प्रमाण वाढलेलं असतं. माझ्या शिफ्टमध्ये मला सगळ्यांत जास्त काम याच वेळात असतं. मागे एकदा एका डॉक्टरनं मला सांगितलं होतं, की याचा संबंध शरीरातल्या सिर्काडियन हार्मोन लेव्हल्सशी असतो.''

लॉरीनं मान डोलावली. पहाटे दोन ते चार यादरम्यान माणसाचं शरीर सगळ्यांत

कमजोर अवस्थेत असतं, असं तिनंही कुठे तरी वाचलेलं होतं.

"डॉक्टर स्टेपलटन सांगत होता, की तू सीन मॅकगिलिनची पोस्ट मॉर्टेम केलीस आणि त्यात तुला काहीच सापडलं नाही. म्हणून तू मला हे प्रश्न विचारतेयस का?" जॅनिसनं विचारलं.

"हो, मला त्याच्या पोस्ट मॉर्टेममध्ये कोणतीही पॅथॉलॉजी सापडली नाही, हे खरं आहे." लॉरीनं कबूल केलं. "बरं, ॲनेस्थेशियाचं काय? त्या बाबतीत काही साम्य दिसलं का तुला – म्हणजे तीच माणसं, तेच एजंट्स वगैरे?"

"मी खरोखरच त्या दृष्टीनं नाही पाहिलं. म्हणजे मी पाहायला हवं होतं असं म्हणतेस?"

लॉरीनं खांदे उडवले. "मॅकगिलिन आणि ही डार्लीन मॉर्गन, या दोघांवरही ऑपरेशन होऊन साधारण अठरा तास झाले होते, म्हणजे त्यांच्या शरीरात ॲनेस्थेशियाचे काही ना काही अंश शिल्लक असणार. मला वाटतं आपल्याला सगळ्याच गोष्टींचा विचार करावा लागेल. त्यात त्यांना दिलेली औषधं, त्या औषधांचा क्रम, डोस हेही आलं. मी बार्टला मॅकगिलिनच्या नोंदींचा चार्ट मागवायला सांगितलाय. तसा आता मला मॉर्गनचाही चार्ट लागेल."

"तुला हवं तर जाण्याआधी तसं मी कळवते."

लॉरी उठून उभी राहिली. "थँक्स. मी इथे आले आणि तुला प्रश्न विचारले याचा अर्थ तुझ्या रिपोर्ट्समध्ये काही कमतरता असतात, असं प्लीज समजू नकोस. उलट, तुझे रिपोर्ट अत्यंत सुरेख असतात, म्हणूनच मी मुद्दाम तुला विचारायला आले."

आपल्या कामाची स्तुती ऐकून जॅनिसला लाजल्यासारखं झालं. "ओ, थँक्यू. सगळी शक्य असेल ती माहिती हाताशी असणं किती महत्त्वाचं असतं, हे मला माहितेय. विशेषत: या चार केसेससारख्या रहस्यमय केसेसबद्दल तर जास्तच."

"चार?" लॉरीनं आश्चर्यानं विचारलं. "म्हणजे?"

"मागच्याच्या मागच्या आठवड्यातही दोन अशाच केसेस आल्या होत्या, असं मला आठवतंय. त्याही दोन्ही केसेस मॅनहटन जनरल हॉस्पिटलमधूनच आल्या होत्या आणि माझ्या दृष्टीनं तरी या दोन केसेसचं मॅकगिलिन आणि मॉर्गनच्या केसेसशी कमालीचं साधर्म्य होतं."

"म्हणजे कसं म्हणतेस? मॅकगिलिन आणि मॉर्गनसारखेच हे पेशंटही ऑपरेशननंतर पहिल्याच दिवशी मेले?"

"हो, मला तरी असंच आठवतंय. दोघंही तरुण होते, बऱ्यापैकी निरोगी होते. त्यामुळे त्या दोघांच्याही हृदयक्रिया अचानक बंद पडल्या, तेव्हा सगळ्यांनाच मोठा धक्का बसला होता. नर्स असिस्टंट जेव्हा त्यांचं टेंपरेचर आणि नाडी वगैरे घेण्यासाठी आले होते, तेव्हा हे दोघंही त्यांना मृतावस्थेत सापडले होते. डार्लीन मॉर्गनच्या

बाबतीतही अगदी हेच घडलं. म्हणजेच या सगळ्यांच्या मृत्यूमागे काही तरी फार मोठं वैद्यकीय कारण असणार. मॅकगिलिनला निदान बेलचं बटन तरी दाबता आलं होतं, पण बाकी तिन्ही केसेसमध्ये तसंही काही घडलं नाही. शिवाय या चौघांच्याही बाबतीत त्यांना हृदयाला मसाज करून, शॉक देऊन, कृत्रिम श्वासोच्छ्वास देऊन जिवंत करण्याचा प्रयत्न करणाऱ्या माणसांना काहीही करणं शक्य झालं नाही – त्यांच्या हार्ट मॉनिटरवर फक्त सरळ आडव्या रेघा आल्या.''

''अरे बाप रे! ही फार महत्त्वाची माहिती दिलीस तू मला.'' लॉरीनं कपाळाला आठ्या घालत म्हटलं. ''म्हणजे मी तुला भेटायला आले, हे फार बरं झालं म्हणायचं.''

''एनी वे,'' जॅनिसनं म्हटलं. ''मी त्या दोघांच्याही इन्व्हेस्टिगेटिव्ह रिपोर्टच्या कॉपी काढायचं म्हणत होते, पण मला अजून वेळच झालेला नाही.''

''या आधीच्या दोन्ही केसेसही ऑर्थोपेडिक होत्या?''

''ते आता नेमकं नाही आठवत, पण ते शोधून काढणं फार सोपं काम आहे. पण माझ्या कल्पनेप्रमाणे ते जनरल सर्जरीचे पेशंट असावेत. त्यांचे इन्व्हेस्टिगेटिव्ह रिपोर्ट काढू का मी?''

''नाही, नको. मला बहुतेक त्यांच्या सबंध फाईलीच लागतील. बरं, त्यांचं पोस्ट मॉर्टेम कुणी केलं होतं, काही आठवतंय तुला?''

''नाही, मला या गोष्टी फारशा माहीत नसतात. तू आणि स्टेपलटन सोडला, तर मला इतर कुणा डॉक्टरची फारशी माहिती नाही आणि माझा कोणाशी कधी संबंधही येत नाही.''

''बरं, त्यांच्या मृत्यूचं अंतिम, अधिकृत कारण काय दिलं होतं, सांगता येईल?'' लॉरीनं विचारलं.

''सॉरी.'' जॅनिसनं म्हटलं. ''या लोकांची प्रेतं त्यांच्या नातेवाईकांना दिली गेली आहेत की नाही, याचीसुध्दा मला कल्पना नाही. कधी कधी मी अशा इंटरेस्टिंग केसेसचा पाठपुरावा करते, पण या दोन केसेसचा पाठपुरावा नाही केला मी. त्यावेळी तरी मला असंच वाटलं होतं की या दोन्ही केसेसमध्ये काहीतरी अचानक मोठा, पण नेहमी आढळणारा बिघाड हृदयात होऊन हे मृत्यू झाले असावेत. ही गोष्ट मला कबूल करायलाच हवी. मला वाटतं 'नेहमी आढळणारा' हा शब्द चुकीचा वापरला मी. तसे अनेकदा हॉस्पिटलमध्ये मृत्यू घडत असतात आणि अनेकदा असंही असतं, की मुळात त्या रोग्याला ज्या कारणासाठी हॉस्पिटलमध्ये आणलं, ते त्याच्या मृत्यूचं कारण नसतं. किंबहुना, आज सकाळी मी मॉर्गनच्या केसचा रिपोर्ट लिहित असताना त्या नर्स असिस्टंटचा उल्लेख करेपर्यंत मला या दोन्ही केसेस आठवल्यासुध्दा नव्हत्या.''

"त्या दोघांची नावं काय होती?" लॉरीनं विचारलं. तिची उत्कंठा क्षणाक्षणाला वाढत चाललेली होती. मुळात अशी काही तरी विचित्र, अनपेक्षित पण तरीही अत्यंत महत्त्वाची ठरू शकणारी माहिती मिळवणं, हाच तर तिचा जॅनिसला प्रत्यक्ष भेटण्यामागचा उद्देश होता. फोरेन्सिक इन्व्हेस्टिगेटर आणि सहायक लोकांच्या प्रचंड अनुभवाचं आणि हुशारीचं महत्त्व माझ्या इतर सहकारी डॉक्टरांना अजून पटलेलं नाही आणि त्यात त्यांचंच नुकसान आहे, तिनं मनात म्हटलं.

"सॉलोमन मॉस्कोवित्झ आणि अँन्टोनियो नोग्युएरा. आणि हे त्यांचे नंबर." जॅनिसनं तिला एका चिठ्ठीवर नावं आणि नंबर लिहून देत म्हटलं.

लॉरीनं चिठ्ठी घेऊन ती नावं वाचली. माझ्या वैयक्तिक कटकटी विसरण्यासाठी करतेय का मी हे? तिच्या मनात विचार चमकून गेला. ते काही असो, पण यात लक्ष घातलं तर माझ्या अडचणींचा मला आपोआप तात्पुरता का होईना, विसर पडू शकेल, हे मात्र खरं.

"थँक्स, जॅनिस." तिनं मनापासून म्हटलं. "तुझं खरंच कौतुक केलं पाहिजे. या सगळ्या केसेसचा एकमेकींशी संबंध असला, तर ती गोष्ट फार महत्त्वाची ठरू शकेल. फक्त तो जोडता यायला पाहिजे." ओसीएमईमध्ये आठ मेडिकल एक्झॅमिनर डॉक्टर असल्यामुळे एक मोठी अडचण अशी होती, की अशा एकसारख्या केसेसचे एकमेकींशी संबंध असले तर ती गोष्ट समजणं फार कठीण गोष्ट होती. दर गुरुवारी दुपारी या लोकांची एक बैठक व्हायची, त्यामध्ये काही केसेसबाबत उघड चर्चाही घडत असे, पण या केसेस बहुधा शैक्षणिकदृष्ट्या, किंवा राजकीयदृष्ट्या महत्त्वाच्या असत, किंवा अत्यंत विचित्र आणि निर्घृण स्वरूपाच्या मृत्यूच्या असत.

"आभार वगैरे मानायची गरज नाही, लॉरी." जॅनिसनं म्हटलं. "पण असं काही झालं की बरं वाटतं. आपल्या कामाचा कुठे तरी उपयोग होतोय असं वाटतं. टीमच्या कामात आपलाही सक्रिय हातभार लागतोय असं वाटतं."

"हो, प्रश्नच नाही." लॉरीनं जोरात मान डोलावली. "हो, आणखी एक सांगायचं होतं. तू मॉर्गनचा चार्ट मागवशील, त्याचबरोबर या मॉस्कोवित्झ आणि नोग्युएराचा चार्टही मागवशील का?"

"जरूर मागवेन." जॅनिसनं एका 'पोस्ट-इट'च्या चिठ्ठीवर तसं लिहून ठेवलं.

लॉरीच्या डोक्यात आता विचारांचा नुसता भुंगा लागलेला होता. जॅनिसच्या ऑफिसमधून बाहेर पडून ती लिफ्टनं पाचव्या मजल्यावर गेली. तिच्या डोक्यातल्या बीआरसीए-१ बद्दलच्या आणि जॅकच्याही काळज्या आता बऱ्याच मागे गेलेल्या होत्या. राहून राहून तिला आता जॅनिसनं लिहून दिलेली ती दोन नावं आठवत होती. आधी तिला फक्त मॅकगिलिनची एकच केस विचित्र वाटली होती. आता एकदम एकाच्या चार केसेस झालेल्या होत्या. पण मुख्य प्रश्न असा, की या चार केसेसचा

खरोखरच एकमेकींशी काही संबंध असेल का? तिनं मनात म्हटलं, हेच तर मेडिकल एक्झॅमिनरचं खरं काम. या चारही केसेसमध्ये जर एकच औषध वापरलं गेलं असेल, किंवा एखादं प्रोसिजर केलं गेलं असेल आणि ते आपल्याला शोधून काढता आलं, तर यामुळे पुढचे अपमृत्यू टळतील तरी. हेच तर आपल्या कष्टांचं खरं फळ. पण या शोधातून आपल्याला हे मृत्यू अपघातानं झालेत की हत्येमुळे, ते ही कळेल! ती अजाणताच शहारली.

आपल्या ऑफिसात येऊन लॉरीनं कोट काढून दारामागे अडकवला आणि ती कॉम्प्युटरजवळ बसली. तिनं त्या दोन्ही केसेसचे नंबर टाईप करून त्या केसेसचे मृतदेह नातेवाईकांकडे दिले आहेत का, ते पाहिलं. पण ते अजून दिलेले नव्हते. त्यानंतर तिनं दोन्ही केसेसचं पोस्ट मॉर्टेम करणाऱ्या डॉक्टरांची नावं पाहिली. अँटोनिओ नोग्युएराचं पोस्ट मॉर्टेम जॉर्ज फाँटवर्थनं, तर सॉलोमन मॉस्कोवित्झचं पोस्ट मॉर्टेम केव्हिन साऊथगेटनं केलेलं दिसत होतं. मघाशी तिला साऊथगेट खाली आयडी ऑफिसमध्ये दिसला होता. लगेच फोन उचलून तिनं त्याला फोन केला. पाच वेळा वाजूनही पलीकडून फोन उचलला नाही, तेव्हा तिनं फोन ठेवून दिला.

पुन्हा ती लिफ्टनं पहिल्या मजल्यावर उतरली आणि चालत आयडी रूममध्ये आली. केव्हिन बहुधा अर्नोल्डशी वाद घालत असणार अशी तिची कल्पना होती आणि तसंच झालं. दोघांचाही राजकारणावरचा वाद अगदी रंगात आलेला होता. केव्हिन पक्का डेमोक्रॅट होता, तर अर्नोल्ड तितकाच कट्टर रिपब्लिकन होता. दोघंही गेली वीस वर्षं ओसीएमई मध्ये होते आणि दोघांचीही अवस्था एकसारखीच होती – जाडजूड शरीरयष्टी, अव्यवस्थित कपडे, दाढ्या वाढलेल्या आणि शारीरिक स्वच्छतेकडे बरंचसं दुर्लक्ष. लॉरीला तर ते दोघं जुन्या हॉलिवुड सिनेमातले कॉरोनरच वाटायचे.

हे दोघं आता बहुधा हमरीतुमरीवर येणार असं दिसू लागलं, तसं एवढा वेळ त्यांच्या वादावादीत थोडा खंड पडेल म्हणून वाट बघत थांबलेल्या लॉरीनंच शेवटी हस्तक्षेप केला. "एक्स्क्यूज मी, जंटलमेन." तिनं म्हटलं. "केव्हिन, जरा बोलायचं होतं तुझ्याशी."

ते दोघंही राजकारणाच्या बाबतीत इतक्या पक्क्या मतांचे होते, की दोघांपैकी कुणालाच दुसऱ्याची मतं बदलता येण्याची सुतराम शक्यता नव्हती. या अचानक झालेल्या हस्तक्षेपानं केव्हिन जरासा निवळला. "हं. बोल."

"साधारण पंधरा दिवसांपूर्वी सॉलोमन मॉस्कोवित्झ नावाच्या एकाचं पोस्ट मॉर्टेम केल्याचं आठवतंय का तुला?" लॉरीनं विचारलं.

"हॅं! काहीतरीच काय? मला तर काल केलेल्या केसेसची सुध्दा नावं आठवत नाहीत!" केव्हिननं मोठ्यानं हसून म्हटलं, पण तिच्या गंभीर चेहऱ्याकडे पाहिल्यावर

मात्र तोही जरा गंभीर झाला. "अं, हो, आता आठवलं. मॅनहटन जनरलमधून आली होती का ही केस?"

"हो, निदान मला तरी तसंच समजलंय."

"हो ना, मग आठवलं. त्या पेशंटची बहुधा अचानक हृदयक्रिया बंद पडली. हीच जर ती केस असेल, तर पोस्ट मॉर्टेममधून जवळजवळ काहीच निष्पन्न झालं नव्हतं. ती अजून बाहेर पाठवली नाहीय, बहुतेक. अजून मायक्रोस्कोपिक तपासणीचा रिपोर्ट यायचाय, त्यामुळे ती तशीच पडलीय."

काय सांगतोस? लॉरीनं मनात म्हटलं. अगदी प्रचंड काम असेल तेव्हासुध्दा स्लाईड्स हातात मिळायला पंधरा दिवस लागत नसत. पण तिला फारसं आश्चर्य वाटलं नाही. वेळेवर केस पूर्ण न करण्याच्या बाबतीत केव्हिन आणि अर्नोल्ड यांच्यात चढाओढ असायची. "बरं, त्या पेशंटचं नुकतंच एखादं ऑपरेशन झालं होतं का, आठवतंय?"

"ए, हे मात्र फारच झालं. त्यापेक्षा तू माझ्या ऑफिसात ये, मी तुला तो केसचा फोल्डर वाचायला देतो."

"हं. चालेल." लॉरीनं मान डोलावली. तेवढ्यात तिला जॉर्ज दार उघडून आत येताना दिसला. त्यानं कोट काढून हातात घेतला. केव्हिन आणि अर्नोल्डला त्यांची वादावादी पुढे सुरू करायला तसंच सोडून ती निघाली आणि एव्हाना कॉफी मशीनपाशी आलेल्या जॉर्जकडे गेली.

जॉर्जही केव्हिन आणि अर्नोल्डसारखाच ओसीएमई मध्ये जवळजवळ वीस वर्षं होता, पण सवयींच्या बाबतीत त्यांच्याशी त्याचं जराही साम्य नव्हतं. त्याचे कपडे अत्यंत व्यवस्थित असायचे – इस्त्री केलेली पँट, स्वच्छ शर्ट, सुंदर टाय. व्यवस्थित केलेली दाढी, स्वच्छ केस. वयानं त्यांच्याइतकाच असूनही तो त्यांच्यासारखा अंगानं सुटलेला नव्हता. त्यामुळे तो त्या दोघांपेक्षा कितीतरी तरुण दिसायचा. व्यावसायिक दृष्ट्या जॅकला तो फारसा आवडत नसे, पण लॉरीला मात्र त्याच्याबरोबर काम करण्यात नेहमी एक प्रकारचा मोकळेपणा जाणवायचा.

"कालची तुझी ती गोळीबाराची केस भलतीच विचित्र निघाली म्हणे." लॉरीनं म्हटलं.

"हो ना. काय वैताग आला मला. पुन्हा जर त्या बिंगहॅमनं असली केस दिली ना, तर मी ती सरळ नाकारणार आहे."

लॉरी मोठ्यानं हसली. थोडा वेळ त्या केसबद्दल बोलून मग तिनं विषयाला हात घातला. "जॉर्ज, साधारण पंधरा दिवसांपूर्वी तू अँन्टोनियो नोग्युएरा नावाच्या एका केसचं पोस्ट मॉर्टेम केलं होतंस ते आठवतंय का तुला?"

"एकदम नाही सांगता येणार. अजून थोडी माहिती दे मला."

''ही माहिती म्हणजे माझे अंदाज आहेत, कारण मलाच नीटशी माहिती नाही.'' लॉरीनं म्हटलं. ''हा माणूस त्या मानानं तरुण असावा. त्याच्यावर मॅनहटन जनरल हॉस्पिटलमध्ये एक ऑपरेशन होऊन चोवीस तासही उलटलेले नसावेत आणि त्याचा बहुधा अचानक हृदयक्रिया बंद पडल्यामुळे मृत्यू झालेला असावा, अशी शंका येण्याइतपत परिस्थिती असावी.''

''हो, ओके, आठवलं आता. एकदम विचित्र केस. मला पोस्ट मॉर्टेममध्येही काही सापडलं नाही आणि मायक्रोस्कोपिक तपासणातही काहीही मिळालं नाही. त्या केसची फाईल टॉक्सिकॉलॉजी रिपोर्टची वाट बघत माझ्या टेबलावर पडलीय अजून. त्यातही काही हाती लागलं नाही, तर मला निरुपायानं सांगावं लागणार आहे, की त्या माणसाला आलेला हार्ट ॲटॅक इतका प्रचंड होता, की त्याच्या शरीरात कोणतीही पॅथॉलॉजी निर्माण होण्याइतका वेळच मिळाला नाही. म्हणजे, ज्या कारणानं हा हार्ट ॲटॅक आला, ते कारणही आलं तसंच जादू केल्यासारखं नाहीसंही झालं. कारण काही असो, त्याचं हृदय अचानक काम करायचं थांबलं हेच खरं. आणि त्याचा श्वास थांबला असणं शक्य नाही, कारण तसं काही मला आढळलं नाही.'' त्यानं असहायपणे खांदे उडवून हात पसरले. ''पेशंट निळाही पडलेला दिसला नाही.''

''मायक्रोस्कोपिक तपासणीतही हृदयाच्या वाहिन्यांमध्ये काही सापडलं नाही?''

''अजिबात नाही.''

''आणि हृदयाचा स्नायूही ठीक दिसला? म्हणजे असं, की अचानक एवढा मोठा हार्ट ॲटॅक येण्यासारखं त्यात काहीच नव्हतं? कुठे काही सूज वगैरे?''

''छे! संपूर्ण हृदय अगदी छान होतं.''

''दुपारी मी जरा या पेशंटची फाईल वाचली तर चालेल?'' लॉरीनं विचारलं.

''जरूर ये. पण एवढं काय झालं अचानक? आणि तुला हे समजलं तरी कसं?''

''जॅनिसकडून समजलं मला.'' लॉरीनं म्हटलं. ''आणि मला या केसमध्ये अचानक इंटरेस्ट निर्माण होण्याचं कारण असं, की काल माझ्याकडे जवळजवळ अगदी अशीच एक आली होती.'' उरलेल्या दोन केसेसचा विषय तिनं मुद्दामच काढला नाही. एक तर या चारही केसेसचा एकमेकीशी काही तरी संबंध असेल, हा केवळ तिचा अंदाज होता. आणि दुसरं म्हणजे, अजून सगळंच चित्र अस्पष्ट असताना तिला आपोआपच या एकंदर 'मृत्युसत्रा'बद्दल नाही म्हटलं तरी ते आपलं आहे, अशी एक प्रकारची भावना उत्पन्न झालेली होती.

आयडी ऑफिसमधून लॉरी खालच्या मजल्यावर आली आणि मार्विनला शोधू लागली. तो तिला मॉर्च्युअरी ऑफिसात दिसला. तिच्या अपेक्षेप्रमाणे तो एकदम

कपडे बदलून तयारीत होता.

"मग, करायचं सुरू?" लॉरीनं विचारलं.

"चल, लगेच सुरुवात करू या!" मार्विननं उत्साहानं उत्तर दिलं. त्याच्या लेखी तर जणू आजचा दिवस म्हणजे कालची पुनरावृत्तीच होती.

त्याला डार्लीन मॉर्गनचा केस नंबर देऊन लॉरी तिचे खास कपडे घालायला लॉकर रूममध्ये गेली. ती एकदम उत्साहित झालेली होती. मेडिकल एक्झॅमिनर म्हणून तिच्या नोकरीच्या काळात पहिल्यांदाच तिला वाटत होतं, की डार्लीन मॉर्गनच्या केसमध्ये काहीही निघू नये – न निघालं तरच बरं! म्हणजे मग ही केसही मॅकगिलिन, नोग्युएरा आणि मॉस्कोवित्झ या तिघांसारखीच असल्याचं नक्की होईल! मृत्युसत्राची कल्पना जोपर्यंत टिकून राहील, तो पर्यंत आपल्यालाही आपल्या स्वत:च्या चिंतांना तोंड देण्याइतकी उसंत मिळणार नाही.

कपडे बदलून लॉकर रूममधून बाहेर पडून लॉरीनं मून-सूटची बॅटरी चार्ज करत ठेवलेली होती, ती ताब्यात घेतली. पंधरा मिनिटांनी ती मून-सूट चढवून, हातात ग्लोव्हज घालून ऑटोप्सी रूममध्ये आली. ऑटोप्सी रूममध्ये सध्या फक्त एकच केस चालू होती. त्या टेबलवर काम करणारा उंचापुरा जॅक आणि त्याच्याबरोबरचा बराच बुटका आणि कृश देहयष्टीचा विनी, या दोघांना ओळखायला तिला काहीच त्रास पडला नाही. जॅक टेबलाशी तीन पायांच्या स्टँडवर ठेवलेल्या एका कॅमेऱ्यातून वाकून बघत होता. टेबलावर ठेवलेल्या त्या कोमल, छोट्याशा मुलीच्या मृतदेहाकडे लॉरी न बघण्याचा प्रयत्न करत होती. तेवढ्यात कॅमेऱ्याचा फ्लॅश उडाला आणि लॉरीचे डोळे दिपले.

"कोण, लॉरी?" जॅकनं हाक मारली. सरळ होऊन त्यानं वळून तिच्याकडे बघितलं.

"हो, मीच." लॉरीनं म्हटलं. मार्विन तिला रूममध्ये दिसत नव्हता, त्यामुळे तिनं बंद झालेल्या दाराच्या काचेच्या चौकटीशी जाऊन बाहेर पाहिलं. मार्विन बाहेरच्या कॉरिडॉरमधून एक चाकांचं स्ट्रेचर ओढत घेऊन येत होता आणि पाठीमागून मिग्युएल सँचेझ हा आणखी एक सहायक स्ट्रेचर ढकलत होता. काही तरी अडचण आली असणार, लॉरीनं मनात म्हटलं. नाही तर मार्विन असा वेळ लावणारा माणूस नाहीये.

"इकडे ये, लॉरी." तेवढ्यात जॅकनं तिला बोलावलं. "एक गंमत दाखवतो तुला. ही केस कशी गोंधळात टाकणारी आहे, बघ."

"असणार, पण त्यापेक्षा तू ते मला पोस्ट मॉर्टेम झाल्यावर सांग." लॉरीनं म्हटलं. "लहान मुलांच्या मृतदेहांची चिरफाड करताना मला किती त्रास होतो, तुला माहितेय."

''मी नक्की सांगतो तुला, ही केसही कालच्या केसेससारखीच भयंकर फसवी आहे.'' जॅकनं म्हटलं. ''याही केसमध्ये मृत्यूचं कारण आणि पद्धत वाटतंय त्यापेक्षा एकदम वेगळी असणार अशी माझी नव्वद टक्के खात्री आहे!''

अखेर लॉरीच्या व्यावसायिक कुतूहलानं लहान मुलांचे मृतदेह तपासण्याच्या बाबतीतल्या तिच्या अनिच्छेवर मात केलीच. कसंबसं जॅकपाशी येऊन तिनं त्या बाळाच्या कोमल मृतदेहाकडे बघितलं. रेवानं वर्णन करून सांगितलं होतं, तशाच त्या पोरीच्या सबंध शरीरावर ओरखडे, खरचटल्यासारख्या जखमा होत्या. बिचारीचा चेहरासुध्दा त्यातून सुटलेला नव्हता. ते बघून लॉरीला काही क्षण गरगरल्यासारखंच झालं. तोल सावरण्यासाठी ती दोन्ही पाय किंचित फाकवून उभी राहिली. पाठीमागे तिला दार उघडल्याचे आवाज, आत येणाऱ्या स्ट्रेचरच्या चाकांची कुरकुर ऐकू आली.

''मी जर तुला असं सांगितलं, की या पोरीच्या शरीरात कुठल्याही नव्या किंवा जुन्या फ्रॅक्चरची कसलीही खूण एक्स-रे मध्ये सापडलेली नाही, तर? त्यानं तुझ्या मतावर काही परिणाम होईल?''

''काही खास नाही.'' लॉरीनं त्याच्या चेहऱ्याकडे बघण्याचा प्रयत्न करत म्हटलं. दोघांच्याही मून-सूटमुळे ते जरा अवघडच होतं. गेल्या जवळजवळ चोवीस तासांत त्यांची भेट झालेली नव्हती आणि इतक्या वेळानंतर भेटल्यावर आपल्याला त्याच्या बडबडीपेक्षा वेगळं काही तरी ऐकायला मिळावं, अशी लॉरीची अपेक्षा होती.

''आणि एक्स-रे तर नॉर्मल आहेच, शिवाय तिचे फ्रेन्युलमचे अतिरिक्त हालचाल न होऊ देणारे पडदेसुध्दा जसेच्या तसे आहेत, असं सांगितलं तर?''

''पण यानं मला जे दिसतंय किंवा जाणवतंय, त्यात काही फरक पडणं शक्य नाही.'' मोठ्या कष्टानं लॉरीनं त्या मृतदेहाच्या त्वचेवर दिसणाऱ्या व्रणांवर नीट बघितलं. एका व्रणामध्ये जॅकनं खोल कापलं होतं, तिथे तिनं वाकून आणखी लक्षपूर्वक बघितलं. कुठेही रक्त किंवा सुजेतून पाणी आल्याची काही चिन्हं दिसत नव्हती. एकाएकी तिला जॅकच्या म्हणण्याचा नेमका अर्थ समजला – यात कुठेही या मुलीचा शारीरिक छळ झाल्याच्या खुणा नाहीत! ''ओ! हे तर किड्यांनी पोखरलेलं दिसतंय!'' आणि ती सरळ झाली.

''बाईसाहेबांना बक्षीस द्या कुणी तरी!'' जॅकनं नाटकात काम करत असल्याच्या आविर्भावात मोठ्यानं म्हटलं. ''अपेक्षेप्रमाणेच डॉक्टर मॉंटेगोमेरींनी माझ्या मताला दुजोरा दिलेला आहे. पण आमच्या विनीला मात्र हे पटलेलं नाही, त्यामुळे पाच डॉलरची पैज लावण्यात येत आहे, की आतल्या इंद्रियांची ऑटोप्सी पूर्ण झाल्यावर, गुदमरून मृत्यू झाल्याचे पुरावे समोर येतील. आणि लोकहो, याचा अर्थ तर तुम्हा सर्वांना माहीतच आहे.''

लॉरीनं मान डोलावली. याचा अर्थ ही मुलगी 'सडन इन्फंट डेथ सिंड्रोम' म्हणजे 'सिड्स' मुळे मरण पावलेली असण्याची शक्यता बरीच आहे. आणि अशा रीतीनं मृत्युमुखी पडलेल्या मुलांच्या ऑटोप्सीमध्ये गुदमरून मृत्यू आल्याच्या खुणा सापडतात. एकूण हे असं आहे तर! पहिल्यांदा पाहिल्यावर वाटलं होतं, की या सगळ्या जखमा या मुलीला तिच्या मृत्यूपूर्वी झाल्या असणार. पण आता मात्र असं दिसतंय, की या जखमा तिच्या मृत्यूनंतर तिचं शरीर मुंग्या, झुरळं, कदाचित उंदीर वगैरेंनी खाल्ल्यामुळे झालेल्या असाव्यात. आणि हे जर सिध्द झालं तर सगळं चित्रच बदलून जाईल. तिच्या मृत्यूचं कारण 'हत्या' हे न राहता 'अपघात' असं होईल. अर्थात, यानं या अश्राप जिवाच्या अपमृत्यूचं दु:ख तर कमी होणार नाही, तरी पण या केसचं संपूर्ण रूपच बदलून जाईल.

''एनी वे, मला आता जरा घाई करायला हवी.'' जॅकनं कॅमेरा स्टँडवरून काढत म्हटलं. ''या मुलीचा मृत्यू गरिबीमुळे झाला, छळामुळे नव्हे. आता तिच्या आईबापाला तुरुंगातून सोडवलंच पाहिजे मला. मुलगी मेल्याच्या दु:खात असतानाच त्यांना तुरुंगात ठेवणं म्हणजे फार मोठा अन्याय होईल. जखमेवर मीठ चोळण्यापैकी आहे हे.''

मागे वळून लॉरी एका टेबलाशी ते स्ट्रेचर लावण्याच्या खटपटीत असलेल्या मार्विनकडे गेली. जॅकच्या नेहमीच्याच बडबडीनं खरं तर तिचा जरा हिरमोड झालेला होता. पण त्याची ती केस मात्र तिच्या मनातून जात नव्हती. गोष्टी जशा दिसतात तशा त्या असतातच असं नाही, याची जाणीव करून देण्यासाठीच तर ती केस आपल्यासमोर, आपला काही संबंध नसताना आली नसेल? तिनं मनात म्हटलं.

''तुला काही अडचण आली का?'' तिनं मार्विनला विचारलं. मार्विननं मिग्युएलच्या मदतीनं डार्लीनचं प्रेत टेबलावर नीट ठेवलं. मग त्यानं प्रेताच्या डोक्याखाली एक लाकडी ठोकळा सरकवला.

''थोडीशी.'' मार्विननं म्हटलं. ''माईक पासानोनं बहुतेक चुकीचा कंपार्टमेंट नंबर लिहिला असावा. पण मी आणि मिग्युएलनं लगेचच प्रेत शोधून काढलं. बरं, या केसबद्दल काही वेगळ्या सूचना करायच्या आहेत तुला?''

''अगदी सरळ आणि साधी केस असेल ही.'' लॉरीनं नाव आणि केस नंबर वाचून खात्री करून घेत म्हटलं. ''उलट, मी तर देवाची प्रार्थना करतेय, की ही केस म्हणजे कालच्या केसची पुनरावृत्तीच निघावी.'' तिनं बाह्य तपासणी सुरू केली. मार्विननं तिच्याकडे बुचकळ्यात पडून बघितलं.

लॉरीच्या सराईत नजरेनं एक एक गोष्ट भराभर टिपायला सुरुवात केली. गोरी कॉकेशिअन वंशाची स्त्री. वय पस्तिशीच्या आसपास. काळसर चॉकलेटी केस. ठणठणीत प्रकृती. किंचित जाडसर ठेवण. थोडंसं सुटलेलं पोट, जाडसर मांड्या.

मृत्यूमुळे पांढरी फटक पडलेली पण स्वच्छ त्वचा. कुठेही निळी झाक नाही. मजेखातर अमली पदार्थ घेत असल्याच्या खुणा कुठेही नाहीत. डाव्या गुडघ्यावर पुढच्या बाजूला आणि मागच्या बाजूला नवीनच टाके घालून शिवलेली, प्रत्येकी एक ऑपरेशनची छेदाची जखम. जखमांवर सूज किंवा जंतुसंसर्गाची कोणतीही चिन्हं नाहीत. डाव्या हातात घातलेली आय व्ही ट्यूब, ट्यूबचं वरचं तोंड बंद केलेलं. डाव्या हातात सिरिंज घुसवताना पडलेल्या छिद्रातून रक्त किंवा रस बाहेर आल्याची कसलीही खूण नाही. कृत्रिम श्वासोच्छ्वासासाठी तोंडावाटे छातीत घातलेली ट्यूब तोंडातून डोकावताना दिसतेय. ट्यूब बरोबर घातलेली दिसतेय.

इथपर्यंत सगळं काही ठीक – म्हणजे सीन मॅकगिलिनच्या केससारखंच आहेसं दिसतंय, लॉरीनं मनाशी म्हटलं. आणि लगेच मार्विननं पुढे केलेलं स्काल्पेल घेऊन ती मृतदेहाच्या आतल्या इंद्रियांची तपासणी करण्यासाठी 'वाय' आकाराचा छेद घेण्यासाठी पुढे झाली. वेगानं, पूर्ण लक्ष केंद्रित करून तिनं काम करायला सुरुवात केली. रूममध्ये चाललेल्या इतर गोष्टींची तिची जाणीव झपाट्यानं कमी झाली.

पाऊण तासानंतर पायांमधल्या रक्तवाहिन्यांचा पोटाच्या पोकळीपर्यंत शोध पूर्ण करून लॉरी सरळ झाली. तिला कुठेही रक्ताच्या गुठळ्या आढळल्या नव्हत्या. गर्भाशयाच्या वरच्या भागावर तिला गळवांसारखे काही छोटे उंचवटे दिसले होते आणि मोठ्या आतड्यातही एका ठिकाणी थोडंसं मांस वाढलेलं दिसलं होतं. एवढं सोडलं तर तिला कसलीही लक्षात घेण्याजोगी पॅथॉलॉजी सापडली नव्हती – आणि या बाईला मृत्यू येईल इतकं गंभीर तर काहीच मिळालं नव्हतं. मॅकगिलिनसारखंच या केसमध्येही आता तिला मृत्यूचं कारण सापडण्याची शक्यता उरलेली होती, ती फक्त मायक्रोस्कोपिक आणि टॉक्सिकॉलॉजी या दोनच तपासण्यांमध्ये.

"तू म्हणाली होतीस तशीच केस निघाली ही." मार्विननं म्हटलं. "एकदम सरळ, स्वच्छ आणि साधी."

"हो ना. कमाल झाली." लॉरीनं म्हटलं, पण मनाच्या एका कोपऱ्यात कुठे तरी तिला आपला अंदाज खरा ठरल्याचा काहीसा आनंदही झालेला होता. तिनं रूममधून एक नजर फिरवली. ती कामात गढून गेलेली असतानाच्या काळात रूम जवळजवळ भरून गेलेली होती. आधी जॅक काम करत होता, त्या टेबलाशेजारचं एकमेव टेबल रिकामं होतं. जॅकचंही काम संपलेलं दिसत होतं. तो तिला काही न सांगताच निघून गेलेला दिसत होता. पण लॉरीला त्यात काही आश्चर्य वाटलं नाही.

दुसऱ्या बाजूच्या टेबलाशी लॉरीला कमरेत वाकून कामात गर्क असलेली रेवाची छोटीशी मूर्ती ओळखू आली. मार्विन एक चाकांचं स्ट्रेचर आणायला बाहेर गेला, तशी ती रेवाकडे गेली.

"कशी काय वाटतेय तुझी केस? इंटरेस्टिंग?" तिनं विचारलं.

"आपल्या दृष्टीनं काही खास नाही." रेवानं वर बघत म्हटलं. "पार्क अॅव्हेन्यूवर कोणी तरी या बाईला वाहनाची धडक मारून गेलाय. मिडवेस्ट भागातून ही आणि हिचा नवरा न्यूयॉर्क बघायला आले होते. नवऱ्याचा हात धरून ही चाललेली असताना तिला मागून गाडीनं उडवलं. ही मेली, नवऱ्याला मात्र काहीच झालं नाही. आपल्या शहरातला ट्रॅफिक ज्या वेगानं चाललेला असतो, तो बघता पायी चालणाऱ्या लोकांनी फार सावधगिरी बाळगायला हवी. पण तसं घडत नाही आणि मग असे दुर्दैवी अपघात होतात. मला वाटतं बाहेरच्या लोकांना एवढ्या वेगाची सवय नसते, बहुधा. बरं आणि तुझी केस काय म्हणते?"

"व्हेरी इंटरेस्टिंग." लॉरीनं म्हटलं. "काहीही पॅथॉलॉजी मिळाली नाही मला."

"एकीकडे इंटरेस्टिंग म्हणतेस, दुसरीकडे पॅथॉलॉजी मिळाली नाही असंही म्हणतेस." रेवानं बुचकळ्यात पडून म्हटलं. "म्हणजे नेमकं काय चाललंय?"

"ते मी नंतर सांगेन. आणखी काही केस आहे माझ्यासाठी."

"नाही. आज एवढीच केस." रेवानं म्हटलं. "मला वाटलं तुला जरा आरामाची गरज आहे."

"ए! काहीतरीच काय, रेवा! मला काय झालंय? आणि मला ही अशी वेगळी वागणूक नकोय."

"अगं, तसं काही नाही. आज जरा कामही कमी आहे. शिवाय तुझ्यामागे काही कमी कटकटी नाहीत."

लॉरीनं मान डोलावली. "थँक्स, रेवा." खरं म्हणजे तिला कामात गुंतून राहिलेलं जास्त हवं होतं.

"ओके. वर ऑफिसात भेटू आपण."

लॉरी परत आपल्या टेबलाशी आली आणि मार्विन स्ट्रेचर घेऊन आल्यावर तिनं त्याला आणखी काही काम नसल्याचं सांगून त्याचे आभार मानले. दहा मिनिटांनी कपडे बदलून, हातपाय धुवून तिनं मून-सूट जागेवर लटकावला आणि बॅटरी चार्ज करायला ठेवून दिली. आता हिस्टॉलॉजी आणि टॉक्सिकॉलॉजी विभागात जावं असा ती विचार करत असतानाच तिला स्टोअररूमच्या दरवाज्यात जॅक तिची वाट अडवून उभा असलेला दिसला. तिला आश्चर्यच वाटलं.

"कॉफी घ्यायला येतेस का?" त्यानं विचारलं.

काही क्षण त्याच्या डोळ्यांकडे बघत लॉरीनं त्याच्या मूडचा अंदाज घ्यायचा प्रयत्न केला. त्याच्या हलक्याफुलक्या, चेष्टेखोर बडबडीचा तिला कंटाळा आलेला होता आणि वैतागही. त्यांच्यातले सध्याचे ताणलेले संबंध बघता तिला ते काहीसं अपमानजनकच वाटू लागलेलं होतं. पण आज मात्र त्याच्या चेहऱ्यावर कसलेही मिस्किल भाव नव्हते. उलट तो गंभीरच वाटत होता. सध्याच्या परिस्थितीत यानं

गंभीरच असायला हवं, तिनं मनात म्हटलं.

"मला जरा बोलायचंय तुझ्याशी." जॅकनं म्हटलं.

"मलाही कॉफी प्यायचीच आहे." आता याला काय बोलायचं असेल, आपल्याला हव्या त्याच विषयावर बोलायचं असेल का, असे मनात उठणारे विचार दाबून ठेवत तिनं म्हटलं.

"आयडी रूममध्ये जायचं का लंच रूममध्ये, सांग."

लॉरीनं थोडा विचार केला. लंच रूम दुसऱ्या मजल्यावर होती – अगदी साधी लिनोलियमची जुन्या पद्धतीची तक्तपोशी, काँक्रीटच्या बोडक्या भिंती आणि कॉफी मशीन्सची एक रांग. पण आता या वेळी तिथे बऱ्यापैकी गर्दी असणार, आवाज असणार. नकोच ते.

"आपण आयडी ऑफिसला जाऊ." लॉरीनं म्हटलं. "तिथे गर्दी जवळजवळ नसेलच."

ते लिफ्टकडे निघाले. "काल रात्री मला तुझी खूप आठवण आली." चालता चालता जॅकनं म्हटलं.

माय गॉड! लॉरीनं मनात म्हटलं. त्याच्याशी विषयाला धरून काहीतरी महत्त्वाचं बोलणं होण्याच्या तिच्या आशा एकदम पल्लवित झाल्या, कारण आपल्या भावना इतक्या चटकन उघड करणं जॅकच्या स्वभावात नव्हतं. हा काही तिरकसपणे तर बोलत नाहीय ना, हे बघण्यासाठी तिनं त्याच्या चेहऱ्याकडे एक दृष्टिक्षेप टाकला. पण त्याचं तिच्याकडे लक्ष नव्हतं, त्यामुळे तिला ते समजलं नाही. तो लिफ्ट इंडिकेटरचे भयंकर सावकाशपणे उतरत चाललेले नंबरच बघत होता. कारण ही लिफ्ट मागच्या बाजूला होती आणि ती जड वस्तूंची ने-आण करायला वापरली जात असल्यामुळे ती मुंगीच्या पावलांनी खाली येत होती.

लिफ्टचं दार उघडलं आणि ते आत शिरले.

"मलाही तुझी आठवण आली." लॉरीनंही प्रांजळपणे कबूल करून टाकलं. तिला काहीसं लाजल्यासारखं झालं. आपण दोघंही असे शाळकरी पोरांसारखे काय वागतोय, तिनं मनात म्हटलं.

"काल बास्केटबॉल कोर्टवरही माझा खेळ अगदी खराब झाला." जॅकनं म्हटलं. "केवळ माझ्यामुळे हरलो आम्ही."

"सॉरी." लॉरीनं म्हटलं आणि जीभ चावली. आपण फक्त सहानुभूती दाखवण्यासाठी याला सॉरी म्हटलं, पण बोललो मात्र असं, की जणू आपण याची माफीच मागतो आहोत.

"मला वाटलं होतं, तसाच त्या मुलीचा मृत्यू 'सिड्स' मुळेच झाला होता." जॅकनं विषय बदलला. त्यालाही तिच्यासारखंच शरमल्यासारखं वाटत होतं.

"असं?"

"हो. आणि तुझी केस?" जॅकनं विचारलं, तेवढ्यात लिफ्ट वर जाऊ लागली. "मी आज सकाळी जॅनिसला ओझरतं भेटलो तेव्हा तिनं सांगितलं, की ही केसही तुझ्या मॅकगिलिनच्या केस सारखीच असावीसं दिसतंय. म्हणून मग मी रेवाला ती तुला द्यायला सांगितलं."

"बरं केलंस." लॉरीनं म्हटलं. "मला हवीच होती ती. आणि झालंही तसंच. त्या केसचं मॅकगिलिनच्या केसशी आश्चर्य वाटावं इतकं साम्य होतं."

"असं?"

"हो. काल तू म्हणाला होतास की फोरेन्सिक्समध्ये अनेकदा मृत्यूची पद्धत ही आपल्या अपेक्षेपेक्षा वेगळीच असल्याचं दिसतं, ते बहुतेक या दोन्ही बाबतीत खरं ठरणारसं मला वाटायला लागलंय. या कदाचित हत्या असाव्यात अशी मला शंका यायला लागलीय – म्हणजे त्या क्रॉम्वेलच्या केससारखं, पण उलटं. दुसऱ्या शब्दात सांगायचं, तर हे एखादं खुनांचं सत्र असावं, असं मला हळूहळू वाटायला लागलंय. साध्या केसेसचं पोस्ट मॉर्टेम करता करता अचानक यामागे एखादं खूनसत्रा असावं की काय, अशी शंका वाटायला लागण्याइतकी परिस्थिती त्यातून हळूहळू समोर यायला लागलीय. म्हणजे न्यू जर्सी आणि पेनसिल्व्हानियामधल्या हॉस्पिटल्समध्ये ती नुकतीच घडलेली खूनसत्रं होती ना, तसंच काहीसं." फॉटवर्थशी बोलताना तिला जसं आपल्या मनातल्या शंका उघड बोलून दाखवाव्या की नाही, असं वाटायचं, तसं तिला जॅकशी बोलताना मुळीच वाटत नव्हतं.

"काय सांगतेस!" जॅकनं म्हटलं. "मी ते बोललो होतो, ते अगदी सर्वसाधारण स्वरूपाचं बोलणं होतं. ते मी तुझ्या केसबद्दल बोललो नव्हतो."

"मला वाटलं तू माझ्याच केसबद्दल बोलत होतास."

जॅकनं नकारार्थी मान हलवली. तेवढ्यात लिफ्ट पहिल्या मजल्यावर येऊन थांबली. "छे, छे. आणि तू जी नैसर्गिक मृत्यूवरून एकदम खुनावर उडी मारलीयस, ती तर फारच मोठी आहे. पण तशी तुला शंका तरी का आली?" त्यानं लॉरीला आधी लिफ्टमधून बाहेर पडायची खूण केली.

"याचं कारण असं, की मी काल आणि लगेच आजही ज्या दोन केसेस केल्या, त्या दोन्ही केसेस वयानं तरुण, अचानक मृत्यू आलेल्या, पण चांगली ठणठणीत प्रकृती असलेल्या माणसांच्या होत्या. आणि त्यांचे अचानक मृत्यू झाल्याचं कारण दाखवणारी कोणतीही पॅथॉलॉजी मला सापडली नाही."

"तुझ्या आजच्या केसमध्येही तुला कुठे रक्ताची गुठळी, किंवा हृदयात कसला मोठा, सहज लक्षात येण्याजोगा दोष सापडला नाही म्हणतेस?"

"अजिबात नाही! तेच तर म्हणते मी. नाही म्हणायला तिच्या गर्भाशयाच्या

वरच्या भागावर गळवांसारखे काही उंचवटे दिसले मला. पण त्यापलीकडे काहीच सापडलं नाही मला. मॅकगिलिनसारखेच या बाईलासुध्दा जनरल अॅनेस्थेशियाखाली ऑपरेशन होऊन चोवीस तासही उलटलेले नव्हते. मॅकगिलिनसारखीच तिची तब्येत व्यवस्थित सुधारत होती... आणि अचानक खलास? तिचं हृदयच अचानक थांबलं आणि तिला पुन्हा जिवंत करायचे सगळे प्रयत्न निष्फळ ठरले!''

ते कम्युनिकेशन्स रूममधून चालत निघाले. सगळ्या सेक्रेटरी पोरी एकत्र जमून गप्पा मारत होत्या. कुठेही फोन खणखणत नव्हते. आणि हे बऱ्याचदा जाणवायचं. सकाळच्या प्रचंड रहदारीच्या वेळात शहरात गोंधळ उडवून दिल्यावर मृत्यूसुध्दा बहुधा दुपारी थोडी विश्रांती घेत असावा.

''पण दोन केसेस म्हणजे काय 'सत्र' होतं का?'' जॅकनं म्हटलं. लॉरीनं 'खूनसत्र' वगैरे म्हटल्यावर त्याला काय बोलावं तेच सुचत नव्हतं.

''दोन नाही, माझ्या मते अशा एकूण चार केसेस आहेत.'' लॉरीनं म्हटलं. ''चार केसेस म्हणजे त्याला योगायोग, अपघात असं म्हणणं कठीण आहे.'' कॉफीचे कप घेऊन ते दोघं तिथल्या प्लॅस्टिकच्या खुर्च्यांवर बसत असताना लॉरीनं त्याला केव्हिन आणि जॉर्जशी झालेलं आपलं बोलणं सांगितलं.

''आणि टॉक्सिकॉलॉजी?'' जॅकनं विचारलं. ''पोस्ट मॉर्टेम किंवा हिस्टॉलॉजीत जर काही सापडलं नाही, तर यात काही गडबड आहे का, याचं उत्तर टॉक्सिकॉलॉजीत सापडणारच आहे.''

''जॉर्ज त्याच्या केसच्या टॉक्सिकॉलॉजी रिपोर्टची वाट बघतोय. तसंच मलाही थांबावं लागेल. पण ते काही असलं, तरी या केसेस काही साध्या नव्हेत, यात निश्चितपणे काही तरी गडबड आहे, हे नक्की.''

कॉफी घेता घेता दोघंही मधूनच एकमेकांकडे दृष्टिक्षेप टाकत होते. लॉरीच्या 'खूनसत्रा' बद्दलची एकमेकांची मन:स्थिती आणि मतं त्या दोघांनाही जाणवत होती. लॉरीच्या नजरेत आव्हान होतं. जॅकच्या नजरेत मात्र स्पष्ट दिसत होतं, की या बाबतीत लॉरी उलट्या बाजूनं गाडी चालवतेय अशी त्याला शंका येत असावी.

''हे बघ. माझं मत विचारशील, तर मला वाटतं हे तुझ्या कल्पनेचे खेळ आहेत. कदाचित असंही असेल, की आपल्या संबंधातल्या चिंतांनी तू अस्वस्थ झालीस आणि त्यांच्यापासून दूर जाण्याचा एखादा मार्ग शोधतेयस.''

लॉरीला जरा चीड आली. याची दोन कारणं होती – एक म्हणजे जॅक आपल्याला चुचकारतोय असं तिला जाणवत होतं आणि दुसरं म्हणजे, त्याच वेळी तो बरोबर बोलतोय हेही तिला कळत होतं. शेवटी तिनं विषयच बदलायचं ठरवलं. नजर दुसरीकडे वळवून तिनं एक मोठा श्वास घेतला. ''ते जाऊ दे. आता सांग, तुला माझ्याशी काय बोलायचंय? आपण काही आपल्या केसेसबद्दल बोलायला इथे

आलेलो नाही.''

''रेवानं काल मला तुझ्या मम्मीबद्दल सांगितलं.'' जॅकनं म्हटलं. ''कालच तुला फोन करून तुझ्या मम्मीच्या तब्येतीबद्दल विचारावंसं मला वाटत होतं, पण सध्याच्या परिस्थितीत तुझ्याशी प्रत्यक्ष बोललेलंच बरं, असा मी विचार केला.''

''थँक्स. मम्मीची तब्येत आता छान आहे.''

''बरं झालं.'' जॅकनं म्हटलं. ''मी जर काही फुलं वगैरे पाठवली तर बरं दिसेल का ते?''

''ते तुझं तू ठरव.''

''मग मी पाठवेनच फुलं.'' तो थांबला आणि जरासं चाचरत त्यानं म्हटलं, ''आता तुझ्या मम्मीबद्दल मी हे बोलावं की नाही, कोण जाणे...''

मग नको बोलूस, लॉरीनं मनात म्हटलं. तिला पुन्हा निराश झाल्यासारखं वाटू लागलं. यानं काय माझ्या मम्मीबद्दल बोलण्यासाठीच इथे आणलंय की काय मला?

''.... पण स्तनांच्या कॅन्सरला एक आनुवंशिकतेची बाजू असते, हे मला वाटतं तुला माहीत असेल.''

''बीआरसीए जीन म्युटेशन्सच्या मार्कर्सची तुझ्या मम्मीची तपासणी झालीय की नाही मला माहीत नाही, पण त्यांच्यावरच्या उपचारांच्या दृष्टीनं या तपासणीला महत्त्व आहे. त्याचबरोबर तुझ्या स्वत:च्या बाबतीतही या तपासणीला, तुला स्तनांचा कॅन्सर होऊ नये म्हणून करायच्या उपायांच्या दृष्टीनं महत्त्व आहे. काही असो, पण माझ्या मते तू तुझी तपासणी करून घेतलेली बरी. म्हणजे, तुला घाबरवण्याचा माझा उद्देश आहे असं मुळीच नव्हे, पण सावधगिरीच्या दृष्टीनं तू तपासणी करून घ्यायलाच हवीस.''

''माझ्या मम्मीची बीआरसीए म्युटेशनची तपासणी पॉझिटिव्ह आलीय.'' लॉरीनं प्रांजळपणे सांगून टाकलं. याला आपल्या मम्मीबरोबरच आपल्याही तब्येतीची काळजी आहे, हे बघितल्यावर तिची चीड जरा कमी झाली.

''मग तर तू तुझी तपासणी करून घेतलीच पाहिजेस.'' जॅकनं म्हटलं. ''तू काही विचार केलायस का याबद्दल?''

''हो, केलाय. पण या तपासणीला इतकं महत्त्व आहे हे मला अजून पटलेलं नाही. कदाचित त्यामुळे फक्त माझी चिंताच वाढेल. मी माझे स्तन आणि बीजकोश मुळीच काढून टाकणार नाही.''

''पण स्तन आणि बीजकोश काढून टाकणं, एवढे दोनच प्रतिबंधक उपाय नाहीत यावर.'' जॅकनं म्हटलं. ''काल रात्री मी इंटरनेटवर जाऊन याबद्दलची बरीच माहिती वाचून काढलीय.''

लॉरीच्या चेहऱ्यावर पुसटसं स्मित झळकलं. कदाचित आपण आणि यानं त्याच

वेबसाईट पाहिलेल्या असतील!

''जास्त वरचेवर मॅमोग्रॅम काढून घेणं हा आणखी एक पर्याय आहे.'' जॅकनं पुढे म्हटलं. ''पुढे कधी तरी टॅमॉक्सिफेनचे उपचारही करून घेण्याचा विचार करायला हरकत नाही. पण ती फार पुढची गोष्ट आहे. ते जाऊ दे, पण थोडक्यात सांगायचं तर सावधगिरी बाळगलेली केव्हाही बरी. म्हणजे, जर काही मार्ग उपलब्ध असेल तर तो वापरायला काहीच हरकत नाही. नाही लॉरी, तू करून घेच तुझी तपासणी. माझ्यासाठी. प्लीज!''

आणि अगदी अनपेक्षितपणे जॅकनं तिचा हात घट्ट पकडला. लॉरीलाही मोठंच आश्चर्य वाटलं.

''तुला खरंच असं वाटतं?'' त्यानं जे 'माझ्यासाठी' म्हटलं होतं, त्यानं ती क्षणभर एकदम सुखावली.

''हो! प्रश्नच नाही!'' जॅकनं गंभीरपणे म्हटलं. ''त्यामुळे तुला जरी नुसतं आणखी वरचेवर तपासणी करून घ्यावंसं वाटलं, तरी तो सुध्दा केवढा तरी मोठा दिलासा आहे मला. प्लीज, लॉरी! नाही म्हणू नकोस.''

''ती काय रक्ताची तपासणी असते का? मला तर अजून ते सुध्दा माहीत नाही.''

''हो, ती फक्त एक साधी रक्ताची तपासणी असते. आता अमेरिकेअरमुळे आपल्याला मॅनहटन जनरल हॉस्पिटलमध्येच जावं लागणार आहे. तिथे तुझा कोणी प्रायमरी केअर फिजिशिअन आहे का?''

''नाही.'' लॉरीनं सांगून टाकलं. ''पण माझी कॉलेजातली एक जुनी मैत्रीण काम करते तिथे. सू पासानो. ती तिथे इंटर्नल मेडिसिनमध्ये आहे. ती मला सगळी मदत करेल.''

''उत्तम.'' जॅकनं एकदम सुटल्यासारखं म्हटलं. ''तुला पुन्हा आठवण करून द्यायला फोन करायला हवाय का मी?''

लॉरी मोठ्यानं हसली. ''नको. मी करेन ते सगळं.''

''आजच.''

''बरं रे बाबा, आजच करेन. मग तर झालं?''

''थँक्यू.'' जॅकनं तिचा एवढा वेळ पकडून ठेवलेला हात सोडला. ''आता हे ठरलं. आता मला तुला असं विचारायचंय, की तू माझ्याकडे परत येण्याच्या बाबतीत आपण काही तडजोड करू शकतो का?''

लॉरी क्षणभर गोंधळूनच गेली. आता काही हा आपल्या संबंधांच्या बाबतीत बोलणं काढणार नाही, असं तिला वाटू लागलेलं होतं, पण तेवढ्यात त्यानं तो विषय काढलाच.

“मी जे तुला म्हटलं होतं की काल रात्री मला तुझी फार आठवण आली, ते अगदी खरं होतं.” जॅक बोलतच होता. “आणखी वाईट गोष्ट म्हणजे माझा बास्केटबॉलचा खेळ त्यामुळे भयंकर खराब आणि लाजिरवाणा झाला काल. तू नाहीस म्हणून मी जी काही तटबंदी उभारलेली होती, ती सगळी माझ्या खेळाच्या आधी तुझ्या एका पँटीहोजशी अचानक गाठ पडल्यामुळे पत्त्याच्या बंगल्यासारखी कोसळून पडली.”

“पँटीहोज? कसला पँटीहोज?” लॉरीनं पुन्हा सावध होत विचारलं. जॅकच्या विनोदी बोलण्याला तिनं मुद्दामच हसून प्रतिसाद दिला नाही. आणि केवळ जॅकचा खेळ चांगला व्हावा म्हणून आपण पुन्हा त्याच्याकडे जावं, याला तर तिच्या दृष्टीनं काही अर्थच नव्हता.

“हो, तुझा एक पँटीहोज बाथरूममध्ये राहिला होता. पण आता मी तो व्यवस्थित कपाटात ठेवून दिलाय.”

“हं. आणि तडजोडीचं काय म्हणत होतास तू?” तिनं सावधपणे विचारलं.

जॅक खुर्चीत चुळबुळ करत होता. हा प्रश्न विचारताना त्याला अस्वस्थ होत होतं, हे उघड दिसत होतं. लॉरी त्याच्या उत्तराची वाट बघत स्वस्थ बसून राहिली. त्यानं शेवटी बोलायला सुरुवात केली, तरी पण तो पुरता गोंधळलेला होता. “आपण तुझ्या प्रश्नांवर नियमितपणे बोलत जाऊ.” त्यानं कसंबसं म्हटलं.

लॉरीनं उद्विग्न होऊन मान हलवली. “ही काही तडजोड नव्हे. जॅक, आपल्या संबंधांच्या बाबतीत नेमके प्रश्न कोणते आहेत हे आपल्या दोघांनाही चांगलं माहितेय. या क्षणी तरी नुसतं बोलत राहून ते काही सुटणार नाहीत. परस्पर संभाषणाबद्दल मी जे नेहमी सांगत असते, त्याच्या विरुद्ध ही गोष्ट आहे, हे खरं आहे. पण खरी परिस्थिती अशी आहे, की अगदी सुरुवातीपासूनच मी तडजोड करत आलेय– विशेषतः गेल्या वर्षभरात तर जास्तच. तू जे दुर्दैवाचे आघात आयुष्यात सोसले आहेस, त्याची मला पूर्ण कल्पना आहे आणि त्याबद्दल मला खूप सहानुभूती वाटते, दुःख वाटतं हेही खरं. म्हणून तर माझ्या स्वतःच्या अपेक्षा, गरजा पूर्ण होत नसतानासुध्दा मी तडजोड करत राहिले. इतकी सरळ आणि साधी गोष्ट आहे ही. आपलं एकमेकांवर प्रेम आहे, पण आता आपण अशा ठिकाणी आलो आहोत, की आपल्याला दोनपैकी एक पर्यायी मार्ग निवडावाच लागेल. मी काही आता पंचवीस वर्षांची तरुण मुलगी राहिलेली नाही. आता मला स्थिर व्हायलाच पाहिजे. मला आता नवरा हवाय, मुलं हवीयत. तू नेहमी म्हणतोस तसं, बॉल आता तुझ्या कोर्टात आहे. तू निर्णय घ्यायचा आहेस. आता नुसतं बोलणं निरुपयोगी आहे. मी तुला पटवण्याचा प्रयत्न करतेय असं नव्हे. आपण नुसतं बोलत राहिलो, तर तुझा तसा ग्रह होण्याचा संभव आहे, म्हणून सांगते. आणखी एक गोष्ट, मी तुझ्या घराबाहेर पडले ते क्षणिक

संतापामुळे नव्हे. हा निर्णय मला नाईलाजानं घ्यावा लागला आणि ती प्रक्रिया बराच काळ चाललेली होती.''

थोडा वेळ दोघंही मुळीच हालचाल न करता एकमेकांकडे स्थिर नजरेनं बघत राहिले. शेवटी पहिली हालचाल लॉरीनंच केली. पुढे होऊन तिनं जॅकच्या मांडीवर हळूच थोपटलं. ''याचा अर्थ असा नव्हे, की मी तुझ्याशी बोलणारच नाही.'' तिनं मृदुपणानं म्हटलं. ''आपली मैत्री संपली, असाही याचा अर्थ नाही. याचा अर्थ फक्त एवढाच, की यातून खरोखरच काही मार्ग निघेपर्यंत मी माझ्या घरी राहिलेलीच बरी. आणि तोपर्यंत असेच मी कशात तरी मन रमवण्याचा प्रयत्न करत राहीन. या केसेस सारखे मार्ग शोधत राहीन.''

खिन्नपणे, विषादानं पुसटसं जॅककडे बघत हसून ती उठली. तिच्या हसण्यात जॅकबद्दल जराही कटुता डोकावत नव्हती. शांतपणे ती लिफ्टकडे चालत निघाली.

सात

मोठी थोरली जांभई देऊन लॉरीनं पेन्सिल खाली ठेवली आणि डोळ्यांत आलेलं पाणी पुसून ती कागदावर तयार केलेलं टेबल पाहू लागली. डाव्या बाजूला तिनं त्या चारही केसेसमध्ये बळी पडलेल्या चौघांची नावं लिहिलेली होती. प्रत्येकापुढे तिनं तिला महत्त्वाच्या वाटणाऱ्या मुद्द्यांचे रकाने केले होते – वय, लिंग, रोग्यावर केलेलं ऑपरेशन, त्या सर्जनचं नाव, ॲनेस्थेशिया देणाऱ्या डॉक्टरचं नाव, ॲनेस्थेशियात वापरलेलं औषध, रोग्याला दिलेली वेदनाशामक औषधं, हॉस्पिटलमधलं रोग्याचं ठिकाण, रोगी शेवटी ज्याला मृतावस्थेत सापडला होता त्याचं नाव, तो कसा सापडला होता त्याचं वर्णन, तो सापडला तेव्हाची वेळ, ऑटोप्सी करणाऱ्या डॉक्टरचं नाव, सापडलेली संबंधित पॅथॉलॉजी आणि टॉक्सिकॉलॉजीचे निष्कर्ष.

तिनं सध्या माहीत असलेली माहिती टेबलमध्ये भरलेली होती. पण त्यात सर्जनची नावं, ॲनेस्थेशिया देणाऱ्या डॉक्टरांची नावं, ॲनेस्थेशियात वापरलेली औषधं, तिनं पोस्टमॉर्टेम केलेल्या दोन केसेसचे टॉक्सिकॉलॉजीचे निष्कर्ष आणि डार्लीन मॉर्गनच्या केसमधली संबंधित महत्त्वाची पॅथॉलॉजी, एवढ्या जागा अजून रिकाम्या होत्या. या सगळ्या जागा पूर्ण भरायच्या तर तिला हॉस्पिटलचे रोग्यांच्या नोंदींचे चार्ट आणि मॉरीन आणि पीटरचं सहकार्य, या दोन गोष्टींची आवश्यकता होती. केव्हिन आणि जॉर्जनं केलेल्या दोन केसेसच्या टॉक्सिकॉलॉजीच्या निष्कर्षांच्या जागी तिनं लिहिलं होतं – "स्क्रीनमध्ये काही सापडले नाही, पुढील तपासण्या सुरू."

तिच्या या टेबलनं एव्हाना एक माहिती जी दाखवलेली होती, ती मात्र तिच्या

‘हत्यासत्रा’च्या कल्पनेला दुजोरा देणारी नव्हती – सगळ्या केसेस एकाच वॉर्डमध्ये झालेल्या नव्हत्या. दोन पेशंट जनरल सर्जरीच्या मजल्यावर होते, तर दोघंजण ऑर्थोपेडिक्स आणि न्यूरोसर्जरीच्या मजल्यावर होते. एकाही पेशंटची न्यूरोसर्जरी झालेली नसल्यामुळे आणि ऑर्थोपेडिक सर्जरी झालेला एक पेशंट जनरल सर्जरीमध्ये असल्यामुळे लॉरीनं मॅनहटन जनरल हॉस्पिटलमध्ये फोन करून या गोष्टीचं स्पष्टीकरण मागितलं होतं. आणि स्पष्टीकरण अगदी साधं होतं – हॉस्पिटल जवळजवळ कायमच पूर्णपणे भरलेलं असल्यामुळे पेशंटना अनेकदा कोणती सर्जरी आहे हे न बघता वेगवेगळ्या ठिकाणी दाखल करून घेतलं जात असे.

जॅकशी बोलून बाहेर पडल्यानंतर लॉरीनं स्वत:ला या चार केसेसच्या शोधाच्या कामात बुडवूनच घेतलेलं होतं. या मागे तिचे दोन उद्देश होते. पहिला उद्देश अर्थातच स्वत:च्या कटकटींमध्ये मन गुंतू न देता आपलं लक्ष दुसऱ्या गोष्टींमध्ये गुंतवून ठेवण्याचा होता. जॅकशी बोलल्यानंतर यात काहीच फरक पडलेला नव्हता. दुसरा उद्देश म्हणजे, या चार केसेसमध्ये सकृत्‌दर्शनी का होईना, एवढं आश्चर्यकारक साम्य आहे, हा योगायोग नव्हे अशी जी तिला आतूनच खात्री वाटत होती, ती गोष्ट खरीच आहे हे तिला सिद्ध करायचं होतं. जॅकनंसुध्दा आपली कल्पना झिडकारून लावावी, ही गोष्ट मात्र तिच्या दृष्टीनं अपमानजनकही होती आणि धक्कादायकही होती.

तिनं मॉरीनपासून सुरुवात केली होती. मॉरीननं तिचं काम चोवीस तासांच्या आत चोख बजावलं होतं आणि तिला मॅकगिलिनच्या हिस्टॉलॉजीच्या स्लाईड्‌सचा ट्रे दिला होता. वर्षाला आठ हजारांपेक्षा जास्त केसेस तपासाव्या लागत होत्या, त्यामुळे चोवीस तासांच्या आत हिस्टॉलॉजीची तपासणी पूर्ण होऊन स्लाईड्‌स हातात पडणं ही केवळ अशक्य गोष्ट होती. तरीही मॉरीननं लॉरीसाठी खास हे काम केलं होतं. तिचे तोंड भरून आभार मानून लॉरी लगेच त्या स्लाईड्‌स घेऊन आपल्या ऑफिसात गेली होती आणि तिथं तिनं सगळ्या स्लाईड्‌स बारकाईनं तपासल्या होत्या. तिची अपेक्षा होती, तशीच तिला मॅकगिलिनमध्ये कसलीही पॅथॉलॉजी सापडली नव्हती. त्याचं हृदयही अगदी ठणठणीत असल्याचं तिला स्लाईड्‌समध्ये दिसलं होतं. हृदयाच्या स्नायूंमध्ये आणि हृदयरक्तवाहिन्यांमध्ये तिला कसलीही सुजेची चिन्हं सापडली नव्हती, हृदयाच्या झडपा आणि हृदयाभिसरण संस्थेतही काहीही दोष आढळला नव्हता.

हे काम उरकल्यावर ती चौथ्या मजल्यावरच्या टॉक्सिकॉलॉजी लॅबमध्ये गेली होती. इथे सुरुवातीलाच तिची गाठ जॉन डीब्रीजशी पडली होती आणि तिच्या शोध मोहिमेला एक छोटासा धक्काच बसला होता. त्यांच्यातले संबंध पूर्वीपासूनच फार बरे नव्हते. शिवाय जॉनला आपल्या डिपार्टमेंटमध्ये उगाचच कुणी आलेलं बिलकुल

खपत नसे. ''तू काय करतेयस इथे?'' तिला बघितल्याबरोबर त्यानं भुवया उंचावून चढ्या आवाजात विचारलं होतं. उगाच आपल्यामुळे पीटरला त्रास व्हायला नको, म्हणून लॉरीला आता काही तरी थाप मारणं भागच होतं. त्या क्षणी ती नेमकी मास स्पेक्ट्रोमीटरजवळ उभी होती. त्यामुळे तिनं चटकन हसून म्हटलं होतं, ''काही नाही, जरा या मास स्पेक्ट्रोमीटरची माहिती घ्यायला आले होते. ही भानगड माझ्या कायमच डोक्यावरून जाते. आत्ता वेळ होता, तेव्हा म्हटलं, बघू या काही समजतंय का ते.'' थोडा शांत झालेल्या जॉननंच मग तिला थोडी माहिती पुरवली होती, दोन-चार माहिती-पुस्तिका दिल्या होत्या आणि तेवढ्यात त्यालाच कुठूनसं बोलावणं आल्यामुळे तो निघून गेला होता.

लॉरीला पीटर त्याच्या त्या एवढ्याशा ऑफिसात दिसला होता. तिला बघितल्याबरोबर त्याच्या चेहऱ्यावर हास्य उमललं होतं. ऐंशीच्या दशकात ते दोघंही वेस्लियन युनिव्हर्सिटीत होते. हे तिला आठवत नव्हतं, पण त्याला मात्र चांगलं आठवत होतं तो दोन वर्षं तिच्या मागे होता.

''मी मॅकगिलिनची टॉक्सिकॉलॉजी तपासणी केली.'' पीटरनं म्हटलं होतं. ''मला त्यात काही सापडलं नाही. पण अशी विषारी रसायनं जर फारच सौम्य असली तर ती रीडआऊटमध्ये दिसतातच असं नाही. तुला नेमकं काय हवंय ते मला जर सांगितलंस, तर मी त्या दृष्टीनं तपासणी करू शकेन.''

''ओके.'' लॉरीनं म्हटलं होतं. ''या केसेसच्या ऑटोप्सींमध्ये दिसलं होतं, की या पेशंट्सचा मृत्यू फार झटकन झाला होता, म्हणजेच याचा अर्थ असा, की त्यांची हृदयक्रिया एका झटक्यात थांबली असली पाहिजे. म्हणजेच, कोकेन किंवा डिजिटॅलिससारखी जी द्रव्यं एक तर हृदयाचं स्पंदन सुरू करणाऱ्या केंद्रावर परिणाम करून, किंवा तो झटका हृदयाभोवती पसरवून हृदयाच्या स्पंदनाच्या गतीवर परिणाम करतात, अशा सगळ्या द्रव्यांचा विचार आपल्याला सोडून द्यायला हवा. त्याच बरोबर, हृदयाच्या अनियमित गतीवर उपचार करण्यासाठी जी द्रव्यं किंवा औषधं दिली जातात, तीसुध्दा आपल्याला डोक्यातून काढून टाकावी लागतील.''

''अरे बाप रे! ही यादी चांगलीच मोठी होईल.'' पीटरनं म्हटलं होतं. ''कोकेन आणि डिजिटॅलिस असतं तर मला समजलं असतं, कारण ते रिपोर्टमध्ये कुठे बघायचं ते मला माहितेय. शिवाय तू म्हणतेस तसं हृदयाचं स्पंदन झपाट्यानं बंद पाडायचं असतं, तर त्यांचे डोसही मोठे द्यावे लागले असते. तसं बाकीच्यांबद्दल मला सांगता येणार नाही, तरी पण मी बघतो काय ते.''

लॉरीनं मग त्याला सॉलोमन मॉस्कोवित्झ आणि अँटोनिओ नोम्युएराच्या केसेसबद्दल विचारलं होतं. त्या दोन्ही केसेस करून बरेच दिवस झाले होते. त्या केसेसही तंतोतंत मॅकगिलिनसारख्याच असल्याचंही तिनं सांगितलं होतं. लगेच पीटरनं कॉम्प्युटरवर

त्या दोन्ही केसेस काढून पाहिल्या होत्या. त्यांचे टॉक्सिकॉलॉजीचे रिपोर्ट निर्दोष होते, पण आपण त्यातही परत एकदा लक्ष घालू, असं पीटरनं तिला सांगितलं होतं.

"आणखी एक गोष्ट." लॉरीनं म्हटलं होतं. "मी आजच सकाळी आणखी एक केस केली. तिचे नमुने तुझ्याकडे येतीलच. ही केसही अगदी या तीन केसेससारखीच आहे. त्यामुळे मला दाट शंका येतेय, की मॅनहटन जनरल हॉस्पिटलमध्ये काही तरी भानगड चाललीय. त्याही केसमध्ये मला काहीच पॅथॉलॉजी सापडली नाही. त्यामुळे या केसमध्येही मृत्यूचं नेमकं कारण काय असेल, हे बहुधा तुलाच शोधावं लागेल."

"ओके. मी बघतो काय ते."

पीटरच्या ऑफिसातून बाहेर पडून लॉरी जॉर्जच्या ऑफिसात, अँटोनिओ नोग्युएराची फाईल पाहायला गेली होती. जॉर्जनं चक्क त्यातल्या महत्त्वाच्या कागदपत्रांच्या झेरॉक्स काढून ठेवून तिला आश्चर्याचा सुखद धक्का दिला होता. केव्हिननं एवढं सहकार्य केलं नव्हतं, पण लॉरीनं कॉपी काढण्याबद्दल विचारल्यावर त्यानं काही आक्षेपही घेतला नव्हता.

सगळे कागद घेऊन लॉरी परत आपल्या जागेवर गेली होती आणि कागद वाचता वाचता तिनं आपल्या टेबलमधल्या रिकाम्या जागाही भरल्या होत्या.

हातात आपल्या टेबलचा कागद घेऊन लॉरीनं खुर्ची शेजारी फोनवर बोलत असलेल्या रेवाकडे वळवली. रेवा सकाळी तिनं हाताळलेल्या त्या अपघाताच्या केसबद्दल कुणा डॉक्टरशी बोलत होती. थोड्याच वेळात तिनं फोन ठेवून दिला.

"हे वाचून बघ जरा!" लॉरीनं हातातला कागद रेवाला दिला.

रेवानं तो नीट वाचून बघितला आणि लॉरीकडे वळून पाहिलं. "अरे वा! चांगलंच झपाटलेलं दिसतंय तुला या प्रकरणानं. आणि हे टेबल फार मस्त केलंयस तू."

"हो, या कोड्यानं मला झपाटलंय खरं." लॉरीनं मान डोलावली. "आणि मी ते सोडवायचा चंगच बांधलाय आता."

"अस्सं. म्हणजे मॉर्गनच्या केसमध्ये तुला काही सापडलं नाही तेव्हा तू खूष का झालीस, हे आत्ता समजलं मला. म्हणजे तुला हवी होती तशी आणखी एक केस मिळाली."

"कसं बोललीस!"

"हं. मग आत्ता या क्षणी काय म्हणणं आहे तुझं? एवढी धडपड केल्यावर तुला बऱ्यापैकी कल्पना आलेली असेल ना?" रेवानं विचारलं.

"हो, मला वाटतं या चारही केसेसमध्ये हृदयाच्या झडपांचं कार्य अचानक आणि नको इतकं मंदावल्यामुळेच पेशंटला मृत्यू आला, अशी माझी एव्हाना बरीचशी खात्री झालीय. मृत्यूचं कारण आणि पद्धत, याबद्दल मात्र मी सध्या काहीच

सांगू शकत नाही.''

''हं, पुढे बोल.''

''नक्की ऐकायचंय ना तुला?'' लॉरीनं काहीशा साशंक आवाजात विचारलं. ''कारण जॅकला जेव्हा मी हे सांगितलं, तेव्हा त्यानं मला सरळ उडवून लावलं.''

''पण मी ऐकतेय ना!''

''ओके. अगदी थोडक्यात सांगायचं तर हृदयाचं स्पंदन झपाट्यानं बंद पडल्यामुळे या चौघांचा मृत्यू झाला असं मी म्हणतेय, पण चौघांच्याही हृदयांचं कोणतंही नुकसान झालेलं मला सापडलं नाही. त्यामुळे माझं म्हणणं असं, की या चौघांच्याही शरीरात हृदयाच्या स्पंदनाची लय विस्कटून टाकणारं एखादं औषध गेलं असावं. माझ्या मते त्यांचे मृत्यू या कारणामुळे झाले असले पाहिजेत.''

''हे तुझं म्हणणं मला तर्कसंगत वाटतंय.'' रेवानं मान डोलावली. ''आणि मृत्यूच्या पद्धतीबद्दल काय म्हणणं आहे तुझं?''

''त्याबद्दल मात्र माझं म्हणणं वेगळं आहे.'' पुढे झुकून लॉरीनं आपला आवाज एकदम खाली आणला. ''माझ्या मते या मुद्दाम घडवून आणलेल्या हत्या आहेत! दुसऱ्या शब्दात सांगायचं, तर मॅनहटन जनरलमध्ये एखादा लागोपाठ खून करणारा – बेमालूमपणे खून करणारा – कोणी तरी खुनी असला पाहिजे आणि त्याच्या कारवायांचा मला केवळ शोध लागला असला पाहिजे.''

रेवानं काही तरी बोलायला तोंड उघडलं, पण लॉरीनं हात वर करून तिला रोखलं. ''हॉस्पिटलमधल्या या चौघांच्या नोंदींचे चार्ट मिळाले, की मला या टेबलमधल्या उरलेल्या मोकळ्या जागा भरता येतील. मला या चौघांना ऑपरेशनपूर्वी दिलेली औषधं, ॲनेस्थेशियासाठी वापरलेली औषधं आणि ऑपरेशन झाल्यावर दिलेली औषधं समजतील. त्या वेळी आपण परत बोलू आणि तेव्हा तुझ्या उत्तरावर विचार करू. खरं सांगायचं, तर या औषधांची नावं मिळाल्यावरही काही फरक पडेलसं मला वाटत नाही. एकाच हॉस्पिटलमध्ये चार तरुण माणसं साधी ऑपरेशन्स होऊन चोवीस तास उलटायच्या आत हृदयक्रिया बंद पडून मरतात, थोड्या थोड्या दिवसांच्या अंतरानं मरतात आणि त्यांना पुन्हा जिवंत करण्याचे सगळे प्रयत्न फोल ठरतात, हा माझ्या मते योगायोग असणं शक्य नाही.''

''पण लॉरी, त्या हॉस्पिटलमध्ये केवढी प्रचंड धावपळ चालू असते!'' वाद घालण्याची इच्छा नसूनही रेवानं म्हटलं.

लॉरीनं मोठा थोरला नापसंतीदर्शक सुस्कारा सोडला. तिच्या या क्षणीच्या उत्तेजित मन:स्थितीत तिला वाटून गेलं, की ही रेवासुध्दा जॅकपेक्षा काही फारशी वेगळी वागत नाहीये. तिनं रेवाच्या हातातून तो कागद खेचून घेतला.

''हे फक्त माझं मत आहे, लॉरी.'' रेवानं जणू तिची समजूत काढत असल्यासारखं

म्हटलं.

''तुझं मत बनवायचा तुला हक्कच आहे.'' असं म्हणून लॉरीनं खुर्ची फिरवली.

''मला तुला चिडवायचं नव्हतं, लॉरी.''

''नाही, यात तुझा दोष नाही, रेवा.'' लॉरीनं तिच्याकडे न बघताच म्हटलं. ''माझीच मन:स्थिती सध्या जरा नाजूक आहे.'' तिनं पुन्हा खुर्ची फिरवून तिच्याकडे पाहिलं. ''पण एक सांगते तुला. मागे वेगवेगळ्या हॉस्पिटल्समध्ये घडलेली ती खुनांची सत्रं इतके दिवस चालली, याचं कारण तिकडे कोणी संशयानं बघितलंच नाही. कोणाला कसली शंकाच आली नाही.''

''बरोबर आहे तुझं म्हणणं.'' रेवानं हसून म्हटलं, पण लॉरीनं तिला प्रतिसाद दिला नाही. तिनं सरळ खुर्ची फिरवून फोन उचलला. जॅकला आणि रेवाला आपले विचार सांगितल्यावर त्यांच्या प्रतिक्रियांमुळे तिला दु:ख झालेलं होतं, पण कोणाला तरी आपलं म्हणणं सांगितल्यामुळे तिचे विचार तिच्याच मनात आणखी सुस्पष्ट झाले होते. त्यामुळे आपलं म्हणणं बरोबर असल्याचा तिचा आत्मविश्वासही आणखी दृढ झालेला होता. त्या दोघांच्या प्रतिक्रियांमुळे तिच्या समजुतींना जराही धक्का बसलेला नव्हता. त्यामुळे एक गोष्ट तिच्या लक्षात आली, की हे खुनांचं सत्र असल्याचं सिध्द करण्याइतके सबळ पुरावे जरी या क्षणी आपल्या हातात नसले, तरी मॅनहटन जनरल हॉस्पिटलमधल्या कुणाला तरी याची कल्पना द्यायला हवी – नव्हे, ती नैतिक जबाबदारीच आहे आपली. पण त्याचबरोबर तिला पूर्वीच्या कटु अनुभवांवरून लक्षात आलेलं होतं, की असे निर्णय घेणं आपल्या हातात नाही. हे निर्णय ॲडमिनिस्ट्रेशनकडूनच घेतले गेले पाहिजेत आणि पब्लिक रिलेशन्स विभागानंच त्यावर कारवाई केली पाहिजे. नाईलाजानं तिनं केल्व्हिनची सेक्रेटरी कॉनी ईगनला फोन करून आपल्याला त्याच्याशी थोडं बोलायचंय असं सांगितलं.

''केल्व्हिन थोड्याच वेळात ॲडव्हायझरी बोर्डाच्या लोकांबरोबर लंचला जायला निघणार आहे.'' कॉनीनं म्हटलं. ''त्याच्या आत तुला त्याला पकडायचं असलं, तर लगेच ये. नाही तर तुला कमीत कमी चार वाजेपर्यंत थांबावं लागेल. ते सुध्दा नक्की नाही, कारण तो परत येईलच असं सांगता येत नाही.''

''मग मी लगेचच येते.'' फोन ठेवून लॉरी चटकन उठली.

''गुड लक.'' रेवानं म्हटलं. फोनवरचं बोलणं तिला ऐकू गेलेलं होतं.

''थँक्स.'' लॉरीनं तोंडदेखलं म्हटलं आणि आपला टेबलचा कागद उचलला.

''आणि केल्व्हिन जर माझ्यापेक्षाही याबाबतीत साशंक वाटला, तर वाईट वाटून घेऊ नकोस.'' रेवानं म्हटलं. ''मला तर वाटतं, की मॅनहटन जनरल मध्ये खून पडत असल्याचं तू त्याला सांगितल्यावर तो तुला कच्ची खाऊन टाकेल. मॅनहटन जनरलमध्ये तो शिकाऊ डॉक्टर होता. त्यामुळे त्याला मॅनहटन जनरलबद्दल विलक्षण

आस्था आहे, हे लक्षात ठेव.''

"हो.'' घाईघाईनं बाहेर पडत लॉरीनं ओरडून उत्तर दिलं. रेवाशी आपण ज्या पद्धतीनं वागलो, त्याबद्दल नाही म्हटलं तरी तिला जरा अपराधीच वाटत होतं. खरं म्हणजे तिचा स्वभाव मुळीच तसा नव्हता, पण सध्याच्या नाजूक मन:स्थितीत या चुका आपोआपच तिच्या हातून घडत होत्या.

आपण पोचायच्या आत केल्व्हिन निघून जायच्या धास्तीनं लॉरी झपाझप निघाली. पाच मिनिटांच्या आतच तिनं ॲडमिनिस्ट्रेशन विभागात प्रवेश केला. ॲडमिनिस्ट्रेशनचा प्रमुख असलेल्या केल्व्हिनला भेटण्यासाठी बरेच लोक एका लांबलचक कोचावर बसलेले होते. केल्व्हिनच्या ऑफिसचं दार बंद होतं. बाहेर त्याची पर्सनल सेक्रेटरी ग्लोरिया सॅनफोर्ड बसलेली होती. या लोकांसारखीच लॉरीही पूर्वी अनेकदा त्याला भेटायची वाट बघत बसली होती आणि प्रत्येक वेळी तिनं नियमांना अनुसरून काही तरी न केल्यामुळे त्यानं तिची तासंपट्टी करून तिला बाहेर काढलं होतं. त्याची पुनरावृत्ती या वेळी होऊ नये म्हणूनच ती आत्ता त्याला भेटायला आलेली होती. ओसीएमईमध्ये आल्यानंतर सुरुवातीच्या काळात लॉरी आतापेक्षा किती तरी जास्त हट्टी आणि निग्रही होती. सबुरी, लोकांशी जरा जुळवून घेणं वगैरे गोष्टी तेव्हा तिच्या शब्दकोशातच नव्हत्या.

"सरळ आतच गेलीस तरी चालेल.'' लॉरीला आपल्या दिशेनं येताना बघून ग्लोरियानं म्हटलं. केल्व्हिनच्या ऑफिसचं दार किंचित उघडं होतं आणि टेबलाच्या कोपऱ्यावर दोन्ही पाय टेकवून तो फोनवर बोलत होता. त्यानं उजव्या हातानं लॉरीला समोरच्या एका खुर्चीवर बसायची खूण केली. लॉरीनं खाली बसून या परिचित ऑफिसमधून एक नजर टाकली. बिंगहॅमच्या ऑफिसच्या मानानं ही खोली आकारानं निम्मीसुध्दा नव्हती आणि या इथून शेजारच्या कॉन्फरन्स रूममध्ये जायला थेट दरवाजा नव्हता. तरीसुध्दा, लॉरी आणि रेवाच्या बारक्याशा ऑफिसच्या तुलनेत हे ऑफिस चांगलंच प्रशस्त होतं. भिंतींवर वेगवेगळ्या डिप्लोमा, पदव्या आणि बक्षिसांच्या फ्रेम्स लावलेल्या होत्या आणि वेगवेगळ्या राजकीय पुढाऱ्यांबरोबर काढलेले केल्व्हिनचे फोटोही होते.

केल्व्हिनचं फोनवरचं बोलणं आताच्या ॲडव्हायझरी बोर्डाच्या लोकांबरोबरच्या लंचच्या वेळच्या प्रोग्रॅमबद्दलच चाललंय, हे लॉरीनं लगेचच ओळखलं. ओसीएमई ला पोलिसांच्या आणि प्रशासनाच्या दडपणाला बळी न पडता स्वतंत्रपणे काम करता यावं, म्हणून शहराच्या मेयरनं वीस वर्षांपूर्वी ही सल्लागार 'समिती' तयार केलेली होती.

प्रचंड देहाच्या केल्व्हिननं आपले जडशील पाय टेबलावरून खाली घेतले आणि डोळ्यांवरच्या नाजूक, बिनफ्रेमच्या नव्या कोऱ्या चष्म्याच्या वरून लॉरीकडे बघितलं.

डॅडींच्या जबरदस्त व्यक्तिमत्त्वामुळे लॉरीला लहानपणापासूनच आपल्यापेक्षा मानानं वरिष्ठ पुरुषांची काहीशी भीती वाटत आलेली होती. केल्व्हिन याला अपवाद तर नव्हताच, उलट त्याचा प्रचंड देह, अत्यंत स्थिर, कायम समोरच्यावर रोखलेले थंड काळेभोर डोळे, भयंकर संतापी आणि कायम पुरुषी वर्चस्व दाखवणारा स्वभाव, यामुळे त्याची तर लॉरीला जरा जास्तच भीती वाटायची. पण कधी कधी तो अत्यंत मनमिळाऊ आणि सौजन्यशीलही वागू शकतो, हेही तिला माहीत होतं. मात्र, कोणत्या वेळी या दोहोंपैकी त्याच्या स्वभावाची कुठली बाजू वरचढ असेल, हे मात्र सांगता येत नसे. आत्ताही केल्व्हिननं नजर रोखल्याबरोबर लॉरी एकदम सावरून बसली.

"बोल, काय काम काढलंस?" केल्व्हिननं विचारलं. "पण जरा लवकर सांग, आपल्याला वेळ फार थोडा आहे."

"हो, मला जे सांगायचंय त्याला मिनिटभरही वेळ लागणार नाही." लॉरीनं बरोबर आणलेला तो टेबलचा कागद त्याला देत म्हटलं आणि या चारही केसेसच्या बाबतीत काय आणि कसं झालं, मृत्यूची कारणं आणि पद्धतींबद्दल आपल्याला काय वाटतं, वगैरे भराभर सांगायला सुरुवात केली. तिला खरोखरच दोन मिनिटंही लागली नाहीत. आणि सगळं सांगून संपल्यावर ती गप्प झाली.

केल्व्हिन अजून ते टेबलच नीट वाचत होता. जरा वेळानं त्यानं भुवया उंचावून तिच्याकडे बघितलं. टेबलावर हात ताठ करत तो खुर्चीवर मागे रेलून बसला. खुर्ची करकरली. त्यानं सावकाश नकारार्थी मान हालवली. त्याचा काहीसा गोंधळ उडालेला दिसत होता. "आता माझा पहिला प्रश्न असा, की हे जर सगळं इतकं प्राथमिक अवस्थेत आहे, तर तू मला हे आताच का सांगतेयस? या चारही केसेसचे मृतदेह अजून इथून बाहेर गेलेले नाहीत."

"याचं कारण एवढंच आहे, की तू जर हे मॅनहटन जनरलमधल्या कुणा योग्य माणसाला सांगितलंस, तर त्या लोकांच्या मनात एकंदर तिथल्या कारभाराबद्दल निदान काही शंका तरी निर्माण होतील आणि ते जास्त सावध होतील."

"चूक! एकदम चूक!" केल्व्हिन कडाडला. त्यानं चटकन हातातल्या घड्याळाकडे एक कटाक्ष टाकला. ही गोष्ट लॉरीच्याही नजरेतून सुटली नाही, "हे जर मी त्यांना आत्ता सांगितलं, तर त्या फक्त तुझ्या शंका असतील, माझ्या नव्हे. कमाल करतेस, लॉरी. अत्यंत अपुऱ्या माहितीवरून तू भलतेच काही तरी निष्कर्ष काढतेयस." त्यानं त्या कागदावर बोटानं वाजवलं. "तू फक्त मला तुझे अंदाज मॅनहटन जनरलला कळवायला सांगतेयस आणि ही गोष्ट जर नको त्या लोकांना समजली, तर केवढा प्रचंड गोंधळ उडेल. आणि एवढ्या प्रचंड हॉस्पिटलमध्ये ही गोष्ट अगदी सहज घडू शकते. इथे ओसीएमई मध्ये सगळं काही फक्त सत्यावर, प्रत्यक्ष घडलेल्या गोष्टींवर

चालतं, लॉरी. फालतू कल्पना, समजुती, शंका, संशय वगैरेंना इथे काहीही स्थान नाही. आणि दुर्दैवानं तुला आलेल्या शंका खोट्या ठरल्या, तर काय होईल? कोण विश्वास ठेवेल आपल्यावर त्यानंतर?''

''मला माझं मनच सांगतंय, की मी म्हणतेय ते खरं आहे.'' लॉरीनं शक्य तेवढं ठासून म्हटलं.

केल्व्हिननं थाडकन आपला अजस्त्र पंजा टेबलावर आपटला. काही कागद खाली उडून पडले. ''या असल्या फालतू बायकी गोष्टी मला सहनच होत नाहीत. या चार केसेस म्हणजे खुनांचं सत्र आहे असं जर नुसतं तुला तुझं मनच सांगत असेल, तर आपण आपला दोघांचाही वेळ फुकट घालवतोय इथे बोलत बसून. ही काय तुला किटी पार्टी वाटतेय का? या इथे फक्त शास्त्रीय दृष्टिकोनातून विचार केला जातो, लॉरी.''

''हो, पण हे चारही मृत्यू म्हणजे केवळ न सुटलेली कोडी आहेत – आणि तेही फक्त पंधरा दिवसात झालेले!'' लॉरीनं म्हटलं. ओ गॉड! नेमकी याची नको तीच बाजू डिवचलेली दिसतेय मी!

''बरोबर आहे, पण तिथे अक्षरश: हजारोंनी रोगी दाखल होत असतात, हजारोंनी! त्या मानानं त्यांच्याकडचं मृत्यूचं प्रमाण तीन टक्क्यांपेक्षाही किती तरी कमी – म्हणजे अगदीच नगण्य आहे. हे मला माहितेय, कारण मी त्यांच्या बोर्डवर आहे. तू टॉक्सिकॉलॉजीतून, किंवा त्यांना कमी व्होल्टेजचे विजेचे झटके देऊन मारल्याचे एकदम पक्के, सबळ पुरावे घेऊन ये, मग आपण बोलू. उगाच खूनसत्र वगैरे हवेत गोळ्या मारू नकोस. समजलं?''

''नाही, त्यांना विजेचे झटके वगैरे देऊन मारलेलं दिसलं नाही.'' लॉरीनं म्हटलं. हा विचार एकदा तिच्या मनात येऊन गेला होता, कारण साध्या, नेहमीच्या एकशे दहा व्होल्टच्या विजेच्या झटक्यानं हृदयाचं कार्य थांबू शकतं, हे तिला माहीत होतं. पण तिनं ही कल्पना डोक्यातून काढून टाकली होती, कारण सर्वसामान्य परिस्थितीत रोग्यांवर असे उपचार केले जात नाहीत. एखाद्या रुग्णाच्या बाबतीत उपकरण खराब असूही शकेल कदाचित, पण चौघांच्या बाबतीत हे अशक्यच आहे, असा विचार तिनं केला होता.

''मी फक्त तुला माझं म्हणणं पटवून देण्यासाठी हे उदाहरण दिलं होतं!'' केल्व्हिन डाफरला. तो ताडकन उठून उभा राहिला, त्या झटक्यासरशी त्याची खुर्ची चाकांवरून जोरात मागे घसरत जाऊन मागच्या भिंतीवर दाणकन आदळली. त्यानं तो कागद लॉरीपुढे टाकला. ''एवढीच जर हौस असेल, तर काही तरी सबळ पुरावे घेऊन ये! या असल्या बाष्कळ बडबडीला माझ्याकडे वेळ नाही. मला आता मीटिंगला जाऊ दे!''

प्रिन्सिपॉलची बोलणी खाल्लेल्या एखाद्या शाळकरी पोरीसारखी लॉरी तिथून चटकन बाहेर पडली. केल्व्हिनच्या ऑफिसचं दार त्या वेळी उघडंच असल्यामुळे त्याचा ओरडाआरडा बाहेर ऐकू आलेला होता आणि त्यामुळे बाहेर बसलेले लोक टवकारून तिच्याकडेच बघत होते. तिला आणखीच शरमल्यासारखं झालं आणि तिनं तिथून चटकन काढता पाय घेतला. नशिबानं समोर एक रिकामी लिफ्ट उभी होती. तिनं पटकन आत शिरून एक मोठा थोरला श्वास घेतला आणि स्वत:ला सावरलं. सध्या खरोखरच तिची मानसिक अवस्था फार नाजूक होती. इतर वेळी तिनं केल्व्हिनचं बोलणं मनाला फारसं लावून न घेता झटकून टाकलं असतं. या वेळी मात्र तिला ते मनाला फार लागलं. काय हे! आधी जॅक, मग रेवा आणि आता हा! तिनं स्वत:शी म्हटलं. ज्या लोकांना काही डोकं आहे असं मी मानते, त्या कुणालाच माझं म्हणणं, मला जाणवलेल्या गोष्टी पटत का नाहीत?

आपल्या जागेवर परत येऊन तिनं धाडकन खुर्चीवर अंग टाकलं आणि दोन्ही हातांनी चेहरा झाकून घेऊन ती काही क्षण स्वस्थ बसून राहिली. या क्षणी तरी तिला आणखी करता येण्याजोगं असं काहीही शिल्लक उरलेलं नव्हतं. तिला आणखी माहिती मिळवायला तर हवी होती, पण त्यासाठी मॅनहटन जनरल हॉस्पिटलमधून मागवलेले ते चार्ट हाती पडण्याची वाट बघत बसण्यावाचून तिला काही गत्यंतरच नव्हतं. त्या लोकांना जरा घाई करायला सांगणंही शक्य नव्हतं. दुसरा मार्ग म्हणजे, पीटर त्याच्या टॉक्सिकॉलॉजी लॅबमध्ये जादू करून काही नवीन शोध लावतो का, तेही पाहायचं होतं, पण तेही काम लगेच होण्यापैकी नव्हतं. आणखी एक मार्ग होता, तो म्हणजे अगदी तशीच आणखी एक नवीन केस हाती येणं. पण त्याची तर या क्षणी तिला बिलकूल इच्छा नव्हती.

शेजारच्या टेबलावर बसून रेवा सहानुभूतीनं लॉरीकडे बघत होती. "काय झालं? केल्व्हिनची बोलणी खाऊन आलेली दिसतेस." तिनं म्हटलं.

लॉरीनं काहीच उत्तर दिलं नाही. मघापेक्षाही तिची मानसिक अवस्था आणखी ढासळलेली होती. लहानपणापासूनच तिला, आपल्यापेक्षा मानानं, अधिकारानं मोठ्या व्यक्तींनी आपल्या कामाचं कौतुक करावं अशी अपेक्षा असे. आणि असं कौतुक झालं नाही, की ती कमालीची निराश व्हायची. आपल्या जीवनाची शिवणच उसवत चाललेली दिसतेय, तिनं हताशपणे मनाशी म्हटलं. आधी ती जॅकची कटकट, मग मम्मीचा कॅन्सर आणि ती बीआरसीए-१ ची भानगड. पण या निदान आपल्या वैयक्तिक गोष्टी झाल्या. आणि आता मात्र आपल्या कामाच्याही बाबतीत हेच घडताना दिसतंय. एकही गोष्ट मनासारखी होत नाहीय! शिवाय सलग दोन रात्री अत्यंत अपुरी झोप लागल्यामुळे तिला आता शारीरिक थकवाही चांगलाच जाणवत होता.

लॉरीनं एक मोठा थोरला सुस्कारा सोडून स्वत:ला सावरण्याचा प्रयत्न केला. बीआरसीए-१ वरून तिला आठवलं, की आपण जॅकला आश्वासन दिलेलं होतं, की आपण सू पासानोकडे जाऊन बीआरसीए-१ ची तपासणी करून घेऊ. त्या वेळी ती हे जॅकला मनापासून बोललेली नव्हती. जॅकला शांत करणं, एवढाच त्यावेळी तिचा उद्देश होता. आता मात्र तिला जाणवलं, की या निमित्तानं दोन तास का होईना, आपण जर इथून बाहेर पडून वेगळ्या वातावरणात गेलो, तर आपल्याला निदान जरा बरं तरी वाटेल. शिवाय सू कडे गेलो, तर आपल्याला एका दगडात दोन पक्षी मारता येतील. सू तर आपली जुनी मैत्रीण आहे. तपासणीच्या निमित्तानं तिला भेटल्यावर आपण तिच्याबरोबर या हत्यासत्राबद्दलही बोलू शकू. आपलं किंवा ओसीएमईचं नाव पुढे न येऊ देता त्या लोकांना सावध करू शकू.

आपल्या वहीत सू पासानोचा फोन नंबर पाहून लॉरीनं तिला फोन केला. कॉलेजात आणि मेडिकल स्कूलमध्ये त्या दोघी एकत्र होत्या, शिवाय एकाच शहरात त्या कामही करत होत्या. त्यामुळे जवळजवळ महिन्यातून एकदा तरी त्या दोघी एकत्र भेटून डिनर करायच्या. आपण आणखी वरचेवर एकमेकींना भेटलं पाहिजे असं त्या दोघीही कायम म्हणायच्या, पण प्रत्यक्षात मात्र ते कधीच जमलेलं नव्हतं.

सू जिथे काम करायची, त्या विभागातली एक सेक्रेटरी फोनवर आली. सू नं आपल्याला वेळ मिळाला की फोन करावा, असा त्या सेक्रेटरीकडे फक्त निरोप ठेवून द्यावा, असा लॉरीचा इरादा होता. पण लॉरीनं आपण 'डॉक्टर माँटगोमेरी' बोलतोय असं सांगितल्यावर त्या सेक्रेटरीनं चक्क सू पासानोला फोनच जोडून दिला.

"अरे वा! आज फोन कसा काय केलास?" सू नं हसऱ्या आवाजात विचारलं.

"थोडं बोलायचंय तुझ्याशी. एक मिनिट वेळ आहे का तुला?"

"एक अख्खं मिनिट?" सू मोठ्यानं हसली. "बरं, बोल."

"मला माझी बीआरसीए-१ च्या मार्करसाठी तपासणी करायचीय. त्याचं कारण मी तुला नंतर सांगेन." लॉरीनं सांगितलं. "दुसरं असं, की माझा इन्शुअरन्स आता अमेरिकेअरकडे आलेला आहे, पण मी अजून कोणी प्रायमरी-केअर डॉक्टर शोधलेला नाही."

"एवढंच ना? कधीही ये. आपण सगळी व्यवस्था करू."

"आज आले तर चालेल?"

"हो, चालेल ना. जरूर ये. लंच घेतलंयस का तू?"

"नाही अजून." लॉरी हसली. वा! एका दगडात तीन पक्षी!

"मग तर लगेचच ये! आमचा कॅफेटेरिया काही फार छान वगैरे नाही, पण तुला कंपनी मात्र उत्कृष्ट मिळेल."

"निघालेच." लॉरीनं फोन ठेवला आणि दारामागे अडकवलेला आपला कोट

काढून हातात घेतला.

"तू लगेच तपासणी करून घेतेयस, हे फार चांगलं करतेयस." रेवानं म्हटलं.

"थँक्स." लॉरीनं म्हटलं आणि आपण काही विसरलो नाही ना, हे बघण्यासाठी टेबलाकडे एक दृष्टिक्षेप टाकला.

"तू रागावलेली नाहीस ना माझ्यावर?" रेवानं विचारलं.

"मुळीच नाही." लॉरीनं तिचा खांदा प्रेमानं हळूच दाबला. "मी तुला म्हटलं ना, सध्या माझी मानसिक अवस्था फार नाजूक बनलीय आणि त्यामुळे प्रत्येक लहानसहान गोष्टीचा मला नको इतका त्रास होतोय. ते जाऊ दे. तू काही माझी सेक्रेटरी नव्हेस, पण प्लीज, मला जर काही फोन आले, तर निरोप घेऊन ठेवशील का? विशेषत: मॉरीन किंवा पीटरचा फोन आला तर?"

"हे काय विचारणं झालं का? जरूर घेईन. परत येणार आहेस का आज?"

"हो, यावंच लागेल. काही नाही, सू बरोबर चटकन लंच घेईन आणि ती रक्ताची तपासणी करून घेईन. तीही अगदी साधी असते. आणि बाहेर पडणारच आहे, तेव्हा कदाचित मम्मीला भेटून येईन. शिवाय मी माझा सेलफोन बरोबर नेतेय. काही गरज भासली तर लगेच फोन कर मला."

रेवानं मान डोलावली आणि ती पुन्हा आपल्या कामाकडे वळली.

लॉरी ओसीएमईमधून बाहेर पडून फर्स्ट ॲव्हेन्यूवर आली. सकाळपेक्षाही हवेत आणखीच गारठा आलेला होता. लॉरीनं आपल्या कोटाची झिप पार गळ्यापर्यंत ओढली, पण तरीही ती किंचितशी काकडतच होती. तिनं हात वर करून टॅक्सी थांबवली.

खरं तर मॅनहटन जनरल हॉस्पिटल आणि युनिव्हर्सिटी हॉस्पिटलचं ओसीएमईपासूनचं अंतर जवळजवळ सारखंच होतं, तरी पण काल तिला युनिव्हर्सिटी हॉस्पिटलला जायला जेवढा वेळ लागला होता, त्यापेक्षा आज मॅनहटन जनरल हॉस्पिटलला जायला तिला थोडा जास्त वेळ लागला. सेंट्रल पार्कलगत असलेल्या मॅनहटन जनरल हॉस्पिटलचा परिसर खरोखर विस्तीर्ण होता. गेल्या जवळजवळ शंभर वर्षांच्या कालावधीत हे हॉस्पिटल तुकड्या-तुकड्यांनी बांधलेलं होतं. त्यामुळे दगडी बांधकाम असलेल्या या हॉस्पिटलची जवळजवळ प्रत्येक बिल्डिग दुसरीपेक्षा थोडीशी वेगळी दिसत होती. सगळ्यांत नव्यानं बांधलेली जी बिल्डिंग होती, तिला तिच्या बांधकामासाठी देणगी देणाऱ्या सॅम्युअल बी. गोल्डब्लॅटचं नाव दिलेलं होतं आणि ती मुख्य बिल्डिगशी काटकोनात बांधलेली होती. हाच मॅनहटन जनरल हॉस्पिटलचा व्हीआयपी विभाग होता.

लॉरी इथे पूर्वीही अनेकदा आलेली होती. अनेकदा सू ला भेटण्यासाठीही ती इथे आलेली होती. त्यामुळे तिला कुठे जायचं ते चांगलं माहीत होतं. हे एका अर्थी बरंच

होतं, कारण हे हॉस्पिटल कायमच चांगलं गजबजलेलं असे. ती सरळ 'कॉफमन बाह्यरुग्ण विभागा'कडे चालत निघाली. आत शिरून ती इंटर्नल मेडिसिन विभागापाशी आली आणि तिथल्या रिसेप्शन काऊंटरवर तिनं 'डॉक्टर सू पासानो कुठे बसतात' असं विचारलं. आपण 'डॉक्टर मॉंटगोमेरी' असल्याचं तिनं सांगितल्याबरोबर काऊंटरवरच्या मुलीनं तिला एक कागदी पाकिट दिलं. पाकिटात बीआरसीए-१ मार्करच्या तपासणीसाठी तयार केलेला कागद होता आणि सू नं लिहिलेली एक चिठ्ठी होती. चिठ्ठीत सू नं मुख्य बिल्डिंगमधल्या दुसऱ्या मजल्यावरच्या जेनेटिक्स लॅबमध्ये कसं जायचं, ते लिहिलेलं होतं. त्याआधी तिनं लॉरीला 'अॅडमिशन'कडे जायला सांगितलं होतं. कारण लॉरीनं अमेरिकेअर इन्शुअरन्स नव्यानं केलेला असल्यामुळे तिला हॉस्पिटलचं कार्ड काढणं आवश्यक होतं. सगळं झाल्यावर सू नं लॉरीला थेट कॅफेटेरियामध्ये जायला सांगितलं होतं. ती तिला तिथेच भेटणार होती.

प्रत्यक्षात मात्र लॉरीला रक्ताच्या तपासणीला जेवढा वेळ लागला, त्यापेक्षा जास्त वेळ कार्ड काढायला लागला. तिला थोडा वेळ रांगेत उभं राहावं लागलं. तरी पण तिला फक्त पंधराच मिनिटं लागली. कार्ड घेऊन ती तडक सू नं सांगितल्याप्रमाणे चालत जेनेटिक्स डायग्नॉस्टिक्स लॅबमध्ये गेली. इथे मात्र त्या मानानं खूपच शांतता होती. बारीक आवाजात लावलेल्या शास्त्रीय संगीताचे स्वर ऐकू येत होते. भिंतींवर मोनेच्या 'वॉटर लिलीज'च्या चित्रांच्या छापील आवृत्त्यांच्या फ्रेम्स लावलेल्या होत्या. इतर कोणीही पेशंट वाट बघत थांबलेले नव्हते. सू नं दिलेला तो तपासणीचा कागद तिनं रिसेप्शनिस्टकडे दिला. जेनेटिक प्रकारच्या तपासण्या अजून तितक्याशा लोकप्रिय व्हायच्या आहेत, तिनं मनात म्हटलं. पण थोड्याच काळात हे चित्र पूर्णपणे बदलेल आणि त्याबरोबरच वैद्यकशास्त्रही बदलून जाईल.

आपल्याला बोलावण्याची वाट बघत लॉरी तिथल्या कोचावर बसली आणि आपोआपच आपल्या शरीरात जे काही दडलं असू शकेल, त्याबद्दलचे विचार तिच्या मनात येऊ लागले. इतका वेळ या ना त्या निमित्तानं ती चिंता तिच्या मनाच्या एका कोपऱ्यात जाऊन बसलेली होती, पण आता तिनं पुन्हा उसळी मारली. त्या मार्करच्या स्वरूपात आपण आपल्या शरीरात आपल्याच मृत्यूची बीजं वागवतोय, ही जाणीवच फार अस्वस्थ करून सोडणारी होती. हे म्हणजे आपला नाश घडवून आणणारा एखादा टाईम बॉंब अंगावर बाळगण्यासारखंच झालं, तिनं मनात म्हटलं, काय असेल आपल्या तपासणीचं निदान? पॉझिटिव्ह, की निगेटिव्ह? सर्वस्व पणाला लावलेल्या एखाद्या जुगाऱ्यासारखी आपली अवस्था झालेली आहे – मुळात जुगारच न आवडणाऱ्या जुगाऱ्यासारखी. जॅकनं जर एवढा जोर केला नसता, तर ही तपासणी आपण कायम पुढे ढकलत राहिलो असतो. पण आता आपण आलोय ना इथे, मग ही तपासणी करून घ्यायची आणि विसरूनही जायची – आपली मम्मी असंच तर

करते – कुठल्याही अप्रिय गोष्टीकडे ती साफ दुर्लक्ष करते.

थोड्याच वेळात लॉरीला आत बोलावण्यात आलं आणि तिथल्या कर्मचारी पोरीनं तिचं रक्त काढून घेतलं. फक्त मिनिटाभराचं काम होतं ते. तिथून बाहेर पडून लॉरी खालच्या मजल्यावरच्या 'मे आय हेल्प यू?' लिहिलेल्या काऊंटरशी आली आणि तिनं 'कॅफेटेरियाला कसं जायचं?' असं तिथल्या पोरीला विचारलं.

"कुठला कॅफेटेरिया? मुख्य कॅफेटेरिया की स्टाफचा?" त्या पोरीनं उलट प्रश्न केला.

लॉरी क्षणभर गोंधळली. पण थोडा विचार करून तिनं म्हटलं, "स्टाफचा कॅफेटेरिया."

"सोपं आहे. ही खालची जमिनीवरची जांभळी रेघ दिसतेय ना, ती तुम्हाला नेईल तिकडे जात रहा. म्हणजे तुम्ही थेट स्टाफच्या कॅफेटेरियालाच जाल."

तिचे आभार मानून लॉरी निघाली आणि पाच मिनिटांत स्टाफच्या कॅफेटेरियात शिरली. दुपारचे सव्वाबारा वाजून गेले होते, त्यामुळे कॅफेटेरियात चांगलीच गर्दी झालेली होती. बाप रे! इथे एवढे लोक काम करतात? तिनं आश्चर्यानं स्वतःशीच म्हटलं. शिवाय सगळेच जण इथे आलेले नसणार. आणि ही तर तीनपैकी एका शिफ्टमध्ये काम करणारी माणसं झाली! अरे बाप रे!

लॉरी त्या गर्दीकडेच बघत होती. टेबलांपाशी लोक बसले होते, बरेच जण रांगा लावून उभे होते, तर काही जण नुसतेच उभे होते. आणि जो तो काही ना काही बोलत होता. आता या गर्दीतून सू ला कसं शोधणार आपण? आणि बोलणार तरी कसं? लॉरीनं हताशपणे स्वतःशी म्हटलं. हे म्हणजे एकतीस डिसेंबरच्या रात्री टाईम स्क्वेअरमध्ये जमलेल्या गर्दीतून आपल्या मैत्रिणीला हुडकून काढण्यापैकी झालं!

आता कुणाला तरी विचारावं, अशा विचारात लॉरी असतानाच तिच्या खांद्यावर एक थाप पडली. तिनं मागे वळून बघितलं, तर मागे सू स्वतःच हसत उभी होती. दोघींनी अत्यानंदानं एकमेकींना मिठी मारली. थोराड बांध्याच्या, उंचनिंच, कृष्णवर्णीय सू च्या मिठीत लॉरी एवढीशी दिसत होती. कॉलेजला असताना सू एक उत्कृष्ट सॉकर आणि सॉफ्टबॉल खेळाडू होती. दिसायलाही ती देखणी होती. एक सुंदर स्टायलिश सिल्कचा ड्रेस घालून त्यावर उत्कृष्टपणे स्टार्च केलेला पांढरा कोट घातलेला असल्यामुळे ती आजूबाजूच्या लोकांमध्ये आणखीच उठून दिसत होती. लॉरीसारखंच तिलाही या व्यवसायात राहूनही आपलं स्त्रीत्व जपणं फार महत्त्वाचं वाटायचं.

"येताना फारशी भूक बरोबर आणलेली नाहीस ना तू?" सू नं हसून म्हटलं. "विनोदाचा भाग जाऊ दे, पण इथले पदार्थ काही अगदीच टाकाऊ नसतात, बरं का."

पदार्थ घेण्याच्या रांगेत पुढे सरकत असतानाही त्यांच्या अशाच हलक्या फुलक्या गप्पा सुरू होत्या. लॉरीनं तिच्या मुलांबद्दल चौकशी केली. सू चं लग्न मेडिकल स्कूलमधून बाहेर पडल्याबरोबर लगेचच झालेलं होतं, त्यामुळे तिला पंधरा वर्षांचा एक मुलगा आणि बारा वर्षांची मुलगी होती. या क्षणी लॉरीला नाही म्हटलं तरी तिची असूया वाटून गेलीच.

"दोघंही आता वयात येताहेत, तेवढ्या कटकटी सोडल्या, तर सगळं काही मजेत चाललंय." सू नं म्हटलं आणि लगेच विचारलं, "आणि तुझं आणि जॅकचं काय चाललंय? बोगद्यापलीकडे काही उजेड दिसतोय की नाही? मला वाटतं, आता हे पुरे झालं, लॉरी. थोड्याच दिवसांत तू त्रेचाळीस वर्षांची होशील. मला हे माहितेय, कारण सहाच महिन्यांनी मीही त्रेचाळीस वर्षांची होणार आहे."

लॉरीला आपला चेहरा शरमेनं लाल होत असल्याचं जाणवलं. काय हे! आपण काहीच कसं लपवू शकत नाही? ती स्वत:वरच जराशी चिडली. ही गोष्ट सू च्या नजरेनं टिपल्याचंही तिला जाणवलं. गेली सव्वीस वर्षं त्यांची मैत्री असल्यामुळे तिनं आपली मुलं होण्याची इच्छा, जॅकच्या संबंधातल्या अडचणी वगैरे सू ला अनेकदा बोलून दाखवल्या होत्या – विशेषत: गेल्या दोन वर्षांत तर जास्तच. पण त्यामुळे या वेळी नुसतं तोंडदेखलं बोलून तिची सुटका होणार नव्हती, हेही तितकंच खरं होतं.

"जॅकचे आणि माझे संबंध आता जवळजवळ इतिहासजमा झाल्यासारखेच आहेत." शेवटी तिनं खरं काय ते सांगून टाकायचं ठरवत म्हटलं. "निदान आमच्या प्रेमाच्या बाबतीत तरी."

"ओ, नो! काय झालंय तरी काय त्याला?"

लॉरीनं कपाळाला आठ्या घालत उत्तरादाखल फक्त खांदे उडवले. या क्षणी, सध्याच्या नाजूक मानसिक अवस्थेत आपली दर्दभरी कहाणी सांगत बसायची फारशी इच्छा नव्हती.

"हं. पण तुला खरं सांगू का... बरंच झालं एका अर्थी. त्या बावळट माणसाच्या बाबतीत तू पुष्कळच सहनशीलपणा दाखवलास. खूप वाट बघितलीस. चटकन निर्णयच घेता येत नाही त्या मूर्खाला. आणि त्याच्यात काही बदलही होणार नाहीये."

लॉरीनं नुसतीच मान डोलावली. जॅकचं समर्थन करण्यासाठी तिला काहीतरी बोलावंसं वाटत होतं, पण तिनं स्वत:ला आवरलं.

लंचचे पैसे सू नं लॉरीला मुळीच देऊ दिले नाहीत. ट्रे हातात घेऊन त्या दोघी खिडकीजवळच्या एका दोघांसाठीच असलेल्या टेबलाशी आल्या. खिडकीतून बाहेर एक लॉन दिसत होतं आणि एक सध्या चालू नसलेलं कारंजं होतं. उन्हाळ्याच्या दिवसात मात्र इथे भरपूर फुलं फुललेली असायची आणि कारंजं थुई थुई नाचत

असायचं.

आणखी थोडा वेळ त्या जॅक आणि लॉरीच्या संबंधांबद्दल आणि प्रॉब्लेमबद्दलच बोलत राहिल्या. बरंचसं बोलणं सू च करत होती. सू जोरजोरात म्हणत होती की मीच तुझ्यासाठी योग्य असा आणखी कोणी तरी बघते आणि लॅारी तिला उचकवत होती, की तू प्रयत्न करूनच बघ. मग हळूहळू त्यांच्या गप्पांची दिशा लॉरीनं बीआरसीए-१ साठी तपासणी करण्याच्या कारणाकडे वळली. लॉरीनं तिला सगळं सांगितलं, आपल्या मम्मीनं स्तनाचा कॅन्सर झाल्याचं कसं आपल्यापासून लपवून ठेवलं, तेही सांगितलं.

"समजा, तुझी तपासणी पॉझिटिव्ह निघाली, तर तुला एक उत्कृष्ट ऑंकॉलॉजिस्ट बघून देण्याची जबाबदारी माझी." सू नं म्हटलं. लॉरीनं फक्त मान डोलावली.

"हो, पण त्या आधी तुला एक प्रायमरी-केअर डॉक्टर हवा." काही क्षण थांबून सू नं म्हटलं. "तुला आता त्याची गरज लागेल."

"तूच का नाही होत माझी प्रायमरी-केअर डॉक्टर?" लॉरीनं विचारलं. "नवीन पेशंट सध्या घेतेयस का तू?"

"वा! तो तर माझा बहुमान समजेन मी." सू नं हसून उत्तर दिलं. "पण तुला चालेन का मी?"

"का नाही चालणार?" लॉरीनं म्हटलं. "मला माझा गायनॅकॉलॉजिस्टही बदलावा लागेल."

"तेही बघेन मी." सू नं म्हटलं. "आमच्या स्टाफवर किती तरी उत्तमोत्तम डॉक्टर आहेत. माझी जी गायनॅकॉलॉजिस्ट आहे, तिच्याकडेच मी तुलाही घेऊन जाईन. खूप चांगली आहे ती."

"हरकत नाही. पण मला घाई नाही. माझ्या वार्षिक तपासणीला अजून सहा महिने अवकाश आहे."

"असेल, पण आपण आधीच ती व्यवस्था केलेली बरी. माझ्या त्या गायनॅकॉलॉजिस्टकडे भरपूर गर्दी असते. कदाचित मोठी वेटिंग लिस्ट असायची तिच्याकडे."

"मग तर काय, काहीच हरकत नाही."

थोडा वेळ दोघीही गप्प राहून जेवत होत्या. मग लॉरीनं आपल्या मनातला दुसरा विषय काढला. "तुझ्याशी आणखी एका बाबतीत बोलायचं होतं मला."

"बोल ना." सू नं हातातला चहाचा कप खाली ठेवत म्हटलं.

"मला तुझ्याशी 'एस ए डी एस' बद्दल बोलायचंय."

"आता ही काय भानगड आहे नवीनच?" सू नं गोंधळून जाऊन विचारलं.

लॉरी मोठ्यानं हसली. "हा शॉर्टफॉर्म मी आत्ताच तयार केलाय. 'एस आय डी

एस', म्हणजे 'सडन इन्फंट डेथ सिंड्रोम' म्हणजे काय ते तुला माहितेय ना?''

''ऐकलंय की.''

''मग तसाच हा 'सडन ॲडल्ट डेथ सिंड्रोम' – एस ए डी एस – आहे असं समज. सध्या इथे मॅनहटन जनरलमध्ये जे चाललंय, त्याला हे अगदी योग्य असं नाव आहे.''

आता मात्र सू नं कान टवकारले. ''असं कोड्यात बोलू नकोस. काय ते नीट समजावून सांग जरा.''

लॉरी थोडी पुढे झुकली. ''सांगते, पण एक गोष्ट पक्की लक्षात ठेव, की ही माहिती माझ्याकडून मिळालीय, ही गोष्ट अत्यंत गुप्त राहिली पाहिजे. मी आमच्या डेप्युटी चीफला म्हटलं, की इथल्या मॅनहटन जनरलमधल्या कोणाला तरी हे सांगून सावध करू या. पण त्यानं संतापून मला उडवूनच लावलं. त्यांचं म्हणणं असं, की हे सगळे नुसते अंदाज आणि तर्क आहेत, याला कुठलाच पुरावा नाही आणि त्यामुळे कदाचित हॉस्पिटलच्या प्रतिष्ठेला धक्का लागायचा. पण हे सगळं लक्षात घेऊनही मला प्रामाणिकपणे असं वाटतं, की इथल्या कोणाला तरी याची माहिती असणं आवश्यक आहे.''

लॉरी एकदम मागे टेकून बसत मोठ्यानं हसली. ''फार मेलोड्रॅमॅटिक बोलतेय का मी? पण या क्षणी मी तुला जे सांगणार आहे, ते सिद्ध करण्याइतके पुरावे माझ्यापाशी नाहीत, हेही तितकंच खरं. आणि याचं मुख्य कारण असं, की माझा या केसेसचा तपास अजून पूर्ण व्हायचाय. अजून त्यांच्या हॉस्पिटल चार्टच्या कॉपीजसुध्दा मला मिळालेल्या नाहीत. पण माझं म्हणणंच बरोबर आहे असं मला स्वत:ला आतून ठामपणे जाणवतंय आणि हे कोणाला तरी जितक्या लवकर समजेल, तितकं बरं. एनी वे, मला या असल्या वैद्यकीय राजकारणाचा अगदी मनापासून तिटकारा आहे. आमच्या कामातली ही एक अत्यंत वाईट बाजू आहे.''

''ए! आता तू आणखी किती वेळ माझी उत्सुकता ताणणार आहेस? आधीच ती इतकी ताणली गेलीय, की ती आता अगदी तुटायच्या बेताला आलीय! पटकन बोल बघू, काय ते!''

लॉरीनं पुढे झुकून, आपला आवाज अगदी खाली आणत बोलायला सुरुवात केली. मॅकगिलिनच्या केसपासून घटना ज्या क्रमानं घडत गेल्या, त्याच क्रमानं तिनं सगळं सांगितलं. शेवटी तिनं आज सकाळीच केलेली चौथी केस सांगितली. सगळ्या केसेसमध्ये ऑटोप्सीतून कसं काहीही हाती लागलं नाही, ते तिनं सांगितलं. शेवटी तिनं ठामपणे सांगितलं, की चारही केसेसमध्ये कसलीच पॅथॉलॉजी सापडली नाही, त्यामुळे या चारही केसेस म्हणजे केवळ योगायोग होते, असं मानायला मी तरी नक्कीच तयार नाही.

"तुला नेमकं काय म्हणायचंय?" साफ गोंधळून गेलेल्या सू नं विचारलं.

"अंऽऽऽ" लॉरी जरा घुटमळली. आता आपण जे सांगणार आहोत, त्यामुळे आपल्या या जिवलग मैत्रिणीला जबरदस्त धक्का बसणार आहे, याची तिला पूर्ण जाणीव होती. कारण सू कशी आहे, हे तिला पक्कं ठाऊक होतं. "मला म्हणायचंय ते असं, की हे चारही मृत्यू एखाद्या उशिरानं निर्माण झालेल्या ॲनेस्थेटिक्सच्या प्रॉब्लेममुळे किंवा एखाद्या औषधाच्या अत्यंत अनपेक्षित साईड इफेक्टमुळे झाले असण्याची जरी अजून अत्यल्प शक्यता असली, तरी मला स्वत:ला खरोखरच तसं वाटत नाही. आणि मी जी अत्यल्प शक्यता म्हणते ती खरोखरच अगदी अत्यल्प आहे, कारण आमच्या टॉक्सिकॉलॉजीच्या तपासण्यांमध्ये अजून तरी काहीही सापडलेलं नाही. त्यामुळे, थोडक्यात सांगायचं तर, हे मृत्यू नैसर्गिक नसून या हत्या असाव्यात, अशी शंका मला भेडसावतेय."

थोडा वेळ त्या दोघीही गप्पच होत्या. लॉरी मुद्दामच गप्प होती, कारण तिला ही सगळी भानगड सू च्या डोक्यात पक्की मुरवायची होती. सू चं मॅनहटन जनरल हॉस्पिटलवर किती प्रेम – नव्हे, भक्ती आहे, हे जसं तिला माहीत होतं, तसंच सू चं डोकं कसं जलद गतीनं काम करतं, हेही ती पुरतेपणी जाणून होती.

मग सू नं खाकरून घसा साफ केला. आपल्या बोलण्यानं ती कशी हादरून गेलीय, हे लॉरीला स्पष्ट जाणवत होतं. "आता मला नीट काय ते सांग. आमच्या वॉर्ड्‌समध्ये रात्रीच्या वेळी एखादा खुनी वावरतोय, असं म्हणायचंय तुला?"

"हो, तसंच समज. निदान मला तरी अशीच शंका आहे. आणि तूही जर माझं म्हणणं सरळ झिडकारून टाकणार असलीस, तर त्या आधी थोडं आठवून बघ. गेल्या दोन वर्षांमध्ये अशा प्रकारच्या केसेस बातम्यांमध्ये आल्या होत्या, ते आठव. त्या केसेसमध्ये हॉस्पिटलमध्ये शुश्रूषा करणारी वेडसर माणसं आपल्यालाच सांभाळायला दिलेल्या रोग्यांना कशी ठार मारत होती, आठवतंय ना तुला?"

"हो, चांगलंच आठवतंय." सू नं जरा चिडून म्हटलं. ती जरा आणखी ताठ बसली. "पण हे हॉस्पिटल म्हणजे काही एखादं फालतू नर्सिंग होम नाहीये. हे अमेरिकेतलं एक फार जुनं, प्रतिष्ठित आणि नावाजलेलं प्रचंड मेडिकल सेंटर आहे. आणि तू जे रोगी सांगतेयस, ते काही मरायला टेकलेले नव्हते, किंवा वर्षानुवर्षं अंथरुणाला खिळूनही पडलेले नव्हते."

लॉरीनं खांदे उडवले. "अगदी मान्य. पण त्याचबरोबर हे चारही मृत्यू कोणत्याही सबळ कारणाशिवाय झालेत, हेही नजरेआड करून चालणार नाही. आणि माझ्या आठवणीप्रमाणे, त्या खूनसत्रांमध्ये ज्या हॉस्पिटल्सची नावं आली होती, त्यातली बरीच हॉस्पिटल्स अशीच नाणावलेली आणि जुनी होती. आणि तरीही ती खूनसत्रं कित्येक महिने उघडकीला न येता चालतच राहिली, ही

त्यातली सगळ्यांत वाईट गोष्ट.''

सू नं एक मोठा थोरला श्वास घेतला आणि इकडेतिकडे बघितलं.

''सू, या बाबतीत तू स्वत: काही करावंस असं मी मुळीच म्हणत नाही. तशी माझी अपेक्षाही नाही.'' लॉरीनं शांतपणे म्हटलं. ''आणि मॅनहटन जनरलला नावं ठेवण्याचाही माझा उद्देश नाही. हे हॉस्पिटल किती चांगलं आहे, हे मला माहितेय. माझी फक्त एवढीच इच्छा आहे, की तुला जर इथला कोणीतरी असा माणूस माहीत असेल की जो हे प्रकार निदान पुढे तरी घडू देणार नाही, तर ही गोष्ट तू किंवा मी त्याला सांगावी. हवं तर मीही त्याला हे सांगायला तयार आहे – फक्त, निदान जोपर्यंत ओसीएमई कडून ही माहिती अधिकृतपणे इकडे समजत नाही, तोपर्यंत माझं नाव गुप्त राहावं, एवढंच.''

सू एकदम शांत झाली. ती चटकन मोठ्यानं हसली, पण ते हास्य तिच्या डोळ्यांपर्यंत पोचलेलं नव्हतं. ''सॉरी! मला वाटतं, आमच्या हॉस्पिटलवर झालेली कोणतीही टीका माझ्या मनाला जरा जास्तच लागते.''

''असा कोणी माणूस तुझ्या डोळ्यांसमोर येतोय का? फक्त तो क्लिनिकल ॲडमिनिस्ट्रेटिव्ह लेव्हलचा असला तर जास्त बरं. किंवा तुमच्या ॲनेस्थेशिया विभागाच्या मुख्याबरोबर बोलले, तर?''

''छे छे! मुळीच नको.'' सू नं जोरात म्हटलं. ''रोनाल्ड हेवरमायरला एखाद्या टेक्टॉनिक प्लेटसारखा प्रचंड अहंगंड आहे आणि शिवाय त्याचा संतापही एखाद्या जागृत ज्वालामुखीसारखा सदा धुमसत असतो. त्याला तर मुळीच सांगू नकोस! पूर्वीचे राजे कसे वाईट बातमी आणणाऱ्या दूताचं डोकं उडवायचे ना, तशा मनोवृत्तीचा आहे तो. तो तुझ्यावरच सूड उगवेल. मला हे चांगलं माहितेय, कारण मी त्याच्याबरोबर अनेक कमिट्यांवर काम केलंय.''

''मग हॉस्पिटलच्या प्रेसिडेंटशी बोलू का? काय बरं नाव त्याचं?''

''चार्ल्स केली. तो तर त्या हेवरमायरपेक्षाही वाईट आहे. तो तर डॉक्टरही नाही. हॉस्पिटलकडे तो एक धंदा म्हणून बघतो. तो मुळीच तुझं म्हणणं सहृदयपणे ऐकून घेणार नाही, त्याला हवा तोच अर्थ तो त्यातून काढेल आणि ताबडतोब एखादा बळीचा बकरा शोधायला लागेल. नकोच ते. या कामासाठी एखादा जास्त मनमोकळा, बऱ्यावाईटाची जास्त चांगली जाण असलेला आणि परिस्थिती जास्त नाजूकपणे हाताळू शकेल असा कोणी तरी शोधला पाहिजे. शक्य तर मॉर्टलिटी/मॉर्बिडिटी कमिटीवर काम करणारा एखादा माणूस.''

''का बरं?''

''कारण ही गोष्ट त्यांच्या अखत्यारीत जास्त येते आणि या कमिटीची एकंदर हॉस्पिटलमध्ये काय चाललंय त्यावर लक्ष ठेवण्यासाठी आठवड्यातून एकदा

मीटिंगही होते.''

''कोण आहे या कमिटीवर?''

''सहा महिने मी सुध्दा होते. निदान करणाऱ्या डॉक्टर लोकांपैकी कोणी तरी एक जण पाळीपाळीनं असतो. आणि कायमचे सदस्य म्हणून रिस्क मॅनेजमेंट ऑफिसर, क्वालिटी कंट्रोलचा प्रमुख, हॉस्पिटलचा प्रमुख सल्लागार, प्रेसिडेंट, नर्सिंगचा सुपरवायझर आणि मेडिकल स्टाफचा प्रमुख, एवढे लोक असतात. एक सेकंद!''

सू नं एकाएकी पुढे होऊन इतक्या झटक्यानं लॉरीचा हात पकडला, की लॉरी दचकलीच. तिनं उगाचच इकडेतिकडे पाहिलं.

''मेडिकल स्टाफचा प्रमुख!'' सू नं एकदम उत्साहानं म्हटलं आणि दोन्ही हात हवेत उंचावले. ''शी! हे माझ्या आधीच लक्षात का नाही आलं? अगं, तुझ्या कामाला हा सगळ्यांत योग्य माणूस आहे!''

''कसा काय?'' स्वत:ला सावरत लॉरीनं विचारलं.

आता पुढे झुकून बसत आवाज खाली आणून बोलायची सू ची पाळी होती. ''तो साधारण पंचेचाळीसचा आहे, अविवाहित आहे आणि अत्यंत देखणा आहे. इथे येऊन त्याला फक्त तीन-चारच महिने झालेत. आमच्या इथल्या सगळ्या नर्सेसना त्यानं पार वेड लावलंय आणि मी जर एकटी असते, तर मलाही वेड लागलं असतं. काय उंच नि सडसडीत आहे तो! आणि हसतो तर असा, की विचारू नकोस! हं, आता त्याचं नाक जरासं मोठं आहे, पण ते लक्षातही येणार नाही तुझ्या. आणि सगळ्यांत महत्त्वाचं म्हणजे, एवढा देखणा असूनही तो अत्यंत हुशार आहे!''

लॉरीला हसूच आलं. ''सू, अगं, मी काय नवरा शोधायला निघालेय का? तो देखणा वगैरे असेलही, पण मला हवाय तो असा कोणी तरी माणूस, की जो एखाद्या अधिकाराच्या जागेवर असेल आणि जो हे प्रकरण पुरेशा नाजूकपणे हाताळू शकेल.''

''आहे ना! मेडिकल स्टाफचा प्रमुख आहे तो! अजून काय हवंय तुला? आणि परिस्थिती नाजूकपणे हाताळणं म्हणजे काय, हे त्याच्याकडून शिकावं! एखादी गोष्ट त्याला त्याच्यापाशीच ठेवायला सांगितली, तर ती दुसऱ्या कोणी त्याच्याकडून काढूनच दाखवावी. माझाच अनुभव सांगते तुला. आमच्याकडे येण्याआधी तो मेडिसिन्स सान्स फ्रंटियर्समध्ये होता आणि त्याला जगभर प्रवास करावा लागत होता, ही गोष्ट एका पार्टीच्या वेळी त्याच्याकडून मला काढून घ्यायला अख्खी पंधरा मिनिटं लागली, माहितेय?''

''सू, तू मला या माणसाची नको इतकी माहिती सांगतेयस. मला त्याचा इतिहास, भूगोल, कशातच इंटरेस्ट नाहीय.'' लॉरीनं शेवटी म्हटलं. ''तो माझं म्हणणं नीट ऐकून घेईल, त्यावर योग्य ती कारवाई करेल आणि निदान ओसीएमईकडून

काही अधिकृतपणे कळेपर्यंत माझं नाव पुढे येऊ देणार नाही, असं जर तुला वाटत असलं, तर तेवढंच फक्त सांग.''

"हो, मी आत्ताच सांगितलं ना तुला आणि खरं सांगायचं तर तुमची जोडी एकदम मस्त जमेल. आणि त्या बदल्यात माझं फक्त एकच मागणं आहे, की तुम्हाला जर पहिली मुलगी झाली, तर तिचं नाव सू असं ठेवा.'' सू गमतीनं हसली. "अगं, चेष्टा केली तुझी.'' आणि ती एकदम खुर्ची मागे सरकवून उठून उभी राहिली. "बघू या, तो इथे कुठे दिसतोय का.''

गोरीमोरी होत लॉरीनं गडबडीनं एकदम तिचा कोट धरून खेचला. "सू! ही काय जागा आहे का वेळ आहे, जोड्या जमवायची?''

"शू ऽऽ! चूप!'' सू नं हळूच लॉरीचा हात झटकून टाकला. "तूच मघाशी मला कोणी तरी जोडीदार शोधून द्यायच्या भरीला पाडलंस ना? शी! कुठे गेला हा? नेमका कसा दिसत नाहीये? तुला सांगते, फ्लायपेपरला जशा माशा येऊन चिकटतात ना, तशा त्याला बायका चिकटतात! अं... तो बघ, दिसला! त्या पलीकडच्या टेबलावर बघ, कसा बायकांच्या घोळक्यात बसलाय!''

लॉरीच्या विरोधाकडे साफ दुर्लक्ष करून सू सरळ तिकडे निघाली. बिचारी लॉरी असहायपणे तिला टेबलांमधून वाट काढत जाताना बघत बसून राहिली. थोड्या अंतरावर खरोखरच बायकांच्या गराड्यात बसलेल्या एका फिकट चॉकलेटी केसांच्या माणसापाशी जाऊन सू नं त्याच्या खांद्यावर हलकेच हात ठेवला. तो उठून उभा राहिला, तेव्हा लॉरीच्या लक्षात आलं, की तो जवळजवळ जॅकइतकाच उंच आहे. काही क्षण सू त्याच्याशी हातवारे करत बोलत होती. मधूनच ती बोटानं लॉरीकडे निर्देश करत होती. गोरीमोरी होत लॉरीनं खाली नजर वळवली. पूर्वी शाळेत असतानाही असाच एक प्रसंग घडला होता, ते तिला आठवलं. तेव्हाही तिला असंच लाजल्यासारखं झालं होतं.

आणखी थोडा वेळ असाच गेला. लॉरी खिडकीतून बाहेर बघत पळून जाण्याचा विचार करत होती, तेवढ्यात तिच्या खांद्यावर पुन्हा सू ची थाप पडली. मग मात्र नाईलाजानं तिला तिकडे बघावंच लागलं. काहीसा राकट पण कमालीचा देखणा, उत्साही दिसणारा तो माणूस सस्मित मुद्रेनं सू जवळ उभा राहून तिच्याकडेच बघत होता. यानं बहुधा बराच काळ उन्हातान्हात काढलेला असावा, असं त्याच्या रापलेल्या चेहऱ्याकडे बघून वाटत होतं. सुंदरपैकी शिवलेला एक गडद निळा सूट, स्वच्छ पांढरा शर्ट त्यानं घातलेला होता, त्यावर रंगीबेरंगी नेकटाय त्यानं बांधलेला होता. सूटवरून त्यानं कडक स्टार्च केलेला स्वच्छ पांढरा कोट घातलेला होता. एकूणच तो आजूबाजूच्या काहीशा गबाळ्या वाटणाऱ्या डॉक्टर मंडळींमध्ये उठून दिसत होता. चेहऱ्यावरूनच तो अत्यंत सभ्य, सुसंस्कृत आणि सुशिक्षित वाटत होता. आणि याचं

नाकही सू म्हणते तेवढं काही वाईट दिसत नाहीये, लॉरीनं मनात म्हटलं.

"हा माझा मित्र, डॉक्टर रॉजर रूसो." सू नं ओळख करून देत म्हटलं.

चटकन उभी राहात लॉरीनं त्याच्याशी शेकहँड केला. चांगला घट्ट, तरीही उबदार हात होता त्याचा. त्याचे डोळे फिकट निळसर होते. तिनं कसंबसं 'ग्लॅड टु मीट यू' वगैरे म्हटलं.

"मी हिचा मित्र आहे, म्हणजे तुझाही मित्रच आहे असं समज." त्यानं हसून म्हटलं. "आणि मला नुसतं रॉजर म्हटलंस तरी पुरे."

"आणि तू ही मला लॉरी असंच म्हण." चटकन स्वत:ला सावरत लॉरीनं म्हटलं.

"सू सांगत होती, की तुला माझ्याशी बोलायचंय आणि ते अगदी गुप्त राहिलं पाहिजे."

"हो." लॉरीनं मान डोलावली. "आणि मला वाटतं तिनं असंही सांगितलं असेल, की यात माझं नाव कुठेही येता कामा नये. ही माहिती आणि माझं नाव जर बाहेर कुणाला कळलं, तर माझी नोकरीच धोक्यात येईल. हे मी तुला मुद्दाम सांगतेय, कारण मला पूर्वी वाईट अनुभव आले आहेत."

"कबूल. मला काहीच प्रॉब्लेम नाही. त्या बाबतीत तू मुळीच काळजी करू नकोस." त्यानं आजूबाजूच्या गर्दीवरून एक नजर फिरवली. "पण त्यासाठी ही जागा योग्य नव्हे. त्यापेक्षा तू माझ्या ऑफिसमध्ये आलीस तर जास्त बरं. तिथे आपल्याला मोठ्यानं बोलावंही लागणार नाही आणि आपलं बोलणं कुणाला ऐकूही जाणार नाही."

"हो, चालेल." लॉरीनं म्हटलं आणि सू कडे एक कटाक्ष टाकला. सू नं हलकेच डोळा मारून हात हलवला आणि चटकन तिथून काढता पाय घेतला. लॉरी आपला ट्रे उचलायला लागली, पण सू नं तिला तो तिथे टेबलावरच राहू दे, अशी खूण केली.

रॉजर कॅफेटेरियामधून बाहेर जाण्यासाठी चालत निघाला, तशी त्याच्यापाठोपाठ लॉरीही निघाली. कॅफेटेरियात एव्हाना मघापेक्षाही जास्त गर्दी झालेली होती. बाहेर पडल्यावर रॉजर लॉरी जवळ येईपर्यंत थांबला. "याच्या वरच्याच मजल्यावर जायचंय आपल्याला." त्यानं म्हटलं. "मी कायम जिन्यानंच वर जातो. तुला चालेल ना? का तुला लिफ्टनं यायचंय?"

"नाही, नाही. काहीतरीच काय?"

"तू पूर्वी मेडिसिन्स सान्स फ्रंटियर्समध्ये होतास, असं सू सांगत होती." पायऱ्या चढता चढता लॉरीनं म्हटलं.

"होतो ना." रॉजरनं मान डोलावली. "वीस वर्षं होतो."

"वा!" लॉरीनं म्हटलं. "ग्रेट." त्या संस्थेनं जगभर चालवलेल्या महान कार्याबद्दल तिला बऱ्यापैकी माहिती होती. त्याबद्दल त्या संस्थेला नोबेल पुरस्कारही मिळालेला होता. रॉजर एकेक पायरी गाळून वर चढतोय, हे तिच्या लक्षात आलं. "त्या संस्थेत जायचं कसं सुचलं तुला?"

"साधारण १९८५ च्या दरम्यान मी जेव्हा संसर्गजन्य रोगांसंबंधीचा माझा अभ्यास आणि ट्रेनिंग पूर्ण केलं, तेव्हा मला काही तरी वेगळं करावंसं वाटत होतं. त्या काळात मी बराच अतिडाव्या, व्यक्तिस्वातंत्र्यवादी विचारसरणींचा होतो आणि हे जग बदलून टाकण्याच्या ध्येयानं झपाटलेला होतो. त्यामुळे मी मेडिसिन्स सान्स फ्रंटियर्समध्ये गेलो. मला नेहमीच्या वाटेनं न जाता काही तरी वेगळी वाट शोधायची होती. त्यामुळे या संस्थेत काम केलं, तर अशी वेगळी वाट मिळू शकेल असं मला वाटलं."

"मग प्रत्यक्षात तसा काही अनुभव मिळाला का तुला?"

"हो, प्रश्नच नाही. शिवाय मला हॉस्पिटल ॲडमिनिस्ट्रेशनचं भरपूर प्रत्यक्ष ट्रेनिंग मिळालं. पण काही बाबतीत माझा भ्रमनिरासही झाला. तुला सांगतो, अत्यंत मूलभूत वैद्यकीय सोयींची सुध्दा जगात केवढी प्रचंड उणीव आहे हे बघितलं ना, की अगदी सुन्न व्हायला होतं. पण ते जाऊ दे. या विषयावर मला आणखी बोलायला लावू नकोस. कारण एकदा मी सुरुवात केली, की मग मला थांबता येणार नाही आणि आपलं मुख्य काम राहूनच जाईल."

"कुठे कुठे जावं लागत होतं तुला?"

"आधी मी दक्षिण पॅसिफिक भागात होतो. मग आशियात आणि त्यानंतर आफ्रिकेत. पण मी एकाच ठिकाणी न थांबता सगळीकडेच हिंडत होतो."

लॉरी पूर्वी जॅकबरोबर पश्चिम आफ्रिकेत गेलेली होती, त्यामुळे तिला तिथल्या एकंदर परिस्थितीची थोडी फार कल्पना होती आणि तिथे काम करणं म्हणजे काय असू शकेल, याचीही ती कल्पना करू शकत होती. पण ती काही बोलण्याच्या आतच रॉजरनं घाईघाईनं पुढे जाऊन जिन्याच्या वरचं दार उघडलं.

"तू तिथून बाहेर का पडलास?" ॲडमिनिस्ट्रेशन विभागाकडे कॉरिडॉरमधून जात असताना लॉरीनं विचारलं. रॉजर खरं म्हणजे नवीनच आलेला होता, तरीही वाटेत भेटणारे इतके लोक त्याला नावानं ओळखत असलेले लॉरीला दिसत होते, की तिला आश्चर्यच वाटलं.

"आपण जग बदलू शकतो, या भ्रमाचा निरास हे एक कारण होतं. दुसरं असं, की आता हे भटकणं पुरे झालं, आता आपण लग्न करावं, आपल्याला बायकोमुलं असावीत, घर असावं, असं मला हळूहळू जाणवू लागलेलं होतं. आणि ही गोष्ट काही इथिओपिया किंवा मंगोलियात घडणं शक्य नव्हतं."

"म्हणजे शेवटी तुला प्रेमानं घरी ओढून आणलं म्हणायचं."

"छे, छे." रॉजरनं ॲडमिनिस्ट्रेटिव्ह विभागाचा दरवाजा तिच्यासाठी उघडून धरत म्हटलं. आत जाणवण्याइतकी शांतता होती. "स्थलांतर करणारा एखादा पक्षी जसा कितीही लांब गेला तरी अचूक आपला जन्म झाला त्या घरट्यात परत येतो ना, तसा आहे मी. कारण तिथेच त्याला जोडीदारीण मिळणार असते." तो मोठ्यानं हसला. अजून काम करत बसलेल्या पोरींकडे बघून त्यानं हात हालवला.

"अस्सं. म्हणजे तू मूळचा न्यूयॉर्कचा."

"हो, नेमकं सांगायचं तर क्वीन्समधला."

"कुठल्या मेडिकल स्कूलमध्ये होतास?"

"कोलंबिया कॉलेज ऑफ फिजिशिअन्स अँड सर्जन्स."

"काय सांगतोस! काय योगायोग आहे हा!" लॉरीनं आश्चर्यानं म्हटलं. "मीही तिथेच शिकले. तू ग्रॅज्युएट कधी झालास?"

"एकोणीसशे एक्याऐंशीमध्ये."

"मी शहाऐंशी साली झाले. तुझ्या क्लासमध्ये कोणी जॅक स्टेपलटन असल्याचं आठवतंय का तुला?"

"हो, चांगला आठवतोय. उत्कृष्ट बास्केटबॉल खेळायचा तो. तू ओळखतेस त्याला?"

"हो." लॉरीनं म्हटलं, पण ती पुढे काही बोलली नाही. पण मग तिलाच काय वाटलं कोण जाणे, तिनं कसंबसं म्हटलं, "तो माझ्याबरोबरच ओसीएमईमध्ये असतो."

ते रॉजरच्या ऑफिसात आले. त्याचं ऑफिस अगदी साधं होतं. ॲडमिनिस्ट्रेशन विभागाच्या आतल्या बाजूला ते होतं, त्यामुळे त्याला खिडक्या नव्हत्या. त्याऐवजी सगळ्या भिंतींवर, त्यानं जिथे जिथे काम केलेलं होतं, तिथल्या सुंदर सुंदर निसर्गदृश्यांचे फोटो होते. काही फोटोंमध्ये तिकडच्या स्थानिक मान्यवरांबरोबर, किंवा रुग्णांबरोबरही तो दिसत होता. प्रत्येक फोटोत तेच सुंदर, आसमंत उजळून टाकणारं हास्य त्याच्या चेहऱ्यावर विलसत होतं. आणि ही गोष्ट प्रकर्षानं जाणवण्याचं कारण म्हणजे, फोटोतली बाकीची सगळीच मंडळी अत्यंत निर्विकार चेहरे करून उभी होती.

"बस ना." रॉजरनं एक साधी छोटी खुर्ची टेबलाशी आणत म्हटलं. दार बंद करून तो आपल्या जागी जाऊन बसला आणि हाताची घडी घालत त्यानं म्हटलं, "हं, आता सांग."

लॉरीनं पुन्हा एकदा त्याला आपलं नाव यात गुप्त ठेवायला सांगितलं आणि त्यानंही तिला काही काळजी करू नकोस, असं म्हटलं. मग मात्र लॉरीनं त्याला, तिनं

सू ला सांगितलेली सगळी हकिगत जशीच्या तशी पूर्णपणे सांगितली. बोलून संपल्यावर तिनं बळी पडलेल्या चार रुग्णांची नावं लिहिलेलं एक कार्ड त्याच्यासमोर ठेवलं.

तिचं बोलणं संपेपर्यंत रॉजर तिच्याकडे एक शब्दही न बोलता, वाढत्या अविश्वासानं एकटक बघत होता. "छे!" मग त्यानं म्हटलं. "तू जे काही सांगतेयस, त्यावर खरोखरच विश्वास बसत नाहीये. आणि तू जी ही धडपड केलीस, त्याबद्दल तुझं कौतुक करावं तेवढं थोडं आहे."

"हे कोणाला तरी समजल्याशिवाय माझी सदसद्‌विवेकबुध्दी मला गप्प बसू देत नव्हती." लॉरीनं मनापासून म्हटलं. "कदाचित ते चार्ट मिळाल्यावर, किंवा टॉक्सिकॉलॉजीतून काही वेगळं निष्पन्न झालं, तर मला माझं सगळं बोलणं परतही घ्यावं लागेल. आणि तसं झालं तर मला उलट आनंदच होईल. पण तोपर्यंत मात्र..."

"तू मोठ्या विश्वासानं मला हे सांगितल्याचं मला कौतुक वाटलं, त्याचं कारण असं, की ओसीएमईत तुझ्या म्हणण्याकडे जसं दुर्लक्ष केलं गेलं, तसंच इथे माझ्या बाबतीत घडलं. आणि आपल्या दोघांच्याही बाबतीत यामागे तीच कारणं आहेत. आमच्या मॉर्बिडिटी/मॉरटॅलिटी कमिटीच्या मीटिंगमध्ये मी या चारही केसेस मांडल्या होत्या – त्यातली डार्लीन मॉर्गनची केस तर आज सकाळीच मी मांडली होती. आणि प्रत्येक वेळी आमच्या प्रेसिडेंटनं मला साफ उडवून लावलं. चिडचिडही केली. त्यानंच काय, कमिटीवरच्या प्रत्येकानं हेच केलं. अर्थात, माझ्याकडे तुझ्यासारखे ऑटोप्सीचे निष्कर्ष नव्हते, कारण आम्हाला ते अजून मिळायचे आहेत."

"पण यातली एकही केस अजून बाहेर गेलेली नाही." लॉरीनं म्हटलं.

"जे काही असेल ते." रॉजरनं म्हटलं. "अगदी पहिल्या, त्या मॉस्कोवित्झच्या केसपासून प्रत्येक केसमध्ये मला शंका येत होती, की कुठेतरी पाणी मुरतंय. पण ही बातमी उगाचच बाहेर फुटून मीडियाच्या हातात पडण्याच्या भीतीनं, आमच्या प्रेसिडेंटनं हा विषयच काढायला बंदी केलीय. त्या वेळी तिथे जे ऑन-कॉल डॉक्टर होते, त्यांना या केसेसपैकी एकाच्याही बाबतीत हृदयाचा एक साधा ठोकासुध्दा परत सुरू करणं शक्य झालं नाही."

"इथे काही थोडाफार तरी तपास झालाय का?"

"अजिबात नाही. मी प्रत्येक मीटिंगमध्ये तशी शिफारस करूनसुध्दा काहीही झालेलं नाही. मी स्वत: काही एका मर्यादेपर्यंत थोडा प्रयत्न केला, पण शेवटी माझेही हात बांधलेले आहेत. अडचण अशी आहे, की आमच्या इथे दाखल झालेल्या रोग्यांमधलं मृत्यूंचं प्रमाण अत्यंत कमी आहे – दोन पॉइंट दोन टक्क्यांपेक्षाही कमी. प्रेसिडेंटचं म्हणणं असं, की हे प्रमाण तीन टक्क्यांवर आलं, तर आपण काहीतरी

हालचाल करू. आमच्या कमिटीतल्या बाकीच्या लोकांनाही हे पटलंय – विशेषत: आमचा क्वालिटी कंट्रोलचा प्रमुख, रिस्क मॅनेजमेंटचा प्रमुख आणि आमचा तो वकील, यांना. त्या सगळ्यांची अशी पक्की धारणा आहे, की अगदी साध्या, सामान्य रोगांच्या शुश्रूषेत मुळातच काही अटळ असे जे धोके असतात – उदाहरणार्थ, ॲनेस्थेशिया – त्यांचा विचार केला, तर अधूनमधून अशी एखादी दुर्दैवी घटना होणं अपेक्षितच असतं आणि या चार केसेस अशा प्रकारच्या आहेत. पण मला मात्र हे मुळीच कबूल नाही. मला वाटतं की या बाबतीत या मंडळींची अवस्था वाळूत तोंड खुपसून बसलेल्या शहामृगासारखी आहे.''

''हं. तू जेव्हा शोध घ्यायचा प्रयत्न केलास, तेव्हा तुला काही सापडलं?''

''नाही. सगळे रोगी वेगवेगळ्या मजल्यांवर, वेगवेगळ्या स्टाफच्या देखरेखीखाली होते. त्यांचे डॉक्टरही वेगवेगळे होते. पण मी अजून माझे प्रयत्न सोडून दिलेले नाहीत.''

''हे बरं केलंस तू.'' लॉरीनं मान डोलावली. ''तुझ्या बाजूनं तू काहीतरी खटपट करतोयस हे बरं झालं. आणि मलाही कोणा तरी जबाबदार व्यक्तीला हे सांगितल्यामुळे सुटल्यासारखं वाटतंय.'' ती उठून उभी राहिली आणि त्याच क्षणी तिला जाणवलं, की आपण चुकतोय. पण आता लगेच खाली बसणंही वाईट दिसेल, हेही तिच्या लक्षात आलं. या माणसाशी बोलताना तिला मोकळं वाटत होतं, बरं वाटत होतं. त्यामुळे ती मनातून आणखीच अस्वस्थ झाली. पण आता माघार घेणंही शक्य नव्हतं. ''ओके. माझं म्हणणं ऐकून घेण्यासाठी मुद्दाम वेळ काढलास, त्याबद्दल थँक्स.'' तिनं शेकहँडसाठी हात पुढे करत म्हटलं. ''लवकरच मला त्या केसेसचे चार्ट मिळतील आणि आमचा टॉक्सिकॉलॉजिस्टही पुन्हा सगळं बघतोय. त्यातून काय निघेल, ते मी तुला कळवेनच.''

''जरूर कळव.'' रॉजरनं तिचा हात धरून शेकहँड केला, पण नंतर सोडला नाही. ''आता मी काही प्रश्न विचारले तर चालेल तुला?''

''जरूर.''

''मग प्लीज बस.'' त्यानं तिचा हात सोडून खुर्चीवर पुन्हा बसायची खूण केली. ''तू बसलेलीच बरी, म्हणजे तुला पटकन पळून जाता येणार नाही.'' त्यानं हसून म्हटलं.

त्याच्या शेवटच्या वाक्यानं काहीशी गोंधळून जाऊन लॉरी बसली.

''तू माझ्या वैयक्तिक जीवनाबद्दल विचारलेल्या प्रश्नांना मी काहीशी उडतउडत उत्तरं दिली, पण त्यामागे माझा काही विशिष्ट हेतू होता. खरं म्हणजे मी असं कधी करत नाही. मला तुला काही खासगी प्रश्न विचारायचे आहेत, त्यांची उत्तरं दिलीस तर मला बरं वाटेल – अर्थात, तुझी हरकत नसेल तरच. मघाशी सू नं मला मुद्दाम

सांगितलं, की तू अजून अविवाहित आहेस आणि तुला कोणी खास असा मित्र, बॉयफ्रेंड वगैरे नाही. हे कितपत खरं आहे?''

लॉरीला आपल्या तळहातांना अचानक किंचित घाम सुटल्याचं जाणवलं. एका देखण्या, सभ्य, सहृदयी पुरुषानं असा प्रश्न अचानक विचारलेला पाहून तिचा श्वासोच्छ्वास किंचितसा फुलला. मला कोणी बॉयफ्रेंड वगैरे नाही, हे खरंय का? तिला काय उत्तर द्यावं हेच सुचेना.

तिची नजर झुकलेली होती. रॉजरही काहीसं वाकून तिच्या डोळ्यांत बघायचा प्रयत्न करत होता.

''तुला जर उत्तर द्यावंसं वाटत नसलं तर नाही दिलंस तरी चालेल, बरं का. आय अ‍ॅम सॉरी.''

लॉरीनं खुर्चीत ताठ बसत एक मोठा थोरला श्वास घेतला आणि ती फिकटसं हसली. ''नाही, तसं काही नाही.'' तिनं म्हटलं. ''मी आत्ता इथे वेगळ्याच कामासाठी आले होते. मी ज्या उद्देशानं इथे आले होते, त्यामुळे कदाचित माझं करियरच धोक्यात येऊ शकतं. त्याच मन:स्थितीत मी असल्यामुळे हा प्रश्न मला आत्ता कोणी विचारेल, हे मला अपेक्षितच नव्हतं, त्यामुळे मी जरा गोंधळून गेलेय, एवढंच.''

''असं असेल, तर मला उत्तर दिलंस तर हवंय.''

लॉरी पुन्हा हसली – या खेपेस स्वत:लाच हसली. झालं! पुन्हा मी लहान मुलीसारखं वागतेय, तिनं मनात म्हटलं. ''हो, मी अविवाहित आहे आणि सध्या मला कोणीही बॉयफ्रेंड वगैरे नाही.''

''तू 'सध्या' म्हटलंस, ते बरं केलंस. पण मला चालेल हे उत्तर. न्यूयॉर्कमध्येच राहातेस का तू?''

लॉरीच्या डोळ्यांसमोरून आपला बारकासा फ्लॅट क्षणभर चमकून गेला. ''हो, माझा एक फ्लॅट आहे. ग्रॅमर्सी पार्कजवळच आहे.''

''वा! छान.''

''आणि तू?''

''मी इथे येऊन जेमतेम तीन महिने झालेत. त्यामुळे इथे शहरातच कायमचं राहावं किंवा कसं, ते मी अजून ठरवलेलं नाही. सध्या मी अप्पर वेस्ट साईडला, सेव्हंटिएथ स्ट्रीटवर एक फ्लॅट एक वर्षाच्या भाड्यानं घेऊन राहतोय. चांगला आहे. त्या नव्या स्पोर्ट्स एल ए क्लबजवळ आहे. जवळच म्युझियम आहे, लिंकन सेंटरही आहे. शिवाय पार्कही सहज जाता येण्यासारख्या अंतरावर आहे.''

''छान.'' लॉरीनं म्हटलं. जॅकबरोबर ती त्या भागातल्या बऱ्याच रेस्टॉरंट्समध्ये गेलेली होती.

''आता पुढचा प्रश्न. आज रात्री माझ्याबरोबर डिनरला येशील का?''

'माणसानं इच्छासुध्दा विचारपूर्वक करावी. कधी कधी ती खरीही होऊ शकते.' लॉरीनं कुठेसं वाचलेलं हे वाक्य तिच्या डोक्यात चमकून गेलं. तिला हसू आलं. ती स्वत: कायम चटकन निर्णय घेत असे आणि आपल्या निर्णयावर ठाम असे. या बाबतीत जॅक निदान त्याच्या वैयक्तिक जीवनात तरी फारच कमी पडतो, हे इतकी वर्षं त्याच्याबरोबर राहिल्यानं तिच्या लक्षात आलं होतं. रॉजरशी इतका थोडा वेळ बोलल्यावरही तिच्या लक्षात आलेलं होतं, की तो मात्र या बाबतीत आपल्यापेक्षाही दोन पावलं पुढेच आहे.

''हे बघ, रात्री फार उशिराच जायला पाहिजे असं काही नाही.'' लॉरी काहीच बोलत नाही, हे बघून रॉजरनं म्हटलं. ''आणि तुझ्या घराजवळचं, तुझ्या आवडीचं रेस्टॉरंट असलं, तरी चालेल.''

''त्यापेक्षा आपण वीकएंडला जाऊया का?'' लॉरीनं म्हटलं. ''वीकएंडला मला काहीच काम नाही.''

''आपण असं करू, की आज रात्री जर तुला मजा आली, तर वीकएंडचं डिनर आपण बोनस म्हणून ठेवू.'' त्यानं उत्साहानं म्हटलं. लॉरीनं निदान नाही तरी म्हटलं नाही, यामुळेच तो खूष झालेला होता. ''आपण आजच जावं असं मला वाटतं – अर्थात, तू मोकळी असशील तरच. ही पळवाट तुझ्यासाठी आहेच. आपल्याला काम आहे, असं तू कधीही सांगू शकतेस! मी या शहरात आल्यापासून मला तुझ्यासारखी चांगली, वेगळी अशी कोणी मैत्रीणच मिळालेली नाहीये, हे मला स्पष्टपणे कबूल करण्यात काहीही वाटत नाही.''

रॉजरच्या आग्रहानं लॉरी नाही म्हटलं तरी खूष झालेली होती. जॅकच्या तुलनेत तर त्याची आग्रही मनोवृत्ती तिला चांगलीच जाणवलेली होती. शिवाय सू नंच रॉजरची ओळख करून दिल्यामुळे त्याच्यावर विश्वास न ठेवण्याचंही काही कारण नव्हतं आणि त्यामुळे त्याचं आमंत्रण नाकारण्याचंही काही कारण नव्हतं. ''ओके.'' तिनं म्हटलं. ''जाऊ या आपण.''

''ग्रेट! बरं, कुठे जायचं? का मीच रेस्टॉरंट निवडू?''

''सोहोमध्ये 'फिआमा' नावाचं रेस्टॉरंट आहे, तिथे जाऊ या?'' ती आणि जॅक जिथे जात असत, त्या जागी तिला शक्यतो जायचं नव्हतं. अर्थात, अशा एखाद्या ठिकाणी ते गेले असते, तरी जॅकशी नेमकी गाठ पडण्याची शक्यता फारशी नव्हती. ''मी फोन करून सात वाजता एक टेबल रिझर्व्ह करते.''

''ओके. तुला घेऊन जायला मी तुझ्या घरी येऊ?''

''नको. आपण सरळ तिकडेच भेटू.'' लॉरीच्या डोळ्यासमोर क्षणभर मिसेस एंग्लरचा चेहरा चमकून गेला. निष्कारण त्या बाईला रॉजर दिसलेला तिला नको होता. आत्ता तरी नाहीच. पंधरा मिनिटांनी लॉरी उल्हसित मनानं मॅनहटन जनरल

हॉस्पिटलमधून बाहेर पडली. तिला एकदम आपण सोळा-सतरा वर्षांची असल्यासारखं वाटत होतं. पहिल्यांदाच प्रेमात पडलेल्या एखाद्या किशोरवयीन मुलीला जसा उत्साह, उत्कंठा, हुरहुर वाटेल, तसं तिला झालं होतं. हा आपला आनंद काळाच्या कसोटीवर फारसा टिकणारा नाही, याचीही तिला अनुभवानं कल्पना होती, पण या क्षणी तरी त्याबद्दल फारसा विचार करायचा नाही, असं तिनं मनाशी ठरवलं. आत्ता तरी हा आनंद आपण असाच घ्यायचा, असा निश्चय तिनं केला.

कोपऱ्यावर उभी राहून तिनं घड्याळात पाहिलं. अजून वेळ आहे, तिनं मनाशी म्हटलं. युनिव्हर्सिटी हॉस्पिटलही काही फार दूर नाही इथून. चला, थोडा वेळ मम्मीकडे जाऊन येऊ.

आणि तिनं टॅक्सीला हात केला.

आठ

(पाच आठवड्यांनंतर)

आपल्या उजवीकडच्या त्या जळालेल्या बिल्डिंगच्या छतावर कमीत कमी दोन नेमबाज ठेवलेले असल्याची जस्मिन रॅकोव्झीला जवळजवळ खात्री होती. तिच्या समोरच्या बाजूला जेमतेम पंधरा फुटांची रिकामी जागा होती. ती ओलांडल्याबरोबर पलीकडच्या बिल्डिंगमध्ये सहज जाता येण्यासारखं होतं आणि ही बिल्डिंग त्या जळक्या बिल्डिंगपेक्षा उंच होती. त्यामुळे तिथून त्या नेमबाजांचा समाचार घेणं सहज जमण्यापैकी होतं. तिनं ठरवलं, की सूर मारून ती रिकामी जागा झटकन ओलांडून त्या उंच बिल्डिंगच्या छपरावर जायचं, नेमबाजांना खलास करायचं आणि मग आधीच भरपूर नुकसान झालेल्या त्या शहरात घुसून आपली कामगिरी फत्ते करायची.

एका झटक्यात ती मधली रिकामी जागा ओलांडण्यासाठी जस्मिन तयार झाली. तिच्या हृदयाची गती वाढलेली होती आणि श्वासोच्छ्वासही फुललेला होता. सैन्यात मिळालेल्या प्रशिक्षणात तिला शिकवलं होतं तसं आधी तिनं स्वत:ला शांत केल, मन स्थिर केलं आणि एक मोठा थोरला श्वास घेऊन वेगानं धावायला सुरुवात केली.

पण तिनं ठरवलं होतं, तसं घडलं मात्र नाही. निम्मं अंतर ओलांडलेलं असताना, नेमकी जेव्हा ती पूर्णपणे उघड्यावर आली त्याच क्षणी तिला डोळ्यांच्या कोपऱ्यातून काही तरी हालचाल ओझरती दिसली आणि त्यामुळे आपोआपच तिचा

वेग अगदी किंचित मंदावला. पुढे जे व्हायचं तेच झालं तिच्यावर गोळीबार झाला आणि त्यामुळे आता तिला बढती मिळणं शक्य नव्हतं.

सैन्यात शिकलेल्या अर्वाच्य शिव्या हासडून जॅझ निराशेनं खुर्चीवर मागे टेकून बसली. की बोर्डवरून हात काढून घेऊन तिनं आपल्या चेहऱ्यावर जोरात चोळले. स्टॅलिनग्राडच्या युध्दावर आधारलेला तो 'कॉल ऑफ ड्यूटी' नावाचा कॉम्प्युटर गेम ती गेले कित्येक तास मन लावून खेळत होती. आत्तापर्यंत तिनं त्यात उत्कृष्ट प्रगती केलेली होती, पण आता मात्र तिला परत पहिल्यापासून सुरुवात करणं भाग होतं. त्या गेममधली प्रत्येक कामगिरी पहिल्या कामगिरीपेक्षा जास्त अवघड आणि जास्त गुंतागुंतीची होत जाणारी होती. एकापाठोपाठ या कामगिऱ्या फत्ते करायच्या आणि त्याप्रमाणे बढत्या मिळवत टँक कमांडरच्या पदापर्यंत पोचायचं, असा हा गेम होता. पण आता ते जमणार नव्हतं. निदान आज तरी ते शक्य नव्हतं.

थोडा वेळ नुसतंच बसून राहिल्यावर जॅझनं कॉम्प्युटरच्या पडद्याकडे बघितलं. कशामुळे आपलं लक्ष विचलित झालं ते तरी बघावं, म्हणून तिनं पडद्यावरच्या दृश्याचं निरीक्षण आरंभलं. लगेचच तिला ती गोष्ट दिसली. आपल्याला ई-मेल आल्याचं कळावं, म्हणून तिनंच एक छोटीशी लकलक करणारी विंडो पडद्यावर येण्याची व्यवस्था केली होती. आणि नेमक्या हातघाईच्या क्षणी ती विंडो दिसल्यामुळेच आपलं लक्ष तिकडे गेलं, हे तिच्या लक्षात आलं. ती जरा चिडली. असेल एखादी वियाग्राची फालतू जाहिरात, तिनं मनाशी म्हटलं आणि त्या विंडोवर तिनं क्लिक् केलं. ती एकदम खूष झाली – ओहो! मि. बॉबची ई-मेल!

जॅझच्या शरीरावर बसल्या जागी शहारा उमटला. गेल्या महिन्याभरात मि. बॉबकडून काहीच संदेश आलेला नव्हता, त्यामुळे 'ऑपरेशन विनो' बहुधा बंद पडलेलं असावं, असं तिला वाटत होतं. गेल्या आठवड्याभरात तर अनेकदा तिच्या मनात विचार येऊन गेला होता, की मि. बॉबनं दिलेल्या, फक्त अत्यंत अडचणीच्या वेळीच वापरायच्या फोन नंबरवर फोन करावा. पण मि. बॉबनं तिला तीन-तीनदा बजावून सांगितलेलं होतं, की अगदी भयंकर अडचण आल्याशिवाय या नंबरवर फोन करायचा नाही. तसं कसलंच संकट आलेलं नव्हतं, त्यामुळेच फक्त तिनं फोन करण्यापासून मोठ्या कष्टानं स्वत:ला रोखलेलं होतं. पण जसजसे दिवस जात होते, तसतशी तिची निराशा आणि उद्विग्नताही वाढत होती. आणि पुन्हा एकदा तो फोन करण्याच्या कल्पनेनं तिच्या मनात उचल खायला सुरुवात केली होती. याला मुख्य कारण असं होतं, की आता आपल्याला लवकरच मॅनहटन जनरल हॉस्पिटलची नोकरी सोडावी लागणार असं तिला वाटू लागलेलं होतं. पण मि. बॉबनं तर तिला मुळात याच हॉस्पिटलमध्ये नोकरी बघायला सांगितली होती.

जॅझला मॅनहटन जनरल हॉस्पिटलची नोकरी सोडावी असं वाटत होतं, कारण

सुझान चॅपमन या तिथल्या रात्रपाळीच्या प्रमुख नर्सबरोबरचे आणि इतरही कर्मचाऱ्यांबरोबरचे तिचे संबंध आता भलतेच बिघडलेले होती. रात्रपाळी ही नर्सिंगचं काम करायला अजिबात लायक नसलेल्या लोकांना लपवण्यासाठीच मुळात बनवली असावी, असं जॅझचं ठाम मत एव्हाना बनलेलं होतं. सुझान चॅपमन ही बाई नर्सिंगचीच काय, कसलीच मुख्य वगैरे बनायच्या लायकीची नाही, ती नेहमी स्वत:शी म्हणायची. त्या ढब्बीला कशाची काही माहिती नाही, तिला फक्त मला हे कर – ते कर असे हुकूम सोडता येतात आणि मी काहीही केलं तरी त्याला नावं ठेवता येतात. बाकीच्या बायका तरी कुठे वेगळ्या आहेत? त्याही सारखी नावंच तर ठेवतात मला – आता, मध्येच कधी तरी मला जरा थकल्यासारखं वाटलं की मी थोडा वेळ मागच्या रूममध्ये जाऊन जरा विश्रांती घेतली, थोडं एखादं मासिक चाळलं, तर त्यात काय एवढं चिडण्यासारखं असतं? माणसाला कधी दमायला होत नाही का?

ही सुझान फक्त आपल्यालाच जणू चिडवण्यासाठी सगळ्यांत वाईट केसेस देते आणि बाकीच्यांना मात्र एकदम सोप्या केसेस देते, ही जॅझची आणखी एक तक्रार होती. एवढंच काय, ती मनात म्हणायची, मी जरी मला दिलेल्या केसेस सोडून दुसऱ्या केसेसचे चार्ट चाळायचा प्रयत्न केला, तरी ही बया चिडते! शिवाय मी जरी कधी ऑब्स्टेट्रिक्सच्या केसेसच्या मजल्यावर – ते सुध्दा लंचच्या वेळात – गेले, तरी भडकते ही! त्या मजल्यावरच्या मुख्य नर्सनं माझ्याबद्दल तक्रार केली म्हणे!

सुझानची वाट लावायची ऊर्मी जॅझनं अनेकदा मनातल्या मनात दाबून टाकली होती. एकदा तर तिला असंही वाटलं होतं, की सरळ या बाईच्या मागून तिच्या घरी जावं आणि तिला गोळी घालावी. पण तो मोहही तिनं टाळला होता. बहुतेक वेळा तिनं 'मी अजून शिकतेय, मलाही सगळ्या गोष्टींची माहिती नको का व्हायला?' वगैरे खोट्या सबबी सांगून आपली सुटका करून घेतली होती. अडचण अशी होती, की हॉस्पिटलमध्ये होणारे गैरप्रकार मि. बॉबला कळवण्यासाठी तिला वेगवेगळ्या विभागांमध्ये कारण नसताना चकरा मारणं भागच होतं. कारण तिला जरी मारायला सध्या केसेस मिळत नसल्या, तरी हे दुसरं काम तिला करायला सांगितलेलं होतंच. आणि अशा केसेस सापडण्याची शक्यता ऑब्स्टेट्रिक्समध्ये जास्त होती. त्या विभागात अमली पदार्थांच्या व्यसनाला बळी पडलेल्या बऱ्याच गरोदर बायका दाखल होत असत. यातला वाईट भाग एवढाच होता, की या कामात जॅझला मुळीच फारशी मजा वाटत नसे आणि रोग्यांना मारण्याच्या केसेसमध्ये जो मोबदला तिला मिळायचा, त्या मानानं या कामातला मोबदला अगदीच चिल्लर असे.

श्वास रोखून मोठ्या उत्कंठेनं जॅझनं मि. बॉबची ती ई-मेल उघडली आणि ती वाचल्याबरोबर जणू एखादी ग्रँड स्लॅम स्पर्धा जिंकल्यासारखी ती दोन हातांच्या मुठी

वळून हवेत उंचावत 'यस्!' असं ओरडली. ई-मेलमध्ये फक्त एक नाव होतं: 'स्टीव्हन लुईस.' वा! आणखी एक मोठी कामगिरी! अचानक तिला आपण कधी एकदा कामावर जातो असं झालं. यानं सुझान चॅपमन आणि बाकीच्या बायकांच्या कटकटीला तोंड देणं सोपं जरी होणार नसलं, तरी आता निदान त्यातून आपला काही फायदा तरी होईल, तिनं मनात म्हटलं.

भयंकर खूष होऊन जॅझनं मोठ्या उत्सुकतेनं आपलं ते गुप्त बँक अकाउंट पडद्यावर उघडलं. त्यातल्या बाकी रकमेच्या गलेलठ्ठ आकड्याकडे तिनं डोळे भरून बघितलं – अडतीस हजार नऊशे चौसष्ट डॉलर! शिवाय उद्या हा आकडा आणखी पाच हजारानं वाढेल! मस्त!

तो पैसा जरी जॅझ सहसा कधी वापरत नसे, तरी आपण तो हवा तेव्हा, हवा तसा वापरू शकतो ही जाणीवच तिला मोठं समाधान देऊन जायची. आयुष्यात आजवर – म्हणजे, मि. बॉब भेटेपर्यंत – कधीही तिनं बँक अकाउंटमध्ये पैसा शिल्लक असलेला बघितला नव्हता. जो काही पैसा ती मिळवायची, तो जीवनातल्या भयाण वास्तवाचे चटके, त्यांच्या असह्य वेदना शमवण्यासाठी खर्च व्हायचा. या वेदना शमवण्याचं शाळेत असतानाचं साधन होतं – अमली पदार्थ.

जॅझचं लहानपण ब्रॉन्क्समधल्या एका छोट्याशा दोन खोल्यांच्या फ्लॅटमध्ये, जवळजवळ हलाखीच्या परिस्थितीत गेलं होतं. तिचे वडील गेझा रॅकोक्झी म्हणजे, १९५७ साली अमेरिकेत पळून आलेल्या एका हंगेरियन स्वातंत्र्यसैनिकाचा एकुलता एक मुलगा होता. जॅझच्या जन्माच्यावेळी तिच्या वडिलांचं वय फक्त पंधरा वर्षांचं होतं. तिची आई, मारियानाचं वयही तेवढंच होतं. मारियानाचे आईबाप पोर्टोरिकन होते. धार्मिक कारणांनी या दोघांना त्यांच्या कुटुंबीयांनी शाळेतून काढून लग्न करायला भाग पाडलं होतं. जस्मिनचा जन्म १९७२ साली झाला होता.

अगदी सुरुवातीपासून जस्मिनला जगण्यासाठी संघर्ष करावा लागला होता. तिचे आईबाप चर्चच्या नावानं कायम शिव्या घालायचे. आमच्या अशा अवस्थेला चर्चच जबाबदार आहे, असं म्हणायचे ते. दोघंही कायम दारूच्या आणि अमली पदार्थांच्या नशेत असायचे आणि शुध्दीत असतील तेव्हा प्रचंड भांडायचे, शिवीगाळ करायचे. तिचे वडील अधूनमधून कुठे कुठे श्रमाची कामं करायचे, तर मधूनच कित्येक दिवस नाहीसे व्हायचे, तर कधी कधी छोट्या मोठ्या गुन्ह्यांसाठी तुरुंगाची हवा खायचे. त्यात घरच्या मारामाऱ्यांचाही अर्थातच समावेश होता. तिची आईही कसली कसली कामं करायची, पण कामावर दांड्या मारल्यामुळे किंवा नीट काम न केल्यामुळे तिची कायम हकालपट्टी होत असे. हे सारं तिच्या दारूच्या व्यसनामुळे व्हायचं. पुढे पुढे ती इतकी जाड होत गेली, की त्यामुळे तिला धड कामही करता येईनासं झालं होतं.

जस्मिनचं घराबाहेरचं जीवनही घरातल्या आयुष्याइतकंच वाईट होतं. ती राहात

होती त्या भागात कायम गुंडांची टोळीयुध्दं व्हायची, शिवाय अमली पदार्थही भाजीपाल्याइतके त्या भागात सहज मिळायचे. हे लोण शाळांपर्यंतही पोचलेलं होतं. अगदी शिशुशाळेत शिकवणाऱ्या शिक्षकांनासुध्दा शिक्षणापेक्षा मुलांच्या गैरवर्तनाकडेच जास्त लक्ष द्यावं लागायचं.

अशा या भयंकर विश्वामध्ये जस्मिन आपोआपच जगायला शिकली होती. कधीही शाळेतून घरी परत आल्यावर आता आपल्यापुढे काय वाढून ठेवलंय, हे तिला सांगता येत नसे. ती आठ वर्षांची असताना तिला एक छोटा भाऊ झाला होता. त्याचा तिला ळळाही लागला होता, पण केवळ चार महिन्यांचा असताना अचानक कसलंसं निमित्त होऊन तो मृत्युमुखी पडला होता. त्यावेळी जस्मिन जे रडली होती, ते शेवटचंच.

आता आपल्या बँकेतल्या जवळजवळ चाळीस हजार डॉलरच्या शिलकीकडे बघताना जॅझला लहानपणचा असाच एक प्रसंग आठवला. आपल्याकडे भरपूर पैसा आहे, असं तिला यापूर्वी वाटलं होतं, ते तिचा छोटा भाऊ गेल्यानंतरच्या वर्षी. एक दिंवस इतका हिमपात झाला होता, की रस्त्यांवर जिकडेतिकडे बर्फ साचला होता. जस्मिन तेव्हा जेमतेम नऊ वर्षांची होती. घरातल्या अडगळीत सापडलेलं एक फावडं घेऊन तिनं दिवसभर घराच्या आसपासच्या रस्त्यांवरचं बर्फ बाजूला काढलं होतं. याचा मोबदलाही तिला मिळाला होता – अख्खे तेरा डॉलर! लहानगी जस्मिन एकदम हरखून गेली होती.

एक-एक डॉलरच्या नोटांचा तो गठ्ठा मोठ्या आनंदानं आणि अभिमानानं मिरवत ती घरी आली होती. आपण गाढवपणा केला हे तिच्या लक्षात आलं होतं, पण ते नंतर. त्या वेळी तिला आपली मिळकत मिरवल्यावाचून राहवलंच नव्हतं. आणि व्हायचं तेच झालं होतं. 'तू सुध्दा आता घरखर्चाचा थोडा वाटा उचलला पाहिजेस' असं म्हणून गेझानं तिच्या हातातला नोटांचा गठ्ठा हिसकावून घेतला होता आणि प्रत्यक्षात मात्र त्या पैशाने त्यानं दारू आणि सिगारेट विकत घेतल्या होत्या.

या गोष्टीचा सूड आपण कसा घेतला होता, ते आठवून आताही जॅझच्या चेहऱ्यावर स्मित झळकलं. गेझाचं एक अतिशय लाडकं, छोटंसं, लांब केसांचं कुत्र्याचं पिल्लू होतं. ते एकसारखं ओरडायचं. कोणीसं त्याला ते भेट दिलं होतं. एक दिवस गेझा घरीच दारू ढोसत टीव्हीवरचा बॉक्सिंगचा प्रोग्रॅम बघत बसलेला असताना जस्मिननं त्या पिल्लाला उचलून बाथरूममध्ये नेलं होतं. त्यांचं हे घर चौथ्या मजल्यावर होतं आणि बाथरूममध्ये फुटक्या टॉयलेटमधून येणारी दुर्गंधी कोंडलेली राहू नये, म्हणून बाथरूमची खिडकी कायम उघडी ठेवलेली असे. जस्मिननं त्या पिल्लाची मान धरून बाथरूमच्या खिडकीबाहेर हात लांब करून धरलं होतं. त्यानं त्यावेळी केलेली काही आधार पकडायची केविलवाणी धडपड तिला आताही

डोळ्यांसमोर स्पष्ट येत होती. क्षणातच तिनं ते पिल्लू सरळ खाली सोडून दिलं होतं आणि मोठ्यानं प्राणांतिक ओरडून ते खालच्या काँक्रीटवर पडून मेलं होतं.

त्या रात्री गाढ झोपेत असलेल्या जस्मिनला जोरानं हलवून जागं करत गेझानं ते पिल्लू कसं मेलं, असं दरडावून विचारलं होतं. जस्मिननं गयावया करत आपल्याला काही माहीत नसल्याचं त्याला म्हटलं होतं, पण तरी तिचा मार चुकला नव्हताच. मारियानाला तर खरोखरच काही माहीत नव्हतं, तरी तिलाही भरपूर मार खावा लागला होता. पण तिनं अर्थात त्याचं प्रत्युत्तरही दिलं होतं. जस्मिनला गेझा कारण असताना आणि नसतानाही, इतक्या वेळा आणि इतकं मारायचा, की प्रत्येक वेळी तिची भीतीनं गाळण उडायची. पण मोठी झाल्यावर मात्र तिनंही आईच्या पावलावर पाऊल टाकून प्रतिकार करायला सुरुवात केली होती.

पडद्यावरचं बँक अकाउंट बंद करून जॅझनं घड्याळात पाहिलं. कामावर जायला अजून बराच अवकाश होता, पण त्या आधी जिममध्ये जाण्याइतका वेळ मात्र नव्हता. बरं, 'कॉल ऑफ ड्यूटी' पुन्हा सुरू करायचा तर एका जागी बसणं आवश्यक होतं. आणि या क्षणी ती इतकी उत्तेजित होती, की तेही तिला शक्य वाटत नव्हतं. म्हणून शेवटी तिनं ठरवलं, जवळच असलेल्या कोरियन दुकानातून गरजेच्या वस्तू खरेदी कराव्यात. हे दुकान चोवीस तास उघडं असे. मुख्य म्हणजे घरातलं दूध संपलेलं होतं आणि उद्या सकाळी हॉस्पिटलमधून परत आल्यावर आपल्याला दूध लागणार, हे तिला माहीत होतं.

कोट चढवताना आपोआपच जॅझचा हात उजव्या खिशातल्या 'ग्लॉक' पिस्तुलाकडे गेला. त्याला चांगला लांबलचक सायलेन्सर जोडलेला असूनही तिनं ते सहज बाहेर काढलं आणि आरशातल्या आपल्या प्रतिबिंबावर रोखलं. नळीचं शेवटचं टोक एखाद्या एकडोळ्या वेडसर माणसाच्या डोळ्याच्या बुब्बुळासारखं दिसत होतं. स्वत:शीच हसून जॅझनं पिस्तूल खाली घेऊन आत लावलेली गोळ्यांची क्लिप काढून पाहिली. ती अर्थातच पूर्ण भरलेली होती. तिनं ती परत आत दाबून बसवली. आपली नेहमीची शॉपिंगची कॅन्व्हासची बॅग तिनं खांद्याला लटकावली आणि दार बंद करून ती बाहेर आली.

बाहेर अतिशय आल्हाददायक वातावरण होतं. मार्च महिन्यात न्यूयॉर्कमध्ये असंच असतं. एक दिवस सुंदर, आल्हाददायक हवा असते, तर दुसऱ्या दिवशी भयानक थंडी आणि बर्फवृष्टी. दोन्ही खिशांमध्ये हात घालून जॅझ चालत निघाली. उजव्या खिशात 'ग्लॉक', तर डाव्या खिशात 'ब्लॅकबेरी' होता. दोन्ही गोष्टींच्या स्पर्शामुळे तिला बरं वाटत होतं.

संध्याकाळचे फक्त साडेआठच वाजून गेलेले होते, त्यामुळे या छोट्या रस्त्यावर पायी चालणारेही बरेच लोक अजून होते आणि वाहनांची रहदारीही बऱ्यापैकी होती.

वाटेत तिला आपली आवडती हमर ही उभी केलेली दिसली. ती चकाकती सुंदर गाडी काही क्षण थांबून ती न्याहाळत उभी राहिली आणि केवळ आपलं नशीब म्हणून मि. बॉबशी आपली गाठ पडली, असं पुन्हा एकदा कितव्यांदा तरी मनात म्हणत ती पुढे कोलंबस अॅव्हेन्यूच्या दिशेनं निघाली.

कोलंबस अॅव्हेन्यू तर गर्दीनं भरून वाहत होता. दोन्ही फुटपाथवर माणसंच माणसं होती आणि रस्त्यावर वाहनांची ही गर्दी. बस, गाड्या, टॅक्सी, सगळ्या प्रकारची शेकडो वाहनं मोकळी जागा शोधत पुढे चाललेली होती. इंजिनांचे आवाज, हॉर्नची कटकट, टायर्सचे आवाज, धूर, सारं काही अगदी अंगावर येत होतं, पण जॅझला या सगळ्याचीच सवय होती. हजारो दिव्यांच्या प्रकाशाच्या परावर्तनामुळे दोन्ही बाजूंच्या इमारतींच्यावरून टाकलेल्या एखाद्या जाडजूड पांघरुणासारखं दिसणारं आकाश मळकट राखाडी रंगाचं दिसत होतं. फक्त काही अगदी ठळक चांदण्याच वर चमकत होत्या.

ते दुकान तसं रस्त्यावरच होतं. आत जायला वेगळं दार असं काहीच नव्हतं. आत शिरल्याबरोबर वेगवेगळ्या शेल्फमध्ये फुलं, फळं, भाज्या आणि इतर अनेक प्रकारच्या वस्तू ठेवलेल्या होत्या. दुकानातही भरपूर गर्दी होती. एकुलत्या एका कॅश रजिस्टरसमोर ग्राहकांची मोठी रांग होती. जॅझनं दुकानातून हिंडत दूध, पाण्याच्या बाटल्या, ब्रेड, अंडी, काही 'पॉवर बार' वगैरे गोष्टी घेतल्या आणि हळूहळू करत ती दुकानातून बाहेर पडून शेल्फमध्ये ठेवलेल्या फळांचं निरीक्षण केल्याचं नाटक करत थोडा वेळ उभी राहिली. मालक कॅश रजिस्टरमध्ये गुंतलेला आहे तर मालकीणबाई कशाला तरी आत गेल्या आहेत, असं बघून ती हळूहळू चालत तिथून दूर गेली. आता काही आपली चोरी पकडली जात नाही अशी खात्री पटल्यावर ती थांबली आणि एकदा मागे वळून दुकानाकडे बघत स्वत:शीच हसली. काय मूर्ख माणसं आहेत ही! किती सोपं होतं पैसे न देताच निघून जाणं! यांनी काहीतरी नीट व्यवस्था करायला नको का? आत येणारं गिऱ्हाईक काय करतंय यावर लक्ष ठेवायला नको का?

घरी परत येऊन तिनं सगळ्या वस्तू रेफ्रिजिरेटरमध्ये ठेवून दिल्या आणि घड्याळात पाहिलं. कामावर जायला अजूनही वेळ होता. अचानक तिची नजर कॉम्प्युटरच्या पडद्याकडे गेली. ती मघाचीच विंडो पुन्हा चकाकत होती – आणखी एक ई-मेल!

स्टीव्हन लुईसची कामगिरी रद्द केली की काय, अशी शंका येऊन जॅझ चटकन कॉम्प्युटरजवळ आली आणि तिनं ई-मेल उघडली. खरं म्हणजे यापूर्वी कामगिरी कधीही रद्द झालीय, असं झालेलं नव्हतं. तरी पण काहीशा धास्तावलेल्या मनानंच जॅझनं ई-मेल उघडून वाचली. आणि ती बेहद्द खूष झाली. ई-मेलमध्ये अजून एक

नाव झळकत होतं – रोवीना सॉब्झिक!

'यस्!' जॅझनं अत्यानंदानं दोन्ही हातांच्या मुठी उंचावत पुन्हा म्हटलं. महिनाभर एकही कामगिरी नाही आणि आता एका दिवसात दोन! तिचा विश्वासच बसत नव्हता. असंही पूर्वी कधी झालेलं नव्हतं. तिनं पुन्हा एकदा कॉम्प्युटरवर नीट वाचून खात्री करून घेतली. कोण असावी ही सॉब्झिक? हे नाव तर आपल्यासारखं हंगेरियन वाटतंय.

जॅझ एकदम उठली आणि अंगावरचे कपडे भराभर काढत कपड्यांच्या कपाटापाशी आली. हॉस्पिटलला जायला अजूनही वेळ होता, पण आता तिला घाई झालेली होती. तिथे थोडं आधी जाऊन निदान पुढच्या कामगिरीची एक साधारण योजना तरी बनवावी, असं तिच्या मनात आलं. तिनं हॉस्पिटलचे कपडे चढवले. त्यावर पांढरा कोट घातला. हे करत असताना तिच्या मनात आपल्या गुप्त बँक अकाउंटचेच विचार येत होते. उद्या या वेळेपर्यंत आपल्या शिलकीचा आकडा पन्नास हजाराला जाऊन टेकलेला असेल!

एकदा आपल्या हमरमध्ये बसल्यावर मात्र जॅझनं प्रयत्नपूर्वक आधी आपलं मन शांत केलं. आनंद वगैरे सगळं आतापर्यंत ठीक होतं, पण आता मात्र फक्त कामगिरीचाच विचार करायला हवा, तिनं मनात म्हटलं. कारण एकाच रात्रीत एकाऐवजी दोन रोग्यांना खलास करायचं, म्हणजे त्यातले धोके दुपटीपेक्षा कितीतरी जास्त वाढलेले असतील, हे ती पुरतेपणी जाणून होती. आज एक आणि उद्या एक अशी कामं करावीत का, असाही एक विचार काही क्षण तिच्या मनात चमकून गेला, पण तो तिनं रद्द केला. कारण मि. बॉबला जर असं मनात असतं की आपण ही दोन्ही कामं आज एक आणि उद्या रात्री एक अशी करावीत, तर त्यानं आपल्याला आज एक नाव कळवलं असतं आणि उद्या दुसरं नाव कळवलं असतं. पण ज्या अर्थी मि. बॉबनं आजच दोन्ही नावं कळवली, त्या अर्थी आपण दोन्ही रोग्यांना एकदम मारावं, अशीच त्याची योजना असणार.

हॉस्पिटलला जात असताना जॅझनं आज कुठल्याही टॅक्सीशी वगैरे रेस खेळली नाही. तिचं सगळं लक्ष आता डोकं शांत ठेवण्यावर आणि कामगिरी बिनबोभाट पार पाडण्यावर केंद्रित झालेलं होतं. नेहमीप्रमाणे तिनं आपली हमर दुसऱ्या मजल्यावरच्या ठरलेल्या ठिकाणी उभी केली आणि ती चालत हॉस्पिटलमध्ये आली. नेहमीच्या जागी कोट काढून ठेवून ती पहिल्या मजल्यावर आली आणि सहज रमतगमत चालत तिनं इमर्जन्सी रूममध्ये प्रवेश केला. इमर्जन्सी रूममध्ये नेहमीप्रमाणेच गडबड आणि गर्दी बघून तिला हायसं वाटलं. अगदी सहज आतल्या खोलीत शिरून तिनं पोटॅशियम क्लोराईडच्या दोन अँप्यूल्स शिताफीनं हस्तगत केल्या. आपल्या पांढऱ्या कोटाच्या दोन्ही खिशांमध्ये एकेक अँप्यूल टाकून ती आली होती तशीच आरामात चालत

लिफ्टपाशी आली आणि लिफ्टनं सहाव्या मजल्यावर येऊन बाहेर पडली.

इमर्जन्सी रूमच्या मानानं या सर्जरीच्या मजल्यावर बरीच शांतता होती, पण इथेही नेहमीची गडबड असल्याचं जॅझच्या सहज लक्षात आलं. सगळे चार्ट जिथे ठेवले जात, त्या रॅककडे एक दृष्टिक्षेप टाकल्याबरोबर तिच्या लक्षात आलं, की मजल्यावरच्या प्रत्येक रूममध्ये कोणी ना कोणी रोगी आहे आणि नर्सेस बसण्याची रूम रिकामी बघून तिनं ताडलं की प्रत्येक नर्स किंवा त्यांच्या मदतनीस बायका-पुरुष कुठल्या ना कुठल्या रोग्यांच्या रूममध्ये गेल्या आहेत. फारशी गडबड जेव्हा नसेल अशा दिवशी या वेळपर्यंत संध्याकाळच्या शिफ्टच्या नर्सेस या रूममध्ये यायच्या आणि एकमेकींशी गप्पा मारत, रात्रपाळीला येणाऱ्या मंडळींना सगळी माहिती सांगायची तयारी करायच्या. आज मात्र जॅझला इथे फक्त वॉर्ड क्लार्क असलेली जेन ॲट्रिज दिसली. तिच्यासमोर लॅबोरेटरी रिपोर्ट्सचा एक गठ्ठा होता आणि त्याच्या नोंदी ती त्या त्या रोग्याच्या चार्टमध्ये करण्यात गढून गेलेली होती. सुझान चॅपमन अजून आली नाही ना, हे बघायला जॅझ औषधांच्या रूममध्ये डोकावली. कारण त्या बाईला लवकर येण्याची फार वाईट खोड होती.

एका मॉनिटरशी बसून जॅझनं 'स्टीव्हन लुईस' असं नाव टाईप केलं. तो गोल्डब्लॅट विंगमध्ये – म्हणजे व्हीआयपी विभागात – ४२४ नंबरच्या रूममध्ये असल्याची माहिती लगेच पडद्यावर आली. जॅझच्या चेहऱ्यावर समाधानाचं स्मित झळकलं. ती स्वत: जरी त्या भागात कधी गेलेली नसली, तरी बाकीच्या मजल्यांपेक्षा तिथे नर्सेसची ये-जा कमी असणार आणि त्यामुळे आपलं काम करणं आपल्याला आणखी सोपं जाणार, हे तिच्या लक्षात आलं. आता फक्त त्यानं एखादी प्रायव्हेट नर्स ठेवलीय का, ते बघितलं की झालं. पण तसं असेलसं वाटत नाही, कारण एक तर तो फक्त तेहतीस वर्षांचा आहे आणि तो फक्त खांद्यावरच्या एका सोप्या ऑपरेशनसाठी इथे आलाय.

स्टीव्हन लुईसची माहिती मिळवल्यावर जॅझनं मग रोवीना सॉब्झिकचं नाव टाईप केलं आणि पडद्यावरची माहिती पाहून तिच्या चेहऱ्यावरचं हास्य आणखीच रुंदावलं. अरे! ही तर इथेच कॉरिडॉरमधून थोडं पुढे गेल्यावर, ६१७ नंबरच्या रूममध्ये दिसतेय! जॅझनं खूष होत मनात म्हटलं. आणि समजा, योगायोगानं ही केस आपल्यालाच दिली तर? – आणि ही शक्यतासुध्दा आहेच की – मग तर सोन्याहून पिवळं! काही असो, दोन्ही कामं एकदम सोपी आहेत एवढं मात्र खरं.

"आज तर तू आणखीच लवकर आलेली दिसतेस." अचानक एक आवाज आला.

जॅझनं दचकून वर पाहिलं. तिला सुझान चॅपमनचा जाडजूड, गोलमटोल चेहरा दिसला. तिच्या नजरेत दोस्तीपेक्षा आव्हानच जास्त होतं. तिनं मॉनिटरकडे एक

कटाक्ष टाकला. सुझानचे ते जुन्या पद्धतीनं मागे घट्ट बांधलेले केस, नाड्या बांधलेले कातडी सोलचे जाड टाचांचे बूट आणि एकूणच जुन्या वळणाचं बोलणं-वागणं आणि मनोवृत्ती जॅझला कायम चीड आणत असे.

''आणि इतक्या लवकर येऊन इथे काय करतेयस?'' सुझाननं विचारलं.

''काही नाही, आपल्या इथल्या केसेसची फक्त थोडी माहिती पहातेय, म्हणजे पुढचं काम करणं सोपं जाईल.'' जॅझनं कसंबसं म्हटलं. सुझानबद्दलचा संताप गिळत तिनं चेहऱ्यावर हसू आणलं. ''आपल्या मजल्यावर आज अगदी हाऊसफुल दिसतंय.''

बराच वेळ सुझान तिच्या चेहऱ्याकडे टक लावून बघत होती. मग तिनं म्हटलं, ''आपल्या इथे जवळजवळ रोजच हाऊसफुल असतं. आणि ही रोवीना सॉब्झिक कोण? तुझ्या ओळखीची आहे?''

''छे, छे. मी तिला कधी पाहिलेलंसुध्दा नाही.'' जॅझच्या चेहऱ्यावर अजूनही ते स्मित तरळत होतं. रोवीना सॉब्झिकची माहिती चोरून बघत असताना पकडली गेल्यामुळे तिला जो धक्का बसलेला होता, त्यातून ती आता बरीचशी सावरलेली होती. ''मी फक्त नवीन आलेल्या रोग्यांची माहिती करून घेत होते.''

''ते काम माझं आहे.'' सुझाननं ठामपणे म्हटलं.

''ओके! फाईन!'' जॅझनं पडद्यावरची माहिती काढून टाकली.

''आपलं हे बोलणं या आधीही झालंय.'' सुझाननं काहीसं चिडून म्हटलं. ''आपल्या या हॉस्पिटलमध्ये एक नियम आहे आणि त्यानुसार रोग्याची वैयक्तिक माहिती गुप्त ठेवावी लागते. ज्याला ती माहिती कळणं आवश्यक असेल, त्यालाच ती बघायला परवानगी आहे. पुन्हा जर तू मला असं काही करताना दिसलीस, तर मला वर तक्रार करावी लागेल. समजलं?''

''पण मला जर ती केस दिली, तर ही माहिती कळण्याची मलाही गरज लागेलच की.''

वैतागल्यासारखा सुझाननं तोंडानं मोठ्यानं सुस्कारा सोडला आणि ती एखाद्या मास्तरणीसारखी कमरेवर हात ठेवून जॅझकडे बघत राहिली.

''कमाल आहे.'' जॅझनं म्हटलं. ''मला वाटलं होतं की तुम्ही आणि इथले इतर लोक आम्ही स्वत:हून जे काही करतोय, त्याला उत्तेजन द्याल. पण तसं काही दिसत नाहीय. त्यापेक्षा मी खाली कॉफी घ्यायला जाते. तेच बरं.'' भुवया उंचावून ती प्रश्नार्थक मुद्रेनं सुझानच्या प्रत्युत्तराची वाट बघत काही क्षण उभी राहिली. आणि सुझान काहीच बोलत नाही म्हटल्यावर पुन्हा एकदा तिच्याकडे एक दिखाऊ हास्य फेकून सरळ मागे वळून लिफ्टकडे निघाली. सुझानची रोखलेली जळजळीत नजर तिच्या पाठीला जाणवत होती. तिनं आपली मान किंचित हलवली.

सुझानची आपल्यावर नजर असणार असं गृहीत धरून जॅझ लिफ्टनं पहिल्या

मजल्यावर उतरली आणि वेगवेगळ्या कॉरिडॉरमधून चालत गोल्डब्लॅट विंग मध्ये शिरली. ती चौथ्या मजल्यावर उतरूनही हे करू शकली असती, पण सुझानचा आपल्या कारवायांबद्दलचा संशय वाढतोय, असं तिला जाणवत होतं.

गोल्डब्लॅट विंग बाकीच्या हॉस्पिटलपेक्षा सगळ्याच बाबतीत किती वेगळा आहे, हे चटकन जाणवत होतं. इथल्या सगळ्या भिंतींवर महोगनी लाकडाची पॅनेल्स होती आणि प्रत्येक कॉरिडॉरमध्ये सुंदर कार्पेट होतं. तैलरंगात काढलेली सुंदर खरीखुरी चित्रं ठरावीक अंतरावर लावलेली होती. प्रत्येक चित्रावर वेगळा, सुंदर दिवा होता. रुग्णांना भेटायला येणाऱ्या लोकांचे कपडे अत्यंत उत्कृष्ट होते. बायकांच्या अंगावर दागदागिने आणि हिरे चमकत होते. बाहेर येऊन लागणाऱ्या गाड्या लिमोझिन होत्या.

मुख्य दरवाजाशी उत्तम प्रकारची सुरक्षा व्यवस्था होती, पण हॉस्पिटलमधूनच आलेल्या जॅझला कुणीच हटकलं नाही. कामावर येत असलेल्या बाकीच्या नर्सेसच्या घोळक्यात तीही लिफ्टची वाट बघत उभी राहिली. या नर्सेसचे कपडेही सुझान चॅपमनसारखे जुन्या वळणाचेच होते. काहींच्या डोक्यावर तर हॅटही होती.

एकटी जॅझच चौथ्या मजल्यावर लिफ्टमधून बाहेर पडली. खालच्या लॉबीसारखीच इथेही उत्कृष्ट चित्रं होती, महोगनीची पॅनेल्स होती आणि कार्पेटही होती. रोग्यांना भेटून परत चाललेले काही लोक लिफ्टसाठी उभे होते. त्यातल्या काही जणांनी जॅझकडे बघून स्मित केलं. जॅझनंही नम्रपणे उत्तरादाखल स्मित केलं.

खरं म्हणजे हे हॉस्पिटल आहे असं वाटतच नव्हतं. कार्पेटवरून चालताना तिच्या शूजचा अजिबात आवाज होत नव्हता. जाता जाता ती सहज रोग्यांच्या रूमकडे पाहात होती. सगळ्या रूम्सची सजावट अत्यंत उत्कृष्ट होती. गुबगुबीत खुर्च्या वगैरे होत्या. खिडक्यांना उंची पडदे होते. भेटायची वेळ आता संपत आलेली होती, त्यामुळे लोक रोग्यांचा निरोप घेत होते, परत निघण्याच्या गडबडीत होते. रूम नंबर ४२४ जवळ येऊ लागली, तसतसा जॅझनं चालण्याचा वेग कमी केला. पुढे साधारण पन्नास फुटांवर नर्सेस बसण्याचं स्टेशन होतं. बाकीच्या मंद दिव्यांच्या मानानं इथले दिवे मात्र चांगलेच प्रकाशत होते.

रूम नंबर ४२४ चं दार अर्धवट उघडं होतं. कॉरिडॉरमधून एक कटाक्ष टाकून जॅझनं आपल्याला कोणी बघत नसल्याची खात्री करून घेतली. रूमच्या दारात थांबून तिनं आत पाहिलं. आत कोणीही प्रायव्हेट नर्स नव्हती आणि आतला रोगी म्हणजे एक सुदृढ बांध्याचा निग्रो तरुण होता. तो उघडा होता. त्याच्या उजव्या खांद्याभोवती एक चांगलं मोठं बँडेज बांधलेलं होतं आणि डाव्या हातात एक सलाईनची नळी लावलेली होती. त्याच्या बेडची पाठ वर केलेली होती आणि तो आरामशीर टेकून बसून बेडच्या पायथ्याच्या वर लोंबकळत ठेवलेला टीव्ही पाहात होता. जॅझला

टीव्हीवरचं दृश्य दिसत नव्हतं, पण आवाजावरून टीव्हीवर काही तरी खेळ चाललेला असल्याचं तिच्या लक्षात आलं.

स्टीव्हन लुईसची नजर टीव्हीवरून दारात उभ्या असलेल्या जॅझकडे गेली. "येस? काही हवंय का?"

"काही नाही, सगळं ठीक आहे ना ते बघत होते." तिनं म्हटलं. आणि ते खरंच होतं. ती मनातल्या मनात खूष झालेली होती. चला, हे काम तर एकदम सोपं जाणार!

"या निक्सनी त्यांचा खेळ सुधारायला पाहिजे. नाही तर सहज हरणार ते." स्टीव्हननं म्हटलं.

जॅझनं सगळं काही समजल्यासारखी मान डोलावली आणि ती पुन्हा कॉरिडॉरमध्ये आली.

आपली पहिल्या कामगिरीची प्राथमिक पाहणी तिनं व्यवस्थित पूर्ण केलेली होती. पहिल्या मजल्यावर येऊन ती कॉफी प्यायला निघून गेली.

जॅझच्या रात्रपाळीचा पहिला भाग तिच्या अपेक्षेप्रमाणेच पार पडला. बाकीच्या नर्सेसना प्रत्येकी दहा रोग्यांची व्यवस्था दिलेली होती. तिला मात्र अकरा रोगी दिलेले होते, पण तिला एक चांगला मदतनीसही दिलेला होता. तिला दिलेल्या रोग्यांमध्ये रोवीना सॉब्झिक नव्हती आणि शिवाय तिला कामही भरपूर होतं. त्यामुळे तिला अजून आपली पहिली कामगिरी पार पाडता आलेली नव्हती. पण आता नुकतीच तिची लंचची सुट्टी सुरू झालेली होती.

जॅझ लिफ्टमध्ये शिरली. तिच्याबरोबर आणखी दोन नर्स आणि दोन मदतनीसही होते, पण कॅफेटेरियात पोचल्याबरोबर ती त्यांच्यापासून दूर गेली. त्यांच्या गप्पांमध्ये तिला अडकायचं नव्हतं – नाही तर मग तिला एकटीला तिथून निघणं अवघड होऊन गेलं असतं. त्यामुळे तिनं भराभर उभ्याउभ्याच एक सँडविच तोंडात कोंबलं आणि दुधाचा एक ग्लास संपवला. एवढी सगळी व्यवधानं सांभाळून अर्ध्या तासाच्या सुट्टीत तिला कामगिरी पूर्ण करणं भाग होतं.

काम करत असताना जॅझनं त्या गडबडीत आधीच दोन सिरिंज हस्तगत करून कोटाच्या खिशात टाकलेल्या होत्या. कॅफेटेरियातून बाहेर पडून ती चटकन लेडीज रूममध्ये शिरली आणि सगळीकडे बघून आत आपण एकट्याच असल्याची तिनं खात्री करून घेतली. तरीसुध्दा, धोका नको म्हणून ती एका स्टॉलमध्ये शिरली आणि तिनं दार बंद केलं. एकेक अँप्यूल काढून तिनं वरचा भाग हळूच तोडला आणि काळजीपूर्वकपणे दोन्ही सिरिंज भरल्या. सिरिंजच्या सुयांना पुन्हा वरून आवरणं घालून तिनं त्या कोटाच्या खिशात ठेवून दिल्या.

स्टॉलमधून बाहेर पडून जॅझ लेडीज रूमच्या मुख्य भागात आली आणि तिथले पेपर टॉवेल घेऊन तिनं चटकन त्या फोडलेल्या अँप्यूल्स गुंडाळल्या. अजूनही दुसरं कोणी आत आलेलं नव्हतं. पेपर टॉवेलची गुंडाळी तिनं खाली ठेवली आणि त्यावर उभी राहून तिनं आतल्या काचांचा पूर्ण चुरा केला. लगेच ते सगळं उचलून तिनं कोपऱ्यातल्या कचऱ्याच्या डब्यात टाकून दिलं.

जॅझनं मग आरशासमोर उभी राहून स्वत:कडे बघितलं. हातांनी केस सारखे केले, कोट ठीक केला आणि मानेवर टाकलेला स्टेथोस्कोप व्यवस्थित केला. सगळी जय्यत तयारी असल्याची एकवार खात्री करून घेऊन ती दाराकडे निघाली. स्वत:वर, स्वत:च्या चटपटीतपणावर ती जाम खूष होती. एका रात्रीत दोन रोग्यांना 'सँक्शन' करणार आपण! हे म्हणजे फॅक्टरीत काम केल्यासारखंच झालं!

मुद्दामच गोल्डब्लॅटच्या लॉबीत परत न जाता जॅझ मुख्य लिफ्टनं सरळ चौथ्या मजल्यावर आली. हा मजला सगळा बालरोग्यांसाठी होता. इथल्या लांबलचक कॉरिडॉरमधून चालत गोल्डब्लॅट विंगकडे जाताना तिला वाटेतल्या खोल्यांमध्ये ठेवलेली आजारी बालकं दिसत होती. तिच्या मनात आपल्या छोट्या भावाची – जैनोसची – आठवण काही क्षण जागी झाली. त्या दिवशी सकाळी तिलाच तो त्याच्या अस्ताव्यस्त अंथरुणावर पालथा पडलेला दिसला होता. त्याचं संपूर्ण शरीर लाकडासारखं ताठर आणि कडक झालेलं होतं आणि त्याचा रंगही किंचित निळसर दिसत होता. लहानगी जॅझ प्रचंड घाबरून गेली होती आणि तिनं धावत जाऊन आईबापांना हलवून, मोठ्यानं हाका मारून जागं करायचा खूप प्रयत्न केला होता. पण ते दोघं दारूनं धुंद होऊन पार लास होऊन गेलेले होते. बिचाऱ्या जॅझनंच मग ९११ नंबरला फोन केला होता आणि अँब्युलन्स घेऊन आलेल्या माणसांना दार उघडून घरातही घेतलं होतं.

कॉरिडॉरमध्ये एक जड, अग्निसंरक्षक दार बसवलेलं होतं आणि या दारामुळे गोल्डब्लॅट विंग उरलेल्या हॉस्पिटलपासून वेगळा झालेला होता. हे दार बहुधा फार क्वचित उघडलं जात असावं, कारण ते उघडायला जॅझला बरेच प्रयत्न करावे लागले. जोर लावावा लागला. दाराच्या उंबऱ्यावरून ती पलीकडे गेली. आता गोल्डब्लॅट विंगमधले दिवे आणखी मंद केलेले दिसत होते.

तिनं आधी ते दार परत येताना चटकन उघडेल ना, याची खात्री करून घेतली. मग मात्र ती कॉरिडॉरमधून झपाट्यानं चालत निघाली. कुठेही घुटमळायचं नाही, घुटमळणाऱ्या माणसाकडे चटकन लक्ष जातं, हे ती अनुभवानं शिकलेली होती. आपल्याला नेमकं कुठे जायचंय हे तिला माहीत होतं. एवढ्या मोठ्या त्या लॉबीतून जाताना तिला कोणीही दिसलं नाही. दूरवरचं ते नर्सेसचं स्टेशनही रिकामं होतं. जाताना अधूनमधून रोग्यांच्या खोल्यांमधून येणारे मॉनिटरचे 'बीप' असे

आवाज तिला ऐकू येत होते. मध्येच कधी एखादी नर्स तिला रोग्यापाशी काही तरी करताना दिसत होती.

जसजशी जॅझ ४२४ नंबरच्या खोलीकडे, तिच्या लक्ष्याकडे येऊ लागली, तसतशी तिच्या मनात तिला एक प्रकारचा उत्साह , उत्कंठा, काहीशी भीती आणि तणाव, अशी एक संमिश्र भावना जाणवू लागली. हीच तिची मन:स्थिती १९९१ साली कुवेतच्या युध्दाच्या वेळी झालेली होती. ही भावना फक्त एखादा प्रत्यक्ष युध्दात भाग घेतलेला जवानच समजू शकेल. कधी कधी 'कॉल ऑफ ड्यूटी' खेळताना तिला असं व्हायचं, पण तरीही दोन्हीमध्ये बराच फरक होता. जॅझ स्वत:शीच हसली. बाकी आपल्या आवडीचं काम करायचं आणि वर त्यातून पैसाही मिळवायचा, यासारखी धमाल नाही, हेच खरं!

ज्या वेगानं ती ४२४ नंबरच्या रूमपाशी आली, त्याच वेगात ती आत शिरली. स्टीव्हन अजूनही टेकून बसलेल्या स्थितीत होता, पण गाढ झोपी गेलेला होता. टीव्ही बंद केलेला होता. खोलीत बराचसा अंधार होता. फक्त एक छोटासा नाईट लँप आणि बाथरूममधला एक दिवा, यांचाच काय तो प्रकाश खोलीत होता. बाथरूमच्या दरवाजाची फक्त एक फट उघडी होती आणि त्यातून येणारी प्रकाशाची अरुंद पट्टी खाली जमिनीवर सांडलेली होती. स्टँडवर आयव्हीची बाटली होती आणि स्टीव्हनच्या हातात ती ट्यूबही खोचलेली दिसत होती.

जॅझनं मनगटावरच्या घड्याळात पाहिलं. तीन-चौदा. तिनं गतीनं, पण आवाज न करता कामाला सुरुवात केली. त्याच्या बेडपाशी येऊन तिनं ती आयव्ही उघडली. त्यामुळे वरच्या चेंबरमध्ये थेंबांच्या ऐवजी आता धार सुरू झाली. तिनं खाली वाकून ती ट्यूब जिथे स्टीव्हनच्या हातात खोचलेली होती, ती जागा पाहिली. तिथे सूज वगैरे काहीच नव्हतं.

खोलीच्या दाराशी येऊन जॅझनं कॉरिडॉरमध्ये कोणी नसल्याची एकवार पुन्हा खात्री करून घेतली. कोणीही दिसत नव्हतं. सगळीकडे पूर्ण शांतता होती. पुन्हा बेडशी येऊन तिनं आपल्या जॅकेटच्या बाह्या कोपरापर्यंत वर सारल्या. खिशात हात घालून तिनं एक भरलेली सिरिंज काढली आणि सुईवरचं आवरण दातात धरून काढून टाकलं. डाव्या हातानं तिनं आयव्ही पोर्ट धरलेलं होतं. सरळ उभी होऊन तिनं पुन्हा एकदा कानोसा घेतला. कसलाही आवाज होत नव्हता.

तिनं सराईतपणे, एकच जोर लावत सिरिंज आयव्ही पोर्टमध्ये रिकामी केली. हे होत असताना तिला चेंबरमधली द्रवाची पातळी वाढताना दिसत होती. हे होणार हे तिला माहीतच होतं. पण पुढची गोष्ट मात्र तिला मुळीच अपेक्षित नव्हती. स्टीव्हनच्या तोंडातून एक जरा जोरातच कण्हण्याचा आवाज बाहेर पडला, पाठोपाठ त्याचे डोळे सताड उघडले आणि त्यानं कमालीच्या ताकदीनं उजव्या हातानं तिचा

कोपरापासून खालचा हात धरून ठेवला. त्याची नखं हातात घुसल्यामुळे जॅझ आपोआपच वेदनेनं कळवळली. तिच्या तोंडून एक दबलेली किंकाळी बाहेर पडली.

हातातली सिरिंज बेडवर टाकून देऊन ती स्टीव्हनच्या घट्ट पकडीतून हात सोडवण्याची घाईघाईनं धडपड करू लागली, पण तिला ते जमेना. नेमक्या त्याच वेळी स्टीव्हनच्या कण्हण्याच्या आवाजानं किंकाळीचं रूप धारण केलं. त्यासरशी आपला हात सोडवण्याची धडपड सोडून देऊन जॅझनं आपला मोकळा हात झटकन त्याच्या तोंडावर दाबला आणि घाईघाईनं आपला भार त्याच्यावर टाकून ती त्याला गप्प करण्याचा प्रयत्न करू लागली. त्यानंही आपली सुटका करून घेण्याची बरीच धडपड केली, तरी पण त्याचा आवाज बंद करण्यात मात्र तिला यश आलं.

आणखी काही क्षण त्याची धडपड जोरात चालू होती, पण नंतर त्याची ताकद झपाट्यानं कमी होत गेली. जॅझच्या हातावरची त्याची पकड ढिली होत गेली, पण या झटापटीत त्याच्या नखांनी मात्र तिच्या हातावर चांगलंच बोचकारलं आणि ती पुन्हा वेदनेनं अस्फुट किंचाळली.

ही झटापट जितक्या अचानकपणे सुरू झाली होती, तितक्या अचानकपणे ती थंडही झाली. स्टीव्हनचे डोळे फिरले आणि त्याचं शरीर एकदम ढिलं झालं. त्याची मानही ढिली होऊन त्याचं डोकं त्याच्या छातीवर निष्प्राण होऊन पडलं.

जॅझ थोडी दूर झाली. ''यू बास्टर्ड!'' तिनं भडकून हळूच म्हटलं आणि आपल्या हाताकडे बघितलं. तिच्या हातावरच्या बऱ्याचशा बोचकाऱ्यांमधून रक्त येत होतं. त्याला एक ठेवून द्यावी असं तिला क्षणभर वाटलं, पण तिनं स्वत:ला सावरलं. तो आधीच मेलेला होता. बेडवर पडलेली सिरिंज तिनं उचलून घेतली आणि मघाशी तोंडात धरलेलं पण नंतरच्या झटापटीत सुटून खाली पडलेलं सुईवरचं आवरण शोधण्यासाठी ती गुडघ्यांवर खाली बसली. पण आधीच वेळ कमी होता, त्यामुळे तिनं तो प्रयत्न लगेचच सोडून दिला आणि त्याऐवजी सिरिंजची सुई पूर्ण वाकवून तिनं ती रिकामी सिरिंज खिशात टाकली. मरायला टेकलेला रोगी एवढा प्रतिकार करू शकतो यावर तिचा विश्वासच बसत नव्हता. आतापर्यंतच्या एकाही केसमध्ये हा अनुभव तिला आलेला नव्हता.

आयव्हीच्या थेंबांचा वेग परत पहिल्यासारखा करून, स्टेथोस्कोप मानेभोवती टाकून जॅझ चटकन दाराशी गेली. केवळ नशीबानं स्टीव्हनचं किंचाळणं कोणी ऐकलेलं दिसत नव्हतं. कारण बाहेर सगळीकडे अगदी आधीसारखीच शांतता होती. तिनं पुन्हा कानोसा घेऊन खात्री करून घेतली. हातावरच्या जखमांना स्पर्श होणार नाही अशा बेतानं तिनं पुन्हा कोटाच्या बाह्या हळुवारपणे सारख्या केल्या, पुन्हा एकदा खोलीत डोकावून आपण काही विसरत नसल्याची खात्री करून घेतली आणि मग चटकन कॉरिडॉरमध्ये पाऊल ठेवलं.

मग मात्र मुळीच वेळ वाया न घालवता जॅझ पुन्हा त्या जड दाराशी आली आणि पलीकडच्या भागात येऊन ती दाराशी पाठ टेकून उभी राहिली. मघाच्या अनपेक्षित भानगडीमुळे ती नाही म्हटलं तरी हादरलेली होती, पण तिनं चटकन स्वत:ला सावरलं. आपण जरी कितीही काटेकोरपणे सगळी योजना आखली, तरी एखाद्या वेळी असं काही तरी व्हायचंच, तिनं स्वत:ची समजूत घातली. इथे जरा चांगला उजेड होता. तिनं हातावरच्या जखमा परत एकदा नीट बघितल्या. तिच्या हाताच्या बाहेरच्या पृष्ठभागावर तीन खोल जखमा होत्या आणि तिथून निघून मनगटाच्या दिशेनं जाणारे साधारण तीन इंच लांबीचे बोचकारे होते. त्यापैकी दोन जखमांमधून रक्त वर येत होतं. तिनं पुन्हा एकदा अविश्वासानं मान हलवली.

जॅझनं पुन्हा हातावरची बाही सारखी करून घड्याळात बघितलं. तीन-वीस. आणखी एक कामगिरी पार पाडायची बाकी होती. हीच वेळ योग्य आहे हे तिला पक्कं ठाऊक होतं, कारण रोवीनाची केस दिलेली नर्सही आपल्याबरोबरच लंचला गेलेली असेल हे तिला माहीत होतं. त्यामुळे ती आणखी दहा मिनिटं परत येण्याची शक्यता नव्हती. पण आता विचार करण्यात वेळ घालवून चालणार नव्हतं. झपाझप चालत जॅझ मुख्य लिफ्टपाशी आली आणि चटकन आपल्या मजल्यावर येऊन पोचली.

नर्सेस जिथे बसायच्या, त्या स्टेशनमध्ये फक्त शार्लोट बेकर ही एकटी होती. ती मदतनीस होती आणि ती नर्सच्या नोट लिहिण्यात गर्क होती. जॅझनं जवळच्या औषधांच्या खोलीकडे आणि शेजारच्या वेगवेगळ्या वस्तू ठेवण्याच्या खोलीकडेही पाहिलं. दोन्ही खोल्यांमध्ये कोणीही नव्हतं.

"आपल्या त्या महान लीडर बाई कुठे गेल्या?" जॅझनं कॉरिडॉरमध्ये कटाक्ष टाकत विचारलं. कॉरिडॉरही रिकामाच होता.

"मला वाटतं चॅपमन मॅडम ६०२ मध्ये गेल्या आहेत. कॅथेटर घालायला गेल्या आहेत." शार्लोटनं वर न बघताच उत्तर दिलं. "पण नक्की सांगणं कठीण आहे. गेली पंधरा मिनिटं मी एकटीच इथे बसलेय."

मान डोलावून जॅझनं ६०२ नंबरच्या रूमकडे कटाक्ष टाकला. ही खोली तिला हव्या असलेल्या ६१७ नंबरच्या विरुध्द दिशेला होती. यापेक्षा चांगली संधी मिळणं शक्य नाही, हे लक्षात आल्याबरोबर ती तिथून निघाली आणि शार्लोट आपल्याकडे बघत नाहीये असं पाहून सरळ रोवीनाच्या ६१७ नंबरच्या खोलीकडे चालू लागली. पुन्हा एकदा तिच्या हृदयाचे ठोके वाढले. पण यावेळी तिच्या उत्कंठेला चिंतेचीही जोड होती. स्टीव्हनचा तो प्रसंग झाल्याला अजून पुरती पंधरा मिनिटंही उलटलेली नव्हती. हातावरच्या जखमांना लागलेल्या थोड्याशा ठणक्यानं तिला पुन्हा एकदा जाणीव करून दिली, की सगळ्याच गोष्टी काही आपल्या हातात नसतात.

एका रोग्याला आपल्या दारासमोरून जॅझ चाललेली ओझरती दिसली. त्यानं तिला हाक मारली, पण तिनं तिकडे साफ दुर्लक्ष केलं. घड्याळाकडे एक कटाक्ष टाकून तिनं मनातल्या मनात हिशोब केला. रोवीनाला दिलेल्या नर्ससकट आणखी कोणीही परत येण्यापूर्वी आपल्याला अजून सहा मिनिटं वेळ मिळेल. पण अगदी लगेच काही कोणी परत येत नाही, त्यामुळे आणखी थोडा वेळ मिळू शकेल. एवढा वेळ खूप झाला!

गोल्डब्लॅट विंगचा राजेशाही थाट सोडला, तर इथेही स्टीव्हनच्या वेळेसारखीच परिस्थिती होती. खोलीत फक्त एका नाईट लँपचा जेमतेम प्रकाश होता. बाथरूमचं दार अर्धवट उघडं होतं, पण बाथरूममधले दिवे बंद होते. रोवीना सॉब्झिक गाढ झोपलेली होती. तिच्या दोन्ही पायांवर एक साधं हॅलस वॅल्गस रिपेअरचं ऑपरेशन झालेलं असल्यामुळे दोन्ही पायांवर बँडेज होतं. उताणी झोपून ती किंचित, मंदपणे घोरत होती. जॅझनं तिच्याकडे बघितलं. तिचं वय सव्वीस वर्षांचं होतं, पण वयाच्या मानानं ती बरीच लहान वाटत होती. तिचे काळेभोर अस्ताव्यस्त केस उशीवर पसरलेले होते.

जॅझनं आयव्हीच्या थेंबांचा वेग पूर्ण वाढवला; आणि रोवीनाच्या हातात आयव्हीची सुई घुसवलेल्या ठिकाणी सूज आलेली नाही ना, ते बघितलं. कुठेच सूज नव्हती. तिनं खिशातून सिरिंज काढून उजव्या हातात घेतली, मग डाव्या हातानं आयव्हीचं पोर्ट वर केलं आणि स्टीव्हनच्या वेळेसारखंच या वेळीही दातात धरून सुईचं आवरण काढलं. लगेच पोर्टमध्ये सुई घुसवून तिनं एक मोठा श्वास घेतला आणि चटकन, सहजपणे सिरिंजचा प्लंजर अंगठ्यानं दाबून ते द्रव आत सोडून दिलं.

रोवीनाची झोप क्षणात चाळवली आणि तिच्या शरीराची धडपड सुरू झाली. जॅझनं सिरिंज काढून घेतली आणि तेवढ्यात बाहेरच्या कॉरिडॉरमध्ये पावलं वाजली. तिला एकदम हा आवाज सुझान चॅपमनच्या कडक शूजचा असावा, अशी शंका आली. तिनं चटकन अर्धवट उघड्या दाराकडे बघितलं आणि लगेच रोवीनाकडे नजर वळवली. रोवीनानं आता आपला आयव्हीची सुई खोचलेला हात दुसऱ्या हातानं घट्ट पकडलेला होता आणि तिच्या तोंडातून घरघर येत होती.

गोंधळून जाऊन जॅझनं हातातली सिरिंज आणि सुई चटकन कोटाच्या खिशात टाकली आणि ती बेडपासून चार पावलं मागे सरकली. आपण असंच जाऊन बाथरूममध्ये लपावं असा विचार क्षणभर तिच्या मनात चमकून गेला. पण सुझाननं जर काही आवाज ऐकले असले, तर आपली आधीच नाजूक झालेली अवस्था आणखी बिघडायची, असं मनात म्हणून तो विचार तिनं रद्द केला. त्या ऐवजी ती सरळ दाराकडे निघाली.

तिला वाटलेली भीती सार्थ होती. खरोखरच तिची टक्कर त्याच क्षणी दारातून

आत येत असलेल्या सुझानशी झाली.

भडकल्यासारखं दाखवत सुझान एक पाऊल मागे सरकली आणि तिनं जॅझकडे रोखून बघितलं. मघासारखं याही वेळी तिच्या नजरेत आव्हान होतं. "तू इकडे आल्याचं शार्लोटनं सांगितलं मला. इथे काय करतेयस तू? ही पेशंट जूनच्याकडे दिलीय."

"मी कॉरिडॉरमधून जात होते, तेवढ्यात तिनं हाक मारली."

अजून दरवाजा अडवून ठेवण्याचा प्रयत्न करत असलेल्या जॅझच्या कडेच्या बाजूनं सुझाननं आत डोकावून बघण्याचा प्रयत्न केला. पण आतल्या अंधुक उजेडात तिला फारसं काही दिसलं नाही. "काय झालं?"

"मला वाटतं तिला स्वप्न वगैरे पडत असावं."

"ती बघ, ती काही तरी हालचाल करतेय. आणि त्या आयव्हीची तर धार लागलीय."

"खरंच?" जॅझनं म्हटलं. तेवढ्यात सुझान जवळजवळ तिला ढकलूनच खोलीत शिरली.

आत जाऊन सुझाननं आधी आयव्हीची धार कमी केली आणि वाकून रोवीनाकडे पाहिलं. "माय गॉड!" तिनं म्हटलं आणि ती झटकन जॅझकडे वळली. "दिवे लाव लवकर! एकदम सीरियस झालीय ही!"

जॅझ दिवे लावत असतानाच सुझाननं पेशंट अत्यंत गंभीर असल्याची सूचना देणारी बेल दाबली. नंतर तिनं लगबगीनं जॅझच्या मदतीनं बेडची दोन्ही बाजूची रेलिंग खाली घेतली. काही क्षणातच हॉस्पिटलच्या लाऊडस्पीकरवरून रोगी अतिगंभीर असल्याचं सांगण्यात आलं आणि इमर्जन्सी टीमच्या लोकांना ताबडतोब येण्याची सूचना करण्यात आली.

"तिची नाडी जेमतेम लागतेय!" सुझान चॅपमन ओरडली. तिनं आपली बोटं रोवीनाच्या गळ्याशी टेकवलेली होती, ती काढून घेत ती चटकन बेडवर वाकली. "आपण ताबडतोब कृत्रिम श्वासोच्छ्वास सुरू करू या. तू तिच्या छातीत तोंडानं श्वास सोड आणि मी तिची छाती दाबून हवा बाहेर काढते."

मोठ्या अनिच्छेनं जॅझनं दोन बोटांनी रोवीनाच्या नाकपुड्या बंद केल्या आणि आपलं तोंड तिच्या तोंडावर ठेवून आत हवा फुंकली. रोवीनाकडून अत्यल्प विरोध झाला. म्हणजे आता तिची शारीरिक ताकद जवळजवळ संपल्यात जमा आहे, हे जॅझनं ताडलं. या वेळी कृत्रिम श्वासोच्छ्वासानं तिला जिवंत करण्याचा प्रयत्नसुध्दा करणं किती व्यर्थ आहे, हे फक्त तिला एकटीला माहीत होतं.

शार्लोट आणि हॅरिएट नावाची आणखी एक नर्स आली आणि त्या दोघींनी भराभर एक ईकेजी लावून सुरू केला. सुझान रोवीनाची छाती जोरानं दाबत होती

आणि जॅझनं आपला हवा फुंकण्याचा देखावा सुरू ठेवलेला होता.

"ईकेजीवर काहीतरी हालचाल वाटतेय," हॅरिएटनं म्हटलं, "पण त्यात बरीच गडबड दिसतेय."

त्याच वेळी कृत्रिम श्वासोच्छ्वास देणारी तज्ज्ञ मंडळींची टीम तिथे येऊन पोचली आणि त्यांनी लगेच सगळी सूत्रं हातात घेतली. भराभर औषधं दिली गेली. एका डॉक्टरनं शुध्द रक्तवाहिनीतलं रक्त काढलं आणि रक्तातल्या वायूंचा तातडीचा रिपोर्ट घेण्यासाठी लॅबोरेटरीत पाठवून दिलं. हॅरिएटला जाणवलेली ईकेजीमधली 'गडबड' आता अचानकपणे दिसेनाशी झालेली होती. मुळात ईकेजीच एक सरळ रेषा दाखवू लागला, म्हटल्यावर या टीमचा उत्साह हळूहळू कमी होऊ लागला. रोवीनाकडून कशालाच काही प्रतिसाद मिळत नव्हता.

कृत्रिम श्वासोच्छ्वासाच्या तज्ज्ञांची धडपड अजून चालू असतानाच जॅझ खोलीतून बाहेर पडली. ती नर्सेसच्या बसण्याच्या स्टेशनपाशी गेली आणि शेजारच्या वेगवेगळ्या वस्तू ठेवण्याच्या खोलीत शिरली. खुर्चीवर बसून तिनं आपलं डोकं दोन्ही हातात खुपसलं. तिला सावरायला थोडी शांतता, थोडी फुरसत हवी होती. स्टीव्हन लुईसच्या बाबतीत अनपेक्षित धक्के बसल्यानं ती आधीच जरा हललेली होती आणि पाठोपाठ आता रोवीना सॉब्झिकच्या बाबतीतही तेच घडल्यावर तर ती मुळापासून हादरली होती. पहिल्या सगळ्या केसेस बिनबोभाट पार पडल्यावर लागोपाठ दोन केसेसमध्ये असं घडावं, हे तिच्या कल्पनेपलीकडचं होतं. आता पुढच्या वेळी हे करायचं धैर्य तरी होईल की नाही आपल्याला, शंकाच आहे, तिनं हताशपणे स्वत:शी म्हटलं.

डोळ्यांच्या कोपऱ्यातून जॅझला सुझान नर्सेसच्या स्टेशनपाशी आलेली दिसली. तिनं तिथे बसलेल्या नर्सला काय विचारलं हे जॅझला ऐकू गेलं नाही, पण नर्सनं आपल्याचकडे बोट दाखवलेलं मात्र तिला दिसलं. सुझानला आपल्याकडे यायला निघालेली बघून तिनं आणखी एका वादावादीला सामोरं जायची मानसिक तयारी सुरू केली.

आत येऊन सुझाननं दार बंद करून घेतलं. ती खुर्चीवर बसली, पण एक शब्दही न बोलता जॅझकडे रोखून बघत बसली.

तिच्या अशा नुसत्याच एकटक बघण्यानं जॅझ काहीशी अस्वस्थ झालेली होती. "अजून त्यांचे प्रयत्न चालू आहेत?" शेवटी तिनंच विचारलं. वादावादी व्हायचीच असेल तर ती एकदाची होऊन जाऊ देत.

"हो." एवढंच उत्तर देऊन सुझान पुन्हा गप्प झाली. म्हणून मग जॅझनं मनात म्हटलं, आता हिलाच बोलू देत. शेवटी थोड्या वेळानं सुझाननं तोंड उघडलं. "तू सॉब्झिकच्या रूममध्ये कशाला गेली होतीस, हे मला तुला परत एकदा विचारायचंय.

तिनं तुला हाक मारली असं तू मघाशी सांगितलंस. तेव्हा ती नेमकं काय बोलली?''

''ती काही तरी बोलली, पण ते शब्द मला नीटसे कळले नाहीत. मी फक्त तिचा आवाज ऐकला. म्हणून मग मी आत गेले.''

''तू बोललीस तिच्याशी?''

''नाही. ती झोपेत होती. त्यामुळे ती बहुतेक झोपेत बरळली असावी, असं वाटून मी सरळ मागे वळून बाहेर आले.''

''म्हणजे त्या आयव्हीची धार लागलेली होती ते तुला दिसलं नाही.''

''हो. मी आयव्हीकडे पाहिलंच नाही.''

''त्यावेळी तुला तिची तब्येत ठीक वाटली?''

''हो ना! म्हणून तर मी मागे वळून बाहेर येत होते, तेवढ्यात आपली टक्कर झाली.''

''तुझ्या हातावरचे ते ओरखडे कसले आहेत?''

जॅझ आतल्या टेबलावर कोपरं टेकवून बसलेली होती. त्यामुळे तिच्या बाह्या मागे सरकलेल्या होत्या आणि ते तीन ओरखडे आणि वाळलेलं रक्त उघडं पडलेलं होतं.

''ओहो, हे होय!'' जॅझनं सहज म्हटलं आणि टेबलावरून हात काढून घेऊन बाह्या सारख्या करून ते ओरखडे झाकून टाकले. ''गाडीतून बाहेर पडताना माझा हात घासला. ते किरकोळ आहे.''

''पण त्यातून रक्त येतंय.''

''काही विशेष नाही. अगदी साधे ओरखडे आहेत ते.''

सुझान पुन्हा गप्प होऊन तिच्याकडे रोखून बघत होती. या बाईला बहुतेक शाळेतला तो लहानपणचा रोखून बघत बसायचा खेळ खेळायची हौस आलेली दिसतेय, जॅझनं मनात म्हटलं. तीही सुझानच्या नजरेला नजर भिडवून एकटक बघत राहिली. मिनिटाभरानंतर जॅझला वाटलं, आता हे बस झालं. खुर्ची मागे ढकलून ती उठून उभी राहिली. ''चला, कामाला लागायला हवं.'' असं म्हणून ती सुझानला वळसा घालून दाराशी गेली आणि तिनं दार उघडलं.

''पण अजूनही मला तू त्या खोलीत गेलीस, ही गोष्ट खटकतेय. तिनं तुला बोलावल्यामुळे तू गेलीस असं तू म्हणतेस, हे मला अजून पटत नाहीये.'' खुर्चीत बसल्या बसल्या तिच्याकडे वळून बघत सुझाननं म्हटलं.

''मला तरी असं दिसतंय, की ज्या वेळी तिनं मला हाक मारली, तोच तिची तब्येत झपाट्यानं बिघडायला लागण्याचा क्षण होता. हा केवळ योगायोग होता. फक्त मी जेव्हा आत गेले, तेव्हा तिची तब्येत खालावायला लागल्याचं स्पष्ट दिसत नव्हतं. किंवा कदाचित मी आणखी नीट बघायला हवं होतं, असंही असू शकेल.

पण मला सांगा, त्या प्रसंगानं आधीच मला इतकं अपराध्यासारखं वाटतंय, त्यात आणखी भर घालायचा प्रयत्न करताय का तुम्ही?''

''नाही, तसं काही नाही.'' सुझाननं म्हटलं आणि नजर दुसरीकडे वळवली.

''मग तुम्ही मुद्दाम करताय की नाही कोण जाणे, पण तसं करणं छान जमलंय तुम्हाला.'' जॅझनं ताडकन म्हटलं आणि ती तिथून बाहेर पडली.

सुरुवातीला जॅझला वाटलं, की सुझानवरच उलट हल्ला चढवून आपण या प्रसंगातून आपली सुटका करून घेतलीय. पण जसजसा वेळ जात होता, तसतशी ती आणखी धास्तावत गेली. सुझान मागे उभी राहून आपल्याकडे जळजळीत नजरेनं पाहातेय, असा भास तिला अनेकदा होत होता. हळूहळू तिची रात्रपाळी संपत येत होती. सकाळच्या पाळीच्या नर्सेसनी रात्रपाळीच्या नर्सेसचे रिपोर्ट घेण्याची वेळ आली – त्यात अर्थात रोवीना सॉब्झिकची ती इमर्जन्सीही होती – तो पर्यंत जॅझची परिस्थिती भलतीच कठीण झालेली होती. सुझानला निश्चितपणे आपला संशय आलाय, अशी एव्हाना तिची पक्की समजूत झालेली होती. ''आता आणखी वादळं निर्माण होता कामा नयेत – चहाच्या कपातलीसुध्दा चालणार नाहीत.'' तिला मि. बॉबचा आवाज मनात ऐकू येत होता. वादळं कसली? या सुझाननं तर प्रचंड मोठा झंझावात निर्माण करून ठेवलाय इथे!

जॅझला सगळ्यांत मोठी धास्ती वाटत होती ती ही, की रिपोर्टिंग झाल्यावर सुझान घडलेली हकिगत सरळ त्या काळुंद्र्या जाड्या नर्सिंग सुपरवायझर बाईला– क्लॅरिस हॅमिल्टनला जाऊन सांगेल. तसं जर झालं, तर मग सगळ्याची पार वाट लागेल. आणि मग आपल्याला मि. बॉबनं दिलेल्या त्या खास फोन नंबरवर फोन करावा लागेल. अर्थात, मि. बॉब तरी काय करणार हा प्रश्नच आहे म्हणा!

रिपोर्टिंग झाल्यावर जॅझ चार्टवर काही तरी लिहिण्याचं नाटक करत जागेवरच बसून राहिली. आणखी पाच मिनिटं सुझान त्या दिवसपाळीच्या मुख्य नर्सशी बोलत होती. जॅझला तिचं सगळं बोलणं ऐकू येत होतं. पण नशिबानं सुझाननं जॅझबद्दल, एक अक्षरही काढलं नाही. बोलून संपल्यावर सुझाननं कोट उचलला आणि जूनबरोबर गप्पा मारत ती लिफ्टकडे निघून गेली. त्याबरोबर जॅझही उठली आणि तिनं आपला कोट घेतला. जाता जाता हळूच ती त्या वस्तू ठेवण्याच्या रूममध्ये शिरली आणि एका खोक्यातून लॅटेक्सच्या हातमोज्यांची एक जोडी खिशात टाकून ती चटकन बाहेर पडली.

सकाळ होत होती, दिवसपाळीचे लोक येत होते, रात्रपाळीचे लोक जात होते. त्यामुळे लिफ्ट जिथे होत्या, त्या भागात गर्दी होती. जॅझ मुद्दामच गर्दीच्या बाहेरच्या बाजूला, शक्यतो सुझान आणि जूनपासून दूर राहात होती. लिफ्ट आल्यावरही ती गडबडीनं आधी आत शिरून एकदम मागच्या बाजूला जाऊन उभी राहिली. दारापाशी

उभ्या राहिलेल्या सुझानचा तो केसांचा विनोदी बुचडा तिला दिसत होता.

दुसऱ्या मजल्यावर लिफ्ट थांबल्याबरोबर जॅझ ढकलाढकली करत पुढे आली आणि लिफ्टमधून बाहेर पडली. पाठोपाठ आणखी पाच-सहा नर्सेस होत्या. त्यात सुझानही होती. आपल्यासारखीच तीही स्वत:च्या गाडीनं कामाला येते, हे जॅझला माहीत होतं. ती थोडीशी पुढे जाऊन थांबली. खुराड्यातून सुटलेल्या कोंबड्यांसारखा कलकलाट करत सुझान आणि बाकीच्या नर्सेस मुख्य इमारतीला पार्किंगशी जोडणाऱ्या पुलाच्या दाराकडे चालत निघाल्या. जॅझ थोडं अंतर राखून त्यांच्या घोळक्यापाठोपाठ चालत होती. चालता चालता तिनं ते लॅटेक्सचे हातमोजे चढवले.

पार्किंगमध्ये आल्याबरोबर सगळ्याजणी आपापल्या गाडीकडे निघाल्या. त्यासरशी जॅझनं आपला चालण्याचा वेग वाढवला. तिचे दोन्ही हात कोटाच्या खिशात होते आणि उजव्या हातात तिनं आपलं खिशातलं पिस्तूल धरलेलं होतं. तिनं झपाट्यानं आपण आणि सुझानमधलं अंतर कमी केलं आणि नेमकं ज्या क्षणी सुझान तिच्या फोर्ड एक्सप्लोरर गाडीत ड्रायव्हरच्या सीटवर बसू लागली, त्याच वेळी जॅझ तिच्या शेजारच्या जागेचं दार उघडून आत येऊन बसली.

जॅझनं ही हालचाल अत्यंत उत्कृष्टपणे केलेली होती. जणू सुझान ड्रायव्हरच्या सीटवर बसत होती, तेव्हा ती आधीच शेजारच्या सीटवर येऊन बसलेली होती. त्या क्षणी सुझानच्या चेहऱ्यावर जे काही भाव उमटले, ते इतर एखाद्या वेळी एखाद्या फार्समध्ये शोभले असते. पण अडचण अशी होती, की या क्षणी जॅझ हसण्याच्या मन:स्थितीतच नव्हती.

''हे काय चाललंय?'' जबर धक्का बसलेल्या सुझाननं विचारलं.

''मी विचार केला, की तुमच्याशी जरा खासगीत बोलावं, तुमचे काही गैरसमज असले तर ते दूर करावेत.'' जॅझनं म्हटलं. अजून तिचे दोन्ही हात कोटाच्या खिशातच होते. फक्त ती टेकून पण ताठ बसलेली होती.

''तुझ्याशी कशाला बोलायचं? तुझ्याशी बोलण्यासारखं आहेच काय माझ्याकडे?'' सुझाननं तुटक स्वरात म्हटलं आणि चावी इग्निशनमध्ये घालून गाडीचं इंजिन सुरू केलं. ''आता नीघ इथून. मला घरी जाऊ दे.''

''नाही कसं? पुष्कळ गोष्टी आहेत बोलायला. रात्रभर तुम्ही माझ्यावर डूख धरून आहात, ते कशाबद्दल, ते हवंय मला.''

''हो, कारण तू वागतेसच विचित्र.''

जॅझ उपहासानं हसली. ''हे तुम्ही बोलताय म्हणजे विनोदच आहे!''

''हे बघ. पाहिलंस? या तुझ्या अशा वागण्यामुळेच लोकांना तू आवडत नाहीस.'' सुझाननं लगेच म्हटलं. ''आणि खरं सांगायचं तर मला तुझ्याबद्दल कधी विश्वासच वाटत नाही. मुळात तू नर्सिंगसारख्या व्यवसायात का आलीस, तेच

कळत नाही मला. तुझं कोणाशी पटत नाही, तुझ्या जिभेला काही हाड नाही. तुझ्यामध्ये रोग्याबद्दल किंवा कुणाबद्दलही साधी आस्थासुध्दा मला कधी दिसलेली नाही, मग माया, सहृदयता फार दूर राहिल्या. रोज मला सगळ्यांत सोप्या केसेस शोधून द्याव्या लागतात तुला.''

''हॅं! बुलशिट्!'' जॅझनं जोरात म्हटलं. ''उलट मला सगळ्यांत घाणेरड्या केसेस देता तुम्ही.''

काही क्षण सुझाननं तिच्याकडे रोखून पाहिलं. ''जाऊ दे. मला वाद घालत बसायची इच्छा नाही. आणि आता जर तू गाडीतून बाहेर पडली नाहीस, तर मी सिक्युरिटीला बोलावणार आहे.''

''पण तुम्ही रात्रभर माझ्याकडे संशयानं का बघताय ते नाही सांगितलंत अजून. रोवीना सॉब्झिकच्या बाबतीत जे काही घडलं, त्यामुळे तुम्ही असं वागताय का, माझ्याशी?''

''हो. चांगला जवळचा संबंध आहे माझ्या वागण्याचा त्या घटनेशी. कारण तू त्या खोलीतून बाहेर आलीस हा मला योगायोग वाटत नाही – विशेषत: ती तुझी केस नसताना तर मुळीच नाही. आणि नेमकी हीच गोष्ट सीन मॅकगिलिनच्या केसच्या बाबतीतही झाली होती असं मला आठवतंय. तोही तुझा पेशंट नव्हता. पण तुझ्याशी या बाबतीत बोलणं हे माझं काम नव्हे. नर्सिंग सुपरवायझर क्लॅरिस हॅमिल्टनचं ते काम आहे आणि लवकरच ती तुझ्याशी बोलेल.''

''असं?'' जॅझनं तुच्छतेनं म्हटलं आणि खिशातून पिस्तूल काढून तिच्यावर रोखलं.

सुझाननं पिस्तूल पाहून उजवा हात वर करायला सुरुवात केली, तेवढ्यात जॅझनं तिच्या छातीत सरळ दोन गोळ्या मारल्या. सुझान तशीच कडेच्या दाराशी जाऊन निपचित पडली. तिचा गाल खिडकीच्या काचेशी टेकलेला राहिला.

सायलेन्सर लावलेला होता, तरीही गोळ्यांचे आवाज त्या बंद गाडीत चांगलेच मोठ्यानं आले. रिकाम्या हातानं तिनं धूर बाजूला सारला. मागे वळून तिनं गाडीच्या मागच्या काचेतून बाहेर पाहिलं. एकामागून एक गाड्या पार्किंगमध्ये येत होत्या, पण दुसऱ्या मजल्यावर जागा शिल्लक नसल्यामुळे त्या वर जात होत्या. काही गाड्या बाहेरही जात होत्या. एवढ्या गोंधळात आणि गोंगाटात आपल्या पिस्तुलाचे आवाज कोणालाही ऐकू गेलेले असणं शक्य नाही, तिनं मनात म्हटलं. तिनं पिस्तूल परत खिशात ठेवून दिलं.

हात लांब करून तिनं सुझानच्या बुचड्याला धरून तिला सरळ बसतं केलं. फक्त तिचं डोकं तिनं पुढे झुकू दिलं. बिनडोक बाई! जॅझनं मनात म्हणत सुझानचे हात स्टिअरिंग व्हीलवर आणून ठेवले आणि गाडीचं इंजिन बंद केलं.

नंतर तिनं सुझानची पर्स उघडून आतले पाकिटातले सगळे पैसे आणि क्रेडिट कार्ड काढून घेतली. तिनं क्रेडिट कार्ड आणि रिकामं पाकीट गाडीत खाली टाकून दिलं. म्हणजे आता तिच्यावर चोरी करण्याच्या उद्देशानं हल्ला झाला आणि त्यात ती मेली, असं वाटायला हरकत नाही, तिनं मनात म्हटलं. पुन्हा मागे वळून तिनं मागच्या काचेतून त्या पुलाकडे नजर टाकली. तेवढ्यात नर्सेसचा एक घोळका पुलावरून पार्किंगमध्ये आला आणि सगळ्याजणी एकमेकींचा निरोप घेत आपापल्या गाड्यांच्या दिशेनं पांगल्या. त्या नजरेआड होईपर्यंत जॅझ तशीच खाली वाकून जागेवर बसून राहिली.

जरा वेळानं पुन्हा ताठ बसत आपली हमर कुठाय ते तिनं पाहिलं. ती तिथून फक्त दोन गाड्या सोडून लावलेली होती.

कोणी दिसत नाही ना, हे एकवार चटकन पाहून घेऊन जॅझ गाडीतून बाहेर पडली आणि झपाझप चालत शेजारच्या गाडीला पुढून वळसा मारून तिथून लांब गेली.

आपल्या गाडीत बसून तिनं हातातले हातमोजे काढून टाकून ते खिशात ठेवून दिले. गाडी सुरू करून तिनं ती मागे घेतली आणि बाहेर जाण्याच्या दाराच्या दिशेनं जायला सुरुवात केली. सुझानच्या गाडीच्या मागच्या बाजूनं जात असताना तिनं त्या गाडीत डोकावून पाहिलं. सुझान जणू रात्रपाळीच्या जागरणानंतर गाडीत बसून डुलकी घेत असल्यासारखी वाटत होती. झकास! जॅझनं स्वतःशी मान डोलावली.

बाहेर येऊन रहदारीच्या प्रवाहात सामील झाल्यावर जॅझनं एक मोठा थोरला मोकळा श्वास घेतला. आपण केवढ्या प्रचंड तणावाखाली होतो, हे आता कुठे तिला जाणवलं. भयंकर त्रास झाला या वेळी, पण आपणही कुठे कमी पडलो नाही. या भानगडीत आपण दहा हजार तर मिळवलेच, शिवाय पायात सलू बघणारा एक काटाही दूर केला. 'ऑपरेशन विनो' यापुढेही बिनबोभाट चालू राहील!

नऊ

सकाळच्या अंधुक उजेडात लॉरीच्या त्या जुनाट, किल्लीच्या गजराच्या घड्याळानं ठणठणाट सुरू केला. डोळेही न उघडता तिनं हात लांब करून त्याला गप्प केलं. बिछान्याच्या उबेत ती पुन्हा गुरफटून निजली आणि शहारली – पण थंडीमुळे नव्हे, तर मळमळत असल्याच्या जाणीवेमुळे. आपोआपच तिनं डोळे उघडले. कालही सकाळी असंच मळमळल्याचं तिला आठवलं. पण त्यावेळी तिला वाटलं होतं, की आदल्या रात्री रॉजरबरोबर घेतलेल्या स्कॅलॉप्समुळे आपल्याला मळमळलं असेल. तिला स्कॅलॉप्स मनापासून आवडायचे, पण पूर्वीही एकदोनदा तिला त्यामुळे दुसऱ्या दिवशी सकाळी मळमळलं होतं. तरी नशिबानं काल सकाळी तिचं मळमळणं जवळजवळ लगेच थांबलं होतं.

लॉरी उठून बसली आणि पुन्हा शहारली. शेजारच्या ग्लासातल्या पाण्याचे दोन घोट घेतल्यावर तिला जरा बरं वाटलं. पण काल तर आपण स्कॅलॉप्स खाल्ले नव्हते. उलट काल सकाळी मळमळल्याचं आपल्या लक्षात होतं, त्यामुळे आपण फारसं तिखट किंवा मसालेदार नसलेलं चिकन घेतलं होतं. मग आत्ता असं का व्हावं?

गळ्याशी पांघरूण घेऊन बसून राहिलेल्या लॉरीला तेवढ्यात आणखी एक गोष्ट जाणवली. पोटाच्या उजवीकडच्या खालच्या भागात तिला थोडीशी गडबड वाटली. पण ती ज्याला पोट दुखणं म्हणता येईल एवढी जोराचीही नव्हती. तिनं हातानं त्या भागात जरासं दाबून बघितलं, पण त्यानं तिची ती अस्वस्थपणाची भावना वाढलीही नाही आणि कमीही झाली नाही.

पांघरूण दूर करून ती उठली आणि अंगात गाऊन घालून, पायात स्लिपर्स

सरकवून बाथरूमकडे निघाली. आता मात्र पोटात अगदी बारीकसं दुखू लागल्याचं तिच्या लक्षात आलं.

एक डॉक्टर या नात्यानं आपोआपच तिच्या मनात या दुखण्याबद्दल विचार सुरू झाला. ही अपेंडिसायटिसची सुरुवात असू शकते, पण पोटाच्या खालच्या भागात उजव्या बाजूला दुखण्याची अनेक कारणं असू शकतात, कधी कधी त्याचं निदान करणंसुध्दा कठीण असतं, या सगळ्याची कल्पना तिला होती. वैद्यकीय शिक्षण घेत असताना तिला उगाचच, अर्धवट माहिती असतानाही आपल्याला ही व्याधी जडलेली असावी, तो रोग झालेला असावा अशा शंका यायच्या. तिला त्या वेळचा एक गमतीशीर प्रसंग आठवला. सकाळी उठल्यावर एक दिवस डोकं दुखत होतं आपलं आणि त्या वेळी आपल्याला हायपर टेन्शन झाल्याची शंका आली होती – का, तर केवळ आदल्या रात्री झोपताना आपण हायपर टेन्शनची लक्षणं वाचत होतो म्हणून! त्या आठवणीनं तिला आताही हसू आलं. आणि त्यावेळीसुध्दा आंघोळ करून बाहेर आल्याबरोबर तिची डोकेदुखी तिच्या नकळत नाहीशी झाली होती.

लॉरीला भूक लागलेली नव्हती, तरीपण तिनं बळेच एक टोस्ट खाल्ला. तो व्यवस्थित पोटात गेलाय म्हटल्यावर तिनं एक सफरचंद खाल्लं. पोटात काही गेलं, की आपोआपच आपलं दुखणं कमी होईल याची तिला कल्पना होती. आणि तसंच झालं. ओसीएमईला जायची तयारी होईपर्यंत ती जवळजवळ आपली पोटदुखी विसरूनही गेलेली होती.

दार बंद करून बाहेर पडल्याबरोबर लॉरीला समोरच्या फ्लॅटचं दार किलकिलं करून नेहमीप्रमाणे आपल्याचकडे बघत असलेल्या मिसेस एंग्लर दिसल्या. त्यांच्या डोळ्यांवर तर अजून झोपही दिसत होती. पण या वेळी त्या चक्क तिच्याशी बोलल्या – छत्री घेऊन जा, म्हणाल्या.

बाहेर आकाशात मळभ आलेलं असलं, तरी अजून पावसाला सुरुवात झालेली नव्हती. लॉरी फर्स्ट ॲव्हेन्यूवरून चालत निघाली. एवढ्या सकाळीसुध्दा रस्त्यावर भरपूर रहदारी होती, पण तिचं तिकडे लक्ष नव्हतं. आपल्याला मघाशी जे मळमळलं, ते मनोकायिक स्वरूपाचं असेल का, आपल्या मनावरच्या ताणामुळे आपल्याला मळमळलं असेल का, असा ती चालता चालता विचार करत होती. पण समजा तसं असलं, तरी त्यात नवीन काय आहे? आपलं व्यावसायिक जीवन जसं व्यवस्थित चाललंय, तसं आपलं सामाजिक जीवन कुठे व्यवस्थित चाललंय? त्या बाबतीत गेल्या कित्येक वर्षांत आपल्या आयुष्यात एकसारख्या कटकटीच तर चाललेल्या आहेत.

रॉजरबरोबरच्या तिच्या प्रेमप्रकरणात अचानकपणे एक अडचण आलेली होती. गेला महिना-सव्वा महिना त्यांच्या आठवड्यातून दोन-तीन भेटी होत होत्या, शिवाय

प्रत्येक वीकएंडलाही होत होत्या. सध्याची अडचण काही अगदी दूर करता येणारच नाही, अशातला काही भाग नव्हता, पण लॉरीला ती मनातून काहीशी अस्वस्थ मात्र करत होती. रॉजरशी मैत्री करायच्या आधीच आपण स्वत:ला बजावून सांगितलं होतं, की तारुण्यसुलभ आकर्षणातून निर्माण झालेले प्रेमसंबंध – मग ते कुठल्याही वयात का निर्माण झालेले असेनात – बहुतेक वेळा काळाच्या कसोटीवर टिकत नाहीत, ही गोष्ट आता तिला प्रकर्षानं आठवत होती. अडचण मुळात अशी होती, की दोन-तीन दिवसांपूर्वीच लॉरीला समजलेलं होतं, की रॉजर विवाहित आहे. ही गोष्ट लॉरीपुढे कबूल करायला त्याला भरपूर वेळा संधी मिळालेली होती, पण का कोण जाणे, हे त्यानं तिला सांगितलंच नव्हतं. शेवटी लॉरीनं मोठ्या नाईलाजानं त्याच्या तोंडावर प्रश्न विचारून ही गोष्ट त्याच्याकडून वदवून घेतली होती. थायलंडमध्ये असताना त्यानं एका थाई मुलीशी लग्न केलेलं होतं आणि त्यानंतर त्यानं तिच्याशी घटस्फोटच घेतला नव्हता. आता मात्र आपण घटस्फोटासाठी प्रयत्न करत असल्याचं त्यानं सांगितलं होतं. पण लॉरीला त्याहीपेक्षा जास्त अस्वस्थ करून सोडणारी गोष्ट अशी होती, की त्याला त्या मुलीपासून काही मुलंही झालेली होती.

ही जी मुलगी होती, ती एका वजनदार, सधन घराण्यातली होती आणि रॉजरची आफ्रिकेला बदली झाल्यावर मुलांना वाऱ्यावर सोडून ती माहेरी परत गेली होती. हे समजल्यावर लॉरीच्या मनातला राग काहीसा कमी झाला होता. पण मुळात रॉजरनं ही माहिती आपल्यापासून लपवून ठेवली, हीच गोष्ट लॉरीला जास्त खटकत होती. अशा आणखी किती गोष्टी त्यानं लपवलेल्या असतील, आपल्याला वाटला होता तसा हा माणूस नाही की काय, वगैरे शंका स्वाभाविकपणे तिच्या मनात येत होत्या. त्यातच भर पडली होती, ती एकूणच त्यांच्या प्रेमप्रकरणाच्या वादळी वेगाची आणि शारीरिक संभोगाबद्दल रॉजरच्या एकसारख्या चाललेल्या आग्रहाची. शिवाय आता जॅकचं नेमकं काय करायचं, याबद्दल तिच्या मनात अजून गोंधळ होता, तो वेगळाच.

काल रात्री लॉरी आपल्या घरी या सगळ्या गोष्टींचा खिन्नपणे विचार करत बसलेली होती आणि त्यावेळी अचानक तिला जणू साक्षात्कार झाला होता. काही नाही, आपल्या मम्मी-डॅडींप्रमाणे आपणही ज्या गोष्टींबद्दल आपल्याला बोलायची किंवा विचारही करायची इच्छा नसते, त्या गोष्टी जाणूनबुजून दाबून टाकतो, त्यांच्याकडे दुर्लक्ष करतो, हे मान्यच केलं पाहिजे. आपल्या मम्मी आणि डॅडींमध्ये हा दोष आहेच. हे आपल्याला फार पूर्वीपासून माहितय. मम्मीनं तर तिच्या स्तनाच्या कॅन्सरबद्दलसुध्दा हेच केलं होतं. त्या दोघांमधला हा दोष आपल्याला कधीच आवडला नव्हता, पण आपण त्याच नजरेनं स्वत:कडे मात्र याच्या आधी कधीच पाहिलं नव्हतं. रॉजर विवाहित आहे की अविवाहित, या गोष्टीची सदैव आपल्या मनात शंका होती आणि तरीही आपण जाणूनबुजून, अगदी निग्रहानं तिकडे दुर्लक्ष

केलं होतं. याचं खरं कारण असं, की तो विवाहित आहे या गोष्टीवर आपल्याला विश्वास ठेवायचाच नव्हता!

लॉरी चालत एव्हाना थर्टीएथ स्ट्रीटच्या कोपऱ्यावर येऊन पोचलेली होती. इथे तिला फर्स्ट अॅव्हेन्यू ओलांडायचा होता. चौकातला सिग्नल बदलण्याची वाट बघत ती उभी होती. त्या वेळी तिच्या मनात जॅकबरोबरच्या बिघडलेल्या संबंधांचे विचार घोळू लागले. अचानक, काल रात्री समजलेल्या स्वत:तल्या दोषाच्या पार्श्वभूमीवर जॅकबरोबरचे संबंध अधिक स्वच्छपणे तिच्या नजरेसमोर उभे राहिले. लग्न आणि मुलं या गोष्टींबद्दल तो कोणताच ठाम निर्णय घेत नाही म्हणून आपण त्याला दोषी धरतोय खरं, पण आता मात्र त्याला आपणही काही प्रमाणात दोषी आहोत, हे मान्य करावं लागेल. आपण तरी कुठे या बाबतीत त्याला सारखं टोकत राहिलो? उलट या विषयावर आपण वरचेवर चर्चा करत राहू असं तो म्हणत होता, तेही आपण अव्हेरलं. तो स्वत:हून एक पाऊल पुढे येत होता, तसं आपणही पुढे जायला हवं होतं. पण आता जॅकला हे सगळं कसं सांगायचं? आपण तर रॉजरशी दोस्ती झाल्यापासून त्याच्याशी फारसं बोललेलोही नाही – निदान एक चांगला मित्र म्हणून तर नाहीच.

चौक ओलांडून ओसीएमईच्या पायऱ्या चढतानाही लॉरी विचार करत होती, की रॉजरशी दोस्ती केल्यामुळे आता उलट आपल्या परिस्थितीतली गुंतागुंत वाढलीये. आधी आपल्याला फक्त जॅकच्या बाबतीत कटकटी होत्या, आता त्याच्या जोडीला रॉजरच्याही बाबतीत कटकटी निर्माण होतायत. आपल्याला दोघंही जरी आवडत असले, तरी आपलं खरं प्रेम आहे ते जॅकवर आणि त्याच्या स्पष्टवक्तेपणावर. आपण रॉजरशी मैत्री करण्यामागचं एक कारण असं होतं, की आपल्याला जॅकच्या मनात असूया उत्पन्न व्हायला हवी होती – हा आपला आणखी एक मूर्खपणा! आणि परिणामी उलट आपल्याच डोक्याचा त्रास आणखी वाढला. याचं एक कारण म्हणजे, रॉजरमध्ये आपण आपल्याला वाटलं होतं त्यापेक्षा जास्त गुंतत गेलो आणि दुसरं कारण असं, की जॅकला जळवण्याचा आपला उद्देश नको इतका यशस्वी झालाय!

रॉजरशी गाठ पडण्यापूर्वी लॉरीची समजूत वेगळी होती. आपल्यावर जॅकचं प्रेम आहे असं जरी तिला वाटत असलं, तरी लग्न आणि मुलांबद्दल कोणताही निश्चित निर्णय तो घेत नसल्यामुळे तिला वाटत होतं, की आपलं त्याच्यावर जेवढं प्रेम आहे, तेवढं काही त्याचं आपल्यावर नाही आपण जेवढं महत्त्व त्याच्याबरोबरच्या संबंधांना देतो, तेवढं तो देत नाही. त्यामुळे तिची खात्री झालेली होती, की हा काही बदलणार नाही आणि कोणाबद्दल असूया किंवा हेवा वाटणं तर त्याच्या स्वभावातच नाही.

पण त्याच्या आता बदललेल्या वर्तनामुळे मात्र तिचं मत बदललेलं होतं.

हळूहळू त्या दोघांमधल्या आपसातल्या वागणुकीचा आणि बोलण्याचा सूर बेसूर होत गेलेला होता. पहिल्यांदा ती जेव्हा परत आपल्या अपार्टमेंटमध्ये राहायला गेली होती, तेव्हा त्याचं बोलणं वरवरचं, पण उपहासगर्भ असं होतं. रॉजरबरोबर तिनं हिंडायला सुरुवात केल्यानंतर त्याचं बोलणं-वागणं आणखी त्रासदायक झालं होतं. साधारण महिन्याभरापूर्वी जॅकनं तिला आपल्याबरोबर डिनरला येण्याबद्दल विचारलं होतं, तेव्हा तिनं आपण आधीच रॉजरबरोबर सिंफनीच्या कार्यक्रमाला जाण्याचं कबूल केल्याचं त्याला सांगितलं होतं. त्या वेळी जॅकनं फक्त 'ओके, मजा कर, खूष रहा' एवढंच म्हटलं होतं. त्यानं 'परत कधी तरी जाऊ', असंही म्हटलं नव्हतं – जणू आता त्याला तिच्याशी साधी मैत्रीही नको असल्यासारखं.

रिसेप्शनिस्ट मार्लीनकडे बघून हात हलवून लॉरी आयडी रूममध्ये शिरली. तिला हसूच आलं. आता या दोघांबद्दलचा विचार करणं पुरे, तिनं स्वतःला बजावलं. हे सगळं प्रकरणच एखाद्या टीव्ही सीरियलमध्ये शोभेल असं व्हायला लागलंय. आपली किंवा इतर कुणाची वागणूक बदलणं, हे वाटतं तितकं सोपं काम नाही.

आयडी रूममधल्या एका खुर्चीवर आपला कोट लॉरीनं ठेवला, त्यावर छत्री ठेवली आणि ती सरळ कॉफी घ्यायला गेली. कोणाला कोणती केस द्यायची हे ठरवण्याची आज चेटची पाळी होती आणि तो पुढ्यात फाईलींचा एक गठ्ठा घेऊन त्या कामात गढून गेलेला दिसत होता.

कॉफी ढवळता ढवळता लॉरीनं घड्याळात बघितलं. अजून आठ वाजायचे होते, पण ती जॅकबरोबर जितक्या लवकर यायची, त्या मानानं तिला उशीरच झालेला होता. रोजच्याप्रमाणे तिला विनी पेपर वाचताना दिसत नव्हता. म्हणजे तो आधीच जॅकबरोबर खाली गेला असणार, हे तिनं ताडलं. पलीकडच्या कम्युनिकेशन रूममधल्या पोरींची अर्धवट ऐकू येणारी बडबड सोडली, तर बाकी सगळीकडे शांतता होती. लॉरी शांतपणे कॉफी घेत बसली.

"जॅक आधीच खाली गेलाय का?" तिनं कॉफीचा घोट घेत विचारलं.

"हो." चेट मान वर न करताच उत्तरला. अचानक त्यानं तिचा आवाज ओळखून पटकन वर बघितलं. "लॉरी! बरं झालं तू आलीस. तू आधी जॅनिसला जाऊन भेट. ती दोनदा तुझी चौकशी करून गेलीय."

"काय झालं? मॅनहटन जनरलमधून आणखी एखादी केस आलीय का?" लॉरीनं एकदम उत्साहानं विचारलं. आणखी अशीच एखादी केस आली, तर आठवणीनं मला सांग, असं तिनं जॅनिसला सांगून ठेवलं होतं. तसं जर झालं तर आपल्याला या दोघांबद्दल विचार करायला फारसा वेळच मिळणार नाही, असा तिनं विचार केला होता. तिनं केलेल्या मॅकगिलिन आणि मॉर्गन या दोन्ही केसेस अजून तिनं हॉस्पिटलबाहेर सोडलेल्या नव्हत्या. पण त्याआधी झालेल्या दोन केसेस मात्र,

त्यांच्या मृत्यूचं कारण नैसर्गिक असल्याचं सांगून केव्हिन आणि जॉर्जनं बाहेर सोडल्या होत्या. त्यांच्या या निष्कर्षाला लॉरीनं अर्थातच विरोध केलेला होता.

''नाही. मॅनहटन जनरलमधून एक केस आलेली नाही,'' चेटनं खोडकर हसत म्हटलं, पण त्याचं ते हसू लॉरीच्या लक्षातच आलं नाही. तिचे खांदे पडले. ''दोन केसेस आल्या आहेत.'' चेटनं अर्धवट सोडलेलं वाक्य पूर्ण केलं आणि शेजारी वेगळ्या ठेवलेल्या दोन फाईलींकडे हात केला. ''आणि या दोन्हीची पोस्ट मॉर्टेम करावी लागणार आहे.'' त्यानं हळूच ते फोल्डर्स हातानं पुढे सरकवले.

लॉरीनं चटकन ते उचलून वरची नावं वाचली. रोवीना सॉब्झिक आणि स्टीव्हन लुईस. तिनं त्यांची वयं बघितली – सव्वीस आणि बत्तीस. ''दोन्ही केसेस मॅनहटन जनरलमधूनच आल्या आहेत?'' तिनं खात्री करून घेण्यासाठी पुन्हा विचारलं.

चेटनं मान डोलावली.

लॉरी जाम खूष झाली. चार नाही, सहा खून झालेत म्हणायचे! ''या दोन्ही केसेस मला पाहिजेत.'' तिनं चटकन म्हटलं.

''घेऊन जा.''

एक शब्दही आणखी न बोलता लॉरीनं कोट आणि छत्री उचलून घेतली. दोन्ही फाईली काखेत ठेवून, हातातला कॉफीचा कप सांभाळत ती चटकन निघाली. तिची उत्सुकता आता कमालीची ताणली गेलेली होती. एवढे दिवस मी म्हणत होते की तिकडे मॅनहटन जनरलमध्ये खुनांचं सत्र चाललंय, पण एक रॉजर सोडला तर मला प्रत्येकानं उडवून लावलं. माझ्याही हातात सबळ पुरावा नव्हता. जॅकनं तर त्या गोष्टीवरून माझी चेष्टा करून जीव नकोसा केला होता. त्या सू नं सुध्दा माझं म्हणणं हळुवारपणे का होईना, पण झटकूनच टाकलं – मी आमच्या हॉस्पिटलमध्ये आडून आडून चौकश्या केल्या, पण तसं काही असल्याचं वाटत नाही, म्हणे! तरी नशीबानं केल्व्हिननं काही हा विषय परत काढला नाही. आणि रेवानंही नाही.

मधल्या काळात त्या चारही केसेसचे चार्ट मॅनहटन जनरल हॉस्पिटलमधून आले होते आणि त्यावरून लॉरीनं आपलं टेबलही पूर्ण केलं होतं. पण त्यातून तिच्या हाती काहीच लागलं नव्हतं. किंबहुना, त्या केसेसचा कोणत्याच बाबतीत एकमेकीशी संबंध नव्हता. प्रत्येक केसमध्ये वेगळा सर्जन होता, वेगळा ॲनेस्थेटिस्ट होता, ॲनेस्थेशियासाठी वापरलेली औषधं वेगळी होती ऑपरेशनपूर्वी आणि नंतर दिलेली औषधं संपूर्णपणे वेगळी होती आणि हॉस्पिटलमधली ठिकाणंही वेगळी होती. सगळ्यांत वाईट म्हणजे, चारही केसेसमध्ये पीटरनं टॉक्सिकॉलॉजीच्या तपासणीत प्रयत्नांची शर्थ करूनही रिपोर्ट्समध्ये काहीही निष्पन्न झालं नव्हतं. त्यामुळे लॉरीच्या म्हणण्यावर कोणी विश्वास ठेवायलाच तयार नव्हतं. शिवाय डार्लीन मॉर्गननंतर आतापर्यंत अशी एकही केस झालेली नव्हती. एवढ्या प्रचंड, कायम गजबजलेल्या हॉस्पिटलमध्ये

अधूनमधून अशा केसेस व्हायच्याच, असाच सूर प्रत्येकानं लावला होता.

लॉरीनं फोरेन्सिक इन्व्हेस्टिगेटरच्या ऑफिसात पाय ठेवला, तेवढ्यात कामात गढलेल्या बार्टनं मान वर केली. ''अगदी वेळेवर आलीस.'' असं म्हणून त्यानं पाठीमागे कोपऱ्यात बसलेल्या जॅनिसकडे निर्देश केला. जॅनिस अगदी निघण्याच्याच तयारीत होती.

''डॉक्टर माँटगोमेरी,'' तिनं म्हटलं. ''मला वाटलं आता आपली भेट होते की नाही. मी प्रचंड थकलेय. आता फक्त झोप काढायचीय मला.'' अंगात घातलेला कोट काढून खुर्चीच्या पाठीवर टाकून ती धपकन खाली बसली.

''सॉरी, तुला माझी वाट बघत बसावं लागलं,'' लॉरीनं म्हटलं.

''ते जाऊ दे. त्यात काही विशेष नाही.'' जॅनिसनं थकलेलं हसू चेहऱ्यावर आणत म्हटलं. ''आणि आपल्याला फार वेळही लागणार नाही. तुझ्या हातातल्या फाईली कुठल्या आहेत? लुईस आणि सॉब्झिकच्याच ना?''

''हो.'' खुर्ची घेत लॉरीनं म्हटलं. जॅनिसनं तिच्याकडून त्या फाईली घेऊन उघडल्या आणि आपले रिपोर्ट काढून घेऊन तिला दिल्या.

''या दोन्ही केसेस मॅनहटन जनरलमधून आल्या आहेत आणि त्या पाहिल्याबरोबर मला तुझ्या त्या चार केसेसची आठवण झाली.'' लॉरी तिच्या रिपोर्टवरून नजर फिरवत असताना जॅनिसनं म्हटलं. तिनं आपल्या थकलेल्या चेहऱ्यावरून दोन्ही हात चोळले आणि ती टेबलावर कोपरं टेकवून बसली. एक मोठा श्वास घेऊन तिनं पुढे बोलायला सुरुवात केली. ''अगदी थोडक्यात सांगायचं, तर ही दोघंही वयानं तरुण होती, चांगली निरोगी होती, दोघांचेही मृत्यू हृदयात अचानक आणि अनपेक्षितपणे झालेल्या प्रॉब्लेममुळे झालेले वाटतात, दोघांवरही अगदी किरकोळ ऑपरेशन्स झालेली होती आणि त्यानंतर पुरते चोवीस तासही उलटलेले नव्हते आणि दोघांनाही जिवंत करण्याचे केलेले सगळे प्रयत्न साफ अयशस्वी ठरले.''

''फार कमालीचं साम्य आहे या केसेसमध्ये.'' लॉरीनं मान डोलावली. ''मला सगळी कल्पना दिल्याबद्दल थँक्स. तुझ्या रिपोर्टमध्ये जे नाही असं काही खास मला सांगण्यासारखं आहे?''

''सगळं आहे माझ्या रिपोर्टमध्ये.'' जॅनिसनं म्हटलं. ''पण एक गोष्ट तुला मुद्दाम सांगते. दोन्ही केसेसमध्ये जरी जवळजवळ संपूर्णपणे साम्य असलं, तरी सॉब्झिकच्या बाबतीत एक वेगळी गोष्ट आहे. नर्सेसनी जेव्हा तिला बघितलं, तेव्हा ती जवळजवळ मेलेली होती, पण तरीही जिवंत होती. आणि तिला परत शुध्दीवर आणण्याचे सर्वतोपरी प्रयत्न होऊनही ती वाचली नाही. लुईसला नर्सच्या एका मदतनीसानं पहिल्यांदा पाहिलं. पण त्या वेळी त्याच्या हृदयाची सगळी हालचाल आणि श्वासोच्छ्वास पूर्णपणे थांबलेला होता.''

“हं. पण हे फार महत्त्वाचं आहे, असं तुला का वाटतं?”

“केवळ हे असं इतर कुठल्या केसमध्ये झालेलं नव्हतं, म्हणून.” जॅनिसनं म्हटलं. तिनं खांदे उडवले. “मागच्या वेळी आपण भेटलो होतो, तेव्हा तू मला डार्लीन मॉर्गनच्या केसमध्ये काही वेगळी जाणीव आतून झाली होती का, असं विचारलं होतंस. त्या वेळी मला तसं काही जाणवलं नव्हतं. पण या सॉबूझिकच्या बाबतीत मात्र ती जिवंत होती, ही गोष्ट मला एकदम वेगळी वाटली.”

“असं असेल, तर मग तू मला हे सांगितलंस, ते फारच बरं केलंस.” लॉरीनं मान डोलावली. “अजून काही?”

“नाही. आणखी काही नाही. बाकीचं सगळं माझ्या रिपोर्टमध्ये आहे.”

“आणि मला या दोघांचे हॉस्पिटल चार्ट लागतील. अर्थात, हे तुला वेगळं सांगायची गरज नाहीच, म्हणा.”

“हो, हो, ते मी आधीच मागवलेत.”

“ग्रेट!” लॉरीनं म्हटलं. “हे सगळं मला सांगितलंस ते फार बरं झालं. आणखी काही आठवलं तर लगेच कळव.”

आपलं सामान आणि त्या फाईली उचलून लॉरी पाठीमागच्या लिफ्टकडे गेली. तिला आता काम सुरू करायची घाई झालेली होती. फार दिवसांनी तिला एवढं उत्साही वाटत होतं. लिफ्टमध्ये ती जॅनिसनं जे सांगितलं होतं, त्याचा विचार करत होती. पण ते कितपत महत्त्वाचं असेल, कोण जाणे.

धावत पळत आपल्या ऑफिसात शिरून लॉरीनं कोट दारामागे अडकवला आणि छत्री फाईलींच्या कॅबिनेटवर ठेवून दिली. आपल्या जागेवर बसून तिनं दोन्ही फाईलींमधून जॅनिसचे रिपोर्ट काढले आणि पुन्हा एकदा ते लक्षपूर्वक वाचून काढले. ड्रॉवर उघडून तिनं आत ठेवलेलं आपलं ते चार केसेसचं तयार केलेलं टेबल काढलं. ते टेबल तिनं मॅकगिलिन आणि मॉर्गनच्या फाईलींना रबरबँड लावून ठेवलेलं होतं. त्याबरोबर बाकीच्या दोन केसेसच्या संबंधित कागदपत्रांच्या झेरॉक्सही होत्या. रबरबँड काढून तिनं मॅकगिलिनची फाईल क्षणभर हातात घेतली. डॉक्टर मॅकगिलिनना आपण एवढ्या जोरात सांगितलं होतं की तुमच्या मुलाच्या मृत्यूचं कारण तुम्हाला आपण नक्की कळवू, पण ते काही शक्य झालं नाही, तिनं अपराधीपणे स्वत:शीच म्हटलं. एवढंच काय, आपण त्यांच्याशी साधं फोनवर बोललोसुध्दा नाही. ते काही नाही. आपण त्यांना शक्य तितक्या लगेच फोन केलाच पाहिजे. पण आपण जर आपल्याला एखाद्या खुनांच्या सत्राची शंका येतेय असं सांगितलं, तर ते काय म्हणतील कोण जाणे. तिनं ती फाईल परत खाली ठेवून दिली.

जॅनिसनं काढलेले निष्कर्ष बरोबरच असणार, ही खात्री असल्यामुळे लॉरीनं तिच्या टेबलच्या कागदावर सॉबूझिक आणि लुईसची केसही घातली. खरं म्हणजे

तिला अजून त्यांचं पोस्ट मॉर्टेम करायचं होतं. या दोन्ही केसेसमध्ये लॉरीला इंटरेस्ट असणारच, हे गृहीत धरून जॅनिसनं अत्यंत व्यवस्थित काम करून आपले रिपोर्ट बनवलेले होते. त्या दोघांचे हॉस्पिटल चार्ट नसतानाही लॉरीला त्यांची वयं, ते मृत असल्याचं जाहीर केलेल्या वेळा, त्यांचे डॉक्टर त्यांच्यावर झालेली ऑपरेशन्स आणि त्यांच्या खोल्यांची नेमकी ठिकाणं, एवढी माहिती भरता आली. ती हे करण्यात गर्क असतानाच रेवा आत आली.

"तुझं ते टेबल भरतेयस वाटतं?'' रेवानं तिच्या पाठीमागून टेबलावरच्या कागदाकडे बघत विचारलं.

"हो, आणखी दोन तशाच वाटणाऱ्या केसेस आल्या आहेत. म्हणजे आता सहा झाल्या. अजून मला त्यांचं पोस्ट मॉर्टेम करायचंय, पण वरवर तरी त्या अगदी तशाच दिसतायत. बघ, अजून तुझं मत बदलायचंय का तुला? कारण आता चारच्या जागी एकदम सहा केसेस होणार आहेत, म्हणून विचारतेय.''

रेवा मोठ्यानं हसली. "नको. अजून तरी मला तसं वाटत नाही. कारण असं, की टॉक्सिकॉलॉजीत काहीच सापडलेलं नाही. आणि त्यावर पीटरनं केवढे कष्ट घेतलेत, हे मला चांगलं माहितेय. आणि हो, तुझी मम्मी काय म्हणतेय? मी सारखी तुला विचारायचंच विसरून जातेय बघ.''

"तिची तब्येत झपाट्यानं सुधारतेय. ते एक आश्चर्यच म्हणावं लागेल.'' लॉरीनं म्हटलं. "अर्थात मलाही फारसं काही समजत नाही तिच्याकडून, कारण ती जणू आपल्याला काही झालेलंच नसल्यासारखं दाखवत असते.''

"बरं झालं, तिची तब्येत सुधारतेय ते. आणि तुझा तो नवा दोस्त काय म्हणतोय? व्यवस्थित चाललंय ना तुमचं? कारण तू त्याच्याबद्दल फारसं काही बोलतच नाहीस.''

"हो, आमचं ठीक चाललंय.'' लॉरीनं काहीशा अनिच्छेनंच म्हटलं. रेवा म्हणत होती, ते खरंच होतं. ती रॉजरबद्दल फारसं कधी बोलत नसे. रेवानं आणखी काही विचारायच्या आत तिनं फोन उचलला आणि शवागाराच्या ऑफिसला फोन केला. मार्विननंच फोन उचलल्यावर तिला बरं वाटलं. तिनं त्या दोन केसेसबद्दल त्याला माहिती दिली आणि आपल्याला सॉब्झिकची केस आधी करायचीय असं सांगितलं. त्यानं लगेच तिला खाली यायला सांगितलं.

"भेटूच खाली.'' फोन ठेवत लॉरीनं रेवाला म्हटलं आणि सॉब्झिक आणि लुईसच्या फाईली उचलून ती बाहेर पडली. लिफ्टनं खाली जाताना ती मनात म्हणत होती, या दोन्ही केसेसमध्ये काही सापडलं नाही, तरच बरं होईल. कपडे बदलून, 'मून-सूट' चढवून ती ऑटोप्सी रूममध्ये येईपर्यंत मार्विनची तयारी जवळजवळ होत आलेली होती. आपल्या टेबलाकडे जात असताना तिला जॅक ज्या टेबलावर पोस्ट

मॉर्टेम करत होता, तिथून जावंच लागलं.

तिला ओळखल्याबरोबर जॅकनं समोरच्या भिंतीवरच्या घड्याळाकडे बघितलं आणि सरळ झाला. त्याच्या पुढ्यातल्या टेबलावर एका जाडजूड वृध्द स्त्रीचा मृतदेह उघडून ठेवलेला होता. तिच्या डोक्याच्या अगदी वरच्या भागावर झालेलं एक मोठं, खोलगट फ्रॅक्चर दिसावं म्हणून त्या भागातले तिचे पिकलेले, मृत केस काढून टाकलेले होते. ''डॉक्टर मॉंटगोमेरी! आजकाल तुम्ही तुमच्या कामाची वेळ बँकेसारखी केलेली दिसतेय. का बरं असं? थांबा, मीच सांगतो. तुम्ही तुमच्या त्या फ्रेंच दोस्ताबरोबर रात्री उशिरापर्यंत शहरभर हिंडून धमाल केलेली असणार!''

''काय पण विनोद!'' लॉरीनं स्वत:च्या चिडीवर ताबा ठेवत म्हटलं. ''खरं म्हणजे तुझे दोन्ही अंदाज चुकले. काल रात्री मी घरीच होते. आणि रॉजर हा माझ्याइतकाच अमेरिकन आहे.''

''कमाल आहे.'' जॅकनं म्हटलं. ''रूसो हे नाव फ्रेंचच वाटतं. काय, विनी?''

''हो, पण तसं माझंही नाव इटालियन आहे. आणि मीही अमेरिकनच आहे.''

''माय गॉड! खरंच की!'' जॅकनं अचानक साक्षात्कार झाल्याचा खोटा आव आणत म्हटलं. ''मी उगाचच सुतावरून स्वर्गाला जातोय! सॉरी!''

जॅकच्या या वागण्यामुळे लॉरीला शरमल्यासारखं झालं. त्याच्या मनात उफाळणारी असूया आणि संताप तो लपवायचा प्रयत्न करत होता, पण ते त्याला मुळीच जमत नव्हतं. पण शेवटी आपण ऑटोप्सी रूममध्ये आहोत, बरोबर विनी आहे, तेव्हा उगाच तमाशा नको, म्हणून तिनं विषय बदलला. तिनं त्या वृध्देच्या मृतदेहाकडे मानेनं निर्देश केला. ''आता निदान या केसमध्ये तरी मृत्यूचं कारण उघड आहे म्हणायचं.''

''कारण असेल उघड, पण पद्धत नाही.'' जॅकनं म्हटलं. ''हल्ली अशा केसेस हीच माझी खासियत झाल्यासारखं दिसतंय.''

''कसं काय,? सांग बघू.''

''पण तुला त्यात खरंच इंटरेस्ट आहे का?''

''इंटरेस्ट नसता तर मी विचारलंच नसतं.''

''मग सांगतो. या बाईचं प्रेत भर रात्री अचानक आणि घाईघाईनं एका जहाजावरून खाली उतरवलंय. त्या जहाज कंपनीचं म्हणणं असं की या बाई त्यांच्या स्टेटरूममधल्या बाथरूममध्ये घसरून पडल्यानं त्यांना मृत्यू आला. यात कुठेही कोणाची संशयास्पद वागणूक किंवा शारीरिक जबरदस्ती, हल्ला वगैरेचा संबंध नाही, असं त्यांचं म्हणणं. पण मला ते पटलेलं नाही. हं, आता त्या जर दारू प्यायल्यामुळे तोल जाऊन पडल्या असल्या, तर मात्र गोष्ट वेगळी.''

''तुला त्या कंपनीचं म्हणणं का पटत नाहीये?''

"पहिलं कारण म्हणजे, ते जे खोलगट फ्रॅक्चर दिसतंय ना, ते त्यांच्या डोक्याच्या सगळ्यांत वरच्या भागावर आहे." जॅकनंही उत्साहानं समजावून सांगायला सुरुवात केली. "तिथे फ्रॅक्चर व्हायचं, तर तुम्हाला खऱ्या अर्थानं डोक्यावर पडायला पाहिजे. एखाद्या जिम्नॅस्टच्या किंवा कोलांट्याउड्या मारणाऱ्या विदुषकाच्या बाबतीत असं घडूही शकेल, पण एवढ्या मोठ्या वयाच्या बाईच्या बाबतीत ते शक्य नाही. दुसरं असं, की त्यांच्या दंडाच्या आतल्या बाजूचे ते ओरखडे जरा नीट बघ." त्यानं दाखवल्यावर लॉरीला त्या खुणा नीट दिसल्या.

"आता तिसरी गोष्ट. या बाईंची संपूर्ण त्वचा उन्हानं रापलेली आहे. फक्त मनगटावर घड्याळाच्या ठिकाणची आणि अंगठीच्या बोटावर अंगठीखालची जागा गोरी आहे. याचा अर्थ त्यांनी जहाजाच्या प्रवासात भरपूर वेळ सूर्यस्नान केलेलं होतं – ते सुध्दा भरपूर मोठा खडा असलेली अंगठी आणि रुंद पट्ट्याचं घड्याळ कायम ठेवून आणि त्यांच्या स्टेटरूममध्ये मात्र अंगठी किंवा घड्याळ कुठेच सापडलं नाही. त्या जहाजावरच्या डॉक्टरला मानलं पाहिजे. एवढ्या रात्री त्याला बोलावलेलं होतं, पण तरी त्याचं डोकं फार उत्तम चाललं. अगदी बरोबर असेच प्रश्न विचारले त्यानं."

"म्हणजे ही हत्या होती असं म्हणतोयस तू?"

"हो, काही शंकाच नाही. जहाज कंपनीनं कितीही नाकारलेलं असलं तरी माझं म्हणणं असंच आहे. अर्थात, मी फक्त मला जे काही सापडलं तेच रिपोर्टमध्ये सांगणार आहे. पण मला जर कोणी विचारलं, तर मात्र मी सरळ सांगणार, की या बाईंवर कोणी तरी एखाद्या हातोडीसारख्या हत्यारानं डोक्यावर प्रहार केला, त्यांचे दंड धरून त्यांना फराफरा ओढत नेलं, तेही त्या जिवंत असताना ओढत नेलं, त्यांच्याकडची सगळी चीजवस्तू लुटली आणि त्यांना मरायला तसंच सोडून दिलं."

"लहान मुलांना जसं छळून मारलं जातं, तसंच म्हाताऱ्या माणसांनाही मारलं जातं, कारण लहान मुलांसारखीच म्हातारी माणसंही शरीरानं कमजोर असतात. ही केस म्हणजे याचं उत्तम उदाहरण म्हणून दाखवता येईल." लॉरीनं म्हटलं.

"अगदी बरोबर बोललीस." जॅकनं मान डोलावत म्हटलं. "आणि दुसरी महत्त्वाची गोष्ट म्हणजे, म्हातारी माणसं नजीकच्या काळात केव्हा तरी मरणार हे गृहितच धरलेलं असतं, त्यामुळे तरुण माणसांच्या मृत्यूच्या मानानं म्हाताऱ्या माणसांच्या मृत्यूकडे संशयानं कोणी फारसं बघतही नाही."

"बरंच काही घेण्यासारखं आहे या केसमधून." जणू जॅकनं आणखी वाकड्यात शिरू नये म्हणून बोलून लॉरी आपल्या टेबलाकडे निघाली. पण त्याच वेळी, आपल्या दोघांच्या संबंधांबद्दल जॅकशी गंभीरपणे चर्चा करणं किती अवघड जाणार आहे, याची चुणूकही तिला या निमित्तानं दिसलेली होती. पण हे विचार तिनं सध्यापुरते मनातून काढून टाकले आणि रोवीना सॉब्झिकच्या मृतदेहाकडे नजर टाकली.

"यात तुला काही नेहमीपेक्षा वेगळं असल्याची शंका येतेय?" मार्विननं विचारलं.

"छे. माझ्या मते ही केस अगदी स्वच्छ आणि सोपी असणार आहे." लॉरीनं एव्हाना आपल्या सराईत, अनुभवी नजरेनं मृतदेहाची बाह्य तपासणी सुरूही केलेली होती. तिला पहिल्यांदा जाणवलं, की ही पोरगी तिच्या वयाच्या मानानं खूपच तरुण वाटते. छोट्या चणीच्या या पोरीचा चेहरा अगदी नाजूक आणि एखाद्या पंधरा-सोळा वर्षांच्या मुलीसारखा निरागस दिसत होता आणि तिचे काळेभोर, घनदाट केस कुरळे होते. तिची त्वचा जवळजवळ संपूर्णपणे स्वच्छ, पांढरी शुभ्र होती आणि त्वचेवर क्वचितच कुठे एखादा डाग, तीळ वगैरे दिसत होता. ऑपरेशन केलेलं असल्यामुळे तिच्या दोन्ही पावलांवर बँडेज बांधलेलं होतं आणि बँडेजही स्वच्छ, कोरडं होतं.

मॅकगिलिन आणि मॉर्गनसारखी याही पोरीला जिवंत करण्याच्या प्रयत्नाच्यावेळी वापरलेली आयव्हीची ट्यूब आणि तोंडातून वर डोकावणारी श्वासनलिकेत घातलेली ट्यूब दिसत होती. या दोन्ही गोष्टी काळजीपूर्वक तपासून लॉरीनं काढून ठेवल्या. मृतदेहावर कुठे अमली पदार्थ सेवन केल्याच्या खुणा दिसतात का, ते तिनं पाहिलं, पण तसं काहीच तिला सापडलं नाही. मग तिनं पावलांवरची बँडेज सोडली. ऑपरेशनच्या खुणेपाशी कुठेही सूज, लाली नव्हती आणि त्यातून अगदी थोडा द्रव बाहेर आलेला होता.

रोवीनाच्या आंतरेंद्रियांची पोस्ट मॉर्टेमही अशीच पूर्णपणे निर्दोष होती. लॉरीला कसलीही पॅथॉलॉजी सकृतदर्शनी तरी मिळाली नाही. विशेषत: तिचं हृदय आणि दोन्ही फुप्फुसं एकदम निर्दोष होती. फक्त तिला जिवंत करण्याच्या प्रयत्नांमध्ये तिच्या काही बरगड्या तेवढ्या तुटलेल्या दिसत होत्या. लॉरीनं नेहमीप्रमाणे टॉक्सिकॉलॉजीच्या तपासणीसाठी भरपूर नमुने घेतले. पीटरला काही ना काही सापडणार ही आशा ती सोडणं शक्यच नव्हतं.

"लगेच दुसरी केस घ्यायची?" रोवीनाचा मृतदेह व्यवस्थित शिवून झाल्यावर मार्विननं म्हटलं.

"हो, प्रश्नच नाही." नुसतं बोलून न थांबता तिनं त्याला रोवीनाचा मृतदेह बाहेर न्यायला आणि लुईसचा मृतदेह आत आणायला मदतही केली. रूममधून बाहेर जाताना आणि आत परत येताना लॉरी मुद्दामच जॅकच्या टेबलाशी न थांबता पुढे गेली. त्याची कडवट, उपहासगर्भ शेरेबाजी आणखी ऐकायची तिला मुळीच इच्छा नव्हती. त्यानंही जर तिला जाता-येताना पाहिलं असलंच, तर तसं मुळीच दाखवलं नाही. एव्हाना रूममध्ये जवळजवळ सगळ्याच टेबलांवर कामं सुरू झालेली होती, त्यामुळे वर्दळही भरपूर होती आणि अंगावरच्या मून-सूटमुळे प्रत्येकजण सारखाच दिसत होता. शिवाय वरच्या दिव्यांचं प्रतिबिंब पडत असल्यामुळे चेहऱ्यावरच्या

प्लॅस्टिकच्या मास्कमधून आत बघूनही काही समजत नव्हतं, की हा नेमका कोणाचा चेहरा आहे.

स्टीव्हन लुईसचा मृतदेह टेबलावर ठेवल्याबरोबर लॉरीनं त्याची बाहेरून तपासणी सुरू केली. दरम्यान मार्विन नमुन्यांसाठी बाटल्या वगैरे आणायला बाहेर गेला. नजरेतून काही सुटू नये म्हणून लॉरी ठरवून दिलेल्या पद्धतीनंच सगळं काही करत होती. स्टीव्हनच्या केसमध्येही काही सापडणार नाही अशी ठाम अटकळ असूनही ती प्रत्येक गोष्ट व्यवस्थित, पद्धतशीर करत होती. आणि याचा फायदा तिला लगेचच झाला. त्याच्या उजव्या हाताच्या पहिल्या आणि तिसऱ्या बोटाच्या नखाखाली तिला अगदी थोडे, जेमतेम दिसू शकतील एवढे सुकलेल्या रक्ताचे अवशेष सापडले. तिनं जर मुद्दाम आणि पद्धतशीरपणे पाहिलं नसतं, तर ही गोष्ट तिच्या नजरेतून नक्कीच सुटली असती. ही गोष्ट तिला सॉब्झिक, मॉर्गन आणि मॅकगिलिनच्या बाबतीत मिळालेली नव्हती आणि जॉर्ज आणि केव्हिननंही उरलेल्या दोन केसेसच्या ऑटोप्सीत असं काही सापडल्याचा उल्लेख केलेला नव्हता.

लुईसचा हात खाली ठेवून लॉरीनं त्याच्या शरीरावर कुठे ओरखडे वगैरे दिसतात का, ते बघायला सुरुवात केली. असे ओरखडे मिळाले, तर या नखांखालच्या वाळलेल्या रक्ताचं काही स्पष्टीकरण मिळेल, तिनं मनात म्हटलं. पण तिला त्याच्या शरीरावर कसलाही बारीकसासुध्दा ओरखडा मिळाला नाही. आयव्ही जिथे त्याच्या हातात खुपसलेली होती, तिथूनही रक्त बाहेर आलेलं दिसत नव्हतं. मग तिनं त्याच्या उजव्या खांद्याचं बँडेज सोडून टाकलं. ऑपरेशनची जखम पूर्णपणे बंद होती, तिथे काही सूज किंवा लालीही दिसत नव्हती. पण ऑपरेशनच्या नंतर थोडासा रक्तस्त्राव मात्र झालेला दिसत होता आणि टाक्यांच्या रेघेलगत थोडं फार सुकलेलं रक्त होतं. त्याच्या उजव्याच खांद्याचं ऑपरेशन झालं होतं आणि नखांखाली सुकलेल्या रक्ताचे अवशेष असलेला हातही उजवाच आहे, म्हणजे त्यानं उजव्या खांद्याला उजवाच हात लावलेला असण्याची शक्यता फार कमी आहे, तरीपण शक्यता नक्कीच आहे, असा तिनं विचार केला.

मार्विन परत आल्यावर तिनं त्याच्याकडून एक ताजा, निर्जंतुक केलेला कापसाचा बोळा मागवून घेतला आणि दोन नमुन्याच्या बाटल्या मागवून घेतल्या. लुईसच्या नखाखालच्या रक्ताचा आणि त्याचा स्वत:चा डीएनए एकमेकांशी जुळतात ना, अशी तिला खात्री करून घ्यायची होती. दोन्ही नमुने तिनं घेतले. सुकलेल्या रक्ताबरोबर त्वचेचेही बारीकसे कण असल्याचं तिच्या लक्षात आलं. तिच्या मनात आता वेगानं विचार धावत होते. जर माझ्या खूनसत्राच्या कल्पनेत काही तथ्य असलं आणि लुईसला त्या मारेकऱ्याचा आपल्याला मारण्याचा उद्देश जर कळला असला आणि जर त्यानं त्याला धरलं असलं, तर कदाचित त्यानं त्या खुन्याला बोचकारलंही

असेल. आपल्या विचारात खूपच 'जर-तर' आहेत खरे. त्यामुळेच तर आपण या केसची ऑटोप्सी अत्यंत काळजीपूर्वक आणि पद्धतशीर केलीय...

केसचे उरलेले सोपस्कार चटकन करून झाले. लॉरी आणि मार्विनला एव्हाना एकमेकांची, एकमेकांच्या वागण्याची, देहबोलीची आणि विचारपद्धतीची इतकी सवय होऊन गेलेली होती, की दोघंहीजण नुसत्या हालचालींवरून एकमेकांच्या मनातले विचार ओळखू शकत होते. त्याला काय हवंय, तो काय करणार आहे हे जाणू शकत होते – टँगो डान्सर्सच्या जोडीसारखे! याही वेळी केसमध्ये जवळजवळ काहीही पॅथॉलॉजी सापडलेली नव्हती. फक्त पोटाच्या रक्तवाहिनीतला एक किरकोळ दोष आणि मोठ्या आतड्यात झालेली एक मांसाची गुठळी सोडली, तर लुईसच्या शरीरात कोणताही दोष नव्हता. मग त्याचा अचानक मृत्यू का झाला, याला काही सुसंगत असं उत्तरच नव्हतं.

"ही आजची शेवटचीच केस?" मार्विननं लॉरीच्या हातातून नीडल होल्डर घेत विचारलं.

"हो, तसंच दिसतंय." लॉरीनं म्हटलं. तिनं चेट कुठे दिसतो का हे बघितलं. पण तो कुठेच दिसत नव्हता. "मला वाटतं आपलं काम संपलंय. नाही तर एव्हाना कुणी तरी मला काही तरी सांगितलं असतं."

"या ज्या दोन केसेस आज आपण केल्या, त्यावरून मला आपण महिन्याभरापूर्वी केलेल्या दोन केसेसची आठवण झाली." उपकरणं स्वच्छ करता करता मार्विन बोलत होता. "त्या केसेस आठवतात तुला? त्यातही काहीच सापडलं नव्हतं आपल्याला. त्यांची नावं मात्र विसरलो बघ."

"हो, आठवतात ना. मॅकगिलिन आणि मॉर्गन." लॉरीनं आश्चर्यानं म्हटलं. "आणि त्या तुलाही आठवल्या म्हणजे खरंच विशेष आहे. एवढ्या केसेस हाताळतोस तू, त्यातून तुला या दोन केसेस आठवल्या म्हणजे मोठी कौतुकाची गोष्ट आहे."

"हो, त्या माझ्या लक्षात राहिल्या, कारण त्यात काहीच न सापडल्याचं तुला किती आश्चर्य वाटलं होतं, ते माझ्या लक्षात होतं. बरं, हे नमुने तू घेऊन जाणार, की बाकीच्यांबरोबर पाठवून देऊ?"

"मी फक्त त्यातले टॉक्सिकॉलॉजी आणि डीएनएसाठीचे नमुने घेऊन जाते. बाकीचे नमुने दे पाठवून. आणि मला आठवण करून दिल्याबद्दल थँक्स. मार्विन, दिवसेंदिवस मला तुझं कौतुक जास्तच वाटायला लागलंय."

"थँक्स!" मार्विननं म्हटलं. "आणि मलाही तुझं कौतुक वाटतंय. बाकीचे डॉक्टर तुझ्यासारखे असते तर किती बरं झालं असतं."

"हे मात्र फार होतंय हं, मार्विन." लॉरी मोठ्यानं हसली. "पण मग तुला किती बोअर झालं असतं!" तिनं नमुने गोळा केले आणि याही वेळी जॅकच्या टेबलाशी न

थांबता, न बोलता ती निघाली. जॅक आणि विनी कशावरून तरी मोठ्यानं हसत होते. जॅकनं बहुधा त्याच्या नेहमीच्या पठडीतला कसला तरी 'ब्लॅक ह्यूमर' केलेला असणार, तिनं मनात म्हटलं. ती बाहेर कॉरिडॉरमध्ये आली.

जराही वेळ न घालवता लॉरीनं आपला मून-सूट उतरवला, त्याची बॅटरी चार्ज करायला लावला आणि ती अंगावरचा आपला डॉक्टरचा खास हिरवट पोशाखही न बदलता पाठीमागच्या लिफ्टकडे निघाली. सगळ्या नमुन्यांच्या बाटल्या तिनं छातीशी धरल्या होत्या आणि त्या केसेसच्या फाईली काखेत पकडल्या होत्या. अत्यंत उत्तेजित झालेल्या अवस्थेत ती लिफ्टनं चौथ्या मजल्यावर निघाली. आता आपल्या खून सत्राच्या केसेसचा आकडा सहा झालाय, असं तिचं मन तिला सांगत होतं.

चौथ्या मजल्यावर उतरल्यावर तिनं टॉक्सिकॉलॉजी लॅबच्या दारातून आधी हळूच आत डोकावून बघितलं आणि लॅबचा तो भडक माथ्याचा प्रमुख कुठे दिसत नाही ना, याची खात्री करून घेतली. तिला या क्षणी उगाचच कुणाशी वाद घालण्यात वेळ घालवण्याची मुळीच इच्छा नव्हती. पण तो कुठेच दिसत नव्हता. मांजरीसारख्या चोरपावलांनी ती चटकन आत शिरली आणि थेट पीटरच्या बारक्याशा ऑफिसकडे गेली. पीटर आतच काम करत असलेला दिसल्यावर तिला हायसं वाटलं.

''अरे बाप रे!'' लॉरीच्या हातातल्या नमुन्याच्या बाटल्यांकडे बघत पीटरनं नाटकीपणानं म्हटलं.

''काय झालं? मला बघितल्यावर एवढा का निराश झालास तू?'' लॉरीनं म्हटलं. ''पण तूच हे करू शकशील, पीटर. मी आत्ताच दोन केसेसचं पोस्ट मॉर्टेम केलंय आणि त्या दोन्ही केसेसही तंतोतंत आधीच्या चार केसेससारख्याच आहेत. म्हणजे आता अशा सहा केसेस झाल्या.''

''मीच करू शकेन असं तू अजूनही का म्हणतेस, तेच कळत नाहीये मला. कारण अजून तरी मला काहीही मिळालेलं नाही.''

''हो, पण मी अजून आशा सोडलेली नाही आणि तूही सोडू नकोस.'' लॉरीनं सगळ्या नमुन्यांच्या बाटल्या त्याच्या टेबलावर ठेवल्या. त्यातल्या काही बाटल्या आडव्या पडून इकडे तिकडे धावत सुटल्या. पण तिनं आणि पीटरनं चपळाई करून सगळ्या बाटल्या पकडल्या. ''आता चाराच्या जागी सहा केसेस झाल्या आहेत ना, त्यामुळे माझ्या त्या रहस्यमय खुनांच्या कल्पनेला आणखी पुष्टी मिळालीय. पीटर, आता तुला काही तरी शोधलंच पाहिजे.''

''लॉरी, मी आधीच्याही केसेसमध्ये माझ्याकडून जे काही करणं शक्य होतं, ते केलंय. माणसाच्या हृदयाच्या ठोक्यांच्या तालावर परिणाम करणाऱ्या, माहीत असलेल्या प्रत्येक गोष्टीचा मी तपास केलाय.'' पीटरनं म्हटलं.

''हो, पण त्यात निश्चितपणे अजूनही काही तरी असं बाकी आहे, की ते तुझ्या

लक्षात आलेलं नाही.'' लॉरीनं ठासून म्हटलं.

''अं, हो. आहे. तशी एक गोष्ट माझ्या मनात चमकून गेली होती.''

''म्हणजे?''

पीटरनं वाकडातिकडा चेहरा करून डोकं खाजवलं. ''पण ती गोष्ट म्हणजे एकदमच ऑफ-साईड आहे.''

''असू देत ना. आता असा काही तरी वेगळा विचारच करायला हवाय. काय आलं होतं तुझ्या डोक्यात?''

''मी जेव्हा ग्रॅज्युएट स्कूलमध्ये होतो, तेव्हा कोलंबियातल्या एका जहाल विषारी बेडकाबद्दल काही तरी वाचलेलं माझ्या मनात चमकून गेलं होतं. त्याचं नाव होतं 'फायलोबेटिस टेरिबिलिस'.''

लॉरीनं मान हलवत डोळे फिरवले. पण तिनं लगेच म्हटलं, ''हे जरा म्हणजे काय, भलतंच 'ऑफ-साईड' झालं. पण हरकत नाही. या बेडकाबद्दल काय म्हणत होतास?''

''या बेडकाच्या अंगात जे विष असतं, ते माणसाला आतापर्यंत माहीत झालेल्या विषांमधलं जवळजवळ सगळ्यांत जहाल विष समजलं जातं. आणि मला आठवतंय, की हे विष क्षणार्धात हृदय क्रिया पूर्णपणे थांबवू शकतं.''

''असं? मला नव्हतं हे माहीत. पण मग हे विष या लोकांच्या शरीरात असेल का हे शोधायला तू काही तपासण्या करून बघितल्यास का?''

''खरं म्हणजे, नाही. म्हणजे, माणसाला मारायला त्या विषाची मात्रा इतकी कमी लागते, की ती तपासणीत सापडेल की नाही, हीच शंका आहे मला. या विषाचा एका ग्रॅमचा फक्त दहा लाखावा भाग लागतो माणसाला मारायला. आमच्या मशीनमध्ये हे सापडेल की नाही कोण जाणे. त्यामुळे ते कसं शोधायचं, हे आधी शोधावं लागेल.''

''वा! असं पाहिजे! तू बघ, तुला कधी ना कधी नक्की मिळणारच. शिवाय आता या आणखी दोन नव्या केसेस आल्या आहेत तपासायला.''

''ओके. मी इंटरनेटवर जाऊन शोधाशोध करतो.''

''थँक्स.'' लॉरीनं म्हटलं. ''आणि मला सांग काय मिळतंय ते.'' तिनं डीएनएसाठीच्या नमुन्यांच्या बाटल्या उचलल्या आणि ती निघाली, पण लगेच थबकली. ''हो, अजून एक गोष्ट या दोनपैकी एका केसच्या बाबतीत एक जरा वेगळी गोष्ट झाली होती. एक मिनिट, जरा बघून सांगते.'' तिनं सॉब्झिकची फाईल उघडली आणि त्या केसचा नंबर वाचून नमुन्याच्या बाटल्यांमधली त्याच नंबरची बाटली बाजूला काढली. तिनं ती बाटली उचलून पीटरसमोर ठेवली. ''ही या सहामधली एकमेव अशी केस होती, की ती जेव्हा सापडली, तेव्हा तिच्या हृदयाची आणि श्वासोच्छवासची थोडी फार

हालचाल होत होती. आता यातून काय अर्थ काढायचा हे मला अजून समजत नाहीय, पण मुद्दाम ही गोष्ट तुला सांगितलेली बरी. या सगळ्या हत्या विषानं झाल्या असं गृहीत धरलं आणि हे विष जर एखाद्या चटकन विरून जाणाऱ्या प्रकारापैकी असलं, तर कदाचित या केसमध्ये तुला त्याचं सगळ्यांत जास्त कॉन्सन्ट्रेशन मिळू शकेल.''

पीटरनं खांदे उडवले. ''ओके. हे मी लक्षात ठेवीन.''

लॉरीनं दारातूनच बाहेरच्या लॅबोरेटरीत डोकावून पाहिलं. आपला शत्रूपक्ष कुठे दिसत नाही म्हटल्यावर तिनं चटकन वळून पीटरचा निरोप घेतला आणि ती आली तशीच बाहेर पडली. तिला आता सहाव्या मजल्यावर जायचं होतं. पण त्यासाठी लिफ्टच्या फंदात न पडता ती सरळ जिन्यानं वर जायला निघाली. पाचव्या मजल्यावर ती क्षणभर थांबली, तेवढ्यात अचानक तिच्या पोटातल्या त्या सकाळच्या गडबडीनं पुन्हा उचल खाल्ली. तिनं पुन्हा सकाळसारखंच बोटांनी पोटाच्या खालच्या उजव्या भागात दाबलं. सुरुवातीला तिचं दुखणं किंचित वाढलं, लगेच ते पुन्हा तितक्याच अचानकपणे नाहीसंही झालं. आपल्याला ताप तर नाही ना, म्हणून तिनं कपाळावर हात ठेवून पाहिलं. पण तसं काहीच बाकीचं लक्षणही नव्हतं. खांदे उडवून ती परत जिना चढू लागली.

सहाव्या मजल्यावर ओसीएमईची डीएनएची लॅबोरेटरी होती. हॉस्पिटलच्या इतर गोष्टींच्या तुलनेनं ही लॅबोरेटरी मात्र अत्याधुनिक होती. कारण मुळात ती जेमतेम पाच-सहा वर्षांपूर्वी सुरू झालेली होती. त्यामुळे भिंतींनासुध्दा पांढऱ्या स्वच्छ टाईल्स होत्या, आतलं सगळं फर्निचर, कपाटं वगैरे पांढरी शुभ्र होती, खालची फरशीही पूर्णपणे स्वच्छ पांढरी होती. सगळी यंत्रं, उपकरणं अगदी नवीन होती. या लॅबोरेटरीचा डायरेक्टर होता टेड लिंच. आयव्ही लीगमध्ये खेळलेल्या या माजी फुटबॉलपटूची देहयष्टी जरी केल्व्हिनएवढी प्रचंड नसली, तरी फारशी कमीही नव्हती. पण त्याचं व्यक्तिमत्त्व म्हणजे केल्व्हिनचं विरुध्द टोक होतं. हा माणूस अत्यंत शांत, मनमिळाऊ आणि हसतमुख होता. लॉरीला तो त्याच्या आवडत्या सिक्वेन्सर मशीनपाशी उभा असलेला दिसला.

लॉरीनं लगेच त्याला उभ्याउभ्याच आपलं सगळं म्हणणं सविस्तर समजावून सांगितलं आणि आपल्याबरोबरच्या नमुन्यांची तपासणी लवकरात लवकर करून मिळेल का, असं विचारलं. लुईसच्या नखांखाली सापडलेल्या रक्ताच्या नमुन्यांबरोबरच तिनं त्याला लुईसच्या त्वचेचाही एक नमुना दिला.

''हो, हो, हो!'' लिंचनं मोठ्यानं हसत म्हटलं. ''तू आणि तो जॅक असे सारखे घाईत का असता? कधीही तुम्ही काही तरी काम घेऊन आलात, की तुम्हाला ते अगदी लगेच करून हवं असतं – जणू काही तुमचं काम लगेच झालं नाही तर

आकाशच कोसळणार असल्यासारखं! ते बाकीचे डॉक्टर लोक कसे, आरामात येतात, काम देतात, कधीही करून दे म्हणतात. उलट माझ्याकडून लवकर काम झालेलंच त्यांना नको असतं. कारण मग त्यांचं काम वाढतं!''

लॉरीलाही हसू आलं. आणि टेड लिंच म्हणत होता त्यात बरंच तथ्य होतं. तिनं त्याला फक्त जास्तीत जास्त प्रयत्न करायला सांगितलं आणि तिथून बाहेर पडून ती जिन्यानं खालच्या मजल्यावर आपल्या ऑफिसमध्ये आली. जागेवर बसल्याबरोबर आधी तिनं फोन उचलला. या दोन्ही केसेसही तशाच निघाल्या, ही बातमी कधी एकदा रॉजरला सांगते असं तिला झालेलं होतं.

रॉजरला फोन करून तो पलीकडून उचलण्याची मोठ्या उत्कंठेनं वाट बघत लॉरी बसली. तिच्या हृदयाचे ठोके आता आणखीच वाढलेले होते. या दोन केसेसबद्दल रॉजरलाही उत्सुकता असणार, तो आपल्या फोनची वाट बघत असणार अशी तिची खात्री होती. पण पलीकडून फोन उचलला गेल्यावर आवाज आला, तो रॉजरऐवजी त्याच्या रेकॉर्डिंग मशीनचा होता. लॉरीनं निराश होऊन मनातल्या मनात एक शिवी हासडली. हल्ली हे असंच चाललंय, तिनं मनात म्हटलं. कोणाशीही फोनवर बोलायचं म्हटलं की पलीकडून रेकॉर्डिंग मशीनचाच आवाज येतो!

लॉरीनं शेवटी आपलं नाव सांगितलं आणि आपल्याला फोन करायचा निरोप ठेवून दिला. नाही म्हटलं, तरी या क्षणी त्याच्याशी ताबडतोब बोलता न आल्यामुळे ती जरा खट्टूच झालेली होती. या मॅनहटन जनरलमधून येणाऱ्या केसेसमागे कदाचित एखादं खूनसत्र असू शकेल अशी आपल्यासारखी काळजी फक्त रॉजरलाच वाटते. सू नं तर चक्क आपलं बोलणं थट्टेवारी नेलं, तिनं स्वत:शी म्हटलं. पण आता तो विवाहित आहे ही गोष्ट त्यानं लपवून ठेवल्यामुळे तिचं मन थोडंसं बदललेलं होतं. खरंच आपल्यासारखी शंका याला वाटतेय असं तो दाखवतोय, पण हे प्रत्यक्षात कितपत खरं असेल? आता त्याच्यावर किती विश्वास ठेवायचा हा प्रश्नच आहे.

विचारांच्या तंद्रीत असतानाच लॉरीच्या समोरचा टेलिफोन अचानक वाजला. ती दचकलीच. चटकन भानावर येऊन तिनं फोन उचलला.

''मला डॉक्टर लॉरी मॉंटगोमेरीशी बोलायचंय.'' पलीकडून एक स्त्रीचा आवाज बोलत होता.

''मीच बोलतेय.''

''माझं नाव ॲन डिक्सन. मी इथे मॅनहटन जनरलमध्ये एक सामाजिक कार्यकर्ती म्हणून काम करतेय. मला तुमची अपॉइंटमेंट हवी होती.''

''अपॉइंटमेंट?'' लॉरीनं म्हटलं. ''कशाबद्दल, काही सांगू शकाल?''

''तुमच्याच केसबद्दल बोलायचंय.'' पलीकडच्या आवाजात काहीसा गोंधळ होता.

''माझी केस? म्हणजे?''

''मी इथे जेनेटिक्स लॅबोरेटरीत काम करते आणि मला समजलं की साधारण महिन्याभरापूर्वी तुम्ही इथे जेनेटिक्सच्या तपासणीसाठी आला होतात. तुम्हाला परत इथे कधी येता येईल, म्हणजे आपण बोलू शकू, असं विचारायला मी फोन केलाय.''

लॉरीच्या मनात विचारांचं काहूर माजलेलं होतं. अप्रिय गोष्टी विसरून जाण्याचा किंवा तिकडे दुर्लक्ष करण्याचा आपल्यातला जो दोष आहे, त्याचा हा आणखी एक पुरावा! ती बीआरसीए-१ ची तपासणी करण्यासाठी आपण रक्त दिलं होतं, ही गोष्ट साफ विसरून गेलो होतो आपण आणि आता या बाईनं ध्यानीमनी नसताना फोन केल्यामुळे तो सगळा भयंकर प्रकार पुन्हा एकदा तिच्या मनात ताजा झालेला होता.

''हॅलो?'' ॲननं विचारलं.

''हॅलो. एक मिनिट जरा.'' लॉरीनं पुन्हा जरा संगतवार विचार करायचा प्रयत्न करत म्हटलं. ''म्हणजे मला वाटतं याचा अर्थ असा, की माझी तपासणी पॉझिटिव्ह निघालीय.''

''याचा अर्थ फक्त एवढाच, की मला तुमच्याशी प्रत्यक्ष बोलायचंय.'' ॲननं थेट उत्तर टाळत म्हटलं. ''आमच्या सगळ्याच क्लाएंट्सच्या बाबतीत आम्ही असं करतो. एका गोष्टीबद्दल मला तुमची माफीही मागायचीय. तुमची केस गेला आठवडाभर माझ्या टेबलावर आहे, पण तो फोल्डर चुकीच्या ठिकाणी ठेवला गेला. ही चूक सर्वस्वी माझी आहे. त्यामुळे शक्य होईल तेवढ्या लवकर आपण दोघींनी प्रत्यक्ष भेटायला हवंय.''

लॉरी मनातल्या मनात काहीशी चिडली. पण ती बाई तरी काय, तिचं कामच करतेय, असा विचार करून तिनं स्वत:वर ताबा मिळवला. तरी पण हे असं भेटण्यापेक्षा हिनं नुसतं फोन वरून तपासणीत काय निघालं, एवढं सांगितलं असतं, तर बरं झालं असतं, तिनं स्वत:शी म्हटलं.

''आज एक वाजता मला एक अपॉइंटमेंट होती, ती कॅन्सल झालीय.'' ॲन डिक्सननं पुढे म्हटलं. ''त्यामुळे तुमची भेट घेणं शक्य झालं एक वाजता, तर पहावं, असं माझ्या मनात होतं. पण तुम्हाला जमणार नसलं, तर पुढे मला एकदम एका आठवड्यानंतर वेळ आहे.''

लॉरीनं डोळे मिटून एक खोल श्वास घेतला. आता फोनवर अर्धवट समजल्यावर आणखी एक आठवडा नुसतंच काळजी करत बसायचं? या बाईचा फोन आला याचा अर्थ आपली तपासणी पॉझिटिव्ह निघाली असाच जरी होत असला, तरी पण नक्की काय ते समजलं पाहिजे. तिनं घड्याळात बघितलं. पावणेबारा. मग आजच जायला काय हरकत आहे? कदाचित सू किंवा रॉजरबरोबर तिकडेच लंचही घेता येईल. ''ओके. एक वाजता यायला जमेल मला.'' तिनं कसंबसं म्हटलं.

''झकास.'' ॲननं म्हटलं. ''तुम्ही जिथे रक्त दिलं होतं, तिथेच माझं ऑफिस

आहे. एक वाजता वाट बघते तुमची.''

लॉरीनं फोन ठेवून दिला. डोळे मिटून ती काही क्षण केसांमधून बोटं फिरवत बसून राहिली. बीआरसीए-१ जीनची सगळी वाचलेली माहिती, त्याचे भयंकर परिणाम, सारं काही तिला आठवलं. ती एकदम दुःखी झाली. आता मात्र काही ना काही ठाम निर्णय घेण्याची वेळ येत चाललीय, तिनं मनात म्हटलं. एक असा निर्णय, की ज्यामुळे उरलेले सगळे पर्याय नाहीसे होतील. उदाहरणार्थ, मुलं होऊ देणं!

''हाय.'' एकदम जवळूनच एक पुरुषी आवाज आला.

लॉरीनं चमकून वर बघितलं आणि तिला डिटेक्टिव्ह लेफ्टनंट लू सोल्डॅनोचा हसरा चेहरा दिसला. स्वच्छ इस्त्री केलेला शर्ट आणि नवीन कोरा टाय घातल्यामुळे आज तो भलताच छान दिसत होता. ''काय मग, लॉर.'' त्यानं हसून म्हटलं. त्यांचं अल्प काळ टिकलेलं प्रेमप्रकरण जेव्हा चालू होतं, तेव्हा लू च्या पाच वर्षांच्या मुलानं, ज्योईनं तिला हे नाव ठेवलेलं होतं. आता ज्योई सतरा वर्षांचा होता.

थोड्याच काळात लॉरी आणि लू चं प्रेमप्रकरण थांबलं होतं, ते भांडणामुळे नव्हे, तर त्या दोघांनाही समजलं होतं की असे प्रेमसंबंध ठेवणं योग्य नव्हे म्हणून. थोडक्यात, त्यांच्या संबंधांमधील शारीरिक संबंधांचा भागच फक्त वजा झाला होता. उरलेली होती ती प्रगाढ मैत्री, मनमोकळे, निकोप संबंध आणि एकमेकांबद्दलची प्रचंड आस्था आणि कौतुक आणि काळाबरोबर हे संबंध आणखी दृढ होत गेले होते.

''काय झालं?'' त्यानं विचारलं. लॉरीनं बोलायचा प्रयत्न सुरू केला, पण त्याऐवजी तिचे डोळे भरून आले आणि तिनं भयंकर उद्वेगानं कपाळावर हात मारून घेतला.

लू नं आधी दरवाजा बंद केला आणि मग तो रेवाची खुर्ची ओढून घेऊन तिच्याजवळ जाऊन बसला. त्यानं तिच्या पाठीवर हात ठेवला.

''लॉरी, काय झालं सांग बघू मला.'' त्यानं मायेनं म्हटलं.

लॉरीच्या डोळ्यांमध्ये अजूनही पाणी चमकत होतं, पण अजून ते अश्रू वाहू लागलेले नव्हते. स्वतःला सावरायचा प्रयत्न करत ती कसंबसं हसली. ''सॉरी.'' तिनं रुद्ध कंठानं म्हटलं.

''सॉरी? कशाबद्दल सॉरी? हे बघ, मला नीट काय ते सांग बघू. पण थांब! मला समजलं.''

''हो? तुला समजलं?'' लॉरीनं विचारलं. ड्रॉवर उघडून तिनं एक टिश्यू पेपर काढून डोळे टिपले. आणि परत लू कडे बघितलं, ''मला कसला त्रास होतोय हे तुला कसं कळलं?''

''आता इतकी वर्षं मी तुला ओळखतोय – आणि त्या जॅकलाही. तुमचे संबंध

बरेच बिघडलेत हे ही मला माहितेय. म्हणजे, ते मुळीच लपून राहिलेलं नाही.''

लॉरीनं काही तरी बोलायला तोंड उघडलं, पण लू नं हात वर करून तिला थांबवलं. ''खरं म्हणजे यात माझा काही संबंध नाही हे मला माहितेय, तरी सुध्दा यात माझा संबंध आहेच. कारण तू आणि जॅक, दोघंही माझे जिवलग दोस्त आहात. तू त्या कुणा डॉक्टरबरोबर फिरतेयस हे मला माहितेय, पण माझ्या मते तुम्ही दोघांनी समझोता केला पाहिजे. तुम्ही दोघंच खरे एकमेकांना लायक आहात.''

तशाही परिस्थितीत लॉरीला हसू आलं. तिनं मोठ्या प्रेमानं त्याच्याकडे पाहिलं. किती गोड आहे हा माणूस! तिनं मनात म्हटलं. ती आणि जॅक जेव्हा एकमेकांमध्ये गुंतत चाललेले होते, तेव्हा तिची कल्पना होती की लू च्या मनात जॅकबद्दल असूया निर्माण होईल. कारण तिघांची गाढ मैत्री तोपर्यंत झालेली होती. पण तसं काही न होता लू नं उलट मोकळ्या मनानं त्या दोघांना कायम प्रोत्साहन दिलं होतं, भावनिक आधार दिला होता. आता तिनं त्याच्या खांद्यावर हात ठेवला. ''तुझं म्हणणं समजतंय मला आणि तुझ्या भावनाही कळतायत.'' तिनं मनापासून म्हटलं. आपल्या आणि जॅकच्या संबंधात बिघाड झाल्यामुळे आपल्याला एवढा मानसिक त्रास होतोय असं जर याला वाटत असलं, तर त्याच्या त्या समजुतीला आपण धक्का लावायला नको, ती विचार करत होती. कारण आपल्या बीआरसीए-१ च्या प्रकरणाबद्दल त्याच्याशी काही बोलून उपयोग नाही. त्याला ते कळणारही नाही.

''मला हे पक्कं माहितेय लॉरी, की तू त्या दुसऱ्या माणसाबरोबर हिंडतेयस ना, त्याचा जॅकला फार त्रास होतोय.''

''असं?'' लॉरीनं म्हटलं. ''मग या गोष्टीची मलाच माहिती नाहीये. आणि हे जर खरं असेल तर ते मोठं आश्चर्यच आहे. जॅकचं याच्याशी काही देणं-घेणं असेल असंच मला मुळात वाटलं नव्हतं.''

''असं कसं म्हणतेस?'' लू नं आश्चर्यानं विचारलं. ''मागे तुझं त्या सदरलंडशी जवळजवळ लग्न ठरल्यात जमा होतं, तेव्हा जॅकची काय अवस्था झाली होती, विसरलीस का? त्याला तर वेड लागायची पाळी आली होती.''

''तेव्हा मला वाटलं होतं, की पॉल सदरलंड मला मुळीच योग्य नाही अशी तुमची दोघांची पक्की खात्री होती, म्हणून जॅकला एवढं वाईट वाटलं होतं. आणि ते खरंही होतं – पॉल मुळीच मला योग्य माणूस नव्हता. जॅकला त्याच्याबद्दल एवढी असूया वाटल्यामुळे त्याची तशी अवस्था झाली असेल, असं मला मुळीच वाटलं नव्हतं.''

''पण मी सांगतो तुला, केवळ पॉलबद्दलच्या असूयेमुळे जॅकची तशी अवस्था झाली होती.''

''ओके, हरकत नाही. जॅकची इच्छा असेल तर मी बोलेन त्याच्याशी.''

“इच्छा असेल?” लू नं अविश्वासानं म्हटलं. “इच्छा नसेल तर फटकेच मारीन मी त्याला.”

“मला नाही वाटत त्याचा काही उपयोग होईलसं.” लॉरीनं हसून म्हटलं. “पण ते बघू नंतर. आधी मला सांग, तू आज अचानक कसा काय उगवलास – आणि तेही एवढं नटून थटून? तू जॅकची कैफियत घेऊन नक्कीच आलेला नाहीस.”

“हो, हे मात्र खरंय.” लू नं खुर्चीत ताठ बसत म्हटलं. “मला एक अडचण आहे आणि मला तुझी थोडी मदत हवीय.”

“मग सांग ना.”

“झालंय असं, की मला मायकेल ओ’रूर्कबरोबर – म्हणजे माझा कॅप्टन – न्यू जर्सीला जावं लागलं. आज सकाळी त्याच्या बायकोच्या बहिणीचा इथे शहरातच खून झाला आणि ही बातमी कळवायला आम्ही तिच्या नवऱ्याकडे गेलो. म्हणजे आता या खुनाच्या संशयिताला पकडण्यासाठी माझ्यावर किती दबाव असेल, हे तुला समजलं असेल. तिचा मृतदेह खाली आणून शवागारात ठेवलाय. त्याचं पोस्ट मॉर्टेम तू किंवा जॅकनं केलं तर बरं, असा मी विचार करत होतो. मला ताबडतोब कुठून तरी सुरुवात करायला हवीय. आणि तू आणि जॅक कायम त्या पोस्ट मॉर्टेममधून काही ना काही अनपेक्षित शोधून काढता, हे मला माहितेय.”

“ओ, सो सॉरी, लू. पण मला लगेच ही केस करणं शक्य नाही होणार. दुपारनंतर चालत असेल, तर नक्की करेन.”

“किती वाजता?”

“तेही नेमकं सांगता येणार नाही. आत्ता दुपारी एकला माझी मॅनहटन जनरलमध्ये अपॉइंटमेंट आहे.”

“काय सांगतेस?” लू कोरडं हसला. “तिथेच तर मायकेलच्या मेव्हणीला मारलं. तिथेच, पार्किंगमध्ये.”

“अरे बाप रे! भयंकरच आहे. ती काय त्या हॉस्पिटलमध्ये नोकरीला होती का?”

“हो, बरीच वर्षं होती. ती हेडनर्स होती. रात्रपाळीत काम करायची. तिथून घरी निघालेली असताना तिच्या गाडीतच तिला कोणीतरी मारलं. छे. फार वाईट झालं. दोन मुलं आहेत तिला. एक दहा वर्षांचा आणि दुसरा अकरा वर्षांचा.”

“तिला काय लुबाडलं, का बलात्कार केला? का दोन्ही केलं?”

“नाही, फक्त लुबाडलं – निदान दिसतंय तरी तसंच. तिची सगळी क्रेडिट कार्ड गाडीत टाकून दिलेली होती. तिचा नवरा म्हणतो, की तिच्याकडे पन्नास डॉलरही नव्हते त्या वेळी आणि एवढ्याशा पैशासाठी खून झाला तिचा. शी!”

“आय ॲम सॉरी.”

"तू नुसती सॉरी आहेस, पण मला जर चटकन काही प्रगती करता आली नाही तपासात, तर माझी अवस्था त्यापेक्षाही फार वाईट होणार आहे. बरं, जॅकचं काय? आत्ता तो त्याच्या ऑफिसात नव्हता."

"तो खाली ऑटोप्सी रूममध्ये आहे – निदान अर्ध्या तासापूर्वी मी तिथून बाहेर पडले, तेव्हा तरी होता."

लू नं उठून रेवाची खुर्ची जागेवर नेऊन ठेवली.

"थांब जरा, लू." लॉरीनं म्हटलं. "अनायासे तू आलाच आहेस, तर एक गोष्ट तुझ्या कानावर घालायचीय."

"असं? बोल." पुन्हा रेवाची खुर्ची ओढून घेऊन बसत लू नं म्हटलं.

लॉरीनं मग त्याला आपल्या त्या सहा केसेसबद्दल थोडक्यात सांगितलं. फार न लांबवता तिनं फक्त महत्त्वाचा भागच त्याला सांगितला.

"म्हणजे या सहा हत्या आहेत असं खरंच वाटतं तुला?" लॉरीचं सांगून संपल्यावर लू नं विचारलं.

लॉरीनं अस्पष्टसं स्मित केलं. "खरं म्हणजे माझीही अजून पक्की खात्री झालेली नाही." तिनं सांगून टाकलं.

"पण आत्ताच तर तू म्हणालीस की हे मृत्यू कोणी तरी घडवून आणतंय. म्हणजे या हत्याच तर आहेत."

"हो, खरंय," लॉरीनं म्हटलं. "पण याच्यावर मी स्वत:च नेमका किती विश्वास ठेवायचा, हे माझं मलाच समजत नाही. आज सकाळपासून मी स्वत:शी संपूर्णपणे सत्यनिष्ठ राहायचं ठरवलंय. आणि त्यामुळे मला माझी अनेक मतं, समजुती, विचार वगैरे पुन्हा तपासून बघावे लागताहेत. गेला दीड महिना माझ्या आणि जॅकच्या संबंधांमध्ये अडचणी आहेत, माझ्या मम्मीच्या तब्येतीच्या बाबतीत आहेत, शिवाय इतरही भरपूर कटकटी माझ्या डोक्यात आहेत. त्यामुळे त्या सगळ्यांतून मी कुठे तरी पळवाट शोधायच्या मागे असते, हे मला स्वत:लाच माहितेय."

लू नं मान डोलावली. "मी समजू शकतो तुझी मन:स्थिती. म्हणजे, या प्रकरणात आपण कदाचित राईचा पर्वत करतोय की काय, असं वाटतंय तुला."

लॉरीनं नुसतेच खांदे उडवले.

"बरं, ही खुनांच्या सत्राची कल्पना तू इथे ओसीएमईमध्ये कुणाशी बोललीयस का?"

"हो, जो कोणी माझं ऐकायची तयारी दाखवेल त्या प्रत्येकाशी बोललेय. अगदी केल्व्हिनशीसुध्दा बोललेय."

"मग त्यांचं काय म्हणणं पडलं?"

"प्रत्येकजण म्हणतो की मी खरोखरच राईचा पर्वत करतेय. त्यांचंही फार चुकतंय असं नव्हे. आधी अशा प्रकारची हॉस्पिटलमध्ये घडलेली जी हत्याकांडं उघडकीला आली होती, त्यात त्या खुन्यानं इन्शुलिन किंवा डिजिटॅल्सिसारखं काही ना काही वापरलं होतं. पण माझ्या या केसेसच्या टॉक्सिकॉलॉजीच्या तपासणीत काहीच संशयास्पद असं सापडलेलं नाही. खरं सांगायचं तर प्रत्येकानंच माझ्याशी असहमती दाखवली, हे म्हणणंही तितकंसं बरोबर नाही. माझ्या त्या डॉक्टर मित्रानं मला पाठिंबाही दिलाय, पण आज विचार केल्यावर मात्र त्याच्या मला पाठिंबा देण्यामागच्या उद्देशाची मला शंका येतेय. पण तो सर्वस्वी वेगळा भाग झाला. एकंदरीत सांगायचं, तर माझ्या केसेसची परिस्थिती ही अशी आहे."

"जॅकशी बोललीस तू हे?"

"बोलले ना. त्याला तर वाटतंय की मला वेड लागलंय."

लू नं उठून रेवाची खुर्ची जागेवर ठेवून दिली. "ओके, पण मला काय होतंय ते कळव. दहा वर्षांपूर्वी तू असाच मागे लागून तो कोकेनचा कट उघडकीला आणला होतास. तेव्हापासून माझा तुला मनातूनच जाणवणाऱ्या गोष्टींवर जास्त विश्वास बसलाय."

"पण त्याला आता दहा नाही, बारा वर्षं झाली, लू." लॉरीनं म्हटलं.

लू मोठ्यानं हसला. "तेच म्हणतो मी, एकीकडे आपण मजा करत असतो, पण त्याच वेळी वर्षं कशी कापरासारखी उडून जात असतात, कळतही नाही आपल्याला."

दहा

“हं. आता कसं वाटतंय?” लू च्या अंगावर मून-सूट चढवून दोन पावलं मागे होऊन त्याच्याकडे बघत जॅकनं विचारलं.

“ठीक आहे, मला वाटतं.”

“बारीकशी वाऱ्याची झुळूक जाणवतेय का तुला?” त्याच्या मून-सूटची बॅटरी सुरू करून जॅकनं विचारलं.

“ही झुळूक का? वा!” लू नं उपहासानं म्हटलं. “तुम्ही लोक दररोज हा असला सूट घालून कसं काम करू शकता, काही समजत नाही. तुझ्या जागी मी फार तर महिन्यातून एकदा घातला असता हा.”

“मलाही यानं फार बरं वाटतं असं मुळीच नव्हे.” आपला मून-सूट चढवत जॅकनं म्हटलं. “पण काही इलाज नसतो. मला जर कधी वीकएंडच्या सुट्टीत येऊन काम करावं लागलं, तर मी हळूच आमचा जुना मास्क आणि गाऊन घालतो, पण केल्व्हिनला हे कुठून कोण जाणे, समजतंच. आणि मग माझी तो दरवेळी बिन पाण्यानं...”

शेजारच्या रूममध्ये जाऊन त्यांनी हातमोजे चढवले आणि ऑटोप्सी रूममध्ये प्रवेश केला. आतल्या आठ पैकी पाच टेबलांवर काम चाललेलं होतं. पाचव्या टेबलावर सुझान चॅपमनचा मृतदेह विवस्त्रावस्थेत ठेवलेला होता. विनी नमुन्यांच्या बाटल्या नीट ठेवण्यात गुंतलेला होता.

“विनी, याला ओळखतोस ना तू? हा डिटेक्टिव्ह लू सोल्डॅनो.”

“हो, ओळखतो ना. वेलकम, लेफ्टनंट.”

"थँक्स, विनी." लू नं म्हटलं आणि तो टेबलापासून सहा फुटांवरच थांबला.

"काय रे, ठीक आहेस ना?" जॅकनं विचारलं. लू तसा अनेकदा इथे ऑटोप्सी रूममध्ये यायचा, त्यामुळे बाकीच्या नव्यानं येणाऱ्या लोकांसारखा तो काही चक्कर येऊन पडणार नाही, अशी त्याला खात्री होती. तो मध्येच का थबकला, हे जॅकला समजेना. पण लू च्या तोंडावरची काच दवानं धूसर झालेली त्याला दिसली – म्हणजे तो जोरात श्वासोच्छ्वास करतोय हे जॅकनं ताडलं.

"नाही, मी ठीक आहे." लू नं हळूच म्हटलं. "फक्त, आपल्या ओळखीच्या व्यक्तीला इथे असं पडलेलं बघणं जरा कठीण जातंय."

"म्हणजे तू हिला ओळखत होतास? पण तसं काही तू बोलला नाहीस."

"म्हणजे असं, की मी अगदी ओळखत होतो असं नव्हे, पण कॅप्टन ओ'रूर्कच्या घरी माझी त्यांच्याशी दोन-चारदा भेट झाली होती."

"ओके. पण असा पुढे ये. इतक्या लांबून काय दिसणार तुला?"

लू काहीसं घाबरतच दोन पावलं पुढे आला.

"या बाईंना फ्रेंच फ्राईज, आईस्क्रीम वगैरे बरंच आवडत होतं असं दिसतंय." जॅकनं म्हटलं. "यांचं वजन किती होतं, विनी बाळा?"

"एकशे त्र्याऐंशी पौंड."

जॅकनं शीळ वाजवली, पण ती बाहेर जेमतेमच ऐकू आली. "फक्त पाच फूट तीन इंच उंचीच्या मानानं जरा जास्त वजन होतं, नाही?"

"पाच फूट चार इंच." विनीनं म्हटलं आणि तो सिरिंज आणायला कॅबिनेटकडे गेला.

"चुकलं माझं, सर. पाच फूट चार इंच." जॅकनं म्हटलं. "ओके लू, आता जरा माहिती सांग मला. तू माझी गचांडी धरून इतक्या वेगानं मला इथे खेचत आणलंयस, की मला इन्व्हेस्टिगेटरचा रिपोर्टच वाचायला वेळ मिळालेला नाही. कुठे सापडल्या या?"

"त्या त्यांच्या गाडीच्या ड्रायव्हरच्या सीटवर सरळ बसलेल्या अवस्थेत होत्या – जणू त्या बसल्याजागी एक डुलकी घेत असल्यासारख्या. त्यांची मान खाली झुकलेली होती आणि हनुवटी छातीवर टेकलेली होती. म्हणूनच त्या मेलेल्या असल्याचं लगेच कुणाच्या लक्षात आलं नाही. तिथून येणाऱ्या-जाणाऱ्या बऱ्याच लोकांनी त्यांना पाहिलं होतं, पण त्यांनाही वाटलं, की या झोपलेल्या आहेत."

"आणखी काय सांगता येईल तुला?"

"आणखी विशेष काही नाही. त्यांच्या छातीच्या उजव्या भागात गोळ्या मारलेल्या दिसत होत्या."

"म्हणजे त्यांना लुबाडलं असावं, अशी तुझी कल्पना होती?"

"हो, दिसत तरी तसंच होतं. त्यांच्या पर्समधल्या नोटा गेलेल्या दिसत होत्या आणि त्यांचं पाकीट आणि क्रेडिट कार्ड गाडीत खाली टाकलेली होती. त्यांचे सगळे कपडेही व्यवस्थित होते."

"हं. त्यांचे हात कुठे होते?"

"स्टिअरिंग व्हीलमध्ये गुंफलेले होते."

"असं? कमाल आहे. हे वेगळंच आहे."

"कसं काय?"

"मला तरी असंच दिसतंय, की त्यांना मुद्दाम तसं करून ठेवलेलं होतं."

लू नं खांदे उडवले. "असेलही. पण मग त्याचं काय?"

"सामान्यत: जबरी चोरीच्या केसमध्ये असं आढळत नाही." जॅकनं मृतदेहाचा उजवा पंजा उचलला. अंगठ्याखाली उंचवट्याचा काही भाग गेलेला दिसत होता. त्या जागी एक खळगा झालेला होता. अंगठ्याच्या फुगीर भागावर आणि तळव्याच्याही बऱ्याच मोठ्या भागावर अनेक छोटी छोटी भोकं पडलेली होती. तळव्याच्या पहिल्या हाडाचा काही भागही उघडा पडलेला होता. "मला असं वाटतं, की ही जखम स्वत:चं संरक्षण करताना झालेली असावी. त्यांनी स्वत:च्या संरक्षणासाठी आपोआपच आपला उजवा हात पुढे केला असणार आणि मारेकऱ्यानं गोळी चालवल्यामुळे ही जखम झालेली असणार."

लू नं मान डोलावली. अजूनही तो टेबलापासून चांगलं एक पाऊल दूर होता.

जॅकनं मग मृतदेहाचा उजवा हात वर करून डोक्यापाशी नेला. मृतदेहाच्या काखेत दोन छोटी भोकं पडलेली होती. कपड्यांचे काही तंतूही तिथे चिकटलेले दिसत होते. भोकांमधून आतलं लाल मांस दिसत होतं आणि थोडीशी पिवळट चरबी बाहेर डोकावत होती.

तेवढ्यात सिरिंज घेऊन विनी परत आला. सगळ्या सिरिंज मृतदेहापाशी ठेवून त्यानं भिंतीकडे बोट दाखवलं. "तुम्हाला सांगायचं राहूनच गेलं. त्या तिथल्या व्ह्यू बॉक्सवर मी या मृतदेहाचे एक्स-रे लावलेत. आणि त्यात या भोकांना बरोबर मिळत्याजुळत्या दोन गोळ्या स्पष्ट दिसतायत."

"वा, विनी! तू तर कमाल केलीस!" जॅकनं व्ह्यू बॉक्सजवळ जाऊन त्या फोटोंमध्ये बघितलं. पाठोपाठ लू नंही त्याच्या पाठीमागे उभं राहून फोटोत पाहिलं. त्या सगळ्या करड्या पार्श्वभूमीवर त्या दोन पांढऱ्या शुभ्र गोळ्या चांगल्या उठून दिसत होत्या. "माझ्या समजुतीनं एक गोळी डाव्या फुप्फुसात आहे आणि दुसरी हृदयात शिरून बसलीय."

"आम्हाला तिथे नऊ एम एमच्या गोळ्यांच्या दोन पाठीमागच्या टोप्या सापडल्या होत्याच." लू नं म्हटलं.

''चल, आता प्रत्यक्षात काय काय दिसतंय ते पाहू.'' जॅकनं परत येऊन प्रेताची बाह्य तपासणी पुन्हा सुरू केली, पद्धतशीरपणे, डोक्यापासून सुरू करून खाली पायांच्या तळव्यांपर्यंत तो आला. त्यात त्यानं छातीवर त्या दोन गोळ्यांच्या छिद्रांच्या अवतीभोवती पडलेली छोटी छोटी भोकंही दाखवली.

''याचा अर्थ काय होतो?'' लू नं विचारलं. शेवटी एव्हाना तो सुध्दा टेबलाच्या अगदी जवळ येऊन उभा राहिलेला होता.

''हा भाग कपड्यांनी आच्छादलेला होता. त्यामुळे माझ्या मते पिस्तुलाचं तोंड या बाईंपासून अगदी जवळ, कदाचित एखाद्या फुटावर होतं, पण ते हाताच्या जितकं जवळ होतं, तितकं मात्र या ठिकाणाजवळ नव्हतं.''

''मग याला काही महत्त्व आहे का?''

''ते तूच सांग मला. म्हणजे आता पुढची शंका अशी येते, की हल्लेखोरानं गोळ्या चालवल्या, तेव्हा तो गाडीतच बसलेला होता, का त्यानं खिडकीतूनच आत हात लांब करून पिस्तूल चालवलं?''

''बरं, मग पुढे?''

जॅकनं खांदे उडवले. ''यातून पुढचा प्रश्नही लगेच येतो. जर हल्लेखोर गाडीतच बसलेला असला, तर या बाई त्याला ओळखत होत्या की काय?''

लू नं प्रकाश पडल्यागत मान डोलावली. ''एकदम बरोबर.''

प्रेताच्या अंतर्गत अवयवांच्या तपासणीच्या वेळी जॅक टेबलाच्या उजव्या, तर विनी डाव्या बाजूला उभा होता. लू प्रेताच्या डोक्याशी उभा राहिलेला होता आणि जॅकनं काही दाखवलं, की ते वाकून बघत होता.

बाकीची उत्तरीय तपासणी नेहमीच्या पद्धतीनं पार पडली. जॅकनं गोळ्यांचा शरीरात शिरण्याचा मार्ग नीट पाहिला. दोन्ही गोळ्या बरगड्या फोडून आत शिरलेल्या होत्या. त्यावरून जॅकच्या लक्षात आलं, की त्यामुळेच त्या शरीराबाहेर पडण्याच्या जखमा कुठे दिसत नाहीत, कारण बरगड्या फोडल्यामुळे त्यांचा वेग बराच कमी झाला असणार. एक गोळी महारोहिणीच्या कमानीतून पलीकडे जाऊन डाव्या फुप्फुसात अडकून बसली होती, तर दुसरी गोळी हृदयाची उजवी बाजू भेदून डाव्या जवनिकेच्या बाहेरच्या आवरणात रुतलेली होती. जॅकनं अत्यंत काळजीपूर्वकपणे त्या दोन्ही गोळ्या, त्यांच्या बाहेरच्या पृष्ठभागावरच्या खुणांना काही नुकसान होणार नाही अशा बेतानं बाहेर काढल्या. त्या गोळ्या त्यानं पुरावे ठेवण्याच्या प्लॅस्टिकच्या पिशव्यांमध्ये टाकल्या. विनीनं लगेच पिशवीला सील करून टाकलं.

''लू, तुला मी एवढंच देऊ शकतो.'' जॅकनं ती पिशवी लू च्या हातात दिली. ''आता तुमचे बॅलिस्टिक्सचे तज्ज्ञ काय ते पुढे करतील. झाली तर त्यांचीच मदत होईल तुला.''

"खरंय." लू नं मान डोलावली. "आम्हाला कसलेही हातांचे ठसे मिळाले नाहीत. गाडीच्या पलीकडच्या बाजूच्या हँडलवरही ठसे नव्हते. आत पडलेल्या पाकिटावरही फक्त या बाईंचेच ठसे होते. त्यातही आणखी वाईट गोष्ट म्हणजे, रात्रपाळीच्या वेळी पहाऱ्यावर असलेल्यांनाही कोणी व्यक्ती संशयास्पदपणे येताना किंवा जाताना दिसली नाही."

"मला वाटतं ही केस सोडवणं फार कठीण जाणार आहे तुम्हाला."

"खरंय."

मृतदेह शिवणं आणि बाकीची साफसफाई विनीवर सोपवून ते दोघं बाहेर पडले आणि त्यांनी आधी ते मून-सूट उतरवले. त्यानंतर त्यांनी आपले खास कपडे काढले आणि नेहमीचे कपडे चढवले.

त्यावेळी जॅकनं लू कडे एकदोनदा बघितलं. "किती केलं तरी मी डॉक्टर आहे, लू. त्यामुळे आत्ता मला जे दिसतंय ते स्पष्ट सांगितलं तर राग मानू नकोस. तुझं पोट दिवसेंदिवस वाढतच चाललंय."

लू नंही आपल्या पोटाच्या वाढत्या घेराकडे बघितलं. "खरंय. चांगलं नाही दिसत, हो ना?"

"दिसण्याचं सोड, पण ते तब्येतीला वाईट आहे. तू तुझ्या तब्येतीचं नुकसान करून घेतोयस लू. शिवाय तुझं सिगारेट ओढणंही चालूच आहे. ते तू सोडायचं नावच घेत नाहीस."

"ए! कोण म्हणतो? आत्तापर्यंत कमीत कमी शंभर वेळा सिगारेट सोडलीय मी. आत्ता-आत्ता, अगदी दोन दिवसांपूर्वीसुध्दा मी सिगारेट सोडली होती."

"अस्सं. आणि मग ते नाटक किती वेळ चाललं?"

"पुरा एक तास! मग राहवेना, म्हणून माझ्या पार्टनरकडून एक सिगारेट मागून घेतली." लू मोठ्यानं हसला. "हो, रे. मला समजतंय. काही मनाचा निर्धारच नाही माझ्यात. पण त्याही पेक्षा एक महत्त्वाचं कारण सांगू का? हे एवढं अवजड सामान मला वागवावं लागण्याचं महत्त्वाचं कारणं असं, की आपल्या या गोड शहरात गुन्ह्यांचं प्रमाण इतकं वाढलंय की, नियमितपणे व्यायाम करायला अलीकडे वेळच मिळेनासा झालाय." ढेरीवरून शर्ट ओढून घेऊन त्यानं बटनं लावली.

"तू जर सुधारला नाहीस, तर तुझ्याच मृत्यूबद्दल तुलाच अटक करावी लागेल एक दिवस."

जॅकशेजारी आरशासमोर उभं राहून लू नं टाय गळ्यात घातला आणि मान वर करून त्याची सरकगाठ गळ्याशी पक्की केली. "आत्ता तुला भेटलो ना, त्या आधी मला लॉरी भेटली होती. बराच वेळ बोलत होतो आम्ही."

"असं?" आपली टायची गाठ मारता मारता एकदम थबकून जॅकनं लू कडे

आरशात पाहिलं.

"खूप अस्वस्थ आणि निराश झालेली होती ती, तुम्हा दोघांच्या मैत्रीबद्दल. रडत होती."

"कमाल आहे. तिचं तर त्या मॅनहटन जनरलमधल्या कुठल्याशा मूर्ख डॉक्टरबरोबर एकदम जोरदार लफडं चाललंय ना?"

"त्याचं नाव आहे रॉजर."

"जे काही असेल ते. खरं म्हणजे तो कुणी मूर्ख वगैरे नाही, हा त्यातला आणखी एक वाईट भाग."

"असू दे, तू त्याची फारशी चिंता करण्याचं कारण नाही. कारण, ती त्याच्या प्रेमात अगदी वाहवत चाललीय, असं मला आमच्या बोलण्यावरून मुळीच जाणवलं नाही. उलट तिला तुझ्याशी बोलायचंय, समझोता करायचाय."

"हॅं!" असं हेटाळणीनं म्हणून जॅक पुन्हा टायची गाठ बांधू लागला.

आपण लॉरी जे बोलली नव्हती ते जॅकला सांगतोय हे, लू ला माहीत होतं. त्याबद्दल त्याला काहीसं अपराधीही वाटत होतं. लॉकरमधून कोट काढून अंगात घालण्याच्या मिषानं तो जॅकची नजर टाळत होता. पण मग त्यानं मनात म्हटलं, आपण जरी खोटं बोलत असलो तरी आपल्या या जिवलग दोस्तांचे संबंध जर त्यामुळे सुधारणार असले, तर काय हरकत आहे थोडं खोटं बोलायला? आपल्या बारीक कापलेल्या केसांमधून बोटं फिरवून त्यानं ते नीट केले.

जॅकची नजर मात्र त्याच्यावरून हटलेली नव्हती. शेवटी लू ला त्याच्याकडे बघावंच लागलं. तेव्हा जॅकनं म्हटलं, "तिला माझ्याशी बोलून समझोता करायचाय, या गोष्टीवर विश्वास ठेवणं मला कठीण जातंय. अरे, पंधरा दिवसांपूर्वी ही पोरगी फक्त केसेस सोडून दुसऱ्या कुठल्याही विषयावर माझ्याशी बोलायला तयार नव्हती. किती तरी वेळा मी संध्याकाळी तिला भेटायचा प्रयत्न केला, आपण भेटून बोलूया का, असं विचारलं, पण प्रत्येक वेळी तिला काही तरी वेगळी सबब होती. आज कुठे सिंफनीला जायचंय, तर उद्या कुठल्याशा म्युझियमला जायचंय, तर परवा कुठे बॅलेला जायचंय असं सांगून ती कायम मला भेटायचं टाळत होती. तिनं कधी दुसऱ्या एखाद्या दिवशी भेटू या, आणखी एखाद्या वेळेला भेटू या, असंही सांगितलं नाही." त्यानंही लू सारखेच बोटं फिरवून आपले केस सारखे केले.

"मग पुन्हा एकदा प्रयत्न करून बघ." लू नं म्हटलं. आता इथे जरा जपून बोलायला हवं, हे त्याच्या लक्षात आलं. "मी तिला जे सांगितलं, तेच तुलाही सांगतो. तुम्ही दोघं खरोखरच एकमेकांना शोभता."

"बघू, विचार करू." जॅकनं जणू विषय टाळत म्हटलं. "सध्या तरी मी माझी हेटाळणी किंवा अपमान झालेला सहन करण्याच्या मन:स्थितीत नाही."

''मॅनहटन जनरलमध्ये चाललेल्या संशयास्पद मृत्यूबद्दलही बोलली ती. तिचा स्वत:चाच गोंधळ उडालाय त्या प्रकरणात. तिचं बोलणं असं होतं, की ती जणू हे खूनसत्र आहे असं स्वत:लाच पटवून देत होती. ती तुझ्याशीही बोलली म्हणे. मग तुझं काय म्हणणं पडलं या बाबतीत? तुझं म्हणणं तिच्याच शब्दात सांगायचं, तर 'त्याला वाटतंय की मला वेड लागलंय.' ''

''हे जरा जास्त होतय, हं. मला एवढंच म्हणायचंय, की त्या चार केसेसच्या बाबतीत तिला उगाचच नसता संशय येतोय, फारसे काही पुरावे नसताना.''

''चार नाही, सहा! आज तिला आणखी दोन तशाच केसेस मिळाल्या.''

''काय सांगतोस?''

''हो. कदाचित आपण या खूनसत्राच्या कल्पनेकडे एक पळवाट, मानसिक त्रासापासून तात्पुरती सुटका करून घेण्याचा एक मार्ग म्हणूनही बघत असू, असं सुद्धा तिनं स्वत:च कबूल केलं.''

''काय? असं बोलली ती? 'पळवाट' असाच शब्द वापरला तिनं?''

''हो, देवाशपथ!''

जॅकनं नवलानं मान हलवली. ''टॉक्सिकॉलॉजीच्या तपासणीत काहीही निष्पन्न झालेलं नाही, याचा विचार करता तिनं काढलेला निष्कर्ष अगदी योग्य आहे असंच म्हणावं लागेल मला. शिवाय, त्या पोरीला स्वत:च्या मन:स्थितीची पुरेपूर जाण आणि जाणीव आहे, हेही तितकंच खरं. कमाल आहे!''

आकाशात जरी ढगांचं आवरण असलं, तरी ते ढग भराभर पुढे पळत होते. आणि ढगांमधल्या एका फटीतून सूर्याचे किरण इतक्या अचानक आणि तीव्रपणे मॅनहटन जनरल हॉस्पिटलमधल्या कॅफेटेरियात खिडकीशी बसलेल्या लॉरीच्या चेहऱ्यावर पडले, की तिला एकदम हात वर करून डोळ्यांवर सावली आणणं भाग पडलं. एखाद्या लेसरच्या प्रखर झोतासारखा झोत होता तो. समोर बसलेल्या डॉक्टर सू पासानोचा चेहराच मागच्या त्या प्रखर प्रकाशामुळे दिसेनासा झाला.

कपाळावर धरलेला हात तसाच ठेवून लॉरीनं समोरच्या ट्रे कडे नजर वळवली. अजूनही तिनं एकाही पदार्थाला धड हात लावलेला नव्हता. पदार्थ घेताना तिला छानपैकी भूक लागल्यासारखी वाटत होती, पण जागेवर येऊन बसल्यावर मात्र तिची भूक पार नाहीशी झाली होती. अजिबात भूक नाही, असं तिला सहसा कधीच होत नसे. आत्ता आपण त्या बाईबरोबर अपॉइंटमेंटला आलोय, त्याच्या मानसिक तणावामुळे असं झालं असेल, तिनं मनात म्हटलं. तिच्याकडून आपल्याला काय बातमी कळणार याचीही तिला जवळजवळ खात्री होती. आणि बाई फक्त नावालाच सामाजिक कार्यकर्ती आहे, तिची खरी भूमिका मानसतज्ज्ञाच्या जवळची असणार,

याचाही तिला अंदाज होता. आपल्याला निष्कारण एका मानसतज्ज्ञाला सामोरं जावं लागणार, ही गोष्ट तिला डाचत होती.

साधारण पाऊण तासापूर्वी लॉरी इथे येऊन पोचली होती, ती तडक रॉजरच्या ऑफिसमध्ये गेली होती. पण रॉजर अजूनही जागेवर आलेला नव्हता. तो हॉस्पिटलच्या प्रेसिडेंटबरोबर आहे, असं तिथल्या एका सेक्रेटरीनं तिला सांगितलं होतं. मग ती सू कडे गेली होती. सू मात्र इतक्या आयत्या वेळीसुध्दा तिच्याबरोबर लंचला तयार झाली होती.

''जेनेटिक्स लॅबोरेटरीतल्या त्या सामाजिक कार्यकर्तीनं फोन केला, याचा अर्थ तुझी तपासणी पॉझिटिव्हच ठरली असा होत नाही, लॉरी.'' सू नं म्हटलं.

''तसं कुठे म्हटलं मी?'' लॉरीनं म्हटलं. ''फक्त त्या बाईनं मला स्पष्ट काय ते सांगायला हवं होतं, एवढंच म्हणणं आहे माझं.''

''त्याचं कारण असं, की कायद्यानं त्या अशा गोष्टी रोग्याबरोबर फोनवरून बोलू शकत नाहीत.'' सू नं म्हटलं. ''तो हेल्थ इन्फमेंशन प्रायव्हसी ॲक्ट पास झालाय ना, त्यामुळे फोनवरून असं काही सांगता येत नाही. कारण लॅबोरेटरी मधल्या लोकांना आपण फोनवरून नेमकं कुणाशी बोलतोय, हे शंभर टक्के कधीच समजत नाही. कदाचित त्यांच्या हातून भलत्याच कुणाला माहिती दिली जाऊ शकते. आणि नेमक्या या गोष्टी बंद करण्यासाठीच हा कायदा आणलाय.''

''मग त्यांनी निदान तुला तरी माझ्या तपासणीचं निदान का पाठवलं नाही?'' लॉरीनं विचारलं. ''तू तर माझी अधिकृत प्रायमरी-केअर डॉक्टर आहेस ना?''

''तसं नाही, तांत्रिकदृष्ट्या, त्यांनी जेव्हा तपासणी केली तेव्हा मी तुझी प्रायमरी-केअर डॉक्टर नव्हते. पण निदान मला समजायला तरी हवं होतं, हे मात्र खरं. पण मला त्याचं फारसं आश्चर्यही वाटत नाही. कुणीही यावं आणि जेनेटिक्सची तपासणी करून घ्यावी, अशी परिस्थिती व्हायला अजून थोडा काळ जावा लागेल. जेनेटिक्स तपासणीची एकूणच यंत्रणा अजून बाल्यावस्थेत आहे, हे तुलाही माहितेय. किंबहुना, तुझं रक्त घेण्याच्या आधीच त्यांच्या एखाद्या खास प्रशिक्षित सामाजिक कार्यकर्त्यानं तुझी कशी भेट घेतली नाही, याचंच आश्चर्य वाटतंय मला. माझी तरी तशीच कल्पना होती. कारण निष्कर्ष कसाही असो, जेनेटिक्स तपासणी ही मानसिकदृष्ट्या चांगली अस्वस्थ करून सोडणारी ठरणार आहे, हे अगदी उघड आहे.''

आता हे तू मला सांग, लॉरीनं मनात म्हटलं.

''आणि तू खात का नाहीयेस?'' सू नं विचारलं. ''काही आवडलं नाही का तुला? का पदार्थ खराब झालेत?''

लॉरीनं मोठ्यानं हसून नकारार्थी हात हलवला. ''तसं नाही सध्या माझी मानसिक अवस्था इतकी विचित्र झालीय, की मला काही खावंसंच वाटत नाहीये.''

''हे बघ.'' सू जरा गंभीर झाली. ''तुझ्या अपेक्षेप्रमाणे तुझी बीआरसीए-१ ची

तपासणी जर खरोखरच पॉझिटिव्ह आली, तर तू सरळ माझ्याकडे ये, म्हणजे मी तुझी आमच्या इथल्या एका नावाजलेल्या कॅन्सरतज्ज्ञ डॉक्टरशी गाठ घालून देईन. हे नक्की ठरलं?''

''हो. ठरलं.''

''गुड. आता त्या लॉरा रायलेचं काय झालं? तुझी नेहमीची गायनॅकॉलॉजीची तपासणी करण्याची व्यवस्था झाली की नाही अजून?''

''हो, झालीय. डॉक्टर लॉरा रायले मला कधी यायचं ते कळवणार आहे.''

लॉरीनं घड्याळात बघितलं. ''ओ हो! मला लगेच निघावं लागेल, सू. त्या अपॉइंटमेंटला उशीर करून चालणार नाही. त्या बाईला काही वेगळीच शंका यायला नको उगाचच.''

कॉरिडॉरमध्ये त्या दोघींनी एकमेकींचा निरोप घेतला. लॉरी जिन्यानं दुसऱ्या मजल्यावर जाऊ लागली. तेवढ्यात पुन्हा एकदा तिच्या त्या पोटदुखीनं तोंड वर काढलं. हा प्रकार पायऱ्यांवर असतानाच का जाणवतो, कोण जाणे, तिनं मनात म्हटलं आणि आली तशीच ती पोटदुखीची भावना मिनिटाभरात नाहीशी झाली. उजव्या हाताची मूठ वळून तिनं पाठीच्या खालच्या उजव्या भागावर दोन-तीनदा आघात केले. कदाचित हे दुखणं आपल्या मूत्रपिंडात किंवा गर्भाशयात असेल असा विचार तिच्या मनात येऊन गेलेला होता. पण आत्ता मारूनही तिचं ते दुखणं काही पुन्हा सुरू झालं नाही. तिनं पोटात हातानं दाबून बघितलं, तरीही काहीच झालं नाही. शेवटी खांदे उडवून ती पायऱ्या पुन्हा चढू लागली.

जेनेटिक्स लॅबोरेटरीच्या रिसेप्शन रूममध्ये मागच्या वेळेसारखीच शांतता होती. तसेच ते युरोपियन क्लासिकल संगीताचे स्वर वातावरणात भरून राहिलेले होते, तीच 'इंप्रेशनिस्ट' चित्रं भिंतींवर होती. फक्त लॉरीच्या मनोभूमिकेत मात्र बदल झालेला होता. आधी भीतीपेक्षा औत्सुक्य जास्त होतं. आता परिस्थिती नेमकी उलट होती.

''कॅन आय हेल्प यू?'' गुलाबी स्मॉकिंगचा ड्रेस घातलेल्या त्या रिसेप्शनिस्ट पोरीनं विचारलं.

''माझं नाव लॉरी मॉंटगोमेरी. माझी आत्ता एक वाजता ॲन डिक्सनबरोबर अपॉइंटमेंट आहे.''

''मी कळवते तसं त्यांना.''

लॉरीनं बसून तिथलं एक मासिक चाळायला सुरुवात केली. तिनं घड्याळात नजर टाकली. बरोबर एक वाजलेला होता. आता ही बाई आपल्याला वाट बघायला लावते की काय, तिनं मनात म्हटलं.

घड्याळाचा काटा पुढे सरकत होता. लॉरी त्या मासिकाची पानं नुसतीच

यांत्रिकपणे चाळत बसलेली होती. पानांवर काय लिहिलंय इकडे तिचं लक्षच नव्हतं. हळूहळू आपल्या मनातली चिंता आणि चीड, दोन्ही वाढत चाललेल्या असल्याचं तिला जाणवलं. ते मासिक बंद करून तिनं टेबलावर ठेवून दिलं. मागे टेकून ती डोळे मिटून स्वस्थ बसली. मोठ्या कष्टानं तिनं स्वत:ला शांत केलं. आपण स्वच्छ सूर्यप्रकाशात समुद्रकिनाऱ्यावर शांत पहुडलेल्या आहोत, लाटांचा आवाज येतोय, अशी कल्पना करून ती मनानं खरोखरच समुद्रकिनाऱ्यावर जाऊन पहुडली.

"मिस मॉंटगोमेरी?" तेवढ्यात एक स्त्रीचा आवाज आला.

लॉरीनं डोळे उघडले आणि तिची नजर तिच्या निम्म्या वयाच्या एका मुलीच्या हसतमुख चेहऱ्यावर गेली. एक साधा पांढरा शुभ्र स्वेटर तिनं घातलेला होता आणि तिच्या गळ्यात एक मोत्यांची एकेरी माळ होती. स्वेटरवरून तिनं पांढरा कोट घातलेला होता. तिनं आपल्या डाव्या हातात एक क्लिपबोर्ड धरलेला होता आणि उजवा हात पुढे केलेला होता. "मी ॲन डिक्सन."

लॉरीनं उठून उभी राहून तिच्याशी शेकहँड केला आणि त्या मुलीपाठोपाठ ती शेजारच्या दारातून तिच्या छोट्याशा ऑफिसमध्ये आली. ऑफिसला खिडक्या नव्हत्या. आत एक कोच, दोन खुर्च्या, एक कॉफीचं टेबल आणि फाइलींचं कॅबिनेट होतं. कॉफीच्या टेबलावर मधोमध टिश्यू पेपरचं एक खोकं ठेवलेलं होतं.

ॲननं लॉरीला कोचावर बसायची खूण केली आणि ती एका खुर्चीवर बसली. ते टिश्यू पेपरचं खोकं मोठ्या सोयिस्करपणे आता त्यांच्या बरोबर मध्ये आलेलं होतं. तिनं आपल्या क्लिपबोर्डवर एक नजर टाकली आणि वर पाहिलं. ती एक साधी, हसतमुख, कॉलेज ग्रॅज्युएट असावी आणि प्रत्यक्ष कार्यानुभवासाठी काम करत असावी, अशी लॉरीची प्रथमदर्शनी कल्पना झाली. खरं म्हणजे अशा कामाला एखादी निदान पोस्ट ग्रॅज्युएट व्यक्ती, ती सुध्दा जेनेटिक्सचं खास जादा प्रशिक्षण दिलेली असली पाहिजे, तिनं मनात म्हटलं. या पोरीनं आपले ब्राऊन रंगाचे खांद्यापर्यंत लांब असलेले केस मधोमध विंचरलेले होते, त्यामुळे तिला अधूनमधून एकसारख्या आपल्या चेहऱ्यावर येणाऱ्या बटा हातानं मागे सारून कानामागे सोडाव्या लागत होत्या. तिचं लिपस्टिक आणि नेल पॉलिशही लाल-चॉकलेटी रंगाचं होतं.

"इतका कमी वेळ मिळूनही तुम्ही इथे आलात ते फार बरं झालं." ॲननं म्हटलं. तिला काहीसं नाकात बोलायची सवय दिसत होती. पण आवाज मात्र अगदी मृदु होता. "आणि तुमचा फोल्डर भलतीकडेच ठेवल्याबद्दल मी पुन्हा एकदा तुमची माफी मागते."

लॉरीनं नुसतं स्मित केलं, पण मनात तिची अधीरता, अस्वस्थता मात्र आता वाढत चाललेली होती.

"आम्ही इथे जेनेटिक्स डायग्नॉस्टिक्सच्या लॅबोरेटरीत नेमकं काय करतो, याची

आधी थोडी माहिती देते.'' ॲननं म्हटलं पायांची घडी घालून तिनं क्लिपबोर्ड मांड्यांवर ठेवला. तिच्या पायावर आतल्या बाजूला, घोट्याच्या किंचित वर एक नागाचं चित्र गोंदवलेलं लॉरीला दिसलं. ''आमच्या एखाद्या डॉक्टरऐवजी मी तुम्हाला का इथे भेटीला बोलावलं, तेही तुम्हाला सांगते. हा सर्वस्वी रिकाम्या वेळेचा प्रश्न आहे. माझ्याकडे भरपूर वेळ आहे आणि त्यांच्याकडे अजिबात नाही. म्हणजेच दुसऱ्या शब्दात सांगायचं तर मी तुम्हाला हवा तेवढा वेळ देऊ शकते आणि तुमच्या सगळ्या शंकांची उत्तरं देऊ शकते. आणि मला जर काही अडचण आली, तर मी इथे कोणालाही विचारू शकते.''

लॉरीनं एक शब्दही उच्चारला नाही, की तिच्या चेहऱ्यावर काही बदल झाला नाही. मनात मात्र ती म्हणत होती, की बाई गं, आता ही बडबड बंद करून मला फक्त त्या तपासणीत काय सापडलं तेवढंच सांगायला काय घेशील? ती चटकन मागे टेकून हाताची घडी घालून बसली. पूर्वीच्या राजेरजवाड्यांसारखं पराभवाची बातमी घेऊन येणाऱ्या निरोप्यालाच फासावर चढवून चालणार नाही, तिनं स्वत:ला बजावलं. पण ॲनचा, तिच्या बोलण्याचा आणि एकंदर परिस्थितीचाच तिला भयंकर मानसिक त्रास होत होता. आणि ते टिश्यू पेपरही मुद्दाम अगदी समोरच ठेवलेत – जणू आपण रडणार अशीच हिची खात्री असल्यासारखे! पण तीही शक्यता अगदीच नाकारता येत नाही म्हणा.

''आता,'' पुन्हा एकदा क्लिपबोर्डवर एक नजर टाकून ॲननं बोलायला सुरुवात केली. लॉरीला वाटलं, आता ही बहुतेक एखादं नेहमीचं छापील भाषण सुरू करणार. ''मानवी जेनोमच्या सगळ्या तीनशे वीस कोटी न्युक्लिओटाईड जोड्यांचं डीकोडिंग झाल्यानंतर जेनेटिक्सच्या शास्त्रात कसे अमूलाग्र बदल झाले आहेत, हे समजावून घेणं तुमच्या दृष्टीनं महत्त्वाचं आहे. अर्थात तुम्हाला जर काही समजलं नाही, तर तुम्ही कधीही मला थांबवून शंका विचारू शकता.''

लॉरीनं अस्वस्थपणे मान डोलावली. एवढी मोठी ही तोऱ्यात बोलतेय, पण तिला स्वत:लाच न्युक्लिओटाईड जोड्यांची कितपत माहिती आहे कोण जाणे, तिनं स्वत:शी म्हटलं. डीएनएच्या रेणूमधल्या न्युक्लिओटाईड जोड्या म्हणजे त्याच्यातला शिडीसारखा भाग, तर त्यांच्या क्रमावरून जनुकीय माहिती समजते.

ॲननं मग लॉरीला, एकोणिसाव्या शतकात ग्रेगॉर मेन्डेलनं बागेतल्या वाटाण्यांवर केलेल्या संशोधनावरून केलेले जनुकीय गुणधर्मांबद्दलचे नियम सांगायला सुरुवात केली. आपल्याला हे का ऐकावं लागतंय हेच लॉरीला समजत नव्हतं. तरीसुध्दा आपण डॉक्टर आहोत आणि आपण जीवशास्त्र मेन्डेलचा अभ्यास केलाय वगैरे सांगण्यासाठी तिनं ॲनचं बोलणं मध्येच तोडलं नाही. जनुकीय गुणविशेष, त्यांची अनुवांशिकता, वगैरे माहिती ॲन अगदी खुलासेवार सांगत होती आणि आपण ती

ऐकत असल्याचं भासवत लॉरी गप्प बसून होती.

मध्येच एकदा तर लॉरीनं ॲनचं बोलणं ऐकण्याचं बंद करून तिच्या सवयींचंच निरीक्षण सुरू केलं. तिची हातानं केस मागे सारण्याची लकब, विशिष्ट शब्दांवर जोर देताना मानेला झटका देणं, लॉरी गप्प राहून सगळ्याचं निरीक्षण करत होती. पण ॲननं जेव्हा सिंगल न्युक्लिओटाईड पॉलिमॉर्फिझम्स बद्दल बोलायला सुरुवात करून त्यांचा 'एस एन पी' असा शॉर्ट फॉर्म वापरायला सुरुवात केली, तेव्हा मात्र लॉरी पुन्हा तिचं बोलणं जरा जास्त लक्ष देऊन ऐकू लागली. जनुकशास्त्राच्या या भागाची मात्र तिला फारशी माहिती नव्हती.

"एसएनपी ना आता एकदम फार महत्त्व आलंय." ॲन सांगत होती. एस एन पी म्हणजे मानवी जेनोममधल्या अशा काही विशिष्ट जागा असतात, की तिथली एकच न्युक्लिओटाईड बेस जोडी म्युटेशनमुळे, किंवा डिलीशनमुळे, किंवा क्वचित प्रसंगी इन्सर्शनमुळेसुध्दा बदललेली असते. कोणत्याही दोन व्यक्तींमध्ये सुमारे दर एक हजार न्युक्लिओटाईड जोड्यांमागे सरासरी एक एसएनपी असते.

"मग त्यांना एवढं महत्त्व येण्याचं कारण काय?" लॉरीनं अजाणताच विचारलं.

"कारण संपूर्ण मानवी जेनोममध्ये मिळून आता लक्षावधी एसएनपी मिळाल्या आहेत. विशिष्ट ॲबनॉर्मल जीन्सशी आता त्यांचा आनुवंशिकपणे आलेले मार्कर्स म्हणून संबंध जोडला जातो. त्यामुळे एखादा परिणाम झालेला जीन वेगळा करून त्याची क्रमवारी लावत बसण्यापेक्षा या मार्कर्ससाठी चाचण्या घेणं किती तरी सोपं जातं. अर्थात, शंभर टक्के खात्री करून घेण्यासाठी आम्ही बहुधा या दोन्ही गोष्टी करतो. आम्ही रोग्याला संपूर्णपणे बरोबरच माहिती देतोय, याची आधी आम्हाला खात्री होणं गरजेचं असतं."

"ओके." लॉरीनं अस्वस्थपणे म्हटलं. ॲननं केलेल्या 'ॲबनॉर्मल जीन'च्या उल्लेखामुळे तिला पुन्हा एकदा दाणकन जमिनीवर आदळलेलं होतं. या काही नुसत्या समजण्या-समजावण्याच्या गोष्टी चाललेल्या नाहीत, इथे केवळ निखळ आणि क्रूर सत्य परिस्थितीचा संबंध आहे, हे तिला पुन्हा जाणवलं.

"आता तुमचा अपमान वगैरे करायचा नाही मला," लॉरीनं शेवटी न राहवून, आवाज शक्य तितका शांत ठेवत म्हटलं. "पण एका गोष्टीची बहुधा तुम्हाला माहिती नसावी. मी स्वत: एक डॉक्टर आहे. तुम्ही सांगितलेली सगळी माहिती वगैरे ठीक आहे, पण मी इथे येण्याचं मूळ कारण असं, की माझ्या तपासणीचे निष्कर्ष तुमच्याकडे आहेत आणि ते मला समजावेत म्हणून मी इथे आलेय. त्यामुळे आता कृपा करा आणि मला ते काय आहेत हे सांगा."

पुढे काय बोलावं हे न सुचून गोंधळून गेलेल्या ॲननं पुन्हा एकदा क्लिपबोर्डवर नजर टाकली. पुन्हा जेव्हा तिनं बोलायला सुरुवात केली, तेव्हा विशिष्ट शब्दांवर

जोर देताना तिचे मानेचे झटके आणखी वाढलेले होते. "तुम्ही खरोखरच एक डॉक्टर आहात हे मला माहीत नव्हतं. तुमच्या नावाआधी 'डॉक्टर' असं लिहिलेलं मी वाचलं, पण मला वाटलं की तुम्ही बहुधा कशात तरी डॉक्टरेट केली असावी."

"ते जाऊ दे. आता मला काय ते स्पष्ट सांगा. मी बीआरसीए-१ जीनच्या मार्करसाठी पॉझिटिव्ह आहे, की नाही?"

"पण आपण त्याच्या अर्थाबद्दल अजून काहीच बोललेलो नाही."

"मला त्याचा अर्थ चांगला समजतो आणि माझ्या आणखी काही शंका असल्या, तर त्या मी माझ्या कॅन्सरतज्ज्ञाला विचारेन."

"आय सी." ॲननं म्हटलं आणि पुन्हा एकदा आपल्या क्लिपबोर्डावरून नजर फिरवली – जणू त्यातून आपल्याला पुढे कसं बोलावं समजेल, या अपेक्षेनं. पण त्याचा अर्थातच काही उपयोग नव्हता.

"हे बघा, तुम्ही तुमचं काम व्यवस्थित करता आहात आणि त्याचं मला काहीच कौतुक नाही असं प्लीज समजू नका. पण मला आता नेमकं उत्तर हवंय."

"कबूल. ठीक आहे." ॲन खुर्चीत ताठ बसली. तिनं लॉरीच्या नजरेला नजर भिडवली आणि शांतपणे, स्वच्छ शब्दात म्हटलं, "तुम्ही खरोखरच बीआरसीए-१ जीनच्या मार्करसाठी पॉझिटिव्ह आहात आणि मघाशी सांगितलं तसं दोन्ही प्रकारांनी तपासणी करूनही उत्तर हेच येतंय. आय ॲम व्हेरी सॉरी."

खालचा ओठ चावत हताशपणे लॉरीनं आपली नजर दुसरीकडे वळवली. हेच उत्तर तिला अपेक्षित होतं, तरीही तिला आपले डोळे पाणावत असल्याचं जाणवलं. तरीही केवळ तत्त्व म्हणून ती डोळ्यात पाणी येऊ न देण्याचा आटोकाट प्रयत्न करत होती. काही झालं तरी या पोरीसमोर आपल्या भावनांचं प्रदर्शन करायचं नाही, समोरच्या टिश्यू पेपरला हातही लावायचा नाही, असा तिनं मनाशी ठाम निश्चय केला. "ओके." तिनं कसंबसं म्हटलं. ॲननं काही तरी बोलायला सुरुवात केल्याचंही तिला ऐकू आलं, पण तिकडं तिनं लक्षच दिलं नाही. खरं तर इतरांच्या भावनांची तिला कायम जाणीव असे, त्या शक्यतो जपण्याच्या दृष्टीनंच तिचं वागणं-बोलणं असे. पण या क्षणी मात्र तिने ॲनच्या बोलण्याकडे चक्क दुर्लक्षच केलं. आपणही वाईट बातमी आणणाऱ्या निरोप्याला सुळावर चढवतोय, याचीही तिला जाणीव होती.

लॉरी तटकन उठली, ॲनकडे बघून ती हसली – पण सध्याच्या तिच्या परिस्थितीत तिचं स्मित जरा विचित्रच दिसलं – आणि सरळ दाराकडे चालत निघाली. तिचे तळहात घामानं इतके ओले झालेले होते, की ती त्या परिस्थितीत ॲनशी शेकहँड करणंही अशक्य होतं. ॲन आपल्या मागे येत आपल्याला हाका मारतेय, हे तिला जाणवत होतं, पण तिनं मागेसुध्दा वळून पाहिलं नाही. त्याच

झपाट्यात ती रिसेप्शनमधून बाहेर पडून हॉस्पिटलच्या कॉरिडॉरमध्ये आली.

पहिल्या मजल्यावर जेव्हा लॉरी हॉस्पिटलमध्ये ये-जा करणाऱ्या लोकांच्या गर्दीत आली, तेव्हा तिला उलट बरं वाटलं – जणू आपणही या सगळ्यांसारख्याच असल्यासारखं. तिच्या मनातली प्रचंड उलाघाल काहीशी शांत झाली. तिथल्या चौकशी कक्षासमोर एक बाक होता, तिथे जाऊन ती विसावली आणि तिनं एक मोठा थोरला श्वास घेतला. आता पुढे काय करायचं ते ठरवणं आवश्यक होतं. आपण आपली तपासणी पॉझिटिव्ह निघाली तर ताबडतोब सू कडे जायचंय, हे तिच्या लक्षात होतं, पण या क्षणी तिला भावनिक आधाराची जास्त गरज जाणवली. कोणाशी तरी मोकळेपणानं बोलावं, असं तिला वाटलं. रॉजर आला असेल का, तिनं मनात म्हटलं.

तिथून रॉजरचं ऑफिस जवळच होतं आणि लॉरी लगेच उठून तिकडे निघाली. ॲडमिनिस्ट्रेशन विभागाच्या दारातून आत शिरल्यावर तिथली शांतता जाणवून तिला आणखी थोडं बरं वाटलं. आतल्या कार्पेटवरून चालताना तिच्या शूजचा जराही आवाज होत नव्हता. आपल्या शरीरात प्रत्येक पेशीमध्ये एक जनुकीय टाईम बॉंब आहे आणि त्याच्या वेळेचा काटा निर्विकारपणे, निष्ठुरपणे पुढे सरकतोय, वगैरे सगळे विचार मनात पाठीमागे ढकलण्याचा आटोकाट प्रयत्न करत ती रॉजरच्या ऑफिसच्या दिशेनं झपाझप चालत होती. तिथल्या एका सेक्रेटरीनं तिला ओळखलं.

"डॉक्टर रूसो आहेत त्यांच्या ऑफिसमध्ये." त्या पोरीनं तिच्याकडे बघत म्हटलं.

लॉरीनं चालता चालताच मान डोलावली आणि ती रॉजरच्या ऑफिसच्या दाराशी आली. त्याच्या ऑफिसचं दार अर्धवट उघडं होतं. टेबलाशी बसून तो कागदपत्रं वाचत होता. लॉरीनं दारावर टकटक केल्याबरोबर त्यानं तिच्याकडे मान वर करून पाहिलं. नेहमीप्रमाणेच त्यानं कडक इस्त्री केलेला पांढरा शुभ्र शर्ट घातलेला होता आणि त्याचा सोनेरी टाय त्याच्या रापलेल्या चेहऱ्याला मोठा शोभून दिसत होता.

"माय गॉड!" रॉजर तिला बघून चटकन उठला. "मी आत्ताच तुझ्या व्हॉईसमेलवर निरोप ठेवला. काय योगायोग आहे!" टेबलामागून चटकन पुढे येऊन त्यानं दार बंद केलं. तिच्याकडे वळून त्यानं तिला हलकेच आलिंगन दिलं आणि तिच्या कपाळावर ओठ टेकवले. तिची काहीच हालचाल किंवा प्रतिसाद नाही, हे त्याच्या लक्षातच आलं नाही. "फार बरं वाटलं तू इथे आलेली बघून." त्यानं म्हटलं. "किती गोष्टी सांगायच्या आहेत तुला." त्यानं दोन खुर्च्या एकमेकींसमोर ठेवल्या. लॉरीला एका खुर्चीवर बसायची खूण करून तो दुसऱ्या खुर्चीवर बसला.

"आजची सकाळ कशी गेली हे तुला सांगितलं, तर तुझा विश्वासच बसणार नाही." त्यानं भराभर बोलायला सुरुवात केली. "काल रात्री आणखी दोघा ऑपरेशन

झालेल्या रोग्यांचा मृत्यू झाला. तू सांगितलेल्या चार जणांसारखेच हेही दोघं वयानं तरुण आणि चांगले धडधाकट होते.''

''मला माहितेय.'' लॉरीनं खोल आवाजात उत्तर दिलं. ''मी आजच त्या दोघांचंही पोस्ट मॉर्टेम केलंय. त्यासाठीच तर मी तुला मघाशी फोन केला होता.''

''मग पोस्ट मॉर्टेममध्ये काय सापडलं तुला?''

''काहीच नाही. कसलीही पॅथॉलॉजी सापडली नाही.'' लॉरीनं शांत आवाजात सांगितलं. ''या केसेसही आधीच्या चौघांसारख्याच होत्या.''

''मला वाटलंच होतं!'' रॉजरनं हाताची मूठ वळून हवेत भिरकावली. तो उठून त्या छोट्याशा ऑफिसात येरझाऱ्या घालू लागला. ''आमच्या मॉर्बिडिटी/मॉरटॅलिटी कमिटीची मीटिंग दोनच दिवसांपूर्वी झालेली होती. आज सकाळी मी पुन्हा मीटिंग बोलावली, या दोन केसेस मी तिथे पुरावा म्हणून सांगितल्या, मागच्या पाच आठवड्यात कुणाचा संशयास्पद मृत्यू झाला नव्हता, याचा अर्थ हे प्रकार थांबले आहेत असा होत नाही, असं समजावून सांगितलं. यावर काही तरी कृती केलीच पाहिजे असं पुन्हा पुन्हा सांगितलं. पण व्यर्थ! मीडियाला याचा सुगावा लागू शकेल, म्हणून काही करायचं नाही! तसंच बसून राहायचं! मला तर एकदा वाटलं होतं की आपणच मीडियाला निनावी फोन करावा – अजूनही वाटतंय! पण मी तसं करू शकणार नाही, हेही मला माहितेय. मीटिंगनंतर मी आमच्या प्रेसिडेंटच्या ऑफिसात जाऊन ही गोष्ट त्याला पटवून द्यायचा आटोकाट प्रयत्न केला. पण त्याच्याशी बोलणं आणि एखाद्या दगडाशी बोलणं यात काहीही फरक नाही. तो तर उलट माझ्यावरच भडकला!''

लॉरी रॉजरकडे पहात होती, पण त्याची नजर टाळत होती. या क्षणी या खूनसत्राचा विषयच तिच्या डोक्यात नव्हता, पण रॉजरला थांबवण्याइतकीही भावनिक ताकद तिच्यात उरलेली नव्हती.

''आणि त्यात भर म्हणूनच की काय, आज सकाळी आमच्या पार्किंगमध्ये आमच्याच एका हेड नर्सचा चोरीच्या प्रयत्नातून खून झाला.'' रॉजर तावातावानं बोलतच होता. ''मला तर आता या प्रकाराची भयंकर भीती वाटायला लागलीय. कारण मी इथे येण्याआधी असले प्रकार इथे कधीही घडलेले नव्हते.''

रॉजरनं थबकून लॉरीकडे बघितलं. त्याच्या चेहऱ्यावरून वाटत होतं की याला या क्षणी कुणाची तरी सहानुभूती हवीय. पण तिच्या उतरलेल्या चेहऱ्याकडे बघितल्याबरोबर त्याच्या चेहऱ्यावरचे भाव भराभर बदलले. ''काय झालं, लॉरी? तुझा चेहरा असा म्लान का दिसतोय?'' त्यानं बारकाईनं तिच्याकडे पाहिलं आणि पटकन तो समोरच्या खुर्चीवर बसला. ''आय ॲम सो सॉरी. मी आपला माझंच सांगत बसलोय. तुझ्याकडे लक्षच गेलं नाही माझं. काय झालं तरी काय?''

लॉरीनं क्षणभर डोळे घट्ट मिटून मान दुसरीकडे वळवली. ॲन डिक्सननं ती बातमी दिल्यावर तिच्या मनात जो प्रचंड भावनांचा कल्लोळ उडाला होता, तो त्यानं सहानुभूतीनं विचारल्यावर पुन्हा वर उसळून आला. आपल्या खांद्यावर रॉजरनं हात ठेवल्याचं तिला जाणवलं.

"काय झालंय, लॉरी?"

आपण बोलायला लागलो तर आपल्याला रडू कोसळेल या भीतीनं लॉरीनं नुसतीच मान हलवली. तिला आपल्या भावनांचं लोकांसमोर प्रदर्शन करण्याचा जाम तिटकारा होता. ताठ बसून तिनं एक मोठा नि:श्वास सोडला. "सॉरी." ती कसंबसं बोलली.

"तुला कशाचं वाईट वाटतंय? तुला वाईट वाटायचं काहीच कारण नाही. शरम वाटायला पाहिजे ती मला. मीच आपला मूर्खासारखा तुझ्याकडे लक्ष न देता बडबडत बसलोय."

किंचित खाकरून लॉरीनं तिच्या बीआरसीए-१ ची कर्मकहाणी सांगायला सुरुवात केली आणि जसजशी ती बोलत गेली, तसतसा तिचा भावनांचा उद्रेकही कमी होत गेला – जणू तिच्यातला डॉक्टर जागा झाल्यासारखा. आपल्या मम्मीबद्दल, तिच्या ऑपरेशनबद्दल, तिचीही बीआरसीए-१ ची तपासणी पॉझिटिव्ह आल्याबद्दल तिनं सांगितलं. आपल्याला ही तपासणी करून घेण्याचा सल्ला आपल्या डॅडींनी दिल्याचं ती बोलली. जॅकचा उल्लेख टाळून तिनं इथे येऊन आपण ही चाचणी कशी दिली, मग आत्ता थोड्या वेळापूर्वी ॲन डिक्सन आपल्याशी काय बोलली, हेही तिनं सांगितलं. दोन्ही प्रकारच्या तपासण्यांमध्ये आपल्याला बीआरसीए-१ चा मार्कर पॉझिटिव्ह आहे हे समजल्याचं तिनं सांगितलं. आपल्या पॉझिटिव्ह तपासणीसाठी ॲनला जबाबदार धरण्याचं टाळण्याचा प्रयत्न करूनही आपण कशा वागलो ते सांगितलं आणि शेवटी विनोदानं असंही म्हटलं, की 'पॉझिटिव्ह तपासणीनंतर तुमची मन:स्थिती आता कशी आहे?' हा जो प्रश्न कोणीही मानसतज्ज्ञ विचारतो, तो विचारायची संधीही आपण ॲनला दिली नाही.

"आता यात तुला विनोद सुचतो, म्हणजे खरंच कमाल आहे." रॉजरनं म्हटलं.

"हो, कारण आता तुझ्याशी बोलल्यावर मला खूपच हलकं वाटतंय."

"हं. पण झालं हे फारच वाईट झालं." रॉजरनं मनापासून म्हटलं. "पण आता तू पुढे काय करणार?"

"आता मी इथून बाहेर पडल्यावर आधी सू पासानोकडे जाणार आहे. ती मला इथला एक उत्तम कॅन्सरतज्ज्ञ गाठून देणार आहे."

निरोपादाखल रॉजरच्या मांडीवर हलकेच थोपटून लॉरी उठू लागली.

"थांब जरा!" रॉजरनं पुन्हा तिच्या खांद्याला धरून तिला बसवलं. "घाई करू

नकोस. तो प्रश्न विचारायला तू ॲनला संधी दिली नाहीस, त्यामुळे मी तुला विचारतो. बीआरसीए-१ ची तपासणी पॉझिटिव्ह आल्यावर आता तुझी मन:स्थिती कशी आहे? मला वाटतं हे म्हणजे 'ब्रूटस, यू टू?' सारखं झालं असणार – आपला जिवलग दोस्तच आपला प्राणघातक शत्रू असल्यासारखं.''

लॉरीनं रॉजरच्या नजरेत निरखून पाहिलं. हा प्रश्न हा आपल्याला एक डॉक्टर म्हणून विचारतोय, की एक जवळचा मित्र म्हणून? मित्र म्हणून जर विचारत असेल, तर हा प्रश्न तो मनापासून वाटणाऱ्या आपल्याबद्दलच्या प्रेमामुळे विचारत असेल, की आणखी काही उद्देशानं? कोणत्या वेळी नेमकं काय बोलावं ही कला त्याच्याकडे उपजतच दिसतेय, पण त्यामागे त्याची नेमकी प्रेरणा काय आहे? काय हे, लॉरी! अशा शंका तुझ्या मनात येऊच कशा शकतात? तिचं एक मन एकीकडे तिला दोष देत होतं. पण रॉजरचं लग्न झालंय आणि त्याला मुलंही आहेत ही गोष्ट त्यानं लपवून ठेवल्यापासून तिचं दुसरं मन मात्र त्याच्या बाबतीत कशावरच विश्वास ठेवायला तयार होत नव्हतं.

''खरं सांगायचं, तर आपली मन:स्थिती कशी आहे, हे बघण्याइतका मला अजून वेळच मिळालेला नाही.'' लॉरीनं काही क्षण थांबून म्हटलं. आपण आता वेगवेगळे विचार मनाच्या वेगवेगळ्या कप्प्यांमध्ये ठेवून द्यायला, त्यांची सरमिसळ न होऊ देता एका वेळी एकाच गोष्टीवर विचार करायला शिकलोय, असं त्याला सांगायची तिला एकदा इच्छा झाली, पण तिनं तेही टाळलं. त्यात एक तर वेळ गेला असता, शिवाय सू कडेही लगेच जायला हवं होतं. तिनं मनात ठरवलं, की शेवटी सगळं काही त्या कॅन्सरतज्ज्ञावरच अवलंबून आहे. त्यामुळे त्याची अपॉइंटमेंट जेवढ्या लवकर घेता येईल तेवढं बरं.

''पण मला सांगण्यासारखं तुझ्याकडे काही ना काही असेलच ना?'' रॉजरनं म्हटलं. त्याचा हात अजूनही तिच्या खांद्यावर होता. ''इतकी मन अस्वस्थ करणारी भयंकर गोष्ट समजल्यावर तुझ्या मनात काही ना काही चिंता, भीती निर्माण झालेली असणारच.''

''तू म्हणतोयस तेही खरंय.'' लॉरीनं काहीशा अनिच्छेनं म्हटलं. ''खरं सांगायचं तर कॅन्सरच्या शक्यतेपेक्षा त्यावर मला जे काही आधीच करायचे प्रतिबंधात्मक उपाय सुचवलेत, त्यांची आणि त्यांच्या दुष्परिणामांची मला सगळ्यांत जास्त भीती वाटतेय. उदाहरण : माझे बीजकोष काढून टाकले तर मला मुलं होण्याची काही शक्यताच...''

ती बोलता बोलता मध्येच थांबली. तिच्या डोक्यात त्या क्षणी जो विचार चमकून गेला, तो एखाद्या विजेच्या लोळासारखा दाहक होता. त्या नुसत्या विचारानंच तिच्या शरीरात एका क्षणात ॲड्रेनलिनचा जणू महापूर आला. त्यामुळे तिच्या हृदयाचे ठोके

प्रचंड वाढले आणि श्वासाची गतीही एकदम वाढून तिला चक्कर आल्यासारखं झालं. आपण खाली पडू म्हणून तिनं खुर्ची हातांनी घट्ट धरून ठेवली.

पण नशीबानं तिची चक्कर लगेचच नाहीशीही झाली. रॉजर काही तरी बोलतोय हे तिला दिसत होतं, पण त्याचं बोलणं तिला ऐकू मात्र येत नव्हतं. तिच्या मनात चमकून गेलेल्या त्या विचाराचे ढगांच्या गडगडाटासारखे प्रतिध्वनीच जणू तिच्या मनात उमटत होते. 'माणसानं इच्छा करतानासुध्दा विचार करून करावी कुणी सांगावं, ती कधी कधी खरीही होते,' ही जुनी म्हण तिला एकदम आठवली.

लॉरी इतक्या चटकन उठून उभी राहिली, की तिच्या खांद्यावर हात ठेवल्यामुळे रॉजरलाही आपोआपच उठावं लागलं, अचानक तिला इथून निघून जावंसं वाटू लागलं.

"लॉरी!" रॉजरनं जोरात म्हटलं आणि तिचे खांदे दोन्ही हातांनी धरून तिला गदागदा हलवलं. "काय झालं तरी काय? तू तुझं वाक्यसुध्दा धड पुरं केलं नाहीस."

"आय ॲम सॉरी." लॉरीनं शांत स्वरात म्हटलं, पण ती अजूनही आतून पुरती हलून गेलेली होती. "मला जाऊ दे. मला गेलंच पाहिजे."

"असं कसं जाऊ देऊ तुला? तुझ्या मनात काय चाललंय? तू निराश झालीयस का, लॉरी?"

"नाही. अजून तरी मी निराश झालेली नाही. मला जाऊ दे, रॉजर. मी तुला नंतर फोन करेन."

ती जायला वळली, पण रॉजरनं तिचा दंड पकडला. "तू तुझ्या जिवाचं काही बरं वाईट तर...?"

लॉरीनं मान हलवली. "काळजी करू नकोस. तसं काही करणार नाही मी. मला थोडा वेळ एकटीनं राहू दे." तिनं आपला दंड त्याच्या पकडीतून सोडवला.

"तू मला फोन करणार आहेस."

"हो." लॉरीनं दार उघडत म्हटलं.

"आज रात्री भेटायचंय का आपण?"

लॉरी दाराशी थबकली आणि मागे वळली. "नाही, काही उपयोग होणार नाही. पण मी फोन करेन तुला."

रॉजरच्या ऑफिसमधून बाहेर पडून लॉरी कॉरिडॉरमध्ये आली. तिला पळावंसं वाटत होतं, पण तरी ती मुद्दाम चालत राहिली. रॉजरची आपल्यावर खिळलेली नजर जाणवत असूनही ती मागे वळली नाही. थोड्याच वेळात ती बाहेर गर्दीमध्ये आली. याही वेळी तिला गर्दीत बरं वाटलं. पुन्हा ती मघाच्या बाकावर येऊन बसली. पुढची पंधरा मिनिटं ती मघाशी चमकून गेलेल्या, मनात प्रचंड खळबळ उडवून देणाऱ्या त्या कल्पनेवर विचार करत तिथेच बसून होती.

अकरा

ओसीएमईमधली दर गुरुवारी दुपारची मीटिंग ही झालीच पाहिजे, असा दंडकच प्रमुख हेरॉल्ड बिंगहॅमनं घालून दिलेला होता. आपल्याला हे काम आहे आणि ते काम नेमकं त्याच वेळी आहे, अशा सबबींखाली अनेकदा तो स्वत: जरी हजर राहत नसला, तरी त्याच्या आधिपत्याखाली येणाऱ्या न्यूयॉर्कमधल्या पाचही विभागांच्या प्रमुखांना मात्र या मीटिंगला हजर राहणं बंधनकारक होतं आणि उपप्रमुख असलेला केल्व्हिन वॉशिंग्टन या गोष्टीची काटेकोर अंमलबजावणी करायचा. अत्यंत गंभीर अशा आजारासारख्या मुळीच टाळता न येणाऱ्या कारणाखाली आणि ते सुध्दा आधी परवानगी घेतली असेल, तरच मीटिंगला हजर न राहण्याची मुभा होती. त्यामुळे ब्रुकलिन, क्वीन्स, स्टेटन आयलंड्स अशा विभागातल्या फोरेन्सिक पॅथॉलॉजिस्ट मंडळींना दर गुरुवारी या हाज यात्रेला यावंच लागत असे. अर्थात, त्यातून नेमकी ज्ञानात काय भर पडते हा प्रश्नच होता. त्या मानानं मॅनहटन आणि ब्राँक्स मधल्या मंडळींच्या दृष्टीनं हे काम फारच सोपं होतं. फक्त पाचव्या मजल्यावरून लिफ्टनं पहिल्या मजल्यावर उतरलं, की झालं.

लॉरी या मीटिंगकडे साधारणत: बऱ्यापैकी करमणुकीचं साधन म्हणून बघायची. विशेषत: मीटिंगपूर्वी कॉफी घेत एकमेकांशी गप्पा मारणं म्हणजे खरोखरच करमणूक होती. त्या वेळी मंडळी गेल्या आठवड्याभरात आपल्यासमोर आलेल्या बौध्दिकदृष्ट्या आव्हानात्मक, किंवा मग अगदी विचित्र किंवा भयानक केसेसचे किस्से एकमेकांना रंगवून सांगायची. लॉरी या असल्या गप्पांमध्ये सहसा प्रत्यक्ष बोलत नसे, पण त्या ऐकायला मात्र तिला मनापासून आवडायचं. आज मात्र तिला तसं हलकंफुलकं वाटत

नव्हतं. आधीचा तो बीआरसीए-१ चा चाचणीचा पॉझिटिव्ह निष्कर्ष आणि मग रॉजरच्या ऑफिसात मनात चमकून गेलेला तो भयंकर विचार, अशा दोन पाठोपाठ बसलेल्या धक्क्यांमुळे ती पार सुन्न होऊन गेलेली होती. या क्षणी तरी तिला मुळीच कोणाशी बोलावंसं वाटत नव्हतं. कॉन्फरन्स रूममध्ये आल्यावर ती कॉफी आणि डोनट्ससाठी जमलेल्या लोकांमध्ये मिसळली तर नव्हतीच, उलट मध्येच केव्हातरी संधी साधून हळूच बाहेर सटकता आलं तर बरं, अशा विचारानं ती दरवाजाजवळ शेवटच्या रांगेतल्या खुर्चीवर एकटीच बसून राहिली होती.

कॉन्फरन्स रूम तशी फार मोठी नव्हती आणि ती बांधून चव्वेचाळीस वर्षं झाल्याचं जरी सांगण्यात येत असलं, तरी आतली सजावटच इतकी थकलेली दिसत होती, की कदाचित या रूमचं वय जास्तही असेल असं वाटावं. डावीकडे असलेलं दार या रूमला थेट बिंगहॅमच्या ऑफिसशी जोडत होतं. तिथे जवळच एक बराच जुना, ओरखडे उठलेला लेक्टर्न उभा होता. त्याच्यावर एक स्वतंत्र दिवा होता, तो बंद पडून बरीच वर्षं झालेली होती आणि हंसाच्या मानेसारखा एक माईक होता, तो मात्र अजून चालू होता. लेक्टर्नच्या समोर तितक्याच जुन्या खुर्च्यांच्या चार रांगा होत्या. त्या नट-बोल्ट वापरून जमिनीत घट्ट लावून ठेवलेल्या होत्या आणि प्रत्येक खुर्चीला घडी घालता येणारी लिहिण्यासाठी एक फळी लावलेली होती. त्या खुर्च्यांमुळे रूमला एखाद्या छोटेखानी लेक्चर रूमचं स्वरूप आलेलं होतं आणि त्यामुळे या रूमचा वापर मुख्यत: बिंगहॅमच्या पत्रकार परिषदांसाठीच जास्त होत होता. रूमच्या मागच्या भागात लायब्ररीत असतं तसं एक लांबलचक टेबल होतं. प्रत्यक्षात मात्र त्याचा उपयोग लोकांना कॉफी आणि खाद्यपदार्थ देण्यासाठी होत होता. सध्या गुरुवारच्या मीटिंगसाठी आलेली मंडळी इथेच घोळका करून उभी होती. बिंगहॅम, वॉशिंग्टन आणि जॅक सोडून बाकी सगळेजण एव्हाना आलेले होते. त्यांच्या आपसात गप्पा चालू होत्या, मधूनच हास्याची कारंजीही उठत होती.

जॅकला मात्र या गुरुवारच्या मीटिंगचं जराही प्रेम नव्हतं. मागे एकदा जॅकबरोबर बास्केटबॉल खेळणाऱ्या त्याच्या एका मित्राच्या बहिणीवरून त्याचं ब्रुकलिन ऑफिसातल्या एका मेडिकल एक्झॅमिनरबरोबर वाजलं होतं, तेव्हापासून त्या दोघांमध्ये उभा दावा होता. त्या वेळी ब्रुकलिन ऑफिसच्या मुख्यानं त्या मेडिकल एक्झॅमिनरचीच बाजू घेतली होती, त्यामुळे जॅक त्याचाही तिरस्कार करत होता. जॅक कायम या मीटिंगला उशिरा यायचा. आपण हे मुद्दाम करतोय हे तो नाकारायचाही. पण त्यामुळे केल्व्हिन मात्र त्याच्यावर चिडायचा.

तेवढ्यात बिंगहॅमच्या ऑफिसचं या रूममध्ये उघडणारं दार धाडकन उघडलं आणि केल्व्हिनचा अजस्त्र देह आत आला. लेक्टर्नपाशी उभा राहून त्यानं हातातली फाईल उघडली. त्याचे काळेभोर डोळे एकवार रूममधून फिरले. लॉरीची आणि

त्याची नजरानजर झाली आणि मग त्याची नजर पुढे गेली. कोण कोण आलंय हे एकदा त्यानं पाहून घेतलं.

"ऑल राईट!" आपल्याकडे कुणाचंच लक्ष जात नाही असं बघितल्यावर त्यानं माईकमध्ये मोठ्यानं म्हटलं, "चला, काम सुरू करू या." त्या छोट्या रूममध्ये त्याचा आवाज अक्षरशः दुमदुमला.

लेक्टर्नच्या त्या उतरत्या पृष्ठभागावरून घसरू पाहणारे कागद त्यानं नीट जागेवर ठेवले. बाकीच्या लोकांनी आपली बडबड बंद केली आणि सगळेजण खुर्च्यांवर जाऊन बसले. पूर्वी बिंगहॅम नेहमी येत असे तेव्हा तो जसं करायचा, त्याच पद्धतीनं केल्व्हिननं आपलं काम सुरू केलं. मागच्या आठवड्याच्या आकडेवारी पासून त्यानं सुरुवात केली.

केल्व्हिनचं एकसुरी बोलणं सुरू असताना इकडे लॉरीचं मात्र त्याच्या बोलण्यावरून लक्ष उडालं आणि तिचं मन भरकटलं. खरं म्हणजे ती गरज भासेल तेव्हा आपल्या स्वतःच्या अडचणी, विचार वगैरे मनात पाठीमागे ढकलून सहजगत्या आपल्या व्यावसायिक भूमिकेत शिरायची. पण आज मात्र तिचं लक्षच लागेना. ती भयंकर कल्पनाच तिच्या डोक्यात इतकी धुमाकूळ घालत होती, की त्याच्यापुढे तिची आपल्या पॉझिटिव्ह तपासणीची चिंतासुध्दा निष्प्रभ ठरली. आपली भीती जर खरी ठरली, तर पुढे काय करायचं, हेच तिच्या लक्षात येत नव्हतं.

तेवढ्यात लॉरीच्या जवळच डावीकडे असलेला हॉलचा दरवाजा उघडून जॅक आत आला. केल्व्हिननं आपलं बोलणं थांबवून त्याच्याकडे डोळे मोठे करून बघितलं. "या, डॉक्टर स्टेपलटन. या मीटिंगला शोभा आणण्याइतका वेळ आपल्याला मिळाला, हे आमचं फार मोठं भाग्य समजतो आम्ही!" त्यानं कुत्सितपणे म्हटलं.

"छे, छे! एवढी मोठी मीटिंग कधी चुकवणं शक्य तरी आहे का मी?" जॅकनंही त्याच भाषेत प्रतिटोला हाणला. लॉरीला उगाचच लाजल्यासारखं झालं. केल्व्हिनसारख्या वरिष्ठाशी असं बोलू तरी कसं शकतो हा? काही नाही, उगाचच आपण बिनधास्त असल्याचं दाखवतोय झालं!

जॅकनं उगाचच नाटकीपणानं लॉरीकडे पाहिलं. ती त्याच्या नेहमीच्या जागेवर आज बसलेली होती – आणि त्याच कारणासाठी. तिच्या खांद्यावर हलकेच दाबून तो नेमका तिच्या पुढच्या खुर्चीवर बसला. आता त्याचं डोकं मध्ये येत असल्यामुळे तिला केल्व्हिन नीट दिसत नव्हता आणि त्यामुळे तिला लक्ष एकाग्र करणं आणखीनच त्रासदायक होऊ लागलं.

केल्व्हिनचं बोलणं चालूच होतं. आकडेवारी सांगून संपल्यावर तो कामासंबंधातल्या इतर समस्यांकडे वळला. त्यात बहुतेक वेळा शहराच्या प्रशासनाकडून मिळणाऱ्या पैशात कपात होत असल्याचा उल्लेख असायचा. आजही तसंच झालं. ते ऐकायचं

सोडून लॉरीचं लक्ष जॅकच्या डोक्याकडेच होतं. थोड्याच वेळात त्याचं डोकं कधी इकडे तर कधी तिकडे पडायला सुरुवात झाली. याला नेहमीप्रमाणेच डुलक्या यायला सुरुवात झाल्याचं तिनं ताडलं. तिच्या डोक्यातल्या चिंतांमध्ये आणखी एका चिंतेची भर पडली. आता केल्व्हिननं जर याला डुलक्या घेताना बघितलं, तर केवढा भडकेल तो! कोणीही अधिकारपदावरची व्यक्ती भडकली, की ती जाम अस्वस्थ होत असे, भले मग तो राग तिच्यावर का नसेना!

पण जॅकच्या डुलक्या एकतर केल्व्हिनच्या लक्षात तरी आल्या नाहीत, किंवा त्यानं तिकडे दुर्लक्ष तरी केलं. शेवटी एकदाचं त्याचं बोलणं संपलं आणि त्यानं ब्रुकलिन विभागाचा प्रमुख डॉक्टर जिम बेनेटला पाचारण केलं.

दर गुरुवारी प्रत्येक विभागाच्या प्रमुखाला तिथे येऊन आपापली माहिती, आकडेवारी वगैरे सांगावी लागायची. क्वीन्स विभागाचा प्रमुख डॉक्टर डिक कात्झेनबर्ग जेव्हा बोलू लागला, तेव्हा लॉरीला बारा वर्षांपूर्वीची ती घटना आठवली. त्या वेळी अशा एका गुरुवारच्या मीटिंगमध्येच कोकेनच्या त्या कटावर चर्चा घडवून आणण्याची कल्पना तिच्या डोक्यात चमकली होती. त्या वेळी झालेली चर्चा विशेषत: डिकमुळे तिला खूप मदत करणारी ठरली होती. आता डिकला बोलताना बघून तिला एकदम वाटून गेलं, की मॅनहटन जनरलमधल्या त्या केसेसबद्दल अशीच चर्चा घडवून आणायला काय हरकत आहे? पण नंतर तिनं मनात म्हटलं, नकोच ते. आधीच आपण इतक्या प्रचंड मानसिक ताणाखाली आहोत, की इतक्या लोकांसमोर बोलण्याचं नवीनच टेन्शन आपण सहन करू शकणं कठीण आहे. पण केल्व्हिनचा मूड एकंदरीत बरा असल्याचं बघून तिनं पुन्हा एकदा उचल खाल्ली.

पाचव्या, स्टेटन आयलंड्स विभागाची प्रमुख डॉक्टर मार्गरिट हॉप्टमनचं बोलणं संपल्यावर केल्व्हिननं पुन्हा माईकचा ताबा घेतला आणि अजून कुणाला काही सांगायचंय का, असं नेहमीप्रमाणे विचारलं. ही फक्त एक औपचारिकता होती. सहसा कोणी काही बोलायला पुढे येत नसे, कारण मंडळींना परत जायची घाई असे. क्षणभर बोलू का नको, असा विचार करत लॉरीनं हळूच हात वर केला. केल्व्हिननं काहीशा अनिच्छेनं, पण चटकन तिला बोलावलं. आता मात्र मागे फिरण्याचा तिचा मार्ग बंद झालेला होता. जॅकनंही एकदम मागे वळून तिच्याकडे 'पुरे की आता! कशाला ही कटकट आणखी लांबवतेस?' अशा नजरेनं पाहिलं.

लॉरी कशीबशी अडखळत लेक्टर्नपाशी आली. पुन्हा एकदा शरीरात अॅड्रेनॅलिनचा संचार झालेला तिला जाणवला. लोकांच्या समोर बोलायला ती अगदी लहानपणापासून घाबरायची. आपल्यात अजिबात सभाधीटपणा नाही, याची तिला पुरेपूर कल्पना होती. माईक खाली करतानासुध्दा तिनं मनोमन स्वत:ला शिव्या दिल्या.

"सुरुवातीलाच तुम्हा सगळ्यांची माफी मागते." घसा खाकरून तिनं सुरुवात

केली. ''खरं म्हणजे इथे येऊन बोलायची मी काहीच पूर्वतयारी केली नव्हती, पण आत्ताच मला सुचलं, की माझ्या डोक्यात असलेल्या एका गोष्टीबद्दल तुम्हा सगळ्यांचं मत जाणून घ्यावं.''

सहजच तिची नजर समोर बसलेल्या केल्व्हिनकडे गेली. तो बारीक डोळे करून तिच्याकडेच बघत होता. ही काय बोलणार, याचा त्याला अंदाज आलेला दिसत होता. त्याला ही गोष्ट मुळीच आवडली नसल्याचं तिला जाणवलं. तिनं मग जॅककडे एक कटाक्ष टाकला. त्यांची नजरानजर होता क्षणीच जॅकनं आपल्या डोक्याला पिस्तूल लावून गोळी उडवल्यासारखं केलं.

या दोघांच्याही अशा नकारात्मक प्रतिक्रिया पाहिल्यावर लॅरी आणखीच गडबडली. आपले विचार सुसंगतपणे जुळवण्यासाठी तिनं खाली लेक्टर्नच्या कोणी कोणी काय काय आकृत्या काढलेल्या, सह्या कोरलेल्या, चरे उमटलेल्या पृष्ठभागाकडे नजर वळवली. आता या दोघांकडे बघायचंच नाही, असा निश्चय करून तिनं आपल्या त्या केसेसबद्दल, चार-पाच आठवड्यांपूर्वी आपणच शोधून काढलेल्या 'एस ए डी एस' या शॉर्टफॉर्मबद्दल बोलायला सुरुवात केली. हॉस्पिटलमध्ये साधी ऑपरेशन्स झालेल्या रोग्यांचे – तरुण, निरोगी माणसांचे – हृदयक्रिया बंद पडून गूढ मृत्यू झाल्याच्या आता आपल्याकडे गेल्या सहा आठवड्यात सहा केसेस झाल्याचं तिनं सांगितलं. सगळ्यांचे मृत्यू ऑपरेशननंतर चोवीस तास उलटायच्या आत झाल्याचंही तिनं सांगितलं. कोणत्याही केसमध्ये ढोबळ किंवा मायक्रोस्कोपिक पॅथॉलॉजी सापडलेली नाही – अर्थात, शेवटच्या दोन केसेस आपण आजच सकाळी केल्या असल्यामुळे त्यांची मायक्रोस्कोपिक तपासणी अजून करायचीय, असं तिनं सांगितलं. शेवटी ती म्हणाली, की टॉक्सिकॉलॉजीच्या तपासणीत जरी काहीही सापडलेलं नसलं, तरी या सगळ्या केसेसमध्ये मृत्यूची पद्धत नैसर्गिक नाही किंवा त्यांना अपघातानंही मृत्यू आलेला नाही, असा आपल्याला दाट संशय आहे.

लॅरी बोलायचं थांबली. तिच्या तोंडाला कोरड पडलेली होती. तिला खरं तर ग्लासभर पाणी प्यायची भयंकर इच्छा होत होती, पण तरीही ती तशीच जागेवर उभी राहिली. तिच्या बोलण्याचा ध्वन्यर्थ लगेचच सगळ्यांच्या लक्षात आलेला होता. त्यामुळे काही क्षण सगळीकडे एक विचित्र शांतता पसरली. मग एक हात वर झाला. लॅरीनं त्या माणसाला बोलायची खूण केली.

''इलेक्ट्रोलाईट्सचं काय? सोडियम, पॉटॅशियम आणि विशेषत: कॅल्शियम?''

''लॅबोरेटरीच्या रिपोर्टमध्ये सगळ्या इलेक्ट्रोलाईट्सची पातळी सगळ्या नेहमीच्या नमुन्यांमध्ये नॉर्मल असल्याचं निघालंय.'' लॅरीनं म्हटलं. तेवढ्यात दुसऱ्या एकानं हात वर केला, तशी तिनं त्यालाही खूण केली.

''सगळे रोगी तरुण, निरोगी होते आणि सगळ्यांवर नुकतीच ऑपरेशन्स

झालेली होती, या व्यतिरिक्त आणखी काही समान गोष्टी सापडल्यात का?''

''नाही. निदान वरवर पाहता तरी नाहीच. त्या दृष्टीनं मीही शोध घेतला, पण मला आणखी काहीच समान गोष्टी मिळालेल्या नाही. प्रत्येक केसमधले डॉक्टर, ऑपरेशन्स, औषधं, अॅनेस्थेशियासाठी वापरलेली औषधं, सगळेच वेगवेगळे होते. अगदी ऑपरेशनच्या नंतर वेदना थांबवण्यासाठी दिलेल्या औषधांमध्येसुध्दा फरक होता.''

''या केसेस कुठे घडल्या?''

''सगळ्याच केसेस मॅनहटन जनरल हॉस्पिटलमध्ये झालेल्या आहेत.''

''आणि त्या हॉस्पिटलचं मृत्यूंचं प्रमाण तर फारच कमी आहे.'' केल्व्हिननं फटकन म्हटलं. चिडून तो उठला, लेक्टर्नपाशी आला आणि त्यानं सरळ माईकचा ताबा घेतला. त्याच्या एवढ्या प्रचंड देहामुळे लॉरीला दूर सरकणंच भाग पडलं. माईकपाशी तो बोलायला वाकला, तेवढ्यात जणू माईकच निषेध नोंदवत असल्यासारखा एक भयंकर कर्कश आवाज त्यातून बाहेर पडला. ''या सगळ्या वेगवेगळ्या केसेसना फारसं काहीच संशोधन झालेलं नसताना, इतक्या सुरुवातीला 'सत्र' वगैरे म्हणणं चुकीचं आहे आणि दिशाभूल करणारंही आहे. याचं कारण असं, की डॉक्टर मॉंटगोमेरीनं स्वत: म्हटलंय, तसा या केसेसचा एकमेकींशी काहीही प्रत्यक्ष संबंध नाही. हे मी तिला आधीही सांगितलंय आणि आताही पुन्हा सांगतो. शिवाय इथे जमलेल्या सगळ्यांना मी सांगतोय, की ही फक्त अंतर्गत चर्चा असते आणि ती या रूममधून बाहेर पडता कामा नये. कुठलाही निश्चित पुरावा हाताशी नसताना या शहरातल्या एका अत्यंत महत्त्वाच्या, प्रसिध्द आणि प्रथितयश हॉस्पिटलवर ओसीएमई उगाचच खोटे आरोप करणार नाही.''

''पण सहा हा आकडा म्हणजे काही योगायोग म्हणण्यासारखा नव्हे.'' जॅकनं म्हटलं. लॉरी बोलायला उठली तेव्हाच तो जागा झालेला होता. तो झोपलेला नव्हता, पण पाय पुढच्या सीटच्या पाठीवर टाकून तो खाली सरकून आरामात बसलेला होता.

''कॉन्फरन्स चालू असताना असं बसतात का, डॉक्टर स्टेपलटन?'' केल्व्हिन गुरगुरला.

जॅकनं कंटाळल्याचा आविर्भाव करत पाय खाली घेतले आणि तो उभा राहिला. ''चार केसेस होत्या तोपर्यंतसुध्दा एक वेळ योगायोग म्हणता आला असता, पण सहा म्हणजे फारच जास्त होतंय, विशेषत: सगळ्या केसेस एकाच हॉस्पिटलमधून आलेल्या असल्यामुळे. तरी पण मी असं म्हणेन की हे अपघात असावेत. तिथे त्या हॉस्पिटलमध्ये असं काही तरी दिसतंय, की ते रोग्यांच्या अभिसरण संस्थांवर आघात करतंय.''

डिक कात्झेनबर्गनं हात वर केला. केल्व्हिननं त्याला बोलायची खूण केली.

''क्वीन्स ऑफिसातल्या माझ्या सहकाऱ्यानं आत्ताच मला आठवण करून दिलीय, की आमच्याकडे नेमक्या अशाच काही केसेस आलेल्या होत्या.'' डिकनं म्हटलं. ''आणि तेही सगळे रोगी तरुण, निरोगी असल्याचंही आता मला आठवतंय. शेवटची केस होऊन आता काही महिने उलटलेत. त्यानंतर आमच्याकडे अशी केस आलेली नाही.''

''अशा किती केसेस झाल्या तुमच्याकडे?'' लॉरीनं उत्सुकतेनं विचारलं.

डिक आपल्या शेजारी बसलेला सहकारी बॉब नोव्हॅककडे वाकला आणि त्यानं काही क्षण त्याचं बोलणं ऐकलं. ''मला वाटतं आमच्याकडेही सहा केसेस झाल्या. पण त्या काही महिन्यांच्या काळात झाल्या. त्यांचं पोस्टमॉर्टेम करणारे एक्झॅमिनर्सही वेगवेगळे होते. पण काही तरी वेगळं घडतंय असं आमच्या लक्षात यायला लागलं, तेवढ्यात त्या होईनाशा झाल्या आणि त्यामुळे आम्हीही तिकडे फारसं लक्ष दिले नाही. कोणतीही महत्त्वाची पॅथॉलॉजी सापडलेली नसूनही या सगळ्या केसेस कालांतरानं आम्ही बाहेर पाठवून दिल्या, असं मला आठवतंय. टॉक्सिकॉलॉजीतही काहीही सापडलेलं नव्हतं, नाही तर ते नक्कीच मला कोणीतरी सांगितलं असतं.''

''या सगळ्या रोग्यांचेही असेच ऑपरेशननंतर मृत्यू झाले होते?'' लॉरीनं विचारलं. तिला धक्काही बसलेला होता, आश्चर्यही वाटत होतं आणि बरंही वाटत होतं. म्हणजे आपल्या 'हत्यासत्रा'ची संख्या एकदम दुप्पट होणार की काय? आणि खरंच जर असं झालं, तर आपली पळवाट म्हणजे वाट न राहता एक्स्प्रेस-वे होईल! बरं झालं आपण हा विषय इथे काढला ते!

''हो, असं वाटतंय मलाही.'' डिकनं म्हटलं. ''पण आत्ता या क्षणी तरी मला आणखी सांगता येणं शक्य नाही.''

''कबूल.'' लॉरीनं मान डोलावली. ''बरं, हे मृत्यू कुठे झाले? एकाच ठिकाणी झाले?''

''हो. सेंट फ्रान्सिस हॉस्पिटलमध्ये.''

''ओ हो! संशयाचं धुकं दाट होत चाललंय!'' जॅकनं नाटकीपणानं म्हटलं. ''मॅनहटन जनरल सारखंच सेंट फ्रान्सिसही अमेरिकेअरचं हॉस्पिटल आहे, बरोबर ना?''

''डॉक्टर स्टेपलटन!'' केल्व्हिननं चिडून म्हटलं. ''कॉन्फरन्सची थोडी शान ठेवायला शिका जरा! चर्चेत भाग घ्यायचा असला तर निदान कोण बोलतंय हे तरी कळू द्या सगळ्यांना.''

''हो, सेंट फ्रान्सिसही अमेरिकेअरचंच हॉस्पिटल आहे.'' केल्व्हिनकडे दुर्लक्ष करून डिकनं जॅककडे वळून म्हटलं.

''मला या केसेसची नावं आणि नंबर लवकरात लवकर हवेत. केव्हा मिळतील

मला?'' लॉरीनं उत्साहानं म्हटलं.

''मी परत गेल्या गेल्या तुला ते ई-मेलनं पाठवून देईन.'' डिकनं म्हटलं. ''किंवा, आपण सरळ माझ्या सेक्रेटरीला फोन करू. मला वाटतं तिला मिळेल ती यादी.''

''मला ती कागदपत्रं लवकरात लवकर मिळाली तर हवीयत.'' लॉरीनं म्हटलं. ''मला त्यांचे हॉस्पिटलचे चार्ट मागवायचेत, त्यामुळे त्यांचे केस नंबर मला लागतील.''

''ओके. फाईन.'' डिकनं लगेच म्हटलं.

''अजून काही?'' केल्व्हिननं विचारलं आणि सगळ्यांकडे एकदा पाहिलं. कोणीच काही बोललं नाही. ''चालेल, मग पुढच्या गुरुवारी भेटू.''

बाकीचे बरेचसे लोक उठून आळस देऊन पुन्हा गप्पा मारू लागले. डिक मात्र लॉरीपाशी आला. कानाला सेलफोन लावून तो कोणाला तरी आपल्या टेबलावरचा फोल्डर कुठाय ते सांगत होता. त्यानं लॉरीला थांबायची खूण केली.

लॉरीनं जॅककडे कटाक्ष टाकला. तो हळूच रूमबाहेर चाललेला तिला दिसला. तिला काही क्षण का होईना, त्याच्याशी बोलायचं होतं. आत्ता बोलण्याआधी आपल्याला पाठिंबा दिल्याबद्दल त्याचे आभार मानायचे होते.

''लिहायला एखादा कागद वगैरे आहे का तुझ्याकडे?'' डिकनं विचारलं.

लॉरीनं पेन आणि एक कागदाचं पाकीट पैदा केलं आणि ते खुर्चीवर ठेवून ते हलू नये म्हणून बोटानं दाबून धरलं. डिकनं फोन एका हातानं कानाशी धरून दुसऱ्या हातानं त्या पाकिटावर त्या केसेसची नावं आणि नंबर लिहून घेतले. आपल्या सेक्रेटरीचे आभार मानून त्यानं फोन खिशात ठेवून दिला. ''हे घे.'' त्यानं म्हटलं. ''आणि माझी आणखी मदत लागली तरी सांग. एकंदरीत या प्रकरणात काही तरी गडबड दिसते हे मात्र नक्की.''

''मला वाटतं आपल्या डेटा बँकमधून सगळी माहिती मला मिळेल, तरीपण काही लागलं तर मी नक्की फोन करेन.'' लॉरीनं म्हटलं. ''थँक्स, डिक. तू मला मदत करण्याची ही दुसरी वेळ. बारा वर्षांपूर्वीच्या त्या कोकेनच्या केसेस आठवतात का तुला?''

''हो, आता तू आठवण करून दिल्यावर आठवल्या. पण किती वर्षं झाली त्याला. ते असू दे, पण तुला हवी ती सगळी मदत मी करेन.''

''डॉक्टर मॉंटगोमेरी!'' तेवढ्यात केल्व्हिननं तिला हाक मारली. ''थोडं बोलायला वेळ आहे का तुला?'' त्यानं विनंतीवजा शब्द वापरले होते, पण आवाजात मात्र आज्ञाच होती.

डिकचा निरोप घेऊन लॉरी जरा सावधपणे घाबरतच केल्व्हिनकडे गेली.

"डिकच्या केसेसचे रोगीही जर तुझ्या केसेस सारखेच तरुण, निरोगी वगैरे असले, तर मला कळव. पण त्याच बरोबर या केसेसवर ओसीएमई च्या बाहेर कोणाशीही बोलायचं नाही, हे बंधन अजून तुझ्यावर आहेच. समजलं ना? पूर्वी मीडियाला माहिती पुरवण्यावरून आपल्यात मतभेद झालेले आहेत. ते परत या वेळीही झालेले मला चालणार नाहीत."

"समजलं." लॉरीनं घाबरत म्हटलं. "काळजी करू नकोस. मी मीडियाकडे जाणार नाही, अशी खात्री देते. त्याचबरोबर एक गोष्ट कबूलही करते. मी सुरुवातीपासूनच या केसेसबद्दल मॅनहटन जनरलच्या मेडिकल स्टाफच्या प्रमुखाशी संपर्कात आहे. तो माझा मित्र आहे."

"काय नाव त्याचं?"

"डॉक्टर रॉजर रूसो."

"ओके. तो त्यांचाच अधिकारी आहे, त्यामुळे मला वाटतं त्याला या केसेस किती नाजूक आहेत याची कल्पना असेल."

"हो, नक्कीच."

"आणि तो मीडियाकडे जाणार नाही, असंही समजायला माझ्या मते हरकत नाही."

"तो कधीच जाणं शक्य नाही." लॉरीनं म्हटलं. तिला आता धीर आलेला होता. केल्व्हिनचा मूडही चांगला दिसत होता. "आणि डॉक्टर रूसोलाही सहाजिकच या प्रकरणाबद्दल चिंता वाटतेय. डिकच्या केससही जर माझ्या केसेससारख्याच असल्या, तर ते त्यालाही समजायला हवं. कारण मग त्याला सेंट फ्रान्सिसचा जो कोणी अधिकारी असेल, त्याच्याशी बोलता येईल. शिवाय एकट्या आपल्याच हॉस्पिटलचा हा प्रॉब्लेम नाही, हेही त्याला कळेल."

"ठीक आहे. तू त्याच्याशी बोलण्यात मला काही अडचण दिसत नाही. फक्त एक गोष्ट स्पष्ट आहे, की ओसीएमई अधिकृतपणे तुझ्या या केसेसबद्दलच्या मतांशी सहमत नाही आणि सध्या तरी आम्ही क्वीन्स ऑफिसचेच निष्कर्ष ग्राह्य धरू."

"एकदम कबूल. आणि थँक्स." म्हणजे एकमेकांच्या भूमिका एकमेकांना माहीत असलेल्या बऱ्या, लॉरीनं मनात म्हटलं. हळूहळू तिच्या मनातली लोकांसमोर बोलण्याची आणि मुख्यत: केल्व्हिनला सामोरं जाण्याची भीती कमी होत होती. तिथून बाहेर पडून ती सरळ इन्व्हेस्टिगेटरच्या ऑफिसात शिरली. केल्व्हिननं कोणाशीही बोलायचं नाही असं सांगूनही आपण रॉजरशी बोललो असल्याबद्दल तिचं मन तिला खात होतं, तीही भावना आता नाहीशी झालेली होती. शेरिल मायर्स अजूनही जागेवर आहे, हे दिसल्यावर तिला आणखी बरं वाटलं. कारण शेरिलच्या कामाची वेळ संपून एक तास होऊन गेलेला होता. लॉरीच्या मते शेरिल ही सगळ्यांत हुशार इन्व्हेस्टिगेटर होती आणि जॅनिसइतकीच कष्टाळूही होती. तिनं शेरिलला डिकच्या केसेसची नावं

आणि नंबर दिले आणि सेंट फ्रान्सिस हॉस्पिटलमधून त्या सगळ्यांच्या चार्ट्सच्या कॉपीज मागवायला सांगितलं.

"त्यांचे ऑटोप्सीचे कागदपत्रं आणि मृत्यूचे दाखले?" शेरिलनं विचारलं.

"आधी मी कॉम्प्युटरच्या डेटा बेसमधून काय मिळतं ते बघते आणि तरीही गरज भासली तर त्यांची बाकीची कागदपत्रं मागवू आपण."

केसेसची नावं आणि नंबर लिहिलेलं ते पाकीट हातात धरून लॉरी लिफ्टनं वर पाचव्या मजल्याकडे जायला निघाली. डिकच्या सगळ्या केसेस आपल्यासारख्याच असणार याबद्दल तिची मनातून पक्की खात्री होती. आता आपल्या हत्यासत्राच्या केसेस एकदम दुप्पट होणार!

पाचव्या मजल्यावर आल्यावर मात्र लॉरी घुटमळायला लागली. तिला जॅकच्या ऑफिसमध्ये जाऊन थोडा वेळ का होईना, त्याच्याशी बोलायचं होतं. रॉजरच्या ऑफिसात असताना आपल्या मनात चमकून गेलेल्या त्या भयंकर कल्पनेबद्दल त्याला सांगायचं होतं. कदाचित त्याच्याशी बोलल्यावर आपल्या मनातली ती चिंता जरा कमी होईल असं तिला वाटत होतं, पण कुठून सुरुवात करायची, काय बोलायचं तेच तिला कळत नव्हतं. पुन्हा धीर एकवटण्यासाठी तिनं एक मोठा थोरला श्वास घेतला आणि पुढे पाऊल टाकलं.

पण जॅकचं ऑफिस जसजसं जवळ येत गेलं, तसतसा तिचा चालण्याचा वेग मंदावू लागला. दाराशी पोचण्याआधी ती पुन्हा घोटाळली. दिवसेंदिवस किती बावळट होत चाललोय आपण! तिनं मनात म्हटलं. मागे वळून तिनं आपल्या स्वत:च्या ऑफिसच्या दाराकडे नजर टाकली.

तेवढ्यात जॅकच्या ऑफिसातून खुर्ची सरकवल्याचा आवाज झाला आणि आता जॅक येणार असं वाटून लॉरीची एकदम तारांबळच उडाली. नशीबानं तिला पळून जाण्याइतका वेळच मिळाला नाही आणि दारातून बाहेर पडणारी व्यक्ती म्हणजे जॅक नव्हताच. दाराबाहेर पडणाऱ्या चेट मॅकगव्हर्नशी तिची शब्दश: टक्कर झाली.

"ओ गॉड! सॉरी!" चेटनं धडपडत मागे चाललेल्या लॉरीचे खांदे पकडून तिला सावरलं. आणि मग आपल्या हातातून खाली पडलेला कोट घ्यायला तो वाकला.

"ओके, ओके, इट्स ऑल राईट." लॉरीनं चटकन स्वत:ला सावरत म्हटलं. तिचं हृदय मात्र अजूनही धडधडत होतं.

"मी माझ्या बॉडी-स्कल्पटिंग क्लासला निघालोय." चेटनं उगाचच स्पष्टीकरण देत असल्यासारखं म्हटलं. "आणि तू जर जॅकला शोधत असलीस, तर तो केव्हाच गेलाय. त्याची कसलीशी बास्केटबॉलची गेम आहे म्हणे."

"ओ." लॉरीनं म्हटलं. तिला उलट हायसंच वाटत होतं. "असू दे. मी उद्या सकाळी भेटेन त्याला."

चेटनं तिचा निरोप घेतला आणि तो लिफ्टकडे निघून गेला. लॉरी आपल्या ऑफिसकडे निघाली. अचानक तिला प्रचंड थकवा जाणवला. दिवसभरात एकापाठोपाठ एक घडलेल्या सगळ्या घटनांनी तिला जाम थकवलेलं होतं, तिला खरं तर घरी जाऊन मस्तपैकी गरम पाण्यानं अंघोळ करायची होती.

तिच्या ऑफिसात कोणीच नव्हतं. आपल्या जागेवर बसून तिनं आपला पासवर्ड कॉम्प्युटरवर टाईप केला. पुढचा अर्धा तास ती क्वीन्स ऑफिसमधून त्या केसेसची माहिती डाऊनलोड करत होती. तिथल्या इन्व्हेस्टिगेटरचे रिपोर्ट दर्जाच्या बाबतीत जॅनिसच्या जवळपासही येत नव्हते, पण तरी तिला हवी ती सगळी माहिती मात्र मिळाली. आणि तिच्या लक्षात आलं, की डिकच्या सगळ्या केसेस खरोखरच आपल्या केसेससारख्या आहेत. सगळ्यांचे मृत्यू पहाटे दोन ते चारच्या दरम्यान झालेले होते, वयं सव्वीस ते बेचाळीसच्या दरम्यान होती, कोणाही रोग्याला हृदयासंबंधी कसलंही दुखणं नव्हतं आणि सगळे मृत्यू वेगवेगळ्या, त्या मानानं साध्या ऑपरेशननंतर चोवीस तासांच्या आत झाले होते.

काम संपवून लॉरीनं रॉजरला फोन केला. एक तर त्याला फोन करायचं तिनं कबूलही केलेलं होतं, शिवाय आता त्याला सांगण्यासारख्या खास घटनाही त्या केसेसच्या बाबतीत घडलेल्या होत्या. पण आतासुध्दा तिला वाटू लागलं, की त्याच्याऐवजी त्याच्या रेकॉर्डिंग मशीनचा आवाज ऐकू आला तरं बरं होईल. कारण त्याच्याशी बोलताना काही गोष्टी तिला टाळायच्याही होत्या. पण या वेळी मात्र दुसऱ्याच रिंगला रॉजरनं नेहमीच्या आपल्या आनंदी आवाजात म्हटलं, ''हॅलो?'' पण पलीकडून लॉरी बोलतेय हे कळल्यावर मात्र त्याचा आवाज एकदम बदलला.

''ठीक आहेस ना तू?'' त्याच्या आवाजात काळजी डोकावत होती.

''हो, अजून तग धरून आहे मी.'' लॉरीनं काहीशा थकलेल्या आवाजात म्हटलं. ''कधी एकदा घरी जाते असं झालंय. आजचा सगळा दिवसच काही तरी भयंकर विचित्र गेलाय. पण ते जाऊ दे. मला आत्ता थोड्याच वेळापूर्वी जे काही समजलंय ते आधी सांगते. आमच्या दर गुरुवारच्या दुपारच्या मीटिंगमध्ये मला असं समजलं, की मॅनहटन जनरल मध्ये आपल्या ज्या अचानक मृत्यूच्या केसेस घडल्या, नेमक्या तशाच सहा घटना सेंट फ्रान्सिस हॉस्पिटलमध्येही घडल्या आहेत.''

''काय सांगतेस?'' रॉजरनं उत्सुकतेनं म्हटलं.

''हो. मी त्यांचे मृत्यूचे दाखले आणि इन्व्हेस्टिगेटरचे रिपोर्ट आमच्या कॉम्प्युटरवरून डाऊनलोड केलेत आणि त्यांचे हॉस्पिटल चार्टही मागवलेत. चार्ट मिळायला थोडा वेळ लागेल, पण त्या दरम्यान माझ्याकडची माहिती मी उद्या तुझ्याकडे घेऊन येते. मला वाटतं तुला ही गोष्ट सेंट फ्रान्सिसमधल्या तुझ्यासारख्या अधिकाऱ्याच्या कानावर घालायची असेल, त्याच्याशी बोलायचं असेल, हो ना?''

"हो, अगदी निश्चित." रॉजरनं लगेच विषय बदलत म्हटलं, "आता तुझ्याबद्दल बोलू. तू तुझं बोलणं अर्धवट सोडून इथून अचानक निघून गेलीस, तेव्हापासून मला तुझी काळजी लागून राहिलीय. नेमकं काय चाललंय तुझ्या डोक्यात?"

काही क्षण लॉरी फोनच्या कॉर्डशी चाळा करत आता याला काय उत्तर द्यावं, असा विचार करत गप्प राहिली. यात रॉजरच्या मनात चिंता उत्पन्न करण्याचा तिचा इरादा नव्हता, पण आपल्याला वाटणारी धास्ती खरी की खोटी, हे मुळात आपल्यालाच माहीत नसताना ती रॉजरला सांगण्यातही काही अर्थ नव्हता.

"हॅलो!" रॉजरनं पुन्हा म्हटलं.

"हो, मी इथेच आहे अजून." लॉरीनं उत्तर दिलं. "आणि मी ठीक आहे, रॉजर. मला खरंच काहीही झालेलं नाही. माझ्या मनात जे काही आहे ते तुला सांगण्यात कोणतीही अडचण नाही, अशी माझी स्वत:ची एकदा खात्री झाली, की मी ते नक्की तुला सांगेन. बस? सध्यापुरतं तरी एवढंच उत्तर चालेल का तुला?"

"ओके." रॉजरनं काहीशा निराशेनं म्हटलं. "याचा तुझ्या बीआरसीए-१ च्या तपासणीशी काही संबंध आहे का?"

"थोडा आहे आणि अप्रत्यक्षपणे आहे. पण प्लीज, रॉजर मला आत्ता तरी आणखी प्रश्न विचारू नकोस."

"आज रात्री आपण भेटायची तुझी नक्की इच्छा नाही?"

"नाही. आज रात्री तरी नाही. पण उद्या सकाळी तुला नक्की फोन करेन."

"ओके, मी वाट बघतो. तरीही तुला भेटावंसं वाटलं, तर मी इथून गेल्यावर घरीच असेन."

लॉरीनं फोन ठेवला. रॉजरला उगाचच त्रास दिल्याबद्दल तिला जरा वाईट वाटत होतं, पण आपल्या मनातलं त्याला लगेच सांगायचंही तिला पटत नव्हतं.

खुर्ची मागे सरकवून ती उठली आणि तिनं ओसीएमईच्या डेटा बेसमधून काढून घेतलेल्या त्या माहितीच्या कागदांच्या गठ्ठ्याकडे नजर टाकली. क्षणभरच तिनं विचार केला, की ही माहिती घरी घेऊन जाऊन आपल्या त्या टेबलमध्ये भरावी, पण दुसऱ्याच क्षणी तो विचार तिनं रद्द केला. उद्या बघू, तिनं मनात म्हटलं.

कोट खांद्यावर टाकून आणि छत्री हातात घेऊन लॉरीनं दिवे बंद केले आणि दाराला कुलूप लावून ती बाहेर पडली. घरी जाताना वाटेत ती आपल्या नेहमीच्या औषधांच्या दुकानात थांबली आणि तिथून सरळ घरी आली. आता तिला कधी एकदा गरम पाण्यानं भरलेल्या टबमध्ये जाऊन आरामात पडते, असं झालेलं होतं. आंघोळ ही गोष्ट तिच्या दृष्टीनं जेवढी शरीर स्वच्छ करण्याची होती, तेवढीच मनातले ताणतणाव कमी करण्याचीही होती. निदान या क्षणी तरी नक्कीच.

बारा

"एकशे नव्व्याण्णव, दोनशे.'' मनातलं मोजणं बंद करून जॅझनं आपले सिटअप्स थांबवले. हेल्थ क्लबच्या वजनांच्या खोलीतल्या त्या उतरत्या फळीवर ती डोकं खाली करून, दोन्ही हात डोक्यामागे गुंफून शांतपणे पडून राहिली. आज तिनं प्रत्येक व्यायाम नेहमीपेक्षा दुप्पट केलेला होता आणि त्यामुळे आता ती धापा टाकत पडून राहिलेली होती. असा संपूर्ण दमून जाण्याइतका व्यायाम केला, की तिचं मन एकदम स्वच्छ व्हायचं. आजही तसंच झालं. डोकं खाली करून झोपलेली असूनही तिनं डोळे मिटले आणि शरीर एकदम सैल सोडलं. त्यामुळे आपोआपच तिच्या अंगातलं रक्त तिच्या डोक्याकडे धावत सुटलं.

अडचण अशी होती, की आधी लुईस बरोबर आणि नंतर सॉब्झिकबरोबर झालेल्या झटापटी अजून तिला इतक्या प्रकर्षानं आठवत होत्या, की तिला धड झोपही लागली नव्हती. या दोन घटना सोडल्या तर आधीच्या दहाही कामगिऱ्या तिनं कमालीच्या सफाईनं पार पाडलेल्या होत्या. आधी त्या मूर्ख लुईसनं मरता मरता आपला हात घट्ट धरून ठेवून वर आपल्याला ओरबाडलं होतं आणि ती बया सॉब्झिक तरी काय, नेमक्या नको त्या वेळी मोठमोठ्यानं तोंडातून घरघरीचे आवाज काढत तडफडली होती! पण यामुळे एक गोष्ट मात्र चांगली झाली त्या सुझान चॅपमन बद्दलचा आपला संताप अनावर होऊन आपण तिला चक्क संपवूनच टाकली! कधी ना कधी तरी तिचा काटा काढावा असं वाटतच होतं आपल्याला, आता तेही करून टाकलं आपण!

फळीच्या वरच्या टोकाला लावलेल्या गुबगुबीत पट्ट्यात अडकवलेले आपले

पाय जॅझनं सोडवले आणि ते एका बाजूला आणले. ती उठली आणि तिनं आरशात दिसणाऱ्या आपल्या लालबुंद बनलेल्या घामेजलेल्या चेहऱ्याकडे बघितलं. टॉवेल घेऊन तिनं चेहऱ्यावरचा घाम पुसत खोलीतल्या घड्याळाकडे नजर टाकली. वा! तिनं मनात म्हटलं. आपण सगळे व्यायाम दुप्पट करूनही आपल्याला नेहमीपेक्षा फक्त अर्धाच तास जास्त लागला!

जॅझनं एकवार रूममधल्या बाकीच्या मंडळींवरून आपली नजर फिरवली. जवळजवळ सगळे पुरुषच होते आणि सगळेच जण मधूनच चोरून तिच्याकडे बघत होते. अरे वा! आपला तो मूर्ख मि. आयव्ही लीगही दिसतोय. बऱ्याच दिवसांनी आलेला दिसतो! तिनं स्वत:शीच म्हटलं. आता पुन्हा बोलायचा प्रयत्न करूच दे त्यानं, चांगला इंगा दाखवू त्याला!

हॉस्पिटलमध्ये जर लवकर पोचायचं असलं, तर आता आपल्याला निघायला हवं, हे जॅझच्या लक्षात आलं. ती लॉकर रूमकडे निघाली. एव्हाना तिनं मनात खदखदत असलेल्या लुईस आणि सॉब्झिक बद्दलच्या संतापावर बऱ्यापैकी ताबा मिळवलेला होता. त्यामुळे ती आता जास्त स्वच्छ विचार करू शकत होती. दोन्ही बाबतीत तिची काहीच चूक नव्हती. डावा हात वर घेऊन तिनं त्या ओरखड्यांकडे बघितलं. अजून त्या जखमा ओल्याच होत्या. त्या माणसाला आपल्या हाताला ओरखडण्याचं धैर्य तरी कसं झालं कोण जाणे! गधडा एच आय व्ही पॉझिटिव्ह नसला म्हणजे मिळवली! बरं झालं, चांगली अद्दल घडली त्याला. त्याची तीच लायकी होती! आता निदान यापुढे तरी रोग्याच्या मोकळ्या हातापासून दूर राहायची काळजी घेतली पाहिजे आणि सॉब्झिकच्या बाबतीत बोलायचं तर ती सगळी त्या बिनडोक चॅपमन बाईची चूक होती. पण आता चॅपमन बाईच जिवंत नाहीत, त्यामुळे काळजीचं कारणही नाही.

एका हातात टॉवेल आणि वॉकमन घेऊन जॅझ दुसऱ्या हातानं बायकांच्या लॉकर रूमचा दरवाजा उघडून आत शिरली. टॉवेल तिथल्या हॅंपरमध्ये टाकून देऊन तिनं वॉकमन काखेत पकडला आणि तिथे ठेवलेल्या बर्फानं भरलेल्या टबमधून एक कोक उचलला. कोणी बघत नाही हे बघून घेऊन ती पुढे निघाली आणि कोकचं झाकण उचलून तिनं एक मोठा थोरला घोट घेतला. तिला एकदम बरं वाटलं.

लुईस आणि सॉब्झिकच्या बाबतीत झालेल्या गडबडीचा सगळ्यांत मोठा धोका अर्थातच त्यांच्या हत्या उघडकीला येण्याचा होता. कुठेही वाऱ्याची झुळूकही येता कामा नये अशी मि. बॉबची सक्त ताकीद होती आणि इथे तर मोठमोठ्या वावटळी उठलेल्या होत्या ऑपरेशन विनो ही पैशाच्या दृष्टीनं तिच्या आयुष्यात आलेली सगळ्यांत मोठी संधी होती. त्यामुळे सुझान चॅपमनचा आपण वेळीच काटा काढला नसता तर काय झालं असतं, याचा विचार करतानाही तिच्या अंगाचा थरकाप उडत

होता. किंवा चॅपमन जर सकाळी सरळ गाडीकडे न जाता आधी नर्सिंग सुपरवायझरकडे गेली असती तर? मग तर आपण एवढे कष्ट घेतले, ते सगळेच पाण्यात गेले असते. अगदी सुरुवातीला मि. बॉबशी पहिली भेट झाल्यानंतरच तिनं पक्का निश्चय केलेला होता, की आता मात्र पैसा मिळवण्याच्या या संधीचा पुरेपूर फायदा उठवायचा – मग आपल्या मार्गात कसलेही अडथळे आले तरी बेहत्तर! थोड्या वेळापूर्वी इथे क्लबला येण्याआधी तिनं लॅपटॉपवर आपलं ते गुप्त बँक अकाउंट उघडून पाहिलं होतं आणि तिच्या अपेक्षेप्रमाणेच त्यातल्या शिलकीचा आकडा जवळजवळ पन्नास हजाराला येऊन टेकलेला होता. आपल्याकडे पन्नास हजार डॉलर आहेत या गोष्टीवर तिचा अजूनही विश्वास बसायला तयार होत नव्हता.

"काय गं, ए!" कोणी तरी जॅझला हटकलं. "तू न्यूरोसर्जन आहेस असं मला बोलली होतीस, पण मी तर ऐकलंय की तू एक साधी नर्स आहेस!"

कोण बोललं, म्हणून जॅझनं थांबून मागे वळून बघितलं. टॉवेल घट्ट गुंडाळून घेतलेली एक जाडजूड बाई तिच्यामागे उभी होती. "आपली ओळख आहे?"

"तू मला सांगितलं होतंस की तू न्यूरोसर्जन आहेस." त्या बाईनं तिरस्कारानं म्हटलं. "आणि मी तरी अशी भोळी, की मी लगेच विश्वास ठेवला तुझ्यावर. पण आता मात्र मला समजलंय, की तू थाप मारली होतीस."

तिच्याकडे बघून जॅझ हेटाळणीपूर्वक हसली. आपण काही तरी असलं बोलल्याचं तिला अंधुकसं आठवत होतं, पण या ढब्बीनं ते लक्षात ठेवून वर आपल्याला हटकावं, ही गोष्ट तिला भलतीच विनोदी वाटली. "जा, कपडे घालून ये. डुकरिणीसारखी दिसतेयस!" एवढं बोलून, त्या बाईनं काही उत्तर देण्याआधीच जॅझ सरळ पुढे निघाली. स्वतःशीच मान हलवत ती मनाशी विचार करू लागली, की आता हा क्लब बदलावा की काय? आत्तापर्यंत आपल्याला फक्त इथल्या पुरुषांचीच चीड येत होती, पण आता बायकांचाही राग यायला लागलाय आपल्याला.

शॉवरखाली जॅझनं फार वेळ घालवला नाही. चटकन बाहेर येऊन तिनं हॉस्पिटलचे खास कपडे घालून त्यावर पांढरा कोट चढवला. त्याच्यावरून आपला लांबलचक ऑलिव्ह रंगाचा कोट चढवून तिनं एकीकडे नेहमीप्रमाणे खिशातलं ग्लॉक पिस्तूल आणि ब्लॅकबेरीचा सेलफोन कुरवाळत लॉकरमधल्या सगळ्या वस्तू घेतल्याची खात्री करून घेतली.

लिफ्टनं खाली येताना जॅझ विचार करत होती, आता आपल्याला पुढची कामगिरी कधी मिळेल बरं? पैसे तर हवेच आहेत, पण आताच्या दोन्ही केसेसमध्ये आपण केलेल्या हत्या जवळजवळ उघडकीला येण्याच्या बेतात होत्या, त्यामुळे पुढच्या वेळी आपण घाबरत तर नाही ना, हे समजण्यासाठी पुढची कामगिरी जेवढ्या लवकर मिळेल तेवढं बरं. पराभूत विचारांचा सामना कसा करायचा, हे ती मिलिटरीत

शिकली होती. तिथेही असंच शिकवलं होतं, की एखाद्या घटनेमुळे पोहायची धास्ती वाटत असली, तर सरळ पाण्यात पुन्हा उडी मारा.

गॅरेजच्या वरच्या मजल्यावरच्या पार्किंगशी उतरून ती आपल्या गाडीकडे चालत निघाली. गॅरेजमधल्या भक्कम उजेडात तिची गाडी छानपैकी चमकत होती. दिसायलाच तिची गाडी अशी होती, की बघणाऱ्याला तिची भीतीच वाटावी. गाडीच्या मागच्या, डावीकडच्या पॅनेलवर पिवळ्या रंगाचा एक छोटासा ओरखडा होता. एका टॅक्सीला घाबरवण्याच्या प्रयत्नात गाडी त्या टॅक्सीला किंचित चाटून गेली होती, त्या टॅक्सीचा हा रंग होता. पण त्या टॅक्सीचं झालेलं नुकसान आणि टॅक्सी ड्रायव्हरची जी भीतीनं गाळण उडाली होती, त्यामुळे या छोट्याशा गोष्टीची छानपैकी भरपाई झालेली होती.

गाडीपासून दहा फुटांवर असताना जॅझनं रिमोट कंट्रोलनं गाडीचे दरवाजे उघडले. गाडीजवळ येऊन तिनं आपल्या प्रतिबिंबाकडे बघितलं आणि हाताच्या बोटांनी केस जरा फुगवले. ड्रायव्हरचं दार उघडून तिनं बॅग आत टाकली आणि ती आत चढून बसली. गाडीची चावी फिरवून इंजिन सुरू करत असतानाच तिच्या खांद्यावर एक हात पडला.

जॅझ त्या अनपेक्षित स्पर्शानं इतकी दचकली, की ती जागच्या जागी ताडकन उडाली. तितक्याच वेगानं मागे वळून तिनं मागच्या सीटकडे नजर टाकली. आतला उजेड आधीच अंधुक होता, कारण गाडीच्या काचा काळ्या होत्या. तेवढ्या उजेडात तिला फक्त आत बसलेल्या दोघा माणसांच्या आकृत्या दिसल्या. त्यांचे चेहरे मात्र अंधारातच होते. एकीकडे ती कोटाच्या खिशात हात घालून आपलं पिस्तूल बाहेर काढायची जोरदार धडपड करत असतानाच तिला एका परिचित आवाजातले शब्द ऐकू आले. ''हाय, डॉक्टर जे आर!''

''माय गॉड! मि. बॉब!'' जॅझनं पिस्तूल काढण्याची धडपड थांबवली आणि तोच हात कपाळावर मारून घेतला. ''तू तर मला हार्ट ॲटॅकच आणला होतास.''

''पण माझा उद्देश तो नव्हता.'' मि. बॉबनं म्हटलं, पण त्याच्या आवाजात कुठे माफी वगैरे मागत असल्याचं जाणवत नव्हतं. ''आम्हाला फक्त गुप्तता पाळायची होती.'' तो मागच्या सीटवर उजव्या बाजूला बसलेला होता. त्याचा साथीदार हाताची घडी घालून जॅझच्या पाठीमागे बसलेला होता.

''पण तुम्ही आत कसे काय आलात?'' जॅझनं विचारलं. एकीकडे ती त्या दुसऱ्या माणसाचा चेहरा बघत होती आणि त्याच वेळी कमरेचं डावीकडचं दुखरं हाड चोळत होती. मघाशी दचकून जेव्हा ती झटकन मागे वळली होती, तेव्हा तिच्या कमरेच्या हाडाला स्टिअरिंग व्हीलचा चांगलाच दणका बसला होता.

''सोपं आहे. तुला ही गाडी देतानाच आम्ही तिची एक चावी ठेवून घेतली होती.

तुमची ओळख करून देतो. हा माझा एक सहकारी, मि. डेव्ह.''

''पण मला तुम्ही दोघंही नीट दिसत नाही आहात. आता दिवा लावू का मी?''

''नको.'' मि. बॉबनं अशा सुरात म्हटलं, की या विषयावर आणखी चर्चा करण्यातच काही अर्थ नव्हता.

''ओके. तुम्ही इकडे येण्याचं कारण?''

''आम्हाला खात्री करून घ्यायची होती.''

''खात्री? कसली खात्री?''

''एक म्हणजे, तुला काल नावं दिलेल्या दोघांचं काम तू पूर्ण केलंयस की नाही, याची खात्री हवीय आम्हाला.''

''म्हणजे काय? प्रश्नच नाही. दोन्ही कामं मी काल रात्रीच उरकली.'' जॅझचं हृदय धडधडत होतं. मि. बॉबला काल झालेल्या गडबडीबद्दल काही समजलं तर नसेल?

''आता दुसरी गोष्ट. मॅनहटन जनरल हॉस्पिटलच्या पार्किंगमध्ये एका नर्सची हत्या झालीय – केवळ पन्नास डॉलरच्या क्षुल्लक रकमेसाठी, असं ऐकलं आम्ही. त्याबद्दल काय सांगता येईल तुला?''

''काहीच नाही. मला तर हे आत्ताच कळतंय. कधी झालं हे?'' जॅझच्या तोंडाला कोरड पडलेली होती. पण तिच्या मिलिटरीतल्या प्रशिक्षणामुळे तिनं मुद्दामच दचकल्याचं वगैरे काही दाखवलं नाही.

''आज सकाळी, सात ते आठच्या दरम्यान. तिचं नाव होतं सुझान चॅपमन. तू ओळखत होतीस तिला?''

''कोण! सुझान चॅपमन? हो, चांगलीच ओळखत होते मी तिला. माझ्या मजल्यावरची ती मुख्य नर्स होती. अगदीच कुचकामी होती ती.''

''आम्हालाही तसंच वाटलं होतं आणि खरं सांगायचं तर त्यामुळेच आम्हाला जरा काळजी वाटतेय. तुझ्याबद्दल आम्हाला जी माहिती आहे, जे आर, त्यामुळेच आम्हाला खात्री करून घ्यायची होती, की तुझा या भानगडीशी काहीही संबंध नाही. सॅन दिएगोतल्या त्या मूर्ख ऑफिसरची काय लायकी होती हे मलाही माहितेय, तरी पण तू त्याच्यावर पिस्तूल चालवलंसच. तू त्याला ठार मारलं नाहीस, ही गोष्ट वेगळी. आता त्या ऑफिसरसारखंच या सुझान चॅपमननंही तुला वाटेल ते बोलून तुला तिला मारायला भाग पाडलं नाही, हे नक्की का? तुझ्या कीर्तीचा विचार करता ती बाई तुझी वरिष्ठ होती आणि तिचीच हत्या झाली, याचा एकमेकांशी काही तरी संबंध असावा अशी आमची समजूत आहे.''

''एवढ्याचसाठी तुम्ही दोघं आला आहात का इथे? मीच सुझान चॅपमनला मारलं असं वाटतंय का तुम्हाला? छे, छे! मुळीच नाही. आमच्यात भांडणं झाली

असतील, पण ती अगदीच किरकोळ होती. ती मला नेहमी सगळ्यांत घाणेरड्या केसेस द्यायची. मी जर कधी दोन मिनिटं बसले तर ती मला वाटेल ते बोलायची, पण तेवढ्यावरून मी तिला ठार मारण्याचं काहीच कारण नव्हतं. हॅं! मी काय वेडी वाटले का तुम्हाला?''

''इथे मुख्य मुद्दा असा आहे, की तुझी वागणूक संपूर्णपणे निर्दोष आहे की नाही, याची आम्हाला खात्री हवीय. मी जेव्हा तुला घेतलं, तेव्हाच तुला हे मी स्पष्ट सांगितलं होतं.लक्षात ठेव, कसल्याही प्रकारची कुठे गडबड झालेली मला नकोय. याच गोष्टीवर तुझा ऑपरेशन विनोमधला सक्रिय सहभाग अवलंबून आहे. तुला नसलं राहायचं आमच्याबरोबर, तर प्रश्नच मिटला.''

''अगदी खरंय.'' जॅझनंही ठासून म्हटलं.

''तू तुझ्या मोबदल्यावर आणि या गाडीवर खूष आहेस?''

''हो, प्रश्नच नाही.''

''गुड. आता मला तुझ्याकडून शब्द हवाय, की तुला जरी कसलीही अडचण असली, किंवा तुझ्याबरोबर काम करणाऱ्या लोकांच्या संदर्भात, किंवा आमच्यासाठी तू करत असलेल्या कामाच्या बाबतीत अडचण असली, तर तू मला मी दिलेल्या नंबरवर फोन करशील. तो नंबर आहे ना तुझ्याकडे?''

''पण तो नंबर तर अगदीच आणीबाणीच्या वेळी वापरायचा आहे ना?''

''हो, पण आपण ज्याबद्दल बोलतोय ती माझ्या मते आणीबाणीच आहे. तुला कधीही जर काही तरी वेगळं कृत्य करावंसं वाटलं किंवा करणं भाग पडणार असलं तर मला लगेच फोन करत जा. विशेषतः अशी एखादी गोष्ट, की जिचा पोलीस तपास होऊ शकेल. आता या नर्सच्या हत्येची चौकशी होईलच. लक्षात ठेव, मी तुला पहिल्यापासून सांगतोय, की आपल्या दृष्टीनं गुप्ततेला सगळ्यांत जास्त महत्त्व आहे. त्या बाबतीत जर काही गडबड झाली, तर आपलं हे सगळं ऑपरेशनच धोक्यात येईल. आणि हे तू मुळीच होऊ देणार नाहीस.''

''शक्यच नाही.''

''कुठल्याही प्रकारची चौकशी ही आमच्यासाठी एक मोठी चिंता करण्याची गोष्ट असते – विशेषतः त्यात जर कुठे तुझा संबंध असला तर जास्तच.''

''एकदम कबूल.''

''म्हणजे आता या बाबतीत आपलं संपूर्ण एकमत आहे.''

''हो, हो.''

मि. बॉब मग आपल्या सहकाऱ्याकडे वळला. ''तुला काही सांगायचंय किंवा शंका विचारायचीय हिला?''

''या क्लबमध्ये तुम्ही आठवड्यातून किती वेळा येता?'' मि. डेव्हनं विचारलं.

हाताची घडी सोडवून तो किंचित पुढे झुकून बसला.

"कोण जाणे. पाच किंवा सहा वेळा. कधी कधी सात वेळाही येत असेन. का विचारताय?"

"म्हणजे तुमचं घर आणि हॉस्पिटल वगळता तुम्ही फक्त इथेच येता, असंच ना?" त्यानं तिच्या प्रश्नाकडे दुर्लक्ष करत विचारलं.

"हो, मला वाटतं."

"तुम्हाला सध्या कोणी बॉयफ्रेंड्स किंवा जवळच्या मैत्रिणी आहेत?"

"तसं कोणी खास नाही." जॅझनं उत्तर दिलं. तिला त्याचा चेहरा दिसत नव्हता, पण आवाजावरून तो मि. बॉबपेक्षा वयानं तरुण असावा असा तिनं अंदाज केला. "पण हे सगळे प्रश्न कशासाठी?"

"आम्हाला आमच्या एजंट लोकांची माहिती करून घ्यायला आवडतं." मि. बॉबनं उत्तर दिलं. "आणि त्यांची जेवढी जास्त माहिती कळेल तेवढं आम्हाला बरं असतं."

"पण हे तुमचे प्रश्न मला काहीसे खासगी स्वरूपाचे वाटतात."

"हे सगळं ऑपरेशनच तसं आहे." मि. बॉब हसला. त्या अंधुक उजेडात त्याचे दात चमकले. "तुला काही विचारायचंय का?"

"हो! तुमची खरी नावं काय?" जॅझनं काहीसं घाबऱ्या घाबऱ्या हसून विचारलं. आपली सगळी माहिती यांना आहे, पण आपल्याला मात्र यांची नावंही माहीत नाहीत, हे तिला पटत नव्हतं.

"सॉरी. ते मात्र गुप्तच राहील."

"असं असेल तर मला आणखी काही प्रश्न विचारायचे नाहीत."

"ओके." मि. बॉबनं म्हटलं. "आज आणखी एक कामगिरी आहे तुला. आज रात्री कामावर जाणार आहेस ना?"

"हो, प्रश्नच नाही! पुढचे चार दिवस माझी रात्रपाळी आहे. काय नाव?"

"क्लार्क मल्हॉसेन."

जॅझनं ते नाव एकदा मनात म्हणून बघितलं. आणखी एक कामगिरी मिळाल्यामुळे ती एकदम उत्साहात आलेली होती आणि हे दोघं चोरून आपल्या गाडीत येऊन बसल्याचा धक्काही विसरलेली होती, त्यांनी सुझान चॅपमनच्या हत्येची चौकशी केलेलीही ती विसरून गेलेली होती. तिला नेमकं हेच हवं होतं. ताबडतोब पाण्यात पुन्हा उडी मारायची!

"मग आज रात्री हे करून टाकणार तू?"

"हो, ते झालंय असंच समजा." जॅझनं मोठ्या आत्मविश्वासानं हसून म्हटलं.

मि. बॉब दार उघडून बाहेर पडला. त्याच वेळी मि. डेव्हही पलीकडचं दार

उघडून बाहेर पडला. ''लक्षात ठेव, वाऱ्याची साधी झुळूकही नकोय मला.'' दार बंद करण्याआधी मि. बॉबनं तिला आठवण करून दिली.

''हो, आहे लक्षात.'' जॅझनं खांद्यावरून मागे मान वळवत म्हटलं. पण ते त्यांनी ऐकलं की नाही, कोण जाणे, कारण दोघांनीही एकदमच दारं बंद केली. ते दोघंही गाड्यांच्या रांगेत उभ्या असलेल्या, तिच्यासारख्याच दुसऱ्या 'हमर'कडे जाताना तिला दिसत होते. मघाशी मात्र जॅझला ती गाडी दिसली नव्हती. ते दोघं त्या गाडीत बसल्याबरोबर जॅझनं आपल्या गाडीचं इंजिन सुरू केलं.

'मूर्ख कुठले!' गाडी रस्त्याकडे नेता नेता ती पुटपुटली. नवीन कामगिरी मिळाल्यामुळे आणि ऑपरेशन विनो सुरळीत चालू असल्याचं समजल्यामुळे ती खुषीत होती, पण दुसऱ्या कोणी आपल्याला असं कमी लेखून बोललेलं तिला मुळीच चालत नसे. आता हे दोघं आपल्याशी असं बोलल्यामुळे ती मनोमन नाराज होती. त्या दोघांची नावं दडवण्याची पद्धतसुध्दा तिला बावळटपणाची वाटत होती. आणि त्यांनी नावं आपल्यापासून दडवून ठेवावीत ही गोष्टही तिला मनाला लागलेली होती. आपल्याला जर प्रत्येक कामाचे पाच हजार मिळतायत, तर या दोघांना किती मिळत असतील? तिनं मनात म्हटलं. आणि सगळं काम मीच तर करतेय!

''हं. आता सांग, तुझं काय मत झालं एकंदरीत?'' डेव्हिड रोझेनक्रांट्झनं बॉब हॉथोर्नला विचारलं.

गाडीच्या ड्रायव्हरच्या सीटवर बसून बॉब स्टिअरिंग व्हीलवर बोटानं वाजवत, समोरच्या भिंतीकडे बघत जॅझबरोबर झालेल्या बोलण्यावर विचार करत होता. त्यानं अजून गाडी सुरू केलेली नव्हती. डेव्ह त्याच्या शेजारच्या सीटवर बसून त्याच्याकडे – आपल्या बॉसकडे – बघत होता.

''कोण जाणे.'' जरा वेळानं हात हवेत उडवत बॉबनं उत्तर दिलं. स्वत:शीच मान हलवून त्यानं डेव्हकडे वळून पाहिलं. बॉब चांगला थोराड अंगाचा, कमावलेल्या शरीरयष्टीचा माणूस होता. दिसायला त्याचा चेहरा तसा ओबडधोबड म्हणावा असाच होता आणि त्याच्या अंगातल्या सुंदर इटालियन सूटला तो मुळीच शोभत नव्हता. तो पूर्वी सैन्यातल्या स्पेशल फोर्सेसमध्ये होता, त्यामुळे सगळा जन्म त्यानं आर्मीतल्या कपड्यांवरच काढलेला होता. हा सूट त्यानं नवीनच शिवलेला होता. स्पेशल फोर्सेसमध्ये असताना तो जगभर हिंडून आलेला होता. ''हे ऑपरेशन चालवणं म्हणजे 'कॅच-२२'चं उत्तम उदाहरण आहे. या असल्या मूर्ख समाजविघातक माणसांना हाताला धरून त्यांना आपलंसं करून त्यांच्याकडून कारवाया करून घेण्यात आपण एवढा पैसा खर्च करतो. ही माणसं निर्दयपणे त्यांची कामंही करतात, पण त्यांचा सगळा विक्षिप्तपणा आपल्याला सहन करणं भाग असतं. आता या

रॅकोक्झीचंच उदाहरण बघ. केवळ त्या तिच्या ऑफिसरनं तिच्याशी लघळपणा केला म्हणून तिनं चक्क त्याच्यावर गोळीबार केला!''

''आणि तरीही ती तिचं काम मात्र चोख करते.'' डेव्हनं म्हटलं. तो जेमतेम पंचविशीतला होता – वयानं बॉबच्या निम्मा. तो थोडासा सडपातळ अंगाचा होता, पण त्याचंही शरीर चांगलं कमावलेलं होतं. बॉब तुरुंगात असताना त्यांची भेट झाली होती आणि तिथेच त्यानं त्याला सामील करून घेतलं होतं. पूर्वी बॉब एका बारमध्ये बसलेला असताना एका माणसानं त्याच्याशी भांडण केलं होतं. तेवढ्यावरून बॉबनं त्याला जवळजवळ खलास केलं होतं, म्हणून तो तुरुंगात शिक्षा भोगत होता. डेव्ह मात्र एक भली मोठी चोरी करून शिक्षा भोगत होता.

''आपल्या सगळ्या लोकांमध्ये ती सर्वोत्कृष्ट आहे.'' बॉबनं म्हटलं. ''म्हणूनच तर मला काय करावं ते समजत नाहीये. तिच्या बाबतीत करू की नको, काय करावं, असलं काही संभवतच नाही तिला नुसतं नाव द्यायचं, की झालं! त्याच रात्री त्या माणसाचा मुडदा पडलेला असतो. बाकीच्या लोकांच्या बाबतीत जसे आपल्याला प्रॉब्लेम्स येतात, तसं तिच्या बाबतीत अजून एकदाही झालेलं नाही. पण मी आत्ताच तिला जसं आडून सांगितलं तसं, ती वृत्तीनं चांगलीच बंडखोर असल्यामुळे आपल्याला धोका निर्माण होऊ शकतो.''

''त्या नर्सच्या खुनाशी तिचा संबंध असेल असं वाटतं तुला?''

''अगदी खरं सांगायचं, तर कोण जाणे. पण नसेल असं नाही. पण ती केवळ पन्नास डॉलरसाठी असं करणार नाही, हेही मला माहितेय. त्यामुळे हा कदाचित जबरी चोरीचाही प्रयत्न असू शकेल. पण नक्की काहीच सांगता येत नाही. तिला अचानक धक्का देऊन आपल्याला आणखी काही तरी समजू शकेल अशी माझी कल्पना होती.''

''तू पहिल्यांदा त्या नर्सचं नाव घेतलंस तेव्हा तिनं काहीच प्रतिक्रिया दिली नाही आणि नंतर मात्र मला ती थोडीशी चिडल्यासारखी वाटली.''

''मलाही तसंच जाणवलं, पण त्यातून नेमका अर्थ काय काढायचा, कळत नाहीये. आपल्या बाकीच्या लोकांसारखीच तिचीही वरिष्ठांशी फारसं न पटवून घेण्याची वृत्ती आहे. त्यामुळे कदाचित चॅपमन मेल्याचं समजल्यावर तिला बरं वाटलं असू शकेल, कटकट गेली, अशा अर्थानं.'' बॉबनं गाडी सुरू केली आणि ती मागे घेऊन बाहेर काढण्यासाठी तो पाठीमागे वळला.

''मला वाटतं, आपण फक्त गप्प राहून काय होतंय ते पाहावं.'' बॉबनं म्हटलं आणि गाडी मागे घेऊन तो रँपच्या दिशेनं निघाला. ''आणखी जर अशीच कोणा भलत्या माणसाची हत्या झाली तर मात्र हे तिनंच केलं असं आपण समजू. मग मात्र तिला मारावं लागेल. आणि ते काम तुझं आहे.''

"हो, माहितेय मला." डेव्हनं मान डोलावली. "त्यासाठीच तर मी तिची एवढी चौकशी करत होतो."

"माझीही तशीच कल्पना होती." बॉबनं म्हटलं आणि गाडी तिथल्या बूथपाशी थांबवली. "पण ती जे काही बोलली ते सगळं खरंच होतं, असं समजायचं कारण नाही. तिच्यासारखा माणसांना खोटं बोलण्याचं काहीही वाटत नाही."

डेव्हनं मान डोलावली. पण त्याला खात्री होती, की या पोरीच्या एकलकोंड्या वृत्तीमुळे तिला मारणं फार सोपं काम आहे.

तेरा

त्या छोट्याशा उपकरणाला प्लॅस्टिकचं झाकण लावून लॉरीनं ते सिंकच्या कठड्यावर ठेवलं. आवश्यक तेवढा वेळ त्याच्याकडे बघत बसण्याऐवजी ती सरळ शॉवरखाली उभी राहिली आणि तिनं अंगावर भरपूर बॉडी वॉश लावून केसांनाही शॅम्पू लावला. संपूर्ण शरीर स्वच्छ धुवून ती शॉवरच्या धारांखाली थोडा वेळ तशीच उभी राहिली. शॉवर खरं तर तिला बाथइतकं आवडत नसे, पण शॉवरच्या पाण्यानंही तिचं मन तेवढंच शांत होत असे.

रात्रभर लॉरी तळमळत होती. तिच्या डोक्यातली विचारचक्रं थांबतच नव्हती. त्यामुळे अधूनमधून तिला झोप लागली तरी ती काही तरी भयंकर स्वप्नं पडून सारखी जागी होत होती. एकदाचा घड्याळाचा गजर झाल्यावर ती चक्क सुटकेचा निःश्वास टाकून उठली होती. तिला थोडीसुध्दा विश्रांती मिळाल्यासारखं वाटलं नव्हतं. रात्रभर या कुशीवरून त्या कुशीवर तळमळल्यामुळे बेडवरची उशा-पांघरुणं इतकी अस्ताव्यस्त झाली होती, की इथे जणू एखादी कुस्ती झाल्याची शंका यावी.

आदल्या दोन दिवसांप्रमाणेच आजही ती बेडवरून उठल्याबरोबर तिला किंचित उलटीची भावना झाली होती. आता शॉवरखाली उभी असतानाही अजून ती जाणीव पुसटशी का होईना, शिल्लक होतीच. पण थोडं पोटात गेल्यावर बरं वाटेल अशी एव्हाना तिची खात्री झालेली होती.

शॉवरखालून बाहेर पडून लॉरीनं अंग पुसलं आणि आपले घनदाट केस झटकून कोरडे केले. त्यानंतर टॉवेलनं तिनं ते पुसून वरून टॉवेल बांधला. एवढं सगळं करून झाल्यावरच तिनं कसंबसं धैर्य गोळा करून सिंकवर ठेवलेल्या त्या उपकरणाकडे

हळूच बघितलं.

आणि तिचा श्वास एकदम रोखला गेला. थरथरत्या हातानं तिनं ते उपकरण हळूच वर उचललं – जणू वर उचलल्यानं ते काही तरी वेगळं सांगणार असल्यासारखं. पण तसं काहीच झालं नाही. काही होणारही नव्हतं. प्लॅस्टिकच्या त्या उपकरणाच्या आवरणात जी छोटीशी चौकोनी खिडकीवजा जागा होती, त्यात तिला दोन गुलाबी रेघा स्पष्ट दिसत होत्या. या रेघा आपण कल्पनेत तर पाहात नाही ना, म्हणून तिनं दोन क्षण डोळे घट्ट मिटून घेऊन पुन्हा उघडले. दोन्ही रेघा जागेवरच होत्या. उपकरणाच्या खोक्यावर लिहिलेल्या सूचना तिनं वाचल्या होत्या. तिला चक्क दिवस गेले होते!

लॉरीच्या पायातलं बळच नाहीसं झालं. कसंबसं तिनं टॉयलेटचं झाकण बंद केलं आणि ती त्यावर बसली. काय चाललंय तरी काय हे? एकामागून एक अस्वस्थ करून सोडणाऱ्या किती घटना घडताहेत! आणि तेही किती भराभर! आधी जॅकशी झालेले मतभेद, त्यानंतर लगेच मम्मीचा कॅन्सर, त्यापाठोपाठ आपली ती बीआरसीए-१ची भानगड, त्यातच रॉजरबरोबरचे प्रेमसंबंध आणि आता हे! आपल्याला दिवस गेल्यावर आपल्याला कसं वाटेल याच्या वेगवेगळ्या कल्पना रंगवल्या होत्या आपण. आणि आता आपल्याला खरोखरच दिवस गेलेत; आता त्याचा आनंद मानायचा की दु:ख, तेच कळेनासं झालंय! आपल्या स्वत:च्याच जीवनावर आपला स्वत:चाच काही ताबा उरलेला दिसत नाहीये.

लॉरीनं ते उपकरण सिंकच्या कठड्यावर ठेवून खुनशी नजरेनं त्याच्याकडे बघितलं – जणू जे घडलंय त्याला तेच जबाबदार असल्यासारखं. पण तिच्या लक्षात येत होतं, की याही वेळी आपण आधीचीच चूक केलीय. ही तपासणी आपण काल रात्रीही करू शकलो असतो, पण त्या खोक्यावर लिहिलं होतं की तपासणी सकाळी उठल्याबरोबर केलेली चांगली आणि त्या सबबीवर आपण ती आत्तापर्यंत पुढे ढकलली. अप्रिय गोष्टींबाबत टाळाटाळ करायच्या आपल्या प्रवृत्तीमुळेच आपण असं केलं. आपण रॉजरच्या ऑफिसात असताना आपल्या मनात आपल्याला दिवस गेले असल्याची शंका चमकून गेली होती, तेव्हाच आपली खात्री झालेली होती, की आपल्याला दिवस गेले असणार. आणि आपल्याला गेले तीन दिवस सकाळी मळमळत होतं, त्याचं कारणही हेच असणार. आपण मात्र उगाचच मनाची समजूत करून घेत होतो, की आपल्या खाण्यात काही तरी आलं असावं.

लॉरीनं विषादानं स्वत:शीच मान हलवली. मुळात आपल्याला दिवस गेल्याचं समजल्याचा धक्का बसला, ही गोष्टही असंच दाखवते, की अप्रिय गोष्टी आपण मनाच्या कोपऱ्यात ढकलून देण्यात केवढ्या पटाईत आहोत. तीन आठवड्यांपूर्वीच आपली पाळी चुकल्याचं आपल्या लक्षात आलं होतं, पण वेगवेगळ्या घटनांच्या

गदारोळात आपण तिकडे अगदी ठरवून दुर्लक्ष केलं होतं. मागे जसं घडलं होतं, तसं या वेळीही मानसिक ताणतणावांमुळे आपली पाळी चुकली अशी आपण सोईस्कर समजूत करून घेतली.

लॉरीनं मान खाली करून आपल्या ओटीपोटाकडे बघितलं. हे असं घडणं यात काहीच वेगळं किंवा अनैसर्गिक नाही, हे तिच्या बुध्दीला इतकी वर्षं पटत आलेलं होतं. पण या क्षणी जेव्हा आपल्या पोटात एक बाळ निर्माण होत असल्याची जाणीव तिला झाली, तेव्हा तिचा या गोष्टीवर विश्वासच बसेना. आपल्याला नेमकी कोणत्या क्षणी गर्भधारणा झाली असेल, हे तिच्या तत्क्षणीच लक्षात आलं. त्या दिवशी अगदी पहाटेच्या आधीच्या प्रहरात जेव्हा आपण आणि जॅक दोघंही जागेच एकमेकांशेजारी पडलेलो होतो, तेव्हाच हे झालेलं असणार, तिनं मनात म्हटलं. तेव्हा सुरुवातीला बराच वेळ दोघांनीही एकमेकांना झोप लागली असेल या समजुतीनं एकमेकांची झोपमोड न करण्याचा प्रयत्न केला होता. पण कोणीच झोपलेलं नाही हे दोघांच्याही लक्षात आल्यावर त्यांनी पडल्या पडल्या गप्पा मारायला सुरुवात केली होती. त्यानंतर त्या गप्पांचं रूपांतर एकमेकांना कुरवाळण्यात झालं होतं आणि मग हळू हळू त्याचंच पर्यवसान एका अत्यंत आवेगपूर्ण संभोगात झालं होतं. विशेष म्हणजे, नंतरही लॉरीला झोप लागली नव्हती आणि त्या वेळीच तिला अत्यंत प्रकर्षानं जाणीव झाली होती, की आपल्याला आता एक मूल हवंय. नवरा हवाय. आणि अजाणता का होईना, तिची पहिली इच्छा मात्र त्याच वेळी पूर्ण झाली होती, भले मग ती लग्नाआधी का असेना.

लॉरीनं उठून आरशासमोर उभी राहून आपलं पोट कुठे थोडं तरी वाढलंय का, ते बघितलं आणि मग तिची तीच मोठ्यानं हसली. पाच आठवड्यांचा गर्भ जेमतेम आठ मिलिमीटर लांबीचा असतो, तिनं स्वत:शीच म्हटलं. एवढ्यातच आपलं पोट दिसण्याइतकं वाढणं शक्य तरी आहे का?

पण लगेच तिचं हसणं थांबलं. या परिस्थितीत आपल्याला दिवस जाणं ही गोष्ट मुळीच हसण्यासारखी नाही. ही एक फार मोठी चूक घडलीय आपल्या हातून आणि तिचे गंभीर परिणाम आपल्याला आणि बाकीच्यांनाही भोगावे लागणार आहेत. गर्भधारणेला योग्य असलेल्या काळात आपण कायमच काळजी घेतली होती, मग हे कसं घडलं? तिला ती रात्र आठवली आणि त्याच क्षणी नेमकी कुठे गडबड झाली हे तिला समजलं. त्या दिवशी पहाटेचे दोन वाजले होते, म्हणजे तांत्रिकदृष्ट्या पुढचा दिवस सुरू झालेला होता. आदला दिवस दहावा होता, तेव्हा शारीरिक संभोग कदाचित चालून गेला असता. पण अकराव्या दिवशी? शक्यच नाही!

परिस्थितीचं खरं गांभीर्य जेव्हा लॉरीच्या मनात पुरतं जिरलं, तेव्हा मात्र तिच्या तोंडून "ओ माय गॉड!" असा भयंकर निराशेनं भरलेला उद्‍गार आपोआपच बाहेर

पडला. आता मात्र ती पुरती हरलेली होती. जॅकला भेटून त्याच्याशी बोलण्याची तर आता नितांत गरज होती. पण त्यावेळी पुरेसं भावनिक बळ कुठून आणायचं हेच तिला समजेना. तिच्या मनात एकाच वेळी अनेक अडचणी घोंघावत होत्या. आणि आपली बीआरसीए-१ ची तपासणी पॉझिटिव्ह निघालीय, त्याचा आपल्या गरोदरपणावर काय परिणाम होणार आहे, याची कल्पना तिला ती स्वत: डॉक्टर असूनही नव्हती. पण या विचारापाठोपाठ तिच्या मनात एक शब्द दर वेळी उसळी मारून वर येत होता. गर्भपात. स्वत: एक डॉक्टर असूनही लॉरी आजपर्यंत या शब्दाचा अर्थ स्त्री-स्वातंत्र्याशी जोडत आलेली होती. आता मात्र तिला स्वत:लाच गर्भपाताला सामोरं जाण्याची भीती निर्माण झालेली होती.

"हे असं चालणार नाही! मला स्वत:वर ताबा मिळवायलाच हवा!" लॉरीनं स्वत:च्या प्रतिबिंबाला मोठ्या निर्धारानं बजावलं. पण तिच्या बोलण्यातला जोर तिच्या अंत:करणात मात्र म्हणावा तसा उमटत नव्हता. तिनं हातांनी आपले केस वाळवायला सुरुवात केली. तरीपण या सगळ्यांतून तात्पुरती का होईना, सुटका करून घेण्याचा एक मार्ग तिच्यापाशी शिल्लक होताच. आपल्या 'डॉक्टर' या व्यावसायिक भूमिकेआड दडण्याचा. कारण कितीही अडचणी असल्या तरी तिला कामावर जाणं तर भागच होतं.

तिला वाटलं होतं, तसंच ब्रेकफास्ट घेतल्यावर तिचं मळमळणं जवळजवळ थांबलं. ब्रॅनफ्लेक्स खाताखाता तिच्या पोटातलं ते खालच्या उजव्या भागातलं दुखणं तिला पुन्हा थोडंसं जाणवलं. तिनं पुन्हा त्या भागावर बोटांनी दाबलं, तेव्हा ते थोडंसं वाढलं. तरी पण ज्याला वेदना म्हणता येईल तितकं काही ते नव्हतं. आपल्याला दिवस राहिलेत त्याच्याशी तर याचा संबंध नसेल ना, असा एक ओझरता विचार तिच्या मनात येऊन गेला. कारण पहिल्यांदाच दिवस गेलेले असल्यामुळे सुरुवातीच्या काळात नेमकं काय होतं, याची तिला काहीच कल्पना नव्हती. गर्भधारणेच्या वेळी गर्भाशयाच्या आवरणावर हल्ला होतो हे ती शिकलेली होती. त्यामुळेही असं होत असेल, तिनं मनात म्हटलं. किंवा कदाचित हे दुखणं आपल्या उजव्या बीजकोषाचंही असेल. पण या क्षणी तरी तिला या गोष्टीवर आणखी विचार करावासा वाटत नव्हता.

लॉरी जेव्हा ओसीएमईला येऊन पोचली, तेव्हा सकाळचे जेमतेम सव्वासात वाजलेले होते. एवढ्या लवकर येऊनही आपली जॅकशी आयडी ऑफिसात गाठ पडेल की नाही, याबद्दल ती साशंकच होती. हल्ली तो आणखी आणखी लवकर यायला लागलेला दिसत होता. विनी जेव्हा त्याच्या नेहमीच्या खुर्चीत दिसला नाही, तेव्हाच आपली शंका खरी ठरल्याची तिला खात्री पटली. याचा अर्थ तो खाली जॅकबरोबर काम करत असणार, हे उघड होतं. चेट काल रात्रीत आलेल्या मृतदेहांच्या

फायली बघण्यात गर्क होता. या कामाचा त्याचा आज शेवटचा दिवस होता. त्या वीकएंडमध्ये ऑन-कॉल डॉक्टर म्हणून लॉरी काम बघणार होती. म्हणजे पुढचा आठवडाभर बाकीच्यांना केसेस नेमून देण्याचं कामही तिचंच होतं.

"जॅक एवढ्यातच खाली गेलाय?" कॉफीचा पहिला घुटका घेत लॉरीनं विचारलं. कॉफीमुळे आपला आत्ताचा दु:खी मूड बदलेल अशी तिची समजूत होती. त्याचबरोबर एवढी स्ट्रॉंग कॉफी आपल्या पोटाला चालेल का, याबद्दल ती साशंक होती.

चेटनं मान वर करून पाहिलं. "हो, प्रश्नच नाही. मी इथे आलो, तेव्हाच तो या फायली चाळत उभा होता."

"कसली केस करतोय तो?" लॉरीनं विचारलं. वाफाळत्या कॉफीचा कप हातात असूनही तिच्या अंगावर अचानक शहारा उमटला.

"तू हे विचारतेयस म्हणजे गंमतच आहे. तुझ्या कालच्या दोन केसेससारखीच एक केस तो करतोय."

लॉरीला आश्चर्याचा धक्काच बसला. तोंडाशी नेलेला कप बाजूला करून तिनं विचारलं, "म्हणजे आणखी एक केस आलीय, मॅनहटन जनरलमधून?"

"हो. कोणी तरी चांगला तरुण पोरगा होता तो. साधं हर्नियाचं ऑपरेशन झालं त्याचं आणि खलास झाला."

"पण मग ही केस जॅकनं का घेतली? अशा केसेस मला हव्या असतात हे त्याला चांगलं माहितेय."

"मला समजलंय ते असं, की केल्व्हिननं जॅनिसला सांगून ठेवलं होतं की आणखी एखादी तशी केस आली, तर आपल्याला कळवायचं. आणि जॅनिसनं त्याला कळवलं असणार, कारण जॅक आणि तो एकाच वेळी इथे आले आणि त्यानं ती केस जॅकला करायला सांगितली. मी आलो, तेव्हा त्यानं मला स्पष्टच सांगितलं की ही केस तू करायची नाहीस. त्यानं उलट आजचा दिवस तुला पेपरवर्क द्यायला सांगितलं. आणि जॅकनंही लगेच ती केस स्वत:कडे घेतली. तो म्हणाला, याचे निष्कर्ष तुला ताबडतोब मिळायला हवे असतील."

"पण ही केस मी करायची नाही असं केल्व्हिननं का म्हटलं?" लॉरीनं विचारलं. ती दुखावली गेलेली होती. हे हत्यासत्र म्हणजे तिच्या दृष्टीनं सध्याच्या चिंता विसरण्याचं एक मोठं साधन होतं.

"ते काही त्यानं सांगितलं नाही. आणि केल्व्हिनला ओळखतेस तू. त्याच्याबरोबर अशा बाबतीत चर्चा वगैरे करायला वाव नसतो. शिवाय तू आल्या आल्या त्यानं तुला भेटायला बोलावलंय. माझं निरोप सांगायचं काम मी केलंय. गुड लक!"

"ते कशाला आणखी? तो काय चिडलेला वगैरे वाटत होता का?"

"नेहमीइतकाच." चेटनं खांदे उडवले. "यापेक्षा जास्त मी तरी काय सांगू?"

लॉरीनं समजल्यासारखी मान डोलावली. खरं म्हणजे तिला काहीही समजलेलं नव्हतं. आपला कोट तिथल्या एका खुर्चीवर सोडून ती तिथून बाहेर पडली आणि मुख्य रिसेप्शनच्या भागात आली. मनातून ती जाम अस्वस्थ झालेली होती. सध्या इतक्या गोष्टी आपल्याला नेमक्या नको तशाच घडतायत, की आपलं करिअरही धोक्यात आलं तरी आश्चर्य वाटायला नको, तिनं मनात म्हटलं. काल आपण कॉन्फरन्समध्ये अचानक जे भाषण ठोकलं, तेवढं सोडलं तर केल्व्हिनला भडकवण्यासारखं आपल्या हातून असं काय घडलंय, कोण जाणे. पण काल नंतर आपण त्याच्याशी बोललो, तेव्हा तरी सगळं ठीक वाटत होतं.

ॲडमिनिस्ट्रेशनच्या भागात अजून संपूर्णपणे शुकशुकाट होता. केल्व्हिन मात्र आपल्या ऑफिसात बसलेला होता. तो ट्रे मधले कागद घेऊन ते भराभर वाचून त्यांवर सह्या करण्यात गर्क होता. लॉरीनं त्याच्या ऑफिसच्या दारावर टक्टक् केलं आणि आपण आल्याचं सांगितलं, पण त्यानं फक्त हातानं तिला समोरच्या खुर्चीत बसायचा इशारा करून आपलं काम सुरूच ठेवलं सगळे कागद सह्या करून संपल्यावर त्यानं ते 'आऊट' ट्रे मध्ये गठ्ठा करून ठेवले आणि मग खुर्चीवर मागे रेलून बसत चष्म्यावरून लॉरीकडे बघितलं. "तुला बहुतेक आधीच कळलं असेल, तरीपण तुला त्या नवीन केसचं नाव सांगतो. नाव क्लार्क मल्हॉसेन असं आहे. आता मला वाटतं तू विचारणार, की ही केस तू करायची नाहीस असं मी का सांगितलं, हो ना?"

"ते समजलं तर बरं होईल." लॉरीनं मनातल्या मनात सुटकेचा श्वास सोडत मान डोलावली. केल्व्हिन त्याच्या आवाजावरून तरी चिडलेला दिसत नव्हता. म्हणजे आता तो आपल्यावर डाफरण्याची, किंवा आपल्याला चक्क कंपल्सरी रजेवर पाठवण्याची शक्यता कमी दिसते, तिनं मनात म्हटलं.

"अगदी थोडक्यात सांगायचं, तर तू तुझ्या त्या तथाकथित हत्यासत्राच्या केसेस अजून पूर्ण केलेल्या नाहीस. जवळजवळ महिन्यापेक्षा जास्त काळातल्या या केसेस होत्या. आता या क्षणी तू कुठल्या लॅबोरेटरी रिपोर्टची वाट बघत असणं शक्य नाही, त्यामुळे आता तू त्या केसेस पूर्ण करून पाठवून द्यायला हव्यास. खरं सांगायचं तर आपल्या चीफकडे या प्रकरणावरून मेयरच्या ऑफिसातून सारखी विचारणा होतेय. त्यामागचं कारण काही असो, पण त्यानं मला त्या पूर्ण करून पाठवून द्यायला सांगितलंय. म्हणजे आता पर्यायानं माझ्यावरही दबाव येतोय. कदाचित याचा संबंध त्या लोकांच्या कुटुंबीयांशी, किंवा इन्शुअरन्सशीसुध्दा असेल. काही असो, पण त्या ताबडतोब पूर्ण कर. आजचा दिवस मी तुला तेवढ्यासाठीच दुसरं काहीही काम ठेवलेलं नाही. झालं समाधान?"

"मी अजून त्या पूर्ण करून बाहेर पाठवून दिलेल्या नाहीत याचं कारण असं, की ते अपघाती मृत्यू होते की नैसर्गिक, हे मी सांगू शकत नाही. आणि त्या हत्या होत्या असं मी म्हटलेलं तुला चालणार नाही, कारण मग ते हत्यासत्रच होतं असा त्याचा अर्थ होईल. आणि तसं निश्चित म्हणण्याइतका माझ्याकडे पुरावा नाही– निदान या क्षणी तरी नाहीच."

"लॉरी, हे बघ, तू निष्कारण मला चिडायला लावू नकोस." केल्व्हिननं पुढे झुकून आपले जळजळीत काळेभोर डोळे तिच्यावर रोखत म्हटलं. "मी तुला शक्य तितक्या चांगल्या भाषेत समजावण्याचा प्रयत्न करतोय. ते हत्यासत्र होतं का अजून काय होतं हे शोधून काढण्यापासून मी तुला रोखत नाहीये. पण सध्या तरी तुला ते मृत्यू अपघाती होते किंवा नैसर्गिक होते, या दोघांपैकी एक निवड करावीच लागेल. डिक कात्झेनबर्गसारखंच माझंही म्हणणं आहे, की ते नैसर्गिक होते. कारण ते अपघाती होते असं सांगण्याइतकाही सबळ पुरावा आपल्याकडे नाही. आणखी वेगळी माहिती मिळाली, तर त्यांचे मृत्यूचे दाखले कधीही बदलता येतील. पण या केसेस आणखी किती काळ अधांतरी ठेवणार? शिवाय काही तरी पक्का पुरावा हाती आल्याशिवाय त्या केसेस म्हणजे हत्या होत्या – किंवा अगदी अपघाती मृत्यूच्या होत्या – असं म्हटलं आपण तर बाहेर आपली किती छी: थू होईल! विचार कर जरा!"

"ओके. मी पूर्ण करते त्या केसेस." लॉरीनं हताश होऊन म्हटलं.

"थँक्यू. पण हे काय? तू म्हणजे असं बोलतेयस, की मी जणू तुला चंद्र आणून द्यायला सांगतोय! बरं, ते जाऊ दे. त्या क्वीन्सच्या केसेसबद्दल काय माहिती काढलीयस तू? तेही सगळे जण असेच तरुण, निरोगी वगैरे होते?"

"हो. अजून तरी." लॉरीनं थकलेल्या आवाजात म्हटलं. ती खुर्चीत पुढे झुकून, गुडघ्यांवर कोपरं टेकवून बसली. "त्या केसेसच्या इन्व्हेस्टिगेटर रिपोर्ट्सवरून जी माहिती मला मिळालीय, त्यावरून तरी तसंच दिसतंय. त्यांचे हॉस्पिटल चार्ट यायची वाट बघतेय मी."

"मग काय होतंय ते मला कळवत चल. आता ऊठ आणि त्या मॅनहटन जनरलच्या केसेस संपवून टाक आधी!"

मान डोलावून लॉरी उठली आणि केल्व्हिनकडे बघत ओझरतं हसून दाराकडे जायला वळली.

"लॉरी," त्यानं पुन्हा हाक मारली. "हल्ली तू अशी चिंतातुर, निराश का दिसतेयस? तुला तरी मी असं कधीच बघितलेलं नाही. काय चाललंय? तुझी तब्येत ठीक आहे ना? निदान तुला तरी असं बघितलं की बरं नाही वाटत. एवढी ताठ आणि सडेतोड वागणारी तू, हल्ली अशी गुळमुळीत का?"

लॉरी पुन्हा मागे वळली. निदान केल्व्हिनसारखा भडक डोक्याचा माणूस तरी तिच्याशी इतक्या आपुलकीनं कधीच बोललेला नव्हता. आजपर्यंतच्या कुठल्याही वरिष्ठ व्यक्तीकडून तिनं याची अपेक्षाच केली नव्हती – केल्व्हिनकडून तर कधीच नव्हती. केल्व्हिननं असं काही विचारावं हाच मुळात तिच्या दृष्टीनं मोठा धक्का होता. आणि अचानक तिच्या मनात सारं दु:ख, मनस्ताप एकदम दाटून आले. आता आपल्याला रडू फुटणार असं वाटून तिनं मोठ्या कष्टानं एक खोल श्वास घेऊन तो कढ दाबून टाकला. केल्व्हिन तिच्याकडेच बघत होता. त्याच्या भुवया क्षणभर उंचावल्या. जणू तिला बोलतं करण्यासाठी तो आणखी थोडं पुढे झुकला.

"सध्या फार मनस्ताप होतोय मला." लॉरीनं कसंबसं म्हटलं. त्याच्या नजरेला नजर भिडवायला ती घाबरत होती.

"मग मला काही सांगायचंय का तुला?" त्यानं विचारलं. नेहमीपेक्षा त्याचा आवाज चांगलाच मऊ झालेला होता.

"नको. सध्या तरी." लॉरीनं कसनुसं हसून त्याच्याकडे कटाक्ष टाकत म्हटलं.

"जशी तुझी इच्छा. पण कधी बोलावंसं वाटलं, तर जरूर ये."

"थँक्यू." कसंबसं म्हणत ती घाईघाईनं वळून बाहेर पडली. मुख्य कॉरिडॉरमधून चालत असताना तिच्या मनात बऱ्याच परस्परविरोधी भावनांचा कल्लोळ उडालेला होता. एकीकडे आपण न रडता केल्व्हिनच्या ऑफिसातून बाहेर पडलो म्हणून तिला बरं वाटत होतं, तर दुसरीकडे स्वत:च्या सध्याच्या नाजूक मानसिक अवस्थेची तिला चीड येत होती. बॉस जरा कुठे दोन शब्द सहानुभूतीचे बोलला, तर एकदम आपल्याला रडू येतं म्हणजे काय? त्याच वेळी, केल्व्हिनसारख्या दगडाची दुसरी बाजू, जी कोणालाच कधी दिसली नसेल, ती आपल्याला अनुभवायला मिळाली, याचं तिला आश्चर्यही वाटत होतं आणि बरंही वाटत होतं. नुसतं केल्व्हिननं बोलावलंय म्हटल्यावर आपल्या मनात जी घोर हताशा उत्पन्न झाली होती, त्या पार्श्वभूमीवर अजून आपण नोकरीत आहोत या गोष्टीमुळे तिला सुटल्यासारखंही वाटत होतं. काही तरी खरी-खोटी सबब सांगून त्यानं आपल्याला रजेवर पाठवलं असतं, तर आपण काय केलं असतं कोण जाणे, तिनं मनात म्हटलं. कारण आता आपल्याला दिवस गेलेत त्यामुळे जो आणखी एक नवीनच मनस्ताप आपल्याला निर्माण झालाय, त्याचा विचार केला तर या नोकरीमुळे चिंता विसरून जाण्याचा जो मार्ग आपल्यापुढे आहे, त्याची गरज आता आणखीच वाढलीय!

वाटेत लॉरी इन्व्हेस्टिगेटरच्या ऑफिसात डोकावली आणि तिनं बार्ट अर्नोल्डला जॅनिस अजून आहे का, असं विचारलं. तिला क्लार्क मल्हॉसेनच्या केसची माहिती हवी होती – आपल्या हत्यासत्रासारखीच ही केस आहे का, ते तिला बघायचं होतं.

"नाही, जॅनिसला जाऊन दहा मिनिटं झाली." बार्टनं म्हटलं. "माझी काही

मदत होईल का तुला?''

''नाही, खरं तर.'' लॉरीनं म्हटलं. ''बरं, मग शेरिल आहे का?''

''नाही, तीही बाहेर गेलीय एका केससाठी. ती आल्यावर तुला फोन करायला सांगू का?''

''त्यापेक्षा तिला एक निरोप दे. मी तिला सेंट फ्रान्सिस हॉस्पिटलमधून काही चार्ट मागवायला सांगितले होते. तिला फक्त ते लवकरात लवकर मागवून घ्यायला सांग.''

''ओके.'' बार्टनं लगेच एका चिठ्ठीवर खरडलं. ''मी हे लगेच तिच्या टेबलावर नेऊन ठेवतो.''

तिथून लॉरी आपला कोट घेण्यासाठी आयडी ऑफिसच्या दिशेनं निघाली, पण वाटेतच तिला आठवलं, की खाली जॅक ती ऑटोप्सी करतोय, म्हणजे त्या केसची फाईल जॅनिसच्या रिपोर्टसकट त्याच्याकडे असेल. ती तशीच मागे वळून लिफ्टकडे निघाली. आता आपण एका दगडात दोन पक्षी मारू शकू तिनं मनात म्हटलं. मल्हॉसेनची नेमकी माहितीही आपल्याला मिळेल, शिवाय जॅकशी बोलणं काढायला एक सबबही मिळेल. काल आपण त्याच्या ऑफिसात जावं की नाही असं जे केलं होतं, त्याऐवजी आपण त्याच्याशी या केसच्या निमित्तानं बोलू शकू आणि बाहेर कुठे तरी त्याची भेट ठरवू शकू. त्याच्या सध्याच्या मानसिक परिस्थितीत तो आपल्याशी नीट बोलेल की नाही, हे मात्र सांगणं कठीण आहे. लू च्या म्हणण्याप्रमाणे तो नक्की बोलायला तयार होईल, पण कोण जाणे.

पूर्वी ऑटोप्सी रूममध्ये जायचं तर प्रत्येकानं गाऊन, हॅट आणि एक मास्क, एवढंच घालणं आवश्यक होतं. आता मात्र परिस्थिती बदललेली होती. आता प्रत्येकानं आपले स्क्रब्ज आणि वरून संपूर्ण मून-सूट घातलाच पाहिजे असा दंडक होता. लॉरीलाही हे सगळं घालावं लागलं. केल्व्हिननं केलेल्या या नवीन नियमांपासून कोणाचीही सुटका नव्हती.

लॉकरचं दार उघडण्यासाठी लॉरीनं हात वर केला आणि अचानक तिच्या ओटीपोटाच्या त्याच त्रासदायक उजव्या भागात एक जोराची कळ उठली. ''आऽऽ!'' अभावितपणेच चेहरा वाकडातिकडा करत ती कण्हली आणि तिनं हात खाली घेतला. तिनं हळूच कळ आलेल्या भागावर हात ठेवून चाचपून बघितलं. पण ती कळ जशी अचानक आली होती, तशीच ती पुढच्याच क्षणी नाहीशी झाली. तिनं सावकाश हातानं तिथे दाबून बघितलं, पण तिला काहीच वेदना जाणवली नाही. म्हणून मग तिनं पुन्हा हात वर केला, तरीही काहीच झालं नाही. गोंधळून जाऊन तिनं स्वत:शीच मान हलवली. आता हे आपण सू ला विचारून बघू या, तिनं मनात म्हटलं. तिला जेव्हा दोन वेळा दिवस गेले होते, तेव्हा असं काही झालं होतं का, हे ती सांगू शकेल आपल्याला.

एव्हाना लॉरीला त्या दुखण्याचा हळू हळू विसर पडू लागलेला होता. सगळा जामानिमा पूर्ण करून थोड्या वेळानं तिनं ऑटोप्सी रूमचं दार ढकलून आत प्रवेश केला. ते अवजड दार परत बंद झाल्याचा 'धप्' असा आवाज झाला, त्याबरोबर आतल्या दोघाजणांनी सरळ होऊन दाराकडे बघितलं. त्यांच्यासमोरच्या टेबलावर तो मृतदेह पडलेला होता.

"अरे वा!" जॅकनं नेहमीप्रमाणेच म्हटलं. "कोण, डॉक्टर माँटगोमेरी स्वत:, त्यासुध्दा पूर्ण मून-सूटमध्ये? आणि ते सुध्दा घड्याळात धड आठही वाजले नसताना? मोठा बहुमानच समजायचा हा! या बहुमानाचं कारण कळू शकेल, डॉक्टर माँटगोमेरी?"

"काही नाही, फक्त ही केसही माझ्या हत्यासत्राच्या केसेससारखीच आहे का, एवढंच बघायचं होतं." एकीकडे जॅकच्या तिरकस बोलण्याला तोंड द्यायची मानसिक तयारी करत लॉरीनं शक्य तेवढ्या सहजपणे उत्तर दिलं. ती टेबलाच्या पायथ्याशी आली. "प्लीज! तुमचं काम चालू द्या."

"ही केस मी तुझ्याकडून काढून घेतलीय, असं तर नाही ना वाटत तुला? ही केस मी का करतोय हे समजलंय का तुला?"

"हो. चेटनं सगळं सांगितलंय मला."

"तू केल्व्हिनला भेटलीस की नाही? मघाशी तो असा का वागत होता, तेच कळलं नाही मला. तुम्हा दोघांमध्ये काही गडबड झालेली नाही ना?"

"नाही, सगळं काही छान आहे. चेटनं मला जेव्हा सांगितलं की आजचा सबंध दिवस मला पेपरवर्क करावं लागणार आहे, तेव्हा मी जाम घाबरले होते. त्यातच केल्व्हिननं बोलावलंय हे समजल्यावर तर माझा धीरच खचला होता. पण त्यानं मला बोलावून फक्त त्या सगळ्या केसेस पूर्ण करून टाकायला सांगितल्या. ते सगळे मृत्यू नैसर्गिक होते, असं रिपोर्टमध्ये लिहून टाकायला सांगितलंय त्यानं."

"पण तू तसं करणार आहेस का? मला विचारशील तर ते मृत्यू नैसर्गिक असणंच शक्य नाही."

"हो, पण या क्षणी तरी मला दुसरा पर्यायच नाही." लॉरीनं सांगून टाकलं. "त्यानं मला स्पष्टच सांगितलं. या कामात जे राजकीय दबाव येतात ना, ते मला मुळीच आवडत नाहीत आणि इथे तर मला दुसरं काही दिसतच नाहीये. ते जाऊ दे. आता या मल्हॉसेनच्या केसबद्दल काय मत झालं तुझं? माझ्या हत्यासत्रात ही केसही बसण्यासारखी आहे?"

जॅकनं उघडलेल्या त्या मृतदेहाच्या छातीकडे खाली बघितलं. त्यानं फुप्फुसं आधीच बाजूला काढलेली होती आणि आता तो त्याच्या मोठ्या रक्तवाहिन्या कापायच्या बेतात होता. प्रेताचं हृदय अजून जागेवरच होतं आणि ते समोर स्पष्ट

दिसत होतं. ''अजून तरी माझं उत्तर 'हो' असंच आहे. हा माणूसही तरुण आणि निरोगी होता. शिवाय अजूनपर्यंत मला कसलीही म्हणावी अशी पॅथॉलॉजी सापडलेली नाही. एकदा त्याचं हृदय नीट बघितलं की आणखी फार तर अर्ध्या तासात मी नक्की काय ते सांगू शकेन. पण उलट त्यात काही सापडलं, तरच मला आश्चर्य वाटेल.''

''त्या फाईलमधला इन्व्हेस्टिगेटरचा रिपोर्ट मी वाचला, तर काही हरकत नाही ना तुझी?''

''माझी काय हरकत असणार? पण तो रिपोर्ट वाचत बसण्यापेक्षा मीच तुला काय ते सांगतो. हा पेशंट छत्तीस वर्षांचा एक स्टॉकब्रोकर होता. काल सकाळी त्याचं एक साधं हर्नियाचं ऑपरेशन झालं होतं आणि त्याची तब्येत अगदी छान होती. आज पहाटे साडेचारला तो त्याच्या बेडवर मृतावस्थेत सापडला. नर्सच्या म्हणण्याप्रमाणे तो जेव्हा सापडला तेव्हाच त्याचं शरीर पूर्णपणे थंड पडलेलं होतं. तरीपण त्या लोकांनी त्याला कृत्रिम श्वासोच्छ्वास देऊन पुन्हा जिवंत करायचा प्रयत्न केला. त्याचा काहीच उपयोग झाला नाही. त्यामुळे, ही केस तुझ्या हत्या सत्रात बसते का? तर हो. त्याहीपेक्षा महत्त्वाचं म्हणजे, तुझं हे हत्यासत्र खरंच असावं अशी माझी खात्री पटत चाललीय. आधी मला तसं वाटलं नव्हतं, पण आता अशा सात केसेस झाल्यायत म्हटल्यावर तुझं म्हणणं खरं असलं पाहिजे, हे मान्य करणं भागच आहे मला.''

तो बोलत असताना लॉरी त्याच्या तोंडावरच्या प्लॅस्टिकच्या पडद्यातून त्याच्या चेहऱ्याकडे बघण्याचा प्रयत्न करत होती. हा अजूनही तिरकस बोलत नाहीये ना, अशी तिला उगाचच शंका येत होती. पण तिला नीटसं काही दिसत नव्हतं. तरीपण तिला एकदम बरं वाटलं. केल्व्हिनसारखाच हासुध्दा अपेक्षेपेक्षाही जास्त मनमिळाऊपणे बोलत असल्याचं तिला जाणवलं.

''आणि काल डिक कात्झेनबर्गनं सांगितलेल्या केसेसची काही माहिती काढलीस का तू? त्याही तुझ्या या केसेससारख्या वाटताहेत?'' जॅकनं विचारलं.

''हो. निदान इन्व्हेस्टिगेटर रिपोर्ट तरी तसंच सांगतायत. अजून त्यांचे हॉस्पिटल चार्ट मात्र मिळायचेत मला.''

''छान डोकं चालवलंस तू काल.'' जॅकनं म्हटलं. ''काल तू जेव्हा बोलायला उठलीस, तेव्हा मी कपाळावर हात मारून घेतला होता. म्हटलं, आता ही मीटिंग किती लांबतेय कोण जाणे. पण झालं ते बरंच झालं एकंदरीत. डिकच्या केसेसही तुझ्यासारख्याच असल्या, तर तुझ्या केसेस एकदम दुप्पट होतील आणि त्यामुळे अमेरिकेअरच्या एकंदर कारभारावरच प्रश्नचिन्ह उभं राहील. तुला नाही असं वाटत?''

''माझ्या केसेसचा अमेरिकेअरवर काय परिणाम होईल, ते सांगणं मात्र कठीण आहे.'' लॉरीनं म्हटलं. जॅक एकदम इतका बोलायला लागला, या गोष्टीचंही तिला

आश्चर्य वाटत होतं आणि बरंही वाटत होतं.

"पण निदान काही तरी गडबड आहे, हे तरी नक्कीच. तेरा केसेस होणार, म्हणजे हा योगायोग असण्याचा प्रश्नच येत नाही. फक्त केवळ एकाही केसच्या बाबतीत हत्या झाल्याचा स्पष्ट पुरावा नाही, एवढ्याच कारणासाठी मी तुला पूर्ण पाठिंबा देऊ शकत नाही. पण तुझे सगळेच तर्क मला पटायला लागलेत हे मात्र नक्की. मला सांग, यातल्या काही केसेस आयसीयू मध्ये किंवा पोस्ट-ॲनेस्थेशिया युनिटमध्ये झाल्या होत्या का?"

"नाही. माझ्या सहा केसेसपैकी एकही नाही. डिकच्या केसेसचं मला अजून समजलेलं नाही. माझ्या सगळ्या केसेसचे मृत्यू हॉस्पिटलच्या नेहमीच्या खोल्यांमध्ये झाले होते. पण तू हे का विचारतोयस? मल्हॉसेनचा मृत्यू आयसीयू किंवा पोस्ट-ॲनेस्थेशिया युनिटमध्ये झाला का?"

"छे, छे. तोही साध्या नेहमीच्या खोलीतच मेला. खरं तर मी हा प्रश्न का विचारतोय, हे मलाच सांगता येत नाहीये. कदाचित इतर खोल्यांपेक्षा आयसीयू किंवा पोस्ट-ॲनेस्थेशिया युनिटमध्ये औषधं वेगळ्या पद्धतीनं वापरली जातात, म्हणूनही असेल. खरं तर कदाचित ही एखादी सिस्टिममधली गडबड असू शकेल असं मला वाटतं. उदाहरणार्थ, रोग्यांना एखादं नको ते औषध दिलं जात असू शकेल, किंवा असं काही तरी."

"हं, हा एक वेगळाच दृष्टिकोन आहे खरा." लॉरीनं मनापासून म्हटलं. "हे डोक्यात ठेवेन मी. थँक्स, जॅक."

"दुसरं म्हणजे, मला अजूनही असं वाटतं की शेवटी याचं उत्तर टॉक्सिकॉलॉजीत सापडण्याचीच जास्त शक्यता आहे. त्यामुळे तू टॉक्सिकॉलॉजीतल्या लोकांकडूनच जास्तीत जास्त तपासण्या करून घेण्याचे प्रयत्न कर."

"ते बोलायला सोपं आहे, पण आता मी या बाबतीत आणखी फार काही करू शकेन की नाही, मला जरा शंकाच आहे. पीटर लेटरमन तर त्याच्याकडून अगदी प्रयत्नांची शर्थ करतोय. काल तर तो दक्षिण अमेरिकेतल्या कुठल्याशा जहाल विषारी बेडकाच्या विषाची माहिती काढायच्या विचारात होता!"

"बाप रे! हे जरा जास्तच होतंय. कोणती तरी अशी एक गोष्ट असली पाहिजे, की ती या लोकांच्या हृदयाच्या ठोक्यांचा ताल विस्कटून टाकतेय. का कोण जाणे, मला वाटतं की ते असला परिणाम करणारं एखादं अगदी सहज मिळणारं द्रव्य असावं. आता ते या लोकांच्या शरीरात कसं जात असेल, हा पुढचा संशोधनाचा भाग झाला."

"हो, पण ते तरी टॉक्सिकॉलॉजीच्या तपासणीत दिसायला हवं होतं."

"हो, तेही खरंच." जॅकनं मान डोलावली. "बरं, समजा एखादं द्रव्य त्यांच्या

आय व्ही च्या बाटल्यांमधल्या सलाईनलाच दूषित करत असलं तर? या सगळ्या केसेसमध्ये आय व्ही लावलेलं होतं?''

लॉरीनं थोडा विचार केला. ''हो, आता तू म्हटल्यावर आठवलं. सगळ्यांना आयव्ही लावलेलं होतं. पण यात वेगळं काहीच नाही. ऑपरेशन झालेल्या सगळ्याच रोग्यांना निदान पहिले चोवीस तास तरी आय व्ही लावलेलंच असतं. आणि तू म्हणतोस तसं आय व्ही जर दूषित झालेलं असतं, तर यापेक्षा किती तरी जास्त केसेस आपल्याकडे आल्या असत्या. शिवाय त्यातही जास्त वयाच्या केसेसचा भरणा जास्त असता. त्या खेरीज, फक्त सर्जरी झालेल्या केसेसबरोबर इतरही केसेस आल्या असत्या.''

''चुकतेयस तू. कुठलीही गोष्ट अशी एकदम डोक्यातून काढून टाकू नकोस.'' जॅकनं म्हटलं. ''हो, त्यावरून आठवलं. काल त्या स्टेटन आयलंड्सच्या माणसानं तुला इलेक्ट्रोलाईट्सच्या पातळीबद्दल विचारलं होतं ना? त्या वेळी तू सांगितलं होतंस की सगळ्या केसेसमध्ये इलेक्ट्रोलाईट्सची पातळी एकदम नॉर्मल होती. हे खरं आहे का?''

''हो, हो. ही गोष्ट मी पीटरला मुद्दाम पाहायला सांगितली होती. आणि त्यानंच मला सगळ्या केसेसमध्ये इलेक्ट्रोलाईटची पातळी नॉर्मल असल्याचं सांगितलं.''

''हं. म्हणजे एकंदरीत असं दिसतंय, की तू सगळ्या गोष्टींचा व्यवस्थित विचार करतेयस.'' जॅकनं म्हटलं. ''एनी वे, मी आता आधी ही ऑटोप्सी पूर्ण करतो, म्हणजे त्यात काही रक्ताची गुठळी किंवा हृदयाचा दोष नव्हता ना, हे नक्की समजेल.'' स्काल्पेल हातात घेऊन तो मृतदेहाकडे वळला.

''हो. मी सगळ्या शक्यता विचारात घेऊनच काम करतेय.'' लॉरीनं म्हटलं. क्षणभर थांबून तिनं म्हटलं, ''जॅक, तुझ्याशी थोडं बोलायचं होतं मला.''

''ए! पुरे की आता!'' विनीनं अचानक थोडंसं चिडून म्हटलं. एवढा वेळ तो बिचारा जागच्या जागीच अस्वस्थपणे चुळबुळ करत त्या दोघांचं बोलणं संपायची वाट बघत उभा होता. ''हे काम एकदाचं संपवून टाकायचं आपण?''

जॅक पुन्हा मागे वळला. ''कशाबद्दल बोलायचंय तुला?''

लॉरीनं हळूच विनीकडे कटाक्ष टाकला. आधीच तो जरा चिडलेला होता, त्यामुळे त्याच्यासमोर तिला बोलावंसं वाटत नव्हतं.

''विनी? त्याच्याकडे लक्ष नको देऊस. तो इथे नाहीये असं खुशाल समज. मीही अनेकदा असंच करतो.'' जॅकनं साळसूदपणे म्हटलं.

''वा, वा! काय पण विनोद!'' विनीनं म्हटलं. ''याच्यावर हसायचं का मी?''

''तसं नाही.'' लॉरीनं म्हटलं. ''मला आत्ता नाही बोलायचं तुझ्याशी. फक्त आपण दोघं कुठे तरी भेटायला हवं. काही महत्त्वाच्या गोष्टींवर मला तुझ्याशी बोलायचंय.''

लगेच उत्तर न देता जॅक डोळ्यांसमोरच्या प्लॅस्टिकच्या मास्कमधून तिच्याकडे बघत होता. ''मी सांगतो तुला काय बोलायचं असेल ते.'' त्यानं म्हटलं. ''तू लग्न करतेयस आणि त्यावेळी तुला कुणी तरी ब्राईड्समेड हवीय.''

विनी त्याच्या मास्कमध्ये मोठ्यानं हसला, पण मास्कमधून त्याचा येणारा आवाज मात्र त्याला धाप लागल्यासारखा येत होता.

''ए! आता यात विनोदी काय वाटलं तुला?'' जॅकनं म्हटलं, पण मग तोही मोठ्यानं हसू लागला.

''जॅक,'' लॉरीनं मोठ्या कष्टानं स्वतःवर ताबा ठेवत म्हटलं. ''मी खरंच सांगतेय.''

''हो, मीही खरंच बोलतोय.'' जॅकनं हसता हसता म्हटलं. ''आणि तू लग्न करतेयस ही गोष्ट तू नाकारलेली नाहीस, म्हणजे ही बातमी तू मला कळवलीस, असं मी समजतो. पण ते ब्राईड्समेडचं मात्र जमणं कठीण आहे. बरं, अजून काही?''

''जॅक!'' लॉरीनं जरा जोरात म्हटलं. ''मी लग्न वगैरे काही करत नाहीये. मला ज्या गोष्टींबद्दल तुझ्याशी बोलायचंय, त्यांचा आपल्या दोघांशी संबंध आहे.''

''ओके! मग सांग ना.''

''इथे या ऑटोप्सी रूममध्ये नाही सांगणार मी.''

जॅकनं खोलीकडे हात केला. ''काय हरकत आहे? मला तर इथे अगदी घरात असल्यासारखं वाटतं.'' मग त्यानं हळूच टेबलावरच्या मृतदेहाकडे मानेनं निर्देश केला. ''आणि हा तर आपलं बोलणं ऐकणं शक्य नाही. आणि विनी तर काय, आपलाच आहे.''

''जॅक! तू नीट ऐकून घेणार आहेस की नाही? मला जे बोलायचंय ते फार महत्त्वाचं आहे, हे आधीच सांगितलंय मी तुला!''

''ओके, ओके. मग आपण भेटण्याची दुसरी कोणती ठिकाणं आहेत, त्याचा विचार करू. मला जर आणखी अर्धा तास वेळ दिलास, तर आपण वर आयडी ऑफिसात भेटून विनीची सुंदर कॉफी घेत गप्पा मारू शकतो. यात फक्त एक अडचण आहे ती अशी, की तोपर्यंत बाकीची जनताही कामावर आलेली असेल. किंवा दुसरं ठिकाण म्हणजे, आपण आपल्या दुसऱ्या मजल्यावरच्या आलिशान लंच रूममध्ये जाऊन तिथल्या मशीनमधून मिळणारं एखादं अत्यंत चविष्ट असं पेय घेत गप्पा मारू शकतो. तिथे आपल्याला सफाई कामगारांची सुंदर कंपनी मिळेल. बोल, कुठे जाऊ या?''

लॉरी प्लॅस्टिकच्या मास्कमधून जॅककडे शक्य तितकं रोखून बघत होती. पुन्हा तो तिरकस बोलण्याच्या खास पडद्यामागे गेलेला असल्यामुळे तिचा आधीचा उत्साह बराच मावळलेला होता. तरीपण तिनं म्हटलं, ''माझी इच्छा होती, की आपण

दोघांनी आज रात्री 'एलिऑस' मध्ये किंवा आणखी कुठे तरी एकत्र डिनर घ्यावं – अर्थात, जर जागा रिझर्व्ह करता आली तर.'' त्या दोघांच्या प्रेमसंबंधांमध्ये 'एलिऑस' हॉटेलची भूमिका फार मोठी होती.

जॅकनं पुन्हा एकदा बराच वेळ लॉरीकडे निरखून बघितलं. काल लू च्या बोलण्यावर त्याचा फारसा विश्वास बसला नव्हता, पण आता मात्र त्याला शंका येत होती, की तो जे बोलला त्यात काही तरी तथ्य असावं. पण त्याचबरोबर आणखी कुचेष्टा सहन करण्याच्या मन:स्थितीत तो नव्हता, हेही तितकंच खरं होतं. ''का? आणि तुझ्या रोमिओला काय झालं? आजारी वगैरे पडलाय की काय तो?''

विनीनं पुन्हा हसायला सुरुवात केली, पण लॉरीनं त्याच्याकडे वळून बघितल्याबरोबर त्यानं हसू दाबलं.

''कोण जाणे.'' जॅकनं पुढे म्हटलं. ''हे मला जरा आधी कळलं असतं तर बरं झालं असतं. कारण आज मला रात्री सतरा नन्सबरोबर बोलिंगला जायचं होतं.''

आता मात्र विनीचा स्वत:वरचा ताबा सुटला. स्फोट होऊ पाहणारं हसू मोठ्या कष्टानं दाबत तो सिंकपाशी जाऊन काही तरी करू लागला.

''जॅक, तू सीरियसली ऐकून घेणार आहेस की नाही?'' लॉरीनं म्हटलं. ''सगळं अवघड करून टाकतोयस तू.''

''मी अवघड करून टाकतोय?'' जॅकनं त्याच खास शैलीत त्याचं बोलणं सुरू ठेवलेलं होतं. ''कमाल झाली. महिनेच्या महिने मी फक्त एक संध्याकाळ तुझ्याबरोबर घालवता यावी म्हणून प्रयत्न करतोय, पण तू कधी या तर कधी त्या कार्यक्रमाला जातेयस.''

''महिनेच्या महिने वगैरे काही नाही, फक्त एकच महिना झालाय. तू मला दोनदा विचारलं होतंस आणि दोन्ही वेळा माझे दुसरे कार्यक्रम ठरलेले होते. मला तुझ्याशी बोलायचंय जॅक. तू आज रात्री येणार आहेस, की नाही?''

''फारच मनावर घेतलेलं दिसतंयस तू.''

''हो, मी फार मनावर घेतलंय आणि त्याला कारणंही तशीच आहेत.''

''ओके, आज रात्री भेटू. किती वाजता?''

'' 'एलिऑस' चालेल ना तुला?''

जॅकनं खांदे उडवले. ''ठीक आहे.''

''मग मी टेबल रिझर्व्ह करता येतंय का ते फोन करून बघते आणि तुला तसं कळवते. आज शुक्रवार संध्याकाळ असल्यामुळे कदाचित लवकर जावं लागेल.''

''ओके.'' जॅकनं म्हटलं. ''काय ते कळव मला.''

त्याच्याकडे बघत मान डोलावून लॉरी ऑटोप्सी रूममधून बाहेर कॉरिडॉरमध्ये आली. स्टोअर रूममध्ये येऊन ती तिचा मून-सूट उतरवू लागली. जॅक यायला तयार

झालाय खरा, पण तो चिडलाय, त्यामुळे तो आपलं कितपत ऐकून घेईल याबद्दल ती जरा साशंकच होती. त्याला यायला राजी करायलाही तिला बरेच प्रयास पडलेले होते.

कपडे बदलून, आयडी रूममधून आपला कोट घेऊन लॉरी लिफ्टनं पाचव्या मजल्यावर आली. पीटरला त्याच्या कामात जरा धीर द्यावा आणि त्याच वेळी त्याला काही सापडलंय का, याचीही चौकशी करावी, असा तिचा इरादा होता. आणि ती स्वत:च इतकी विचारमग्न अवस्थेत टॉक्सिकॉलॉजी लॅबोरेटरीकडे येत होती, की आपला शत्रू जॉन डीव्रीज तिथे असू शकेल, त्याची आपली गाठ पडू शकेल, ही गोष्ट तिच्या डोक्यातच आली नाही. आणि नेमकं तेच झालं. डीव्रीज पीटरच्याच ऑफिसात होता आणि बहुधा त्याची तासंपट्टीच करत होता. कारण त्याचे हात कमरेवर होते, तर पीटर बिचारा खाली मान घालून उभा होता. तशातच विचारात गढून गेलेली लॉरी सरळ पीटरच्या ऑफिसात शिरली.

"या! काय पण टायमिंग आहे!" जॉननं तिचं स्वागत केलं. "स्वत: बाईसाहेबच आल्यात, आपल्या मोहिनी अस्त्राचा काय परिणाम होतोय ते बघायला!"

"एक्स्क्यूज मी!" लॉरीनं जरा जोरात म्हटलं. जॉनच्या भलत्या आरोपामुळे तिचाही पारा चढू लागलेला होता.

"हो! पीटरला नादाला लावून त्याला फक्त तुझ्यासाठीच राबणारा गुलाम करून टाकलंयस तू!" जॉन डाफरला. "यावरून आपलं बोलणं आधीही झालंय, डॉक्टर माँटगोमेरी. मला ही लॅब चालवायला इतके तुटपुंजे पैसे मिळतात, की त्यामध्ये कोणालाही स्पेशल सर्व्हिस देणं शक्य नाही. कारण त्यामुळे आपोआपच बाकीच्या लोकांच्या कामांना विलंब होतो. माझं बोलणं लक्षात येतंय तुझ्या, की लिहून देऊ? आणि ही गोष्ट मी नक्की डॉक्टर बिंगहॅम आणि डॉक्टर वॉशिंग्टनच्या कानावर घालणार आहे. नाऊ, गेट आऊट!"

काही क्षण लॉरी भडकून त्याच्याकडे बघत राहिली आणि मग तिची नजर पीटरच्या पडलेल्या चेहऱ्याकडे गेली. आपल्यामुळे पीटरला काही त्रास व्हावा अशी तिची बिलकूल इच्छा नव्हती. त्यामुळे जॉनला काहीही न सुनावता ती वळून तिथून बाहेर पडली.

सहाव्या मजल्याच्या पायऱ्या चढताना लॉरी आणखीच निराश झालेली होती. आपल्याला रोज ज्यांच्याबरोबर काम करावं लागतं अशा लोकांशी भांडायला तिला मुळीच आवडत नसे. जॉन डीव्रीज हा माणूस दिलेली धमकी पूर्ण करतो असा तिचा अनुभव होता. त्यामुळे ही गोष्ट केल्व्हिनला समजल्यावर तो काय करेल, कोण जाणे, तिनं मनात म्हटलं. आपलं काय व्हायचं ते होईल, पण बिचाऱ्या पीटरला मात्र याचे परिणाम भोगायला लागले नाहीत म्हणजे मिळवली. कारण त्याचा जॉनशी

रोजच संबंध येणार.

आपल्या ऑफिसात येऊन लॉरीनं दार बंद केलं आणि कोट दारामागे लावला. रेवाचा कोट आधीच तिथे होता. म्हणजे ती एक तर आयडी ऑफिस किंवा ऑटोप्सी रूममध्ये गेलेली दिसत होती. खुर्चीवर बसून लॉरीनं मनात म्हटलं, आता त्या डॉक्टर लॉरा रायलेला फोन करून आपली प्रेग्नन्सीची तपासणी पॉझिटिव्ह आल्याचं सांगावं लागेल. याही गोष्टींची तिला धास्ती वाटत होती. आपल्याला मुलं हवीत हे खरं, पण त्यासाठी नेमकी हीच वेळ यावी? आणि मी तरी कसा हा धोका पत्करला?

तिनं मोठ्या अनिच्छेनं फोन उचलून मॅनहटन जनरल हॉस्पिटलला कॉल केला आणि फोन लागेपर्यंत विमनस्कपणे टेबलावरचे कागद चाळत राहिली.

ऑपरेटरनं फोन उचलल्यावर लॉरीनं तिला डॉक्टर लॉरा रायलेच्या ऑफिसमध्ये जोडून द्यायला सांगितलं. नशीब, ही बाई गायनॅकॉलॉजिस्ट आहे आणि ऑबस्टेट्रिक्सही बघते, तिनं स्वत:शी म्हटलं. कारण सध्याच्या स्पेशलायझेशनच्या आणि त्यातही मेडिकल मालप्रॅक्टिसच्या जमान्यात ही गोष्ट आता फार कमी आढळते.

डॉक्टर रायलेच्या सेक्रेटरीनं फोन उचलला आणि लॉरीनं तिला आपली परिस्थिती समजावून सांगितली. बोलतानाही तिला नीट शब्द सुचत नव्हते. ही गोष्ट तिची तिलाच जाणवली. विशेषत: ओटीसच्या त्या उपकरणामुळे आपल्याला दिवस गेल्याचं समजलं, हे सांगताना तर ती चांगलीच अडखळली.

''तसं असेल तर मात्र आपल्याला सप्टेंबरपर्यंत थांबून चालणार नाही.'' त्या सेक्रेटरीनं हसऱ्या आवाजात म्हटलं. ''डॉक्टर रायले प्रसूतीच्या रोग्यांची तपासणी शेवटची पाळी झाल्यानंतर साधारण आठ ते दहा आठवड्यांनी करतात. तुम्हाला किती आठवडे झाले पाळी चुकल्याला?''

''साधारण सात आठवडे.'' लॉरीनं म्हटलं.

''मग आपल्याला तुमची अपॉइंटमेंट पुढच्या किंवा त्याच्या पुढच्या आठवड्यात ठेवावी लागेल.'' पुढचे काही क्षण शांतता होती. लॉरीचा फोन धरलेला हात थरथरत होता.

''पुढच्या शुक्रवारी चालेल?'' सेक्रेटरीनं विचारलं. ''म्हणजे आजपासून बरोबर एक आठवड्यानं, दुपारी दीड वाजता.''

''चालेल.'' लॉरीनं म्हटलं. ''माझं नाव मध्येच घुसवल्याबद्दल थँक्स.''

''माय प्लेझर. आता तुमचं नाव सांगता?''

''सो सॉरी. मी माझं नाव सांगितलं नाही, हे माझ्या लक्षातच आलं नाही. मी डॉक्टर लॉरी मॉंटगोमेरी.''

''डॉक्टर मॉंटगोमेरी! हो, आठवलं. मी कालच तुमच्याशी बोलले होते.''

लॉरीचा चेहरा किंचित वाकडातिकडा झाला. म्हणजे आपलं गुपित हळू हळू

फुटायला सुरुवात झाली म्हणायची. या बाईला मी अजून भेटलेलीही नाही आणि एवढ्यात तिला आपल्या जीवनातला एक अत्यंत खासगी, गुप्त भाग समजला आणि मी तर अजून त्याबद्दल पुढे काय करायचं हेही ठरवलेलं नाही. आणि ते ठरवणंही भयंकर जड जाणार आहे.

''कॉंग्रॅच्युलेशन्स!'' त्या सेक्रेटरीनं उत्साहानं म्हटलं. ''एक मिनिट थांबा, डॉक्टर रायलेंना फोन जोडून देते. त्यांना नक्कीच काही तरी बोलायचं असेल तुमच्याशी.''

लॉरीला काही बोलायची संधीही मिळाली नाही. तिला फोन लाईनवरचं संगीत ऐकू येऊ लागलं. क्षणभर फोन ठेवून द्यावा असा विचार तिच्या मनात चमकून गेला, पण आता तेही शक्य नव्हतं. अस्वस्थपणे तिनं पुढ्यातले ते मृत्यू दाखले आणि बाकीचे कागद चाळायला सुरुवात केली. या अस्वस्थतेपासून काही तरी पळवाट म्हणून तिनं पहिला कागद उचलून वाचायला सुरुवात केली. पहिल्या मृत स्त्रीचं नाव होतं क्रिस्टीन स्वेन्सन. तेवीस वर्षांची ही पोरगी एका साध्या मूळव्याधीच्या ऑपरेशनसाठी सेंट फ्रान्सिस हॉस्पिटलमध्ये आली होती. काय हे! लॉरीनं स्वत:शीच मान हलवली. एवढी तरुण पोरगी साध्या ऑपरेशनसाठी हॉस्पिटलमध्ये जाते काय, नि मरते काय! त्या मानानं आपल्या कटकटी काहीच नव्हेत!

''डॉक्टर मॉंटगोमेरी! मला आत्ताच बातमी कळली. कॉंग्रॅच्युलेशन्स!''

''मला लॉरी म्हणालात तरी चालेल.''

''ओके आणि तूही मला लॉराच म्हण.''

''पण तू केलेलं अभिनंदन योग्य आहे की नाही, कोण जाणे. अगदी खरं सांगायचं तर हा अनपेक्षित धक्का आहे मला आणि तोही नको त्या वेळी. त्यामुळे या गोष्टीला मी हसायचं, की रडायचं, माझं मलाच अजून समजत नाहीये.''

''ओ, आय सी.'' लॉरा रायलेचा आवाज काहीसा गंभीर झाला. पण एवढ्या वर्षांच्या अनुभवानं रोग्याची मन:स्थिती चटकन लक्षात घेत ती म्हणाली, ''पण कसंही असलं तरी तुझी आणि बाळाची तब्येत उत्तम राहील, हे तर आपल्याला बघावंच लागेल. बरं, तुला काही त्रास वगैरे?''

''अगदी सकाळी थोडंसं मळमळतं, पण ते फारच सौम्य असतं आणि थोडाच वेळ टिकतं.'' लॉरी उगाचच आपल्या गर्भारपणाबद्दल अस्वस्थ झालेली होती. तिला फोन ठेवून द्यावासा वाटत होता.

''ते जर जास्त झालं, तर लगेच कळव. गर्भारपणात कशी काळजी घ्यावी, यावर भरपूर पुस्तकं आहेत आणि त्यात या मळमळण्यावर बरेच उपायही आहेत, ते वाच. पण पुस्तकांच्या बाबतीत माझं तरी मत असं आहे, की त्यातल्या फारच जुन्या पद्धतींवर आधारलेल्या पुस्तकांपासून मात्र दूर राहा, कारण मग त्यातल्या

सूचना वाचल्यास तर तुझ्या लक्षात येईल की आपण काहीच करणं योग्य होणार नाही. अगदी साधी गरम पाण्यानं अंघोळसुध्दा. एनी वे, आपण पुढच्या शुक्रवारी भेटूच.''

तिचे आभार मानून लॉरीनं फोन ठेवून दिला. एकदाचा हा फोन केल्यावर तिला जरा सुटल्यासारखं वाटलं. क्वीन्समधून आलेल्या केसेसचे कॉम्प्युटर प्रिंट-आऊट्स उचलून तिनं ते नीट लावण्यासाठी उभे धरून टेबलावर आपटले. पण या हालचालीनं पुन्हा एकदा तिला मघाशी लॉकर रूममध्ये जशी चमक आली होती, नेमक्या त्याच ठिकाणी अगदी हलकीशी वेदनेची जाणीव झाली. या गोष्टीचा निदान आपण डॉक्टर रायलेशी बोलताना उल्लेख तरी करायला हवा होता, असं तिला क्षणभर वाटून गेलं. पण तेवढ्यासाठी परत फोन करण्याची मात्र तिची इच्छा नव्हती. त्याच वेळी तिला असंही वाटून गेलं, की आपल्या बीआरसीए-१ तपासणीचाही आपण उल्लेख करायला हवा होता. पण मग तिनं पुन्हा विचार केला, की ती चमक किंवा मळमळणं आणखी वाढलं नाही, तर या दोन्ही गोष्टी आपण अपॉइंटमेंटच्या वेळीच बोलू.

कागद हातात ठेवून लॉरीनं पुन्हा फोनकडे हात नेला, पण ती थबकली. रॉजरला फोन करावा असं तिच्या मनात होतं. खरं म्हणजे त्याला फोन करायला बरीच कारणं आहेत, तिनं मनात म्हटलं.

लॉरीनं पुन्हा फोन उचलून रॉजरच्या डायरेक्ट लाईनवर फोन केला. तिचा खरा उद्देश असा होता, की क्वीन्सकडून आलेल्या कागदपत्रांच्या कॉपी त्याच्याकडे घेऊन जायच्या आणि त्याच्याशी प्रत्यक्षच बोलायचं. कारण तिच्या मनात एवढ्या सगळ्या अडचणींमुळे जरी खळबळ माजलेली असली, तरी तशाही परिस्थितीत क्वीन्सच्या केसेसच्या बाबतीत एक कल्पना चमकलेली होती आणि त्यामुळे कदाचित संपूर्ण या सत्राचं रहस्यच उलगडू शकणार होतं.

चौदा

लॉरी जेव्हा मॅनहटन जनरल हॉस्पिटलमध्ये पोचली, तेव्हा तिला थेट रॉजरच्या ऑफिसातच नेण्यात आलं. रॉजर तिची वाटच बघत होता. ती आत आल्याबरोबर आधी त्यानं दार लावून घेतलं आणि काहीही न बोलता तिला एक प्रदीर्घ आलिंगन दिलं. लॉरीनंही त्याला उलट मिठी मारली, पण तिच्या मिठीत त्याच्याएवढा आवेग नव्हता याचं कारण असं होतं, की त्याच्या आधीच्या लग्नाच्या भानगडीमुळे आपण काही त्याच्याशी पूर्णपणे मोकळेपणी बोलू शकणार नाही, याची तिला जाणीव होती आणि नाही म्हटलं तरी ती तिचं मन खात होती. तिच्या आलिंगनात तेवढा आवेग नाही हे जरी त्याला जाणवलं असलं, तरी तो निदान तसं काही बोलला तरी नाही. नंतर त्यानं कालप्रमाणेच दोन खुर्च्या एकमेकीसमोर ठेवल्या. एकीवर लॉरीला बसवून दुसऱ्या खुर्चीवर तो बसला.

''बरं झालं, तू आलीस.'' त्यानं म्हटलं. ''काल रात्री मला तुझी खूप आठवण येत होती.'' पुढे वाकून तो तिच्यासमोर अगदी जवळ बसला. त्याची कोपरं गुडघ्यांवर टेकलेली होती. लॉरीला त्यानं लावलेल्या आफ्टर-शेव्हचाही वास येत होता. त्याचा कामाचा दिवस आता कुठे सुरू होत होता, त्यामुळे त्याच्या शर्टची इस्त्रीसुध्दा अजून चुरगाळलेली नव्हती.

''मलाही खूप बरं वाटलं तुला भेटून.'' लॉरीनं म्हटलं आणि क्वीन्सच्या केसेसचे रिपोर्ट आणि मृत्यू दाखले वगैरे त्याला दिले. तिला त्या कागदांच्या कॉपीज काढायला वेळ मिळाला नव्हता, पण ते काय, आपण कधीही पुन्हा डाऊनलोड करू, असा तिनं विचार केला होता. कागदपत्रं त्याला आधी देण्यात तिचा आणखी

एक हेतू होता. त्यामुळे त्यांचं संभाषण तिला स्वत:च्या मानसिक स्थितीपासून दूर नेता येणार होतं. त्याखेरीज, आपल्या मनातली कल्पना तिला त्याला कधी एकदा सांगते असं झालेलं होतं.

रॉजरनं ते कागद भराभर वाचून काढले. "माय गॉड! या केसेस खरोखरच आपल्या आधीच्या केसेससारख्या दिसतायत. अगदी या लोकांचे मृत्यूसुध्दा त्याच सुमाराला झालेत."

"तेच म्हणते मी. त्यांचे हॉस्पिटल चार्ट आले, की मला आणखी माहिती कळेल. पण आत्ता या क्षणी आपण असंच समजून चालू या, की या केसेसही आधीच्यांसारख्याच आहेत. यावरून काही लक्षात येतंय तुझ्या?"

रॉजरनं काही क्षण पुन्हा ते कागद चाळले आणि मग खांदे उडवले. "यानं एक तर नक्की झालंय, की केसेस दुप्पट झाल्या आहेत. आता आपल्याकडे सहा नाही, बारा केसेस आहेत – नाही, कालची केस धरली तर तेरा. क्लार्क मल्हॉसेनबद्दल तू एव्हाना ऐकलेलंच असशील. त्याची ऑटोप्सी तूच करणार ना?"

"नाही, ती जॅक करतोय." लॉरीनं म्हटलं. जॅकबद्दल तिनं त्याला थोडं फार सांगितलेलं होतं. आम्हा दोघांचे प्रेमसंबंध होते, ही गोष्टही तिनं सांगितली होती. रॉजरच्या पहिल्या भेटीच्या वेळी तिनं सध्या तरी आपले कुणाशी प्रेमसंबंध नाहीत, असं सांगितलं होतं. पुढे जेव्हा त्यांची ओळख वाढली होते, तेव्हा तिनं त्याला सांगितलं होतं, की जॅकबरोबर काही अनुत्तरित अडचणी असल्यामुळे आपण पहिल्या भेटीत 'तसं' म्हटलं होतं. जॅक कुठल्याही ठाम निर्णयापर्यंत यायला फारसा उत्सुक नाही, हेही तिनं रॉजरला सांगितलं होतं. रॉजरनं हे कमालीच्या शांतपणे ऐकून घेतलं होतं. त्यामुळे लॉरीचीही त्याच्या खंबीर मनोवृत्तीबद्दलची खात्री पटली होती. त्यानंतर हा विषय त्या दोघांमध्ये कधीच निघाला नव्हता.

"या केसेसच्या तारखा बघ जरा." लॉरीनं म्हटलं.

रॉजरनं पुन्हा ते कागद चाळून बघितले. "या केसेस मागच्या वर्षीच्या फॉलच्या काळात, पण उशिरा झालेल्या दिसतायत. शेवटची केस तर नोव्हेंबरच्या शेवटी झालेली दिसते."

"अगदी बरोबर." लॉरीनं म्हटलं. "या सगळ्या केसेस बऱ्यापैकी एकापाठोपाठ झाल्यायत, साधारण दर आठवड्याला एक, अशा. यावरून तरी काही लक्षात येतंय का?"

"येतंय, पण तुझ्या डोक्यात याचं काही तरी पक्कं उत्तर आहेसं दिसतंय. त्यामुळे तूच सांग."

"हरकत नाही, पण त्या आधी आणखी एक गोष्ट ऐक. हे एक हत्यांचं सत्र आहे, असा संशय असणारे आपण फक्त दोघंच आहोत आणि आपली तर तोंडं बंद

करून टाकलेली आहेत. हे मृत्यू कसे झाले याबद्दल मी आमच्या ओसीएमईला काही एक ठाम भूमिका घ्यायला लावू शकत नाही आणि तू इथल्या लोकांना इथे काही गडबड आहे, हे नुसतं मान्य करायलासुध्दा लावू शकत नाहीस. आपल्या दोघांनाही एकाच गोष्टीचा सामना करावा लागतोय, आपापल्या ऑफिस निष्क्रियतेचा. आमची ओसीएमई आणि तुझं मॅनहटन जनरल, दोघंही त्यांना काही तरी करणं अगदी भागच पडत नाही, तोपर्यंत या गोष्टीकडे दुर्लक्षच करणं पसंत करताहेत.''

''एकदम मान्य.''

''तुझ्या हॉस्पिटलमधलं मृत्यूंचं प्रमाण इतकं कमी आहे, की हे मृत्यू त्यांच्या रडारवर दिसतच नाहीत. आणि माझी अडचण अशी, की अजूनही आमच्या इथे टॉक्सिकॉलॉजीच्या तपासणीत काहीही सापडायला तयार नाही. त्यामुळे आपले दोघांचेही हात बांधले गेलेले आहेत.''

''काय? अजूनही तुमच्या लोकांना काही सापडलेलं नाही?''

''नाही आणि ते सापडण्याची शक्यताही आजच एकदम कमी झालीय. मी आमच्या टॉक्सिकॉलॉजीतल्या माझ्या मित्राकरवी टॉक्सिकॉलॉजीत काहीतरी सापडावं म्हणून प्रयत्न करत होते. आणि तोही प्रयत्नांची पराकाष्ठा करत होता. पण ही गोष्ट आमच्या त्या मूर्ख लॅबोरेटरी डायरेक्टरला समजली आणि आज सकाळीच त्याचं माझ्याशी भांडण झालं. मी चांगली ओळखते त्याला. तो आता माझं प्रत्येक काम 'क्यू'च्या अगदी शेवटी नेऊन ठेवेल बघ.''

''मग आता तू काय करणार आहेस?''

''तेच सांगते. त्यामुळे आता या भानगडीच्या मुळाशी कसं पोचायचं ते आपल्या दोघांनाच ठरवावं लागेल आणि आणखी लोकांच्या हत्या होऊ द्यायच्या नसतील तर हे आपल्याला लवकरात लवकर करणं भाग आहे.''

''हे तर आपल्याला पहिल्या दिवसापासूनच माहितेय.''

''हो, पण आतापर्यंत आपण आपापल्या कामांच्या मर्यादांमध्ये राहून काम करायचा प्रयत्न करत होतो. आता आपल्याला काहीतरी वेगळा मार्ग शोधावा लागेल. आणि या क्वीन्सच्या केसेसमुळे आपल्याला आपोआपच तशी संधी मिळालीय, असं मला वाटतं. हे मृत्यूसुध्दा जर हत्या असतील, तर बहुधा मारेकरी एकच असेल, दोन किंवा तीन मारेकरी असतील असं वाटत नाही.''

''हो, हे माझ्याही डोक्यात आलं होतं.''

''सेंट फ्रान्सिस हॉस्पिटलही मॅनहटन जनरलसारखंच अमेरिकेअरचं आहे, त्यामुळे मला वाटतं तुला त्यांच्या कर्मचारी, डॉक्टर वगैरेंची माहिती कॉम्प्युटरवर मिळायला हरकत नाही. आपल्याला एक अशा लोकांची यादी हवीय, की जे फॉलच्या काळात सेंट फ्रान्सिसमध्ये काम करत होते आणि हिवाळ्यात मॅनहटन

जनरल मध्ये – अगदी सफाई कामगारांपासून ते अॅनेस्थेशिओलॉजिस्टपर्यंत सगळे लोक. एकदा अशी नावांची यादी मिळाली की आपल्याला पुढे शोध घेता येईल. इथून पुढचं काय, ते अजून माझ्या डोक्यात येत नाहीये, पण या यादीतून जर खरोखरच अशी एक-दोन संशयित नावं सापडली, तर निदान आपण तुझ्या हॉस्पिटलला किंवा ओसीएमईला एक निश्चित भूमिका तरी घ्यायला लावू शकू.''

रॉजरच्या ओबडधोबड, रापलेल्या पण देखण्या चेहऱ्यावर एक खोडकर हसू फुटलं. ''काय सुरेख कल्पना आहे! आणि ती माझ्या डोक्यात चमकली म्हणजे कमाल आहे!'' मोठ्यानं हसून त्यानं लॉरीच्या मांडीवर खेळकरपणे थोपटलं. ''नाही, नाही, कल्पना तुझीच आहे. मी फक्त गंमत केली. तू बोलतेयस तेवढं ते सोपं मात्र नाही, पण हरकत नाही. मला वाटतं कुणाकडून तरी मी अशी एखादी यादी मिळवू शकेन. खरं तर अशी एखादी यादी खरंच असेल का, याबद्दल मला जरा शंका आहे. पण दुसरी एक यादी मात्र खरोखरच अस्तित्वात आहे. ही यादी प्रोफेशनल स्टाफच्या लोकांची आहे. त्यांना मॅनहटनमध्ये आणि सेंट फ्रान्सिसमध्ये, अशा दोन्ही ठिकाणी भेट देण्याची परवानगी आहे. ही यादी मात्र मी कधीही मागवून घेऊ शकतो.''

''वा! ही तर माझ्यापेक्षाही जास्त चांगली कल्पना आहे.'' लॉरीनं म्हटलं. ''हॉस्पिटलमध्ये काम करणाऱ्या लोकांपैकी तुला सगळ्यांत जास्त संशय कोणाचा येतो असं जर मला कोणी विचारलं, तर माझं उत्तर असेल, की एखादा माथेफिरू डॉक्टर. एवढे दिवस या प्रकरणावर विचार करून एक गोष्ट माझ्या लक्षात आलीय, की हे जर खरोखरच हत्यासत्र असलं, तर ते करणाऱ्या माणसाला शरीरशास्त्र, औषधं निर्माण करण्याचं शास्त्र आणि कदाचित फोरेन्सिक्सचंही भरपूर ज्ञान असलं पाहिजे. नाही तर एव्हाना ती व्यक्ती या हत्या कशा घडवून आणत असेल, हे आपल्याला नक्कीच समजलं असतं.''

''आणि एवढं सगळं ज्ञान कोणत्या प्रकारच्या डॉक्टरांना असतं, हे आपल्या दोघांनाही माहितेय.''

''कोणाला?''

''अॅनेस्थेशिओलॉजिस्टना.''

लॉरीनं नुसतीच मान डोलावली. अॅनेस्थेशिया देणारे डॉक्टर खरोखरच लोकांना सहज ठार मारू शकतात – निदान ते त्यांच्या हातात असतं – हे तिला पटत होतं, तरी पण स्वत: ती एक डॉक्टर होती आणि त्यामुळे एक डॉक्टरच असं करू शकेल यावर विश्वास ठेवणं तिला जड जात होतं. डॉक्टर तर जीवदान देतो, पण तोच डॉक्टर जीव घेतो, म्हणजे हा केवढा मोठा विरोधाभास झाला! पण तसं पाहिलं तर शुश्रूषा करणाऱ्या सगळ्याच लोकांच्या बाबतीत हा विरोधाभासच नाही का? आणि त्या क्षणी तिला इंग्लंडमधल्या दोनशेहून जास्त रोग्यांना मारल्याचा संशय असलेली

ती जगप्रसिध्द केस आठवली.

"मग, या गोष्टीवर काम सुरू करायचं का आपण?" लॉरीनं म्हटलं. "आज शुक्रवार आहे आणि लोकांना नेमकं शुक्रवारीच एखादं नवीन काम दिलेलं आवडत नाही, हे खरं. पण आपल्याला लवकरात लवकर काही तरी केलं पाहिजे आणि त्यामागे पुढच्या हत्या रोखता येतील हाच एक हेतू आहे, असंही नव्हे. हा जो कोणी खुनी असेल, तो एका हॉस्पिटलमध्ये काही ठरावीक खून केल्यावर आपल्याला आता दुसरीकडे जायला हवं हे समजण्याइतका हुशार असेल असं गृहीत धरावं लागेल आपल्याला. आपण जर असं समजलो की दोन्ही हॉस्पिटल्समधल्या हत्या सत्रांमागे एकच खुनी असेल, तर आपल्याला असंही गृहीत धरावं लागेल की सेंट फ्रान्सिसमध्ये सहा खून केल्यावर तो इथे आला आणि आता इथे सात खून केल्यावर तो दुसरीकडे जाऊ शकेल. कदाचित दुसऱ्या शहरातही जाऊन तिथे पहिल्यापासून नवीन हत्यासत्राला सुरुवात करू शकेल. नुकतच उघडकीला आलेलं त्या हॉस्पिटलमधलं हत्यासत्र इतके दिवस का उघडकीला आलं नाही, याचं हेही एक कारण आहे, हे विसरून चालणार नाही आपल्याला."

"आणखी वाईट म्हणजे, त्यानं सेंट फ्रान्सिसमधूनच सुरुवात केली असेल, हे तरी कशावरून?"

"खरंच की! बाप रे!" लॉरी शहारली. "हे लक्षातच आलं नव्हतं माझ्या!"

"एनी वे, मी लगेच कामाला लागतो." रॉजरनं म्हटलं.

"मी संपूर्ण वीकएंडमध्ये ऑन कॉल असेन." लॉरीनं म्हटलं. "त्यामुळे मी ओसीएमईमध्येच असेन. फोन करायचा असला तर तिथे कर. माझी काही मदत लागली तर लगेच सांग. कारण मी जे नुसतंच बोलले, त्यापेक्षा हे काम बरंच जास्त कठीण असेल."

"ते अजून समजायचंय आपल्याला. बघू या. कदाचित एखादा कॉम्प्युटरवेडा भेटेलही मला, कुणी सांगावं?" रॉजरनं हातातले कागद नीट केले. "आता, आमच्या इथल्या केसेसबद्दल एक गोष्ट सांगतो तुला. या सगळ्या केसेसमध्ये सारखीच असलेली एक गोष्ट केवळ योगायोगानं लक्षात आलीय माझ्या."

"असं?" लॉरीनं उत्सुकतेनं विचारलं. "काय झालंय?"

"या सगळ्या केसेसमधली माणसं अमेरिकेअरकडे त्या मानानं नुकतीच आलेली होती. आता हे किती महत्त्वाचं असू शकेल कोण जाणे, पण अगदी कालची केस धरून आमच्या इथल्या सातही केसेसच्या बाबतीत हेच आहे. सगळेजण अमेरिकेअरकडे येऊन पुरतं वर्षही लोटलेलं नव्हतं. त्यांचे नंबर बघता बघता ही गोष्ट अचानक माझ्या लक्षात आली."

काही क्षण दोघंही एकमेकांकडे विचारी नजरेनं बघत राहिले. रॉजरनं सांगितलेल्या

माहितीचा खरंच काय संबंध असू शकेल – किंबहुना काही संबंध असेल का – असा लॉरी विचार करत होती. तिच्या डोक्यात त्या क्षणी तरी काहीच येत नव्हतं, पण तिला जॅकचं बोलणं आठवलं. सेंट फ्रान्सिस या अमेरिकेअरच्या आणखी एका हॉस्पिटलमध्ये अशाच केसेस घडल्याचं सांगितल्यावर आज सकाळीच 'अमेरिकेअरच्या एकंदर कारभारावरच प्रश्नचिन्ह उभं राहील.' असं बोलला होता तो. तिनं त्यावेळी त्याला या बोलण्याचा अर्थ विचारला नव्हता, पण आता रॉजरचं बोलणं ऐकल्यावर मात्र तिनं ठरवलं, की जॅकला त्याच्या शेरेबाजीचा अर्थ विचारायचा. जॅकला एकंदरीतच अमेरिकेअरचा भयंकर तिटकारा आहे खरा आणि त्यामुळे अमेरिकेअरबद्दल त्याचं बोलणं बहुतेक वेळा पूर्वग्रहदूषित असतं, पण तो चांगला हुशार आहे यात वाद नाही, त्यामुळे त्यानं हे बोलणं उगाचच केलेलं नसणार, तिनं मनात म्हटलं.

"हे किती महत्त्वाचं आहे, खरंच माहीत नाही मला." रॉजरनं पुन्हा म्हटलं.

"पण त्याला काही ना काही अर्थ असेलच." लॉरीनं म्हटलं. "फक्त काय आणि कसा, ते आपल्याला आत्ता तरी माहीत नाही एवढंच. हे सगळे लोक तरुण आणि अगदी निरोगी होते आणि अमेरिकेअरचा अशाच लोकांना आपल्याकडे आणण्याचा प्रयत्न असतो. त्यामुळे असे लोक येईनासे झाले – किंवा आहेत ते लोक असे बळी पडायला लागले – तर त्यात अमेरिकेअरचं मोठं नुकसान आहे."

"खरंय तू म्हणतेस ते. तरी पण तुला हे सांगावंसं वाटलं मला."

"आणि तू सांगितलंस ते बरंच झालं." लॉरी उठली. "चल, मला आता निघायला हवं. मल्हॉसेनची केस मी करत नाहीये, याचं कारण असं, की मला आधी, आज सकाळीच मॅकगिलिन आणि मॉर्गनच्या केसेस पूर्ण करून बाहेर पाठवून द्यायला सांगितलंय आणि त्यांचे मृत्यू नैसर्गिक होते, असंच कारण द्यायला सांगितलंय मला."

"थांब, थांब. अशी घाई करू नकोस." रॉजरनं तिचा दंड पकडून तिला बळेच खाली बसवलं. "इतक्या सहज सुटका नाहीये तुझी. पण आधी मला सांग, या केसेसमध्ये मृत्यू नैसर्गिक होते असं लिहायला तुझ्यावर कोण दबाव आणतंय?"

"केल्व्हिन वॉशिंग्टन, आमचा उपप्रमुख. त्याचं म्हणणं असं, की त्याच्या बॉसवर – म्हणजे हेरॉल्ड बिंगहॅमवर – मेयरच्या ऑफिसातून दबाव येतोय."

रॉजरच्या चेहऱ्यावर घृणा उमटली. "आमच्या हॉस्पिटलच्या प्रमुखानं काल मला जे काही सांगितलं, त्याचा विचार केला तर यात आश्चर्य वाटण्यासारखं काहीच नाही. तो मला असं म्हणाला, की अमेरिकेअरला ही भानगड चव्हाट्यावर आलेली नकोय आणि त्यामुळे मी कसलाही हस्तक्षेप न करण्यातच माझं हित आहे."

"एका अर्थी तेही बरोबर आहे. ही भानगड उघडकीला आली, तर केवढा प्रचंड

गदारोळ उडवतील मीडियाचे लोक. पण मग यात मेयरचा काय संबंध?''

''मी इथे त्या मानानं नवा आहे, पण अमेरिकेअरचं राजकारणी लोकांमध्ये मोठं वजन आहे आणि तसे त्यांचे भरपूर प्रयत्नही असतात ही गोष्ट एव्हाना मलाही जाणवलीय. शहराच्या कॉर्पोरेशनच्या सगळ्या कर्मचारी लोकांच्या इन्शुअरन्सचं कॉंट्रॅक्ट त्यांनी खिशात घातलंय, यावरून काय ते ओळख. शुश्रूषेचं हे क्षेत्र म्हणजे केवढा प्रचंड धंदा झालाय आणि त्यांचेही दबावगट सगळीकडे काम करत असतात, हे काही मी तुला सांगण्याची गरज नाही.''

लॉरीनं समजल्यासारखी मान डोलावली. खरं म्हणजे तिला फार काही समजलेलं नव्हतं. ''आत्ता तरी मला या केसेस नैसर्गिक मृत्यू म्हणून पूर्ण कराव्या लागतील, पण पुढे लवकरच केव्हा तरी त्यांचे मृत्यूचे दाखले तुझ्या मदतीनं मला बदलता यायला हवेत, अशी माझी इच्छा आहे आणि अपेक्षाही आहे.''

''ओके. आता काम सोडून जरा तुझ्याबद्दल बोलू आपण.'' रॉजरनं विषय बदलला. ''तू कशी आहेस? मला फार काळजी वाटतेय तुझी. तुला अक्षरश: दर पंधरा मिनिटांनी फोन करावा असं वाटत होतं मला.''

''सॉरी. तुला काळजीत टाकायचं नव्हतं मला.'' लॉरीनं म्हटलं. याच्याशी खोटं न बोलता आणि तरीही आपल्या अडचणीचा मुख्य भाग न सांगता याचं समाधान कसं करावं, ते तिला समजत नव्हतं. ''पण तशी मी किल्ला लढवतेय अजून. सध्या फार कटकटी आहेत मला.''

''खरंय. मी समजू शकतो. मला जर कोणी सांगितलं असतं की माझ्यात कॅन्सर निर्माण करणाऱ्या जीनचा मार्कर आहे आणि एवढं सांगून घरी जायला सांगितलं असतं, तर मी तर उद्ध्वस्तच झालो असतो. पण मेडिकल जेनेटिक्सचं हे क्षेत्र जरी नवीन असलं, तरी या लोकांना अशी माहिती रोग्याला देण्याचा याहून एखादा चांगला, सुसह्य मार्ग सुरुवातीपासूनच शोधायला हवा. नाही तर याचे रोग्यावर फार वाईट मानसिक आणि शारीरिक परिणाम होऊ शकतात.''

''मी तर यातून प्रत्यक्ष जातेय, त्यामुळे मला तुझं म्हणणं पटतंय. त्या तिथल्या पोरीनं मला सौम्य पद्धतीनं पटवून देण्याचा प्रयत्न केला, हे मला कबूल करायला हवं. पण अमेरिकेत शुश्रूषा आणि औषधोपचार क्षेत्र हे नेहमी असंच राहिलंय. सगळा भर इथे तंत्रज्ञानावर दिला जातोय. रोग्याच्या मन:स्थितीचा विचार आपला मागाहून, लळतलोंबत येतोय.''

''तुला आणखी काय मदत करावी, कसा मानसिक आधार द्यावा, हेच मला समजत नाहीये.'' रॉजरनं दु:खी स्वरात म्हटलं.

''या क्षणी तरी तू करण्यासारखं फारसं काही नाही. सध्या तरी मी माझ्याच वावटळीत भिरभिरतेय. पण तरीही तू गरज पडेल तेव्हा आधाराला आहेस, ही

भावनाही काही कमी महत्त्वाची नाही.''

"आजचं काय? आज रात्री भेटायचं आपण?''

लॉरीनं रॉजरच्या डोळ्यात पाहिलं. आपण सगळ्या गोष्टी त्याला सांगत नाही आहोत हे तिला डाचत होतं, पण त्याबरोबरच आपल्याला दिवस गेलेत आणि आज आपण जॅकबरोबर डिनरला जाणार आहोत, कारण आपल्याला होणाऱ्या बाळाचा बाप जॅकच आहे, हे सांगणंही शक्य नव्हतं. जॅकशी आधी बोलून आपल्याला दिवस गेलेत ही गोष्ट त्याला सांगितल्याखेरीज तिला हे कोणालाच सांगायचं नव्हतं – रॉजरलाही.

"हवं तर आपण लवकर डिनर घेऊ.'' रॉजरचा आग्रह चालूच होता. "तुला नको असेल तर आपण तुझ्या बीआरसीएबद्दलही बोलायचं नाही. शिवाय एखादे वेळी, शक्य झालं तर माझ्या हातात ती यादीही आलेली असेल – इथली, किंवा सेंट फ्रान्सिस हॉस्पिटलमधली.''

"रॉजर,'' लॉरीनं मृदूपणे, त्याला समजावत म्हटलं. "सध्या गेल्या काही दिवसांत माझ्या बाबतीत जे काही घडतंय, त्यामुळे मला निदान काही दिवस तरी थोडासा मोकळेपणा हवाय. या क्षणी तरी मला तुझी मदत हवीय, ती या स्वरूपात. निदान एवढं तरी करशील माझ्यासाठी?''

"अं – हो, पण हे काही मला आवडलेलं नाही.''

"एकदम कबूल. आणि थँक्स.'' लॉरी पुन्हा उठली. रॉजरही उठला.

"निदान तुला फोन केला तर चालेल?''

"हो, हरकत नाही, पण मी तुझ्याशी कितपत बोलेन, सांगणं कठीण आहे. त्यापेक्षा मीच तुला फोन करेन. सध्या तरी मी एका वेळी एकाच दिवसाचा विचार करतेय.''

दोघांनीही एकाच वेळी मान डोलावली. दोन क्षण असेच काहीसे अवघड अवस्थेत गेले आणि रॉजरनं पुन्हा तिला मिठी मारली. याही खेपेस तिनं त्याला मिठी मारली, पण त्यात फारसा आवेग नव्हता. त्याच्याकडे बघून कसंबसं हसून ती जायला वळली.

"एक शेवटचा प्रश्न विचारतो.'' रॉजर दारापाशी जात म्हणाला. "तुला सध्या हा जो मानसिक त्रास होतोय, त्यातला काही भाग तरी माझ्या विवाहित असण्यामुळे आहे का?''

"अगदी खरं सांगायचं तर हो. काही प्रमाणात.'' लॉरीनं कबूल करून टाकलं.

"तुला मी हे सांगितलं नाही, हे खरोखरच चुकलं माझं. तुला मी हे आधीच सांगायला हवं होतं, पण तू ते इतकं मनाला लावून घेशील असं खरोखरच मला वाटलं नाही. खरं तर मी स्वतःच ती गोष्ट बरीचशी विसरून गेलो होतो. म्हणजे

माझ्या लेखी त्याला काही महत्त्व उरलेलंच नव्हतं. आणि मग आपली ओळख वाढल्यावर जेव्हा तुला हे फार लागेल असं माझ्या लक्षात आलं, तेव्हा मात्र ही गोष्ट तुला न सांगितल्याबद्दल माझं मलाच वाईट वाटायला लागलं.''

''तू माझी माफी मागितलीस, यातच सगळं काही आलं, रॉजर.'' लॉरीनं मृदुपणे म्हटलं. ''शिवाय तू तुझी मन:स्थितीही समजावून सांगितलीयस. त्यामुळे आता हा प्रश्न आपल्या संबंधांमधून वजा करून टाकायला बरीच मदत होईल.''

''खरंय. मलाही तसंच वाटतं.'' म्हणत रॉजरनं तिच्या खांद्यावर हलकेच, प्रेमानं थोपटलं आणि दार उघडलं. ''परत भेटलो की बोलू आपण.''

लॉरीनं मान डोलावली. ''हो.'' आणि ती बाहेर पडली.

डिपार्टमेंटमधून लॉरी बाहेर पडेपर्यंत रॉजर दारात उभा राहून तिच्याकडे बघत होता. मग दार लावून तो आपल्या जागेवर येऊन बसला. लॉरीनं लावलेल्या सेंटचा मंद वास हवेत तरंगत होता. त्याला तिची काळजी तर वाटत होतीच, पण त्यापेक्षा जास्त त्याला भीती वाटत होती, की आपण तिला सगळ्याच गोष्टी स्पष्टपणे न सांगून तिच्या बरोबरचे संबंध धोक्यात आणले आहेत. तिच्याबरोबरचे संबंध आणखी चांगले करायचे, तर ज्या गोष्टी समजण्याचा तिला हक्कच आहे, त्या अजूनही आपण तिला स्पष्ट सांगितलेल्या नाहीत, त्यानं मनात म्हटलं. एवढंच कशाला, आपण तिला जे काही सांगितलंय, ते सुध्दा सगळंच खरं सांगितलेलं नाही. आपण जरी तिला आपल्या बायकोबरोबरचे आपले संबंध आता संपल्यात जमा आहेत असं सांगितलं असलं, तरी त्याही बाबतीत आणखी काही न सुटलेले प्रश्न आहेतच आणि हे आपण लॉरीपासून दडवून ठेवलंय. आपलं आपल्या बायकोवर अजूनही मनातून प्रेम आहे हे आपण लॉरीला बोललेलो नाही. आणि तिनं मात्र जॅकबरोबरचे संबंध आपल्याला मोकळेपणानं सांगितले. आपल्यात तेवढंही धैर्य नाही.

रॉजरचं सगळ्यांत मोठं, त्यानं मॅनहटन जनरल हॉस्पिटलच्या नोकरीत येत असताना त्यांच्यापासूनही आणि लॉरीपासूनही दडवलेलं जे गुपित होतं, ते असं, की पूर्वी तो अमली पदार्थांच्या आहारी गेलेला होता. थायलंडच्या वास्तव्यात त्याला हेरॉईनचं जबरदस्त व्यसन जडलं होतं. हे व्यसन खरं म्हणजे त्याला कल्पनाच नसताना लागलं होतं. हेरॉईन आणि इतर अमली पदार्थांच्या व्यसनाच्या आहारी गेलेल्या लोकांच्या समस्या, त्यांची मन:स्थिती, त्यातून उद्‌भवणारे शारीरिक रोग आपल्याला नीट समजून त्यावर जास्त योग्य रीतीनं उपचार करता यावेत, म्हणून सुरुवातीला त्याचा केवळ एक प्रयोग म्हणून हेरॉईन घ्यायला सुरुवात केली होती. आणि दुर्दैवानं तो स्वत:च त्या व्यसनात गुरफटत गेला होता. आपण किती कमकुवत आहोत हे त्याला कळलं नव्हतं आणि हेरॉईनची जबर ताकदही त्याच्या लक्षात आली नव्हती. शिवाय थायलंडमध्ये हे सगळेच पदार्थ फार सहज उपलब्ध

होते. त्यातच आणखी एक संकट त्याच वेळी त्याच्यावर कोसळलं होतं – त्याची बायको मुलांना घेऊन त्याला सोडून माहेरच्या आश्रयाला गेली होती. त्याच्या व्यसनाधीनतेमुळेच त्याची आफ्रिकेला बदली झाली होती आणि पुढे त्याला नोकरीतून काढूनही टाकण्यात आलं होतं. त्यानंतर प्रदीर्घ प्रयत्नांनी त्याचं पुनर्वसन झालं होतं आणि आता गेल्या अनेक वर्षांत त्यानं कसलेही अमली पदार्थ घेतलेले नव्हते. तरीही, अजूनही रोज या प्रकारची टांगती तलवार त्याला भेडसावत होती. जणू अमली पदार्थांची पोकळी भरून काढण्यासाठीच की काय, त्याला वाईन फार आवडू लागली होती. अजूनही तो हळूच, लपून रोज रात्री वाईनची कमीत कमी एक बाटली पीत होता. आपण फार पितो याची त्याला कल्पना होती. विशेषतः पुनर्वसन झालेला एक डॉक्टर या नात्यानं त्यातले धोकेही त्याला कळत होते.

गतकाळातल्या या सगळ्या घटनांच्या आठवणीत रॉजर आणखीही बुडून राहिला असता, पण त्याच्याकडेही लॉरीसारखी तीच ती पळवाट होती. ते संशयास्पद मृत्यूंचं सत्र. त्याला स्वतःला या भानगडीबद्दल उत्सुकता होती, पण लॉरीनं ज्या पद्धतीनं त्यात स्वतःला झोकून दिलेलं होतं, त्यामुळे त्याचीही उत्सुकता चांगलीच वाढलेली होती. त्यानंही या हत्यांच्या सत्राचा उपयोग करून तिच्याबरोबरची मैत्री वाढवलेली होती. त्यात तो चांगलाच यशस्वी झाला होता. त्यांची मैत्री वाढत गेली होती, तसतसं त्याला वाटत गेलं होतं, की अमेरिकेत परत येऊन जीवन नव्यानं सुरू करण्याचं, नवी बायको-मुलं, नवं घर वसवण्याचं आपलं स्वप्न लवकरच पूर्ण होणार. पण त्या दिवशी निष्कारण आपण आपलं लग्न आधी एकदा झाल्याचा उल्लेख केला आणि चांगला जमत आणलेला डाव विस्कटला, त्यानं विषादानं मनाशी म्हटलं. आता आपल्याला लॉरीबरोबरचे संबंध परत पहिल्यासारखे करायचे असले, तर या हत्यासत्राची आपल्याला आणखीच गरज आहे. त्यामुळे जेवढ्या लवकर तिनं सांगितलेली ती नावांची यादी मिळेल तेवढं बरं. आपलं नशीब जोरावर असलं आणि त्या यादीतून खरंच काही हाती लागलं, तर आपण संध्याकाळी तिला फोन करून ती यादी घेऊन तिच्याकडे जाऊ शकतो!

इंटरकॉमवरून रॉजरनं आपल्या सेक्रेटरीला – कॅरोलिनला – ऑफिसात यायला सांगितलं. त्यानंतर त्यानं हॉस्पिटलच्या डिरेक्टरीमधून एचआरडी डायरेक्टर ब्रूस मार्टिनचा नंबर शोधून लिहून घेतला. तेवढ्यात कॅरोलिनही दार उघडून आत आली.

"मला सेंट फ्रान्सिस हॉस्पिटलमधल्या काही लोकांची नावं आणि फोन नंबर हवेत." रॉजरनं भराभर बोलायला सुरुवात केली. "मला त्यांच्या मेडिकल स्टाफच्या मुख्याशी आणि एचआरडी डायरेक्टरशी ताबडतोब बोलायचंय."

"मी त्यांना फोन करू, का तुम्हालाच करायचेत?"

"नाही, तूच फोन कर आणि मला जोडून दे." रॉजरनं हुकूम सोडला. "तोपर्यंत

मी आपल्या मि. ब्रुस मार्टिनशी बोलून घेतो.''

ओसीएमईत परत आत आल्यावर लॉरीनं हातातल्या घड्याळाकडे नजर टाकली आणि तिला धक्काच बसला. दुपारचे जवळजवळ बारा वाजत आलेले होते. मॅनहटन जनरलपासून टॅक्सीनं यायला चांगला दीड तास लागलेला होता. तिनं स्वत:शीच मान हलवली. रक्ताच्या एखाद्या प्रचंड गुठळीसारखी शहराच्या मध्यभागातली संपूर्ण रहदारी तुंबलेली होती. कोणी तरी मोठे पाहुणे आलेत, त्यामुळे मध्य भागातले काही रस्ते बंद केलेत, असं काहीसं त्या टॅक्सीच्या ड्रायव्हरनं सांगितलं होतं. त्या पाहुण्याच्या गाड्यांचा ताफा जाईपर्यंतच जरी रस्ते बंद केले असले, तरी शहराच्या संपूर्ण मध्यभागातली सगळी रहदारी ठप्प व्हायला तेवढं पुरेसं होतं.

मुख्य दारातून आत शिरल्यावर लॉरीला ॲडमिनिस्ट्रेशन विभागातून जाणं भाग होतं. केल्व्हिननं आपल्याला बघू नये म्हणून ती चटकन पलीकडे गेली. आपण एवढा वेळ बाहेर असणार आहोत हे माहीत असतं, तर केल्व्हिनला निदान सांगून तरी गेलो असतो, तिनं मनात म्हटलं.

नशीबानं पलीकडे लिफ्ट आधीच येऊन उभी होती, त्यामुळे तिला आणखी ताटकळत उभं राहावं लागलं नाही. लिफ्टनं वर जाताना तिच्या मनात त्या यादीचेच विचार घोळत होते. रॉजर आपण सांगितल्याप्रमाणे त्या यादीचं काम आणि पुढची डिटेक्टिव्हगिरी नक्की करेल ना? त्यानं जर ते नीट केलं, तर त्यातून काही ना काही हाती लागायला हरकत नाही. पण समजा काही हाती नाहीच लागलं, तरी या भानगडीवर काही तरी कारवाई चालू असल्याचं समाधान तरी नक्कीच मिळेल आपल्याला. पण केवढ्या दुर्दैवी घटना आहेत या! अशी तरुण आणि निरोगी माणसं अचानक मरताहेत, यांच्या नातेवाइकांचं काय होत असेल... छे! नको, तो विचारच नको!

पाचव्या मजल्यावर येऊन ती चटकन आपल्या ऑफिसपाशी आली. ऑफिसचं दार अर्धवट उघडं होतं आणि रेवा फोनवर बोलत होती. कोट अडकवून लॉरी जागेवर बसली. तिच्या टेबलावर रेवाच्या वळणदार अक्षरातल्या बऱ्याच काही चिठ्ठ्या सहज लक्षात येतील अशा रीतीनं ठेवलेल्या होत्या. तीन चिठ्ठ्यांवर फक्त 'जॅक येऊन गेला' एवढंच लिहिलेलं होतं. दोन चिठ्ठ्यांवर 'केल्व्हिन आला होता' असं लिहून चार-पाच उद्‌गारचिन्हं काढलेली होती, तर आणखी एका चिठ्ठीवर 'शेरिल मेयर्सला फोन कर' असा निरोप होता.

लॉरीनं चटकन ड्रॉवर उघडून तिच्या हत्यासत्राची कागदपत्रं बाहेर काढली आणि त्यातून मॅकगिलिन आणि मॉर्गनच्या केसच्या फायली काढल्या. दोन्ही फायलींमधून तिनं अर्धवट भरलेले मृत्यूचे दाखले काढले आणि पेन उचललं. पहिला दाखला मॅकगिलिनचा होता. त्या फॉर्मवर जिथे मृत्यूची पद्धत लिहायची होती, तिथे तिनं पेन

टेकवलं पण पुन्हा एकदा तिच्या डोक्यात तेच ते युध्द सुरू झालं. बॉसनं सांगितलेल्या कामाची जबाबदारी पार पाडायची, की आपल्या नैतिक बुध्दीला अनुसरायचं? एखाद्या सैनिकाला जसं एखादं काम अयोग्य आहे हे पटत असूनही केवळ वरिष्ठ अधिकाऱ्याच्या आज्ञेचं पालन करण्यासाठी ते करणं भाग पडतं, तसंच आहे हे! तरी नशीब, की हा दाखला पुढे केव्हा तरी बदलता येऊ शकतोय! मोठा निःश्वास सोडून शेवटी तिनं ते मृत्यूचे दाखले एकदाचे पूर्ण केले.

त्याच वेळी फोन ठेवून रेवानं लॉरीकडे वळून बघितलं. ''अगं, होतीस कुठे तू? दहा वेळा मी तुझ्या सेलफोनवर फोन करायचा प्रयत्न केला...''

''मी मॅनहटन जनरलला गेले होते.'' प्रश्नार्थक मुद्रेनं लॉरीनं आपली पर्स उघडून सेलफोन बाहेर काढला. ''शी! काय मूर्ख आहे मी! मी फोन सुरूच करायला विसरलेय! व्हेरी सॉरी, रेवा.''

''केल्व्हिन दोनदा येऊन गेला. मी नसताना तू आलीस तरी तुला कळावं म्हणून मी दोन चिठ्ठ्या लिहून ठेवल्या. दोन्ही वेळा तू दिसली नाहीस, त्यामुळे तो भडकलाय.''

''तो इथे कशाला आला होता हे मला माहितेय.'' लॉरीनं ते दोन मृत्यूचे दाखले उचलून तिला दाखवले. ''हे दाखले मी पूर्ण केलेत की नाही हे बघायला तो आला असणार. त्यामुळे विशेष काही होणार नाही.''

''हं. पण तो जाम चिडला होता.''

''आणि जॅकही येऊन गेलेला दिसतोय.''

''येऊन गेला? पंधरा-वीस वेळा येऊन गेला तो! नाही, हे जरा जास्त सांगितलं मी, पण पुढे पुढे तो त्याच्या नेहमीच्या पद्धतीनं तिरकस टोमणे मारायला लागलेला होता.''

लॉरीनं कपाळाला हात लावला. आज रात्री जॅकला आपल्याबरोबर डिनरला यायला राजी करण्यासाठी एवढे जे प्रयत्न केले आपण, ते सगळे केवळ आत्ता आपण नव्हतो म्हणून पाण्यात जाणार की काय? ''जॅक कशाला आला होता, काही सांगितलं का त्यानं?''

''नाही. तो फक्त तुलाच शोधत होता. आणि शेरिलनं सांगितलंय की तिला फोन कर, सावकाश केलास तरी चालेल.''

दोन्ही मृत्यूचे दाखले घेऊन लॉरी उठली. ''मी म्हणजे तुला अगदी माझी मेसेंजर सर्व्हिसच बनवून टाकलं होतं. थँक्यू. मोठी मदत झाली तुझी.'' तिनं म्हटलं.

''त्यात काय एवढं?'' रेवानं म्हटलं. ''पण मला सांग, एवढा वेळ तू त्या मॅनहटन जनरलमध्ये काय करत होतीस?''

''खरं म्हणजे मी जेवढा वेळ तिथे होते, त्यापेक्षा जास्त वेळ टॅक्सीतच होते.

मी तिकडे गेले याचं कारण असं, की माझ्या डोक्यात एक कल्पना चमकली आणि ती कदाचित या हत्यासत्राचं गूढ उकलायला मदत करू शकेल.''

''काय सुचलं तुला?''

''ते सांगेन नंतर. आधी हे दाखले घेऊन स्वत: केल्व्हिनकडे जाते, म्हणजे त्याचा आत्मा शांत होईल.''

''आणि तेवढ्यात जॅक आला तर त्याला काय सांगू?''

''त्याला म्हणावं, केल्व्हिनकडचं काम संपल्यावर मी त्याला त्याच्या ऑफिसमध्ये जाऊन भेटेन.''

लिफ्टकडे परत जाताना, आपण आपल्याला दिवस गेल्याचं रेवाला सांगितलं नाही याबद्दल लॉरीला काहीसं अपराधी वाटत होतं. पण ही गोष्ट जॅकला बोलल्याखेरीज कुणालाच सांगायची तिची इच्छा नव्हती. आणि जॅकला सांगितल्यावर त्याचा जर काही उलटाच परिणाम झाला, तर ती ही गोष्ट कुणालाच सांगणार नव्हती.

लिफ्टनं खाली जात असताना तिनं त्या दाखल्यांकडे बघितलं. ते जरी बदलता येणार असले तरी आपण नाईलाजानं का होईना, जे केलं, ते तिला अजिबात पटलेलं नव्हतं. नोकरशाहीच्या गरजांप्रमाणे मान डोलावणं नैतिकदृष्ट्या वाईट तर खरंच, पण त्या मृत व्यक्तींचाही तो अपमान नाही का? तिनं स्वत:शीच विषादानं मान हलवली.

ॲडमिनिस्ट्रेशन विभागात आल्यावर लॉरीला केल्व्हिनच्या बोलावण्याची वाट बघत कोचावर बसून राहावं लागलं. त्याच्या सेक्रेटरीनं – कॉनी ईगननं – सांगितलं, की तो एका पोलिस कॅप्टनबरोबर मीटिंगमध्ये आहे. त्याच्या ऑफिसचं दार बंदच होतं. हा पोलिस कॅप्टन म्हणजे लू चा बॉस मायकेल ओ'रूर्कच असेल का, लॉरीनं मनात म्हटलं. कारण तो मॅनहटन जनरलमध्ये बळी पडलेल्या त्या नर्सचा मेव्हणा आहे, हे तिला माहीत होतं. आता जॅकला काय सांगावं? हा प्रश्नही तिला सतावत होता. रेवानं म्हटलं तसा तो जर अनेकदा आपल्या ऑफिसात येऊन गेला असला, तर तो आपल्याला भेटल्यावर आपण कुठे गेलो होतो, हे नक्कीच विचारणार. आणि लू सांगतोय तेवढा जर त्याला रॉजरचा मत्सर वाटत असेल, तर जॅकला डिनरसाठी राजी करून आपण लगेच रॉजरला भेटायला गेलो असं जर आपण त्याला सांगितलं, तर त्याला कसं आवडेल? तरी पण आपण त्याच्याशी बोलताना थापा मारून तिसऱ्याच खड्ड्यात मात्र पडायचं नाही, हे नक्की.

जॅकची आठवण झाल्याबरोबर तिला आठवलं, की आपण अजून डिनरसाठी टेबल राखून ठेवायचा फोनच केलेला नाही. पण आत्ता दुपार असल्यामुळे टेबल राखून ठेवायला हीच वेळ आहे. आपल्याकडे फारसं कोणाचं लक्ष नाही हे हेरून तिनं शेजारच्या छोट्या टेबलावरचा फोन उचलला आणि रेवाकडून त्या हॉटेलचा नंबर

घेऊन तिकडे कॉल केला. तिला शंका होती, तसंच संध्याकाळसाठी त्या रेस्टॉरंटमध्ये सगळी टेबलं बुक झाली होती आणि शेवटी तिला बरंच आधीचं, पावणे सहाचं बुकिंग मिळालं, त्यावरच समाधान मानावं लागलं.

तेवढ्यात केल्व्हिनच्या ऑफिसचं दार उघडलं आणि आतून एक आयरिश वाटणारा जाडजूड, कॅप्टनचा निळा ड्रेस घातलेला माणूस बाहेर आला. त्यानं केल्व्हिनशी शेकहँड केला, मग कॉनीकडे आणि लॉरीकडेही बघून मान झुकवून तो निघून गेला. लॉरीनं मग केल्व्हिनकडे बघितलं. त्याची रागीट नजर तिच्यावरच खिळलेली होती.

"चल आत!" तो डाफरला.

लॉरी उठली आणि खाली मान घालून त्याच्या ऑफिसमध्ये जाऊन थांबली. दार बंद करून केल्व्हिन तिच्यापाशी आला आणि त्यानं तिच्या हातातले कागद जवळजवळ हिसकावूनच घेतले. टेबलापाशी टेकून त्यानं ते दाखले वाचून बघितले. त्याचा चेहरा थोडासा मवाळ झाला आणि त्यानं ते कागद टेबलावर टाकून दिले.

"जरा उशीरच झालाय याला, पण हरकत नाही." केल्व्हिननं म्हटलं. "आणि तू होतीस कुठे एवढा वेळ? तुला मी पेपरवर्क करायला आजचा दिवस दिला होता, गावभर भटकायला नव्हे."

"मी खरं म्हणजे अगदी थोड्या वेळासाठी मॅनहटन जनरलला गेले होते. पण वाटेत रहदारी इतकी तुंबलेली होती, की मला जायला-यायलाच एवढा वेळ लागला."

केल्व्हिननं तिच्याकडे संशयानं बघितलं. "आणि तिकडे कशाला गेली होतीस तू?"

"मी काल सांगितलं होतं ना, त्या माझ्या मित्राशी बोलायला गेले होते."

"लॉरी, तू ओसीएमईच्या अंगावर शेकेल असं काही करत नाहीस, असं समजतोय मी."

"तसं काहीही होणार नाही. मी त्याला क्वीन्समधून आलेल्या त्या केसेसची माहिती दिली. आता त्याला जे योग्य वाटेल ते करायची जबाबदारी त्याची आहे."

"मागच्या प्रमाणे या वेळी तू कुठल्याही मर्यादांचं उल्लंघन करणार नाहीयेस."

"हो, मला माहितेय. मला घ्यायचा तो धडा घेतलाय मी." याही वेळी आपण सगळं सांगत नाही आहोत, हे लॉरीला पक्कं ठाऊक होतं.

"आय होप सो. आता वर जा आणि उरलेल्या केसेस संपव, नाही तर उद्यापासून तुला नवी नोकरी शोधत हिंडावं लागेल."

मूकपणे मान डोलावून लॉरी बाहेर पडली. तिला एकदम सुटल्यासारखं वाटलं. तिच्या अपेक्षेपेक्षा केल्व्हिनबरोबरचं बोलणं खूपच साधं, आरडाओरडा न होता झालेलं

होतं. हा केल्व्हिन काय मवाळ व्हायला लागलाय की काय?

अनायासे पहिल्याच मजल्यावर आहोत, तर शेरिल भेटते का बघावं असा विचार करून लॉरी फोरेन्सिक इन्व्हेस्टिगेटर ऑफिसमध्ये डोकावली आणि खरोखरच तिला शेरिल जागेवर बसून काम करताना दिसली. तिच्यापाशी जाऊन लॉरी उभी राहिली.

"काय झालं? फोन कशाला करायला सांगितला होतास?" तिनं विचारलं.

"काही नाही, सेंट फ्रान्सिसमध्ये फोन करून मी ते चार्ट अर्जंटली मागवले आहेत, एवढंच तुला सांगायचं होतं."

"एवढंच होय? तुझा निरोप पाहिला तेव्हा मला वाटलं की तुला ते चार्ट मिळालेले दिसतायत!"

शेरिल मोठ्यानं हसली. "एवढ्या लगेच? शक्य तरी आहे का लॉरी? अजून पंधरा दिवसांनी जरी ते चार्ट मिळाले ना, तरी नशीब समज."

लिफ्टची वाट बघत लॉरी थांबलेली असताना ती विचार करत होती, की चार्ट लवकर मिळवण्याच्या बाबतीत रॉजर हस्तक्षेप करू शकेल का? आणि त्यानं हस्तक्षेप केला तर त्याचा काही उपयोग होईल का? का कोण जाणे, तिला आतूनच वाटत होतं की सेंट फ्रान्सिसच्या तरी, किंवा मॅनहटन जनरलच्या तरी चार्टमध्ये असं काही तरी सापडेल की जी या कोड्याची किल्ली असेल.

पाचव्या मजल्यावर लिफ्टमधून उतरून लॉरी अवसान गोळा करत काही क्षण थांबून राहिली. तिला जॅकशी बोलायचं होतं, पण रेवानं जे काही सांगितलं होतं, त्यामुळे ती आता कचरत होती. सध्या जॅकशी आपले संबंध दुरावण्यामागचं कारण आपली रॉजरशी मैत्री आहे, हे जरी तिला पटत असलं, तरी या क्षणी त्याचा काहीच उपयोग नव्हता. पण त्याचबरोबर यासाठी जॅकची माफी मागायचीही तिची तयारी नव्हती.

एक दीर्घ श्वास घेऊन लॉरीनं जॅकच्या ऑफिसकडे चालायला सुरुवात केली आणि आधीसारखी न डगमगता त्याच झपाट्यात त्याच्या ऑफिसात शिरली. जॅक आणि चेट आपापल्या जागेवर बसून टेबलावरच्या सूक्ष्मदर्शकातून निरीक्षण करण्यात गढून गेलेले होते. लॉरीच्या नकळत ती इथे अगदीच आवाज न करता आलेली होती, त्यामुळे ती आल्याचं त्या दोघांनाही समजलेलं नव्हतं.

"पाच डॉलरची पैज लाव. माझंच म्हणणं बरोबर आहे." जॅक बोलला.

"चल, लागली पैज." चेटनंही म्हटलं.

"एक्स्क्यूज मी!" लॉरीनं न राहवून म्हटलं.

कमालीच्या आश्चर्यानं दोघांनीही एकाच वेळी मान उचलून वर पाहिलं.

"माय गॉड!" जॅकनं धक्का बसल्यासारखं म्हटलं. "कमाल झाली! चेट, अरे

बघ, बघ, आपल्या हरवलेल्या डॉक्टर लॉरी मॉंटगोमेरीचं भूत आलंय!''

''खरंच की! काय हा चमत्कार!'' चेटनं एकदम घाबरल्याच्या आविर्भावात मागे होत म्हटलं.

''ए! काय चाललंय? चेष्टेच्या मूडमध्ये नाहीये मी!''

''नाही, चेट. हे वाक्य प्रत्यक्ष लॉरीच फक्त म्हणू शकते.'' जॅकनं चेटकडे बघितलं. ''अरे, म्हणजे हे भूत नाही, ही लॉरीच आहे! नशीब माझं!'' मोठा सुटकेचा भाव चेहऱ्यावर आणून त्यानं डोकं गरगरत असल्यासारखं केलं.

चेटनंही हृदय जोरजोरात धडधडत असल्यासारखा आपल्या छातीवर जोरानं हात ठेवला.

''ए! नाटकं पुरे झाली तुमची!'' आळीपाळीनं त्या दोघांकडे बघत लॉरीनं म्हटलं. आधीच ती चिडचिडी झालेली असल्यामुळे तिला वाटायला लागलेलं होतं, की हे दोघं जरा जास्तच मस्करी करताहेत आपली.

''आम्हाला वाटलं की तू कायमचीच निघून गेलीस.'' खिक् करून हसत चेटनं म्हटलं. ''कोणाला काय कामं द्यायची हे ठरवण्याचं काम आज माझं होतं, त्यामुळे तू कुठे गेलीयस हे मला माहिती असायला हवं होतं, पण मला काहीच माहीत नव्हतं. अगदी खाली रिसेप्शनमध्ये मार्लीनलासुध्दा तू कुठायस ते माहीत नव्हतं.''

''मी बाहेर गेले तेव्हा मार्लीन तिच्या जागेवर नव्हती.'' लॉरीनं म्हटलं. आपण कुठे गेलो यावरूनच या दोघांमध्ये पैज लागलीय, हे तिच्या लक्षात आलं आणि सध्याच्या परिस्थितीत हे काही चांगलं नव्हतं.

''तू खरोखरच कुठे गेली होतीस याबद्दल आम्हाला मोठी उत्सुकता आहे. कारण केल्व्हिनच्या म्हणण्याप्रमाणे तर तू ऑफिसात बसून पेपरवर्क करत असायला हवं होतंस.''

''हे काय स्पॅनिश इन्क्विझिशन लावलंय का तुम्ही दोघांनी?'' लॉरीनं विनोद करून हा प्रश्न डावलण्याचा प्रयत्न केला. तिनं जॅककडे पाहिलं. ''रेवानं सांगितलं की तू माझ्याकडे आला होतास, म्हणून मी विचारायला आलेय, की तुझं काय काम होतं माझ्याकडे?''

''मी तुला मल्हॉसेनच्या ऑटोप्सीबद्दल सांगायला आलो होतो.'' जॅकनं म्हटलं. ''पण त्या आधी, तू कुठे गेलीस याबद्दल आम्हाला खरंच उत्सुकता आहे. सांगशील का आम्हाला? आमची पैजही लागलीय त्यावरून.''

लॉरीनं त्या दोघांकडे आळीपाळीनं पाहिलं. मोठ्या उत्सुकतेनं ते तिच्याचकडे बघत होते. हाच प्रश्न तिला नको होता. तिनं थाप न मारता यांना काय उत्तर देता येईल, असा भराभर विचार केला. पण कुठलीही सबब तिच्या डोक्यात येईना.

''मी मॅनहटन जनरल हॉस्पिटलमध्ये –'' लॉरीनं बोलायला सुरुवात केली, पण

जॅकनं एकदम मध्येच म्हटलं, "बघ! मी सांगत नव्हतो तुला?" आणि त्यानं हाताची दोन बोटं पिस्तुलासारखी चेटच्या डोक्याला टेकवली. "काढा पाचाची पत्ती!"

चेहरा वाकडातिकडा करत चेटनं मागच्या खिशातून पाकिट काढलं आणि पाच डॉलरची नोट काढून जॅकच्या हातावर जोरात आपटून ठेवली.

जॅकनं ती नोट उंचावून विजयी मुद्रेनं लॉरीकडे हसून पाहिलं.

लॉरीला आपल्या रागाचा पारा चढत असल्याचं जाणवलं, पण तिनं तो गिळला. आपलं वागणं चुकीचा अर्थ काढून जॅकनं असं उघड मांडणं तिला अजिबात आवडलेलं नव्हतं. "मी मॅनहटन जनरलला गेले, कारण माझ्या मनात एक कल्पना आली होती आणि ती हे माझं हत्यसत्राचं कोडं उलगडू शकेल."

"हो आणि त्या निमित्तानं ती तुझ्या दोस्ताच्याही कानावर घालायची होती, असंच ना? शिवाय त्या निमित्तानं त्याची गाठही घेता आली तुला." जॅकनं म्हटलं.

"मला वाटतं मी खाली जाऊन थोडी कॉफी घेतो." चेटनं म्हटलं आणि तो उठला.

"तुला माझ्यामुळे बाहेर जायचं असलं तर तसं नको करूस. त्याची काही गरज नाही." लॉरीनं म्हटलं.

"तसं नाही, पण मी जातोच खाली." चेटनं म्हटलं. "आणि तशीही जवळजवळ लंचची वेळ झालेलीच आहे." ऑफिसमधून बाहेर निघून त्यानं दार बंद करून घेतलं.

काही क्षण जॅक आणि लॉरी एकमेकांकडे काहीच न बोलता बघत राहिले.

"मला संध्याकाळी डिनरला यायला राजी करण्यात एवढा वेळ घालवलास लॉरी आणि नंतर लगेच तुझ्या दोस्ताला जाऊन भेटलीस तू." जॅकनं म्हटलं. "चार तास इथे नव्हतीस तू. ही गोष्ट मला फार लागलीय."

"हो, मी समजू शकते आणि त्याबद्दल तुझी माफीही मागते." लॉरीनं त्याला समजावत म्हटलं. "त्याचा परिणाम हा असा होईल हे माझ्या लक्षातच आलं नाही."

"ओ, प्लीज! माझ्या बाजूनं विचार कर जरा!"

"जॅक, मी कुठे गेले होते हे तू विचारणार, असं मला वाटलंच होतं. पण मी फक्त तुला आत्ता सांगितलं त्याच कारणासाठी तिकडे गेले होते. क्वीन्समधून आलेल्या त्या केसेस पाहिल्यावर माझ्या लक्षात आलं, की संशयित माणसांची यादी मला कशी काढता येईल. यात चोरून माझ्या मित्राला भेटायचा काहीही संबंध नव्हता. आणि असं बोलून तू मला वाईट ठरवू नकोस."

चेटनं दिलेली नोट टेबलावर टाकून जॅकनं नजर खाली केली आणि कपाळावर बोटांनी चोळलं.

"जॅक, विश्वास ठेव माझ्यावर." लॉरीनं पुन्हा म्हटलं. "तू जे अमेरिकेअरच्या

कारभारावर प्रश्नचिन्ह उभं राहील असं काही तरी बोलला होतास ना, त्यावरूनही मला ही कल्पना सुचली. उलट मी तुला तुझ्या बोलण्याचा अर्थ विचारणारच होते.''

''नाही, माझ्या मनात नेमकं असं काही नव्हतं तेव्हा.'' जॅकनं कपाळावरचा हात न काढताच म्हटलं. ''पण जर तुझ्या केसेस सहावरून एकदम तेरावर जातात, तर अशी शंका आपोआपच मनात येते. कारण सेंट फ्रान्सिस आणि मॅनहटन जनरल ही दोन्ही हॉस्पिटल्स अमेरिकेअरची आहेत.''

लॉरीनं मान डोलावली. ''मला वाटलं तुझ्या बोलण्याचा रोख एकूणच 'मॅनेज्ड केअर'कडे होता. हे सगळे जर खरोखरच खून असले, तर ते आपले नुसतेच होत गेले नसावेत, असं मला वाटायला लागलंय. ते बहुधा एकेकटे झाले नसावेत. कारण सगळेच मेलेले लोक चांगले तरुण होते, निरोगी होते. शिवाय आजच मला असंही समजलंय, की निदान मॅनहटन जनरलमध्ये खुनांना बळी पडलेली जी माणसं होती, ती नुकतीच अमेरिकेअरकडे आलेली होती. अर्थात, या गोष्टीचा या हत्यासत्राशी काय नि कसा संबंध असू शकेल, ही गोष्ट मात्र माझ्या लक्षात अजून येत नाहीये.''

कपाळावरचा हात बाजूला करून जॅकनं तिच्याकडे बघितलं. ''म्हणजे हा एखादा कट वगैरे असू शकेल, असं म्हणायचंय का तुला?''

लॉरीनं मान डोलावली. ''हो आणि तू सुध्दा त्या बोलण्यातून हेच सुचवत असावास, अशी माझी कल्पना होती.''

''नाही, तसं काही म्हणायचं नव्हतं मला.'' जॅकनं म्हटलं. ''जर कॅपिटेशनच्या दृष्टीनं विचार केला तर हा कट करण्यात काही अर्थ नाही, त्यामुळे तो 'मॅनेज्ड केअर' या क्षेत्राच्याच विरोधात असण्याचं काही कारण नाही. दुसऱ्या बाजूनं हेही खरं आहे, की औषधं, शुश्रूषा आणि एकूणच संपूर्ण वैद्यकीय क्षेत्र हा एक प्रचंड पैसा मिळवून देणारा धंदा आहे आणि अमेरिकेअरचा विस्तार तर फारच प्रचंड आहे. या मंडळींचा मुख्य धंदा म्हणजे इन्शुअरन्स. याचा अर्थ असा, की या अमेरिकेअरमध्ये केवळ आकडेमोड आणि हिशेब यातच डोकी चालणारी माणसं आणि त्यांचे मोठे बॉस लोक आहेत आणि ते रोग, रोगी, शुश्रूषा या गोष्टींपासून इतके दूर आहेत, की कंपनीचं अंतिम प्रॉडक्ट काय, हेच ते विसरतात. सगळ्या गोष्टींकडे ते आकडेवारीच्या दृष्टिकोनातूनच बघतात.''

''हे जरी खरं असलं,'' लॉरीनं म्हटलं, ''तरी आपल्याकडेच इन्शुअरन्स घेतलेल्या तरुण, निरोगी माणसांना मारणं, ही गोष्ट तर कुठल्याही अगदी आकडेवारीतल्या उद्देशांच्या दृष्टीनंसुध्दा भयंकर हानिकारक आहे.''

''असं आपल्याला वाटतं खरं, पण माझ्या म्हणण्याचा मुद्दा असा, की या सगळ्या प्रचंड कंपन्यांमध्ये अगदी वरच्या पदावर काम करणारे असे काही लोक आहेत, की त्यांची मनोभूमिका आपल्याला कधी समजणारच नाही. त्यामुळे असा

एखादा कट असूही शकेल, की त्यामागची तर्कसंगती लगेच लक्षात येण्यासारखी नसेल.''

''कोण जाणे. असेलही.'' लॉरीनं खांदे उडवत म्हटलं. ती मनातून जरा हिरमुसलेली होती. जॅकला काही तरी विवक्षित सांगायचं असेल अशी तिची कल्पना होती.

काही क्षण दोघंही पुन्हा एकमेकांकडे बघत होते. शेवटी जरा वेळानं जॅकनं बोलायला सुरुवात केली. ''मघाशी खाली ही गोष्ट मी विचारायची टाळली होती, पण आता तुला स्पष्टच विचारतो. आजचं डिनर तू मला हेच सांगण्यासाठी ठरवलंयस का, की तू लग्न करणार आहेस? आणि तसं जर असेल तर तिथे सगळ्यांसमोर तुझी शोभा व्हायला नकोय मला, कारण मग मी चिडून काय बोलेन सांगता येणार नाही. हे मी तुला आधीच सांगून ठेवतोय.''

लॉरीनं लगेच उत्तर दिलं नाही. आपल्या आयुष्यातल्या सगळ्याच गोष्टी इतक्या गुंतागुंतीच्या झाल्या आहेत, की प्रत्येक गोष्ट आणि प्रत्येक व्यक्ती काय नि कशी आहे हे लक्षात ठेवणंच आपल्याला जड जातंय, ही गोष्ट तिला जॅकच्या बोलण्यामुळे पुन्हा एकदा जाणवली.

''काय ते उत्तर दे, लॉरी. तुझ्या गप्प राहण्यामुळे माझी इकडे वाट लागतेय.'' जॅकनं म्हटलं.

''मी लग्न करत नाहीय!'' लॉरीनं अचानक ताडकन म्हटलं. जॅककडे पुन्हा पुन्हा बोट दाखवत ती ओरडली, ''खाली ऑटोप्सी रूममध्येही मी हे तुला अगदी स्पष्ट शब्दात बोलले होते. मी तुला सांगितलं होतं की मला तुझ्याशी एका अशा गोष्टीबद्दल बोलायचंय, की तिचा फक्त तुझ्याशी आणि माझ्याशी संबंध आहे, दुसऱ्या कुणाशीही नाही.''

''पण खाली तर तू 'दुसऱ्या कुणाशीही नाही' असं बोलल्याचं मला तरी आठवत नाही.''

''मग आत्ता सांगतेय!'' लॉरी कडाडली.

''ओके, ओके, शांत हो, लॉरी. खरं म्हणजे चिडायला पाहिजे ते मी, तू नव्हे.''

''माझ्या जागी असतास तर तूही चिडला असतास.''

''या तुझ्या बोलण्याचा अर्थ लावायचा तर मला आणखी जरा माहिती असायला हवी. ते जाऊ दे. पण लॉरी, खरंच सांगतो, आपण एकमेकांवर असं भडकलेलं मला मनापासून आवडत नाही. आपली सध्याची अवस्था म्हणजे अंधारात एकमेकांना गुद्दे मारायचा प्रयत्न करणाऱ्या दोन आंधळ्यांसारखी झालीय.''

''खरंय.''

''हो ना? मग तुला जे काही सांगायचंय ते तू आत्ताच का नाही सांगून टाकत,

म्हणजे ते एकदाचं होऊन तरी जाईल?''

''नाही या असल्या वातावरणात मी ते सांगणार नाही. त्याचा कामाशी काही संबंध नाही, त्यामुळे मी जे सांगायचंय ते ओसीएमईच्या बाहेरच सांगेन. मी 'एलिऑस'मध्ये पावणे सहाला टेबल बुक करून ठेवलंय.''

''काय? एवढ्या लवकर? याला काय, डिनर म्हणायचं की उशिरा घेतलेलं लंच?''

''व्हेरी फनी.'' लॉरीनं अस्वस्थपणे म्हटलं. ''आपल्याला कदाचित लवकरचं टेबल मिळेल हे मी तुला आधीच सांगितलं होतं. शुक्रवारची रात्र असल्यामुळे तिथे उशिरा अजिबात जागा नाही. मला पावणे सहाचं तरी बुकिंग मिळालं हेच नशीब. तू येणार की नाही?''

''हो, मी येतो, पण त्यासाठी मला मोठा त्याग करावा लागणार आहे. मी आज शुक्रवारी रात्रीच्या बास्केटबॉल मॅचेस खेळायला नाही म्हटल्यावर वॉरन जाम चिडणार आहे माझ्यावर. नाही, खरं म्हणजे ही थाप आहे. तू निघून गेल्यापासून माझा खेळ इतका खराब होतोय, की तो मला त्याच्या टीममध्ये घेतच नाही. माझ्याच कोर्टवर मलाच सगळे बाहेर बसवतात.''

''मग 'एलिऑस'मध्ये भेटू आपण.'' लॉरीनं म्हटलं. ''अर्थात, तू आलास तर.'' आणि ताडकन उठून ती बाहेर निघून गेली.

जॅक चटकन उठला आणि दाराच्या हँडलला पकडून त्यानं बाहेर कॉरिडॉरमध्ये डोकावून बघितलं. लॉरी एव्हाना कितीतरी दूर गेलेली होती. ''ए, लॉरी!'' त्यानं मोठ्यानं म्हटलं. ''ते त्याग वगैरे सगळं चेष्टेत म्हटलं होतं मी!''

लॉरी मागे वळूनही न बघता तशीच पुढे जात होती. लगेचच ती तिच्या ऑफिसमध्ये शिरून दिसेनाशी झाली.

जॅकही मागे वळून जागेवर जाऊन बसला. आपण जरा जास्तच ताणलं की काय? त्यानं मनात म्हटलं. पण हे असं तिरकस बोलण्याची त्याला सवयच होऊन गेलेली होती. जीवनातल्या समस्यांना सरळ सामोरं जाण्याचं धैर्य नसल्याचा हा परिणाम होता. आता या वेळीसुध्दा लॉरी आपल्याला कुठे तरी चाट घालून पाडणार अशी त्याला भीती वाटत होती. तिच्या मनात नेमकं काय आहे हेच त्याला समजत नव्हतं. फक्त तिला समझोता करायचाय असं लू जे म्हणाला होता, तेवढीच एकमेव आशा त्याच्या मनात होती.

बास्केटबॉल आणि काम, या दोन गोष्टी हाच जॅकचा विरंगुळा होता, स्वत:च्या कटकटी विसरायच्या त्या दोन पळवाटा होत्या. त्यात आता बास्केटबॉलमध्ये मनासारखा खेळ होत नसल्यामुळे तो स्वत:ला कामात जास्तीत जास्त बुडवून घेत होता. गेल्या पाच आठवड्यांमध्ये, लॉरी निघून गेल्यापासून तर हे फारच वाढलेलं

होतं. आधी तो केसेस लवकर पूर्ण करत नाही म्हणून केल्व्हिन त्याच्यावर जाम भडकायचा. गेल्या महिन्याभरात मात्र तो केल्व्हिनच्या एकदम मर्जीत जाऊन बसला होता. तो बाकी सगळ्यांपेक्षा जास्त केसेस तर करत होताच, पण त्या झपाट्यानं पूर्ण करून बाहेर पाठवून देत होता. आताही तसंच झालं. जॅक सकाळी हिस्टॉलॉजीतून आणलेल्या स्लाईड्स आपल्या सूक्ष्मदर्शकातून बघू लागला आणि थोड्याच क्षणात कामात सगळं विसरून गेला.

वेळ भराभर चाललेला होता. बऱ्याच वेळानं चेट परत आला. जॅकनं त्याला त्याची पाच डॉलरची नोट परत देऊन टाकली. "अरे, मला पक्कं ठाऊक होतं, ती कुठे असेल ते. त्यामुळे मी पैज हरण्याचा प्रश्नच नव्हता. तू घेऊन टाक तुझे पाच डॉलर." जरा वेळानं चेट परत बाहेर गेला, तरी जॅकचं काम सुरूच होतं. जॅकला बरं वाटत होतं. कामातल्या प्रगतीमुळे त्याला समाधान तर वाटत होतंच, पण त्याहीपेक्षा महत्त्वाचं म्हणजे, त्याला लॉरीचा विसर पडलेला होता.

"अरे, जरा अधूनमधून निदान श्वास तरी घे की." एक आवाज आला, तसं जॅकनं चमकून सूक्ष्मदर्शकात घातलेलं डोकं वर करून बघितलं. गोळीबारात मेलेल्या एका माणसाच्या यकृतात बनलेली कसलीशी विचित्र गाठ तो निरखून बघत होता. मान वर करून बघितल्याबरोबर त्याला दारात उभा असलेला लू दिसला. "गेली पाच मिनिटं बघतोय मी, तू धड एक हालचालही केलेली नाहीस."

एका हातानं त्याला आत यायची खूण करून जॅकनं दुसऱ्या हातानं चेटची रिकामी खुर्ची ओढून घेतली.

धपकन खुर्चीवर बसून लू नं आपली हॅट चेटच्या टेबलावर टाकून दिली. नेहमी प्रमाणेच त्याची धड झोप झालेली दिसत नव्हती. त्याचा चेहरा ओढलेला दिसत होता. मोठ्या प्रयत्नानं त्यानं डोळे उघडे ठेवलेले होते.

"मला आत्ताच समजली बातमी." त्यानं म्हटलं. "चला, बरं झालं."

"कशाबद्दल बोलतोयस तू?"

"मी आत्ताच लॉरीच्या ऑफिसात डोकावलो होतो. तिनंच मला सांगितलं की तुम्ही दोघं आज 'एलिऑस'मध्ये डिनरला जाणार आहात. मी सांगत नव्हतो तुला? तिला समझोता करायचाय तुझ्याशी."

"असं तिनं तुला नेमक्या शब्दांत सांगितलं?"

"नाही, नेमक्या शब्दांत नाही सांगितलं, पण त्यानं काय फरक पडतो? तुम्ही दोघं जाणार आहात, याला महत्त्व आहे."

"तिला मला काही तरी सांगायचंय म्हणे, पण कदाचित ते वाईटही असेल."

"कसला रड्या आहेस रे तू! अरे, ती पोरगी प्रेम करते तुझ्यावर!"

"हो? मला तरी नवीनच समजतंय हे. पण आम्ही जाणार आहोत हे तिनं तुला

कसं काय सांगितलं?''

''मीच विचारलं तिला. हे बघ, तुम्ही दोघांनी परत एकत्र यावं अशी माझी इच्छा आहे. ते मी लपवत नाही आणि हे तिलाही माहितये.''

''बरं, बघू.'' जॅकनं म्हटलं. ''बरं, आत्ता कशाला आलायस?''

''अरे, ती चॅपमनच्या खुनाची केस. आम्ही त्या हॉस्पिटलमधल्या जवळजवळ प्रत्येकाची चौकशी केलीय आणि कोणालाच काही संशय घ्यावा असं दिसलेलं नाही. अर्थात, हे नेहमीचंच आहे म्हणा. मला वाटत होतं की निदान तुला तरी काही तरी सापडलं असेल. माझ्या बॉसनं केल्व्हिन वॉशिंग्टनची इथे येऊन भेट घेतली, हे मला माहितेय.''

''काय? कमाल आहे. केल्व्हिनला या केसबद्दल काहीही माहीत नाही आणि तो माझ्याशीही काही बोललेला नाही.''

लू नं खांदे उडवले. ''कोण जाणे! एनी वे, तुला काही नवीन कळलंय का?''

''मला अजून स्लाईड्स परत मिळालेल्या नाहीत, पण त्यातून आपल्याला काहीही वेगळं समजणार नाहीये. तुला त्या गोळ्या मी आधीच दिल्या आहेत आणि ऑटोप्सीमधून तरी तुला आणखी काही मिळणार नाही. बरं, ती चॅपमन बाई गाडीत कशी होती आणि कदाचित ती मारेकऱ्याला ओळखत असावी, या दृष्टीनं काही तपास केलाय का तुम्ही? कदाचित मारेकरी त्या वेळी गाडीतच बसलेला असेल, या दृष्टीनं काही विचार केलाय?''

''आम्ही सगळ्याच बाजूंनी तपास करतोय. मी सांगतो तुला, त्या गॅरेजमध्ये जाण्याची परवानगी असलेल्या प्रत्येकाची चौकशी करतोय आम्ही. अडचण अशी, की कसलेही ठसे आम्हाला मिळालेले नाहीत. गोळ्यांची टोपणं सोडल्या तर आमच्या हाती काहीच लागलेलं नाही.''

''सॉरी, मी तुला आणखी काहीच मदत करू शकलेलो नाही.'' जॅकनं म्हटलं. ''बरं, काल मी तुला त्या संशयास्पद मृत्यूंच्या सत्राबद्दल बोललो होतो, त्याबद्दल लॉरी काही बोलली का?''

''नाही.''

''आश्चर्य आहे.'' जॅकनं म्हटलं. ''त्याबाबतीत मात्र बरीच प्रगती होतेय एकंदरीत. काल मी केलेली केस धरून लॉरीकडे आता मॅनहटन जनरलमधल्या सात केसेस झाल्या आहेत, शिवाय क्वीन्समधल्या कुठल्याशा हॉस्पिटलमधल्या आणखी सहा केसेस आहेत.''

''इंटरेस्टिंग.''

''नुसतं इंटरेस्टिंग नाही, त्याहीपेक्षा जास्त आहे हे. मला तर असं वाटायला लागलंय, की अगदी पहिल्यापासूनच तिचं म्हणणं या बाबतीत बरोबर आहे. ती

खरोखरच एकामागून एक खून करणाऱ्या एखाद्या मारेकऱ्याच्या मागावर आहेसं दिसतंय.''

''खरं सांगतोस?''

''हो, एकदम खरं. मला वाटतं आता तू सुध्दा हळूहळू या तपासात भाग घ्यायला सुरुवात करायची वेळ आलीय.''

''पण ओसीएमईची अधिकृत भूमिका काय आहे? केल्व्हिन आणि बिंगहॅमला मान्य आहे का हे?''

''छे! उलट मला तर असं समजलंय की लॉरीनं तिच्या पहिल्या केसेस नैसर्गिक मृत्यू म्हणून पूर्ण केल्या पाहिजेत असा केल्व्हिननं तिच्यावर दबाव आणलाय. केल्व्हिनवर बिंगहॅमने दबाव आणला, म्हणून हे होतंय आणि बिंगहॅमवर मेयरच्या ऑफिसातून कोणी तरी दबाव आणतंय.''

''अरे बाप रे. म्हणजे यात राजकारण आलेलं दिसतंय. म्हणजेच आमचे हात बांधलेले असणार आहेत.''

''ते आता तुम्ही लोक बघा. मी तुम्हाला निदान कल्पना देण्याचं काम केलंय.''

पंधरा

जॅकनं सायकलचा वेग वाढवला. फर्स्ट ॲव्हेन्यूवरून तो 'यूनो'च्या बिल्डिंगसमोरून झपाट्यानं उत्तरेला जात होता. संध्याकाळी साडेपाच म्हणजे प्रचंड रहदारीची वेळ होती. पण जॅक कुणाशीही न भांडता सफाईनं वाहनांमधून मार्ग काढत चाललेला होता. 'अरे'ला 'कारे'नं उत्तर द्यायची मनोवृत्ती अलीकडेच त्यानं जरा कमी करण्याचा प्रयत्न सुरू केलेला होता. शिवाय एवढ्या प्रचंड आणि वेगवान वाहनांपुढे आपण किस झाड की पत्ती आहोत, याचीही जाणीव त्याला नुकतीच पुन्हा एकदा झाली होती. कचरा वाहून नेणाऱ्या भल्या मोठ्या गाडीखाली सापडलेल्या त्याच्यासारख्याच एका सायकलस्वाराचं प्रेत नुकतंच ओसीएमईत आलेलं त्यानं पाहिलेलं होतं. त्या बिचाऱ्याच्या डोक्याचा आकार भल्या मोठ्या फुटबॉलएवढा झालेला होता, पण डोक्याची जाडी मात्र जेमतेम एखाद्या नाण्याएवढी उरलेली होती.

थोड्याच वेळात जॅकला समोर क्वीन्सबरो ब्रिज दिसू लागला. उतार सुरू झाल्याबरोबर त्यानं सायकल वरच्या गिअरमध्ये नेली. उतारावरून तो जवळजवळ रहदारीच्याच स्पीडनं जात होता. त्याच्या हेल्मेटमधून जाणाऱ्या वाऱ्याचा आवाज त्याला ऐकू येत होता आणि या वेगामुळे त्याला एकदम बरं वाटलं. काही क्षण तरी या वेगाच्या खास आनंदामध्ये त्याच्या मनातल्या सगळ्या काळज्या, कटकटी, दुःखं वगैरे विसरून गेली.

त्या दिवशी दुपारी जॅकनं सूक्ष्मदर्शकाचा दिवा बंद करून आपलं टेबल आवरलं होतं आणि रेस्टॉरंटमध्ये कसं जायचं हे ठरवण्यासाठी तो लॉरीच्या ऑफिसमध्ये गेला होता. पण याही वेळी लॉरीचं टेबल रिकामंच होतं. रेवानं त्याला ती कपडे

बदलण्यासाठी घरी गेल्याचं सांगितलं होतं. जॅकला वाटलेलं आश्चर्य बहुधा त्याच्या चेहऱ्यावर रेवाला दिसलं असावं, कारण तिनं 'अरे, बायकांना या गोष्टी कराव्याच लागतात' असं सांगितलं होतं. त्यामुळे जॅक आणखीच गोंधळात पडला होता. कारण त्याच्या दृष्टीनं लॉरीचे कपडे रेस्टॉरंटला जायला अगदी उत्तम होते. कारण ओसीएमईतल्या इतर कुणाही स्त्रीपेक्षा लॉरीचे कपडे नेहमीच छान, व्यवस्थित आणि मुख्य म्हणजे बायकी असायचे.

क्वीन्सबरो ब्रिजच्या पलीकडे वाहतुकीची कोंडी झालेली होती आणि एफ डी आर ड्राईव्हकडे जाणाऱ्या रँपकडे जाण्यासाठी सगळी वाहनं जिवाचा आटापिटा करत होती. त्यामुळे जॅकलाही काही वेळ गाड्या, बसेस आणि ट्रक्समधून वाट काढत सायकल चालवावी लागली. सिक्स्टिथर्ड स्ट्रीटच्या कोपऱ्यापर्यंत तो असाच आला आणि मग मात्र त्याला पुन्हा वेग वाढवता आला.

तिथून पुढे त्याला कसलाही अडथळा आला नाही. एटीसेकंड स्ट्रीट आणि सेकंड ॲव्हेन्यूच्या कोपऱ्यावर त्यानं सायकल फुटपाथशी घेतली आणि तो उतरला. सायकल आणि हेल्मेट त्यानं एका 'नो पार्किंग'च्या खांबाला साखळीनं बांधून टाकली. 'एलिऑस'मध्ये शिरता शिरता त्यानं घड्याळात बघितलं. त्याला फक्त तीन मिनिटं उशीर झालेला होता.

दारातून थोडंसंच आत जाऊन जॅक आतलं एकंदर दृश्य बघत थोडा वेळ उभा राहिला. स्वच्छ, सुंदर कपड्यातले वेटर टेबलं व्यवस्थित आहेत ना ते बघत होते. त्या अरुंद, पण आत पुष्कळ खोलवर असलेल्या रेस्टॉरंटमध्ये अजून फारसे लोक आलेले दिसत नव्हते. जॅक उभा होता तिथून उजव्या हाताच्या पहिल्याच गोलाकार टेबलाशी मोठमोठ्यानं बोलणारा, खिदळणारा एक ग्रुप होता. ही मंडळी खास टीव्हीतली दिसत होती. लॉरी त्याला आधी दिसलीच नाही, त्यामुळे आपणच आधी आलो असं त्याला वाटत होतं.

रेस्टॉरंटच्या उंच, ताठ चालणाऱ्या मालकिणीनं त्याला पाहिलं आणि ती हसतमुखानं त्याच्यापाशी आली. मॉंटगोमेरी या नावानं टेबल बुक केलंय असं जॅकनं सांगितल्यावर तिनं त्याचं लेदर जॅकेट हातात घेऊन एका वेटरकडे दिलं आणि आपल्या मागोमाग येण्याची खूण केली. जवळजवळ निम्मं अंतर आत गेल्यावर त्याला लॉरी उजवीकडच्या टेबलाशी बसलेली दिसली. ती एका मिशाळ वेटरबरोबर बोलत होती. तिच्यासमोर स्वच्छ, चमकदार इटालियन पाण्याची बाटली होती, पण वाईन नव्हती. लॉरीला वाईन किती आवडते हे त्याला चांगलं माहीत होतं. पूर्वी त्याला जर यायला उशीर झाला, तर ती खुशाल वाईनची बाटली मागवून प्यायला सुरुवात करायची. त्यामुळे या वेळी तिनं तसं का केलं नाही, त्याला काही कळेना.

आपण काय करतोय हे लक्षात येण्याआधीच जॅकनं लॉरीपाशी जाऊन, वाकून

तिच्या गालाचं एक ओझरतं चुंबन घेतलं. आपण हे करावं की नाही अशी शंकासुध्दा त्याला आली नाही. त्यानं मग त्या वेटरशी शेकहँड केला. तोही चांगला मनमिळाऊ वाटत होता. जॅक खाली बसल्यावर त्यानं त्याला 'वाईन हवी का?' असं विचारलं.

"हो, हरकत नाही." जॅकनं म्हटलं आणि लॉरीकडे पाहिलं.

"नाही, तू घे." लॉरीनं आपल्या पाण्याच्या ग्लासकडे बोट दाखवलं. "मी आज एवढंच पिणार."

"असं?" जॅकनं म्हटलं. आधीच आज या भेटीत नेमकं काय होणार आहे याची त्याला कल्पना येत नव्हती. काही क्षण काय करावं असा विचार करून त्यानं शेवटी एक बिअर मागवली. लॉरी वाईन पिणार नसेल तर आपणही प्यायची नाही. शेवटी हा तत्त्वाचा प्रश्न आहे! तत्त्व काय आहे हे माहीत नसलं म्हणून काय झालं?

"इथपर्यंत हातीपायी धड पोचलास, बरं झालं." लॉरीनं म्हटलं. "त्या सायकलस्वाराची अवस्था बघून तरी आता शहाणा हो आणि उगाचच रोज जीव धोक्यात घालू नकोस."

जॅकनं नुसतीच मान डोलावली. लॉरी मात्र आज छान दिसत होती. तिनं आज खास आपल्या आवडीचा ड्रेस घातलाय. मुद्दामच घातला असेल का? त्यानं मनात म्हटलं. तिनं नुसते कपडेच बदलले होते असं नव्हतं, तर तिनं केसही स्वच्छ धुतलेले दिसत होते. ओसीएमईमध्ये ती केस बांधायची, तर कधी फ्रेंच पद्धतीची केशरचना करायची. पण आता मात्र तिनं आपले केस मोकळे सोडलेले होते आणि त्यांची एक सुंदरशी महिरप तिच्या चेहऱ्याभोवती तयार झालेली होती.

"छान दिसतेयस आज."

"थँक्यू. आणि तूही छान दिसतोयस."

"ओ हो! वा!" जॅकनं अविश्वासानं म्हटलं. त्यानं एकदा आपल्या सुरकुतलेल्या शर्टकडे, स्वस्तातल्या गडद निळ्या टायकडे आणि काहीशा मळलेल्या जीन्सकडे बघितलं. स्वच्छ, नितळ आणि सुंदर लॉरीपुढे आपण कसे दिसत असू, हे त्याच्या लगेचच लक्षात आलं.

वेटर जॅकची बिअर आणेपर्यंत दोघंही इकडच्या तिकडच्या गप्पा मारत होते, ते पूर्वी अनेकदा इथे आलेले होते तेव्हाच्या आठवणी एकमेकांना सांगत होते. पॉल सदरलँडशी लग्न करण्याचा विचार लॉरी करत असताना ती एकदा त्याला इथे अचानक जॅक आणि लू ला भेटायला घेऊन आली होती, तीही आठवण निघाली.

"बाप रे! त्या वेळची माझी मन:स्थिती फारच भयंकर होती. तो प्रसंग तर मी विसरायचा प्रयत्न करतोय." जॅकनं कबूल करून टाकलं.

"मी तर ते विसरलेच होते." लॉरीनंही मान डोलावली. "आत्ता मला ते आठवण्याचं कारण म्हणजे, कालच लू नं बोलताना अचानक ती आठवण काढली.

तुम्हा दोघांनाही पॉलचा भयंकर मत्सर वाटत होता म्हणे.''

"खरंच? लू असं म्हणाला?''

"पण मला मात्र तुम्हा दोघांच्याही वागण्यात तसं काही जाणवलं नव्हतं''

तेवढ्यात वेटर जॅकची बिअर आणि ब्रेडची बास्केट घेऊन आला. "पुढची ऑर्डर लगेच देणार, की थोड्या वेळानं?''

"थोड्या वेळानंच सांगू आम्ही.'' लॉरीनं म्हटलं.

"मला फक्त खूण करा.'' असं म्हणून वेटर निघून गेला.

"दुपारी मी इथे येण्यासाठी मला मोठा त्याग करावा लागणार आहे असं म्हणालो होतो ना, त्याबद्दल सॉरी.'' जॅकनं म्हटलं. तिनं त्याच्याकडे बघितलं. "मला तुला दुखवायचं नव्हतं. मी फक्त विनोद केला होता.''

"असू दे. मीही सहसा अशी वागत नाही.'' लॉरीनं म्हटलं. "विनोद लक्षात येण्यासारखी सध्या माझी मन:स्थिती नाहीये.''

"आणि हो, त्या मल्हॉसेनची केसही तुला वाटलं होतं तशीच निघाली. बाकीच्या बोलण्यात हे तुला सांगताच आलं नाही मला. कसलीही पॅथॉलॉजी सापडली नाही मला. लू ची आणि माझीही भेट झाली. मी त्याला सांगितलं की तुझी हत्यांच्या सत्राची कल्पना मला पटायला लागलीय. शिवाय पोलिसांनी यात लक्ष घालायला हवं, असंही मी त्याला बोललो.''

"खरंच? मग तो काय म्हणाला?''

"त्याला या प्रकरणात ओसीएमईची भूमिका काय, हे हवं होतं. मी सांगितलं त्याला.''

"मग?''

"तो म्हणाला, ओसीएमई किंवा मॅनहटन जनरल, कोणीच निश्चित भूमिका घ्यायला तयार नाही, शिवाय मेयरच्या ऑफिसातून दबाव येतोय, त्यामुळे सध्या तरी पोलीस खात्याचे हात बांधलेले आहेत.''

"माझ्या हातात संशयित लोकांच्या नावांची यादी आली, की मी ही परिस्थिती बदलून टाकणार आहे.''

"काय? एकदम संशयितांची नावं? बाप रे. मग तर सगळं चित्रच बदलेल. आणि हे तूही म्हणतेयस म्हणजे गंमतच आहे. माझ्याही डोक्यात साधारण तशीच आणखी एक कल्पना आली आहे.''

"हो? काय?''

"या तुझ्या सत्रातले मृत्यू जरी 'मॅनेज्ड केअर'च्या दृष्टीनं मारक असले, तरी कदाचित ते 'मॅनेज्ड केअर'शीच संबंधित असूही शकतील.''

"कसे?''

''मॅनेज्ड केअर'ला अत्यंत आक्रमक स्वरूप आलंय. छोटी हॉस्पिटल्स, खासगी डॉक्टरांचे दवाखाने जबरदस्तीनं विकत घेतात हे लोक. तुझ्या या लोकांना मारणारा हा माणूस कदाचित माझ्यासारखा अमेरिकेअरवर चिडलेला असेल. खोटं कशाला बोलू, माझी छोटीशी प्रॅक्टिस अमेरिकेअरनं ताब्यात घेतली, तेव्हा मला स्वत:लाच त्या लोकांचा गळा घोटावा असं वाटलं होतं. माझी प्रॅक्टिस जर त्यांनी घेतली नसती तर अजूनही मी मिडवेस्टमधल्या आमच्या गावात गावरान पद्धतीचे सूट घालून पोरींच्या कॉलेजच्या शिक्षणाची सोय करण्यासाठी धडपडताना दिसलो असतो!''

''ही तुझी गोष्ट तू मला कितीही वेळा सांगितलीस ना, तरी माझ्या डोळ्यांपुढे तुझं तसलं चित्र अजूनही येत नाही.'' लॉरीनं हसून म्हटलं. ''त्या तसल्या कपड्यात मी तुला ओळखलंच नसतं.''

''तूच काय, मीच मला ओळखलं नसतं.''

''पण तू म्हणतोस ते मात्र लक्षात ठेवेन मी. शिवाय मी ज्या लोकांचा संशयित म्हणून विचार करतेय, त्यामध्ये असे डॉक्टर, नर्स वगैरे प्रोफेशनल स्टाफ आहेत, की ज्यांना सेंट फ्रान्सिस आणि मॅनहटन जनरल अशा दोन्ही ठिकाणी जायची परवानगी आहे.'' लॉरीनं म्हटलं.

''बरोबर, आणखी एक कल्पना अशी, की 'मॅनेज्ड केअर'च्या क्षेत्रात केवढी जीवघेणी स्पर्धा आहे, हे तुलाही माहीत असेल. नॅशनल हेल्थ आणि अमेरिकेअर हे या भागातले दोन महारथी कायमच एकमेकांशी टकरा घेत असतात आणि त्यात त्यांनी एकमेकांवर कुरघोडी करण्यासाठी केलेली कट-कारस्थानंही काही कमी नाहीत. त्यातली काही उघडकीला येतात, तर काही येत नाहीत. नॅशनल हेल्थनं न्यूयॉर्क शहर बऱ्याच प्रमाणात अमेरिकेअरसाठी सोडून दिलंय हे मला माहितेय, पण कुणी सांगावं, त्यांच्यात काही बेबनाव झालेलाही असेल. तुझं हे हत्याकांड जेव्हा उघडकीला येईल, तेव्हा मीडियामध्ये अमेरिकेअरवर प्रचंड टीका होणार, बदनामी होणार हे तर नक्कीच. आणि नेमकी हीच गोष्ट नॅशनल हेल्थच्या पथ्यावर पडेल. पण तसं कशाला, याच दृष्टीनं विचार करायचा तर अमेरिकेअरला कोणत्याही कारणासाठी पाण्यात बघणारा कोणीही माणूस किंवा कंपनी या हत्यासत्राच्या मागे असू शकते. उदाहरणार्थ, अमेरिकेअरच्या शेअरचे भाव कोसळण्यात ज्याचा फायदा होऊ शकेल असा माणूस, किंवा एखादी कंपनी. कारण तुझ्या हत्यासत्राला मीडियातून एकदा प्रसिध्दी मिळाली, की अमेरिकेअरचे शेअर कोणी खरेदीच करणार नाही.''

''अगदी बरोबर!'' लॉरीनं म्हटलं. ''मी खरोखरच या दृष्टीनं विचार केलेला नव्हता. थँक्यू!''

''डोन्ट मेन्शन इट.''

जॅकनं बिअर बाटलीतूनच प्यायला सुरुवात केलेली होती. लॉरी तिच्या पाण्याचे

घोट घेत होती. रेस्टॉरंटला हळूहळू जाग यायला लागलेली होती, कारण दिवसा तशी फारशी गर्दी नसायचीच. सगळी गर्दी संध्याकाळनंतरच सुरू व्हायची. हळूहळू रेस्टॉरन्टमधली गर्दी आणि आवाज, दोन्ही गोष्टी वाढत होत्या. मधूनच हसण्याचे आवाज येऊ लागलेले होते.

जॅक आणि लॉरी काही क्षण गप्प असलेले बघून तो वेटर लगेच आला आणि त्यानं 'ॲपेटायझरची ऑर्डर द्यायचीय का' असं विचारलं. त्या दोघांनी एकमेकांकडे बघितलं आणि एकदमच मान डोलावली. त्याबरोबर त्या वेटरनं प्रत्येक ॲपेटायझरच्या प्रकाराचं नाव घेऊन भराभर त्याची माहिती सांगायला सुरुवात केली. आणि हे सगळं तो इतक्या सहज आणि कौशल्यपूर्ण रीतीनं सांगत होता, की जॅक आणि लॉरी त्याचं बोलणंच ऐकत राहिले. पण शेवटी दोघांनी नेहमीच्या मेन्यूतलेच ॲपेटायझर निवडले.

वेटर निघून गेल्यावर जॅकनं लॉरीकडे बघितलं. ती उगीचच आधीच व्यवस्थित असलेला ड्रेस आणखी नीट करत होती. तिचा मानसिक ताण त्याला लक्षात येत होता. काही क्षणांपुरता बोलण्यात पडलेला खंड लांबतच चाललेला होता. दोघंही काहीशा अस्वस्थपणे चुळबुळ करत गप्प होते. अखेर जॅकला राहवलं नाही. सावरून बसत त्यानं इकडे तिकडे बघून आपल्याकडे कुणाचं लक्ष नसल्याची खात्री करून घेतली आणि मुख्य विषयाला तोंड फोडलं. "तू जे फक्त आपल्या दोघांशीच संबंधित असलेलं सांगायला मला बोलावलंयस, ते कधी सांगणार आहेस? म्हणजे हा विषय ॲपेटायझरबरोबरचा आहे, का एन्ट्रीबरोबरचा आहे, का डेझर्टबरोबरचा आहे?"

लॉरीनं मान वर करून त्याच्याकडे पाहिलं. तिच्या निळसर हिरव्या डोळ्यांमध्ये त्यानं ती चिडलीय, का दुखावलीय, का चिंतेत आहे, हे बघण्याचा प्रयत्न केला, पण ते त्याला जमलं नाही. त्याला स्वत:लाही समजत नव्हतं की आज तिनं आपल्याला बोलावलंय, ते लू म्हणतो तसं समझोता करण्यासाठी, की मी लग्न करणार आहे हे सांगण्यासाठी? आधी तो या विवंचनेमुळे अस्वस्थ होता आणि त्यात आता ती हा विषय अजून काढत नसल्यामुळे त्याची सहनशक्ती संपायला आलेली होती.

"सांगते, पण त्या आधी एक विनंती आहे, जॅक." लॉरीनं म्हटलं. "माझ्या बोलण्यावर प्लीज कुठलीही तिरकस शेरेबाजी करण्याचं टाळ. मला आधीच या गोष्टीचा फार मानसिक त्रास होतोय. त्यामुळे तू निदान तेवढं तरी लक्षात घे."

जॅकनं एक मोठा थोरला श्वास घेतला. नेमकी ज्या क्षणी आपल्याला गरज आहे त्याच क्षणी आपलं हे सगळ्यांत परिणामकारक शस्त्रं वापरायचं नाही, हे त्याच्या दृष्टीनं फार अवघड काम होतं. "मी शक्य तेवढा प्रयत्न नक्कीच करेन, पण आधीच

तू काय सांगणार याच्या चिंतेनं मी पुरता हवालदिल झालोय.'' त्यानं म्हटलं.

''ओके. मग पहिली गोष्ट म्हणजे, माझी बीआरसीए-१ ची तपासणी पॉझिटिव्ह आल्याचं मला काल समजलं.''

जॅक आपल्या या मैत्रिणीकडे पाहातच राहिला. त्याच्या मनात अनेक संमिश्र भावनांचा एक कल्लोळच उठला. त्यात तिच्याबद्दल कमालीची सहानुभूती आणि चिंता तर होतीच, पण शिवाय कळत नकळत एक प्रकारची सुटकेची भावनाही होती. कारण ती लग्न करणार असल्याच्या बातमीपेक्षा ही बातमी जरी अत्यंत दुर्दैवी असली, तरी त्याच्या दृष्टीनं पुष्कळच जास्त सुसह्य होती.

''तू काही बोलत का नाहीस?'' काही क्षण त्याच्या बोलण्याची वाट बघून लॉरीनं विचारलं.

''ओ, सॉरी! तू सांगतेयस ती गोष्ट इतकी अनपेक्षित आहे, की मला काय बोलावं हेच सुचत नाहीये.'' जॅकनं मनापासून म्हटलं. ''बाप रे! फारच वाईट झालं हे. तरी पण, निदान तुला ही गोष्ट माहीतच नसण्यापेक्षा ती तुला समजलीय तरी. हे एका अर्थी बरंच झालं, नाही का?''

''कोण जाणे. या क्षणी तरी मला तसं वाटत नाही.''

''पण माझी खात्री आहे तशी.'' जॅकनं म्हटलं. ''सध्या तरी याचा अर्थ एवढाच होतो, की तुला याबद्दल जास्त सतर्क राहावं लागेल – नियमितपणे मॅमोग्रॅम काढायचे, दर वर्षी एमआरआय काढून घ्यायचा, वगैरे गोष्टी नेमानं कराव्या लागतील. आणि एक गोष्ट लक्षात ठेव, की जरी या मार्करचा अर्थ तुला वयाच्या ऐंशीव्या वर्षीच्या आधी कॅन्सर होण्याचा धोका जास्त आहे असा असला, तरी तुझ्या मम्मीला ऐंशी वर्ष झाल्यानंतरच स्तनांचा कॅन्सर झालाय.''

''हे मात्र खरंय.'' लॉरीनं मान डोलावली. जॅकच्या म्हणण्यात तथ्य होतं. तिचा चेहरा चांगलाच उजळला. ''शिवाय माझ्या आजीच्या – म्हणजे मम्मीच्या आईच्या – बाबतीतही हेच घडलं. तिलाही ऐंशीव्या वर्षानंतरच कॅन्सर झाला. आणि माझ्या सगळ्या मावश्या आता सत्तरीच्या पलीकडे आहेत, पण तरी त्यांनाही कुणाला अजून तरी कॅन्सर झालेला नाही.''

''मग काय तर!'' जॅकनं तिला समजावलं. ''याचा अर्थ मला तरी असाच दिसतो, की तुझ्या मम्मीच्या कुटुंबातलं हे जे म्युटेशन आहे, ते ऐंशीव्या वर्षानंतरच कार्यरत होतं.''

''असेलही.'' लॉरीनं म्हटलं. अचानक तिचा उत्साह थोडासा कमी झालेला होता. ''पण असा निष्कर्ष निश्चितपणे काढता येणार नाही, कारण त्यासाठी कसलीही तपासणी अजून तरी नाही. शिवाय हे स्तनांच्या कॅन्सरबद्दल कदाचित असू शकेल, पण गर्भाशयाच्या कॅन्सरचं काय?''

"तुझ्या मम्मीच्या किंवा डॅडींच्या फॅमिलीत कुणाला गर्भाशयाचा कॅन्सर झालेला होता का?"

"नाही. निदान माझ्या माहितीत तरी नाहीच."

"मग असं जर आहे, तर तू उगाचच डोक्याला आत्तापासून कशाला त्रास करून घेतेयस?"

"खरंय तुझं म्हणणं." लॉरीनं काही क्षण विचार करून म्हटलं आणि पुन्हा एकदा ड्रेस व्यवस्थित करण्याचा चाळा सुरू केला.

जॅकनं थंडगार बिअरचा आणखी एक घोट घेतला. त्याला जरा उकडत होतं. त्यानं कॉलरमध्ये बोट घालून टायची गाठ जरा सैल केली. त्याला खरं म्हणजे टाय काढून टाकावासा वाटत होता, पण लॉरीच्या उत्कृष्ट कपड्यांपुढे आपण अगदीच गबाळे दिसू, असं वाटून त्यानं टायला हात लावला नाही. शिवाय लॉरीनं 'पहिली गोष्ट' म्हणून बीआरसीए-१ चा विषय काढल्यामुळे अजून 'दुसरी गोष्ट' बाकी आहे की काय, तेही त्याला समजत नव्हतं.

तेवढ्यात त्यांची ॲपेटायझर्सची ऑर्डर आली– लॉरीनं मागवलेलं सॅलड आणि जॅकची कालामारी. वेटरनं ते पदार्थ डिशमध्ये वाढले, टेबल परत नीट आवरलं आणि तो निघून गेला. 'एलिऑस' मधली ही आणखी एक गोष्ट जॅकला फार आवडायची. इथले लोक गिऱ्हाइकाला पुढच्या ऑर्डरसाठी कधीच घाई करत नसत. शहरातल्या अनेक गजबजलेल्या रेस्टॉरंट्समध्ये असं घडत नसे. तिथे लवकरात लवकर आवरून जास्तीत जास्त गिऱ्हाईक मिळवण्यावर जास्त भर असे.

थोडी कालामारी खाऊन जॅकनं बिअरचे दोन घोट घेतले आणि मग तो हळूच खाकरला. एकीकडे तो पुढचा प्रश्न त्याला विचारावासा वाटत नव्हता, पण त्याच वेळी मनातली शंकाही त्याचा अंत बघत होती. "आणखी काही सांगायचंय तुला, की एवढंच बोलायचं होतं?" त्यानं शेवटी विचारलंच.

लॉरीनं हातातला काटाचमचा खाली ठेवला आणि जॅकच्या नजरेला नजर भिडवली. "नाही, मला आणखीही सांगायचंय. जॅक, मला दिवस गेलेत."

जॅकनं एक आवंढा गिळला. क्षणभर त्याला गरगरल्यासारखं झालं. मान तिरकी करून त्यानं लॉरीच्या नजरेवरची नजर न काढता बिअरची बाटली टेबलावर ठेवली. हे मात्र त्याला साफ अनपेक्षित होतं. अचानक हजार प्रकारच्या विचारांचं आणि शंकांचं एक भयंकर मोहोळ त्याच्या मनात उठलं.

"कोणापासून?" जॅकनं सहज आवाजात विचारलं, पण लॉरीवर मात्र हा प्रश्न विजेच्या लोळासारखा कोसळला.

तिचा चेहरा क्षणार्धात पांढराफटक होऊन उठला आणि ती इतक्या झपाट्यानं जागेवरून उठली, की तिची खुर्ची धाडकन मागे जमिनीवर आदळली. त्या आवाजानं

रेस्टॉरंटमध्ये क्षणात चिडिचूप शांतता निर्माण झाली. नॅपकिन सॅलडच्या डिशवर फेकून देऊन ती सरळ बाहेर जायला निघाली. तिच्या या सोसाट्यानं हबकलेल्या जॅकनं चटकन स्वत:ला सावरत हात लांब करून तिचा दंड पकडला. तिनं हिसका देऊन आपला दंड सोडवण्याचा प्रयत्न केला, पण जॅकनं तिला सोडलं नाही. नाकपुड्या फुलवून, धडधडून पेटलेल्या डोळ्यांनी ती जॅककडे बघत राहिली.

"आय ॲम सॉरी!" जॅकनं पटकन म्हटलं. "थांब, जाऊ नकोस अशी. आपण बोलू या, नाही बोललंच पाहिजे आपल्याला. आणि हा प्रश्न मी असा विचारायला नको होता. अगेन, आय ॲम सॉरी."

लॉरीनं पुन्हा आपला दंड सोडवण्याचा प्रयत्न केला, पण या वेळी त्यात तेवढा जोर नव्हता.

"प्लीज. बस." त्यानं शक्य होईल तेवढ्या शांत, मृदु आवाजात म्हटलं.

आता मात्र लॉरीला एकदम आपण कुठे आहोत याचं भान आलं. तिनं हळूच सगळीकडे दृष्टिक्षेप टाकला. संपूर्ण रेस्टॉरंट जणू जागच्या जागी थिजलेलं होतं. सगळ्या नजरा तिच्यावरच खिळलेल्या होत्या. तिनं खाली जॅककडे पाहिलं, हळूच मान डोलावली आणि ती परत मागे आपल्या जागेकडे वळली. नेमक्या क्षणी तो वेटर कुठूनसा उगवला. त्यानं लॉरीची खुर्ची पुन्हा सरळ केली, टेबलावरचा नॅपकिन आणि सॅलड घेतलं आणि आला होता तसाच दिसेनासा झाला. लॉरी खुर्चीवर बसली. त्याबरोबर रेस्टॉरंटमधलं मघाचं स्थिरचित्र एकदम चालतं बोलतं झालं आणि जणू काहीच झालं नाही अशा आविर्भावात प्रत्येकजण आपापल्या कामाला लागला. न्यूयॉर्कवासियांना बहुधा अशा गोष्टींची सवयच असावी.

"केव्हा समजलं हे तुला?" जॅकनं विचारलं.

"मला काल याची शंका आली होती आणि आज सकाळी खात्री झाली."

"त्यामुळे मनातून तू अस्वस्थ झाली आहेस का?"

"हो, प्रश्नच नाही. तू नाही झालास?"

जॅकनं मान डोलावली आणि क्षणभर विचार केला. "मग आता पुढे तू काय करणार आहेस?"

"म्हणजे मी हे बाळ होऊ देणार की नाही, असं विचारतोयस तू?" तिनं पुन्हा भडकून विचारलं. "असाच अर्थ घ्यायचा का मी, तुझ्या या प्रश्नातून?"

"लॉरी, हे बघ, आपण फक्त चर्चा करतोय. एवढं चिडायचं कारण नाही."

"तुझ्या त्या पहिल्या प्रश्नानंच भडका उडवला माझा."

"ते दिसलं मला, पण बाहेरून तरी असं दिसतंय की तुझं त्या तुझ्या दोस्ताबरोबर प्रेमप्रकरण चालू आहे. हे लक्षात घेतलं तर माझा प्रश्न काही अगदीच चुकीचा नव्हता."

"तुझा तो प्रश्न मला भयंकर निर्लज्ज आणि मूर्खपणाचा वाटला. कारण माझे रॉजर रूसोबरोबर कसलेही शारीरिक संबंध नाहीत.''

"हो, पण हे मला कसं कळणार? गेल्या काही दिवसांत मी तुला अनेकदा संध्याकाळी फोन करायचा प्रयत्न करत होतो. एक दिवस तर रात्री उशिरापर्यंत प्रयत्न केले मी, पण कोणी फोन उचललाच नाही. त्यावरून मी समजलो की तू घरात नाहीस. आणि तुझा सेलफोन तर उचलतच नाहीस तू.''

"काही वेळा मी रॉजरकडेच राहिले होते, हे खरंय.'' लॉरीनं कबूल केलं. "पण आमचे शारीरिक संबंध कधीच झाले नाहीत.

"इथे नाही म्हटलं तरी शंका घ्यायला जागा आहे, पण हरकत नाही. पुढे बोलू.''

तेवढ्यात तो वेटर एक नवीन नॅपकिन आणि सॅलडची नवी डिश घेऊन आला. पण इथल्या वातावरणाची त्याला चांगली कल्पना आलेली होती. त्यामुळे तो लगेच नाहीसा झाला.

"किती आठवडे झाले तुला दिवस जाऊन?'' जॅकनं विचारलं.

"सहा. पण ऑबस्टेट्रिशियनच्या म्हणण्याप्रमाणे सात. माझी अशी पक्की खात्री आहे, की आपण जी शेवटची रात्र एकत्र घालवली, त्याच वेळी हे घडलं. काय पण विरोधाभास आहे, नाही?''

"विरोधाभास नाही, याला मी आश्चर्य म्हणेन. पण हे कसं काय घडलं असेल?''

"ए, तू उगाच मला दोष देऊ नकोस. तुला आठवत असेल तर तू मला आदल्या दिवशी विचारलं होतंस की मी माझ्या मासिक पाळीच्या चक्रामध्ये कुठे आहे. मी तुला म्हटलं होतं, की आपण शारीरिक संभोग केला तरी बहुतेक चालेल, पण सुरक्षित काळ जवळजवळ संपलेला आहे. पण जेव्हा आपण शारीरिकदृष्ट्या जवळ आलो तेव्हा पुढचा दिवस खरं म्हणजे सुरू झालेला होता. पहाटेचे दोन-अडीच झालेले होते त्यावेळी.''

"मग तू त्याच वेळी थांबवलं का नाहीस?''

लॉरीनं पुन्हा चिडून त्याच्याकडे पाहिलं. "मला पुन्हा भडकवतोयस तू. तू सगळा दोष मलाच देतोयस असं दिसतंय. आणि दुसरी गोष्ट, त्या वेळी जवळ येण्याचा निर्णय आपण दोघांनीही घेतलेला होता, मी एकटीनं नव्हे आणि आपल्या दोघांनाही सगळ्या गोष्टी माहीत होत्या.''

"शांत हो, लॉरी.'' जॅकनं तिला चुचकारत म्हटलं. "मी खरोखरच तुला दोष देत नाहीय. मी फक्त परिस्थिती समजावून घेण्याचा प्रयत्न करतोय. तुला दिवस गेलेत या गोष्टीनं मला आश्चर्याचा जबर धक्का दिलाय. अगदीच अनपेक्षित होतं

हे. इतकी वर्षं आपण ही गोष्ट टाळली, मग आत्ताच कशी चूक झाली आपल्याकडून?''

लॉरीच्या नजरेतला संताप एकदम निवळला. तिनं एक मोठा थोरला श्वास घेऊन सोडून दिला. ''मला वाटतं, ही वेळ सत्य परिस्थितीला सरळ सामोरं जाण्याचीच आहे. त्या वेळी मला जेव्हा आता आपण शारीरिक संभोग करणार असं वाटलं, तेव्हाच मला जाणवत होतं की कदाचित आपण चान्स घेत असू. आणि तुलाही असंच वाटत असणार अशी माझी खात्री होती. तो पाळीनंतरचा दहावा दिवस असल्यामुळे त्यात फारसा धोका नाही असं वाटत होतं मला, पण लहान असो वा मोठा, तो धोकाच पत्करत होतो आपण. आणि माझ्या मनात तुझ्याशी लग्न करायचं, मुलं होऊ द्यायची या गोष्टी सारख्याच येत असल्यामुळे मानसिक दृष्टीनं मी तो धोका पत्करायला तयारही होते. मी तुझ्या दृष्टीनं ही विचार केला, तेव्हा मला वाटलं की तुझे विचारही असेच असणार, मनात खोल कुठे तरी तुलाही वाटत असणार, की आपल्याला मूल झालं तर आपल्या भूतकाळातल्या घटनांच्या चक्रातून आपल्याला बाहेर पडून नव्यानं आयुष्य सुरू करण्यासाठी जो एक धक्का मिळावा लागतो, तो आपोआपच मिळेल. कदाचित असंही असेल, की तुझ्या दृष्टीनं विचार करतानासुध्दा माझ्याच मनातल्या सुप्त इच्छा तुझ्यावर लादत असेन. जे काही असेल ते असो, पण आहे हे सगळं असं आहे.''

लॉरीनं जे सांगितलं, त्यावर विचार करण्यात जॅक बुडून गेला. आजवर अनेकदा त्याच्या जीवनात कसोटीचे क्षण आलेले होते, कठीण प्रसंग आले होते आणि हा क्षणही तेवढाच कसोटी बघणारा होता. कदाचित आपण आणखी एक मूल या जगात आणलेलं असेल या नुसत्या जाणिवेनंच तो मुळापासून हलून गेलेला होता. अगदीच बेसावध असताना त्याच्यावर ही बातमी कोसळलेली होती. आपण त्या बाळावर भरपूर माया करणार, त्याचा आपल्याला लळा लागणार आणि आपण माया केलेली माणसं भयंकर रीतीनं आपल्याला सोडून निघून जातात, त्यानं मनाशी म्हटलं. आधीच आपली बायको आणि मुली अपघातात सापडून आपल्याला कायमच्या दुरावल्या आहेत. या वेळीही असंच काही झालं तर तो आघात सहन तरी करू शकू का आपण? आधीच्याच जखमा अजून ठुसठुसताहेत, त्यात हा नवीन घाव बसला तर काय होईल आपलं? तरी पण या सगळ्या भयंकर विचारांच्याही वर एक चांगली गोष्टही त्याला जाणवत होती. अत्यंत क्लेशदायक परिस्थितीत गेलेल्या मागच्या दीड महिन्यात त्याला एक गोष्ट निर्विवादपणे कळून चुकली होती, की आपण कितीही तुसडेपणाचा आव आणला तरी लॉरीवर आपलं मनापासून प्रेम बसलंय. आता या क्षणीच्या परिस्थितीत याचा काय उपयोग आहे, हे मात्र त्याला कळत नव्हतं. कारण तिच्या त्या दोस्ताबद्दल तिला नेमकं काय वाटतं, हेही त्याला माहीत नव्हतं.

''तू असा गप्प बसलास की मला त्रास होतो, जॅक.'' लॉरीनं म्हटलं. ''गप्प बसण्याचा एक तर तुझा स्वभाव नाही हे एक कारण आहे, पण त्यापेक्षाही महत्त्वाचं म्हणजे मला तुझ्याकडून काहीतरी प्रतिसादाची अपेक्षा आहे. मला त्याची गरज आहे. तुला या गोष्टीबद्दल काय वाटतं, हे कळू दे मला – भले मग ते वाईट का असेना. आपल्याला काही गोष्टी ठरवायला हव्या आहेत. किंवा तुला त्या भानगडीतच पडायचं नसलं तर तसं सांग, म्हणजे मग काय ते निर्णय मी घेईन. घ्यावेच लागतील मला.''

जॅकनं मान डोलावली. ''असं म्हणू नकोस, लॉरी. आपण जे काही ठरवायचंय त्यात मलाही नक्कीच सहभागी व्हायचंय. पण हे काही बरोबर नाही – तू आत्ताच मला हे सांगितलंस आणि लगेच माझ्याकडून उत्तराची अपेक्षा करतेयस. मलाही विचार करायला थोडा वेळ देशील की नाही? तुला शंका आल्याबरोबर जर तू मला हे सांगितलं असतंस तर मी इथे येण्याआधी थोडा विचार करून ठेवला असता. म्हणजे मग आताच्या आपल्या बोलण्याला काही अर्थ आला असता.''

लॉरीनं थोडा विचार केला. ''बरोबर आहे तुझं म्हणणं. मला जरी कितीही वाटत असलं की माझ्या मनात आहे तेच उत्तर तू मला द्यावंस, तरी मी तुला एकदम असं अडचणीत टाकणार नाही.''

''म्हणजे? मी काय उत्तर द्यावं असं मनात आहे तुझ्या?''

पुढे झुकून लॉरीनं त्याचा हात घट्ट पकडला. ''माझ्या मनातलं उत्तर मी तुझ्या तोंडून नक्कीच वदवून घेणार नाही, जॅक. मी तेवढी स्वार्थी नाही. पण माझी इच्छा मात्र आहे, की या प्रसंगातून काही तरी सकारात्मक निघावं. आपल्याला मूल झालं की तुलाही तुझं इतक्या वर्षांचं दुःख विसरायला मदत व्हावी, असं वाटतं मला. आपल्याला मूल झालं तरी त्यानं तुझ्या बायकोच्या आणि मुलींच्या स्मृतींचा अपमान होईल असं नव्हे. त्या बाबतीत मला तुझ्याबद्दल पूर्ण सहानुभूती आहे आणि पुढेही ती तशीच राहील. तू घरी जाऊन यावर विचार कर. मी या वीकएंडला ऑन कॉल आहे. त्यामुळे मी घरी नसले तर मी ओसीएमईमध्ये असेन. तुझ्या फोनची मी वाट बघेन.''

''चालेल. हरकत नाही.'' जॅकनं थकलेल्या आवाजात म्हटलं.

''ए! असा निराश नको होऊस माझ्यामुळे!'' लॉरीनं त्याला डिवचलं.

''नाही, तसं नाही, पण एक सांगतो तुला. माझी भूकच मेलीय.''

''माझीही भूक मेलीय.'' लॉरीनं मान डोलावली. ''आपण निघू या आता. दोघांनाही भरपूर त्रास झालाय डोक्याला.'' तिनं वेटरला हात केला.

सोळा

खुर्चीवर मागे रेलून बसत रॉजरनं दोन्ही हात ताठ उंचावत मोकळे केले. सेंट फ्रान्सिस हॉस्पिटलच्या ह्यूमन रिसोर्स डिपार्टमेंटच्या या कॉन्फरन्स रूममधल्या खुर्चीवर एवढा वेळ बसून काम केल्यामुळे तो पुरता अवघडून गेलेला होता. रूममधल्या त्या लांबलचक टेबलावर कॉम्प्युटर प्रिंटआऊट्सचे बरेच काही वेगवेगळे छोटे गठ्ठे व्यवस्थित ठेवलेले होते, शिवाय एक सीडी सुध्दा होती. त्याच्यासमोर डिपार्टमेंटची प्रमुख रोझालिन लिओनार्ड बसलेली होती. उंच, अत्यंत आकर्षक पण गंभीर दिसणाऱ्या या स्त्रीचे केस काळेभोर होते आणि त्वचा अत्यंत नितळ आणि नाजूक होती. सुरुवातीला ती रॉजरच्या करिष्म्याला मुळीच बधली नव्हती. कुणावरही सहज मोहिनी टाकणाऱ्या रॉजरला अर्थातच हा आपला अपमान वाटला होता. पण त्यानं काही तिला वश करण्याचे प्रयत्न सोडले नव्हते. हळूहळू का होईना, त्याच्या प्रयत्नांना यश आलं होतं. तिनं हळूहळू त्याला प्रतिसाद द्यायला सुरुवात केली होती. गेल्या तासाभरात तर ती चांगलीच खुलली होती. तिच्या हाताच्या बोटात ती लग्न झाल्याची खूण असणारी अंगठी नाही, हे रॉजरच्या तयार नजरेतून सुटणं शक्यच नव्हतं आणि मोठ्या खुबीनं त्यानं तिला बोलतं करून ही माहिती काढून घेतली होती. ती एकटीच आहे आणि सध्या तरी तिचा कोणी बॉयफ्रेंड नाही म्हटल्यावर तर त्यानं तिला डिनरला येण्याबद्दल विचारावं का, असाही विचार केला होता हो, कारण लॉरीशी जर आपलं नाहीच जमलं तर?

त्या दिवशी दुपारी जेव्हा रॉजर इकडे क्वीन्स विभागात आला होता, तेव्हा त्याला जणू आपल्या घरी आल्यासारखं वाटलं होतं. कारण सेंट फ्रान्सिस हॉस्पिटल

रेगो पार्कच्या पूर्व बाजूला होतं आणि रेगो पार्क पासून – तो ज्या भागात लहानाचा मोठा झाला होता – तो फॉरेस्ट हिल्स भाग हाकेच्या अंतरावर होता. त्याचे आईवडील आता हयात नव्हते, पण त्याच्या जुन्या घराच्या परिसरात अजूनही तीन आत्या आणि एक काका राहात होते. क्वीन्स बुलेव्हर्डवरून टॅक्सीनं जाताना त्यानं तिकडच्या बाजूला दृष्टिक्षेप टाकला होता आणि ठरवलं होतं, की काम उरकून परत येताना तिकडे एक धावती का होईना, पण भेट द्यायची.

लॉरीच्या त्या हत्यासत्राच्या तपासाच्या कामात रॉजरनं बरीच प्रगती केली होती. मॅनहटन जनरलचा एचआरडी प्रमुख ब्रूस मार्टिन बरोबरची त्याची मीटिंगही चांगलीच यशस्वी झाली होती. सुरुवातीला रॉजरनं सरळसरळ त्याच्याकडे जेव्हा कर्मचाऱ्यांची रेकॉर्ड्स मागितली होती, तेव्हा ब्रूसनं अशी माहिती आपण सरकारी नियमांच्या अडथळ्यामुळे देऊ शकत नसल्याचं सांगितलं होतं. त्यामुळे मग रॉजरला थाप मारणं भागच पडलं होतं. मेडिकल स्टाफचा प्रमुख म्हणून आपण एक संशोधन करत असल्याचं त्यानं सांगितलं होतं – विशेषत: रात्रपाळीमध्ये, त्यातही नवीन लोकांच्या बाबतीत डॉक्टर लोक आणि नर्स, वॉर्डबॉय यासारख्या कर्मचाऱ्यांमध्ये एकमेकांशी कसे व्यवहार चालतात याबद्दलचं संशोधन. आपल्या मूळ उद्देशाबद्दल त्यानं चकार शब्द उच्चारला नव्हता.

ब्रूसच्या ऑफिसमधून रॉजर बाहेर पडला होता, ते मॅनहटन जनरलच्या सगळ्या कर्मचाऱ्यांची यादी आणि विशेषत: रात्रपाळीत काम करणाऱ्या, त्यातही नोव्हेंबरच्या मध्यापासून नव्यानं आलेल्या कर्मचाऱ्यांची यादी मिळण्याचं आश्वासन खिशात टाकूनच. आपण अशी मधल्याच तारखेपासूनची यादी का मागतोय याचा ब्रूसला संशय येईल की काय, अशी त्याला अंधुकशी काळजी वाटत होती, पण तसं काही झालं नव्हतं. आजच्या आज ही यादी तुझ्या टेबलावर पोचेल असं आश्वासन ब्रूसनं त्याला दिलं होतं.

ब्रूसनं आणखी एक महत्त्वाचं काम केलं होतं, ते म्हणजे त्यानं सेंट फ्रान्सिसमधली एच आर डी प्रमुख रोझालिन लिओनार्डला फोन करून तिला रॉजर तिकडे येतोय आणि का येतोय, ते कळवलं होतं. या फोनचं महत्त्व रॉजरला त्यावेळी कळलं नव्हतं. पण रोझालिनशी बोलल्यावर मात्र त्याला समजलं होतं, की आपण जर तसेच आलो असतो तर या बाईनं आपल्याला हाकलूनच लावलं असतं. पण ब्रूसच्या फोन मुळे तिनं रॉजर येण्याआधीच त्यातलं सुरुवातीचं काम करून ठेवलं होतं. कारण एकंदरीत असं दिसत होतं, की रॉजरला ज्या प्रकारच्या याद्या हव्या होत्या, त्या कॉम्प्युटरवरच्या वेगवेगळ्या स्त्रोतांमधून माहिती एकत्र करून तयार करणं भाग होतं. अमेरिकेअरच्या वेगवेगळ्या हॉस्पिटल्स मधल्या वेगवेगळ्या विभागांना जरी मध्यवर्ती ठिकाणहून अंदाजपत्रकं दिली जात असली, तरी त्यांचे कारभार मात्र स्वतंत्रपणे

चालत होते. ही गोष्ट रॉजरला कळल्यावर त्यालाही आश्चर्य वाटलं होतं.

मॅनहटन जनरल हॉस्पिटलमधून इकडे यायला निघण्याआधी रॉजरनं आणखी एक काम केलं होतं. डॉक्टर, नर्स वगैरे हॉस्पिटलच्या स्टाफवर नसणाऱ्या, पण मॅनहटन जनरल आणि सेंट फ्रान्सिस हॉस्पिटल अशा दोन्ही ठिकाणी ये-जा करण्याची परवानगी असलेल्या व्यावसायिक मंडळींची यादी करण्याचं काम त्यानं कॅरोलिनला सुरू करायला सांगितलं होतं. ही नावं कुठे वेगळी मिळतात का हेही त्यानं स्वत: कॉम्प्युटरवर पाहिलं होतं. पण अशी सगळ्यांची नावं एकाच ठिकाणी मिळणं कठीण आहे, हे त्याच्या लक्षात आलं होतं. आपण हॉस्पिटलमधल्या आपल्या एका कॉम्प्युटरवेड्या दोस्ताच्या मदतीनं अशी यादी काढण्याचा जास्तीत जास्त प्रयत्न करू, असं कॅरोलिननं त्याला सांगितलं होतं.

''हे घे. संपलं आता.'' रूममधल्या टेबलाच्या सुंदर गुळगुळीत पृष्ठभागावरून रॉजरकडे कॉम्प्युटर प्रिंटआऊट्सचा एक शेवटचाच लहानसा गठ्ठा सरकवत रोझालिननं म्हटलं. मग तिनं एकेका गठ्ठ्यावर हात ठेवत कशात कोणती यादी आहे ते सांगायला सुरुवात केली. ''ही नोव्हेंबरच्या मध्याला सेंट फ्रान्सिसमध्ये असलेल्या सगळ्या कर्मचाऱ्यांची यादी. त्यातच रात्रपाळीत काम करणाऱ्यांच्या नावापुढे तसं लिहिलंय. ही यादी नोव्हेंबरच्या मध्यापासून जानेवारीच्या मध्यापर्यंत हॉस्पिटल सोडून गेलेल्या किंवा हॉस्पिटलनं काढून टाकलेल्या लोकांची. ही यादी नोव्हेंबरच्या मध्याच्या वेळी आमच्याकडे पूर्ण वेळ काम करणाऱ्या व्यावसायिक लोकांची आणि ही जी शेवटची यादी आहे, ती आमच्याकडच्या व्यावसायिक लोकांची, त्यातही ज्यांना दोन्ही हॉस्पिटलमध्ये भेट देण्याची परवानगी आहे, त्यांची आहे. पुरे ना? का आणखी काही हवं होतं? नोव्हेंबरच्या मध्यानंतर नवीन आलेल्या लोकांची यादी हवीय?''

''नको, नको.'' रॉजरनं म्हटलं. ''मला वाटतं, मला जे हवंय ते सगळं यात मिळेल.'' त्यानं एकदा ती मोठी यादी चाळून बघितली आणि आश्चर्यानं स्वत:शीच मान डोलावली. ''एक अमेरिकन हॉस्पिटल चालवायला एवढी माणसं लागतात हे मला माहीतच नव्हतं.'' त्याला खरं म्हणजे बोलणं दुसऱ्या विषयाकडे वळवायचं होतं. कारण रोझालिनसारख्या चाणाक्ष बाईला आपल्या मूळ हेतूबद्दल कधीही शंका येऊ शकते, हे त्याच्या लक्षात आलेलं होतं.

''खरं तर अमेरिकेअरच्या अखत्यारीतल्या इतर हॉस्पिटल्सप्रमाणे आमच्या इथे जेवढी गरज आहे, त्यापेक्षा कमीच लोक आहेत.'' रोझालिननं म्हटलं. ''मॅनेज्ड-केअर क्षेत्रातल्या सगळ्या ठिकाणी जसं चालतं, तसं अमेरिकेअरसुध्दा एखादं हॉस्पिटल ताब्यात घेतलं, की आधी जवळजवळ प्रत्येक डिपार्टमेंटमधली माणसं कमी करते. हे मला माहितेय, कारण ते वाईट काम मलाच करावं लागतं. इथेही

बऱ्याच लोकांना मला काढून टाकावं लागलंय.''

"फार अवघड गेलं असेल नाही तुला ते?'' रॉजरनं सहानुभूतीने म्हणत हातातली यादी बाजूला ठेवून सेंट फ्रान्सिस हॉस्पिटल सोडून गेलेल्या लोकांची यादी उघडली. ही यादीसुध्दा त्याला वाटलं होतं त्यापेक्षा चांगलीच लांबलचक होती. शिवाय त्या यादीत त्याला अपेक्षित असलेली बरीच माहितीही दिसत नव्हती – हे लोक कुठल्या पाळीत काम करत होते, ते स्वतःच राजीनामा देऊन निघून गेले की त्यांना काढून टाकलं आणि ही नोकरी सोडल्यावर ते कुठे गेले. "बाप रे! ही यादीही चांगलीच मोठी दिसतेय. नेहमीसुध्दा हे प्रमाण असंच असतं?''

"सर्वसाधारणपणे तुझ्या प्रश्नाचं उत्तर 'हो' असंच आहे, पण ही यादी एवढी मोठी असण्याचं दुसरं एक कारण म्हणजे, तू ज्या काळातल्या लोकांच्या नावांची यादी मागितली होतीस, त्यात बऱ्याच सुट्ट्याही होत्या. लोक जर नोकरी बदलायचा विचार करत असले, तर बऱ्याचदा दुसरीकडे रुजू होण्याआधी ते काही दिवस सुट्टी घेऊन मजा करतात. त्या दृष्टीनं हा सुट्ट्यांचा काळ फार सोयीचा असतो.''

"शिवाय यात बऱ्याचशा नर्सेसचीच नावं आहेत.''

"हो, हेही खरंय. चांगल्या नर्सेसचा कायम तुटवडा असतो, त्यामुळे त्यांना नेहमीच भरपूर मागणी असते. हॉस्पिटल्समध्ये ही नर्सेसची रस्सीखेच कायमच चाललेली असते. आता तर आम्ही परदेशातून नर्सेसची भरती करायचा विचार करतोय.''

"खरं सांगतेस?'' रॉजरनं आश्चर्यानं म्हटलं. तिसऱ्या जगातल्या देशांमधून अमेरिकेत डॉक्टर लोक शिकायला येतात, पण परत न जाता इथेच राहातात, हे रॉजरला माहीत होतं. पण नर्सेसच्याही बाबतीत हा प्रकार त्याला नवीन होता. त्याच्या चेहऱ्यावर तीव्र नापसंती उमटली. गरीब देशांमध्ये चांगल्या डॉक्टरांची, नर्सेसची आणि एकूणच वैद्यकीय सेवांची किती प्रचंड गरज आहे, हे त्यानं जवळून पाहिलेलं होतं. त्यामुळे नैतिकदृष्ट्या त्याला ही गोष्ट मुळीच पटली नाही. पण हे विचार त्यानं निग्रहानं दूर सारले. "हे लोक इथून नंतर कुठे गेले, याची माहिती नाही इथे.''

रोझालिननं नकारार्थी मान हलवली. "ती माहिती कॉम्प्युटरवर ठेवलेली नाही, कारण बऱ्याचशा लोकांनी तसं काही कळवलं नाही. फक्त इथून जर कोणी नवीन ठिकाणी शिफारस पाठवण्याची विनंती केली असली, तर त्या व्यक्तीच्या बाबतीतच ही माहिती मिळू शकते आणि ती सुध्दा त्या व्यक्तीच्या नावाच्या फाईलमध्ये ठेवलेली असते. शिवाय ही माहिती आम्ही त्या माणसाच्या परवानगीशिवाय कुणाला देऊही शकत नाही, कारण त्या बाबतीतले कायदे किती कडक आहेत हे मी तुला सांगायला नको.''

रॉजरनं मान डोलावली. "पण मला कुणा एखाद्या व्यक्तीच्या संदर्भात माहितीची

गरज पडली तर? म्हणजे सेंट फ्रान्सिसमध्ये असताना ही माणसं त्यांच्या सहकाऱ्यांशी नीट वागत होती का, किंवा कुणावर कधी शिस्तभंगाबद्दल कारवाई केली होती का, अशी काही माहिती मला हवी असली तर?''

''ते मात्र जरा अवघड वाटतंय.'' रोझालिननं थोडा विचार करून म्हटलं. ''हे जे तुझं संशोधन आहे, ते अंतर्गत स्वरूपाचं आहे, की तू ते प्रसिध्द करायचा विचार करतोयस?''

''नाही, नाही. हे अगदी अंतर्गत स्वरूपाचं संशोधन आहे, अगदी निवडक लोकांपर्यंत ते पोचणार आहे आणि ते सुध्दा सगळे मोठमोठे ॲडमिनिस्ट्रेटिव्ह ऑफिसर आहेत. ते प्रसिध्द करण्याचं तर मुळीच माझ्या मनात नाही.''

''हं. असं असेल तर मग मी तुला आणखी थोडी मदत करू शकेन. फक्त एकदा मला ही गोष्ट आमच्या प्रेसिडेंटच्या कानावर घालावी लागेल. हे आता मला सोमवारीच करता येईल. चालेल का तुला?''

''नाही, नको.'' रॉजरनं चटकन म्हटलं. आपला हा तथाकथित अभ्यास त्याला एवढ्या वरच्या माणसांपर्यंत मुळीच पोचून चालणार नव्हता. ''मला तशी खरंच गरज लागली, तरच हा प्रश्न आहे. आणि त्यावेळी मी तुला सांगेन. पण मला बहुधा तशी काही गरज लागणार नाही.''

''लागली तर मला फक्त एक दिवस आधी सांग.''

रॉजरनं मान डोलावून लगेच विषय बदलला आणि घसा खाकरला. आता मुख्य प्रश्न. ''हे जे लोक सेंट फ्रान्सिस सोडून गेले, त्या पैकी कोण लोक मॅनहटन जनरलमध्ये नोकरीला लागले, अशी काही माहिती मिळेल का कुठे? म्हणजे, शेवटी हे लोक अमेरिकेअर फॅमिलीतच राहिले ना, म्हणून विचारतोय.''

''अशी माहिती कुठे असलीच तर त्याची मला तरी काही कल्पना नाही. कारण अमेरिकेअरमध्येच जरी हॉस्पिटल्स असली, तरी ती संपूर्णपणे स्वतंत्रपणे चालवलेली असतात. त्यामुळे मोठ्या प्रमाणावर व्यवसाय केल्यामुळे जे आपोआप फायदे होतात, खर्च वगैरे वाचतात, ते अमेरिकेअरच्या बाबतीत फक्त वस्तूंच्या खरेदीच्या किमतीत थोडी सवलत आणि वाहतुकीचा खर्च, एवढ्याच स्वरूपात असतात. त्यामुळे सेंट फ्रान्सिस आणि मॅनहटन ही दोन्ही अमेरिकेअरचीच हॉस्पिटल्स असली, तरी त्यांचा तसा काही संबंध नाही. आमच्या दृष्टीनं सेंट फ्रान्सिसमधून बाहेर पडलेला माणूस मॅनहटन जनरलला गेला काय, किंवा आणखी कुठे गेला काय, दोन्ही सारखंच आहे.''

रॉजरनं पुन्हा मान डोलावली. त्याच्या लक्षात आलं, की ऑफिसमध्ये परत गेल्यावर या याद्यांमधून योग्य तो अन्वयार्थ लावून त्यातून आपल्याला हवी ती माहिती मिळवण्यात आपला बराच वेळ जाणार आहे. लॉरीला तिच्या घरी जाऊन

भेटण्यासाठी एक सबब म्हणून इथूनच काही तरी माहिती घेऊन जाण्याची शक्यताही त्यामुळे बरीच दुरावलेली होती. त्यानं घड्याळात पाहिलं. पावणे सात वाजले होते. रात्र केव्हाच पडलेली होती.

"फार वेळ थांबवून ठेवलं तुला." रॉजरनं हसून म्हटलं. "तू मला खूप मदत केलीयस. आणि विशेषत: आज शुक्रवारची रात्र असूनही तुला माझ्यामुळे थांबावं लागलं. मलाच फार अपराधी वाटतंय त्याबद्दल. तुझेही काही ना काही प्रोग्रॅम्स असतीलच ना, आज वीकएंडची रात्र आहे म्हटल्यावर?"

"नाही, तसं काही नाही, डॉक्टर रूसो. ब्रूसनं मला फोन करून तू येत असल्याचं कळवलं, तेव्हा तुझ्याबद्दल बरंच बोलत होता तो. तू 'मेडिसिन्स सान्स' मध्ये होतास म्हणे?"

"हो, खरंय." रॉजरनं मोठ्या विनयानं, हळूच म्हटलं.

"थँक्यू, डॉक्टर." रोझालिननं म्हटलं.

"माझे कसले आभार मानतेस? उलट मीच तुझे आभार मानायला हवेत."

" 'मेडिसिन्स सान्स फ्रंटियर्स' जगभर जे काम करते, त्याबद्दल मी बरंच वाचलंय. त्यामुळे तुझ्याबरोबर मला काम करायला मिळालं हा माझा मोठा बहुमान समजते मी."

"सगळ्या जगभरात, विशेषत: गरीब देशांमध्ये अगदी मूलभूत वैद्यकीय सेवांची सुध्दा फार मोठी गरज आहे." रॉजरनं म्हटलं. बोलण्याचा ओघ वैयक्तिक पातळीकडे वळल्याबरोबर त्याला एकदम सुटल्यासारखं वाटत होतं.

"खरंय. तू कुठे कुठे गेला होतास?"

"दक्षिण पॅसिफिक भागात होतो, अति पूर्वेच्या देशांमध्ये होतो आणि शेवटी आफ्रिकेत." रॉजरनं स्मित केलं. "सगळीकडे एक तर घनदाट जंगलं होती, किंवा मग एकदम वाळवंट तरी." आपल्याबद्दल कोणी विचारलं की काय काय सांगायचं हे त्याचं आता ठरूनच गेलेलं होतं. लॉरीलाही त्यानं हेच सांगितलेलं होतं. आणि त्याच्या या हकिगतीचा समोरच्या माणसावर मोठाच परिणाम व्हायचा.

"ओ हो! एखाद्या सिनेमात दाखवतात तसंच दिसतंय हे. बरं, पण मग तू 'मेडिसिन्स सान्स फ्रंटियर्स' सोडलंस ते कशासाठी?"

रॉजरच्या चेहऱ्यावरचं हास्य आणखी रुंदावलं. मोठ्या नाटकीपणानं त्यानं एक मोठा थोरला श्वास घेतला. "जग बदलण्याचं माझं स्वप्न होतं, त्यामुळे मी 'मेडिसिन्स' मध्ये गेलो होतो. पण हळूहळू माझ्या लक्षात येत गेलं, की हे काम आपल्या एकट्याच्या कुवतीबाहेरचं आहे. मी माझ्या परीनं प्रयत्नांची पराकाष्ठा केली, पण ते अशक्यच होतं. हळूहळू माझ्या मनाला मायदेशी परत येण्याची ओढ लागली. ते स्थलांतर करून परत घरी येणारे पक्षी असतात ना, तसंच वाटायला

लागलं, की आता पुरे झाली ही भटकंती. यावं परत इकडे आणि आपलं घर वसवावं. लग्न, बायकामुलं, परिचित वातावरण, मित्रमैत्रिणी, सगळं हवंहवंसं वाटायला लागलं. आणि मी इथे न्यूयॉर्कलाच परत यायचं ठरवलं, कारण माझा जन्म ब्रुकलिनला झालाय आणि इथेच फॉरेस्ट हिल्सच्या भागात माझं बालपण गेलंय.''

''वा! हाऊ रोमँटिक! मग कुणी स्वप्नातली सुंदरी भेटली की नाही?''

''छे! इथे येऊन घर शोधण्यात आणि नोकरी शोधण्यात मी इतका गुंतून गेलो, होतो, की कोणी पोरगी शोधायला वेळच नव्हता मला.''

''तुझ्यासारख्या माणसाला पोरगी मिळवणं मुळीच जड नाही.'' रोझालिननं आपले कागदपत्र गोळा करत म्हटलं. ''तू एवढ्या देशांमध्ये हिंडून आलायस, एवढे अनुभव घेतलेत, एकदा ऐकायला पाहिजे ती हकिगत.''

एवढं 'कम-ऑन' मिळाल्यावर रॉजर ही संधी सोडणं शक्यच नव्हतं. ''जरूर.'' त्यानं खूष होत म्हटलं. ''एकदा का? आत्ताच जाऊ या – अर्थात, तुझी हरकत नसेल तर. उलट मी तर तुला माझ्याबरोबर डिनरला येशील का, असंच विचारणार होतो. तुला एवढा वेळ इथे थांबवून ठेवल्यावर मला निदान एवढं तरी केलंच पाहिजे. चल, येतेस? प्लीज, नाही म्हणू नकोस.''

या अनपेक्षित बोलावण्यानं रोझालिन क्षणभर गांगरून गेली. ''ठीक आहे. चल.'' तिनं खांदे उडवत म्हटलं.

''चल!'' रॉजरनं उठून हातपाय ताणत एक आळस दिला. ''इथे जवळच रेगो पार्कमध्ये एक बरंच जुनं इटालियन रेस्टॉरंट आहे. पूर्वी म्हणे इथल्या माफिया गुंडांचा तो भेटण्याचा अड्डा होता. मी बऱ्याच वर्षांपूर्वी तिथे गेलो होतो, तेव्हा तरी तिथले पदार्थ फार मस्त होते आणि खास इटालियन वाईनही. तिकडे जाऊ या?''

रोझालिननं पुन्हा खांदे उडवले. ''चालेल, जाऊ या, पण फार उशिरापर्यंत थांबता येणार नाही मला.''

''हो आणि मलाही. तिथून मी सरळ ऑफिसला जाणार आहे.''

''जस्मिन रॅकोक्झी!'' कोणी तरी हाक मारली.

मशीनमध्ये पाय गुंतवून पालथी झोपून आपल्या मांड्यांच्या मागच्या स्नायूंना आणि पार्श्वभागाला व्यायाम देत असलेल्या जॅझनं आपला व्यायाम थांबवला. मान वळवून आवाजाच्या दिशेनं पाहिलं. तिला फक्त पायच दिसत होते, पण ते पोरीचे होते. तिला गंमतच वाटली. कानातून इअरफोन काढून तिनं वर पाहिलं. त्या पोरीचा चेहरा तिला नीट दिसत नव्हता, कारण प्रकाश तिच्या डोक्याच्या मागच्या बाजूनं येत होता.

''तुम्हाला त्रास दिल्याबद्दल सॉरी.'' त्या पोरीनं म्हटलं.

व्यायाम करत असताना मध्येच कुणी तरी आपल्याला थांबवतंय म्हटल्यावर जॅझ जरा चिडली आणि मशीनमधून पाय सोडवून घेऊन ती उठून बसली. आता तिला त्या पोरीचा चेहरा जरा नीट दिसत होता. पुढच्या रिसेप्शनच्या काऊंटरवर तिला बसलेली बघितल्याचं तिला आठवत होतं.

''काय झालं?'' टॉवेलनं चेहरा पुसत जॅझनं विचारलं.

''बाहेर लॉबीमध्ये दोघंजण आलेत, तुम्हाला भेटायला.'' त्या पोरीनं म्हटलं. ''तुम्हाला लगेच भेटायचंय असं त्यांनी सांगितलं. मि. हॉनर त्यांना आत सोडायला तयार नाहीत, त्यामुळे ते बाहेर थांबलेत.''

जॅझ नकळत शहारली. तिच्या डोळ्यांसमोरून मि. बॉब आणि मि. डेव्हच्या त्या अनपेक्षित भेटीचा प्रसंग चमकून गेला. पण तरीही मि. बॉब इतक्या उघडपणे आपल्याला भेटायला आला असेल असं तिला वाटेना.

''ओके.'' जॅझनं म्हटलं आणि परत बाहेर जाणाऱ्या त्या पोरीकडे बघत, विचार करत तिनं आपली पाण्याची बाटली उघडून एक घोट घेतला. तिला एकदम आपल्या 'ग्लॉक' पिस्तुलाची आठवण झाली. लॉकरमध्ये अडकवलेल्या कोटाच्या खिशात ते होतं. काही गडबड असली तर ते हाताशी असावं, तिनं मनात म्हटलं. पण गडबड कशाला असेल? मल्हॉसेनचं आपलं काम तर बिनबोभाटपणे पार पडलंय. गडबड असण्याची दुसरी शक्यता म्हणजे त्या चॅपमनच्या खुनाच्या तपासात काही तरी निघालेलं असू शकेल. त्या वेळी रात्रपाळीला हजर असलेल्या सगळ्यांची चौकशी दोघा थकलेल्या पोलिसांनी केली होती, तसेच तिलाही त्यांनी प्रश्न विचारले होते. पण त्यातून काहीचं निघालं नव्हतं. ही गोष्ट तिला बाकीच्या नर्सेसशी गप्पा मारल्यावर समजलेली होती. जबरी चोरीच्या प्रयत्नातच चॅपमन बाईंची हत्या झाली असावी, असाच समज अजूनही सगळीकडे होता. हॉस्पिटलच्या सुरक्षा व्यवस्थेतही भरपूर वाढ करत असल्याचं त्या लोकांनी सांगितलेलं होतं.

विचारमग्न अवस्थेत जॅझ वेट रूममधून बाहेर पडली. नेहमीप्रमाणे पुरुषांच्या आपल्यावर खिळलेल्या नजरा तिला या वेळी जाणवल्या नाहीत. लॉकर रूममध्ये शिरता शिरता दारातच ठेवलेल्या टबमधून तिनं एक कोक उचलला. लॉकर उघडून तिनं चटकन आपला कोट चढवला आणि आधी उजवा हात खिशात घालून 'ग्लॉक' चाचपून बघितलं.

उजवा हात 'ग्लॉक'वरच ठेवून डाव्या हातात कोक घेऊन जॅझ लॉबीच्या दाराशी गेली आणि खांद्यानं धक्का देऊन तिनं दार उघडलं. काऊंटरच्या पलीकडे एक बऱ्यापैकी मोठी सिटिंग रूम होती. तिथून थोडं पुढे एक रेस्टॉरंट आणि बार होता आणि शेजारीच एक खेळात वापरण्याच्या कपड्यांचं छोटंसं दुकानही होतं.

जॅझनं आजूबाजूला असलेल्या लोकांवरून चटकन एक नजर टाकली. मि. बॉब

किंवा मि. डेव्ह, कोणीच दिसत नव्हतं. रिसेप्शन काऊंटरवर जाऊन तिनं आपल्याला कोण भेटायला आलंय, अशी चौकशी केली. मघाच्याच त्या पोरीनं खुर्च्यांवर बसून वर्तमानपत्रं चेहऱ्यासमोर धरलेल्या दोघांकडे बोट दाखवलं. ही माणसं नक्कीच मि. बॉब आणि मि. डेव्हसारखी दिसत नव्हती. त्यांच्या घाणेरड्या कपड्यांवरून ते दोघं कुठे तरी झोपडपट्टीत राहात असावेतसं वाटत होतं.

"मलाच भेटायला आलेत ना हे दोघं?" जॅझनं त्या पोरीला पुन्हा विचारलं. कदाचित साध्या कपड्यातले डिटेक्टिव्ह तर नसतील ना हे, चॅपमनच्या खुनाचा तपास करणारे? तिनं मनात म्हटलं, पण ती तशीच त्या दोघांपुढे जाऊन उभी राहिली. तिचा उजवा हात अजूनही खिशातल्या पिस्तुलावरच होता.

"हॅलो!" तिनं मोठ्यानं म्हटलं. "मला भेटायला आला आहात तुम्ही दोघं?"

त्या दोघांनी वर्तमानपत्रं खाली केली आणि जॅझचा चेहरा एकदम तांबडा लाल झाला. मोठ्या कष्टानं तिनं पिस्तूल खिशात ठेवलं. त्या दोघांपैकी एक म्हणजे चक्क तिचे वडील होते– गेझ रॅकोक्झी. दुसऱ्याला ती ओळखत नव्हती. दोघांच्याही चेहऱ्यांवर दाढीचे खुंट वाढलेले दिसत होते.

"जस्मिन डिअर, कशी आहेस तू?" गेझानं विचारलं.

त्यांच्यापासून चांगली तीन-चार पावलं दूर उभ्या असलेल्या जस्मिनला इतक्या दुरूनही त्यांच्या तोंडाचा दारूचा घाणेरडा वास येत होता. काही उत्तर न देता तिनं त्या दुसऱ्या माणसाकडे नजर टाकली.

"हा कार्लोस." तिच्या नजरेचा रोख पाहून त्यांनी ओळख करून दिली.

जॅझनं वडिलांकडे पाहिलं. बऱ्याच वर्षांत बापाला ती भेटलेली नव्हती आणि आपला बाप बहुतेक दारू पिऊन मेला असणार अशीच तिची समजूत होती. "माझा पत्ता कसा मिळाला तुम्हाला?"

"कार्लोसचा एक मित्र आहे, तो कॉम्प्युटरवेडा आहे. हल्ली इंटरनेटवर काहीही शोधून काढता येतं म्हणे. त्यानं शोधून काढलं तुला. त्यानं सांगितलं की तू ऑनलाईन गेम्स खेळतेस आणि 'चॅट रूम' का असल्याच काही तरी नावाचं काही तरी वापरतेस म्हणे. ते काही मला कळत नाही, पण त्यानं तुझा पत्ता मात्र शोधला. तू या क्लबची मेंबर आहेस, हेही त्यानंच शोधून काढलं." गेझानं इकडेतिकडे नजर फिरवली. "चांगला महागडा दिसतोय हा क्लब. म्हणजे तुझं बरं चाललेलं दिसतंय एकंदरीत. वा, पोरी! नशीब काढलंस!"

"तुम्ही इथे कशाला आला आहात?" जॅझनं चढ्या आवाजात विचारलं.

"खरं सांगायचं पोरी, तर मला थोडी पैशाची गरज आहे आणि तू चांगली महागडी नर्स आहेस असं कळलं तेव्हा म्हटलं तुला विचारावं. तुझी मम्मी गेलीय. मी जर कुठून तरी पैसा उत्पन्न केला नाही, तर ते लोक तिला कुठल्या तरी बेटावर,

साध्या लाकडाच्या शवपेटीत पुरतील.''

जॅझच्या डोळ्यांसमोर लहानपणी कमावलेल्या तेरा डॉलरचा प्रसंग चमकून गेला आणि त्या आठवणीनं ती भडकलीच एवढा वेळ तिनं उजव्या हाताचं बोट खिशातल्या 'ग्लॉक'च्या घोड्यावर ठेवलेलं होतं. तो न दाबता बोट बाजूला करायला तिला जरा त्रासच पडला.

''ए! चालता हो इथून!'' सरळ एकेरीवर उतरून ती दबक्या आवाजात खेकसली. आणि तशीच गर्रकन मागे वळून ती ताड ताड चालत लॉकर रूमकडे निघाली. तेवढ्यात गेझानं घाईघाईनं तिच्यामागून चालत जाऊन तिच्या खांद्याला धरून तिला मागे फिरवलं.

कमालीच्या संतापलेल्या जॅझनं खिशातून हात बाहेर काढला आणि हाताची मूठ वळून त्याच्या तोंडासमोर नाचवत म्हटलं, ''ए, पुन्हा जर अंगाला हात लावलास ना, तर याद राख! यापुढे जर तुझं थोबाड मला दिसलं, तर ठारच मारीन तुला! समजलं?''

पुन्हा वळून ती तिरीमिरीत लॉकर रूमकडे जाऊ लागली. आपण तिचा बाप असल्याचं गेझा त्याच्या साथीदाराला सांगत असल्याचं तिला ऐकू येत होतं, पण न थांबता ती तशीच पुढे जात राहिली. गेझाही पुन्हा काही तिच्यापाठोपाठ आला नाही. आपला लॉकर उघडून तिनं कोट आत अडकवला आणि पुन्हा वेट रूममध्ये जाऊन तिनं सगळे व्यायाम पुन्हा पहिल्यापासून करायला सुरुवात केली.

आपल्या मनातला संताप जिरवायला तिला भरपूर व्यायाम करून शरीर दमवणं आवश्यकच होतं आणि तसं झालंही. सगळे व्यायाम दोनदा केल्यानंतर ती चांगलीच थकलेली होती आणि तिचा संतापही निवळलेला होता. जरा वेळानं तर बापाच्या दयनीय अवस्थेचं तिला थोडंसं हसूही आलं. आणि आपली मम्मी नेमकी कधी गेली असेल? कधी का मरेना, म्हणा. इतकी जाड झालेली होती ती, की इतकी वर्षं ती जिवंत राहिली हेच आश्चर्य म्हणावं लागेल.

सगळे व्यायाम दोनदा केल्यामुळे जॅझचा बराच वेळही गेलेला होता. त्यामुळे नंतर तिनं आणखी वेळ न दवडता शॉवर घेऊन लगेच कपडे घातले. लॉकर रूममधून बाहेर येऊन तिनं लॉबीमधून एक नजर फिरवली. पण गेझा आणि त्याचा जोडीदार गेलेले दिसत होते.

गाडीपाशी येता येता जॅझला काल रात्रीच्या मि. बॉबच्या भेटीच्या प्रसंगाची आपोआपच आठवण झाली. त्यामुळे गाडीचं दार उघडल्याबरोबर तिनं आधी आत कुणी नाही ना, याची खात्री करून घेतली. काल रात्री त्या दोघांनी गाडीत लपून दिलेला धक्का खरं म्हणजे तिला मनापासून आवडलेला नव्हता. आपण फार सावध असतो, आपली नजर कायम सगळ्या गोष्टी बघत असते हा तिचा आजवरचा समज

त्या दोघांनी साफ खोटा ठरवलेला होता आणि ही गोष्ट अजूनही तिला डाचत होती.

गाडीत बसून जॅझनं बेल्ट लावला आणि गॅरेजमधून बाहेर पडणाऱ्या गाड्यांच्या छोट्याशा रांगेत गाडी उभी करून तिनं आपला ब्लॅकबेरी बाहेर काढला. गेल्या दोन रात्रीत तीन कामं पार पाडल्यामुळे खरं तर आता आणखी एखादं नाव ई-मेलवर आलं असण्याची फारशी शक्यता तिला वाटत नव्हती. तरी पण तिनं एकदा खात्री करून घ्यायचं ठरवलं.

जॅझनं गाडी हॉस्पिटलच्या दिशेनं वळवली. पहिल्याच चौकात सिग्नलचा लाल दिवा लागलेला होता, तिथं गाडी थांबवून तिनं 'मेसेजेस'मध्ये बघितलं. आश्चर्य म्हणजे, मि. बॉबनं आणखी एक ई-मेल पाठवलेला दिसत होता! जॅझनं चटकन तो उघडला. ''यस!'' ती खूष होऊन स्वत:शीच ओरडली. पडद्यावर आणखी एक नाव आलेलं होतं – पॅट्रिशिया प्रूट.

जॅझच्या चेहऱ्यावरचं हसू आणखी रुंदावलं. वा! म्हणजे सगळं काही ठीकठाक दिसतंय. उद्या रात्री आपल्या अकाउंटचा बॅलन्स साठ हजार झालेला असेल! साठ हजार!

सिग्नल हिरवा झाल्याबरोबर जॅझनं आपली हमर झपाट्यानं बाकी गाड्यांच्या पुढे काढली. नेहमी प्रमाणे टॅक्सी ड्रायव्हर्सना सतावण्याची तिला जाम खुमखुमी आलेली होती, पण तसं काहीच झालं नाही. आज का कोण जाणे, कोणीच टॅक्सीवाला तिच्याशी पंगा घ्यायला उत्सुक दिसत नव्हता. त्यामुळे ती सीटवर आरामात मागे रेलून बसली. डॅडींनी आपल्याला नेमकं कसं शोधून काढलं हे कोडं तिला उलगडत नव्हतं. 'चॅट रूम' आणि इंटरनेटवर आपण जरी बराच वेळ असलो तरी आपला ठावठिकाणा समजण्याच्या खाणाखुणा न ठेवण्याच्या बाबतीत आपण फार काळजी घेतो, अशी तिची समजूत होती, पण तीही समजूत खोटी ठरलेली दिसत होती. जाऊ दे, पण यापुढे आणखी काळजी घ्यायला हवी, तिनं मनात म्हटलं.

रॉजर आणि रोझालिनच्या डिनरला इतकी मजा आली होती, की रॉजरनं त्याची कल्पनाही केली नव्हती. त्यांच्या पहिल्या भेटीत, ऑफिसमध्ये तुटक आणि कोरडं वागणाऱ्या रोझालिननं सगळी कसर डिनरच्या वेळी भरून काढली होती. विशेषत: चार-पाच वाईनचे ग्लास रिचवल्यावर तर ती खुललीच होती. डिनरनंतर रॉजरनं तिला टॅक्सी करून देऊन घरी पाठवायचा विचार केला होता, पण तिनं एकाच टॅक्सीतून जाण्याचा हट्ट धरला होता. क्यू गार्डन्समध्ये तिची अपार्टमेंट होती. तिथे उतरल्यावर तिनं 'नाईटकॅप'साठी रॉजरला घरी यायचा इतका लाडिक हट्ट केला होता, की रॉजरला तो नाकारणं भयंकर जड गेलं होतं. त्याचं एक मन म्हणत होतं, चल जाऊ या, ती नाईटकॅप देईल मग नंतर आणखी काय काय देईल ते बघू या!

पण त्यानं ते मोठ्या निग्रहानं नाकारलं होतं.

फूटपाथवर उतरल्यावर त्या दोघांनी एकमेकांचं प्रदीर्घ चुंबन घेतलं होतं. टॅक्सीतही रोझालिन त्याला घट्ट बिलगून बसली होती. प्रचंड उद्दीपित झालेल्या रॉजरला त्यामुळे तिचा घरात चलण्याचा आग्रह नाकारणं भयंकर जड गेलं होतं. पण शेवटी ते त्याला जमलं होतं. याचं कारण असं होतं, की त्याला मॅनहटन जनरलला ऑफिसात परत जाऊन रोझालिननं दिलेल्या माहितीवर ताबडतोब काम करणं भाग होतं आणि त्याला भरपूर वेळही लागणार होता.

तिचा निरोप घेऊन एवढा वेळ थांबवून ठेवलेल्या टॅक्सीत बसून रॉजरनं मागे वळून पाहिलं होतं. टॅक्सी पार दिसेनाशी होईपर्यंत ती हात हलवून त्याला निरोप देत तिथेच उभी होती. रॉजर स्वत:वर बेहद्द खूष झाला होता. त्याची सेंट फ्रान्सिस हॉस्पिटलची भेट त्याच्या कल्पनेबाहेर यशस्वी झाली होती. त्याला हवी असलेली सगळी माहिती तर मिळाली होतीच, शिवाय रोझालिनसारखी इंटरेस्टिंग मैत्रीणही त्याला मिळाली होती.

मॅनहटन जनरलला रॉजर पोचला, तेव्हा रात्रीचे अकरा वाजत आले होते. आत शिरल्याबरोबर सगळ्यात आधी कॉफी शॉपकडे आपला मोर्चा त्यानं वळवला. खरीखुरी, कॅफिन असलेली एक गरमागरम कॉफी पिऊन तो तडक आपल्या ऑफिसमध्ये आला. एव्हाना कॉफीनं आपला परिणाम दाखवायला सुरुवात केलेली होती. थोड्याच वेळात वाईनमुळे त्याच्या डोक्यात निर्माण झालेलं शैथिल्य नाहीसं झालं. रोझालिन वगैरे सगळे विषय बाजूला करून त्यानं कामात स्वत:ला झोकून दिलं. पहाटे दोन वाजेपर्यंत त्यानं बऱ्यापैकी माहिती बाहेर काढलेली होती. लॉरीची मूळ कल्पना आणि नंतर त्या अनुरोधानं कसं पुढे जायचं याचे त्यानं शोधलेले मार्ग, या दोन्ही गोष्टी चांगल्या यशस्वी ठरलेल्या होत्या. सुरुवातीला आपल्या खटपटीला कितपत यश मिळेल, आपल्याला एखाद दुसरं तरी संशयित व्यक्तीचं नाव मिळेल का, याबद्दल तो जरा साशंकच होता. पण आता मात्र त्याच्यासमोर ज्यांच्याकडे संशयाचा काटा फिरू शकेल अशा नावांची एक यादीच तयार झालेली होती.

खुर्चीवर मागे रेलून बसत रॉजरनं प्रिंट केलेला पहिला कागद उचलून हातात घेतला. या कागदावर पाच डॉक्टरांची नावं होती. सगळ्या डॉक्टरांना सेंट फ्रान्सिस आणि मॅनहटन जनरल हॉस्पिटल, अशा दोन्ही ठिकाणी भेट देण्याचे अधिकार होते आणि गेल्या चार महिन्यात त्यांनी ते वापरलेलेही होते. दोन्ही ठिकाणी जाण्याचे अधिकार असलेल्या डॉक्टरांची मूळ यादी फारच मोठी होती, त्यातून नावं कमी करत रॉजरनं पाच नावं बाहेर काढली होती.

मॅनहटन जनरलच्या मेडिकल स्टाफचा प्रमुख या नात्यानं रॉजरला इथल्या सगळ्या डॉक्टरांची वाटेल ती माहिती मिळवण्याचे अधिकार होते. या पाचांपैकी तीन

डॉक्टरांवर बेशिस्त, नियमबाह्य वर्तन केल्याच्या नोंदी होत्या. त्यापैकी दोन डॉक्टर अमली पदार्थांच्या व्यसनाला बळी पडलेले दिसत होते. सहा महिन्यांपूर्वी त्यांचं पुनर्वसनही झालेलं दिसत होतं. हे दोन्ही डॉक्टर अजून प्रोबेशनवर ठेवलेले होते आणि त्यांच्या अधिकारांवर थोड्या फार मर्यादाही होत्या. तिसऱ्या डॉक्टरचं नाव होतं डॉक्टर पॅक्ट टॅम. या माणसावर वैद्यकीय स्वरूपाचे गैरव्यवहार केल्याच्या केसेस अजून चालू होत्या. सगळ्याच केसेसमध्ये रोग्यांचे अपमृत्यू झालेले होते, पण त्यांचा लॉरीच्या हत्यासत्राशी मात्र काही संबंध नव्हता. हॉस्पिटलनं त्याचे अधिकार रद्द करण्याचा प्रयत्न केला होता, पण त्यानं उलट हॉस्पिटलवरच खटला भरला होता आणि शेवटी त्याच्याविरुध्दचे खटले चालू असेपर्यंत त्याचे अधिकार अबाधित ठेवण्याचा कोर्टानं आदेश दिलेला होता.

डॉक्टर पॅक्ट टॅमची केस वाचल्यावर रॉजरच्या डोक्यात आलं होतं, गेल्या सहा महिन्यात ज्या डॉक्टरांचे अधिकार कमी केलेले असतील किंवा रद्द केलेले असतील, अशा सगळ्याच डॉक्टरांची माहिती काढावी. कारण असे सगळे डॉक्टर दुखावलेले असण्याची, किंवा चिडलेले असण्याची, किंवा त्यांचं मानसिक संतुलन बिघडलेलं असण्याची शक्यता जास्त होती. असे एकूण आठ डॉक्टर होते. पण हे आठही जण मॅनहटन जनरलमध्ये काम करत होते. त्यांचा सेंट फ्रान्सिसशी काही संबंध आहे का, ते कळायला काही मार्ग नव्हता. ही गोष्ट उद्या रोझालिनला विचारू, असा विचार करत त्यानं तशी एक चिठ्ठी खरडली होती आणि ती त्या आठ डॉक्टरांच्या यादीच्या कागदाला अडकवून तो कागद बाजूला ठेवला होता.

पण मग अशा चिडलेल्या, दुखावलेल्या डॉक्टरांचाच फक्त का विचार करतोय आपण? त्यानं मनात म्हटलं होतं. असे दुखावलेले वगैरे इतर कर्मचारीही असू शकतील, नर्सेसही असू शकतील की. आणि त्यातल्या निदान काही जणांचा तरी संबंध थेट रुग्णांपर्यंत असणार. उद्या ब्रूसशी बोलून त्याच्याकडून अशा सगळ्या कर्मचाऱ्यांची यादी घ्यावी, की ज्यांना नोव्हेंबरपूर्वी हॉस्पिटलनं काढून टाकलंय, असा विचार करत तशी आणखी एक चिठ्ठी खरडली होती आणि उद्या ती लगेच लक्षात यावी म्हणून ती टेबलावरच्या दिव्याच्या तळाजवळ चिकटवून ठेवली होती. या वेळेपर्यंत रॉजरचा पहिला उत्साह काहीसा मावळायला लागलेला होता, पण त्यानं काम तसंच पुढे सुरू ठेवलं होतं.

त्यानंतर रॉजरनं ॲनेस्थेशिऑलॉजिस्ट मंडळींकडे मोर्चा वळवला होता. बाकी काही असो वा नसो, या लोकांचं ज्ञान आणि कामच अशा स्वरूपाचं असतं, की ते कधीही रोग्याला ठार मारू शकतात, हे लॉरीचं म्हणणं त्याला पटलेलं होतं. यादीतल्या या सगळ्या भूलतज्ज्ञांची माहिती वाचल्याबरोबर त्यातून दोन नावं लगेच त्याच्या समोर आली होती. दोघंही जण फक्त रात्रपाळीतच काम करत होते. बहुधा

स्वेच्छेनंच. एकाचं नाव होतं डॉक्टर जोझे कॅब्रिओ. या माणसाला पूर्वी ऑक्सिकॉन्टिनचं सेवन करण्याची सवय असल्याची नोंद होती, शिवाय त्याच्यावरही वैद्यकीय स्वरूपाच्या, कामात दुर्लक्ष केल्याबद्दलचे काही खटले चालू होते. दुसरा होता डॉक्टर मोतीलाल नाजा. हा माणूस नुकताच सेंट फ्रान्सिस सोडून इकडे आलेला होता. या दोघांचीही माहिती रॉजरनं छापून घेतलेली होती आणि त्यांच्या नावांपुढे चांदण्यांची खूण करून ठेवली होती. त्याच्या दृष्टीनं हे दोघं मुख्य संशयित होते, पण त्यातही त्याचा नाजावर जास्त संशय होता. कारण, नाजाचं रेकॉर्ड जरी स्वच्छ असलं, तरी त्याची इकडे येण्याची वेळ चांगलीच शंका घेण्याजोगी होती.

रॉजरनं मग शेवटच्या गटाकडे लक्ष वळवलं होतं. ही सारी हॉस्पिटलमधली इतर कर्मचारी मंडळी होती. नोव्हेंबरनंतर सेंट फ्रान्सिस सोडलेल्या लोकांची नावं आणि नोव्हेंबरनंतरच मॅनहटन जनरलमध्ये नव्यानं आलेल्या लोकांची नावं, अशा दोन याद्या त्यानं एकमेकींशी ताडून पाहिल्यावर दोन्ही याद्यांमध्ये असलेली वीसपेक्षाही जास्त नावं समोर आली होती. एवढी नावं बघून त्याला सुरुवातीला धक्काच बसला होता, पण थोडा विचार केल्यावर त्याच्या लक्षात आलं होतं, की हे असं असूही शकेल. मॅनहटन जनरल हॉस्पिटल हे अमेरिकेअरच्या मालकीचं सगळ्यांत प्रमुख हॉस्पिटल होतं. त्यामुळे इथे जर कर्मचाऱ्यांची भरती चालू असेल, तर अमेरिकेअरच्या इतर हॉस्पिटल्समधून बाहेर पडणाऱ्या लोकांची पहिली पसंती मॅनहटन जनरललाच असणार, ही गोष्ट त्याच्या लक्षात आली होती.

आपण काही कोणी सराईत गुप्तहेर नाही, हे रॉजर जाणून होता, त्यामुळे तेवीस नावांचा पाठपुरावा करणं आपल्या कुवतीबाहेरचं आहे, हेही त्याच्या लक्षात आलं होतं. त्यामुळे त्यानं ही यादी कशी कमी करता येईल, असा विचार करायला सुरुवात केली होती. सेंट फ्रान्सिसमध्येही रात्रपाळीत आणि मॅनहटन जनरलमध्येही रात्रपाळीतच काम करणाऱ्या लोकांचा विचार करावा असं लॉरी बोलली होती, ते त्याला आठवलं होतं. त्यानं लगेच त्या दृष्टीनं नावांची माहिती बघायला सुरुवात केली होती आणि आश्चर्य म्हणजे त्याची यादी एकदम सातावर आली होती. फार्मसीमधला हर्मन एप्स्टीन, सुरक्षा रक्षकांपैकी डेव्हिड जेफर्सन, नर्सिंगमधली जस्मिन रॅकोव्झी, लॅबोरेटरीत काम करणारी कॅथलीन चौधरी आणि ज्यो लिंटन, हाऊसकीपिंग मधली ब्रेन्डा हो आणि मेन्टेनन्समधला वॉरन विल्यम्स.

रॉजरनं ही सात नावांची यादी उचलून हातात घेतली. सात नावं म्हणजे ठीक आहे, त्यानं स्वत:शी म्हटलं. त्यानं यादी पुन्हा वाचून पाहिल्यावर त्याच्या लक्षात आलं, की प्रत्येक नावावरून ती व्यक्ती मूळची साधारण कुठल्या देशातली असेल हे आपण सांगू शकतो. किती वेगवेगळ्या देशातली आणि वंशांची माणसं येऊन राहिलीयत अमेरिकेत, त्यानं नवलानं स्वत:शीच म्हटलं. फक्त रॅकोव्झीबद्दल मात्र

त्याला जरा शंका होती. तरी पण ती बहुधा पूर्व युरोपमधल्या एखाद्या देशातून आलेली असावी, त्यानं स्वत:शी म्हटलं. ती माणसं ज्या वेगवेगळ्या विभागांमध्ये काम करत होती, ते वाचल्यावर त्याच्या लक्षात आलं, या सगळ्याच लोकांचा रोग्यांशी थेट संपर्क येऊ शकतो – विशेषत: रात्रपाळीत जास्तच शक्यता असेलही, कारण त्यावेळी त्यांच्यावर देखरेख तशी कमी असणार. रोझालिनशी बोलून या लोकांची सेंट फ्रान्सिसमधली माहिती मागवून घ्यावी का? त्यानं मनात म्हटलं. शिवाय आता आपल्याशी तिची दोस्ती व्हायला लागलीय म्हटल्यावर ती माहिती द्यायला आधीइतकी खळखळही करणार नाही.

यादी खाली ठेवून रॉजरनं घड्याळात बघितलं. पहाटेचे पावणे दोन! रॉजरनं स्वत:शीच मान हलवली. या आधी काम करत रात्री एवढ्या उशिरापर्यंत आपण केव्हा बसलो होतो ते सुध्दा त्याला आठवत नव्हतं. बाकी सगळं शहर मस्तपैकी झोपलंय आणि आपण मात्र जागेच पण त्याला मुळीच थकल्यासारखं, कंटाळल्यासारखं वाटत नव्हतं. मघाशी घेतलेल्या कॉफीतलं कॅफिन अजूनही त्याच्या रक्तात वेगानं दौडत होतं. अजूनही तो बराच उत्तेजित अवस्थेत होता – एवढा वेळ आपण उगाचच जमिनीवर बुटाचा आवाज करतोय, ही गोष्ट त्याला आता कुठे जाणवली. आत्ता पहाटेच्या दोन ऐवजी रात्रीचे दहा वाजलेले असायला हवे होते! मग आपण लगेच आपली संशयित नावांची यादी घेऊन लॉरीकडे गेलो असतो, तिच्याशी गप्पा मारल्या असत्या, चर्चा केली असती. पण आता मात्र ते शक्य नाही. आणि आत्ता फोन करून तिला झोपेतून उठवण्यातही अर्थ नाही. आधीच त्या बीआरसीए-१ मुळे गांजलीय बिचारी. झोपू दे तिला शांत.

त्याच क्षणी रॉजरच्या लक्षात आलं, की आत्ता पहाटेचे दोन वाजले आहेत आणि या ज्या सगळ्या हत्यांच्या रहस्याचा आपण शोध घेतोय, त्या, रात्रपाळीतच, या वेळेदरम्यानच इथे घडल्या होत्या! एवढं कॅफिन रक्तात हिंडत असताना झोप येण्याचा प्रश्नच नाही. त्यामुळे एवीतेवी आपण तपास करतोच आहोत, तर ऑपरेशन रूम्सच्या मजल्यावर एक चक्कर मारून यायला काय हरकत आहे? शेवटी निम्म्याहून जास्त मृत्यू तिथेच तर झाले आहेत. शिवाय आपल्या संशयितांच्या यादीतल्या निदान काही लोकांची भेट होते का, तेही बघू. त्यानं लगेच त्या दोघा ॲनेस्थेशिओलॉजिस्ट डॉक्टरांच्या आणि बाकीच्या सात संशयित लोकांच्या माहितीचे कागद उचलले आणि ते पुन्हा एकदा वाचून त्यांची नावं लक्षात ठेवली.

उठण्याच्या तयारीत असतानाच रॉजरच्या डोक्यात आणखी एक कल्पना चमकली. आत्ता आपण इतके उत्तेजित आहोत, म्हणजेच आपल्याला आता झोप येणं कठीण आहे. याचाच अर्थ असा, की उद्या आपण ऑफिसात उशिरा येणार. असा सगळा विचार करून त्यानं लॉरीच्या ऑफिसातल्या तिच्या टेबलावरच्या

नंबरला फोन केला.

"मी रॉजर बोलतोय." त्यानं लॉरीच्या व्हॉईस मेलवर बोलायला सुरुवात केली. "पहाटेचे दोन वाजून गेलेत. तुझी सेंट फ्रान्सिसबद्दलची सूचना मात्र एकदम बरोबर होती. त्यामुळे एक संभाव्य संशयितांची मोठी यादीच तयार झालीय आणि याचं श्रेय तुलाच द्यावं लागेल. हे सारं काही मला शक्य तेवढ्या लवकर तुझ्या कानावर घालायचंय, त्यामुळे मला वाटतं उद्या रात्री आपण डिनरसाठी भेटावं. मी आता वर जाऊन थोडी आणखी डिटेक्टिव्हगिरी करावी म्हणतोय, वरच्या सर्जरीच्या मजल्यावर जाऊन एक फेरफटका मारणार आहे, माझ्या यादीतली कोण माणसं भेटतील का, ते बघणार आहे. रात्रपाळीत एक अॅनेस्थेशिओलॉजिस्ट आहे. मोतीलाल नाजा नाव त्याचं. तोही माझ्या संशयितांच्या यादीत आहे. त्याचा इंटरव्ह्यू मीच घेतला होता. ते जाऊ दे, पण सुट्टी संपल्याबरोबर लगेच तो सेंट फ्रान्सिस सोडून इकडे आला होता, हे मात्र मी विसरून गेलो होतो. आता हा काय योगायोग म्हणायचा, की आणखी काही? आणि हे तर फक्त हिमनगाचं वरचं टोक आहे. एनी वे, अजून बराच वेळ मी इथे असेन, त्यामुळे उद्या मी बहुधा दुपारीच ऑफिसला परत येईन. मी आलो की तुला लगेच फोन करेन. भेटूच तेव्हा!"

फोन ठेवून रॉजरनं ती बाकीच्या सात जणांची यादी उचलली. लॉरीला ही यादी फोनवर वाचून दाखवावी की काय, असं त्याला एकदा वाटून गेलं. लॉरीची उत्सुकता वाढवली म्हणजे ती आपल्याला भेटायला तयार होईल, अशी त्याची कल्पना होती. त्यानं विचार केला, की पुन्हा फोन करावा का? पण परत त्यानं म्हटलं, की काही गरज नाही, आधीच ठेवलेल्या निरोपानंही तिची उत्सुकता भरपूर वाढेल.

आपला लांबलचक, पांढरा कोट घालून रॉजर ऑफिसातून बाहेर पडला. अॅडमिनिस्ट्रेशनच्या भागातून तो जात असताना त्याच्या लक्षात आलं, की एवढ्या रात्री आपण पहिल्यांदाच इथून जातोय. सगळीकडे संपूर्ण शांतता होती.

मुख्य हॉस्पिटलच्या कॉरिडॉरमध्येही एकदम पलीकडच्या टोकाला एक सफाई करणारा कर्मचारी सोडला तर कुणीही नव्हतं. लिफ्टनं वर जातानाही त्याला इतकं ताजंतवानं आणि उत्साही वाटत होतं, की त्याचं त्यालाच नवल वाटलं. त्याला एकदम हेरॉईन घेतल्यानंतर संचारणाऱ्या उन्मनी अवस्थेची आठवण झाली. त्यानं जोरात स्वत:शीच मान हलवली. आता आणखी नको रे बाबा! त्या फंदात पुन्हा नाही पडायचं. डॉक्टर मंडळींना अमली पदार्थांच्या व्यसनाचा सामना करणं बरंच जास्त जड जातं, कारण औषधांच्या स्वरूपात सगळीच अमली द्रव्यं त्यांना सहज मिळण्याजोगी असतात.

तिसऱ्या मजल्यावर लिफ्टमधून बाहेर पडून रॉजर ऑपरेशन रूम्सच्या भागात

आला. इथलाही कॉरिडॉर रिकामाच होता. त्याच्या उजव्या हाताला असलेल्या लाऊंजमधून टीव्हीचा आवाज येत होता. सर्जरीतली कोणी माणसं भेटली तर पाहावं, म्हणून तो लाऊंजमध्ये शिरला.

साधारण तीस चौरस फुटांची ही खोली होती. पलीकडच्या बाजूच्या खिडक्यांमधून खालचं लॉन वगैरे दिसू शकत होतं. जवळच दोन दरवाजे होते, त्यातून पलीकडच्या लॉकर रूममध्ये जाता येत होतं. लाऊंजमध्ये दोन व्हिनाईलचे कोच होते, थोड्या फार खुर्च्या होत्या आणि काही टेबलंही होती. मध्यभागी ठेवलेलं टेबल कॉफीसाठी वापरलं जायचं. सध्या मात्र या टेबलावर बरेचसे वृत्तपत्रांचे अंक, जुनी मासिकं वगैरे इतस्तत: पडलेले होते आणि एक उघडं पिझ्झाचं खोकंही होतं. एका कोपऱ्यात छोटासा रेफ्रिजरेटर होता आणि त्यावर एक कॉफीची किटली ठेवलेली होती.

खोलीत दहा माणसं बसलेली होती. सगळ्यांच्या अंगावर हिरवे स्क्रब्ज होते. बरीचशी मंडळी काही तरी खात, वाचत बसलेली होती. काही जण गप्पा मारत होते.

रॉजर कॉफी मशीनकडे गेला कॉफी घेण्यासाठी नव्हे, तर लोकांच्यात मिसळण्याची आणि इथे एवढ्या रात्री येण्याची एक सबब म्हणून. इथे बसलेल्या कोणालाच तो ओळखत नव्हता. अचानक कॉफीचा विचार बदलून तो रेफ्रिजरेटरशी गेला आणि त्यानं ऑरेंज ज्यूसचं एक छोटसं पॅक काढून घेतलं.

ऑरेंज ज्यूस हातात घेऊन रॉजरनं वळून एकदा सगळ्यांकडे नीट पाहिलं. तो आला तेव्हा कोणीही त्याच्याकडे लक्षही दिलेलं नव्हतं, पण आता मात्र एका स्त्रीनं त्याच्याकडे बघून स्मित केलं. लगेच रॉजरनं तिकडे जाऊन आपली ओळख करून दिली.

"हो, मी ओळखते तुम्हाला." त्या स्त्रीनं हसून म्हटलं. "आपण ख्रिसमसच्या पार्टीला भेटलो होतो. मी सिंडी डेल्गाडा. मी नर्स आहे. पण तुमच्या ॲडमिनिस्ट्रेशनमधलं सहसा कुणी इतक्या लांब येत नाही. तुम्ही इतक्या रात्री काय काम काढलंत?"

रॉजरनं खांदे उडवले. "काही नाही, मी काम करत बसलो होतो. म्हटलं, जरा माणसांमध्ये जाऊन मिसळावं, हॉस्पिटलमधून एक फेरफटका मारावा. रात्री कसं काम चालतं, ते बघावं."

सिंडीच्या चेहऱ्यावर एक स्मित पसरलं. "या आमच्या झोपाळू लोकांमध्ये काय बघायला मिळणार तुम्हाला? गंमत आणि धावपळ बघायची असली तर इमर्जन्सी रूममध्ये जा तुम्ही."

रॉजरही हसला. "आज काहीच केसेस नाहीत?"

"आहेत ना." सिंडीनं म्हटलं. "दोन ऑपरेशन्स झालीयत आमची, अजूनही एक आत्ता सहा नंबरच्या रूममध्ये चाललंय. शिवाय आणखी तासाभरात इमर्जन्सी रूममधून अजून एक केस येतेय."

"डॉक्टर जोझे कॅब्रिओला ओळखता तुम्ही?"

"हो, चांगली ओळखते." सिंडीनं खिडकीशी एकट्याच बसलेल्या एका जाडजूड माणसाकडे बोट दाखवलं. "ते बघा. ते डॉक्टर कॅब्रिओ."

आपलं नाव ऐकून जोझेनं हातातलं मासिक खाली करून आवाजाच्या दिशेनं मान वळवली. गलेलठ्ठ गलमिश्यांच्या आड त्याचा बराचसा चेहरा झाकलेला होता. त्यानं आपल्या जाडजूड भुवया उंचावल्या.

आता रॉजरला त्याच्यापाशी जाऊन बोलणं भागच होतं. दोघाही ॲनेस्थेशिओलॉजिस्टशी थेट जाऊन बोलायचं, असं काही त्यानं ठरवलेलं नव्हतं. ऑपरेशन रूममधल्या स्टाफशी सहज गप्पा मारून त्या दोघांबद्दलचा अंदाज त्याला घ्यायचा होता. समोरच्या माणसाच्या मनोवृत्तीचा अंदाज यायला आपण काही मानसतज्ज्ञ नाही, की मुरलेले डिटेक्टिव्ह नाही, हे रॉजर पुरतेपणी जाणून होता. खुन्यानं स्पष्टच आपण खुनी असल्याचं सांगितल्याशिवाय खुन्याला भेटूनही आपण ओळखणं शक्य नाही, हेही त्याला चांगलं ठाऊक होतं. पण आपल्याला त्या दोघांपैकी एखादा माणूस संशयास्पद वागत असला तर त्याची थोडी फार तरी जाणीव होईल, अशी एक पुसटशी कल्पना त्याच्या डोक्यात होती.

"हाय." रॉजरनं काही तरी बोलायचं म्हणून म्हटलं. एखाद्या संशयिताशी प्रत्यक्ष बोलावं लागेल ही शक्यता आपण आधीच का विचारात घेतली नाही, म्हणून तो मनातल्या मनात स्वत:ला शिव्या देत होता.

"बोला." जोझेनं म्हटलं. "माझ्याकडे काही काम होतं?"

"अं..." मनातला गोंधळ लपवण्याचा प्रयत्न करत रॉजरनं म्हटलं. "मी मेडिकल स्टाफचा मुख्य आहे."

"हो, ते मला माहितेय." जोझेनं काहीसं चढ्या आवाजात पण सावधपणे म्हटलं.

"म्हणजे मला ओळखता तुम्ही? कसं काय?" रॉजरला तर त्याच्याशी पूर्वी कधी भेट झाल्याचं आठवत नव्हतं. किंबहुना इथले रात्रपाळीतले सगळेच चेहरे तो प्रथमच बघत होता.

जोझेनं न बोलता रॉजरच्या कोटावरच्या नावाच्या पट्टीकडे बोट दाखवलं.

"ओ, हे होय!" रॉजरनं नाटकीपणानं कपाळावर हात मारून घेतला. "ही पट्टी इथे असते हेच विसरायला होतं मला."

काही क्षण एक अस्वस्थ शांतता होती. खोलीतही कोणी बोलत नव्हतं. टीव्हीसुध्दा जणू स्वत:शीच बोलत होता. बाकीच्या लोकांचे कान आपल्याच बोलण्याकडे असल्याचं रॉजरला जाणवलं.

"तुम्हाला नेमकं काय हवंय?" जोझेनं विचारलं.

"मला फक्त तुम्ही खूष आहात ना, तुम्हाला काही प्रॉब्लेम नाही ना, एवढंच बघायचं होतं."

"कसले प्रॉब्लेम?" जोझेनं विचारलं. "तुम्हाला नेमकं काय म्हणायचंय?"

"चिडण्यासारखं काही नाही त्यात." रॉजरनं त्याला चुचकारत म्हटलं. "आपण स्वत:च स्टाफच्या लोकांना भेटावं, एवढाच माझा उद्देश आहे. आपली प्रत्यक्षात कधी भेट झाली नव्हती." त्यानं शेकहँडसाठी हात पुढे केला. जोझेचा चेहरा मात्र लाल व्हायला लागलेला होता.

त्याच्या हाताकडे जोझेनं पाहिलं, पण तो हातात मात्र घेतला नाही. तो जागचा अजून उठलेलाही नव्हता. त्यानं सावकाश नजर वर करून रॉजरच्या नजरेला भिडवली. "ओळख नसताना अचानक इथे येऊन माझ्याशी प्रॉब्लेम्सबद्दल बोलताय तुम्ही? शहाणेच दिसताय!" त्यानं चिडून म्हटलं. "याचा संदर्भ जर माझ्या आधीच्या केसेसशी असला ना, तर याद राखा. नोटीसच पाठवेन तुम्हाला आणि तुमच्या हॉस्पिटलला."

"अरे बाबा, शांत हो." रॉजरनं त्याला चुचकारलं. "माझा तसला काहीही उद्देश नव्हता." जोझेची प्रतिक्रिया त्याला अगदीच अनपेक्षित होती. पण त्यानं मनाचा तोल ढळू दिला नाही. हा माणूस एवढ्या साध्या बोलण्यावर एवढं अकांडतांडव करत असेल, तर तो खून करण्याच्या थरालाही नक्कीच जाऊ शकेल. त्यानं तणाव थोडा आणखी कमी करण्यासाठी म्हटलं, "इथे येऊन डॉक्टर मोतीलाल नाजाचं कसं काय चाललंय त्याची चौकशी करावी, म्हणून मी आलो होतो. तुम्ही इथे तसे जुने आहात. डॉक्टर नाजा त्या मानानं नवा आहे. त्याच्याबद्दल मला तुमचं मत विचारायचं होतं."

जोझेच्या चेहऱ्यावरचे आक्रमक भाव बरेच निवळले आणि त्यानं रॉजरला शेजारच्या खुर्चीवर बसायची खूण केली. रॉजर बसल्याबरोबर तो त्याच्यासमोर थोडा वाकून बसला आणि त्यानं आवाज एकदम हळू केला. "मग हे तुम्ही आधीच का नाही सांगितलंत? तुम्हाला प्रॉब्लेम्सच जाणून घ्यायचे असले तर तुम्ही मोतीलालशी बोलायला हवं."

"कसं काय?" रॉजरनं विचारलं. जोझेच्या डोळ्यात जणू एखादं खास गुपित सांगत असल्यासारखे भाव होते. रॉजरला मात्र हा माणूसच विचित्र वाटत होता. मी कितीही आजारी पडलो तरी ह्याच्याकडून ॲनेस्थेशिया कधीच घेणार नाही!

"तुम्हाला सांगतो, भलताच एकलकोंडा आहे तो मोतीलाल. आमचे, इथल्या रात्रपाळीच्या लोकांचे एकमेकांशी फार घट्ट संबंध आहेत. पण हा माणूस कामाशिवाय दुसरा एक शब्दही कुणाशी बोलत नाही. तो एकटाच लंच घेतो, कधीही आमच्यात येऊन मिसळत नाही. आणि मी कधीही म्हणतो ना, म्हणजे अक्षरश: कधीही!"

"पण मी त्याचा इंटरव्ह्यू घेतला तेव्हा तर मला तो मनमिळाऊ वाटला होता."

रॉजरनं म्हटलं. मोतीलाल नाजाचं शांत, मऊ आवाजात बोलणं त्याला चांगलं आठवत होतं. तेव्हा तो त्याला चांगला बोलका वाटला होता. पण हा जोझे सांगतोय ते खरं धरलं, तर त्याच्यात काही ना काही मानसिक दोष असणार आणि त्यामुळे त्यालाही संशयित म्हणून नजरेआड करता येणार नाही.

"मग त्यानं नाटक केलं." जोझेनं मागे टेकून बसत म्हटलं. "माझ्यावर विश्वास नसला तर इथल्या कुणालाही विचारा."

रॉजरनं बाकीच्यांकडे पाहिलं. सगळेजण पुन्हा आपल्या गप्पाटप्पा, वाचन वगैरेकडे वळलेले दिसत होते. मग त्यानं विचारी नजरेनं जोझेकडे बघितलं. जोझेचं एकंदर वागणं आणि मोतीलाल बद्दल जे काही ऐकलेलं होतं, त्याचा विचार करता आपली संशयितांची यादी कमी करण्याची त्याची आशा आता हळहळू मावळत चाललेली होती.

"आणि त्याच्या ॲनेस्थेशिओलॉजिस्ट म्हणून असलेल्या लायकीबद्दल काय सांगता येईल तुम्हाला?" रॉजरनं विचारलं. "त्या बाबतीत तरी चांगला आहे तो?"

"हो, मला वाटतं." जोझेनं काहीशा अनिच्छेनं म्हटलं. "पण ही गोष्ट त्या आळसटाला मदत करणाऱ्या एखाद्या नर्सला विचारा तुम्ही. ती जास्त चांगलं सांगू शकेल. तो मुळात इथे कधी नसतोच, हीच तर माझी खरी अडचण आहे. तो नुसता हॉस्पिटलभर भटकत असतो."

"तो भटकत असतो, तेव्हा नेमकं काय करतो तो?"

"ते मला काय माहीत? सगळं काम मलाच करावं लागतं, एवढंच मी सांगू शकतो. आत्ता दहा मिनिटांपूर्वीच मला त्याला बोलावून घ्यावं लागलं, कारण केस करण्याची त्याची पाळी होती. मी मात्र एवढ्यातच दोन केसेस केल्यात."

"तुम्ही त्याला बोलावून घेतलंत तेव्हा कुठे होता तो?"

"खाली, ऑबस्टेट्रिक्स-गायनॅकच्या मजल्यावर. निदान मी त्याला विचारल्यावर त्यानं तसं सांगितलं. पण तो तिथेच असेल असंही नाही. कुठेही असेल तो."

"म्हणजे आत्ता तो केस करतोय म्हणता?"

"असलाच पाहिजे. नसला तर मी सरळ आमच्या मुख्याकडे – म्हणजे रोनाल्ड हॅवरमायरकडे – तक्रार करणार आहे. या माणसाला सारखा पाठीशी घालायचा कंटाळा आलाय मला."

"मला सांगा," रॉजर खुर्चीत मागे रेलून बसला. "गेल्या दोन महिन्यात आपल्या हॉस्पिटलमध्ये नुकतीच ऑपरेशन होऊन बाहेर आलेली चांगली ठणठणीत तब्येतीची, तरुण माणसं ऑपरेशननंतर काही तासांच्या अवधीत अचानकपणे मेल्याच्या – गूढपणे मेल्याच्या – सात घटना घडल्या आहेत. ही गोष्ट माहितेय तुम्हाला?"

''छे!'' जोझेनं उत्तर दिलं – जरा जास्तच चटकन उत्तर दिलं, असं रॉजरला वाटून गेलं. जोझेनं जणू रॉजरला बोलायचं थांबवण्यासाठी करावा, तसा हात वर केला. भिंतीवरच्या एका स्पीकरला अचानक आवाज फुटलेला होता.

''रूम नंबर ७०३ मध्ये इमर्जन्सी कोड रेड!'' सगळीकडे शब्द घुमले. ''रूम नंबर ७०३ मध्ये इमर्जन्सी कोड रेड!''

खुर्चीवरून उठताना जोझेला जरा कष्टच पडले. त्यानं हातातलं वर्तमानपत्र शेजारच्या खुर्चीवर टाकून दिलं. ''झालं? जरा कुठे बसायला मिळालं, की आली कार्डिॲक इमर्जन्सी. आपलं बोलणं अर्धवट सोडावं लागतंय मला, त्याबद्दल सॉरी. कारण आम्ही जर काही केस करत नसलो, तर इमर्जन्सीच्या वेळी आम्हाला जावंच लागतं. तुम्हाला जर काही अडचणी खरंच सोडवायच्या असल्या, तर तुम्ही मोतीलालशी बोलावं हेच बरं.''

स्टेथोस्कोप हातात पकडून जोझे घाईघाईनं निघून गेला. लिफ्टशी जाताना वाटेत लागणारी कॉरिडॉरमधली दारं धडाधड उघडून बंद होत असल्याचे आवाज रॉजरला ऐकू येत होते. अस्वस्थपणे एक नि:श्वास सोडून त्यानं इकडेतिकडे बघितलं. त्यांच्या बोलण्यावर, इमर्जन्सीच्या कॉलबद्दल, किंवा जोझे चटकन निघून गेला त्याबद्दल कोणाला काही फारसं वाटत असल्याचं दिसत नव्हतं. त्याची नजर सिंडी डेल्गाडाकडे गेली. हसून तिनं प्रश्नार्थक खांदे उडवले. रॉजर उठून परत तिच्यापाशी गेला.

''डॉक्टर कॅब्रिओकडे फारसं लक्ष देऊ नका तुम्ही.'' तिनं स्मित करत म्हटलं. ''भयंकर निराशावादी माणूस आहे. सारखा नकारार्थीच बोलत असतो तो.''

''हो, तसं वाटलं खरं.''

''वाटलं म्हणजे? वाटणारच! पण एक गोष्ट मात्र तुम्हाला सांगते, ते अत्यंत निष्णात ॲनेस्थेशिओलॉजिस्ट आहेत, हे निर्विवाद. त्यामुळेच आम्ही त्यांचं तऱ्हेवाईक वागणं फारसं मनावर घेत नाही. आणि हे मला माहितेय, कारण मी कायम त्यांच्याबरोबर काम करते.''

''चला, तेवढं तरी बरं आहे म्हणायचं.'' रॉजरनं तोंडदेखलं म्हटलं. सिंडीच्या बोलण्यावर त्याचा फारसा विश्वास बसलेला नव्हता. डॉक्टर मोतीलाल नाजाबद्दल ते काय बोलले, ऐकलंत तुम्ही?''

''सगळं नाही ऐकलं, पण त्यांचा रोख समजला मला.''

''मग त्याच्याबद्दल इथे साधारणपणे सगळ्यांचं हेच मत आहे?''

''असंच म्हणायला हवं.'' सिंडीनं खांदे उडवले. ''डॉक्टर मोतीलाल नाजा फारसे कुणाशी बोलत नाहीत, मिसळत नाहीत हे खरंय, पण डॉक्टर कॅब्रिओ सोडून बाकी कुणालाच त्याबद्दल काही वाटत नाही. शेवटी काही झालं तरी ही रात्रपाळी आहे.''

"म्हणजे?"

"खरं म्हणजे आम्ही सगळेच जरा विचित्र आहोत, त्यामुळेच तर आम्ही रात्रपाळीत काम करतो. आमची प्रत्येकाची काही ना काही स्वभाव वैशिष्ट्यं आहेत, त्यामुळे आम्ही सामान्य लोकांहून जरासे वेगळे आहोत, असं म्हणा हवं तर. मुद्दाम रात्रपाळी मागून घेणाऱ्यांची कारणं वेगवेगळी असू शकतात. मला स्वत:ला रात्रपाळी हवी असते कारण रात्री देखरेख कमी असते आणि ॲडमिनिस्ट्रेशनची कटकटही नसते – तुम्ही ॲडमिनिस्ट्रेशनचे मुख्य असूनही तुम्हाला सांगते मी. रात्रपाळीत बरंच मोकळेपणानं काम करता येतं. मोतीलालला रात्रपाळी का हवी असते, मला माहीत नाही. कदाचित त्यांचा स्वभाव बुजरा आहे, एवढं साधं कारणही असेल याचं. तो माणूस काही बोलतच नसल्यामुळे तो कसा आहे हे समजत नाही, पण तोसुध्दा एक ॲनेस्थेशिओलॉजिस्ट म्हणून अत्यंत उत्कृष्ट आहे. आणि हेच वाक्य मी डॉक्टर कॅब्रिओबद्दल बोलले होते म्हणून गैरसमज करून घेऊ नका, कारण असं मी प्रत्येकाबद्दल बोलत नाही."

"म्हणजे तो लोकांमध्ये मिसळत नाही यात तुम्हाला काही गैर वाटत नाही म्हणता?"

"नाही, निदान मानसशास्त्रीय दृष्ट्या तरी नाहीच. पण खरं म्हणजे तसं मला नेमकं सांगताही येणार नाही, कारण एवढ्या दिवसात मी त्यांच्याशी जेमतेम दहा वाक्यं बोलले असेन."

"तो हॉस्पिटलभर भटकत असतो अशी जोझेची तक्रार होती. कुठे जात असेल तो? तुम्हाला काय वाटतं?"

"माझी अशी कल्पना आहे, की दुसऱ्या दिवशी सकाळी ज्यांचं ऑपरेशन होणार असेल, अशा सगळ्या रोग्यांना ते जाऊन भेटतात. मला असं वाटतं, कारण ते दुसऱ्या दिवशीच्या ठरलेल्या ऑपरेशन्सची यादी खिशात घेऊन हिंडत असतात."

रॉजरनं मान डोलावली. डिटेक्टिव्ह म्हणून आपण किती कुचकामी आहोत हेही त्यानं त्याच वेळी स्वत:शी कबूल करून टाकलं. जोझेशी बोलल्यावर, एकलकोंड्या स्वभावाच्या मोतीलालबद्दल ऐकल्यावर आणि एकंदरीतच रात्रपाळीबद्दल बरीच नवीन माहिती समजल्यावर संशयितांच्या यादीतून एकही नाव काढणं शक्यच नव्हतं. "मी जेव्हा जोझेला आपल्या हॉस्पिटलमधल्या त्या सात संशयास्पद मृत्यूंच्या केसेसबद्दल विचारलं, तेव्हा त्यानं काय उत्तर दिलं, ते ऐकलंत तुम्ही?"

"हो, ऐकलं." सिंडीनं एक छोटंसं हेटाळणीपूर्वक स्मित केलं. "त्यांनी नाही असं का म्हटलं, कोण जाणे, कारण त्यांना ते चांगलं माहितेय. आम्हाला सगळ्यांनाच ते चांगलं माहितेय; विशेषत: ॲनेस्थेशिओलॉजिस्ट लोकांना तर जास्तच. म्हणजे, आम्ही त्या केसेसच्या बाबतीत फारसा विचार करतोय असं नव्हे, पण बळींची संख्या

वाढतेय, तसं इथे तो एक बोलण्याचा विषय मात्र झालाय.''

''पण त्यानं या केसेसची काही माहिती नाही असं का सांगितलं?''

''कोण जाणे. ते परत आल्यावर तुम्ही त्यांनाच काय ते विचारा. ॲनेस्थेशिओलॉजिस्ट लोक इमर्जन्सी कोडच्या तिथे फार वेळ थांबत नाहीत. ते फक्त रोग्याला सगळ्या ट्यूब वगैरे व्यवस्थित जोडल्या आहेत की नाही ते बघतात, किंवा जोडलेल्या नसल्या तर स्वत: जोडतात.''

रॉजर एक दोन क्षण गप्प राहिला. ''माझ्याशी वेळ काढून बोललात, त्याबद्दल थँक्स.'' त्यानं एकदा खोलीतल्या बाकी लोकांकडे बघितलं. ''पण इथे फारसं कुणी आपण होऊन बोलायला येत नाहीये, किंवा नुसतं बघून हसतही नाहीये, हे मात्र खरं.''

''मी म्हटलं ना, आम्ही जरा वेगळ्या स्वभावाची माणसं आहोत. तरी सुध्दा तुम्ही जर इकडे अधूनमधून येत राहिलात, तर आम्हीही बोलायला, मिसळायला उत्सुक असतो असं लक्षात येईल तुमच्या.''

हसून हात हलवून तिचा निरोप घेऊन रॉजर तिथून बाहेर पडला आणि लिफ्टपाशी आला. लिफ्ट आणण्यासाठी त्याचं बोट बटनावर गेलं, पण तो वाटेतच थबकला. इथे ऑपरेशन रूम्सच्या मजल्यावर येतानाही आपल्या यादीत दोघा ॲनेस्थेशिओलॉजिस्ट डॉक्टरांची नावं होती आणि आताही त्यात काही बदल झालेला नाही.

आता आपल्यापुढे असलेले पर्याय अगदी उघड आहेत, त्यानं मनात म्हटलं. इथे तिसऱ्याच मजल्यावरच्या फार्मसीला भेट द्यायची आणि त्या हर्मन एप्स्टीनबद्दल काही मिळते का ते बघायचं. किंवा आपण खाली दुसऱ्या मजल्यावर जाऊन तिथल्या लॅबोरेटरीला भेट देऊन कॅथलीन चौधरी आणि ज्यो लिंटनबद्दल माहिती काढू शकतो. किंवा बेसमेंटच्या मजल्यावर जाऊन आपण हाऊस कीपिंग आणि मेंटेनन्सला जाऊन तिथे ब्रेन्डा हो आणि वॉरन विल्यम्सबद्दल चौकशी करू शकतो. किंवा पहिल्या मजल्यावर सिक्युरिटीत डेव्हिड जेफर्सनबद्दल काही माहिती मिळते का, ते बघू शकतो. पण अडचण अशी आहे, की आपल्याला तर धड प्रश्न काय विचारायचे, हेसुध्दा माहीत नाही – मग इतरांकडून खुबीनं माहिती काढून घ्यायचं तर नावच नको.

लॉरीची कल्पना फक्त कागदावरच चांगली दिसतेय. पण प्रत्यक्षात संशयितांची यादी इतकी मोठी आहे, की एकट्यानं काही करणंच शक्य नाही. कारण सेंट फ्रान्सिसमधून इथे आलेल्या सगळ्यांचाच रोग्यांशी थेट संबंध येणं शक्य आहे. आता काय आपण प्रत्येक संशयिताला तोंडावरच विचारायचं का, की काय रे बाबा, हॉस्पिटलमध्ये एकामागून एक खून पाडणारा तो तूच का?

रॉजरला हसूच आलं. असे प्रश्न लोकांना विचारत फिरलो आपण, तर आपली

नोकरी तरी शाबूत राहील का? एक सुस्कारा सोडून त्यानं घड्याळात बघितलं. पहाटेचे तीन वाजून गेले होते. कॅफिनचा परिणाम थोडासा उतरलेला होता, पण तरी त्याची उत्तेजता कमी झालेली नव्हती. आता घरी गेलं तरी झोप येणं अशक्यच होतं.

अचानक रॉजरला काय वाटलं कोण जाणे, त्यानं लिफ्टचं बटन दाबलं. त्यानं ऑपरेशन झालेल्या रुग्णांना जिथे ठेवण्यात येत असे, त्या मजल्याला एक भेट द्यायचं ठरवलं. इथल्याच मुख्य नर्सला गोळी घालून मारलेलं होतं, शिवाय सातांपैकी चार संशयास्पद मृत्यूही इथेच झाले होते. त्याचबरोबर त्यानं पाचव्या मजल्यालाही एक धावती भेट द्यायचं ठरवलं. ऑर्थोपेडिक्स आणि न्यूरोसर्जरीच्या रोग्यांना पाचव्या मजल्यावर ठेवलेलं असे आणि इथेही दोन मृत्यू झालेले होते. आपण इतक्या रात्री हॉस्पिटलमध्ये कधीच फिरलेलो नाही, त्यामुळे इथली रात्रपाळीतली एकंदर परिस्थिती काय असते, वातावरण कसं असतं, याचा अंदाज आला, तर आपल्याला तपासाच्या कामात कदाचित विचार करताना थोडी फार मदत होऊ शकेल, असा विचार त्यानं केला.

त्याच्या अपेक्षेप्रमाणेच ऑपरेशन झालेल्या रोग्यांच्या मजल्यावरचं दिवसाचं वातावरण आणि रात्रीचं वातावरण यात जमीन अस्मानाचा फरक होता. दिवसाच्या नियंत्रित गडबडीची जागा एक प्रकारच्या अनपेक्षित पण फसव्या शांततेनं घेतलेली होती. दिवसा इथे भगभगीत प्रकाश असायचा, त्याऐवजी आता इथे अंधुक उजेड होता. लिफ्टमधून बाहेर पडून रॉजर नर्सेसच्या बसण्याच्या काऊंटरकडे निघाला. कुठेच कोणी दिसत नव्हतं.

तो नर्सेसच्या काऊंटरपाशी आला. प्रत्येक रूममधल्या रुग्णाच्या ईकेजी, नाडी वगैरे गोष्टी वेगवेगळ्या मॉनिटरवर दिसत होत्या. हे आता कोणत्याही मोठ्या हॉस्पिटलमध्ये नेहमीचंच दृश्य होतं. इथे मात्र अडचण अशी होती, की ते बघायलाच कुणी नव्हतं.

रॉजरनं त्या लांबलचक कॉरिडॉरच्या या टोकापासून त्या टोकापर्यंत नजर फिरवून बघितलं. अर्धवट उजेडात खालच्या टाईल्स मंद चमकत होत्या. त्याच वेळी त्याला एका खुर्चीचा करकरण्याचा आवाज ऐकू आला. आवाजाच्या रोखानं रॉजर निघाला. नर्सेसच्या काऊंटरला वळसा घालून तो एका उघड्या दाराशी आला. हे एका खोलीचं दार होतं. आतमध्ये एक लांबलचक टेबल / काऊंटर होता, फाइलींची कॅबिनेट होती आणि एक रेफ्रिजरेटरही होता. एक आकर्षक दिसणारी नर्स टेबलावर आरामात पाय टाकून खुर्चीवर बसून कसलंसं मासिक वाचत होती. तिची चेहरेपट्टी साधारण आशियाई प्रकारची वाटत होती. तिचे डोळेही काळेभोर होते आणि बारीक कापलेले केसही काळेभोर होते. तिच्या अंगावरच्या स्क्रब्जमधून तिची अत्यंत प्रमाणबध्द पण चांगली कमावलेली देहयष्टी सहज जाणवत होती.

''गुड इव्हिनिंग.'' रॉजरनं म्हटलं. पहाटे दोन-अडीच वाजता आपण 'इव्हिनिंग' म्हणतोय हे जाणवून तो किंचित हसला. ''मी डॉक्टर रॉजर रूसो.'' तेवढ्यात त्याची नजर तिच्या हातातल्या मासिकावर गेली. त्याला धक्काच बसला. नर्सच्या हातात पिस्तुला-बंदुकांचं मासिक?

''काय हवंय?'' त्या नर्सनं टेबलावरचे पाय खाली न घेताच विचारलं.

रॉजर स्वत:शीच हसला. कोणे एके काळी या अमेरिकेतसुध्दा नर्सेस डॉक्टरांपुढे अगदी नम्रपणे, थोडंसं दबूनच वागायच्या. काळ कसा बदलत असतो, नाही? आणि ही बाई तर धड उठायलाही तयार नाही.

''काही नाही, एकंदरीत कसं काय चाललंय काम, ते बघतोय मी.'' रॉजरनं म्हटलं. ''काल सकाळी तुमची मुख्य नर्स दुर्दैवी पद्धतीनं खलास झाली ना? सॉरी.''

''त्यात काही विशेष नाही. आणि तशीही ती काही फारशी चांगली होती असं नव्हे.''

''खरं म्हणता?'' रॉजरनं म्हटलं. मेलेल्या माणसाबद्दल या बाईनं थोडी सहानुभूती जाऊ दे, असं वाईट बोललेलं त्याला फारसं आवडलं नाही. ती मुख्य नर्स कशी का असेना, तिच्याबद्दल इतकं स्पष्ट मतप्रदर्शन? त्यानं तिच्या स्क्रब्जवरची नावाची पट्टी वाचली. जस्मिन रॅकोव्झी. हे नाव तर आपल्या संशयितांच्या यादीत आहे!

''नाही, मी खोटं बोलत नाहीये. ती खरोखरच विक्षिप्त होती. इथे फारशी कोणाला आवडत नव्हती ती.''

''आय ॲम सॉरी, मिस रॅकोव्झी.'' रॉजरनं म्हटलं आणि तो काऊंटरला टेकून हाताची घडी घालून उभा राहिला. ''क्लॅरिस हॅमिल्टननं तिच्या जागी कुणाची नेमणूक केलीय की नाही?''

''नाही, अजून नाही. तशी एक तात्पुरती मुख्य नर्स आलीय, पण तिलाही काही कळत नाही. शेवटी मीच चार्ज घेऊन नर्सेसना रोगी नेमून दिले. कोणीतरी हे करायलाच हवं होतं. बाकीच्या सगळ्याजणी नुसत्याच बसून होत्या. एनी वे, आता सगळं काही व्यवस्थित चाललंय.''

''बरं केलंत.'' रॉजरनं मान डोलावली. ''मिस रॅकोव्झी, तुम्हाला एक प्रश्न विचारतो.''

''मला जॅझ म्हणा. मिस रॅकोव्झी म्हटलेलं मला चालत नाही.''

''ओके. गेल्या साधारण दीड महिन्यात या मजल्यावर वयानं तरुण, निरोगी अशा चार रोग्यांचे ऑपरेशननंतर काही थोड्या तासांच्या आत मृत्यू झालेत – त्यातला शेवटचा तर कालच रात्री झालाय. हे तुम्हाला माहीत असेल असं मी समजतो.''

''हो, प्रश्नच नाही. लक्षात येण्यासारखीच गोष्ट होती ती.''

"अगदी खरं." रॉजरनं मान डोलावली. "या घटनांचा काही मानसिक त्रास झाला तुम्हाला?"

"म्हणजे?"

रॉजरनं खांदे उडवले. आता या प्रश्नात न कळण्यासारखं काय आहे? "म्हणजे असं, की या घटनांनी तुम्ही अस्वस्थ झालात का?"

"काही खास नाही. हे हॉस्पिटल खूप मोठं आहे, गजबजलेलं आहे. एखाद-दुसरा रोगी मरतो. त्याचं तुम्हाला जर दुःख वगैरे वाटायला लागलं, तर तुम्हाला वेडच लागेल. शिवाय याचा परिणाम बाकीच्या रोग्यांवर होईल, ते वेगळंच. प्रत्यक्ष आघाडीवर काय परिस्थिती असते, हे तुम्ही तुमच्या छान छान ऑफिसात बसलेले मोठे लोक पार विसरून जाता. येतंय लक्षात, मला काय म्हणायचंय ते?"

"तेही खरंच आहे, मला वाटतं." रॉजरनं म्हटलं. तिच्या वागण्यात झालेला बदल त्याला चटकन जाणवला. तिनं सुरुवातच जरा उद्दामपणे केलेली होती, पण आता मात्र ती एखाद्या कोपऱ्यात सापडलेल्या जनावरासारखी सावध आणि चिडलेली वाटत होती.

"या घटना माझ्या मजल्यावर घडल्या, म्हणून मला विचारताय तुम्ही?"

"हो, उघड आहे."

"पण असे मृत्यू बाकीच्या मजल्यांवरही झालेत."

"ते माहितेय मला."

"लांब कशाला, आत्ता अर्ध्या तासापूर्वीच ऑब्स्टेट्रिक्सगायनॅकच्या मजल्यावर एक रोगी दगावला. त्यांना का नाही विचारत तुम्ही?"

हा घाव रॉजरच्या जिव्हारी झोंबला. आणि हा फटका अवघड जागी बसलेला होता. आपण संशयितांच्या शोधात असताना, प्रत्यक्ष हॉस्पिटलमध्ये हजर असताना हा मृत्यू झाला, ही गोष्ट आधीच त्याला मनाला लागलेली होती – जणू त्या मृत्यूला अप्रत्यक्षपणे आपणच जबाबदार असल्यासारखी. "हा रोगीही असाच तरुण आणि निरोगी होता?" त्यानं कसंबसं विचारलं. ती 'नाही' म्हणेल अशी एक अंधुक आशा त्याला वाटत होती, पण ती पुढच्याच क्षणी मावळली.

"हो." जॅझनं म्हटलं. "ती एक साधारण तिशीतली बाई होती आणि गर्भाशय काढून टाकण्याच्या ऑपरेशनसाठी आलेली होती. मी खरंच विचारते तुम्हाला, तुम्ही वर जाऊन तिथल्या नर्सेसना का नाही विचारत?"

या आकर्षक, सेक्सी दिसणाऱ्या नर्सबद्दलचं रॉजरचं मत झपाट्यानं बदलत चाललेलं होतं. ती नुसती उद्दामच नाही, तर विचित्र, काहीशी भीती वाटण्यासारखीच वागतेय, हे त्याला जाणवत होतं. डॉक्टर कॅब्रिओशी बोलताना त्याला असंच काहीसं जाणवलेलं होतं. रात्रपाळीत काम करणारी माणसं जरा विक्षिप्तच असतात, हे

सिंडीचं बोलणंही त्याला आपोआपच आठवलं. ही पोरगी विक्षिप्त असली, तर तिचा विक्षिप्तपणा जरासा वेडाकडे झुकणारा दिसतोय, त्यानं मनात म्हटलं. आपल्या यादीतली सगळी माणसं अशीच तर नसतील? ते काही नाही, वाटेल ते करून या सगळ्यांची वैयक्तिक माहिती मागवून घ्यावीच लागेल आता.

''हे काय चाललंय?'' जॅझनं विचारलं. ''ही काय लहान मुलांसारखी एकमेकांकडे टक लावून बघायची शर्यत चाललीय का?''

''सॉरी.'' इतका वेळ आपण तिच्या नजरेला नजर भिडवून उभे आहोत हे रॉजरच्या लक्षातच आलं नव्हतं. त्यानं चटकन नजर हटवली. ''आणखी एक तसाच मृत्यू झाल्याचा धक्का बसलाय मला. फार अस्वस्थ करणारी गोष्ट आहे ही. मला नवल या गोष्टीचं वाटतंय, की तुम्हाला त्याचं फारसं काही वाटलेलं दिसत नाही.''

''तेवढं त्रयस्थपणे आम्हाला वागावंच लागतं. नाही तर त्याचा दुसऱ्या रोग्यांच्या शुश्रूषेवर परिणाम होतो.'' टेबलावरचे पाय धपकन खाली घेऊन ती उठली आणि तिनं हातातलं मासिक टेबलावर टाकून दिलं. ''चला, मला रोग्यांकडे जाऊन बघायला हवं. तुम्ही खरंच वर चक्कर मारून या.''

''एक मिनिट.'' जायला निघालेल्या जॅझचा दंड पकडून रॉजरनं तिला थांबवलं. तिच्या दंडाचा कडकपणा बघून त्याला धक्काच बसला. ''मला अजून काही प्रश्न विचारायचेत तुम्हाला.''

जॅझनं आपला दंड धरलेल्या रॉजरच्या हाताकडे बघितलं आणि मनात उफाळू बघणारा संताप आवरला. ''दंडावरचा हात काढा आधी, नाही तर महागात पडेल.''

रॉजरनं तिचा दंड सोडून देऊन पुन्हा आपल्या हातांची घडी घातली. ही बाई नक्की मारामारी करू शकेल असं त्याच्या लक्षात आलेलं होतं, त्यामुळे त्याला तिला तसं करू द्यायचं नव्हतं. खरं तर तो मनातून घाबरलेलाच होता. ''मला समजलंय की तुम्ही नुकत्याच सेंट फ्रान्सिस हॉस्पिटलमधून इथे आला आहात. त्याचं कारण सांगाल मला?''

जॅझनं त्याच्याकडे रोखून पाहिलं. ''तुम्ही चौकशी करताय माझी?''

''मी इथला मेडिकल स्टाफचा प्रमुख आहे, हे मी तुम्हाला सांगितलंच आहे. तुमच्या वागणुकीबद्दल एका डॉक्टरनं तक्रार केलीय. फारशी गंभीर नाही ती, पण यात मी लक्ष घालतोय. खरं म्हणजे या डॉक्टरनं पूर्वीही अशा विनाकारण तक्रारी केल्या आहेत, पण त्या बघणं मला भागच आहे.'' आपण खोटं बोलतोय हे रॉजरला माहीत होतं, पण आपण असे अचानक प्रश्न विचारतोय याचा तिला काही संशय येऊ नये, म्हणून त्याला काही तरी पटेल असं कारण सांगणं भागच होतं. खरं तर नर्सिंगचे लोक त्याच्या अखत्यारीत येत नव्हते.

''काय नाव त्या मूर्ख डॉक्टरचं?''

"ते मी तुम्हाला सांगू शकणार नाही."

जॅझनं रॉजरच्या नजरेला भिडवलेली नजर दूर करून इकडेतिकडे फिरवली. तिच्या नाकपुड्या फुललेल्या होत्या. आता ती सावध नव्हती, तर ती भडकलेली स्पष्ट दिसत होती.

"तसं नाही, नीट समजावून सांगतो." रॉजरनं म्हटलं. "तुम्ही अशाच काही कारणासाठी सेंट फ्रान्सिसमधून बाहेर पडलात का, एवढंच फक्त मला हवंय. तिथल्या कुणा डॉक्टरशी तुमचं कधी भांडण वगैरे झालं होतं का? हे मला विचारावंच लागेल."

"छे, छे!" जॅझनं म्हटलं. "एखादे वेळी माझं माझ्या मुख्य नर्सशी वाजलंही असेल, पण डॉक्टरबरोबर कधीच नाही. खरं तर, रात्रपाळी सुरू असताना मला एखादा डॉक्टर भेटण्याचे प्रसंग इतके कमी वेळा आले, की ते मी एका हाताच्या बोटांवरही मोजू शकेन. डॉक्टर लोक रात्री कशाला येतील त्या हॉस्पिटलमध्ये? ते तर घरी असायचे, त्यांच्या बायकांबरोबर धमाल करत."

"अच्छा." रॉजरनं म्हटलं. जॅझच्या शेवटच्या वाक्याकडे दुर्लक्ष करून त्यानं तिच्या बोलण्यातला पहिला मुद्दा उचलला. "म्हणजे सेंट फ्रान्सिस हॉस्पिटलमधली तुमची मुख्य नर्स तुमच्या मते तितकीशी चांगली नव्हती, असंच ना?"

जॅझच्या चेहऱ्यावर एक कोरडं हसू पसरलं. "बरोबर. पण त्यात आश्चर्य वाटायचं कारण नाही. रात्रपाळीत काम करणारी माणसं विक्षिप्तच असतात."

रॉजरनं मान डोलावली. रात्रीच्या पहिल्याच भेटीत त्याला हे पुरेपूर पटलेलं होतं." आता एक कुतूहल म्हणून विचारतो, तुमच्या या दोन्ही मुख्य नर्सेसशी तुमचं पटत नव्हतं, यात तुमचाही काही प्रमाणात दोष असेल असं वाटतं तुम्हाला?"

तिच्या चेहऱ्यावरचं हसू क्षणात नाहीसं झालं. "हो, हो! प्रश्नच नाही. दोघीही जणी इतक्या बिनडोक होत्या, ही माझीच चूक आहे. गिव्ह मी अ ब्रेक!"

"मग तुम्ही नोकरी का बदललीत?"

"मला नोकरीत बदल हवा होता आणि मुख्य म्हणजे मला शहरात काम करायचं होतं."

"तुम्ही स्वत: रात्रपाळी का पसंत करता?"

"कारण रात्रपाळीत किती तरी कमी बिनडोकपणा असतो. थोडा फार रात्रपाळीतही बिनडोकपणा असतो, पण दिवसापेक्षा, किंवा अगदी संध्याकाळच्या पाळीच्या मानानंसुध्दा तो काहीच नसतो. मी मरीन्समध्ये होते, तेव्हा मला कायम स्वतंत्र काम दिलेलं असायचं."

"म्हणजे तुम्ही मिलिटरीत होतात?"

"हो, होते ना. गल्फच्या पहिल्या युध्दात मी प्रत्यक्ष भाग घेतलेला होता."

''इंटरेस्टिंग.'' रॉजरनं म्हटलं. ''मला सांगा, रॅकोक्झी म्हणजे मूळच्या कुठल्या तुम्ही?''

''हंगेरियन. माझे आजोबा हंगेरीत स्वातंत्र्यसैनिक होते.''

''हं. आता एक शेवटचाच प्रश्न.'' रॉजरनं सहज बोलावं तसं म्हटलं. ''तुम्ही सेंट फ्रान्सिसमध्ये असताना गेल्या नोव्हेंबरमध्ये तिकडेही अशाच मृत्यूंच्या घटना घडलेल्या होत्या, हे माहीत होतं तुम्हाला?''

''हो. लक्षात येण्यासारखीच गोष्ट होती ती.''

''मला वेळ दिलात, त्याबद्दल थँक्स.'' रॉजरनं म्हटलं आणि तो जायला निघाला.'' मला वाटतं, तुम्ही म्हणताय तसं मी वर जाऊन एक चक्कर मारूनच येतो. पण मला जर आणखी प्रश्न विचारायचे असले तुम्हाला, तर चालेल ना?''

''ओके.''

जॅझकडे बघून किंचित हसून रॉजर बाहेर आला आणि लिफ्टकडे निघाला. चालता चालता त्यानं स्वत:शीच मान हलवली. त्याचा विश्वासच बसत नव्हता. कमाल आहे, त्यानं मनात म्हटलं. यादीतल्या दोघाजणांशी बोललोय आपण, शिवाय तिसऱ्याबद्दल बरंच काही ऐकलंय. ही तिघंही सहज कुणाला मारू शकण्याइतकी वेडपट आहेत!

जॅझनं खोलीच्या दारातून हळूच डोकं बाहेर काढून बघितलं. रॉजर लिफ्टकडे जात होता. तिचा विश्वासच बसत नव्हता. अरे बाप रे! कटकटी वाढायला लागलेल्या दिसतायत. त्या लुईसपर्यंत प्रत्येक कामगिरी कशी सुरळीत पार पडत होती. आणि नंतर मात्र गोंधळाला सुरुवात झाली. नुकताच कुठे मार्गातला एक काटा दूर केला मी, त्यात आता हा दुसरा घुसतोय पायात! शी! काय नालायक माणूस आहे! त्याच्या ड्रेसवरून आणि बोलण्याचालण्यावरूनच शंका येत होती आपल्याला, की हा आणखी एक उच्चशिक्षित दीड शहाणा असणार!

लिफ्टपाशी पोचल्यावर रॉजरनं लिफ्टचं बटन दाबलं आणि मागे वळून बघितलं. त्याबरोबर जॅझनं चटकन आपलं डोकं आत घेतलं. तिला त्याच्या मनात उगाचच संशय जागा करण्याची मुळीच इच्छा नव्हती. स्वत:शीच डोकं हलवून तिनं टेबलावर हातानं जोरात थाप मारली. त्याबरोबर टेबलावरचे काही कागद उडून खाली पडले.

''आता काय करू मी?'' ती स्वत:शीच पुटपुटली. एक क्षणभर मि. बॉबला फोन करावा का, असा विचार तिच्या डोक्यात चमकून गेला, पण तिनं तो लगेच काढून टाकला. आपण कसलीही तक्रार केली तरी आपल्याला काम मिळण्याचं बंद होईल, अशी तिला खात्री होती. ताबडतोब आपल्याला या 'ऑपरेशन विनो' मधून काढून टाकलं जाईल इतकं सरळ आणि स्वच्छ आहे हे.

जॅझनं खांदे उडवले. तिला काही सुचतच नव्हतं. ही चिंता जरी तिचं डोकं खात

होती, तरी यावरचा उपाय काय हेच तिला समजत नव्हतं. पण आता आपल्याला फार काळजी घेतली पाहिजे, कारण हा माणूस भयंकर त्रासदायक ठरू शकेल, हे मात्र तिला पक्कं ठाऊक होतं.

लिफ्टचं दार उघडलं आणि रॉजरनं सातव्या मजल्यावर पाऊल ठेवलं. कॉरिडॉरच्या डाव्या हाताला भलं मोठं दार होतं. पलीकडे मेडिकल वॉर्ड होता. उजवीकडेही तसंच मोठं दार होतं आणि आत ऑब्स्टेट्रिक्सगायनॅक विभाग होता. उजवीकडचं दार उघडून तो आत शिरला. खालच्या ऑपरेशनच्या मजल्याच्या विरुध्द परिस्थिती इथे होती. इथे मात्र नर्सेसच्या स्टेशनपाशी आणि आतल्या कॉरिडॉरमध्येही बरीच माणसं दिसत होती. एक संपूर्णपणे झाकलेला देह ठेवलेलं चाकांचं स्ट्रेचर ढकलत घेऊन जाणारा एक कर्मचारी त्याला दिसला. आपण ज्याची चौकशी करायला आलोय तोच हा पेशंट असणार, रॉजरनं मनात म्हटलं.

नर्सेसच्या स्टेशनपाशी जाऊन रॉजर उभा राहिला. काही क्षण तो फक्त आजूबाजूचं एकंदर दृश्य बघत होता. आपल्याला जी एवढी माणसं दिसताहेत, ती बहुधा त्या स्त्रीला कृत्रिम उपायांनी जिवंत करायला आलेल्या टीममधली असावीत, असं त्याला जाणवलं. त्यातच काही नर्सेसही होत्या. कृत्रिम श्वासोच्छ्वास वगैरे देण्याचं साहित्य असलेली छोटी ढकलगाडी कॉरिडॉरमध्ये भिंतीला टेकून उभी केलेली होती. सगळे जण घोळक्या घोळक्यांनी हळू आवाजात, हातवारे करत एकमेकांशी बोलत होते.

"एक्स्क्यूज मी," रॉजरनं समोरच बसलेल्या एका स्त्रीला म्हटलं. ती एका चार्टमध्ये काही तरी लिहिण्यात गर्क होती, पण तिनं मान वर करून बघितलं. जॅझसारखाच तिच्याही अंगावर स्क्रब्जचा ड्रेस होता, पण त्या दोघींमधलं साम्य एवढ्यावरच संपत होतं. ही स्त्री किंचितशी जाडसर होती, बुटकी होती. आणि तिच्या चेहऱ्यावर आस्था दिसत होती, जिच्याकडे पाहून रोग्याला थोडं बरं वाटावं, जरा विश्वास वाटावा, असा तिचा चेहरा होता. चेहऱ्यावर सभ्यपणा आणि सुशिक्षितपणा ही दिसत होता. "इथे मुख्य नर्स कोण आहे, सांगू शकाल?"

"मीच आहे. मी मेरिल लॅनिगन. काय हवंय तुम्हाला?"

रॉजरनं आपली ओळख करून दिली आणि आताच घडलेल्या मृत्यूची चौकशी करायला आल्याचं सांगितलं.

"त्या बाईचं नाव होतं पॅट्रिशिया प्रूट." मेरिलनं म्हटलं. "हा तिचा चार्ट. वाचायचाय?"

"हो. वाचायचाय. थँक्स." रॉजरनं तो चार्ट घेऊन भराभर वाचून काढला. सगळ्या गोष्टी अगदी त्याला शंका होती तशाच होत्या. पॅट्रिशिया प्रूट ही सदतीस वर्षांची निरोगी स्त्री होती, तीन मुलांची आई होती. काल सकाळीच तिच्या गर्भाशयातल्या छोट्याशा गाठींमुळे गर्भाशय काढून टाकण्याचं ऑपरेशन तिच्यावर झालेलं होतं.

ऑपरेशननंतर ती उत्तम रीतीनं सुधारत होती आणि तिला तोंडावाटे रस वगैरे गोष्टी घ्यायलाही परवानगी दिलेली होती. आणि नंतर हा अचानक आघात झाला होता.

रॉजरनं चार्ट मेरिलला परत देऊन टाकला.

"अत्यंत दुर्दैवी मृत्यू आहे हा." रॉजरनं म्हटलं. "आणि तिचं वय, तब्येत बघता तर अगदीच अनपेक्षित आहे."

"खरंय. फार वाईट झालं." मेरिलनं मान डोलावली. तिनं चार्टचं नर्सेसच्या नोट्सचं पान उघडलं.

"अशाच – अगदी अशाच – आणखी चार मृत्यूच्या घटना घडल्या आहेत गेल्या महिन्याभरात. अर्थात, त्या वेगवेगळ्या मजल्यांवर घडल्या, इथे नाही." रॉजरनं म्हटलं.

"हो, मीही ऐकलंय त्याबद्दल." मेरिलनं म्हटलं. "तरी नशीब, आमच्या इथे ही पहिलीच मृत्यूची घटना घडलीय. पण आमच्या मजल्यावर या मृत्यूचा जरा जास्त परिणाम होईल. कारण इथे लोकांना मुलांचे जन्म होताना बघायची सवय आहे. मृत्यू नव्हे."

"मला एक-दोन प्रश्न विचारायचेत तुम्हाला, तुमची हरकत नसेल तर." रॉजरनं म्हटलं. "आज तुमच्या या मजल्यावर डॉक्टर मोतीलाल नाजा दिसले होते तुम्हाला?"

"हो, दिसले होते. नेहमीच दिसतात."

"आणि डॉक्टर कॅब्रिओ?"

"तेही दिसले, पण इमर्जन्सी कोडची घोषणा झाल्यानंतरच."

"ओके. आणि जस्मिन रॅकोव्झी नावाच्या नर्सला कधी बघितलंय का तुम्ही या मजल्यावर? सगळेजण तिला जॅझ या नावानं ओळखतात."

"तुम्हीही विचारताय म्हणजे गंमतच आहे."

"म्हणजे?"

"मिस रॅकोव्झी आमच्या इथे जरा जास्तच वावरताना दिसते आम्हाला. रोजच दिसते ती. मी सुझान चॅपमनकडे त्याबद्दल तक्रारही केली होती. पण आता तीही जिवंत नाही, म्हटल्यावर मला आता आणखी वर जाऊन बोलावं लागणार आहे."

"ती इथे येऊन नेमकं काय करते?"

"इथल्या मदतनिसांशी दोस्ती करण्याचा, गप्पा मारण्याचा प्रयत्न करते ती. शिवाय ती आमच्या इथल्या चार्ट्समध्येही डोकावत असते. खरं म्हणजे इथल्या कुणाशीच तिचा काहीही संबंध नाही."

"आज रात्री ती इथे आल्याचं नक्की आठवतंय तुम्हाला?"

"हो, प्रश्नच नाही. ती इथे दिसल्याबरोबर मी कायम तिला हटकते. तसं आजही

हटकलं होतं मी तिला.''

''मग काय म्हणाली ती?''

''तिनं सांगितलं की आपण सध्या खाली प्रमुख नर्सचं काम बघतो आहोत आणि काही थोडं फार साहित्य घेऊन जायला आलो आहोत. तिला काय हवं होतं कोण जाणे. पण मी तिला आमच्या स्टोअरमध्ये जायला सांगितलं, पण नंतर लगेच निघून जायचं, असंही बजावलं. तू इथून जे काही नेतेयस ते परत आणून द्यायचं, असं मी तिला बजावलं. तिनंही ते कबूल केलं.''

''आणि मग ती तुमच्या स्टोअर रूममध्ये गेली?''

''हो.''

''ओके. पुढे काय झालं?''

''मग मला वाटतं तिला जे काही हवं होतं ते घेऊन ती निघून गेली. मला नेमकं सांगता येणार नाही, कारण मी एका रोग्यानं बोलावलं होतं, तिकडे गेले. आणि मग हा इमर्जन्सी कोडचा प्रकार झाला.''

''ही पॅट्रिशिया प्रूट कोणत्या रूममध्ये होती?''

''रूम ७०३ मध्ये.''

''मी तिकडे जाऊन बघतो.''

''ओके. जरूर बघा.'' मेरिलनं कॉरिडॉरकडे हात करत म्हटलं.

७०३ नंबरच्या खोलीकडे जात असताना रॉजरच्या डोक्यात विचारचक्र चालू होतं. ही जस्मिन रॅकोक्झी म्हणजे एक कोडंच आहे, त्यानं मनात म्हटलं. ती जर कधी कुणात मिसळत नाही, तर ती इथे वर येऊन इथल्या लोकांशी मैत्री करायचा प्रयत्न का करते? आणि त्यापेक्षाही महत्त्वाचं म्हणजे, ती इथल्या रोग्यांच्या चार्टमध्ये नाक खुपसते ते कशासाठी? काही समजत नाही. आणि ती आणि डॉक्टर नाजा इमर्जन्सी कोडच्या आधी इथे आले होते, यालाही काही अर्थ असणार. आपल्या यादीपैकी आणखी किती जण असे येत असतील इथे? कोणी सांगावं, सगळेसुध्दा येत असतील.

पॅट्रिशिया प्रूटची खोली पार अस्ताव्यस्त होऊन गेलेली होती. तिला कृत्रिम श्वासोच्छ्वास, हृदयाला झटके वगैरे देताना वापरलेल्या वस्तू, कागद वगैरे गोष्टी सगळ्याभर खाली पडलेल्या होत्या. प्लॅस्टिकची आवरणं, सिरिंज, औषधांची खोकी, बाटल्या वगैरे त्या वेळच्या प्रचंड घाईत नुसत्या टाकून दिलेल्या होत्या. बेडही अगदी खाली सपाट केलेला होता. त्यावरच्या पांढऱ्या शुभ्र चादरीवर रक्ताचे थोडे फार शिंतोडे उडालेले दिसत होते.

पण रॉजरला जे बघायचं होतं, ते मात्र दिसत नव्हतं. आय व्ही ची बाटली लावण्याचा स्टँड अजूनही बेडच्या डोक्याशी होता, पण त्यावर बाटली वगैरे काहीच

नव्हतं. प्रत्यक्ष हॉस्पिटलमध्येच असल्यामुळे रॉजरच्या मनात आलं होतं, की आय व्ही च्या बाटलीतल्या द्रवाची एकदा तपासणी करून घ्यावी. टॉक्सिकॉलॉजीच्या तपासणीत काहीच सापडलं नसल्याचं लॉरीनं सांगितल्यामुळे ही कल्पना त्याच्या डोक्यात आली होती.

परत मागे वळून तो मेरिलपाशी आला आणि त्यानं तिला त्या बाटलीबद्दल विचारलं.

मेरिलनं खांदे उडवले. "कोण जाणे. मला काहीच माहीत नाही." तिनं वळून हाच प्रश्न गप्पा मारत थोडं लांब उभा असलेल्या एका माणसाला ओरडून विचारला. पॅट्रिशिया प्रूटला जिवंत करण्याचे प्रयत्न ज्या लोकांनी केले होते, त्यांचा हा प्रमुख होता. त्यानंही खांदे उडवून आपल्याला माहीत नसल्याचं सांगितलं आणि तो पुन्हा गप्पा मारू लागला. आपल्याला पेशंटला जिवंत करण्यात अपयश का आलं, याबद्दल ही मंडळी मोठमोठ्यानं चर्चा करत होती.

"मला वाटतं ती बाटली तिच्याबरोबरच खाली गेली असावी." मेरिल बोलली. "आम्ही आयव्ही आणि बाकी ज्या काही ट्यूब जोडल्या असतील, त्या तशाच ठेवतो."

"आता माझा हा प्रश्न जरा वेडगळासारखा वाटेल, पण मी इथे तसा नवीन आहे, म्हणून विचारतो. मेलेल्या पेशंटना कुठे पाठवतात?"

"शवागारात – म्हणजे, आम्ही त्या जागेला शवागार म्हणतो. खरं म्हणजे पूर्वी ती ऑटोप्सी रूम म्हणून वापरली जायची. एकदम खाली, तळघरात आहे ती."

"थँक्स." रॉजरनं म्हटलं.

"नॉट अ‍ॅट ऑल."

रॉजरनं पुन्हा लिफ्टपाशी जाऊन लिफ्ट वर आणण्याचं बटन दाबलं, पण जिन्याकडे जाण्याचा मार्ग दाखवणारा बाण बघून तो थबकला. अचानक त्याच्या मनात आलं, की जस्मिन रॅकोव्झीकडे जावं आणि तिला विचारावं, की तू वर ऑब्स्टेट्रिक्सच्या मजल्यावर नेहमी जाण्याचं कारण काय आणि आज तू तिथून नेमकं काय आणलंस? लिफ्ट वर यायला वेळ लागत होता. त्यामुळे तो चालत जिन्यानं उतरू लागला. आता मात्र त्याला थकवा जाणवू लागलेला होता. कॅफिनमुळे अंगात संचारलेला उत्साह भराभर कमी होत होता आणि त्यामुळे त्याचे पाय दुखायला लागलेले होते. आता मिस रॅकोव्झीशी बोलायचं, ती आय व्ही ची बाटली सहज मिळते का बघायचं आणि सरळ घरची वाट धरायची, त्यानं मनात म्हटलं.

खालच्या ऑपरेशनच्या मजल्यावर आताही आधीसारखीच शांतता होती. सगळ्या नर्सेस रोग्यांकडे बघायला गेलेल्या दिसतात, त्यानं म्हटलं. रोग्यांच्या खोल्यांच्या उघड्या दारांजवळून जात असताना त्याला आत असलेल्या काही नर्सेस दिसतही

होत्या. कुणाला विचारून त्रास देण्यापेक्षा नर्सेसच्या स्टेशनपाशी जाऊन तिथेच रॅकोक्झीची वाट बघत थांबावं, असं त्यानं ठरवलं. पण त्याला वाट बघावी लागली नाही. ती मघासारखीच आताही त्याच खोलीत, तशीच बसून तेच मासिक वाचत होती. त्याला आश्चर्यच वाटलं.

"हे काय, तुम्हाला रोग्यांकडे बघायचं होतं असं म्हणाला होतात ना तुम्ही?" संतापी स्वभावाच्या या बाईला आपण उचकवण्यासारखं बोलतोय हे त्याला जाणवत होतं, पण जस्मिन आरामात बसलेली बघून त्यालाही जरा चीड आलेली होती.

"माझं बघून झालंय. आता इथे स्टेशनवर कोणी नाही म्हणून इथे बसलेय मी. तुम्हाला काही अडचण?"

"हे काही माझ्या अधिकारात येत नाही. आपल्या दोघांच्याही नशिबानं." रॉजरनं तिच्या नजरेला नजर भिडवत म्हटलं. "पण मला तुम्हाला दुसरंच विचारायचंय. तुम्ही म्हणालात तसं मी वर ऑब्स्टेट्रिक्स-गायनॅकमध्ये गेलो आणि मेरिल लॅनिगनशी बोललो. तिनं सांगितलं की तुम्ही बऱ्याचदा तिथे जाता. आजही गेला होतात. कशासाठी?"

"माझ्या शिक्षणासाठी." जॅझनं म्हटलं. "ऑब्स्टेट्रिक्स आणि गायनॅकॉलॉजीत मला बराच रस आहे, पण मरीन्समध्ये मला त्याचा काहीच अनुभव मिळाला नाही – कसा मिळणार? त्यामुळे मी माझ्या सुट्टीच्या वेळात बऱ्याचदा वर जाते. आणि आता मला त्याबद्दल बऱ्यापैकी माहितीही झालीय. त्यामुळे मी ऑब्स्टेट्रिक्स-गायनॅकमध्येच नोकरी शोधायचा विचार करतेय."

"अस्सं. म्हणजे आज रात्री तुम्ही शिक्षणासाठी गेला होतात तर."

"यात विश्वास न बसण्यासारखं काय आहे? बाकीच्या लोकांबरोबर खाली जाऊन लंच घेत फुकटच्या गप्पा मारण्यापेक्षा मी काही तरी नवीन शिकायला वर गेले, यात माझं काय चुकलं? इथे हे असं काय होतं, हेच कळत नाही मला. जेव्हा जेव्हा तुम्ही काही तरी नवीन शिकायला, कामात सुधारणा करायला जाता, तेव्हा तुमच्यामागे कटकटीच जास्त लागतात."

"मला तुमच्या कटकटीत आणखी भर घालायची इच्छा नाही," रॉजरनं आवाजातला तिरकसपणा लपवण्याचा एक निष्फळ प्रयत्न करत म्हटलं. "पण तुम्हा दोघींच्या सांगण्यात थोडा फरक आहे. मी जेव्हा मिस लॅनिगनशी बोललो, तेव्हा तुम्ही काही तरी वस्तू घेऊन जायला वर आल्याचं तिनं मला सांगितलं."

"असं म्हणाली ती?" जॅझनं तिरस्कारयुक्त स्मित केलं. "पण एका अर्थी तिचं बरोबर आहे. मला इन्फ्युजनच्या ट्यूब्ज हव्या होत्या आमच्या इथल्या ट्यूब्ज जवळजवळ संपत आल्या होत्या. पण ते मी नंतर ठरवलं. मी मुळात नर्सेसचे चार्ट वगैरे वाचून काही नवीन माहिती मिळवण्यासाठी वर गेले होते. ती बहुधा हे कबूल

करायला घाबरत असावी, कारण ऑब्स्टेट्रिक्स-गायनॅकची आणखी माहिती मिळवून मी बहुधा तिची जागा पटकवायला बघत असेन अशी तिला भीती वाटत असावी.''

''मला नाही तसं वाटत.'' रॉजरनं म्हटलं. ''पण मला तरी कुठे सगळं माहितेय? थँक्स, मिस रॅकोव्झी. मला आणखी प्रश्न विचारायचे असले, तर मी परत भेटेन तुम्हाला.''

रॉजर त्या खोलीतून बाहेर आला. आता मात्र त्याला चांगलाच थकवा जाणवू लागलेला होता. कॅफिनचा सगळा उत्साह आता ओसरून गेलेला होता. असंच जाऊन डॉक्टर नाजालाही गाठून चौकशी करावी, असा त्याचा आधी विचार होता. आता मात्र तो इतका थकलेला होता, की त्यानं तो बेत रद्द केला. आणि तसेही पहाटेचे चार वाजत आलेले होते.

दुपारी परत ऑफिसला आल्याबरोबर आधी रोझालिनला फोन करायचा आणि जस्मिन रॅकोव्झीची सेंट फ्रान्सिस हॉस्पिटलमधली सगळी माहिती मागवून घ्यायची, असा त्यानं मनाशी निश्चय केला. जस्मिन रॅकोव्झीसारख्या नर्सेस घेतल्या जातात, एवढा नर्सेसचा तुटवडा आहे की काय? त्यानं मनात म्हटलं. कुणी सांगावं, ती कदाचित खुनी नसेलही – नव्हे, तशीच शक्यता जास्त वाटते. पण तिची मनोवृत्ती बघता ती या व्यवसायाला मुळीच लायक नाही. ते काही नाही, तिची माहिती गोळा करून तिच्याबाबतीत काही तरी केलंच पाहिजे.

रॉजरनं लिफ्टचं बटन दाबलं आणि लिफ्ट येण्याची वाट बघत थांबलेला असताना हळूच नर्सच्या स्टेशनकडे कटाक्ष टाकला. स्टेशन मागच्या खोलीच्या दारातून रॅकोव्झी हळूच आपल्याकडे डोकावून बघतेय, असं तेवढ्या क्षणभरात त्याला वाटून गेलं. पण आपण इतके थकलेले आहोत, त्यामुळे कदाचित हा भासही असावा, म्हणून त्यानं ते तेवढ्यावरच सोडून दिलं. या बाईची भीती वाटते मला! न जाणो, उद्या आजारी पडलो आणि नर्स म्हणून हीच आली तर? हिच्या हातात आपला जीव... नको रे बाबा!

लिफ्ट आली आणि तो आत शिरला. दरवाजा बंद होता होता अभावितपणेच त्याची नजर पुन्हा तिकडे गेली. आणि पुन्हा त्याला वाटलं, की ती बहुतेक हळूच आपल्याकडे डोकावून बघत असावी.

त्यानं लिफ्ट सरळ तळघरात आणली. या भागात तो पूर्वी कधीच आलेला नव्हता. इथे मात्र हॉस्पिटलसारखी कसलीही सजावट नव्हती. भिंतीवर प्लॅस्टर होतं पण रंग नव्हता, तऱ्हेतऱ्हेचे डाग पडलेले होते. अनेक प्रकारचे छोटे मोठे पाईप आलेले दिसत होते. दिवेही सगळे बिनशेडचे होते. लिफ्टच्यानंतर थोड्याच अंतरावर भिंतीवर थेट हातानं रंगवलेलं होतं: 'ऑटोप्सी ॲम्फी थिएटर आणि पुढे एक मोठा थोरला जाडजूड तांबडा बाण होता.

ऑटोप्सी रूमकडे – शवागाराकडे – जाण्याचा मार्ग तसा गुंतागुंतीचा होता, पण ठिकठिकाणी रंगवलेल्या बाणांनी दाखवल्या मार्गानं चालत एका मोठ्या रुंद, डबल दाराशी आला. दारावर दोन्ही बाजूंना बरोबर डोळ्यांच्या पातळीत गोल काचेच्या खिडक्या होत्या. त्या काचाही धुरकटलेल्या होत्या. रॉजरला आत एक ट्यूब लागलेली दिसत होती, पण त्यापलीकडे त्याला आतलं काहीच दिसत नव्हतं. त्यानं धक्का देऊन दार उघडलं आणि पितळी स्टॉपर लावून ते उघडंच ठेवलं.

आतमध्ये मेडिकल कॉलेजात असतं तसं एक जुन्या पद्धतीचं, अर्धगोलाकार ॲम्फी थिएटर होतं. चढत जाणाऱ्या अर्धगोलाकार बांधलेल्या पायऱ्यांवर खुर्च्या लावलेल्या होत्या. पण ट्यूबचा प्रकाश शेवटपर्यंत पोचत नव्हता. शंभर वर्षांपूर्वी जेव्हा मेडिकलच्या अभ्यासक्रमात ॲनाटॉमी आणि पॅथॉलॉजीला प्रचंड महत्त्व होतं, त्या काळात हे बांधलेलं असावं, रॉजरनं मनात म्हटलं. बरंच जुनाट, काळं पडलेलं लाकडी सामान पडलेलं होतं. मधल्या खोलगट जागेत एक जुनं लोखंडी ऑटोप्सीचं टेबल होतं आणि बरोबर त्याच्या वर रूममधली एकमेव ट्यूब वरून सोडलेली होती. पाठीमागच्या भिंतीला लागून असलेल्या मोठ्या थोरल्या, पुढे काच लावलेल्या कपाटात स्टेनलेस स्टीलची, उत्तरीय तपासणीसाठी वापरण्याची साधनं ठेवलेली होती. या पूर्वी ही कधी वापरलेली असतील कोण जाणे, त्यानं मनात म्हटलं. कारण आता ओसीएमई सोडून दुसरीकडे कोणत्याही हॉस्पिटलमध्ये प्रेताची उत्तरीय तपासणी फार क्वचित होत असे.

मधल्या खोलगट जागेत ऑटोप्सी टेबलालगतच बरीच काही चाकांची स्ट्रेचर्स होती. आणि त्यावरच प्रेतं ठेवलेली होती. रॉजर पुढे सरकला. पॅट्रिशिया प्रूट नेमकी कोण, हेच त्याला माहीत नव्हतं. हे असलं कसलं भयानक क्षेत्र निवडलंय लॉरीनं, करिअर म्हणून? त्यानं दहाव्यांदा हा प्रश्न मनातल्या मनात विचारला. तिच्यासारख्या उत्साही, बोलघेवड्या व्यक्तिमत्त्वाशी हे करिअर एकदम विसंगत आहे. खांदे उडवून त्यानं पहिल्याच स्ट्रेचरवरच्या प्रेताच्या डोक्यावरचं पांघरूण दूर केलं.

आणि तो एकदम दचकलाच. हा माणूस कुठल्याशा भयंकर अपघातात मेलेला दिसत होता. त्याचं डोकं भयानक रीतीनं चेपलेलं होतं आणि एक डोळा सबंध बाहेर आलेला होता. रॉजरनं झटकन पांघरूण परत घातलं. त्याचे पाय लटलटत होते. विद्यार्थिदशेतही त्याला पॅथॉलॉजीचा, त्यातही फोरेन्सिक पॅथॉलॉजीचा भयंकर तिटकारा होता.

रॉजरनं जागेवरच उभं राहून आधी स्वतःला सावरलं आणि मग तो दुसऱ्या प्रेताशी गेला. त्यानं पांघरूण काढण्यासाठी हात लांबवला, पण तत्क्षणीच पाठीत कोणीतरी जडशीळ हातोडा भयानक ताकदीनं मारल्यासारखा तो पुढे फेकला गेला. आपण पडतोय हे त्याला समजत होतं आणि त्यामुळे त्याचे दोन्ही हात आपोआपच

पुढे गेले, पण तेवढ्यात आणखी एक प्रचंड आघात त्याच्या पाठीत बसला.

रॉजर दाणदिशी खाली आदळला आणि फरशीवरून पुढे घसरत गेला. त्याच्या सबंध शरीरात प्रचंड जाळ उठलेला होता. खुर्च्यांच्या पहिल्या रांगेच्या अलीकडच्या कठड्यासारख्या बुटक्या भिंतीवर त्याचं डोकं प्रचंड वेगानं आपटलं. त्यानं हालचाल करायचा प्रयत्न केला, पण त्याच क्षणी त्याच्या डोळ्यांसमोर मिट्ट काळोख पसरला.

सतरा

घड्याळ्याच्या गजराचा कर्णकटु आवाज झाला आणि लॉरीच्या घरातली नि:स्तब्ध शांतता काचेसारखी खळ्कन फुटली. शनिवारची ती सकाळ होती. लॉरीला जाग आली, पण काल सकाळसारखीच तिची आजही परिस्थिती होती. तिला स्वस्थ झोप लागलेली नव्हती आणि जी काही झोप तिला लागली होती, ती सुध्दा विचित्र स्वप्नांमुळे पुरती विस्कटून गेलेली होती.

उठल्याबरोबर तिनं सगळ्यांत आधी गर्भावस्थेची चाचणी पुन्हा घेतली. यावेळी तिनं मुद्दाम नवीन आणलेलं उपकरण वापरलं. डॉक्टर असल्यामुळे भलतंच काही तरी निदान होण्यापेक्षा पुन्हा पुन्हा चाचण्या घेऊन योग्य निदान करण्याच्या गरजेची पक्की कल्पना होती. पण या वेळीही तिची चाचणी पॉझिटिव्ह निघाली. तिला निश्चितपणे दिवस गेलेले होते.

सकाळच्या वेळी तिला कालच्यासारखंच आजही मळमळत होतं. यामुळे तर तिला दिवस गेले असल्याच्या निष्कर्षाला आणखी पुष्टी मिळत होती. पण थोडंसं खाल्ल्यावर तिला जरा बरं वाटलं. पण ओटीपोटात खाली उजव्या कोपऱ्यातलं दुखणं ही गोष्ट मात्र वेगळी होती. या क्षणी तरी त्या दुखण्याचं स्वरूप बरंच सौम्य होतं. काल जॅकशी झालेल्या त्या भेटीनंतर घरी येत असताना मात्र तिला चक्क वेदना होत होत्या. ती टॅक्सीतून येत असताना अचानक त्या कळा यायला सुरुवात झाली होती आणि त्यावेळी ती खरोखरच कळवळली होती. एक वेळ तर अशी आली होती, की आता डॉक्टर लॉरा रायलेला फोन करावा असं तिला वाटू लागलं होतं. पण थोड्याच वेळात त्या वेदना आल्या तशा अचानक थांबल्याही होत्या. त्या वेदना चांगल्याच

तीव्र असल्यामुळे त्यांचा संबंध बहुधा आपल्या पचनसंस्थेशी असावा असं तिला वाटत होतं. पाळीच्या वेळी होणाऱ्या वेदनांपेक्षा या वेदनांची तीव्रता जास्त आहे, त्यामुळे याचा आपल्याला दिवस गेले असण्याशी काही संबंध नसावा, असा विचार तिनं केला होता. पण मग सकाळी होणाऱ्या मळमळीबरोबरच या वेदनाही जाणवतात, याचा अर्थ या दोन्हींचा एकमेकांशी काही संबंध असू शकेल का, हे मात्र तिला सांगता येत नव्हतं.

लॉरीनं आपला रिकामा बाऊल टेबलावर ठेवला. अजूनही तिला पोटात थोडी गडबड वाटतच होती. तिनं ओटीपोटाच्या दुखऱ्या भागावर दाबून, काही बोचल्यासारखी वेदना जाणवतेय का, ते बघितलं. पण तसं काहीच जाणवलं नाही, उलट पोटातला अस्वस्थपणा बऱ्यापैकी निवळतोय, असं तिला जाणवलं. तिनं हात काढून घेतल्याबरोबर वेदनेची उरलीसुरली जाणीवही नाहीशी झाली. म्हणजे हे जवळजवळ नक्कीच आपल्या पचनसंस्थेशी संबंधित असावं, कदाचित गॅसमुळेही दुखत असावं, तिनं मनात म्हटलं.

सुटकेचा निःश्वास सोडून लॉरीनं चटकन कपडे बदलले. या वीकएंडच्या सुट्टीच्या काळात ती ऑन कॉल होती. म्हणजेच ओसीएमईत रात्रीत कोणत्या केसेस आल्या ते बघण्याचं काम करण्याची आता तिची पाळी होती. आपल्याला स्वत:लाही काही ऑटोप्सी कराव्या लागणार, हेही तिला माहीत होतं. कारण सगळ्याच केसेस सोमवारवर ढकलणं आजपर्यंत कधीच शक्य झालेलं नव्हतं. फारच केसेस आल्या, तर अशा वेळी आणखी एक डॉक्टर ऑन कॉल असण्याची व्यवस्था होती, पण ही गोष्टही कधीच घडल्याचं लॉरीला आठवत नव्हतं.

बाहेर न्यूयॉर्कमधली खास मार्चमधली हवा होती – रिमझिम पाऊस आणि थंडी. छत्री उघडून लॉरी फर्स्ट अॅव्हेन्यूवरून चालत निघाली. तिनं टॅक्सी मिळते का बघितलं होतं, पण अशा हवेत न्यूयॉर्कमधल्या टॅक्सी नेहमीप्रमाणेच गायब होत्या.

चालता चालता लॉरीला जॅकबरोबरचं कालचं बोलणं आठवलं. सध्या आपली भावनिक परिस्थिती एकदम बिघडलेली आहे. आपल्या भावना क्षणात या टोकाला, तर क्षणात एकदम विरुध्द टोकाला जाताहेत आणि आपल्या आयुष्यात हल्ली ज्या एकापाठोपाठ एक धक्कादायक घटना घडताहेत, त्यांचा विचार केला तर हे समजण्यासारखंही आहे. जॅकचा तो प्रश्न तसा विचार केला तर अगदीच अयोग्य नव्हता, त्यामुळे सुरुवातीला जरी आपण भडकलो, तरी नंतर आपण मनाचा तोल बऱ्यापैकी राखला. पण आता मात्र जॅक आपल्याला हवा तसा प्रतिसाद देईल अशी आशा करत राहणं, एवढंच आपल्या हातात आहे. आणि जॅकची मनोवृत्ती बघता तशी शक्यता पन्नास टक्केच धरता येईल.

ओसीएमईच्या बाहेरच्या रस्त्यांवर बरेच काही टीव्ही चॅनेलवाल्यांचे ट्रक उभे

होते. काही तरी विशेष घडलं असणार, लॉरीनं म्हटलं. ती एकदम सावध झाली. मीडियाच्या कॅमेऱ्यांसमोर उभं राहून त्यांच्या प्रश्नांना उत्तरं देण्याचा तिला मनस्वी तिटकारा होता. या नोकरीतला हा भाग तिला मुळीच आवडत नसे. वार्ताहर मंडळींचे तिला आधी फार वाईट अनुभव आलेले होते – पार तिची नोकरी धोक्यात आली होती त्यावेळी.

क्षणभर थांबून लॉरी आता मागच्या दारानं आत जावं की काय, असा विचार करू लागली. तिनं त्या ट्रक्सकडे एक कटाक्ष टाकला. पण ते ट्रक्स नुसतेच उभे होते. त्यांच्या अँटेना उंचावलेल्या नव्हत्या. म्हणजे ही मंडळी 'ब्रेकिंग न्यूज' वगैरेसाठी थांबलेली दिसत नाहीत, तिनं मनात म्हटलं. म्हणजेच हे लोक ज्या कशाची बातमी काढायला आले असतील, ती पहिल्या पानावर येण्याइतकी महत्त्वाची नसावी बहुधा. मुद्दामच खाली मान घालून ती पायऱ्या चढून आत आली. लॉबीत डझनभर वार्ताहर आणि कॅमेरामन शांतपणे बसून होते.

दर शनिवारप्रमाणे आजही थोड्या वेळासाठी आलेल्या मार्लीनकडे बघून हात करत लॉरी लॉबीतून पुढे निघाली. पण तिला ओळखणारा एका चॅनेलचा वार्ताहर त्वरेनं पुढे झाला आणि त्यानं तिच्यासमोर मायक्रोफोन धरला. बरेच काही प्रखर दिवे एकदम चालू झाले. कॅमेरामननेही आपापले कॅमेरे खांद्यावर धरून सरसावले.

"डॉक्टर, त्या अपघाताबद्दल काही सांगाल?" त्या वार्ताहरानं विचारलं. आणखी बऱ्याच लोकांनी आपापले मायक्रोफोन पुढे केले. "तुमच्या मते ती दुहेरी आत्महत्या होती, की त्या दोघा पोरांना कुणी ढकललं असेल?"

लॉरीनं मायक्रोफोन हातानं दूर केला. "हे बघा, मी आत्ताच येतेय. तुम्ही कशाबद्दल बोलताय हे मला माहीत नाही. आणि दुसरी गोष्ट म्हणजे, इथून दिली जाणारी माहिती आमचे चीफ, डेप्युटी चीफ किंवा पब्लिक रिलेशन्स ऑफिस यांच्या मान्यतेशिवाय बाहेर जाऊ शकत नाही. ही गोष्ट तुम्हालाही माहितेय."

त्या सगळ्या घोळक्याकडे आणि त्यांच्या प्रश्नांकडे निर्धारानं दुर्लक्ष करून लॉरी पुढे निघाली. तेवढ्यात तिला मधल्या काचेच्या दारापलीकडे उभा असलेला रॉबर्ट दिसला. त्यानं लगेच दार उघडून तिला आत घेतलं.

"थँक्स, रॉबर्ट." अंगातला कोट काढत तिनं म्हटलं.

"लांडगे आहेत नुसते." रॉबर्टनं म्हटलं.

"काय झालंय? कशासाठी जमलेत हे लोक?"

"तेरा वर्षांची दोन मुलं एका सब-वे ट्रेनखाली सापडली."

लॉरीच्या चेहऱ्यावर लगेच दुःख उमटलं. "च्!" अशा लहान मुलांच्या केसेस करताना तिला नेहमीच फार वाईट वाटायचं. आपल्याला रात्रीच बोलावणं आलं नाही याचंच तिला आश्चर्य वाटलं. पण ओसीएमईत काम करणारे टूर डॉक्टर लोक तसे

चांगले अनुभवी होते. त्यामुळे फारच महत्त्वाची किंवा अडचणीची केस झाल्याशिवाय ऑन कॉल मंडळींना बोलावण्याची वेळ सहसा येत नसे.

"त्यांची ओळख वगैरेचे सोपस्कार करून झालेत?"

"हो. ते सगळं रात्रीच करून झालंय."

लॉरीला जरा बरं वाटलं. कारण ओळख पटवणं वगैरे भानगडीमध्ये मृत व्यक्तीच्या दु:खात बुडालेल्या नातेवाईकांना तोंड देणं भाग पडत असे. आपल्या नोकरीतला हा आणखी एक भाग पार पाडणं नेहमी तिच्या जिवावर येत असे.

लॉरी आयडी ऑफिसमध्ये शिरली. नशिबानं आज मार्विनही ऑन कॉल होता आणि आधी आलेला असल्यामुळे त्यानं कॉफी करून ठेवून शिवाय आलेल्या केसेसच्या फायलीही तयार ठेवलेल्या होत्या. त्यातली एक फाईल त्याच्या पुढ्यातच होती.

लॉरी कॉफी ओतून घेत असताना दोघांनी एकमेकांना 'गुड मॉर्निंग' केलं. "आज बरंच काम पडणारसं दिसतंय." फायलींकडे बघत लॉरीनं म्हटलं.

"हो." मार्विननं मान डोलावली आणि समोर असलेल्या फाईलवर हलकेच थाप मारली. "मॅनहटन जनरलमधून आणखी एक तशीच केस आलीय."

"काय सांगतोस!"

"वर जॅनिसनं एक चिठ्ठीही अडकवलीय."

लॉरीनं ती चिठ्ठी झरझर वाचून काढली. पॅट्रिशिया प्रूट असं त्या स्त्रीचं नाव होतं आणि चिठ्ठीत नेहमीच्या सगळ्या प्रश्नांची उत्तरंही होती. लॉरीनं एक दीर्घ श्वास घेतला. आता आपल्या सत्रातल्या बळींची संख्या चौदावर गेलीय. त्यातले एकट्या मॅनहटन जनरलमधलेच आठ लोक आहेत! फार होतंय हे. हे ताबडतोब थांबलं पाहिजे.

"मग आपण ही प्रूटचीच केस आधी करू या." तिनं म्हटलं.

"काय? त्या दोघा पोरांच्याही आधी?" मार्विननं म्हटलं. "ती बाहेर जमलेली लांडग्यांची गर्दी दिसली का तुला? त्यांना थांबवून ठेवायचं?"

"इतका वेळ थांबलेत ना, मग अजून थोडा वेळ थांबू देत." लॉरीनं उत्तर दिलं. पॅट्रिशिया प्रूटची केस आपल्या बाकीच्या केसेससारखीच आहे की नाही, हे बघायची तिला उत्कंठा लागलेली होती.

"ओके. मी खाली जाऊन तयारी करतो."

"आणखी काही खास?"

"बाकीच्या बऱ्याचशा केसेस तशा नेहमीसारख्याच दिसतात. मला वाटतं तू त्या बाकीच्यांना देऊन टाकशील. आपल्याला बहुतेक चार केसेस कराव्या लागतीलसं दिसतंय. पण तू एकदा बघून घे."

मार्विन खाली निघून गेला. त्याची तयारी होईपर्यंत लॉरीनं बाकी फायली वाचून काढल्या. मार्विन म्हणाला होता ते बरोबर होतं. चार केसेसच करायच्या आणि काही तशीच महत्त्वाची केस आली नाही, तर घरी जायचं, असं तिनं ठरवलं. ती कोट ठेवायला वर, आपल्या ऑफिसात गेली आणि तिला आश्चर्याचा धक्काच बसला. तिच्या टेबलावर हॉस्पिटलच्या चार्ट्सचा एक गठ्ठा व्यवस्थित ठेवलेला होता. त्यात लुईस आणि सॉब्झिक या दोघांचे मॅनहटन जनरलमधून आलेले चार्ट आणि सेंट फ्रान्सिसच्या सगळ्या, सहाही केसेसचे चार्ट होते. लॉरीनं आपल्या सहकारी मित्रांचे मनोमन आभारही मानले आणि त्यांना शाबासकीही दिली.

गठ्ठ्यातला सगळ्यांत वरचा चार्ट रोविना सॉब्झिकचा होता. लॉरीनं भराभर पानं चाळत ऑपरेशन रूममधल्या नोट्स आणि ॲनेस्थेशियाच्या नोंदी पाहिल्या. त्यात कुठेही काही वेगळं तिला दिसलं नाही. ती चार्ट बंद करणार, इतक्यात त्यातून एक ॲबनॉर्मल ईकेजी दाखवणारी पट्टी बाहेर आली. साधारण दोन फूट लांबीची ती पट्टी उलटसुलट घड्या करून चार्टमध्ये ठेवलेली होती. तिचे फक्त शेवटचे चार-पाच इंच त्या पानाला चिकटवलेले होते.

लॉरीनं मग ते पान उघडून बघितलं. रोविना सॉब्झिकला कृत्रिम श्वासोच्छ्वास वगैरे देऊन पुन्हा जिवंत करण्याचे प्रयत्न करणाऱ्या टीमच्या मुख्यानं त्या पानावर एक शेरा मारून ठेवलेला होता. लॉरीनं तोही वाचला, पण तिला काहीच वेगळा अर्थबोध झाला नाही. तिनं मग ती पट्टी उलगडून बघितली. त्यावरची हृदयाची ठोके दाखवणारी आलेखसदृश रेषा अत्यंत तुटक होती – म्हणजे हृदयाचे ठोके जवळजवळ पडतच नव्हते आणि जे काही पडत असतील ते पूर्णपणे कुचकामी होते, हे तिच्या लक्षात आलं. कदाचित मुळात हे हृदयाचे ठोकेच नसतील, तिनं मनात म्हटलं. कदाचित हृदयाची स्पंदनं सुरू ठेवणारे हे छोटे छोटे, हृदयामागच्या बिंदूमधून येणारे विजेचे झटके असतील, पण त्यांच्यामुळे हृदयाचं जे आकुंचन घडायला पाहिजे, ते होतच नसावं. पुढे पुढे तर ही रेषा आणखी तुटक, आणखी वाकडीतिकडी होत गेलेली होती आणि शेवटी तिची एक सरळ रेषा बनलेली होती. पट्टीवर मोकळ्या जागेत पेन्सिलनं लिहिलेलं होतं : ''कृत्रिम स्पंदने व श्वासोच्छ्वासाच्या प्रयत्नांच्या सुरुवातीस दिसलेले ईकेजी सेग्मेंट. यानंतर कोणतेही नैसर्गिक विजेचे झटके आढळले नाहीत.''

लॉरीला ईकेजी वगैरेतलं सुरुवातीपासूनच फारसं काही कळत नसे, त्यामुळे या पट्टीमधूनही तिला फारसं काही समजलं नाही. पण मॅकगिलिन आणि मॉर्गनच्या केसमध्ये ज्या अर्थी असा ईकेजी आढळला नाही, त्या अर्थी हा ईकेजी महत्त्वाचा असावा आणि त्यामुळे तो आपण आणखी एखाद्या जाणकाराला, एखाद्या कार्डिऑलॉजिस्टला दाखवावा, असा तिनं विचार केला. तशी एक चिठ्ठीही तिनं

लिहून त्या फाईलवर चिकटवली.

तेवढ्यात तिचा फोन वाजू लागला आणि ती दचकून भानावर आली. रिसीव्हरवर हात ठेवून तिनं तो आणखी एक-दोनदा वाजू दिला आणि कदाचित जॅकचा फोन असेल अशा आशेनं उचलला. पण तसं काही नव्हतं. फोन मार्विनचा होता – सगळी तयारी झालीय, तू लगेच खाली ये, असा.

लॉरीनं सॉबूझिकचा चार्ट बंद करून परत गठ्ठ्यावर ठेवून दिला. आता दुपारी हे सगळे चार्ट वाचून काढायचे आणि सेंट फ्रान्सिसमधल्याही सगळ्या मृत्यूच्या केसेस बाकीच्यांसारख्याच आहेत की नाही, हे बघायचं, तिनं मनात म्हटलं. तेवढ्यात जॅकला फोन करावा की काय, असं वाटून तिनं फोनकडे बघितलं आणि तिला फोनवर लागलेला, तिला व्हॉईसमेल आल्याचं सांगणारा दिवा लागलेला तिला दिसला. आता रात्रीत कोणी व्हॉईसमेल पाठवला असेल, असं मनाशी म्हणत तिनं रिसीव्हर उचलून आलेले मेसेजेस बघितले.

आधी त्या आलेल्या व्हॉईसमेलची वेळ बघून आणि पाठोपाठ रॉजरचा आवाज ऐकून तिला पाठोपाठ दोन आश्चर्याचे धक्के बसले. पहाटे दोन वाजेपर्यंत काम करण्याइतकं रॉजरनं आपलं म्हणणं मनावर घेतलंय, हे बघून तिला फार समाधान वाटलं. त्यानं त्याच्या मते असलेल्या संशयितांच्या नावांची एक यादी केलीय, त्यात सेंट फ्रान्सिसमधून नव्यानंच मॅनहटन जनरलमध्ये आलेल्या डॉक्टर नाजा नावाच्या एका अ‍ॅनेस्थेशिओलॉजिस्टचंही नाव आहे, हे ऐकून तर तिला आणखीच बरं वाटलं. पण सगळा मेसेज ऐकत बसण्याइतका तिला वेळ नव्हता. पुढची माहिती ऐकायची उत्सुकता दाबून टाकत तिनं मेसेज बंद केला आणि परत वर आल्याबरोबर आधी तो पुन्हा ऐकायचा, असं ठरवून ती जायला उठली. लिफ्टकडे जात असतानाही तिच्या मनात आलं, जॅक आता कधी फोन करेल – किंवा तो फोन करेल की नाही – कोण जाणे. या जॅकचं काही सांगता येत नाही.

लॉरीला वाटलं होतं, तसंच पॅट्रिशिया प्रूटचं पोस्टमॉर्टेम आणि तिच्या त्या हत्यासत्राच्या बाकीच्या केसेस, यांच्यात कमालीचं साम्य होतं. या स्त्रीचाही मृत्यू इतका अचानक का झाला असावा, हे सांगणारी कोणतीही पॅथॉलॉजी तिला सापडली नाही. ऑपरेशन झालेल्या जागेतून काहीही जास्त रक्तस्राव झालेला नव्हता, की तिथे कसली बाधा झालेली नव्हती. पाय, पोट, छाती, कुठेही आतल्या मोठ्या रक्तवाहिन्यांमध्ये गुठळी सापडली नाही. हृदय, फुप्फुसं, मेंदू, सगळं काही अगदी नॉर्मल होतं.

पोस्ट मॉर्टेम झाल्यावर लॉरीनं प्रेत पुन्हा चाकांच्या स्ट्रेचरवर ठेवायला मार्विनला मदत केली.

"आता त्या दोघा पोरांपैकी कोणाचं पोस्ट मॉर्टेम आधी करायचं?" स्ट्रेचर

हलवत मार्विननं विचारलं.

"कोणालाही आण. त्यानं काय फरक पडतो?" लॉरीनं शेजारच्या टेबलावर त्या दोन्ही पोरांच्या फायली उघडून ठेवत म्हटलं. फोरेन्सिक इन्व्हेस्टिगेटरचे रिपोर्ट वाचत असताना तिच्या मनात एक कल्पना चमकली. "तसं कशाला, दोघांनाही एकदम आणायला काय हरकत आहे?"

"ओके. घेऊन येतो." मान डोलावून मार्विन पॅट्रिशिया प्रूटचं प्रेत ठेवलेलं स्ट्रेचर ढकलत बाहेर घेऊन गेला.

काही वर्षांपूर्वी दोन केसेसच्या दरम्यानच्या वेळात लॉरी पुढच्या केसची फाईल वाचायला लंचरूममध्ये घेऊन जात असे. पण आता या मून-सूटमुळे ते जवळजवळ अशक्यच होतं. त्यामुळे तिनं उभ्याउभ्याच फायली वाचायला सुरुवात केली. तिच्या वाचनाला मून-सूटमधल्या व्हेंटिलेटर फॅनच्या एकसुरी आवाजाची साथसंगतही होती. या केसेसमध्ये मीडियावाल्यांना एवढा रस का, हे लगेचच तिच्या लक्षात आलं. कारण या दुर्दैवी प्रकाराची एकंदर माहितीच ती बातमी रोचक बनवण्यासारखी होती. कुठल्याही मृत्यूच्या बातमीचं मानवी मनाला एवढं आकर्षण का असतं, कोण जाणे. आणि मृत्यू जेवढा भयानक असेल, तेवढं ते आकर्षण वाढतं. साध्या मृत्यूपेक्षा अपघात, खून, आत्महत्या, युध्द यांच्या बातम्या लोक इतक्या चवीनं का वाचतात? हा दुर्दैवी प्रसंग फिफ्टीनाईन्थ स्ट्रीट स्टेशनवर पहाटे तीन वाजता घडला होता. स्टेशनमध्ये भरधाव येत असलेल्या त्या गाडीनं त्या दोन्ही पोरांचा जीव घेतलेला दिसत होता.

लोकांनी केलेली वर्णनंही परस्परविरोधी होती. गाडीच्या इंजिनिअरनं सांगितलं होतं की त्या पोरांनी अगदी शेवटच्या क्षणी उडी मारली, त्यामुळे आपल्याला काहीही करणं शक्य झालं नाही. या वर्णनावरून असा तर्क निघाला होता, की त्या दोघांनी एकत्र उडी मारून आत्महत्या केली असावी. पण इंजिनिअर त्याच्या ब्रीदलायझरच्या तपासणीत दोषी आढळला होता, त्यामुळे त्याच्या सांगण्यावर किती विश्वास ठेवावा, यावर मोठंच प्रश्नचिन्ह उभं राहिलेलं होतं. गाडीच्या कंडक्टरनं सांगितलेली हकिगत आणखी वेगळी होती. आपण गाडी स्टेशनात शिरत असताना पहिल्या आणि दुसऱ्या डब्यांदरम्यान उभं राहून स्टेशनकडेच बघत होतो आणि आपल्याला ती पोरं स्टेशनवर दिसलीच नाहीत, असं त्याचं म्हणणं होतं. तो मात्र ब्रीदलायझरच्या तपासणीत निर्दोष आढळला होता. टोकन बूथमध्ये बसलेल्या एजंटनं तिसरंच वर्णन केलं होतं. प्लॅटफॉर्मवरच्या फिरत्या दारातून त्या पोरांपाठोपाठ जाताना आपण एका संशयस्पद व्यक्तीला पाहिलं होतं, पण ती व्यक्ती नंतर कुठेच दिसली नाही, असं त्याचं म्हणणं होतं.

तेवढ्यात दार उघडलं आणि मार्विन आणखी एक चाकांचं स्ट्रेचर ढकलंत आत

घेऊन आला. ''छे, छे! बघवत नाही!'' त्यानं म्हटलं.

''हो. तसंच असणार ते.'' लॉरीनं उत्तर देऊन पुढे वाचायला सुरुवात केली. एकाही मुलाच्या अंगावर किंवा प्लॅटफॉर्मवर आत्महत्या करत असल्याची कसलीही चिठ्ठी सापडली नव्हती. दोघांच्याही आईवडिलांनी सांगितलं होतं, की आपल्या पोरांना कसलंही नैराश्य वगैरे आलेलं नव्हतं. ''दोघंही अत्यंत व्रात्य होते, पण त्यांनी आत्महत्या केलेली असणं शक्य नाही.''

''मी दुसऱ्याला घेऊन येतो.'' मार्विननं म्हटलं.

लॉरीनं वाचता वाचताच मान डोलावली. याही वेळी तिला जॅनिसच्या कामाचं मनोमन कौतुक वाटलं. एका रात्रीत ही एवढं सगळं कसं काय करू शकते, कोण जाणे.

वाचून झाल्यावर लॉरीनं दोन्ही फायलींमधून ऑटोप्सीबद्दलच्या आपल्या नोट्स लिहिण्याचे कागद बाहेर काढले आणि ती पहिल्या मुलाच्या प्रेताकडे वळली. तेवढ्यात मार्विन ते दुसरं शव घेऊन आत आला.

''ओ गॉड!'' पहिल्या मुलाच्या अवशेषांकडे बघितल्याबरोबर अभावितपणेच तिच्या तोंडून शब्द बाहेर पडले. कुठल्याही वयाच्या लहान मुलांच्या बाबतीत ती जात्याच अत्यंत हळवी होती.

विद्रूप प्रेतांच्या बाबतीत रेल्वे अपघातात सापडलेल्यांचा क्रम बराच वर लागतो. या मुलाचा एक हात खांद्यातून तुटून वेगळा झालेला होता आणि तो त्याच्या धडाशेजारी ठेवलेला होता. डोकं आणि चेहऱ्याचा पुरता चेंदामेंदा झालेला होता. त्याच्या आईबापांनी बघण्याइतपतही सुधारणा त्याच्यात करणं शक्य झालेलं दिसत नव्हतं.

लॉरीनं प्रेताची बाह्य तपासणी सुरू केली. हा बिचारा पोरगा ती गाडी थांबेपर्यंत तिच्याबरोबर फरफटत गेलेला असणार, हे उघड होतं.

''हा दुसरा आणलाय.'' रिकामं स्ट्रेचर दूर ढकलत नेत मार्विननं म्हटलं.

त्याच्याकडे वळून न बघताच लॉरीनं फक्त हात हलवला. इतक्यात तिला त्या मुलाच्या इंद्रियावर काही तरी वेगळं दिसलं आणि काही तरी शंका येऊन तिनं त्याच्या तळपायांकडे बघितलं. मार्विन तिच्या समोरच्या बाजूला येऊन उभा राहिला.

''ते माझ्याही लक्षात आलंय.'' ती काय बघतेय हे बघून त्यानं म्हटलं. ''तुला काय वाटतं याबद्दल?'' खरचटल्याच्या, झेंजारल्याच्या खुणांबरोबरच काही जळून काळं पडल्याच्या खुणाही दिसत होत्या.

''याचे शूज कुठायत?'' लॉरीनं विचारलं.

''एका प्लॅस्टिकच्या पिशवीत ठेवलेत.''

''आण बरं ते.'' लॉरीनं म्हटलं आणि विचारमग्न अवस्थेतच ती लगेच दुसऱ्या

मुलाच्या प्रेतापाशी आली.

मार्विन त्या दोघांचे शूज घेऊन येईपर्यंत लॉरीला उत्तर सापडल्याची जवळजवळ खात्री झालेली होती. मार्विन त्यांचे शूज घेऊन आला. त्यांच्या प्रेतांसारखीच दयनीय अवस्था त्यांच्या स्नीकर्सची होती. लॉरीनं दोघांचेही स्नीकर्स उचलून त्यांच्या तळांकडे निरखून पाहिलं. ''समजलं यांच्या मृत्यूचं कारण.''

''असं? काय झालं?''

इतक्यात रूमचा दरवाजा धाडकन उघडला. लॉरीनं आणि मार्विननं एकदमच तिकडे बघितलं. सॅल डी'ॲम्ब्रोशिओ आत आला. तोही मार्विनसारखाच एक मदतनीस होता. पण नेहमी कमालीचा निर्विकार असणारा हा माणूस या क्षणी भलताच अस्वस्थ दिसत होता. ''आत्ताच एक पुरुषाचं प्रेत आलंय, त्याला मुंडकं नाही आणि दोन्ही हातांचे पंजेही नाहीत. पोलीस घेऊन आलेत. मी काय करू?''

''तू नेहमी जसे प्रेताचे एक्स-रे, वजन, फोटो वगैरे काढतोस, ते सगळं केलंयस का तू?'' लॉरीनं विचारलं. मार्विनला फारसं कधी काही सांगावं लागत नसे. सॅलला मात्र प्रत्येक गोष्ट सांगावी लागायची आणि त्यामुळे लॉरीची कायम चिडचिड व्हायची. ओसीएमईत येणाऱ्या प्रत्येक प्रेताच्या बाबतीत करण्याच्या ठरावीक गोष्टी झाल्याच पाहिजेत असा दंडकच होता.

''हो, सगळं करून झालंय.'' सॅलनं उत्तर दिलं. लॉरीची चीड त्याच्या लक्षात आलेली होती. ''पण मला वाटलं, पोलीस घेऊन आलेत, त्यामुळे अजून काही करायचं असेल.'' आणि तो लगेच बाहेर सटकला. दार बंद झालं.

लॉरी क्षणभर थबकली. सात वर्षांपूर्वी ईस्ट नदीत तरंगत असलेलं असंच एक मुंडकं आणि हाताचे पंजे नसलेलं प्रेत आलेलं होतं, तो प्रसंग तिला आठवला. बऱ्याच प्रयत्नांती त्याचं नाव गाव समजलं होतं. त्याचं नाव होतं फ्रँकोनी आणि या मि. फ्रँकोनीमुळेच तिला आणि जॅकला पश्चिम आफ्रिकेतल्या इक्वेटोरियल गिनीची साहसी सफर करण्याचा प्रसंग आला होता.

''ए, लॉरी!'' मार्विननं तिला भानावर आणलं. ''सांग ना, या दोघांचा मृत्यू कसा झाला?''

लॉरीनं बोलायला तोंड उघडलं, पण पुन्हा दार उघडलं. गाऊन, डोक्यावर हूड आणि मास्क घातलेली एक मानवी आकृती आत शिरली. लॉरी आणि मार्विन बघतच राहिले.

''सॉरी, इथे कोणालाही येण्याची परवानगी नसते.'' लॉरीनं एखाद्या ट्रॅफिक पोलिसासारखा हात उंचावत म्हटलं. हा कोण धाडसी घुसखोर इथपर्यंत येऊन पोचलाय, तिला कळेना. ''संपूर्ण संरक्षक पोशाख न घालता इथे येणं धोक्याचं असतं.''

"ए, लॅरी! गप्प बस बघू!" जागेवर थांबत त्या आकृतीनं म्हटलं. "जॅकनं मला सांगितलं की वीकएंडच्या काळात नियम एवढे कडक पाळले जात नाहीत आणि त्यानंच मला हे कपडे घालायला सांगितलं."

"कोण, लू?"

"हो, मीच. तू आता मला तो तुमचा मून-सूट घालायला लावणार का? भयंकर वैताग येतो त्याचा."

"केल्व्हिन जर इथे आला, तर तुला परत इथे पाऊल टाकायला मिळणार नाही."

"पण तो खरंच इथे येण्याची शक्यता कितपत आहे?"

"अं – जवळजवळ नाहीच, मला वाटतं."

"मग काय तर!" असं म्हणून लू लॅरीपाशी आला आणि त्याची नजर त्या दोघा मुलांच्या चेंदामेंदा झालेल्या प्रेतांवर गेली. "अरे बापरे! काय गं हे! कशी काय ही नोकरी करता तुम्ही लोक? रोज ही दृश्यं बघवतात तरी कशी तुम्हाला?"

"खरंय तुझं,पण एकदा नोकरी म्हटल्यावर हे बघावंच लागतं." लॅरीनं म्हटलं. "बरं, पण तू सकाळी इतक्या लवकर इकडे कसा काय? आणि तोसुध्दा शनिवारी सकाळी?"

"त्या 'बिनडोक' माणसाला मीच तर घेऊन आलोय. मॅनहटन जनरलमध्ये पुन्हा एकदा प्रचंड खळबळ उडालीय या नवीन भानगडीनं. मी सांगतो तुला; ते हॉस्पिटल मला पार मातीत घालणार एक दिवस."

"मॅनहटन जनरल! लू, नेमकं काय झालंय ते सांग बघू."

"सकाळी सकाळीच मला तिकडून फोन आला. तिकडे जो प्रेतांची व्यवस्था बघणारा माणूस आहे, त्याला म्हणे त्याच्या हिशोबापेक्षा एक प्रेत जास्त आढळलं." लू मोठ्यानं हसला. "गंमतच आहे. शवागारात एक जादा प्रेत आलंय म्हणे! प्रेत हरवल्याचं किंवा भलतीकडेच ठेवल्याचं ऐकलं होतं मी, पण हे म्हणजे फारच झालं."

"पण तुला फोन येण्याचं काय कारण? त्या भागातल्या पोलिसांनी काय काम केलं मग?"

"माझ्या कॅप्टनच्या मेहुणीचा तिथे खून झाला, त्यामुळे त्याला ही खबर कळली. त्याचा आता त्या हॉस्पिटलशी सारखाच संपर्क असतो. त्यामुळे त्यानंच मला फोन करून तडक तिकडे जायला सांगितलं. त्यातच त्याच्या मेहुणीच्या खुनाच्या केसमध्ये अजून काहीच प्रगती झालेली नाही, त्यामुळे आता तो माझ्यावर जबर दबाव आणतोय. शिवाय या केसमध्ये आणि त्याच्या मेहुणीच्या केसमध्ये थोडं साम्यही आहे. दोघांच्याही अंगावर दोन-दोन गोळ्या मारलेल्या दिसतायत."

"या माणसाचं नाव, गाव, काहीच कळलं नाही?"

"नाही ना. आणि हॉस्पिटलमधला कुणी रोगी किंवा कर्मचारी बेपत्ताही झालेला दिसत नाही."

"आणि त्याचं मुंडकं आणि हाताचे पंजे?"

"तेही कुठेच सापडलेले नाहीत."

"म्हणजे या दोन्ही केसेसचा एकमेकीशी संबंध आहे, असं म्हणणं आहे तुझ्या कॅप्टनचं?"

"त्यानं जरी तसं नेमकं बोलून दाखवलेलं नसलं, तरी त्याला ती शंका नक्कीच येतेय हे उघड आहे. आणि हे प्रेत जेव्हा सापडलं, तेव्हा ते अगदी धुवून काढल्यासारखं स्वच्छ होतं. रक्ताचा एकही डाग नाही, कुठे आतले अवयव, मांस वगैरे बाहेर आलेलं नाही, काहीच नाही. तिथल्या जुन्या ॲनाटॉमीच्या कूलरमध्ये होतं ते. सगळं प्रकरणच भयानक आणि विचित्र आहे. आणि मी आजवर काही कमी भयानक आणि भीतिदायक प्रकार पाहिलेले नाहीत माझ्या करिअरमध्ये."

"बरं. ते मुंडकं आणि पंजे कसे कापलेले होते?"

"म्हणजे?"

"म्हणजे असं, की ते व्यवस्थित कापलेले होते, की सरळ तोडलेले होते?"

"अगदी व्यवस्थित कापलेले होते."

"म्हणजे एखादा डॉक्टर कापेल तसे?"

"हो, मला वाटतं. मी त्या दृष्टीनं विचार केलेला नव्हता, पण तू म्हणतेस ते बरोबर आहे."

"चांगलीच विचित्र केस दिसतेय."

"तू लगेच ती पोस्ट मॉर्टेमला घेशील का? आमच्या कॅप्टनला ताबडतोब पोस्ट मॉर्टेम करून हवंय."

"अगदी जरूर घेईन, पण आधी या दोघा पोरांचं पोस्ट मॉर्टेम संपवते."

लू नं पुन्हा त्या दोघा मुलांकडे बघितलं. "या केसमध्ये काय झालं?"

"ही दोघं पोरं एका सब-वे ट्रेनखाली सापडली."

लू चा चेहरा वाकडातिकडा झाला. "ओ. म्हणजे ती मीडियाची माणसं या केससाठी बाहेर जमलेली असणार. हो ना?"

"हं. रेल्वेगाडीखाली सापडणं हेच मुळात फार भयानक असतं. पण मीडियाला हवंय ते असं, की या दोघांनी एकत्र आत्महत्या केली, की त्यांची एकत्र हत्या झाली? म्हणजे मग त्यांच्या बातम्यांमधली रंजकता आणखी वाढेल, नाही का?"

"खरंय." एवढा वेळ गप्प राहून त्यांचं बोलणं ऐकत असलेल्या मार्विननं म्हटलं. "या प्रश्नाचं उत्तर मला मिळणार होतं, तेवढ्यात तू आलास."

“असं?'' आणखी थोडं धैर्य गोळा करून लू थोडा आणखी जवळ आला. “पार चेंदामेंदा झालाय बिचाऱ्यांचा. काय झालंय मग? आत्महत्या की हत्या?''

“दोन्हीपैकी काहीच नाही.'' लॉरीनं म्हटलं. “हा एक सरळ सरळ अपघात आहे.''

लू आणि मार्विन आश्चर्यानं तिच्याकडे बघतच राहिले.

“एवढं छातीठोकपणे कसं सांगतेयस तू?'' लू नं विचारलं.

“माझी पक्की खात्री आहे, की माझं पोस्ट मॉर्टेम जेव्हा पुरं होईल, तेव्हा गाडीनं ठोकरायच्या आधीच ही दोघंही पोरं मेलेली होती, हे दाखवणारे पुरावे मला मिळतील. त्यांच्या तळपायांवर जळल्याच्या खुणा आहेत, बघ.'' लॉरीनं दोघाही पोरांचा एकेक पाय वर उचलून तळव्यांवर झालेल्या जळल्याच्या खुणा दाखवल्या.

“हे काय?'' लू नं विचारलं.

“जळल्याच्या खुणा आहेत या.'' लॉरीनं म्हटलं आणि मग त्या दोघांच्या इंद्रियांकडे बोट दाखवलं. “या इथे ग्लॅन्डीसवरही तशाच खुणा आहेत.''

“आता ही ग्लॅन्डीस काय भानगड आहे?'' लू नं बुचकळ्यात पडून विचारलं.

“ग्लॅन्डीस म्हणजे ग्लॅन्सचं अनेकवचन. ग्लॅन्स म्हणजे पुरुषाच्या इंद्रियाचा वरचा फुगीर भाग.''

“आऊच!'' लू च्या चेहऱ्यावर एकदम वेदना उमटली.

“मला वाटतं, या पोरांनी प्लॅटफॉर्मच्या कडेला लावलेल्या धातूच्या पट्टीवर, किंवा प्रत्यक्ष रुळांवर उभं राहून तिसऱ्या रुळावर शू केली. आणि त्यांच्या शू च्या धारेमधून वीजप्रवाह त्यांच्या शरीरात घुसून एकाच वेळी त्यांना विजेच्या जबर धक्क्यानं मृत्यू आला.''

“अरे बाप रे!'' लू नं म्हटलं. “पुन्हा नाही रे बाबा असं करणार!''

त्या दोघांचं पोस्ट मॉर्टेम पूर्ण होईपर्यंत लू तिथेच थांबला. पोस्ट मॉर्टेमही भराभर पार पडलं. लॉरीचं म्हणणं तंतोतंत खरं निघालं. गाडीनं ठोकरण्याआधीच त्या दोघांच्या हृदयक्रिया बंद पडलेल्या होत्या, हे दाखवणारा स्पष्ट पुरावा समोर आला. पोस्ट मॉर्टेम करत असताना लॉरीनं पॅट्रिशिया प्रूटच्या केसबद्दलही लू ला सांगितलं आणि मॅनहटन जनरलमधल्या त्या गूढ हत्यांचा आकडा आता आठावर गेल्याचं सांगितलं.

“माय गॉड!'' लू नं म्हटलं. “काल मला जॅकनं सांगितलं की आता या गूढ मृत्यूच्या सात केसेस तुझ्याकडे आहेत आणि त्यालाही हळूहळू हे खूनसत्र असल्याचं पटायला लागलंय. पण तुमचं ओसीएमई मात्र हे अजून कबूल करत नाहीये म्हणे. आता काय म्हणणं आहे केल्व्हिनचं? ओसीएमई आता तरी काही जाहीर भूमिका घेतंय की नाही?''

“केल्व्हिनला आजच्या या प्रूटच्या केसबद्दल अजून काही माहिती नाहीये.” लॉरीनं मान हलवली. “त्याचं काय म्हणणं पडेल कोण जाणे, पण त्यात काही फरक पडेलसं मला वाटत नाही. टॉक्सिकॉलॉजीतून अजून काहीच निष्पन्न होत नसल्यामुळे केल्व्हिनला जाग यायची, तर आणखी एखादा मोठा धक्का बसावा लागेल. मॅनहटन जनरलच्या बाबतीत त्यानं अगदी कातडं ओढलेलं असतं डोळ्यांवर. तो तिथे शिकलाय, त्यामुळे अजूनही त्याच्या मनात मॅनहटन जनरलबद्दल एक भक्तिभावच आहे. मॅनहटन जनरलचं नाव खराब झालेलं त्याला सहनच होणार नाही.”

“हो, पण चांगली निरोगी माणसं जर तिथे मरायला लागली, तर तसंही मॅनहटन जनरलचं नाव खराब होणारच आहे. पण त्याला जर तुझं म्हणणं पटलं, तर मला लगेच कळव. मी जॅकला म्हटलंय, तसं एकंदरीत सध्या जे काही घडतंय, त्यामुळे माझे हात बांधलेले आहेत – निदान अधिकृतपणे तरी नक्कीच. मला जर लवकरात लवकर कोणी संशयित सापडला नाही, तर थोड्याच दिवसांत मी तुला दारोदार हिंडून पेन्सिली विकताना दिसेन.”

“खरं सांगायचं, तर मी संशयिताच्याच शोधात आहे. सध्या डॉक्टर रॉजर रूसोबरोबर हे काम करतेय मी. आणि त्यानं काल मला एक व्हॉईसमेल पाठवलाय, त्यात त्यानं बरीच काही प्रगती झाल्याचं म्हटलंय.”

“तू त्या माणसाबरोबर ‘काम करतेयस’ हेच मुळात मला खटकतंय आणि त्याचं कारणही तुला माहितेय. पण तुम्ही दोघं जर काही संशयित नावांपर्यंत येऊन पोचलात, तर मात्र मला लगेच सांग. अधिकृतपणे नाही, तरी अनधिकृतपणे आपण काहीतरी करू.”

“तसं एक नाव मला वाटतं आमच्याकडे आतासुध्दा आहे.” लॉरीनं म्हटलं. तिनं त्या दुसऱ्या मुलाचं प्रेत शिवून टाकण्याचं काम संपवलं आणि हातातली उपकरणं मार्विनकडे देऊन टाकली. “आता अशीच हातासरशी ती तुझ्या ‘बिनडोक’ माणसाची केस करून टाकू आणि मग मी माझी उरलेली, त्या कोणा बिचाऱ्या पर्यटकाची केस करेन.” ही पर्यटकाची केस त्यांनी ठरवलेल्या चार केसेसपैकी शेवटची होती. हा एक कॉलेजचा विद्यार्थी होता आणि अतिमद्यपानामुळे त्याचा मृत्यू ओढवलेला दिसत होता. त्याच्या रक्तातलं अल्कोहोलचं प्रमाण कुठल्या कुठे वर दिसत होतं. सेंट्रल पार्कमध्ये पहाटे जॉगिंग करायला आलेल्या कोणा माणसाला तो दिसला होता.

त्या दोघा मुलांच्या मृतदेहांची व्यवस्था लावण्यासाठी मार्विन सॅलला शोधायला बाहेर गेलेला होता, तेवढ्या वेळात लॉरी लू शी आपल्या त्या हत्यासत्राबद्दल बोलत होती. आपल्या मते कदाचित हा खुनी सेंट फ्रान्सिसमधून मॅनहटन जनरलमध्ये आला

असावा असं आपण रॉजरला सांगितल्यामुळे तो अशा बदलून आलेल्या लोकांचा तपास करतोय आणि तो अशा काही लोकांशी कदाचित एव्हाना बोललाही असेल, असं तिनं त्याला सांगितलं. या संशयितांमध्ये एक डॉक्टर मोतीलाल नाजा नावाचा ॲनेस्थेशिओलॉजिस्ट आहे, असंही तिनं सांगितलं.

"एक मिनिट!" लू नं एकदम हात वर करून तिला थांबवलं. "म्हणजे हा तुझा दोस्त स्वत:च या नाजाची आणि बाकीच्या संशयितांची चौकशी करणार आहे, असं म्हणतेयस तू?"

"हो, मला वाटतं." लॉरीनं एकदम चपापून म्हटलं. आपल्या बोलण्यावर लू ची प्रतिक्रिया अशी असेल हे तिच्या ध्यानीमनीही नव्हतं.

"मूर्ख आहे तो!" लू नं जोरात म्हटलं. "या असल्या हौशी लोकांच्या डिटेक्टिव्हगिरीबद्दलची माझी मतं तुला माहीत आहेत. खुर्चीत बसल्या बसल्या संशयितांची नावं शोधून काढणं वेगळं आणि प्रत्यक्ष त्यातल्या कोणाला तरी जाऊन गाठणं फार वेगळं."

"का बरं? प्रत्यक्ष गाठ घेतल्याशिवाय संशयितांच्या यादीत नावं कमी कशी करता येतील? आणि तसं केलं नाही, तर त्याचा काही उपयोगच नाही."

"माय गॉड! लॉरी, तू बोलतेयस हे? क्षणभर असं समज, की त्या यादीतला कोणी तरी खरोखरच तुला हवा असलेला खुनी आहे. जर तसं खरोखरच असलं आणि तो मूर्ख नसला, तर केवढा प्रचंड धोका संभवतो त्याच्यापासून. त्याला जरा जरी वास लागला, तर काय होईल, नुसती कल्पना करून बघ जरा."

तेवढ्यात मार्विन आणि सॅल आत आले. ते त्या मुलांची मृत शरीरं चाकांच्या स्ट्रेचरवर ठेवेपर्यंत लॉरी आणि लू गप्प उभे राहिले. दोन्ही स्ट्रेचर ढकलत ते बाहेर घेऊन गेल्यावर दार बंद झालं आणि लू खाकरला. दोघंही एवढा वेळ अस्वस्थ होते.

"सॉरी." लू नं आवाज खाली आणत म्हटलं. "मला एवढ्या जोरात बोलायचं नव्हतं. पण या हौशी डिटेक्टिव्हगिरीच्या एकूणच प्रकाराला मी भयंकर घाबरतो. मागे त्या पॉल सेरिनोच्या कोकेनच्या भानगडीत तू तुझा जीव धोक्यात घातला होतास, तसं या वेळी तू परत केलेलं मला मुळीच चालणार नाही. वेड्या लोकांचा सामना करणं हे नवशिक्याचं काम नाही, लॉरी."

"ओके. तुझं म्हणणं पटतंय मला." लॉरीनं मान डोलावली.

"ओके, ते जाऊ दे." लू ला सुध्दा हा विषय लगेच बदलायचा होता. "आता, काल रात्री तू आणि जॅक डिनरला गेला होतात, तेव्हा काय घडलं हे ऐकायची उत्कंठा मी केव्हाची दाबून ठेवलीय. काय झालं? तुमची दिलजमाई झाली, की नाही?"

लॉरीनं लगेच उत्तर दिलं नाही आणि जे दिलं, ते सुध्दा चांगलंच अस्पष्ट होतं.

"ज्यूरींची चर्चा अजून चालू आहे." यानं लू चं समाधान होणं शक्यच नव्हतं, तरी पण त्यानं तो विषय आणखी लांबवला नाही.

मार्विन आणि सॅल एक चाकांचं स्ट्रेचर घेऊन आत आले. मार्विन ढकलत होता, तर सॅल ते ओढत होता. मार्विननं काखेत धरलेला एक्स-रे शेजारच्या एका टेबलावर ठेवला आणि मग त्या दोघांनी नेहमीच्या सहजतेनं ते बिनमुंडक्याचं आणि बिन पंजांचं शव उचलून टेबलावर ठेवलं.

"तू म्हणतोयस ते खरं आहे." लॉरीनं प्रेताकडे एक कटाक्ष टाकून म्हटलं. "हे प्रेत खरोखरच अंघोळ घातल्याइतकं स्वच्छ आहे." त्या मुलांच्या छिन्नविच्छिन्न देहांच्या पार्श्वभूमीवर हा विरोधाभास स्पष्ट जाणवत होता. मुंडकं आणि पंजे तोडलेल्या ठिकाणीसुध्दा थेंबभरही रक्त दिसत नव्हतं. एखाद्या ॲनाटॉमीच्या पुस्तकात उदाहरण असावं इतक्या सफाईनं त्या प्रेताचं मुंडकं आणि हातांचे पंजे तोडलेले होते. सॅलनं रिकामं स्ट्रेचर बाहेर नेलं. त्याच वेळी मार्विननं एक्स-रे लावला.

करड्या-काळ्या पार्श्वभूमीवर शरीरातल्या दोन गोळ्या पांढऱ्या शुभ्र डागांसारख्या दिसत होत्या. एका डागाचा आकार वाकडातिकडा झालेला होता, तर दुसरा डाग मात्र मूळ आकार धरून होता. लॉरीनं त्यातल्या शरीराच्या मध्यभागी दिसणाऱ्या, वाकड्यातिकड्या झालेल्या गोळीच्या डागाकडे बोट दाखवलं. "मला वाटतं ही गोळी त्याच्या कण्याला लागलेली असावी." नंतर तिनं एका बरगडीच्या बदललेल्या आकाराकडे बोटानं निर्देश केला. "माझ्या मते ही गोळी त्याच्या यकृतात शिरली असणार. ही दुसरी गोळी त्याच्या उरोस्थीमध्ये छातीच्या बरोबर मध्यभागी दिसतेय. त्याअर्थी ही मोठ्या रोहिणीतून आरपार गेली असणार. आणि याच गोळीमुळे याचा मृत्यू ओढवला."

"नऊ मिलिमीटरची गोळी दिसतेय." लू नं म्हटलं.

"ते दिसेलच आता."

तिनं प्रेताची बाह्य तपासणी सुरू केली. ती प्रेताच्या उजव्या बाजूला, तर मार्विन डाव्या बाजूला उभा होता. तिनं त्याला प्रेत त्याच्या बाजूला कुशीवर वळवायला सांगितलं. तिला गोळ्या शरीरात शिरताना झालेल्या जखमा बघून त्यांचे फोटो काढायचे होते. मार्विननं प्रेत आपल्याकडे कुशीवर वळवल्याबरोबर तिला प्रेताच्या पाठीमागे, बरोबर कमरेच्या थोडंसं वर असलेल्या भागात मधोमध एक छोटीशी ऑक्टोपसची गोंदवलेली आकृती दिसली.

लॉरी एकदम सटपटली. तिच्या पायातलं बळच गेलं. एकदम मोठा थोरला श्वास घेऊन तिनं टेबलाच्या कडेचा आधार घेत स्वत:चा तोल सावरला. तिची नजर त्या आकृतीवरच खिळलेली होती.

" डॉक्टर मॉंटगोमोरी, काय होतंय?" माार्विननं काहीसं घाबरून विचारलं.लॉरीनं

जराही हालचाल केली नाही. ती जणू थिजलेली होती.

"लॉरी, काय झालं?" लू नं ही विचारलं. तिच्या चेहऱ्यावरच्या प्लॅस्टिकच्या मास्कमधून आत बघण्यासाठी तो पुढे वाकला.

लॉरीनं जोरजोरात मान हलवून स्वतःला जागं करण्याचा प्रयत्न केला. ती एक पाऊल मागे सरकली. "थांबा जरा." तिनं कसंबसं म्हटलं. "ही ऑटोप्सी थोडा वेळ थांबवू आपण." आणि गर्रकन वळून ती तडक दाराकडे निघाली.

मार्विन आणि लू काहीच न समजून तिच्याकडे बघतच राहिले. लू नं तिला हाक मारली, पण ती तिच्या कानावरही पडली नसावी. ती गेल्यावर दार बंद झालं आणि लू नं मार्विनकडे बघितलं. "काय झालं एकदम?"

"काहीच समजत नाही." मार्विननं म्हटलं आणि प्रेत हळूच पुन्हा उताणं केलं. तो उगाचच थोडंसं, तुटक हसला. "असं कधी करत नाही ती. तिला कदाचित काही तरी होत असेल."

"मी बघतो जाऊन." असं म्हणून लू ही बाहेर गेला.

लॉरी बाहेर कॉरिडॉरमध्ये असेल अशी त्याची कल्पना होती. पण ती तिथे नाही म्हटल्यावर त्याला धक्काच बसला. कॉरिडॉर रिकामाच होता. तिथून लू ला सिक्युरिटी ऑफिसपर्यंतचा सगळा भाग दिसत होता. पण कुठेच कोणी नव्हतं. आता ही कुठे गेली, अशा गोंधळात त्यानं तिला शोधायला सुरुवात केली. उत्तरीय तपासणीपूर्वी प्रेतं ठेवण्याच्या कूलर्सच्या छोट्या कंपार्टमेंट्सच्या रांगा एका बाजूला होत्या. तिथून पलीकडे डाव्या बाजूला एक मोठा थोरला वॉक-इन कूलर होता. तिथे गेल्यावर त्याला जिथे मून-सूट ठेवलेले असायचे ती खोली होती. तिथे त्याला मून-सूट उतरवत असलेली लॉरी दिसली. तो त्वरेनं चालत तिच्यापाशी गेला.

"काय झालं, लॉरी?" लू नं विचारलं. "तुला काही होतंय का? ती केस करणार नाहीयेस का तू?"

लॉरीनं वळून आपल्या या मित्राकडे पाहिलं. तिचे डोळे अश्रूंनी डबडबलेले होते.

"काय झालं?" त्यानं एकदम गंभीर होत विचारलं. चेहऱ्यावरचा मास्क आणि अंगातला गाऊन काढून फेकून देऊन तिला हलकेच कवेत घेतलं. तिनंही विरोध केला नाही.

थोड्या वेळानंतर मिठी किंचित सैल करून त्यानं तिच्या चेहऱ्याकडे बघितलं. तिनं एका हातानं डोळे पुसले.

"आता सांगशील मला, काय झालं ते?" त्यानं अत्यंत हळुवारपणे विचारलं.

लॉरीनं मान डोलावली, पण लू ची मिठी सोडवण्याचा प्रयत्न केला नाही. एक मोठा श्वास घेऊन तिनं बोलायला तोंड उघडलं, थोडं काही तरी अस्पष्ट बोलली आणि पुन्हा तिला रडू कोसळलं. काही क्षण हुंदके दिल्यावर तिनं स्वतःला सावरलं

आणि पुन्हा डोळे पुसले. लू नं हलकेच तिला खांद्यावर थोपटून शांत केलं.

"मला... मला तो डोकं नसलेला माणूस... कोण आहे हे समजलंय." तिनं अडखळत कसंबसं सांगितलं. "तो डॉक्टर रॉजर रूसो आहे. मॅनहटन जनरलमधला माझा मित्र."

"माय गॉड!" लू नं डोळे विस्फारून म्हटलं. त्याच्या बोलण्यात सहानुभूती तर होतीच, पण चीडही होती. "बघ. मी म्हटलं होतं ना मघाशी? तसंच झालं की नाही?"

"मला लेक्चर नकोय, लू." लॉरीनं त्याची मिठी सोडवत म्हटलं.

"आय ॲम सॉरी, पण परिणाम पाहिलास ना तू?"

"ते आता मला सांग तू." लॉरीनं जोरात म्हटलं. "अरे, हा माझा फार चांगला मित्र होता आणि आज केवळ माझ्यामुळे तो या अवस्थेत आलाय इथे. ओ गॉड! काय केलं मी हे!" तिनं दोन्ही हातांनी चेहरा झाकून पुन्हा हुंदके द्यायला सुरुवात केली.

"एक्स्क्यूज मी, डॉक्टर मॉंटगोमेरी, पण तसं नाही झालं हे. तू त्याला फक्त त्याच्या मते संशयित असलेल्या काही लोकांची नावं काढायला सांगितलीस. त्यांचा शोध घ्यायला नाही सांगितलंस तू त्याला. तो गाढवपणा त्यानं स्वत: केलाय."

"असेल, पण त्यानं या क्षणी तरी काहीच फरक पडत नाही." लॉरीनं हुंदके आवरत म्हटलं.

"बरं, तू ती केस करणार आहेस?"

"नाही. मी त्या... त्याची चिरफाड... शक्यच नाही." तिनं जोरात म्हटलं.

"ओके, ओके. चिडू नकोस माझ्यावर."

"सॉरी." निराश स्वरात, वरमून लॉरीनं म्हटलं.

तेवढ्यात सिक्युरिटीचा प्रमुख रॉबर्ट हार्पर तिथून थोड्याच अंतरावरून चालत पुढे गेला, पण लॉरी ओझरती दिसल्याबरोबर तो उलट फिरून माघारी आला.

"मीडियाची माणसं आता जरा गडबड करायला लागलीयत." त्यानं म्हटलं. "त्यांना ते मुंडकं नसलेलं प्रेत आल्याची खबर कळलीय, त्यामुळे आता त्यांना त्याची माहिती हवीय."

"ते कसं कळलं त्यांना?" लॉरीनं जोरात विचारलं.

रॉबर्टनं दोन्ही हात पसरले. "कोण जाणे. मार्लिननं मला त्यांना गप्प करण्यासाठी फोन करून बोलावून घेतलं."

लॉरीनं लू कडे पाहिलं. लू नं ही हात पसरले. "मी नाही सांगितलं त्यांना."

हताशपणे लॉरीनं मान हलवली. "सर्कस चाललीय नुसती."

"मी त्यांना काय सांगू?" रॉबर्टनं मध्येच विचारलं.

"त्यांना म्हणावं मी डेप्युटी चीफला बोलावलंय."

"तेवढ्यानं त्यांचं समाधान होईलसं वाटत नाही."

"व्हावंच लागेल." एवढं बोलून लॅरी त्या दोघांमधून वाट काढत सरळ ऑटोप्सी रूमकडे निघून गेली.

रॉबर्ट आणि लू नं क्षणभर सहेतुकपणे एकमेकांकडे बघितलं आणि रॉबर्ट जिन्यानं वर निघून गेला. वळून भराभर लॅरी पाठोपाठ जात लू नं तिला वाटेत गाठलं. "पण लॅरी, रॉजर रूसोचं पोस्ट मॉर्टेम तर करावंच लागेल ना?"

"माहितेय मला. ते तू सांगायची गरज नाही." लॅरीनं तुटकपणे उत्तर देऊन ऑटोप्सी रूमचं दार उघडलं आणि ती आत डोकावली. "मार्विन, तू थोडा वेळ सुट्टी घे. मी तुला नंतर बोलावेन." आणि ती लिफ्टकडे जायला निघाली. पाठोपाठ लू ही होता.

लिफ्टमधून वर जात असताना दोघंही एकमेकांकडे बघत होते. या क्षणी तरी तिला बसलेल्या धक्क्याचं आणि झालेल्या दु:खाचं रूपांतर रागात झालेलं होतं.

"आता तरी जागे व्हाल तुम्ही लोक." तिनं धुमसत म्हटलं. "आता तरी माझं म्हणणं धुडकावून लावणारे तुम्ही लोक माझ्या बोलण्यावर जरा जास्त गंभीरपणे विचार कराल."

"सॉरी, पण मला तसं वाटत नाही." लू नं म्हटलं. "रॉजर रूसोचा मृत्यू झालाय खरा, पण त्यानं तुझ्या सत्रातले सगळे रोग्यांचे मृत्यू या हत्याच होत्या, ही गोष्ट काही निर्विवादपणे सिद्ध होत नाही. यानं फक्त एवढंच सिद्ध होतंय, की मॅनहटन जनरलमध्ये एक खुनी आहे आणि तो डॉक्टरांना आणि नर्सेसना मारतोय. कदाचित तो रोग्यांना मारत असेल, कदाचित नसेलही. उगाचच घाईघाईनं भलतेच निष्कर्ष काढू नकोस."

"तू काय म्हणतोयस याच्याशी मला काहीही कर्तव्य नाही. मला निश्चितपणे वाटतंय की त्यांचा एकमेकांशी संबंध आहे."

"असेलही." लू नं म्हटलं. "रूसोनं डॉक्टर नाजा व्यतिरिक्त आणखी कुणाचं नाव घेतलं होतं?"

"नाही. त्या एकाच नावाचा उल्लेख केला त्यानं."

"पण त्याच्याकडे आणखी नावं असतील असं वाटतंय तुला?"

"हो, प्रश्नच नाही. त्यानं तसं स्पष्टच सांगितलंय."

"त्यानं कुठे तरी ही नावं लिहून ठेवली असतील असं वाटतं तुला?"

"हो, हो. आपल्याकडे याद्या आहेत, असं सांगितलं त्यानं."

"थँक गॉड फॉर स्मॉल फेव्हर्स."

लिफ्ट लॅरीच्या ऑफिसच्या मजल्यावर आली. ताबडतोब लॅरी झपाट्यानं आपल्या ऑफिसकडे निघाली. पाठोपाठ लू ही होता. लॅरीनं आपल्या जागेवर बसून

लगेच फोन उचलला. लू नंही रेवाच्या जागेवर बसून तिथला रिसीव्हर उचलून कानाला लावला. लॉरीनं जॅकच्या घरचा फोन लावला. आता हा आणखी बास्केटबॉल खेळायला गेला नसला म्हणजे मिळवली, तिनं मनात म्हटलं. पण लगेचच पलीकडून फोन उचलला गेल्यावर तिला हायसं वाटलं.

"जॅक, सॉरी, तुला त्रास देतेय मी."

"त्रास? कसला त्रास? उलट तुझा आवाज ऐकून बरं वाटलं मला."

"मी तुझ्या कॉलची वाट पाहीन असं म्हटलं होतं मी, पण इकडे एक फार मोठी गडबड झालीय. जॅक, मला तुझी इथे ओसीएमईमध्ये फार गरज आहे."

"आँ? काय झालं? आजच्या सगळ्या केसेस इतक्या कंटाळवाण्या निघाल्या की काय, की तुला माझ्या विनोदी बोलण्याची गरज वाटावी?" जॅकनं नेहमीप्रमाणे तिरकस बोलण्याचा आधार घेतला. तो अजूनही काही तरी बोलणार, एवढ्यात लॉरीनं त्याला मध्येच तोडलं.

"तुझी बडबड थांबव आधी! प्लीज! आत्ता सकाळी रॉजर रूसोचं प्रेत एक अनोळखी व्यक्ती म्हणून आलंय. काल रात्री मॅनहटन जनरलमध्ये त्याला गोळ्या घालून मारलं कोणी तरी."

"ओ गॉड! आलोच मी." जॅकनं लगेच फोन ठेवला.

सावकाश रिसीव्हर खाली ठेवून लॉरी दोन्ही कोपरं टेबलावर ठेवून बसली आणि तिनं पूर्णपणे थकल्यासारखे हातांनी डोळे चोळले. जॅकच्या घरी त्या दिवशी आपल्याला झोप येत नव्हती, तेव्हापासून आपलं आयुष्य वादळात सापडलेल्या होडीसारखं भरकटतच चाललंय. या लाटेवरून त्या लाटेवर फेकल्या जातोय आपण. शेजारच्या फोनवरून लू आपल्या मॅनहटन जनरलमध्ये असलेल्या माणसांना सूचना देत असताना तिला ऐकू येत होतं. मी येईपर्यंत डॉक्टर रॉजर रूसोच्या ऑफिसच्या आसपासही कुणाला फिरकू देऊ नका. मोतीलाल नाजा नावाचा एक डॉक्टर आहे, त्याची सगळी माहिती शोधून काढा.

लॉरीच्या तोंडून अजाणताच एक कण्हल्यासारखा आवाज बाहेर पडला. काय हे! रॉजरच्या मृत्यूबद्दल दु:ख करायलाही वेळ नाही आपल्याला. चेहऱ्यावरचे हात बाजूला करून तिनं पुन्हा रिसीव्हर उचलला आणि केल्व्हिनच्या घरी फोन केला. त्याच्या बायकोशी ती जुजबी बोलल्यावर केल्व्हिन फोनवर आला.

"काय झालं?" त्यानं तुटकपणे विचारलं. काही महत्त्वाचं कारण असल्याशिवाय घरी फोन केलेला त्याला चालत नसे.

"बऱ्याच गोष्टी घडल्या आहेत. पहिली गोष्ट म्हणजे... पण आता हे कसं सांगावं, हेच मला कळत नाहीय."

"उगाच खेळ करत बसू नकोस, लॉरी. जे काही बोलायचंय ते लवकर बोल."

''ओके. माझा तो जो डॉक्टर मित्र आहे, मॅनहटन जनरलमध्ये मेडिकल स्टाफचा प्रमुख असलेला, ज्याला मी माझ्या त्या सत्राबद्दल माहिती सांगत होते, तो इथे ऑटोप्सी रूममध्ये मरून पडलाय, अशी माझी नव्याण्णव टक्के खात्री आहे. काल रात्री त्याला मॅनहटन जनरलमध्ये कोणी तरी गोळ्या घातल्या आणि आज सकाळी तो तिथल्या अॅनाटॉमीच्या कूलरमध्ये मेलेल्या अवस्थेत सापडला.''

बराच वेळ पलीकडून काही बोलणंच ऐकू आलं नाही. लॉरीला जर केल्व्हिनच्या श्वासोच्छ्वासाचा आवाज ऐकू येत नसता, तर त्यानं फोन बंद केलाय असाच तिचा ग्रह झाला असता.

''तुझी शंभर टक्के खात्री का नाही?'' शेवटी एकदाचं त्यानं विचारलं.

''कारण त्याचं मुंडकं आणि हातपाय गायब आहेत. ज्या कोणी त्याला मारलं असेल, त्याला त्याची ओळख कुणालाही पटू नये असं वाटत होतं बहुतेक.''

''म्हणजे त्याला अनोळखी म्हणूनच आत आणलं?''

''हो.''

''मग तू नव्याण्णव टक्के खात्री करून घेतलीस, ती कोणत्या गोष्टीवरून?''

''त्याच्या शरीरावर गोंदलेलं एक चित्र मी ओळखलं.''

''म्हणजेच तो तुझा फक्त मित्रच नव्हता, हो ना?''

''तो माझा मित्रच होता.'' लॉरीनं ठासून सांगितलं. ''फक्त मित्रच. खूप चांगला मित्र.''

''ओके.'' केल्व्हिननंही विषय फार ताणून धरला नाही. ''म्हणजे मला वाटतं हा प्रसंग म्हणजे तुझ्या त्या हत्यासत्राचा आणखी एक पुरावाच आहे, असं तू समजणार.''

''अगदी तर्काला धरून आहे हे. काल सकाळीच मी त्याला त्या सेंट फ्रान्सिसमधल्या केसेसबद्दल बोलले होते आणि तिकडून मॅनहटन जनरलमध्ये नव्यानं आलेल्या लोकांची माहिती काढायला सांगितली होती. काल रात्री दोनच्या पुढे त्यानं मला एक व्हॉईस मेल करून कळवलं, की आपल्याला काही लोकांबद्दल संशय वाटतोय आणि तो त्यांची गाठ घेणार होता.''

''यात पोलिसांचा प्रत्यक्ष सहभाग आहे?''

''हो, प्रश्नच नाही. डिटेक्टिव्ह लू सोल्डॅनो इथेच आहे आणि तो मॅनहटन जनरलमधल्या त्याच्या माणसांशी बोलतोय.''

''मला वाटतं, तुझ्या मित्राचं पोस्ट मॉर्टेम तू करणं योग्य होणार नाही.''

''ते कधी माझ्या मनातच नव्हतं. मी करणारच नव्हते. मी जॅकला बोलावलंय.''

''पण जॅक सेकंड कॉलवर नाहीये.''

''हो, मला माहितेय. पण मी विचार केला, की जॅक त्याचं पोस्ट मॉर्टेम तर

करेलच, शिवाय मला जरा मानसिक आधारही मिळेल.''

''ओके, हरकत नाही.'' केल्व्हिनचा आवाज काहीसा मऊ झाला. ''तुला तिथे थांबावसं वाटत नसलं तर तू घरी जा हवं तर, मी दुसऱ्या कोणाला तरी तुझं काम बघायला सांगतो. तुला हा चांगलाच धक्का बसलेला असेल.''

''हो, तरीपण मी थांबते.''

''तुला हवं तसं करू आपण. आता दुसरी गोष्ट. तुझ्या त्या सत्राबद्दल ओसीएमई ची भूमिका काय, याबद्दल आपण स्पष्ट असणं गरजेचं आहे. मी तुला आधीही सांगितलंय, की नुसत्या तर्कांवर आणि अंदाजांवर काहीही मतप्रदर्शन करण्याची माझी तयारी नाही. तुझ्या त्या सत्रातल्या रोग्यांपैकी कोणाचीही हत्या झाल्याचा कसलाही सबळ पुरावा नाही. हे तुझ्या डोक्यात पुरेसं स्पष्ट आहे ना, लॉरी? हे मला समजलं पाहिजे, कारण तू या बाबतीत सरळ मीडियाकडे गेलेलं मला चालणार नाही आणि परवडणारही नाही.''

''माझ्या सत्रात बसणारी आणखी एक केस आज सकाळी आलीय.'' लॉरीनं म्हटलं. ''सदतीस वर्षांची एक निरोगी बाई होती ती. म्हणजे आता एकट्या मॅनहटन जनरलमध्येच आठ संशयास्पद मृत्यू झालेत आणि एकूण चौदा.''

''नुसत्या आकड्यांनी माझं मत बदलणार नाही, लॉरी. जर जॉनला टॉक्सिकॉलॉजीत काही ठोस सापडलं, तरच मला तुझं म्हणणं पटेल. सोमवारी आल्यावर मीही त्याच्या मागे लागतो.''

त्याचा काय उपयोग होणार, लॉरीनं हताशपणे मनात म्हटलं. याबाबतीत आधीच कशी प्रयत्नांची पराकाष्ठा झालीय, हे तिला माहीत होतं.

''आणखी काय चाललंय?'' केल्व्हिननं विचारलं. ''अजून काही तरी असल्याचं म्हणाली होतीस तू.''

''हो.'' लॉरीनं म्हटलं. ''खरं म्हणजे मी तुला ते सांगून उगाचच त्रास दिला नसता, पण आता आपण बोलतोच आहोत म्हणून सांगते.'' तिनं मग केल्व्हिनला त्या दोघा मुलांच्या केसबद्दल सांगितलं; आणि बाहेर मीडियाचे लोक येऊन थांबल्याचंही सांगितलं. मग तिनं म्हटलं, ''या दोन मुलांच्या केसबद्दल मीडियाशी बोलायला मला परवानगी हवीय. ही माहिती जेवढ्या लवकर लोकांपर्यंत पोचेल तेवढं बरं असं मला वाटतं, म्हणजे लोक – आणि त्यातल्या त्यात मुलं – असे प्रकार करणार नाहीत.''

''मीडियाच्या लोकांना त्या मुंडकं नसलेल्या प्रेताची खबर मिळालीय?''

''हो. खरं म्हणजे मिळायला नको होती, पण मिळालीय.''

''तू जर मीडियासमोर गेलीस तर त्या मुंडकं नसलेल्या प्रेताबद्दल किंवा तुझ्या सत्राबद्दल काहीही बोलण्यापासून स्वत:ला रोखू शकशील? कारण ते तुला विचारणारच आहेत.''

"हो, मला वाटतं."

"लॉरी, हो, की नाही?"

"ओके. हो!" लॉरीनं काहीसं चिडून म्हटलं.

"माझ्याशी शहाणपणा करू नकोस, लॉरी, नाही तर मी तुला मीडियाशी बोलायची परवानगी देणार नाही."

"सॉरी. माझी मनस्थिती ठीक नाहीये."

"त्या गाडीखाली सापडलेल्या मुलांच्या बाबतीतली तुझी उत्तरं हे प्राथमिक अंदाज आहेत आणि त्यावर आणखी तपास चालू आहे, असं जर तू स्पष्ट सांगणार असशील, तर तू मीडियाशी त्या प्रकाराबद्दल बोलायला हरकत नाही."

"ओके. फाईन." कधी एकदा फोन ठेवते असं तिला झालेलं होतं. अचानक तिला केल्व्हिनशी बोलायचा भयंकर कंटाळा आला. मेडिकल एक्झॅमिनरच्या नोकरीच्या राजकीय पैलूचा तिला पहिल्यापासूनच तिटकारा होता.

फोन ठेवून देऊन लॉरी शेजारच्या टेबलावर बसलेल्या लू कडे वळली. त्याचेही फोन करून झाले होते. अचानक तिच्या ओटीपोटात उजव्या खालच्या भागात एक जोराची कळ आली. तिचा चेहरा वेदनेनं वाकडातिकडा झाला. काल संध्याकाळी टॅक्सीत तिला जी कळ आली होती, त्या मानानं ही कळ म्हणजे काहीच नव्हती. तरी पण त्या वेदनेनं तिचं लक्ष मात्र चांगलंच वेधून घेतलं.

"जॅक येतोय." लॉरीनं वेदना कमी करण्यासाठी थोडं वेगळ्या पद्धतीनं बसत म्हटलं. त्यामुळे वेदना कमी झाली, पण पूर्णपणे मात्र थांबली नाही. "तो त्या--- मुंडकं नसलेल्या प्रेताचं पोस्ट मॉर्टेम करेल."

लू नं मान डोलावली. "हो, तू बोलताना मी ऐकलंय. हे फार बरं केलंस तू, कारण हे पोस्ट मॉर्टेम तू मुळीच करता कामा नये. मीडियाच्या लोकांशी बोलण्याबद्दल झालेलं तुझं बोलणंही मला ऐकू आलं. आपण असं करू या, की मी त्या मुंडकं नसलेल्या प्रेताबद्दल बोलतो आणि तू फक्त त्या दोघा मुलांबद्दल बोल. म्हणजे तुला केल्व्हिनचा निष्कारण त्रास होणार नाही."

"चालेल. चांगली कल्पना आहे." लॉरी उठून उभी राहिली, त्याबरोबर तिच्या पोटातली वेदना आणखी कमी झाली.

"आणखी एक सांगतो तुला. या डॉक्टर नाजाबद्दल मला आत्ताच काही इंटरेस्टिंग माहिती मिळालीय. या डॉक्टर नाजाविरुध्द एका गुन्ह्याची नोंद आहे. चार वर्षांपूर्वी ब्रीफकेसमधून एक पिस्तूल घेऊन जात असताना त्याला फ्लोरिडाला जाणाऱ्या एका विमानात बसत असताना अटक झाली होती. त्यानं अर्थातच ते पिस्तूल चुकीनं ब्रीफकेसमध्ये राहिल्याची सारवासारव केली. शिवाय त्याच्याकडे लायसन्सही होतं."

"तेही नऊ मिलिमीटरचंच होतं?"

"हो ना."

"इंटरेस्टिंग!" लॉरीनं अशा तऱ्हेनं आपला हात कमरेवर ठेवला, की तिला हळूच उजव्या हातानं ओटीपोटावर दुखऱ्या जागेवर चोळता यावं. आणि सकाळसारखीच याही वेळी तिनं हळूच चोळल्याबरोबर तिच्या पोटातली उरलीसुरली वेदनाही नाहीशी झाली.

"एवढंच नाही, आणखी एक गोष्ट आहे त्याच्या बाबतीत." लू नं म्हटलं. "ॲनेस्थेशिओलॉजिस्ट म्हणून पुन्हा प्रशिक्षण घेण्याआधी तो सर्जन म्हणून काम करत होता."

"माय गॉड!" लॉरीनं डोळे विस्फारत म्हटलं. त्या प्रेताची मान आणि हाताचे पंजे किती व्यवस्थित कापले होते, ते तिच्या डोळ्यांसमोर आलं.

"आम्ही त्याला थोडे दिवस अटकेत ठेवून गुन्हेगारांकडून माहिती काढण्यात तज्ज्ञ असलेल्या आमच्या एका माणसाच्या ताब्यात देणार आहोत. आम्ही एक तपासणीचं वॉरंटही काढणार आहोत आणि त्याचं ते नऊ मिलिमीटरचं पिस्तूल कुठे मिळतंय का, ते बघणार आहोत."

"हं. चांगली कल्पना आहे." लॉरीनं मान डोलावत म्हटलं.

अठरा

लॉरी आणि लू मीडियाच्या वार्ताहरांशी बोलायला खाली गेल्यावर थोड्याच वेळात जॅक येऊन पोचला होता. लॉरीला आश्चर्यच वाटलं होतं. तो बहुतेक टॅक्सीनं आला असावा अशी तिची कल्पना होती, पण तसं नव्हतं. तो त्याच्या सायकलनंच आला होता. एवढंच नव्हे, तर सकाळच्या त्या वेळी शहरात कुठे लवकर पोचायचं असेल तर सायकल हेच कसं योग्य वाहन आहे, हेही त्यानं तिला पटवून दिलं होतं.

मीडियाच्या लोकांच्या सरबत्तीला तोंड देणं लॉरी आणि लू, दोघांच्याही दृष्टीनं सुरुवातीपासूनच कटकटीचं काम झालं होतं. मुळात त्यांना शांत करणं हेच त्रासदायक होतं. कुठली कोण दोन पोरं ट्रेनखाली सापडल्याच्या बातमीपेक्षा एक मुंडकं आणि हाताचे पंजे नसलेलं, बिननावाचं प्रेत आलंय, ही बातमी केव्हाही जास्त मसालेदार ठरणार हे उघड होतं. या बातमीत आणखी काय काय मसाला घालायचा हेही मंडळींनी ठरवून टाकलेलं होतं.

आधी लॉरीनं वार्ताहरांसमोर आपलं निवेदन केलं होतं. ती दोन पोरं तिसऱ्या रुळावर मुतताना विजेचा धक्का बसून मेली, या कल्पनेनं काहींच्या भुवया उंचावल्या होत्या, पण बाकी कोणी त्यात फारसा रस घेतला नव्हता. त्या बिनमुंडक्याच्या प्रेताबद्दल लू नं खास असं काहीही न सांगूनही तो बोलत असताना मात्र मंडळींनी चांगलंच लक्ष दिलं होतं, आरडाओरडा केला होता, प्रश्नही विचारले होते.

त्यानंतर थोड्या वेळानं जॅकनं मार्विनच्या मदतीनं रॉजर रूसोचं पोस्ट मॉर्टेम पूर्ण केलं. लू मुद्दाम रूममध्ये थांबून सगळं काही बघत होता. लॉरीनं मात्र मुद्दाम, ठरवून तिकडे पाहिलंसुध्दा नाही. त्याच वेळी तिनं सॅलला मदतीला घेऊन त्या कॉलेजच्या

विद्यार्थ्याचं पोस्ट मॉर्टेम संपवलं. दोन्ही केसेसचं पोस्ट मॉर्टेम जवळजवळ एकाच वेळी पूर्ण झालं.

लंचरूममध्ये जाऊन ते तिघं कॉफी आणि सँडविच घेत असताना जॅकनं रॉजरच्या पोस्ट मॉर्टेमबद्दल त्यांना थोडक्यात माहिती दिली. पहिल्या गोळीनं रॉजरच्या पाठीचा कणा तोडला होता. त्यामुळे दुसऱ्या गोळीमुळे जर तो मेला नसता, तर तो कायमचा अपंग बनला असता. एका बरगडीला चाटून दुसरी गोळी रॉजरच्या थेट हृदयात घुसली होती आणि डाव्या जवनिकेच्या आवरणात रुतून बसली होती.

हे सांगत असताना जॅक एकटाच बोलत होता आणि ही सगळी माहिती आपल्या एका प्रिय व्यक्तीच्या मृतदेहाबद्दल आहे, ही जाणीव निग्रहपूर्वक मनातल्या मनात दाबून टाकत लॉरी वरकरणी आपण शांत असल्याचं दाखवत होती. हा देखावा खराच आहे असं बाकीच्यांना वाटावं, म्हणून तिनं दोन-चार तांत्रिक स्वरूपाचे प्रश्नसुध्दा विचारले आणि जॅकनं मोठ्या आनंदानं त्यांची अगदी खुलासेवार उत्तरं दिली. रॉजरचं हृदय थांबल्यावर बऱ्याच वेळानं त्याचे पंजे आणि मुंडकं कापलं होतं, याबद्दल आपल्याला जराही शंका नसल्याचं त्यानं सांगितलं. त्याच्या मते रॉजरला बिलकूल वेदना जाणवल्या नसाव्यात, कारण त्याचा जीव लगेचच गेला होता. आणि त्या गोळ्यांबद्दल सांगायचं,तर त्या नि:संशयपणे नऊ मिलिमीटरच्या होत्या, असंही त्यानं सांगितलं.

लू नं फोन करून त्याच्या कॅप्टनला रॉजर रूसोच्या पोस्ट मॉर्टेमची माहिती दिली. मग तो लॉरीकडे वळला. ''लॉरी, मला वाटतं, तू माझ्याबरोबर मॅनहटन जनरलला यावंस, म्हणजे आपल्याला रूसोनं त्याच्या ऑफिसात ज्या काही याद्या ठेवल्या असतील, त्या शोधून काढता येतील.''

लॉरी ताबडतोब यायला तयार झाली.

''मीही येतो तुमच्याबरोबर.'' जॅकनं म्हटलं. ''अमेरिकेअरचं नुकसान करण्याची एकही संधी मी सोडणं शक्य नाही. त्यांची लायकीच ती आहे. एवढ्या मोठ्या कंपनीच्या पडद्याआड काय काय चाललेलं असतं हे जेव्हा मीडियाला समजेल, तेव्हा चांगली धमाल येईल.''

पॅट्रिशिया प्रूटच्या केसबद्दल समजल्यावर त्यानं लॉरीला शंभर टक्के पाठिंबा द्यायचं ठरवलेलं होतं.

ओसीएमईला जायला निघण्याआधी लॉरी कम्युनिकेशन रूममध्ये गेली आणि तिथे तिनं आपण बाहेर जात असल्याचं सांगितलं. टेलिफोन ऑपरेटरकडे आपला सेलफोन नंबर आहे, हे तिला माहीत होतं. ती आज 'मेडिकल एक्झॅमिनर ऑन कॉल' होती, त्यामुळे तिला कायम ऑफिसच्या संपर्कात राहणं आवश्यकच होतं.

मॅनहटन जनरलला जाण्यासाठी ते तिघंही लू च्या शेव्हरोले 'कॅप्रिस' मध्ये

येऊन बसले. लॉरी पुढच्या सीटवर लू च्या शेजारी बसली, तर जॅक पाठीमागे बसला. लू च्या सिगारेट्सचा वास गाडीत इतका भरून राहिलेला होता, की बाहेर रिमझिम पाऊस आणि कमालीचा गारठा असूनही लॉरीनं आणि जॅकनं काचा उघड्याच ठेवल्या. जाताना वाटेत लॉरीनं जॅकला रॉजरच्या त्या व्हॉईस मेलबद्दल सांगितलं.

''या मोतीलाल नाजाची शंका घ्यायला बरीच जागा आहेसं दिसतंय.'' जॅकनं म्हटलं. ''तो ॲनेस्थेशिओलॉजिस्ट आहे, म्हणूनच कदाचित टॉक्सिकॉलॉजीत काहीही सापडत नसावं. कदाचित तो एखादा चटकन विरघळून जाणारा वायूसुध्दा वापरत असेल.''

लू नंही मग नाजाबद्दल मिळालेली माहिती सांगितली; त्याच्या नऊ मिलिमीटरच्या पिस्तुलाविषयी तो बोलला. आपलं नशीब जोरावर असलं आणि ते पिस्तूल जर हाताला लागलं, तर आपण ते तपासायला बॅलिस्टिक्सच्या लोकांकडे पाठवू, त्यानं म्हटलं.

युनिफॉर्ममधले पोलीस मोठ्या संख्येनं दिसत होते, ही गोष्ट सोडली तर मॅनहटन जनरलमध्ये सगळं काही रोजच्यासारखं चाललेलं होतं – तो गजबजाट, लोकांची ये-जा, घरी जायला निघालेले व्हील चेअरमध्ये बसलेले रोगी, चौकशीच्या खिडकीसमोर लागलेली लोकांची लांबच लांब रांग, पांढऱ्या कोटातले डॉक्टर, हिरव्या स्क्रब्जमधल्या घाईघाईनं चाललेल्या नर्सेस.

लू एका पोलिसाशी बोलू लागला, तोपर्यंत जॅक आणि लॉरी एका बाजूला उभे राहिले.

''तुझी मानसिक स्थिती कशी आहे?'' जॅकनं सहानुभूतीनं विचारलं. ''ठीक आहेस ना तू?''

''हो. वाटलं होतं त्यापेक्षा पुष्कळच बरी आहे.'' लॉरीनं उत्तर दिलं.

''कमाल आहे तुझी.'' जॅकनं कबुली देऊन टाकली. ''तुझ्या मनात जी काही प्रचंड खळबळ आहे त्याचा विचार केला तर या भानगडीवर तू एकाग्रपणे विचार करू शकतेस हे फार कौतुकास्पद आहे.''

''खरं सांगायचं तर या प्रकरणात नेमकं काय चाललंय यावर मला विचार करावा लागतोय ना, ते एका अर्थी बरंच आहे.'' लॉरीनं म्हटलं. ''त्यामुळे मला आपोआपच माझ्या प्रॉब्लेमचा विसर पडतोय, काही प्रमाणात तरी.'' या क्षणी ती तिच्या ओटीपोटातल्या वेदनांबद्दल बोलत होती. इथे येताना बसलेल्या धक्क्यांमुळे तिच्या वेदना काही प्रमाणात वाढलेल्या होत्या. आताही त्या वेदना काल टॅक्सीत झाल्या होत्या, त्यापेक्षा खूपच कमी होत्या, तरीपण त्या तिला अस्वस्थ नक्कीच करत होत्या. आता तिला अपेंडिसायटिसची शंका यायला लागलेली होती. तिच्या

वेदना जरी तिला अधूनमधून होत असल्या, तरी पोटातली जागा मात्र अपेंडिसायटिसचीच होती. त्याबद्दल जॅकला सांगावं असा ती विचार करत असतानाच लू परत आला.

"रॉजर रूसोच्या ऑफिसकडे जाण्याआधी आपण तो जिथे सापडला, तिथे जाऊ या." त्यानं म्हटलं. "त्या तपासात काही तरी प्रगती झालेली दिसतेय."

लिफ्टनं ते खाली तळघरात उतरले आणि बाणांनी दाखवलेल्या दिशेनं चालत त्या जुन्या ॲम्फी थिएटरपाशी जाऊन पोचले. ॲम्फी थिएटरचा जुनाट डबल दरवाजा सताड उघडलेला होता आणि दरवाजाला पोलिसांचा खास पिवळा टेप आडवा लावलेला होता. युनिफॉर्म घातलेला एक पोलीस जवळच उभा होता. टेपखालून वाकून लू आत गेला, पण लॉरी जाऊ लागल्यावर त्या पोलिसानं तिला हटकलं.

"सोड त्यांना." लू नं म्हटलं. "ते माझ्याबरोबरच आलेत."

त्या अर्धगोलाकृती ॲम्फी थिएटरमध्ये आता प्रखर दिवे लावलेले होते. त्यांचा प्रकाश खुर्च्यांच्या पार शेवटच्या रांगेपर्यंत पोचलेला होता. पोलिसांची माणसं अजून तिथे तपासाचं काम करत होती.

"हाय, फिल. तुम्ही लोकांनी थोडी फार प्रगती केलीय म्हणे." लू नं तिथल्या माणसांच्या मुख्यापाशी जात म्हटलं.

"हो. तसं दिसतंय खरं." फिलनं काहीसं नम्रपणे म्हटलं. त्यानं खूण केल्यावर ते तिघं मधल्या मोकळ्या जागेच्या शेवटच्या टोकाशी गेले. खाली जमिनीवर खडूनं केलेल्या खुणांकडे त्यानं बोट दाखवलं. "आमच्या लक्षात असं आलंय की पहिल्यांदा ते प्रेत इथे होतं आणि मृत व्यक्तीचं डोकं या पायरीला टेकलेलं होतं. हा सगळा भाग बऱ्यापैकी स्वच्छ केलेला होता, पण आम्हाला इथे रक्ताचे स्पष्ट पुरावे मिळाले. त्यामुळे त्याला गोळ्या घालण्याआधी तो कुठे होता, हे आम्हाला समजलंय."

फिल मग त्या दोघांना घेऊन परत दरवाजाशी आला. तिथे जमिनीवर खडूनं दोन वर्तुळं काढलेली होती. "या इथे आम्हाला नऊ मिलिमीटरच्या गोळ्यांची दोन केसिंग्ज सापडली. याचा अर्थ मारेकरी गोळ्या घालताना त्या माणसापासून साधारण वीस फुटांवर होता."

लू नं अंतराचा अंदाज घेत मान डोलावली.

"आता तिकडे चला." फिल त्यांना घेऊन त्या जुनाट ऑटोप्सी टेबलापाशी आला. "इथे त्याचं मुंडकं आणि पंजे तोडले असले पाहिजेत."

"हे तर अगदी एखादं ऑपरेशन थिएटर असावं तसंच दिसतंय." लू नं म्हटलं. "म्हणजे मारेकऱ्याला हे भलतंच सोयीचं गेलं असणार."

"हो, खरंय." फिलनं ऑटोप्सीची उपकरणं ठेवलेल्या त्या कपाटाकडे बोट केलं. "त्याला हवी ती सगळं उपकरणंसुध्दा अगदी हाताशी होती. त्यातल्या

कुठल्या करवती आणि सुऱ्या त्यानं वापरल्या, तेही शोधून काढलंय आम्ही.''

''वा! थोड्या वेळात चांगलं काम केलंय तुम्ही लोकांनी.'' लू नं म्हटलं आणि तो जॅक आणि लॉरीकडे वळला. ''तुम्हाला आणखी काही माहिती विचारायचीय?''

''मृताचं मुंडकं आणि पंजे या ऑटोप्सी टेबलावरच तोडले, हे कसं समजलं तुम्हाला?'' जॅकनं विचारलं.

''आम्ही टेबलाचा ड्रेन पाईप वेगळा करून पाहिला. त्याच्या जाळीत भरपूर पुरावा होता.''

''चला, ते प्रेत कुठे सापडलं ते बघू.'' लू नं म्हटलं

''चला.'' फिल पाठोपाठ ते चालत निघाले. रॉजरला जिथे गोळ्या घातल्या होत्या, तिथून पलीकडे असलेल्या एका छोट्या दारातून ते आत शिरले. पलीकडच्या छोट्या कॉरिडॉरमधून चालत ते पलीकडच्या टोकाला असलेल्या एका दणकट जुन्या दाराशी आले. बघितल्याबरोबरच हा दरवाजा एखाद्या खाटकाच्या दुकानाचा असावा अशी शंका येत होती. फिलनं ढकलल्याबरोबर तो करकरत उघडला. फॉर्मलडीहाईडच्या दर्पानं भरलेला एक थंड धुक्याचा ढग बाहेर आला.

पलीकडची खोली कशी असेल याची पूर्ण कल्पना जॅक आणि लॉरीला होती. त्यांच्या मेडिकल कॉलेजात अशाच प्रकारच्या कूलरमध्ये बेवारशी प्रेतं ठेवलेली असत आणि ती विद्यार्थ्यांना डिसेक्शनसाठी पुरवली जात. दोन्ही बाजूंना कानांमधून सळया घातलेली विवस्त्र प्रेतं वर छताला जोडलेल्या ट्रॅकला टांगून ठेवलेली होती.

''बळी पडलेल्या माणसाचं प्रेत इथे अगदी मागे, एका चाकांच्या स्ट्रेचरवर ठेवलेलं होतं आणि ते एका चादरीत झाकलेलं होतं.'' फिलनं त्या दिशेनं बोट दाखवत म्हटलं. ''जायचंय तिकडे?''

''नको.'' लू नं म्हटलं. ''या असल्या ठिकाणी जायला अजूनही भीतीनं माझ्या अंगावर काटा येतो.''

''इतक्या लगेच प्रेत सापडलं म्हणजे कमाल आहे.'' जॅकनं म्हटलं. ''ही बाकीची मंडळी इथे वर्षानुवर्षं थांबलेली दिसतायत.''

लॉरीनं हताशपणे डोळे फिरवले. या जॅकला कुठेही कसा काय विनोद सुचतो? ''पण त्या मारेकऱ्याला मात्र त्याचं प्रेत सापडावं किंवा त्याची ओळख पटावी असं मुळीच वाटत नव्हतं.''

''चला, आता वर रूसोच्या ऑफिसात जाऊ.'' लू नं अस्वस्थपणे म्हटलं.

आज शनिवार असल्यामुळे ॲडमिनिस्ट्रेशनच्या विभागात फारसं कोणी नव्हतं. खुर्चीवर बसून एक युनिफॉर्ममधला पोलीस 'डेली न्यूज' वाचत होता. या तिघांना, विशेषत: डिटेक्टिव्ह लेफ्टनंट लू सोल्डॅनोला पाहिल्याबरोबर तो चटकन उठून उभा राहिला. त्याच्या पाठीमागेच रॉजर रूसोच्या ऑफिसचं दार होतं. ते अर्थातच बंद

होतं. दाराला पिवळा टेप आडवा लावलेला होता.

"इथे कोणी आलं नसणार." लू नं त्या पोलिसाकडे बघत म्हटलं.

"नाही, तुम्ही फोन करून सांगितल्यावर इथे कोणालाही आत सोडलेलं नाहीये मी."

मान डोलावून लू नं एका बाजूचा टेप काढला, पण दार उघडण्याआधीच त्याला हाक मारल्याचा आवाज ऐकू आला. तो मागे वळला. एखाद्या सिनेनटासारखा एक देखणा, उंच, सडपातळ माणूस शेकहँडसाठी हात पुढे करून चालत येत होता. त्याचे मूळचे सोनेरी केस अधूनमधून पिकलेले होते आणि चेहरा रापलेला होता. त्यामुळे त्याचे निळे डोळे आणखीच गडद निळे वाटत होते. लू जरा सावध झाला.

"मी चार्ल्स केली." त्या माणसानं लू चा हात धरून उगाचच जोरजोरात हलवत म्हटलं. "मी मॅनहटन जनरल हॉस्पिटलचा प्रेसिडेंट आहे."

आदल्या दिवशी या माणसाची भेट ठरवण्याचा लू नं प्रयत्न केला होता, पण ती यानं नाकारली होती; जणू प्रेसिडेंटच्या प्रतिष्ठेला एका सामान्य पोलीस अधिकाऱ्याची भेट शोभत नसल्यासारखी. या माणसाला भेटायची काल खरंच गरज असती तर लू नं त्याला आपली भेट घ्यायला लावलंच असतं. पण काल त्याला बाकीच्या बऱ्याच कामांची घाई असल्यामुळे त्यानं ते तेवढ्यावरच सोडून दिलं होतं.

"सॉरी, आपली भेट काल होऊ शकली नाही." चार्ल्सनं म्हटलं. "काल खरोखरच प्रचंड गडबडीत होतो मी दिवसभर."

लू नं मान डोलावली. चार्ल्स आळीपाळीनं लॉरी आणि जॅककडे बघत असल्याचं त्याच्या लक्षात आलं. लू नं त्यांची ओळख करून दिली.

"डॉक्टर स्टेपलटनना मी आधीच ओळखतो." चार्ल्सनं आंबट चेहऱ्यानं म्हटलं.

"बरोबर आठवलं तुम्हाला!" जॅकनं म्हटलं. "कमीत कमी आठ वर्षं झाली असतील आपली गाठ पडून. तुमच्या हॉस्पिटलमध्ये त्या कसल्याशा भयानक जंतूंची लागण झाली होती त्या वेळी आणि तेव्हा मीच तुम्हाला मदत केली होती."

चार्ल्सनं लू कडे पाहिलं. "या दोघांचं इथे काय काम?" त्यानं नाराजीनं विचारलं. जॅक आणि लॉरी आपल्या हॉस्पिटलमध्ये आल्याचं त्याला बिलकूल आवडलेलं नव्हतं.

"हे दोघं मला तपासात मदत करताहेत."

चार्ल्सनं विचार करत मान डोलावली. "हे दोघं इथे आल्याचं मी डॉक्टर बिंगहॅमला कळवणारच आहे. पण त्या आधी मला तुमच्याशी माझी ओळख करून द्यायची होती आणि काहीही मदत लागली तर लगेच मला कळवा, असं सांगायचं होतं."

"थँक्स." लू नं म्हटलं. "पण सध्या तरी तशी काही गरज वाटत नाहीय."

"तुम्हाला आणखी एक विनंती करायची होती."

"ओके. बोला."

"लागोपाठ दोन दिवसात दोन खून इथे झालेत, त्यामुळे तुम्ही या तपासाच्या कामी कृपा करून शक्य तेवढी गुप्तता पाळा आणि शक्यतो लोकांच्या नजरेत येणार नाही असं पाहा – विशेषत: आज उघडकीला आलेल्या खुनाच्या बाबतीत तर जास्तच. माझी दुसरी एक विनंती अशी आहे की मीडियापर्यंत जी काही माहिती पोचवायची असेलं, ती आमच्या पब्लिक रिलेशन्स विभागामार्फतच बाहेर जावी. आमचं नाव शक्य तितकं कमी बदनाम व्हावं अशी माझी इच्छा आहे."

"तुमचं म्हणणं एकदम मान्य आहे मला, पण एका गोष्टीची आधीच कल्पना देऊन ठेवतो." लू नं मान डोलावली. "आज सापडलेल्या प्रेताबद्दल थोडीशी माहिती मीडियापर्यंत आधीच गेलेली आहे. ती कोणी आणि कशी दिली हे मला माहीत नाही, पण मला त्यामुळे अगदी नाईलाजानं एक छोटीशी पत्रकार परिषदच घ्यावी लागली. काळजी करू नका, मी त्यांना आणखी काहीही सांगितलं नाही. अशा प्रकारच्या तपासात माहिती जेवढी गुप्त राहील तेवढं बरं असतं."

"अगदी बरोबर. माझंही हेच मत आहे." चार्ल्सनं म्हटलं. "फक्त आपले उद्देश वेगळे आहेत, एवढंच. एनी वे, या दुर्दैवी प्रकाराबद्दल तुम्ही आम्हाला जेवढी मदत करू शकाल तेवढी आम्हाला हवीय."

"थँक्यू, सर." लू नं म्हटलं.

चार्ल्स निघून गेला.

"काय मूर्ख माणूस आहे!" जॅकनं म्हटलं.

"हार्वर्डमध्ये शिकला असणार." लू नं म्हटलं.

"ए, चला लवकर. मला ओसीएमईला परत जायचंय." लॉरी घाई करू लागली.

लू नं रॉजरच्या ऑफिसचं दार उघडलं आणि ते तिघं आत गेले.

लॉरी दारापाशीच काही क्षण अडखळली, पण जॅक आणि लू सरळ रॉजरच्या टेबलाकडे गेले. लॉरीला मात्र इथे रॉजरची आठवण झाली आणि आपण एक चांगला दिलदार मित्र गमावल्याची जाणीव पुन्हा तिच्या मनात उफाळून आली. त्यांची ओळख होऊन जेमतेम महिना-दीड महिना झालेला होता. त्याला आपण खऱ्या अर्थानं ओळखलेलं नव्हतं याची तिला आतमध्ये जाणीव होती, पण तिला तो आवडत होता एवढं नक्की. कदाचित आपलं प्रेमही असावं त्याच्यावर, पण ते नेमकं सांगणं या क्षणी तरी कठीण आहे. आणि असलं तरी आता काय उपयोग? तिचे डोळे अचानक भरून आले. आपल्याला गरज असताना त्यानं केवढा तरी मानसिक

आधार दिला. कदाचित काही बाबतीत आपण त्याचा फायदाही करून घेतला.

"लॉरी, इकडे ये ना लवकर!" लू नं हाक मारली.

लॉरीनं तिकडे जायला पाऊल उचललं, तेवढ्यात तिच्या कोटाच्या खिशात ठेवलेला सेलफोन वाजू लागला. फोन ओसीएमईमधून आलेला होता. तिथली ऑपरेटर सांगत होती की एक पोलीस कस्टडीतली केस आलीय. लॉरीनं तिला सांगितलं, की मी तासाभरात परत येते, तोपर्यंत तू मार्विनला तयारी करून ठेवायला सांग. पोलीस कस्टडीतला मृत्यू म्हणजे राजकीय दृष्ट्या कटकटीचं काम, तिनं मनात म्हटलं. या केसचं पोस्ट मॉर्टेम सोमवारवर ढकलून चालणार नाही, ते आजच उरकावं लागेल.

ती लू आणि जॅकपाशी गेली. "इथे बरीच माहिती दिसतेय." लू नं म्हटलं. "हे कागद अत्यंत महत्त्वाचे दिसतात. इथे तर दोन नावांपुढे चांदणीची खूणही केलीय." त्यानं ते कागद जॅककडे दिले आणि जॅकनं ते झरझर वाचून लॉरीला दिले. ते डॉक्टर जोझे कॅब्रिओ आणि मोतीलाल नाजा या दोघांच्या माहितीचे कागद होते.

लॉरीनंही ते कागद वाचून काढले. "मोतीलाल नाजा इथे बदलून आला ती वेळ आणि त्यानं मुद्दाम केलेली रात्रपाळीची निवड, एवढ्या दोन गोष्टी त्याच्याबद्दलचा संशय बळावायला पुरेशा आहेत."

"पण त्याला अटक केल्याची नोंद तिथे कशी नाही, हेच कळत नाहीये." लू नं म्हटलं. "एवढी महत्त्वाची आणि प्राणघातक औषधं हाताळणाऱ्या माणसाच्या बाबतीत ही माहिती फार महत्त्वाची असते. म्हणजे असं, की त्यानं डीईएला जो अर्ज केला असेल, त्यावर तरी ती असायलाच हवी होती."

लॉरीनं नुसतेच खांदे उडवले.

"ही बघ. या यादीवरही रूसोनं चांदणीची खूण करून ठेवलेली दिसतेय." लू नं म्हटलं. "नोव्हेंबर ते जानेवारी या दरम्यान सेंट फ्रान्सिस हॉस्पिटलमधून इथे आलेल्या लोकांची नावं आहेत यात."

जॅकनं त्या यादीवरून एक नजर फिरवून ती लॉरीकडे दिली.

लॉरीनं त्या यादीतली ती सात नावं वाचली. हे लोक हॉस्पिटलमध्ये कुठल्या विभागात काम करत होते, याचीही माहिती यादीत होती. "या सगळ्याच लोकांचा रोग्यांशी थेट संबंध येऊ शकतो – रात्रपाळीत तर नक्कीच."

"आता आपण काय करायला हवंय ते अगदी स्पष्ट आहे." लू नं म्हटलं. "गेल्या सहा महिन्यांत इथून हाकलून दिलेल्या आठ डॉक्टरांची नावं या यादीत दिसताहेत. यातल्याच कुणी तरी अमेरिकेअर वर सूड उगवण्यासाठी हे खून केलेले असू शकतील."

"आठच काय, असे तर कित्येक डॉक्टर असतील. माझंही नाव घाल त्या

यादीत.''

"या सगळ्या माहितीच्या आधारे तपास करायचा तर मला बऱ्याच लोकांना कामाला लावावं लागेल.'' लू नं म्हटलं. "डॉक्टर नाजा जर आपल्याला हवा असलेला खुनी नसला, तर या सगळ्यांचीच चौकशी करावी लागेलसं दिसतंय. हं. आणि हे काय असेल?'' टेबलावरच्या कागदांवर ठेवलेली एक सीडी उचलत त्यानं म्हटलं.

"चल, लगेच बघू या.'' लॉरीनं म्हटलं आणि लगेच तिनं रॉजरचा कॉम्प्युटर सुरू केला. तिनं जेव्हा रॉजरचा पासवर्डही टाईप केला, तेव्हा जॅकच्या भुवया उंचावल्या, पण तिनं तिकडे दुर्लक्ष केलं.

त्या सीडीमध्ये लॉरीच्या सगळ्या केसेसची – इथल्या आणि सेंट फ्रान्सिस मधल्याही – हॉस्पिटलमधल्या नोंदींची माहिती होती. लॉरीनं लू ला ही कसली माहिती आहे हे सांगितलं आणि ही सीडी बरोबर घेऊन जाऊ का, असं विचारलं. आपण जेव्हा त्या केसेसचे आपल्या ऑफिसात ठेवलेले चार्ट वाचू; तेव्हा ही माहिती उपयोगी पडेल, असं तिला वाटत होतं.

"अं... तू या सीडीची आणखी एक कॉपी करशील का?'' लू नं विचार करत म्हटलं.

लॉरीनं लगेच कॉम्प्युटरच्या सीडी ड्राईव्हमध्ये दुसरी एक सीडी घालून त्यावर ती सीडी कॉपी करून घेतली.

"खरं तर मी म्हणत होते, की या सगळ्या कागदांचीही एकेक कॉपी काढून घेऊन जावी.'' लॉरीनं विचार करत म्हटलं. "आज दुपारी मला वेळ मोकळा मिळेल, तेव्हा मी हे नीट वाचून काढेन आणि काही नवीन कल्पना सुचते का, ते बघेन. इथे जवळपास कुठे तरी एखादं कॉपी मशीन असेलच.''

"जरूर काढून घे.'' लू नं म्हटलं. "इतकी माहिती आहे इथे, की आम्हाला मिळेल ती मदत लागेलच.''

रॉजरच्या ऑफिसच्या बाहेर जवळच एक झेरॉक्स मशीन होतं. लगेच लॉरीनं सगळ्या कागदांच्या कॉपी काढून घेतल्या.

"आता मला ओसीएमईला परत जायलाच हवं.'' तिनं त्या दोघांना म्हटलं.

"हवं तर मी येऊ का तुझ्याबरोबर?'' जॅकनं विचारलं. "पाहिजे तर मीच तिकडे जातो आणि तू घरी जाऊन आराम कर.''

"नाही, नको.'' लॉरीनं म्हटलं. "मी ठीक आहे. घरी जाऊन बसण्यापेक्षा मी कामात राहिलेलीच बरी. तुला हवं तर तूही चल, पण ते तू ठरव.''

जॅकनं लू कडे बघितलं. "तू काय करणार आता?''

"मी आता ज्या माणसाला रूसोचं प्रेत सापडलं, त्याची चौकशी करणार

आहे.'' लू नं म्हटलं. ''त्यानंतर मी त्या डॉक्टर नाजाला जाऊन भेटणार आहे आणि नंतर त्याचं पिस्तूल मिळालंय का, ते बघणार आहे. तसे हे लोक भित्रे असतात. कदाचित आम्हाला पिस्तूल सापडल्याचं त्याला सांगितल्यावर लगेच तो भराभर बोलायला लागेल. तसं झालं तर फारच उत्तम.''

''मग मी थांबू का थोडा वेळ तुझ्याबरोबर?'' जॅकनं विचारलं. ''मलाही या डॉक्टर नाजाला भेटायचंय.''

''जरूर ये. त्यात काय एवढं?''

जॅक लॉरीकडे वळला. ''मी थोड्या वेळानं येतो तिकडे. त्या पोलीस कस्टडीतल्या मृत्यूच्या केसच्या पोस्टमॉर्टेममध्ये मी तुला मदतही करेन.''

''अरे, एवढे काही विशेष नाही त्यात.'' लॉरीनं म्हटलं. ''तू नाही आलास तरी हरकत नाही. आपण तसेही सोमवारी भेटूच आणि तू येऊन मला जी मदत केलीस त्याबद्दल थँक्स. हे मी तोंडदेखलं बोलत नाहीये, खरंच मनापासून बोलतेय.''

तिनं त्या दोघांनाही हलकेच आलिंगन दिलं. जॅकपाशी ती क्षणभर जास्त रेंगाळली. आणि मग ती तिथून बाहेर पडली.

ॲडमिनिस्ट्रेशन विभागातून बाहेर पडण्याआधी ती तिथल्या लेडीज टॉयलेटमध्ये शिरली. बेसिनजवळ हातातले कागद आणि सीडी ठेवून देऊन ती एका स्टॉलमध्ये शिरली. तिथे बसली असताना तिच्या मनात रॉजरचा अगदी अचानक घडलेला धक्कादायक मृत्यू आणि त्या दोघा पोरांनी बालसुलभ आचरटपणा करताना विनाकारण ओढवून घेतलेला मृत्यू, यांचेच विचार येत होते. इतर लहान मोठ्या सजीवांसारखाच माणूसही कसा कायम मृत्यूच्या कड्याच्या टोकाशी असतो, नाही? तिनं मनात म्हटलं.

या विचारांमध्ये गढून गेलेली असतानाच लॉरीनं एका छोट्याशा टिश्यू पेपरनं आपली योनी साफ केली आणि ती चरकलीच. पेपरवर थोडसं रक्त लागलेलं होतं!

अगदी थोडं रक्त होतं ते, पण गर्भार अवस्थेत, इतक्या सुरुवातीच्या काळात तरी कितीही थोडं का होईना, रक्त जाणं हे चांगलं लक्षण नसतं, हे तिला आठवत होतं. पण विद्यार्थीदशेत कित्येक वर्षांपूर्वी तिचा जो प्रसूतिशास्त्राशी अगदी थोडासा संबंध आलेला होता, तेव्हाचं ज्ञान तर कधीच विस्मृतीच्या पडद्याआड गेलेलं होतं. त्यामुळे तिनं मनाशी ठरवलं, की उगाचच घाबरून जाण्यात काही अर्थ नाही.

या असल्या गोष्टी नेहमी वीकएंडलाच का होतात? तिनं चिडून, हताशपणे स्वत:शीच म्हटलं. हे जे काही रक्त जातंय, त्याचा अर्थ खरं तर तिला डॉक्टर रायलेला विचारावासा वाटत होता, पण तिला ऐन सुट्टीच्या दिवशी फोन करून त्रास द्यावा असं मात्र तिला वाटत नव्हतं. तिनं आणखी एक टिश्यू पेपरचा तुकडा घेऊन पुन्हा ती जागा टिपली. यावेळी मात्र कागदाला रक्त लागलेलं नव्हतं. तिला काहीसं

बरं वाटलं, पण आपल्या ओटीपोटात उजव्या बाजूला जे दुखतंय त्याचा या रक्त जाण्याशी काही संबंध आहे की काय, या धास्तीनं मात्र तिच्या मनात घर करायचं ते केलंच.

बाहेर येऊन लॉरीनं बेसिनमध्ये हात धूत असताना समोरच्या आरशात स्वत:कडे पाहिलं. गेल्या काही रात्री तिला नीट झोप लागलेली नव्हती, शिवाय इतरही अनेक समस्या भेडसावत होत्या, त्याचा व्हायचा तो परिणाम तिच्यावर झालेलाच होता. तिच्या डोळ्यांभोवती काळी वर्तुळं दिसत होती. चेहराही ओढलेला वाटत होता. आता आणखी काय संकट वाढून ठेवलं आपल्यापुढे, कोण जाणे, तिनं मनात म्हटलं. पण ते सहन करण्याची मानसिक शक्ती तरी दे रे देवा!

एकोणीस

ओसीएमईला परत येताना लॉरीला बराच कमी वेळ लागला, पण पुन्हा एकदा टॅक्सीतून येताना बसलेल्या धक्क्यांमुळे तिच्या पोटातल्या वेदना जाणवण्याइतक्या वाढल्या. मार्विननं सगळी तयारी आधीच केलेली होती आणि तिनं आल्या आल्या आधी ती पोलीस कोठडीतल्या मृत्यूची केस पूर्ण करून टाकली. कामात गुंतल्याबरोबर तिच्या वेदना आणि मानसिक कटकटी विसरल्या गेल्या. पोस्टमॉर्टेम संपलं, तेव्हा तिच्या वेदना नाहीशा झालेल्या होत्या आणि त्याऐवजी तिला पोटाला एक प्रकारची तडस लागल्यासारखी जाणीव होत होती. अंगातला मून-सूट आणि स्क्रब्ज बदलताना तिनं नेहमीप्रमाणे पोटात बोटांनी किंचित दाबलं. नेहमी तिच्या वेदना दाबलं की निघून जायच्या, पण या वेळी मात्र तिला लागलेली तडस आणखी वाढली. गडबडून जाऊन ती टॉयलेटमध्ये गेली आणि तिनं आपल्याला पुन्हा रक्त जातंय का, ते बघितलं. पण तसं काही नव्हतं.

तिथून बाहेर पडून लॉरी वर आपल्या ऑफिसात जाऊन बसली. डॉक्टर लॉरा रायलेला फोन करावा का, असं वाटून तिनं काही क्षण फोनकडे बघितलं, पण पुन्हा तो विचार तिनं दूर सारला. त्या बाईला आपण खरं म्हणजे ओळखतही नाही. आपल्या प्रॉब्लेमवर जर सोमवारी उपचार केलेले चालणार असले, तर उगाच कशाला तिला सुट्टीच्या दिवशी फोन करून त्रास द्यायचा? तसं गेले काही दिवस आपल्या पोटात दुखतंच आहे, आज फक्त थेंबभर रक्त गेलं, एवढंच वेगळं झालंय त्यात. आणि तेही थांबलेलं दिसतंय. निदान आत्ता तरी. आणखी काही जास्त जाणवलं तर तेव्हा बघू.

पण आपण तरी अशा कशा? एक गोष्ट धड मनाशी ठरवता कशी येत नाही आपल्याला? स्वत:वर काहीसं चिडून लॉरीनं तो विचार पुन्हा दूर सारला आणि केल्व्हिनला फोन करावा का, असा विचार ती करू लागली. रॉजरच्या बाबतीतल्या तपासाची प्रगती त्याला कळवता येईल आणि या पोलीस कोठडीतल्या मृत्यूच्या केसबद्दलही त्याच्या कानावर घालता येईल. त्या माणसाच्या गळेघाटीला बरीच मोठी इजा पोचलीय, याचा अर्थ त्याचा गळा जोरानं आवळलेला होता किंवा तिथे मारलेलं होतं. या केसच्या बाबतीत बाहेर हंगामा होण्याची शक्यता आहे, तेव्हा हे केल्व्हिनला आधी सांगितलेलं बरं. पण तसा विचार केला तर मीडियाचा दबाव या क्षणी आपल्यावर कुठाय? शिवाय आधीच एकदा त्याला फोन करून त्रास दिलाय आपण. आता पुन्हा फोन केला तर भडकेलच तो. नकोच ते. परवा तो कामावर येईल तेव्हाच सांगू त्याला. लॉरीनं तोही विचार रद्द केला.

त्याऐवजी ते सगळ्या केसेसचे चार्ट वाचावेत असं ठरवून लॉरी कामाला लागली. बिचाऱ्या रॉजरनं एवढी खटपट करून मिळवलेत ते, एका अर्थी याच कामासाठी जीवही गमावलाय त्यानं. त्याच्यासाठी एवढं तरी करायलाच हवं.

सेंट फ्रान्सिसमधून आलेले चार्ट्स आणि मॅनहटन जनरलमधून आलेले चार्ट्स, यात बराच फरक होता. मॅनहटन जनरलमध्ये काही प्रमाणात शिकाऊ डॉक्टर मंडळींनी शिकण्याची सोय होती, त्यामुळे तिथे बरेच शिकाऊ डॉक्टर अशी कामं करायला हाताशी होते. उलट सेंट फ्रान्सिस हॉस्पिटल हे मात्र एक कम्युनिटी हॉस्पिटल होतं. त्यामुळे सेंट फ्रान्सिसमधल्या चार्ट्समधली माहिती मॅनहटन जनरलच्या मानानं बरीच त्रोटक होती. तिथल्या डॉक्टरांनी आणि नर्सेसनी लिहून ठेवलेल्या नोट्सही अगदीच छोट्या, पण नेमक्या शब्दात होत्या. त्यामुळे लॉरीचं काम जरा सोपं झालं.

तिला वाटलं होतं, तसंच सेंट फ्रान्सिसमधल्या केसेसमध्ये बळी पडलेले लोकही मॅनहटन जनरलच्या केसेससारखे बरेचसे तरुण आणि पूर्णपणे निरोगी होते. सगळ्यांचे मृत्यू साध्या ऑपरेशननंतर चोवीस तासांच्या आत झालेले होते.

मॅनहटन जनरल मधल्या केसेसमधले सगळे लोक अमेरिकेअरकडे त्या मानानं नुकतेच आलेले होते, असं रॉजर म्हणाल्याचं लॉरीला आठवलं. म्हणून तिनं सेंट फ्रान्सिसमधल्या केसेसची माहिती त्या दृष्टीनं वाचली. इथेही नेमकी तीच परिस्थिती होती. सगळ्यांनी अमेरिकेअरकडे आपला आरोग्य विमा उतरवून पुरं वर्षसुध्दा झालेलं नव्हतं.

आता या गोष्टीला काय नि किती महत्त्व असेल हे लॉरीला सांगणं कठीण होतं. पण सगळ्याच केसेसच्या बाबतीत हीच गोष्ट आहे, त्या अर्थी हा योगायोग नसावा, असा विचार करून तिनं एक कोरा कागद घेऊन त्यावर लिहिलं : बळी पडलेल्या

सगळ्या लोकांनी अमेरिकेअरकडे आरोग्य विमा उतरवून एक वर्ष उलटलेले नाही. त्याच्या खालच्या ओळीवर तिनं लिहिलं : सर्व बळी ॲनेस्थेशिया दिल्यावर चोवीस तास उलटण्याच्या आत. सर्व बळी मृत्यूसमयी आय व्ही वर होते. सर्व बळी पूर्णपणे निरोगी होते. सर्व बळी पंचवीस ते पंचेचाळीस वयादरम्यान होते.

सेंट फ्रान्सिसमधून आलेल्या चार्ट्‌समध्ये फारशी पानंही नव्हती, त्यामुळे लॉरीनं प्रत्येक पान वाचायला सुरुवात केली. एका चार्टमध्ये तर तिला ॲडमिशन ऑर्डरचा फॉर्महीही बघायला मिळाला. ऑपरेशनच्या जागेची काळजी घेण्याच्या सूचना, मध्यरात्रीनंतर रुग्णाला तोंडावाटे काहीही द्यायला मनाई, बऱ्याचशा वेगवेगळ्या तपासण्या, अशी बरीच काही माहिती त्यात होती. तपासण्यांची यादी वाचत असताना तिला एक तपासणी अशी आढळली, की ही तपासणी कसली, तेच तिला माहीत नव्हतं. पण ती तपासणी रक्ताच्या तपासण्यांमध्येच होती, त्यामुळे ही तपासणी रक्ताशीच संबंधित असावी, असा तिनं तर्क केला. एमएएसएनपी असं नाव होतं त्या तपासणीचं. हे असलं नाव लॉरीच्या ऐकिवात नव्हतं. एन पी म्हणजे न्युक्लिअर प्रोटीन असेल का? पण जर तसं असलं, तर मग एमएएस चा अर्थ काय? कोण जाणे. कदाचित ही एखादी इम्युनॉलॉजीशी संबंधित तपासणी असावी.

चार्टच्या पाठीमागच्या बाजूला रुग्णाच्या केलेल्या प्रत्येक तपासणीचा निष्कर्ष दिलेला होता. लॉरीनं या एमएएसएनपी तपासणीचा निष्कर्ष काय निघाला, ते पाहायला सुरुवात केली. तिला बाकीच्या प्रत्येक तपासणीचा निष्कर्ष सापडला, पण या तपासणीबद्दल तिथे काही उल्लेखच नव्हता.

आता लॉरीची उत्सुकता चांगलीच चाळवली गेलेली होती. तिनं सेंट फ्रान्सिसमधल्या प्रत्येक केसच्या चार्टमध्ये बघायला सुरुवात केली. प्रत्येक ठिकाणी तिला एकच गोष्ट सापडली: एमएएसएनपी तपासणी करायला सांगितलेली होती, पण तिचा निष्कर्ष मात्र कुठेही लिहिलेला नव्हता. शंका येऊन तिनं मॅनहटन जनरलमधल्या केसेसचे सगळे चार्ट पाहिले. तिथेही हेच होतं. तपासणी करायला सांगितलेली पण निष्कर्ष कुठेही नाही!

लॉरीनं आपल्यासमोरच्या कोऱ्या कागदावर लिहिलं : सर्व बळींची एमएएसएनपी तपासणी करण्यास सांगितलेली आढळली, पण कोणाचेही निष्कर्ष दिलेले नव्हते. मुळात एमएएसएनपी म्हणजे काय?

लॅबोरेटरीतल्या तपासण्यांवरून लॉरीला सॉब्झिकच्या चार्टमधली ती ईकेजी तपासणीची पट्टी आठवली. तिनं लगेच सॉब्झिकचा चार्ट उघडून ती पट्टी काढली. त्याला जोडलेली, तिनंच लिहिलेली, ती पट्टी एखाद्या कार्डिऑलॉजिस्टला दाखवण्या-बद्दलची ती चिठ्ठीही तिला मिळाली. अशी ईकेजी ची पट्टी इतर कुठल्या चार्टमध्ये नाही ना, हे एकदा तिनं बघून घेतलं. पण तशी पट्टी दुसरीकडे कुठेही नव्हती.

''तुला डिस्टर्ब करत नाहीये ना मी?'' तेवढ्यात एक आवाज आला.

लॉरीनं वर बघितलं. दारात जॅक उभा होता. पण त्याच्या चेहऱ्यावर नेहमी दिसणाऱ्या तिरकस स्मिताची जागा आज काळजीनं घेतलेली होती.

''बरीच कामात दिसतेस.'' त्यानं म्हटलं.

''मी कामात आहे तेच बरं.'' लॉरीनं म्हटलं. तिनं रेवाची खुर्ची ओढून आपल्या टेबलाशी आणली. ''बरं झालं आलास ते. बस.''

जॅक आत येऊन खुर्चीवर बसला आणि त्याची नजर लॉरीच्या टेबलावर पसरलेल्या कागदांकडे गेली. ''काय करतेयस?''

''सेंट फ्रान्सिसमधल्या केसेस या मॅनहटन जनरलमधल्या केसेसशी कितपत मिळत्याजुळत्या आहेत, ते बघतेय. आणि त्यात कमालीचं साम्य आहे. जॅक, मला सांग, एमएएसएनपी नावाच्या रक्ताच्या तपासणीबद्दल कधी ऐकलंयस तू? हा कसला तरी शॉर्ट फॉर्म असेल बहुतेक, पण हे नावच मी कधी ऐकलेलं नाही.''

''मीही पहिल्यांदाच ऐकतोय.'' जॅकनं म्हटलं. ''हे कुठे मिळालं तुला?''

''ऑपरेशनपूर्वी करण्याच्या तपासण्यांमध्ये या तपासणीचा उल्लेख आहे. सगळ्याच केसेसमध्ये आहे.'' लॉरीनं हाताला येईल तो एक चार्ट उचलला आणि त्यातला तो फॉर्म जॅकला दाखवला. ''ही तपासणी प्रत्येक चार्टमध्ये आहे. कदाचित हा अमेरिकेअरच्या प्रचलित रूटीनचाच भाग असावा – निदान या दोन हॉस्पिटल्समध्ये तरी.''

''इंटरेस्टिंग.'' जॅकनं म्हटलं. ''तू पाठीमागे त्या तपासणीचा निष्कर्ष काय लिहिलाय ते बघितलंस का?''

''पाहिलं ना. पण या तपासणीचा कुठे निष्कर्षच लिहिलेला दिसत नाही.''

''कुठल्याच चार्टमध्ये?''

''हो. प्रत्येक चार्टमध्ये बघितलं मी, पण मला तो कुठेच दिसला नाही.''

''ठीक आहे. सोमवारी एखाद्या फोरेन्सिक इन्व्हेस्टिगेटरला त्यात लक्ष घालायला सांगू आपण, की झालं.''

''चालेल.'' लॉरीनं लगेच तशी एक चिठ्ठी लिहून ठेवली. ''या सगळ्या केसेसच्या बाबतीत आणखी एक विचित्र गोष्ट सापडली मला. या प्रत्येक केसमधल्या व्यक्तीनं अमेरिकेअरकडे आपला आरोग्य विमा उतरवून एक वर्षही झालेलं नव्हतं.''

''बाप रे.''

''असं का म्हणतोयस?''

''आपण दोघंही तसेच तर आहोत.''

''खरंच की!'' लॉरी अर्धवट हसली. ''हे माझ्या लक्षातच आलं नव्हतं.''

''पण मला वाटतं आपल्यासारखे बरेच लोक असतील.''

''तेही खरंच. तरी पण इथे काही तरी गडबड असावी असं मला उगाचच वाटतंय.''

"हं. बरं, आणखी काही वेगळं सापडलं तुला?"

लॉरीनं टेबलावर पडलेल्या चार्ट्समधून सॉब्झिकचा चार्ट शोधून काढला. त्यातून तिनं ती ईकेजी ची पट्टी बाहेर काढून जॅकला दिली. "ही पट्टी बघ जरा. ही बाई अगदी मरणोन्मुख अवस्थेत असताना तिला कृत्रिम उपायांनी परत जिवंत करणाऱ्या टीमचे लोक तिथे पोचले आणि त्यांनी ताबडतोब तिचा ईकेजी काढला, त्याचं हे ट्रेसिंग आहे. यातून काही अर्थबोध होतोय तुला?"

जॅकनं ती पट्टी बघितली. या ईकेजी चा अर्थ लावण्याच्या बाबतीत आपण कायमच कुचकामी होतो हे त्याला कबूलही करवेना, इतकं त्याला शरमल्यासारखं झालं. आपण डोळ्यांचा डॉक्टर व्हायचं हे त्यानं वैद्यकीय शिक्षण घेत असताना सुरुवातीलाच ठरवून टाकलेलं होतं; त्यामुळे ज्या गोष्टींची आपल्याला गरज पडणार नाही, त्या गोष्टींकडे त्यानं कधीच फारसं लक्ष दिलं नव्हतं.

नकारार्थी मान हलवत जॅकनं ती पट्टी लॉरीला परत देऊन टाकली. "या बाबतीत आपलं दोघांचंही ज्ञान सारखंच आहे, लॉरी. ही पट्टी बघून तुला जेवढं समजलं असेल तेवढंच मलाही समजलंय. पेशंटच्या हृदयाला विजेचे धक्के देणारं केंद्र असतं, त्याची क्रिया झपाट्यानं मंदावत गेली असं यातून दिसतंय. पण हे माझ्याऐवजी एखाद्या कार्डिऑलॉजिस्टलाच विचार तू."

"हं. ते तर मी करणारच आहे." लॉरीनं ती पट्टी सॉब्झिकच्या चार्टमध्ये पुन्हा ठेवून दिली.

"बरं, रॉजरच्या त्या याद्या पाहिल्यास?" जॅकनं विचारलं. "तेवढा वेळ मिळाला का तुला?"

"अजून नाही बघितल्या. त्या पोलीस कोठडीतल्या मृत्यूची केस मला आधी करावी लागली, त्यामुळे मला इथे येऊन जेमतेम अर्धा तास झालाय. एकदा हे चार्ट्स बघून झाले की मग त्या याद्या पाहीन. पण माझी खात्री आहे, की या चार्ट्समध्येच काही तरी दडलंय. फक्त ते अजून मला सापडायचंय."

"म्हणजे या वेगवेगळ्या केसेस नाहीत असं अजूनही वाटतंय तुला?"

"हो. आपल्याला जेवढा वरकरणी दिसतोय, त्यापेक्षा या केसेसचा एकमेकींशी आणखी जास्त संबंध आहे. काही तरी एक अशी गोष्ट आहे, की जी या केसेसना एकमेकींशी जोडतेय."

"कोण जाणे. मला तरी अजूनही असंच वाटतंय की ही सगळी दुर्दैवी माणसं नको त्यावेळ, नको त्या ठिकाणी होती आणि ती एक एक करत नको त्या माणसाच्या हाती आयतीच सापडली."

"आणि त्या नाजाच्या बाबतीत काही प्रगती झाली की नाही?"

"अं, हो आणि नाहीही." जॅकनं म्हटलं. "त्यांनी त्याला ताब्यात घेतलंय, पण

तो काही बोलायलाच तयार नाही. आपल्याला वर्णभेदाचा बळी केलं जातंय असं म्हणतो तो. त्यामुळे तो म्हणतो की माझा वकील आल्याखेरीज मी एक शब्दही बोलणार नाही. त्याचा वकील उद्या फ्लोरिडाहून विमानानं येणार आहे.''

''आणि त्याच्या त्या पिस्तुलाचं काय?''

''ते बॅलिस्टिक्सकडे पाठवलंय, पण तिकडून काही माहिती समजायला थोडा वेळ लागेल. तोपर्यंत हा माणूस नक्कीच जामीनावर सुटलेला असेल.''

''आपल्याला हवा असलेला माणूस हाच की नाही, याबद्दल लू काय म्हणतो?''

''नाजाच्या एकंदर वागणुकीचा विचार करता लू म्हणतो की त्याच्याकडे संशयाचं बोट जातंच आहे. एखादा माणूस निरपराध असला तर तो कशाला कुणाला अडवेल, असं तो म्हणतो. अर्थात, लू फक्त त्या नर्सच्या आणि रॉजर रूसोच्या मारेकऱ्याचाच विचार करतो आहे. तुझ्या हत्यासत्राचा विचार तो करत नाहीये.''

''आणि तुझं काय म्हणणं आहे?''

''मी आधी म्हटलं होतं, तसं हा मारेकरी कुणी तरी एखादा ॲनेस्थेशिओलॉजिस्ट असावा, असं मलाही वाटतं. कारण त्याचं ज्ञान आणि कामाचं स्वरूप बघता असाच कुणी तरी या रोग्यांना मारू शकत असेल आणि तेही अशा पद्धतीनं, की ते शोधून काढणं महा कर्मकठीण होऊन जावं. नाजानंच त्या नर्सला आणि रूसोला गोळ्या घातल्या असतील हे आपण एवढ्यावरूनच म्हणतोय की त्याच्याकडे नऊ मिलिमीटरचं पिस्तूल आहे, हे आपल्याला माहिती आहे; नाही तर खरं म्हणजे या दोन खुनांचा आणि तू म्हणतेस त्या हत्यासत्राचा एकमेकांशी संबंध जोडणं कठीण आहे. आणि या दोन खुनांच्या बाबतीत अडचण अशी, की अशी नऊ मिलिमीटरची किती तरी पिस्तुलं आहेत बाहेरच्या जगात.''

''म्हणजे ज्यानं त्या नर्सला आणि रॉजरला मारलं, तोच माणूस या रोग्यांना मारत असेल, असं तुला वाटत नाही?''

''तसं मी खात्रीपूर्वक म्हणू शकत नाही, एवढंच.''

''पण माझी मात्र तशी खात्री आहे.'' लॉरीनं म्हटलं. ''तशा दृष्टीनं विचार केला तर ते पटण्यासारखंच आहे. या नर्सला बहुतेक काही तरी संशयास्पद दिसलं असावं. माझ्या सत्रामध्ये दोन मृत्यूंची भर पडल्यानंतरच्या सकाळी तिची हत्या झाली. आता रॉजरच्या बाबतीत सांगायचं, तर तो त्याच्या मते संशयित असलेल्या लोकांना गाठण्यासाठीच हॉस्पिटलमध्ये एवढ्या रात्री गेला होता. कदाचित त्याची नाजाशी गाठ पडली असेल. कदाचित त्यानं नाजाला पॅट्रिशिया प्रूटच्या रूममध्येही बघितलं असेल, कुणी सांगावं?''

''तुझे हे सगळेच मुद्दे फार विचार करण्यासारखे आहेत, हे कबूल करावंच लागेल.'' जॅकनं मान डोलावत म्हटलं.

"नाजाला त्यांनी पकडलं हे फार बरं झालंय." लॉरीनं म्हटलं. "तोच जर मारेकरी असला, तर लू च्या ससेमिऱ्यामुळे तो आणखी काही गडबड करण्याआधी दहादा विचार करेल. त्यामुळे मला रात्री जरा आणखी शांत झोप लागेल. आत्ता मी या रॉजरच्या याद्यांवर पूर्णपणे लक्ष केंद्रित करणार आहे. आपल्याला हवा असलेला माणूस जर नाजा नसेल, तर पुढे काहीतरी तपास करणं आवश्यकच आहे."

जॅकनं मान डोलावली. काही क्षण थांबून त्यानं म्हटलं, "हे आता जरा विषयाला सोडून होतंय, पण काल आपण जे बोलणं अर्धवट सोडलं होतं, त्यावर थोडं बोलू या का?"

लॉरीनं त्याच्याकडे सावधपणे पाहिलं. ते दोघं एवढा वेळ बोलत असताना त्याच्या चेहऱ्यावर हळू हळू ते नेहमीचं तिरकस स्मित परत येत असल्याचं तिच्या लक्षात येत होतं आणि हा आता कामाचं बोलणं सोडून वैयक्तिक जीवनाकडे वळणार, अशी तिला शंकाही येत होती. तिच्या मनात झपाट्यानं चीड आणि निराशा दाटून येऊ लागली. रॉजरच्या मृत्यूबद्दलची अपराधी भावना आणि ओटीपोटातलं दुखणं, या दोन्ही गोष्टींचा ताण तिच्या मनावर होता आणि अशा परिस्थितीत आणखी निराशेचा सामना करण्याची मानसिक ताकदच या क्षणी तिच्यात उरलेली नव्हती.

"काय झालं?" ती काहीच बोलत नाही हे बघून जॅकनं विचारलं. त्यानं तिच्या गप्प बसण्याचा वेगळाच अर्थ काढला आणि भुवया उंचावत सहजपणे विचारलं, "का अजूनही आपल्या बोलण्यासाठी ही वेळ आणि जागा योग्य नाही, असं म्हणणं आहे तुझं?"

"अगदी बरोबर बोललास!" लॉरीनं फाडकन म्हटलं. मोठ्या कष्टानं तिनं संतापाचा भडका उडू दिला नाही. "अरे, इथे प्रेतांची चिरफाड करतो आपण! मुलं, कुटुंब वगैरेबद्दल बोलायची जागा आहे का ही? आणि अगदी खरं सांगायचं, तर त्या बाबतीत माझं सगळं बोलून झालंय आधीच. या सगळ्या प्रकाराबद्दल, मला दिवस गेलेत ही गोष्ट धरून मला काय वाटतं, ते मी अगदी स्पष्ट सांगितलंय तुला. तुला नेमकं काय वाटतं हे मला माहीत नाही आणि तुझ्या दुःखातून तू बाहेर यायला तयार आहेस की नाही, हेही मला माहीत नाही. त्याबद्दल जर काही बोलणार असलास तर जरूर बोल! या गोष्टीवर चर्चा करण्याचा मला कंटाळा आलाय आणि तू काही तरी मनाशी नक्की ठरवण्याची वाट बघत बसण्याचा तर मला अगदी उबग आलाय!"

"आपल्या विषयाबद्दल चर्चा करण्यासाठी ही योग्य वेळ आणि जागा नाही, हे लक्षात आलंय माझ्या." जॅकनंही चिडून म्हटलं. "मला वाटतं मी आणखी एखादी योग्य संधी मिळण्याची वाट बघत थांबावं हे उत्तम."

"हो, तसंच कर." लॉरीनं तुटकपणे म्हटलं.

''ठीक आहे. भेटू आपण.'' असं म्हणून जॅक निघून गेला.

दोन्ही हातांनी चेहरा झाकून लॉरीनं एक मोठा नि:श्वास सोडला. क्षणभर तिला वाटलं, की असंच उठून जॅकच्या मागे जाऊन त्याला थांबवावं, पण नंतर काय बोलायचं, हे मात्र तिला समजेना. आपल्याला अपेक्षित असलेलं उत्तर हा काही देणार नाही, हे उघड दिसतंय, तिनं मनात म्हटलं. मग आपणच फार मागे लागतोय का त्याच्या? आपण त्याला धड आपली सध्याची शारीरिक अवस्था, ओटीपोटातल्या वेदना, कदाचित आपला गर्भपात! – हो, तीही शक्यता नाकारता येत नाही – या गोष्टींबद्दल काही सांगितलेलं नाही. आणि आपला गर्भपात जर दुर्दैवानं खरंच झाला, तर पुन्हा एकदा सगळीच परिस्थिती बदलेल!

रॉबर्ट हॉथोर्नच्या ऑफिसच्या त्या छोट्या कमर्शिअल बिल्डिंगच्या पार्किंग लॉटमध्ये डेव्हिड रोझेनक्रांट्झनं आपली गाडी आणून लावली, तेव्हा दुपारचे चार वाजून गेले होते. ही बिल्डिंग म्हणजे मुळात एक गोडाऊन होतं, पण सेंट लुई शहरातल्या सुधारणांच्या लाटेत त्या गोडाऊनचं रुपांतर या कमर्शिअल ऑफिसेसच्या बिल्डिंगमध्ये झालं होतं. आता इथे पहिल्या मजल्यावर एक बऱ्यापैकी रेस्टॉरंट होतं आणि दुसऱ्या मजल्यावर ऑफिसेस होती. रॉबर्ट हॉथोर्न – म्हणजे मि. बॉब – जेव्हा पहिल्यांदा या शहरात 'ॲडव्हर्स आऊटकम्स' नावाची कंपनी स्थापन करायला आणि नंतर 'ऑपरेशन विनो' सुरू करायला आला होता, तेव्हा आपल्या दृष्टीनं त्याला ही जागा सोयीची वाटली होती. याचं मुख्य कारण असं होतं, की ही बिल्डिंग 'डेव्हिडसन अँड फेबर' या वकिलांच्या फर्मच्या ऑफिसपासून अगदी जवळ होती. मि. बॉबचे या वकिलांच्या फर्मशी काय संबंध आहेत हे डेव्हिडला – मि. डेव्हला – माहीत नव्हतं, पण त्याला त्या फर्ममध्ये वरचेवर जावं लागतं, एवढं मात्र त्याला माहीत होतं.

डेव्हिडला या शहरात येण्याचे प्रसंग फारसे येत नसत. देशभरातल्या वेगवेगळ्या शहरांमध्ये फिरून प्रत्यक्ष काम करणाऱ्या लोकांशी संपर्क ठेवायचा, त्यांच्या कामावर नजर ठेवायची आणि गरज पडेल तशी त्यांची व्यवस्था करायची, हे त्याचं काम होतं. ही प्रत्यक्ष काम करणारी माणसं प्रचंड विक्षिप्त स्वभावाची असल्यामुळे हे काम करणं चांगलंच अवघड होतं. ही सगळी मंडळी स्वतंत्रपणे काम करणारी होती. सुरुवातीला डेव्हिड फक्त त्यांच्या अडचणी सोडवण्याचं – किंवा गरज पडली तर त्यांचीच 'सुटका' करण्याचं काम करायचा. पण आता त्यालाही मि. बॉबसाठी काम करायला लागून पाच वर्षं होऊन गेली होती, त्यामुळे त्याच्याकडे नवीन लोक घेण्याचंही काम आलेलं होतं. हे काम मात्र त्याच्या दुसऱ्या कामापेक्षा जास्त मजेशीर होतं आणि त्याचा कस पाहणारंही होतं. मि. बॉबचा एक जुना सहकारी मित्र अजूनही

पेंटॅगॉनमध्ये काम करत होता, त्याच्याकडून तो अशा, या कामांना लायक असलेल्या माणसांची नावं घेऊन यायचा. ही माणसं सगळी सैन्यदलांमध्ये, या ना त्या स्वरूपात वैद्यकीय कामांशी संबंधित पदांवर काम करणारी असायची. आणि मुख्य म्हणजे, त्यांना कोणत्या ना कोणत्या कारणानं सैन्यातून हाकलून दिलेलं असल्यामुळे ती दुखावलेली असायची. डेव्हिड – मि. डेव्ह – स्वतः कधी सैन्यात नव्हता, पण अशी माणसं पुन्हा सामान्य नागरी जीवनात परत आल्यावर तिथे जुळवून घेताना त्यांची काय मानसिक अवस्था होत असेल, याची त्याला कल्पना होती – त्यातही ज्या माणसांनी कुठल्याही स्वरूपाच्या युध्दात प्रत्यक्ष भाग घेतलेला असेल, त्यांची अवस्था तर आणखीच वाईट असायची. किंबहुना ही माणसं मनाचा काही प्रमाणात तोल सुटलेली, कुणी साधं डिवचलं तरी लगेच शारीरिक बळाचा वापर करू शकतील, अशी होती. आणि इराकचं युध्द लांबत चाललेलं असल्यामुळे अशा माणसांचा तुटवडाही नव्हता. पण मि. बॉबची नजर सैन्यातून हाकलून दिलेल्या माणसांबरोबरच नागरी हॉस्पिटल्समधून हाकललेल्या, दुखावलेल्या लोकांच्याही शोधात असे. आणि या माणसांची माहिती मि. बॉबकडे प्रत्यक्ष काम करणारी माणसंच द्यायची.

डेव्हिड मि. बॉबच्या ऑफिसच्या दाराशी पोचला. दारावर कसलीही नावाची पाटी वगैरे नव्हती. त्यानं दारावर टकटक केली – त्यानं मनात विचार केला, की मि. बॉबची सेक्रेटरी आणि गर्लफ्रेंडही असलेली इव्हॉन मागच्या रूममध्ये असली, तर तिला समजलेलं बरं. या ऑपरेशनमध्ये काही फार माणसं वगैरे नव्हती. रॉबर्ट, इव्हॉन आणि डेव्हिड, असे फक्त तीनच खरेखुरे कर्मचारी होते. डेव्हिड येईपर्यंत तर अनेक वर्षं फक्त रॉबर्ट आणि इव्हॉनच होते.

आतलं लॅच उघडल्याचा 'क्लिक्' असा स्पष्ट आवाज झाला आणि थोराड बांध्याच्या, धष्टपुष्ट इव्हॉननं दार उघडलं. आपल्या मधाळ, खास दक्षिणी शैलीत तिनं डेव्हिडला आत यायला सांगितलं. दर दोन वाक्यांनी तिच्या बोलण्यात 'हनी' किंवा 'डिअर' असे, पण तेवढ्यावरून हुरळून जाणाऱ्यांपैकी डेव्हिड नक्कीच नव्हता. तिचे ते सुंदर केस, उंच टाचांचे शूज आणि अगदी तोकडे कपडे हा सगळा देखावा होता. ती आणि रॉबर्ट दररोज न चुकता व्यायाम करतात आणि ती उत्कृष्ट तायक्वोंदोपटू आहे, हे डेव्हिडला चांगलं ठाऊक होतं. तिची छेड काढणाऱ्या माणसाची धड हाती पायी सुटका होत नसे.

ऑफिसही अगदी साधं होतं. पुढच्या रूममध्ये एक टेबल, आत रॉबर्टच्या रूममध्ये एक टेबल, दोन कॉम्प्युटर, एक-दोन छोटी टेबलं, थोड्याफार खुर्च्या, एक फाईल कॅबिनेट आणि दोन कोच. बस्स. आणि हे सगळं सामान भाड्यानंच घेतलेलं होतं.

"आपला तो महाखडूस बॉस आत आहे, हनी," इव्हॉननं कुजबुजत्या आवाजात म्हटलं. "उगाच एकदम आत जाऊन त्याला त्रास देऊ नकोस, समजलं ना?"

डेव्हिडला मुळात रॉबर्टला भेटायचंच नव्हतं. रॉबर्टनं त्याला फोन केला, तेव्हाच तो समजला होता, की काही तरी गडबड दिसते. काल रात्रीच डेव्हिड बऱ्याच मोठ्या दौऱ्यानंतर परत आलेला होता. आता खरं म्हणजे तो सुट्टीवर असायला हवा होता.

"बस." डेव्हिडनं आत प्रवेश केल्यावर रॉबर्टनं म्हटलं. रॉबर्ट टेबलावर दोन्ही पाय ठेवून, डोक्यामागे दोन्ही हात घेऊन खुर्चीवर आरामशीर बसलेला होता. खुर्चीच्या पाठीवर त्याचा सुंदर कोट घातलेला होता.

"थोडी कॉफी हवीय, डिअर?" इव्हॉननं विचारलं. पुढच्या रूममध्ये एक इटालियन एक्स्प्रेसो कॉफीचं मशीन होतं.

डेव्हिडनं तिच्याकडे बघत स्मित करून नकारार्थी मान हलवली. त्याला रॉबर्टच्या चेहऱ्यावर नाखुषीचे भाव दिसत होते. "थोड्याच वेळापूर्वी मला एक वाईट बातमी समजली." रॉबर्टनं म्हटलं. "बिग ॲपल मधल्या आपल्या त्या हंगेरियन पोरीनं ताळतंत्रच सोडलेला दिसतोय."

"का, आणखी कुणाला गोळ्या घातल्या का?"

"हं." रॉबर्टनं म्हटलं. "या वेळी ॲडमिनिस्ट्रेशनमधल्या एका डॉक्टरला मारलं तिनं. ही पोरगी म्हणजे एक कटकट झालीय. उत्तम काम करते ती, पण तिच्यामुळे आपलं सगळं ऑपरेशनच धोक्यात येतंय."

"त्याला तिनंच मारलं अशी खात्री आहे तुझी?" डेव्हिडनं विचारलं.

"शंभर टक्के खात्री? नाही. नव्याण्णव टक्के? नक्कीच. ज्याला त्याला गोळ्या घालत सुटलीय ती. आणि हे असं मुळीच चालणार नाही. त्यामुळे, सॉरी, पण तुला तुझी सुट्टी जरा पुढे ढकलावी लागणार आहे. इव्हॉननं तुझं विमानाचं तिकीट रिझर्व्ह केलंय. तू तिकडे साधारण साडेदहाला पोचशील."

"फारच कमी वेळ मिळतोय मला. आणि पिस्तुलाचं काय?"

"इव्हॉननं तीही व्यवस्था करून ठेवलीय. तुला फक्त ते शहरात जाताना ताब्यात घ्यायला जावं लागेल."

"तिचा पत्ता मला नीटसा आठवत नाहीये."

"तोही इव्हॉन देईल. काळजी करू नकोस. आम्ही प्रत्येक गोष्टीची व्यवस्था केलीय."

डेव्हिड उठला.

"तुझी काही हरकत नाही, हो ना?" रॉबर्टनं विचारलं.

"नाही. हे कधी ना कधी होणार हे मला माहीतच होतं."

"हं. खरंय. मलाही माहीत होतं."

बाहेर केव्हाच अंधार पडलेला होता. काही ना काही महत्त्वाचं हाती लागेल या अपेक्षेनं लॉरीनं ते चार्ट पुन्हा पुन्हा वाचून काढलेले होते. पण लगेच लक्षात येईल असं काहीच तिला सापडलं नव्हतं. ती ईकेजी ची पट्टी कार्डिऑलॉजिस्टला दाखवायची आणि फोरेन्सिक इन्व्हेस्टिगेटर मंडळींना एमएएसएन पी बद्दल माहिती काढायला सांगायची, अशा तिनंच लिहिलेल्या दोन चिठ्ठ्या तिच्या पुढ्यात होत्या. एवढं वगळता आता पुढे काय करायचं हा प्रश्नच होता. चार्ट्‌समधून आणखी वेगळी माहिती निदान लगेच तरी मिळणं कठीण होतं.

एवढ्या वेळात तिनं रॉजरनं तयार केलेल्या संशयितांच्या नावांच्या याद्याही बारकाईनं तपासल्या होत्या आणि प्रत्येकाच्या बाबतीत संशयाला कारणीभूत ठरावी अशा परिस्थितीनुसार त्या नावांची क्रमवारी लावली होती. तिच्या मते अजूनही नाजा हाच पहिल्या नंबरचा संशयित होता. एक तर तो ॲनेस्थेशिओलॉजिस्ट होता. शिवाय त्याच्याकडे नऊ मिलिमीटरचं पिस्तुलही सापडलेलं होतं. आणि एकूणच त्याचं वागणं गूढ होतं. तरीसुध्दा बाकीचे जे लोक सेंट फ्रान्सिस हॉस्पिटलमधून इथे येऊन रात्रपाळीत वेगवेगळ्या विभागात काम करत होते, त्यांच्यावरही संशय घ्यायला पुष्कळच वाव होता. कारण विशेषत: रात्रपाळीत असल्यामुळे हे सगळेच जण सहजगत्या रुग्णापर्यंत पोहोचू शकण्याच्या परिस्थितीत होते. दुसऱ्या यादीत आठ डॉक्टरांची नावं होती. या लोकांचे काही अधिकार काढून घेतलेले होते, त्यामुळे ते दुखावलेले असणार हे उघड होतं. शिस्तभंगाचीही कारवाई होती. त्यामुळे यांनी असं काय केलं की ज्यामुळे त्यांच्यावर शिस्तभंगाच्या कारवाईची पाळी यावी, हे शोधून काढायचं तिनं ठरवलं.

ही कामं करत असताना अधूनमधून लॉरीच्या डोक्यात जॅकला फोन करायचा विचार घोळत होता. डोक्यात एकीकडे त्याच्याबद्दलचे विचारही चालू होते. आपण आत्ता जे भडकलो, ते एकंदर परिस्थिती बघता समजण्यासारखंच होतं, तरी पण आपण त्याच्याशी इतकं कडवटपणे वागलो, हे चुकलं आपलं. आपण निदान त्याला त्याच्या मनातलं बोलून टाकायची संधी तरी द्यायला हवी होती – आपल्याला जे हवंय ते तो बोलणार नाही हे माहीत असूनही. पण आपण तरी काय, जे खरं आहे तेच बोललो. लग्न, मुलं वगैरे बाबतीत त्याच्याकडे निर्णयक्षमता नाही, या गोष्टीचा कंटाळा आलाय आता. मुळात याचमुळे तर आपल्याला त्याच्या घरातून बाहेर पडावं लागलं. पण शेवटी लॉरीनं त्याला फोन करायचा विचार रद्द केला. आत्ता लगेच फोन केला त्याला, तर जखमेवर मीठ चोळल्यापैकी होईल ते. त्यापेक्षा उद्या सकाळपर्यंत त्याच्या फोनची वाट बघावी, हे बरं. तोपर्यंतही त्याचा फोन नाही आला, तर आपण करू फोन.

लॉरीनं सगळ्या चार्ट्‌सचे दोन व्यवस्थित गठ्ठे करून ठेवले. शेजारी तिनं या

सगळ्या केसेस कशा एकमेकींसारख्या आहेत ते सांगणारे मुद्दे लिहिलेला कागद ठेवला. त्यावर तिनं रॉजरच्या ऑफिसातून आणलेली ती नोंदींची सीडी ठेवून दिली आणि घड्याळात पाहिलं. संध्याकाळचे पावणे सात वाजत आलेले होते. आता जावं घरी, तिनं मनात म्हटलं. काही तरी हलकंसं जेवण बनवावं आणि मग झोपावं. आता झोप लागेल की नाही, हा भाग मात्र वेगळा. घरी गेलो तर निराशेच्या गर्तेत आपण पडू, म्हणून आपण एवढा वेळ घरी जायचं टाळून काम करत बसलोय. त्यामुळेच तर आपल्याला रॉजरच्या मृत्यूचं दु:ख, जॅकचं वागणं आणि आपल्याला भेडसावणाऱ्या या प्रॉब्लेम्सचा एवढा वेळ विसर पडला होता.

टेबलाशी हात लावून लॉरीनं खुर्ची मागे सरकवली. आता ती उठणार इतक्यात तिची नजर सहजच त्या सीडीवर गेली. अचानक तिच्या डोक्यात विचार चमकला, की या सीडीवर ज्या डिजिटल नोंदी आहेत त्या आणि हे चार्ट्स, यांच्यात काही फरक आहे का, ते पाहावं. दोन्हीकडे त्या एमएएसएनपी च्या रक्ताच्या तपासणीबद्दल काय म्हटलंय, ते पाहावं. कदाचित सीडीमध्ये तिचा निष्कर्ष दिलेला असला, तर त्यावरून तरी ती तपासणी नेमकी कसली आहे ते समजू शकेल.

लगेच पुन्हा खाली बसून लॉरीनं कॉम्प्युटर सुरू केला आणि त्यात ती सीडी टाकली. सीडीवरच्या नोंदींवरून खाली सरकत ती जिथे येऊन थांबली, ती स्टीफन लुईसची केस होती आणि त्याच्या लॅबोरेटरीतल्या परीक्षणांची माहिती तिथे होती. बारीक अक्षरात ती नोंद असल्यामुळे लॉरीनं पडद्याच्या डाव्या कॉलमवर बोट ठेवून वाचायला सुरुवात केली. जवळजवळ शेवटच्या ओळीवर होतं 'एमएएसएनपी.' आणि त्या ओळीवर उजव्या बाजूच्या कॉलममध्ये त्या तपासणीचा निष्कर्ष होता – 'एमईएफ २ ए – पॉझिटिव्ह.'

डोकं खाजवत लॉरी हताशपणे त्या निष्कर्षाकडे बघत बसली. एमईएफ २ ए चा अर्थ एमएएसएनपी इतकाच अनाकलनीय होता. तिनं आणखी एक चिठ्ठी खरडली – एमईएफ २ ए म्हणजे काय? बाकीच्या चिठ्ठ्या तिनं पाठीमागच्या छोट्या बोर्डावर चिकटवून ठेवल्या होत्या, त्यातच ही चिठ्ठीही चिकटवण्यासाठी खुर्ची मागे सरकवून ती अर्धवट उठली आणि तिनं आपला उजवा हात थोडा लांब केला आणि–

तिला इतकी असह्य कळ आली, की एकदम अर्धवट कण्हत तिनं दोन्ही हात परत टेबलावर ठेवले. काही क्षण ती कळ पचवत ती श्वास रोखून तशीच उभी राहिली. थोड्या वेळानं तिची वेदना हळू हळू कमी होऊ लागली, तशी ती कशीबशी पुन्हा खुर्चीवर बसली.

दुपारी ती पोलीस कस्टडीतल्या मृत्यूची केस पूर्ण केल्यापासून लॉरीच्या ओटीपोटात थोडंसं, पण सतत दुखत होतं. हे दुखणं कधी थोडं कमी तर कधी थोडं

जास्त होत होतं, पण ते पूर्णपणे कधीच थांबलं नव्हतं. आतापर्यंत कामात गढून गेल्यामुळे – खरं तर तिनंच स्वत:ला कामात बुडवून घेतल्यामुळे तिचं तिकडे फारसं लक्ष गेलं नव्हतं.

आताची अचानक आलेली कळ थोडी कमी झाली, तशी लॉरी आणखी थोडीशी ताठ बसली. हळू हळू तिचं दुखणं परत दुपारच्या अवस्थेपर्यंत कमी होत गेलं. तिच्या कपाळावर घाम जमलेला होता, तो तिनं पालथ्या हातानं पुसून टाकला. आपल्या डोक्यात भरपूर चिंता आहेत, आपण बऱ्याच अस्वस्थ आहोत हे तिला माहीत होतं, पण एवढा घाम फुटण्याइतक्या आपण अस्वस्थ आहोत की काय? मग आपल्याला ताप तर आला नसेल? पण तसं काही वाटत नाहीये. तिनं हळूच आपलं ओटीपोट एकाच बोटानं दाबून पाहिलं. एका ठिकाणचा भाग बराच दुखरा आणि मऊ झालेला होता. आणि ती कळही नेमक्या त्याच जागेतून आलेली होती. मग मात्र लॉरी आणखी घाबरली. कारण अपेंडिसायटिसमध्ये याच जागी दुखतं.

पुन्हा तशी कळ येऊ नये म्हणून लॉरी अत्यंत सावकाश, जपून उठून उभी राहिली. यावेळी कळ आली नाही. पण तिला येणारा घाम मात्र चांगलाच वाढलेला होता.

भिंतीचा एका हातानं आधार घेत लॉरी एक एक पाऊल टाकत ऑफिसमधून बाहेर चालत कॉरिडॉरमध्ये आली. तिचं दुखणं वाढलंही नाही, कमीही झालं नाही. हळू हळू तिचा आत्मविश्वास वाढू लागला. ती तशीच भिंतीच्या आधारानं चालत लेडीज टॉयलेटमध्ये आली. आत येऊन बसल्यावर तिनं तिथला टिश्यू पेपरचा तुकडा घेऊन आपली योनी हळूच टिपली. कागदावर पुन्हा रक्त आलेलं होतं आणि ते मागच्या वेळेपेक्षा थोडं जास्त होतं. आता मात्र तिची खात्रीच पटली, की आपल्या ओटीपोटात दुखतंय, ते अपेंडिसायटिसमुळे नव्हे. ती मनोमन चरकली.

घाबरलेल्या अवस्थेत, पण मघासारखीच जपून, भिंतीच्या आधारानं चालत लॉरी पुन्हा ऑफिसमध्ये येऊन खुर्चीवर बसली. तिनं पुन्हा फोनकडे बघितलं. आता मात्र तिला डॉक्टर लॉरा रायलेला फोन करण्यावाचून गत्यंतरच नव्हतं. ज्या अर्थी आपल्याला रक्त जातंय त्या अर्थी अपेंडिसायटिसचा प्रश्नच येत नाही आणि ओटीपोटात जिथे कळा येताहेत त्या जागेचा विचार करता ही एक्टोपिक प्रेग्नन्सी असणार बहुतेक – हा साधा गर्भपात नव्हे, हा त्यापेक्षा किती तरी वाईट प्रकार आहे! अखेर लॉरीनं मोठ्या अनिच्छेनं लॉरा रायलेच्या ऑफिसमध्ये फोन केला. तिथल्या ऑपरेटरनं फोन उचलल्यावर तिनं आपलं नाव आणि इथल्या डायरेक्ट लाईनचा नंबर दिला, आपण स्वत: एम डी असल्याचंही सांगितलं आणि इमर्जन्सी आहे, आपल्याल डॉक्टर रायलेशी ताबडतोब बोलायचंय असंही सांगितलं.

फोन ठेवता ठेवता लॉरीला आणखी एक गोष्ट जाणवली. तिचे दोन्ही खांदे

किंचित, जाणवण्या-न जाणवण्याइतके दुखत होते. हे दुखणंही फारच कमी होतं, तरीही ती आणखीच घाबरली. एका ठिकाणच्या मोठ्या वेदनेचे परिणाम – किंवा प्रतिध्वनी – बाकीच्या अवयवांमध्ये काही प्रमाणात उमटू लागतात, त्यातला प्रकार आहे की काय हा? का हे उदरावरणातलं दुखणं आहे? आणि जर असलं, तर ते इतक्या लगेच कसं काय खांद्यांपर्यंत पोचलं? हे खरं की खोटं, ते बघण्यासाठी तिनं पहिल्या बोटानं ओटीपोटात काळजीपूर्वक थोडंसं दाबून बघितलं आणि लगेच तिचा चेहरा क्षणभर वेदनेनं वाकडातिकडा झाला. याचा अर्थ हे आपल्या उदरावरणातलंच दुखणं असावं! लॉरी हादरली. म्हणजे आपल्याला नुसती एक्टोपिक प्रेग्नन्सी आहे एवढंच नव्हे, तर ती कदाचित आधीच फुटलेलीसुध्दा असेल. आपल्याला अंतर्गत रक्तस्त्रावही होत असेल. म्हणजे ही खरोखरच इमर्जन्सी आहे. ताबडतोब उपचार मिळाले नाहीत, तर आपला जीवही धोक्यात येऊ शकतो!

फोनच्या कर्णकटू आवाजानं लॉरी भानावर आली आणि तिनं तटकन रिसीव्हर उचलून कानाला लावला. डॉक्टर रायलेचा आवाज ऐकल्याबरोबर तिचा जीव भांड्यात पडला. डॉक्टर रायले सेलफोनवरून बोलतेय आणि ती बाहेरून कुठून तरी बोलतेय हे तिच्या लक्षात आलं. पाठीमागून मोठ्या आवाजात बोलणं ऐकू येत होत.

लॉरीनं आधी आपण शनिवारी फोन करत असल्याबद्दल तिची माफी मागितली. ''संध्याकाळ होऊन गेलीय. मी एवढा वेळ तुला कशाला उगाच त्रास द्या, म्हणून फोन करायचं टाळत होते, पण आता मात्र मला जेव्हा गत्यंतरच उरलं नाही, तेव्हा मोठ्या नाईलाजानं त्रास द्यावा लागतोय तुला.'' तिनं मग आपली सगळी लक्षणं पूर्णपणे वर्णन करून सांगितली. ''काल तुझ्याशी फोनवरून बोलण्याच्या आधी माझ्या ओटीपोटात दुखत होतं, पण तेव्हा मी ते तुला सांगायचं विसरून गेले आणि तुला भेटायचंच आहे पुढच्या आठवड्यात, तेव्हा सांगू, असं मी म्हणत होते.''

''सगळ्यांत पहिली गोष्ट म्हणजे, लॉरी, तू माझी माफी वगैरे मागण्याचं काहीही कारण नाही.'' लॉरानं तिचं म्हणणं नीट ऐकून घेतल्यावर बोलायला सुरुवात केली. ''खरं म्हणजे तू आधीच फोन करायला हवा होतास. तुला मी घाबरवतेय असं नाही, पण तुला एक्टोपिक प्रेग्नन्सी आहे असंच आपण गृहीत धरू. प्रत्यक्ष पाहिल्यावर काय ते कळेलच आपल्याला. कदाचित तुला आतल्या आत रक्तस्त्राव होत असेल.''

''मला तीच शंका येत होती.'' लॉरीनं कसंबसं म्हटलं.

''तुला अजूनही घाम येतोय?''

लॉरीनं कपाळाला हात लावून पाहिलं. कपाळ अजूनही घामानं डबडबलेलं होतं.

''हो.''

''तुझी नाडी कशी चाललीय? जोरात आहे की ठीक आहे?''

खांद्यानं रिसीव्हर कानाशी धरून ठेवून लॉरीनं आपल्या नाडीचे ठोके पाहिले. मघाशी ठोके जोरात पडत होते हे तिला जाणवलेलं होतं, पण ते अजूनही तितक्याच वेगानं पडतायत का, हे तिला पाहायचं होतं. "नाही. नाडी निश्चितपणे नेहमीपेक्षा जोरात आहे." तिनं सांगून टाकलं. आपल्याला येत असलेला घाम आणि जोरात चाललेली नाडी बहुधा आपण घाबरल्यामुळे असेल, अशी तिनं मघाशी समजूत करून घेतली होती, पण लॉरा तिला जे प्रश्न विचारत होती, त्यावरून तिच्या लक्षात आलं, की याचं कारण वेगळंच असू शकेल : आपण कदाचित शॉकमध्ये जात असू!

"ओके." लॉराचा आवाज आणखी शांत, आश्वासक झाला. "आपली भेट आता मॅनहटन जनरल हॉस्पिटलच्या इमर्जन्सी रूममध्ये होईल."

मॅनहटन जनरल! लॉरी त्या विचारानंच नखशिखांत थरारली. तिथे जाऊन ॲडमिट व्हायचं? "दुसरं एखादं हॉस्पिटल नाही चालणार?" तिनं हताशपणे विचारलं.

"सॉरी." लॉरानं म्हटलं. "कारण फक्त मॅनहटन जनरलमध्येच मला अधिकार आहेत. शिवाय आपल्याला यदाकदाचित जर आणखी पुढचं पाऊल उचलावं लागलं, तर तिथे सगळी उत्तम सोय आहे. मला सांग, आत्ता तू कुठे आहेस?"

"ओसीएमई मध्ये, माझ्या ऑफिसात आहे मी."

"म्हणजे फर्स्ट ॲव्हेन्यू आणि थर्टीएथ स्ट्रीटवरच ना?"

"हो."

"आणि तिथे तुझं ऑफिस नेमकं कुठाय?"

"पाचव्या मजल्यावर. पण हे सगळं तू का विचारतेयस?"

"मी तुला आणायला ॲॅब्युलन्स पाठवणार आहे."

अरे बाप रे! ॲॅब्युलन्समधून मी नाही जाणार. "पण मी टॅक्सीनं येते ना."

"नाही, टॅक्सीनं वगैरे बिलकूल यायचं नाही." लॉरानं अशा आवाजात म्हटलं, की पुढे बोलण्याची सोयच नव्हती. "रोगी जेव्हा इमर्जन्सीत असतो, तेव्हा त्यानं पाळायचा सगळ्यांत पहिला नियम म्हणजे, आपलं डोकं न चालवता निमूटपणे डॉक्टर सांगेल तसं करायचं. तू एक डॉक्टर आहेस, त्यामुळे तुला हा नियम पाळणं जड जाईल, हे माहितेय मला, पण तू आत्ता इमर्जन्सीतला रोगी आहेस हे लक्षात घे. का आणि कशासाठी, ही चर्चा आपण नंतर करू, पण या क्षणी आपल्याला कोणताही धोका पत्करायचा नाही. मी तुला आणायला ताबडतोब ॲॅब्युलन्स पाठवतेय, लॉरी आणि आपण इमर्जन्सी रूममध्ये भेटणार आहोत. तुझा ब्लड ग्रुप माहितेय तुला?"

"हो. ओ पॉझिटिव्ह."

"ओके. भेटू आपण." आणि लॉरानं फोन ठेवून दिला.

लॉरीनंही थरथरत्या हातानं फोन ठेवून दिला. तिचं डोकं पुरतं सुन्न झालेलं होतं. अरे, हे काय चाललंय? संकटांच्या एकामागून एक लाटा येताहेत नुसत्या! नुसत्या आजच्या एकाच दिवसात काय काय झालं! आपल्या एका जिवलग मित्राच्या प्रेताची आपल्याला ओळख पटवावी लागली आधी. त्यातच आता ही एक्टोपिक प्रेग्नन्सी. तीसुध्दा एकदम इमर्जन्सी! आता आपल्याला ऑपरेशनलाही बहुधा तोंड द्यावं लागणार. आणि ते सुध्दा अशा हॉस्पिटलमध्ये, की जिथे एक मारेकरी तिथे ॲडमिट असलेल्या – आपल्यासारख्याच! – रोग्यांचे जीव घेत सुटलाय! त्यातल्या त्यात एकच गोष्ट बरी आहे, की निदान आपल्या मतानं एक नंबरवर असलेला संशयित खुनी या क्षणी पोलिसांच्या ताब्यात आहे.

लॉरीनं पुन्हा फोन उचलला. अनेक कारणांनी ती जॅकला फोन करायचं टाळत होती, पण आता मात्र तिचा नाईलाज होता. आता तिला त्याची नितांत गरज होती, मानसिक आणि सगळ्याच प्रकारच्या आधाराची गरज होती. यदाकदाचित आपल्याला ऑपरेशन करून घ्यावं लागलं, तर तिथे सही करायलासुध्दा त्याच्याशिवाय दुसरं कोणी नाहीये या क्षणी!

पलीकडे फोनची रिंग वाजू लागली. पण तो उचलला जाईना, तसतसा लॉरीचा धीर सुटत चालला. ''कम ऑन, जॅक!'' तिनं अगतिक स्वरात म्हटलं. ''अरे फोन उचल ना!'' ती चिडली. फोन वाजतच होता. तिच्या लक्षात आलं, की जॅक घरात नाही. पाचव्या रिंगनंतर त्याच्या आन्सरिंग मशीनचा आवाज ऐकू येऊ लागला. त्याच्यावर रेकॉर्डिंग सुरू होण्याची वाट बघत थांबलेली असताना लॉरीच्या मनातला जॅकबद्दलचा त्रागा, निराशा, सगळं काही उफाळून वर येऊ लागलं. प्रत्येक वेळी असंच करतो हा जॅक! आता गेला असेल त्याच्या त्या बास्केटबॉलच्या कोर्टवर. हा काय स्वत:ला पंधरा-सोळा वर्षांचा पोरगा समजतो का? रॉजरची आणि जॅकची तुलना करणं अत्यंत अयोग्य आहे हे माहीत असूनही तिच्या मनात येऊन गेलं, की आत्ता रॉजर जिवंत असता, तर तो लगेच धावत आला असता!

आन्सरिंग मशीनवर बोलणं रेकॉर्ड व्हायची सुरुवात झाली, त्याबरोबर लॉरी घाईघाईनं बोलू लागली. ''जॅक, एक मोठा प्रॉब्लेम झालाय आणि मला पुन्हा तुझी मदत लागणार आहे. या क्षणी मी ॲब्युलन्सची वाट बघतेय आणि ती आली की मी मॅनहटन जनरलमध्ये जाणार आहे. डॉक्टर लॉरा रायलेचं म्हणणं असं आहे, की मला एक्टोपिक प्रेग्नन्सी आहे आणि ती कदाचित फुटलेली असेल. तुझ्या दृष्टीनं चांगली गोष्ट म्हणजे, तू आता या प्रॉब्लेममधून आपोआपच सुटणार आहेस, पण माझ्या दृष्टीनं वाईट गोष्ट अशी, की माझं तातडीनं ऑपरेशन करावं लागेलसं दिसतंय. तू काहीही कर, पण मॅनहटन जनरलला ये. माझ्या हत्यासत्रात माझीच हत्या घडवून आणायची नाहीये मला. तू प्लीज ये!''

फोन बंद करून लॉरीनं लगेच जॅकच्या सेलफोनवर फोन केला आणि तिथेही हाच निरोप ठेवला. मग उठण्यासाठी तिनं टेबलापासून खुर्ची मागे सरकवली. खाली अँब्युलन्स कडे जाण्याआधी तिला कोट घेणं आवश्यक होतं. उठतानाही ती एक हात ओटीपोटावर दाबूनच उठली. पण ती पूर्ण उठून उभी राहण्याआधीच तिच्या डोळ्यांसमोर एकदम अंधारी आली आणि तिच्या कानांमध्ये चित्रविचित्र आवाज ऐकू आले. पुढच्याच क्षणी तिची शुध्द हरपली.

लॉरीला शुध्द आली, ती लोकांच्या बोलण्याच्या आवाजांमुळे. त्यातला एक माणूस बहुधा फोनवर बोलत असावा. तो सांगत होता, रक्तदाब कमी आहे पण स्थिर आहे, नाडीचे ठोके मिनिटाला शंभर आहेत, ओटीपोट काहीसं ताठरलेलं आहे. आता कुठे तिच्या लक्षात आलं, की आपले डोळे बंदच आहेत. तिनं ते उघडले. ती तिच्या ऑफिसमध्येच जमिनीवर पडलेली होती. वर तिला छत दिसत होतं. इमर्जन्सीची एक नर्स तिच्या डाव्या हाताला आय व्ही ची ट्यूब लावत होती. दुसरा तिचा पुरुष सहकारी बाजूला उभा राहून सेलफोनवर बोलत होता. त्याच्या मागे उभा असलेला माईक लॅस्टर तिला दिसला. आणि तिच्याशेजारी एक चाकांचं स्ट्रेचर उभं होतं.

"काय झालं?" उठून बसायचा प्रयत्न करत लॉरीनं विचारलं.

"सावकाश. उठू नका." त्या नर्स पोरीनं लॉरीच्या छातीवर हात ठेवत म्हटलं. "विशेष काही नाही, तुम्हाला चक्कर आली होती. पण आता सगळं ठीक आहे. लगेचच आम्ही तुम्हाला इथून हलवू."

तेवढ्यात तिच्या त्या सहकारी पुरुष नर्सनं सेलफोन बंद केला. "ओके. चला!" तो लॉरीच्या डोक्यामागे जाऊन उभा राहिला आणि त्यानं सराईतपणे तिच्या पाठीखालून काखांमध्ये हात घातले. त्या पोरीनं तिचे पायांचे घोटे पकडले.

"एक, दोन, तीन!" त्यानं म्हटलं आणि लगेच लॉरीला आपण उचलले गेल्याचं जाणवलं. अत्यंत सफाईदारपणे त्यांनी तिला चाकांच्या स्ट्रेचरवर ठेवलं, तिच्या हातापायांचे पट्टे बांधले आणि स्ट्रेचर कॉरिडॉरमध्ये आणलं.

"किती वेळ बेशुध्द होते मी?" लॉरीनं विचारलं. यापूर्वी कधीच शुध्द हरपल्याचा तिला अनुभव नव्हता. आताही तिला जमिनीवर पडल्याचं आठवत नव्हतं.

"फार वेळ नाही." ती पोरगी पायांपाशी चालत स्ट्रेचर ढकलत होती, तर तिचा सहकारी डोक्यापाशी होता आणि तो ओढत होता. माईक तिच्याबरोबर चालत येत होता.

"सॉरी, माईक." लॉरीनं म्हटलं. "त्रास दिला तुला उगाच."

"वेडीबिडी आहेस का?" माईकनं म्हटलं.

लिफ्टनं ते सगळे तळघराच्या लेव्हलला येऊन उतरले. बाहेरच्या कॉंक्रीटच्या जमिनीवरून जाताना स्ट्रेचर थोडंसं धडधडत होतं. सिक्युरिटी ऑफीस जवळून ते पुढे

असलेल्या प्लॅटफॉर्मशी आले. भिंतीशी उभ्या असलेल्या शववाहिन्यांच्या रांगेत लॉरीला घेऊन जायला आलेली अँब्युलन्स उभी होती. ज्या रस्त्यानं मृतदेह आत येतात, त्याच रस्त्यानं आपण बाहेर चाललो आहोत, यातला विरोधाभास लॉरीला त्याही परिस्थितीत जाणवून गेला.

लॉरीला अँब्युलन्समध्ये आणून ठेवल्याबरोबर नर्सनं तिच्या दंडाला रक्तदाब मोजण्याचं यंत्र लावलं.

"किती आहे?" लॉरीनं विचारलं.

"छान आहे." नर्सनं उत्तर दिलं, पण त्याच वेळी पुढे झुकून आय व्ही चा वेग मात्र जरा वाढवला.

मॅनहटन जनरल पर्यंतचा अँब्युलन्सचा प्रवास लॉरीला फारसा जाणवलाच नाही. डोळे मिटून ती शांतपणे पडलेली होती. अँब्युलन्सचा सायरन वाजत होता, पण तोही तिला लांबून कुठून तरी ऐकू येत असल्यासारखा वाटत होता. थोड्याच वेळात अँब्युलन्सचे दरवाजे उघडले गेले आणि लॉरीचं स्ट्रेचर बाहेरच्या दिव्यांच्या झगझगीत प्रकाशात आलं.

इमर्जन्सी रूममध्ये नेहमीप्रमाणेच प्रचंड धावपळ आणि गडबड गोंधळ चालू होता, पण लॉरीला फार वेळ थांबावं लागलं नाही. तिला ताबडतोब आतल्या ॲक्यूट केअर विभागात नेण्यात आलं. तपासणीसाठी टेबलावर उचलून ठेवलं जात असतानाच तिला आपला हात कोणी तरी धरल्याचं तिला जाणवलं. तिनं तिकडे बघितलं. स्क्रब्ज घातलेली एक चेहऱ्यावरून चांगली तरुण दिसणारी स्त्री तिच्याकडे सस्मित नजरेनं बघत होती.

"मी डॉक्टर लॉरा रायले." त्या स्त्रीनं म्हटलं. "काही काळजी करू नकोस, सगळं काही ठीक होईल."

"आता माझी काळजी मिटली." लॉरीनं मान डोलावून हसण्याचा प्रयत्न केला.

"आपली प्रत्यक्ष भेट प्रथमच होतेय. त्यामुळे तुला काही मेडिकल प्रॉब्लेम असले, तू काही औषधं घेत असलीस, किंवा तुला कसली ॲलर्जी असली तर मला सांग."

"तुझ्या सगळ्या प्रश्नांना माझ्याकडे 'नाही' हे एकच उत्तर आलंय. प्रकृतीच्या बाबतीत मला पूर्णपणे निरोगी तब्येतीचं वरदान मिळालंय."

"व्हेरी गुड."

"एक मिनिट." लॉरीनं म्हटलं. "एक गोष्ट आधीच सांगते तुला. मी बीआरसीए-१ च्या मार्करसाठी पॉझिटिव्ह आहे."

"मग एखाद्या ऑंकॉलॉजिस्टला भेटलीयस का तू?"

"नाही अजून."

"असू दे, त्याचा आत्ताच्या प्रॉब्लेमशी काही संबंध नाही. आता आपण काय काय करायचं ते सांगते तुला. सगळ्यांत आधी आपण तुझं कल्डोसेंटेसिस करू झटपट. म्हणजे तुझ्या गर्भाशयाच्या पाठीमागच्या जागेत काही रक्त जमलंय का, ते कळेल. ते आपल्याला तुझ्या योनीच्या अगदी वरच्या टोकात एक सुई घुसवून करावं लागेल. नावावरून वाटतं, तितकं काही ते वाईट नाही. तुला फक्त किंचित, एखादं इंजेक्शन घेताना दुखतं, तेवढंच दुखेल." लॉरानं म्हटलं. तिचा आवाज अत्यंत शांत आणि आश्वासक होता.

"ठीक आहे."

आणि लॉरानं म्हटल्याप्रमाणे खरोखरच झटपट, लॉरीला कसलीही फारशी वेदना न जाणवता कल्डोसेंटेसिस केलं. त्याचा निष्कर्ष मात्र पॉझिटिव्ह आला.

"म्हणजे आता प्रश्नच मिटला. आता ऑपरेशनवाचून गत्यंतरच नाही." लॉरानं काहीसं गंभीर होत म्हटलं. "मला काळजी वाटतेय ती याची, की अजूनही तुझ्या ओटीपोटाच्या जागेत तुला रक्तस्त्राव होतोय. ते आधी थांबवायला लागेल. तुला थोडंफार रक्तही द्यावं लागेल. मी काय बोलतेय ते सगळं लक्षात येतंय ना तुझ्या?"

"हो." लॉरीनं म्हटलं.

"आय ॲम सो सॉरी. हा प्रॉब्लेम निष्कारण निर्माण झाला." लॉरानं म्हटलं. "पण त्याचबरोबर एक गोष्ट लक्षात ठेव, की यात तुझी काहीही चूक नाही. एक्टोपिक प्रेग्नन्सी अनेकदा होते. त्यात विशेष असं फारसं काही नाही. लोकांना वाटतं त्यापेक्षा हा प्रकार बराच जास्त प्रमाणात दिसून येतो."

"मी कॉलेजमध्ये असताना मला योनिमार्गात सूज आली होती. त्या वेळी मी एक कॉपर टी बसवली होती, त्यामुळे असेल कदाचित."

"त्याचा याच्याशी बहुधा फारसा संबंध नाही. किंवा असला तरी फारच कमी." लॉरानं म्हटलं. "तुला कुणाला फोन करून बोलावून घ्यायचंय?"

"नाही, मी आधीच त्याला फोन करून निरोप ठेवलाय."

"ओके, मी आता वर ऑपरेशन रूमच्या मजल्यावर जाऊन सगळी तयारी नीट झालीय ना, ते बघून येते. लगेच परत येते इथे."

"थँक्स अगेन! तुझा शनिवार खराब केला मी. सॉरी."

"ए! काहीतरीच काय बोलतेस? तुला बरं केलं की माझा शनिवार उलट कारणी लागेल."

थोडा वेळ लॉरी एकटीच पडून होती. आपल्याऐवजी ही एक्टोपिक प्रेग्नन्सी दुसऱ्याच कुणाची तरी असल्यासारखं तिला वाटत होतं. आसपासच्या खोल्यांमधून घडत असलेल्या नाट्यांचे काही भाग तिला मधूनच ऐकू येत होते. दारासमोरून लोकांची घाईघाईनं चाललेली ये-जा तिला दिसत होती.

लॉरासारखी उत्तम डॉक्टर आपल्याला लाभली हे आपलं नशीबच म्हटलं पाहिजे, तिनं मनात म्हटलं. आणि त्यासाठी आपल्याला सू चे आभार मानले पाहिजेत. आता आपल्या ऑपरेशनची इतकी काळजी करण्याचं कारण नाही. ऑपरेशनची गरजच होती आपल्याला. पोट फुगल्यासारखं वाटतंय, शिवाय रक्त गेल्यामुळे बराच अशक्तपणाही जाणवतोय.

पण तिला जी भीती सतावत होती, ती आपल्याच हत्यासत्रातली आणखी एक हत्या होण्याची. पण तिनं तो विचार लगेचच डोक्यातून काढून टाकला. लगेच तिला जॅकची आठवण झाली. कधी येणार हा? त्याला आपला निरोप तरी मिळाला असेल का? पण समजा, तो आपल्यावर प्रचंड चिडल्यामुळे, निरोप मिळूनही तो आलाच नाही, तर? तर काय? मग त्याला आपण या क्षणी काय करणार? तिनं तोही विचार डोक्यातून काढून टाकला.

वीस

आपल्याला मार्क करून खेळत असलेल्या फ्लॅशला जॅकनं अत्यंत हुशारीनं चकवलेलं होतं आणि क्षणभर जॅक कुठाय हेच फ्लॅशच्या लक्षात आलेलं नव्हतं. त्याच्या लक्षात येईपर्यंत जॅक आणखी एकदोघांना चकवून बास्केटच्या खाली पोचला होता. त्याची ही चाल कोर्टाच्या कडेला बॉल घेऊन येत असलेल्या वॉरननं हेरून त्याच्याकडे अचूक पास फेकला होता. जॅक तो पास झेलून वळला होता. आता फक्त बास्केटमध्ये बॉल टाकायचा, की त्यांची टीम बरोबरीत आलेली ही मॅच जिंकणार होती. पण तसं झालंच नव्हतं. जॅकचा अंदाज कसा काय चुकला होता कोण जाणे, त्यानं वर फेकलेला बॉल वर बोर्डापर्यंत पोचलाच नव्हता, तर तो तिथे आपटून बास्केटमध्ये तरी कसा पडणार? त्यानं पुरेशी उंची गाठलीच नव्हती. तो बास्केटचं कडं आणि मागचा बोर्ड, यांच्यामधल्या मोकळ्या जागेत जाऊन तिथेच अडकून बसला होता.

क्षण-दोन क्षण खेळ एकदम थांबला. इतकी साधी आणि सोपी बास्केट करता न आल्यामुळे शरमेनं अर्धमेला झालेल्या जॅकनं उडी मारून हाताच्या फटक्यानं तो बॉल सोडवला. हा अपमान जणू कमी होता की काय, म्हणूनच विरुध्द टीमच्या एका खेळाडूनं तो बॉल चपळाईनं पकडला आणि सफाईदारपणे गिरकी घेऊन पलीकडच्या बास्केटशी पोचलेल्या फ्लॅशकडे एक लांब पास दिला. जॅक बास्केटपाशी पोचल्याचं हेरून फ्लॅश एव्हाना पलीकडच्या बास्केटपाशी जाऊन उभा राहिलेला होता. तो जसं जॅकला मार्क करत होता, तसं जॅकनंही त्याला मार्क करून ठेवायचं होतं. तिकडे फ्लॅशच्या हातात बॉल इतक्या झपाट्यानं पोचलेला होता, की जॅकला असहायपणे

बघत बसण्यावाचून गत्यंतरच नव्हतं. फ्लॅशनं मात्र जॅकची चूक केली नाही. त्यानं अचूक बॉल बास्केटमध्ये टाकला. फ्लॅशची टीम मॅच जिंकली.

जॅकला अगदी मेल्याहून मेल्यासारखं झालं. खांदे पाडून, मान खाली घालून तो निघाला. वाटेत साठलेलं पाणी चुकवत तो कुंपणाशी आला आणि निराश मनानं कुंपणाला टेकून बसला. वॉरनही कमरेवर हात ठेवून हळूहळू चालत येऊन पोचला. त्याच्या ओठांवर एक हेटाळणीपूर्वक हसू होतं. अत्यंत चपळ, खेळाडूसारखं कमावलेल्या शरीराचा वॉरन जॅकपेक्षा वयानं पंधरा वर्षांनी लहान होता. इथल्या सगळ्या बास्केटबॉल खेळाडूंमध्ये तो सर्वोत्कृष्ट होता. मॅच हरण्याचा त्याला मनस्वी तिटकारा होता आणि आपल्याला त्यामुळे एक-दोन मॅचेस कमी खेळायला मिळतील या गोष्टीचा त्याच्याशी काहीही संबंध नव्हता. मॅच हरणं हा तो आपला वैयक्तिक अपमान समजायचा.

"काय झालंय तरी काय तुला?" त्यानं विचारलं. "एवढा सोपा शॉट कसा काय चुकलास तू? मला वाटत होतं की तुझा खेळ सुधारतोय. पण आज म्हणजे अगदी लाज आणलीस तू."

"सॉरी, मॅन. का कोण जाणे, आज माझं लक्षच लागत नव्हतं."

"अॅ हॅ!" मोठ्यानं हेटाळणीपूर्वक हसून वॉरन जॅकशेजारी टेकून बसला. समोर फ्लॅशच्या टीमशी मॅच खेळायला पाच जणांची एक नवीन टीम तयार होत होती. खराब हवा होती, आज शनिवारची रात्र होती, तरीपण बास्केटबॉल खेळायला आज बरीच गर्दी झालेली होती.

गेल्या काही आठवड्यांमध्ये जॅकचा खेळ बऱ्यापैकी सुधारलेला होता, पण आज दुपारी लॉरीच्या टोचून बोलण्यामुळे तो चांगलाच डिवचला गेलेला होता. आपण परिस्थितीचे बळी होत असल्याचा तिचा कांगावाही त्याला मान्य नव्हता. त्याचं म्हणणं होतं, की तिच्यावर सध्या जी एकामागून एक संकटं येताहेत, त्याबद्दल कुणालाही सहानुभूती वाटेल, तशी ती मलाही वाटते. आयुष्यात अत्यंत वाईट संकटांना मीही सामोरं गेलोय. आणि ती माझ्या तिरकस विनोदाला काय म्हणून चिडते? दैवानं आणि अमेरिकेअरनं मला ज्या परिस्थितीत आणून ठेवलंय, ते सगळं डोक्यात घेऊन बाहेर वावरायचं, तर माझा तोच एकमेव आधार आहे. आणि सगळ्यांत वाईट म्हणजे, तिला दिवस गेलेत या गोष्टीवर माझं म्हणणं काय, हे ती ऐकूनच घेत नाही. तिनं ती बातमी दिल्यापासून माझ्या मनात फक्त तेवढाच एक विचार आहे. उलट मला त्याबद्दल काय वाटतं, हे प्रांजळपणे मला तिला सांगायचंय. तिला दिवस गेल्याचं कळल्यापासून मी जसजसा विचार करतोय, तसतशी पुन्हा लग्न आणि मुलं याबद्दलची माझ्या मनातली भीती हळूहळू कमी होत चाललीय, हे मला तिला सांगायचं होतं, पण आज दुपारी तिनं अगदी कडेलोटच

केला. 'या गोष्टीवर चर्चा करण्याचा मला कंटाळा आलाय आणि तू काही तरी मनाशी नक्की ठरवण्याची वाट बघत बसण्याचा तर मला अगदी उबग आलाय' म्हणे! आणि मला तर माझ्या घरातून ती निघून जाण्यापूर्वी तिनं हा विषय कधी काढला होता, तेही आठवत नाहीये!

"हॅं!" जॅकनं वैतागून डोक्याला लावलेला हेडबॅंड काढून खाली आपटला.

वॉरननं त्याच्याकडे प्रश्नार्थक मुद्रेनं पाहिलं. "अरे! फारच वैतागलेला दिसतोयस तू! लॉरीनं कटकट केलेली दिसते."

"हो ना. सगळं डोक्याबाहेर चाललंय आता." जॅकनं म्हटलं. तो पुढेही काही तरी बोलणार होता, इतक्यात त्याला आपला सेलफोन वाजत असल्यासारखं वाटलं. बॅक पॅक उघडून त्यानं आपला सेलफोन काढला. ऑन कॉल असल्याखेरीज सहसा तो आपला सेलफोन इथे आणत नसे, पण दुपारी लॉरीशी वाजल्यामुळे आज त्यानं तो बरोबर घेतला होता – न जाणो, तिला बोलावंसं वाटलं तर, म्हणून. त्यानं सेलफोन उघडून पाहिला. त्याला व्हॉईसमेल आलेला होता. तो कोणाकडून आलाय ते त्यानं पाहिलं.

"तिचाच व्हॉईसमेल दिसतोय." त्यानं हताशपणे म्हटलं आणि व्हॉईसमेलमध्ये फारसं काही चांगलं नसणारच, असं मनात म्हणत व्हॉईसमेलला फोन केला. लॉरीचा आवाज ऐकता ऐकता तो उठून उभा राहिला. भराभर त्याच्या चेहऱ्यावरचे भाव बदलत गेले. सुन्न होऊन त्यानं खाली वॉरनकडे बघितलं. "माय गॉड! तिला काही तरी अचानक व्हायला लागल्यामुळे अॅंब्युलन्सनं मॅनहटन जनरलला नेलंय!"

चटकन भानावर येऊन त्यानं खाली वाकून आपली बॅक पॅक उचलली. "मला गेलंच पाहिजे तिकडे वॉरन. घरी जाऊन कपडे बदलतो आणि ताबडतोब मॅनहटन जनरलला जातो." तो वळून ग्राऊंडच्या दाराकडे पळत सुटला.

"थांब जरा!" वॉरननं त्याला मोठ्यानं हाक मारली.

पण जॅक थांबला नाही. एक्टोपिक प्रेग्नन्सी! म्हणजे मरणाशी गाठ! पण त्याला रस्ता ओलांडायला थोडं थांबावंच लागलं आणि तेवढ्यात मागून धावत येणाऱ्या वॉरननं त्याला गाठलं.

"मी सोडतो तुला तिकडे." वॉरननं म्हटलं. "माझी गाडी इथेच कोपऱ्यावर लावलीय मी."

"ग्रेट. थॅंक्स." जॅकनं म्हटलं.

"तू कपडे बदलून खाली उतर, तोपर्यंत मी तिथे येऊन पोचतो."

जॅकनं फक्त हात हलवून चटकन रस्ता ओलांडला आणि आपल्या बिल्डिंगच्या पायऱ्या झपाट्यानं चढत, एकीकडे अंगातले कपडे उतरवायला सुरुवात करत तो आपल्या घरात पोचला. आतमध्ये शिरल्याबरोबर त्यानं खेळाचे सगळे कपडे भराभर

काढून फेकले आणि बाहेर जायचे कपडे घातले. लॉरीला ऑपरेशन रूममध्ये नेण्याच्या आत त्याला तिथे शक्यतो पोचायचं होतं. आधी तिचं ऑपरेशन होतंय, हीच गोष्ट त्याला भेडसावत होती आणि त्यातच ते मॅनहटन जनरलमध्ये होणार म्हटल्यावर तर त्याची पाचावर धारणच बसलेली होती.

शर्टाची बटनं लावतच जॅक वेगानं पायऱ्या उतरून खाली आला. वॉरन खरोखरच त्याची काळी हमर घेऊन तिथे येऊन पोचून त्याची वाट बघत थांबलेला होता. जॅक आत येऊन बसल्याबरोबर त्यानं गाडी सुरू केली.

''हे ऑपरेशन इतकं सीरियस असतं का?'' वॉरननं विचारलं.

''हो, भलतंच सीरियस.'' टायची गाठ बांधत जॅकनं म्हटलं. आपलं आज दुपारी जरा चुकलंच, त्यानं मनात म्हटलं. इतकं तोडून वागायला नको होतं आपण तिच्याशी. आपण न चिडता तिला बडबडू द्यायला हवं होतं. पण आपला तरी मनावर कुठे ताबा होता? ती निघून गेली तेव्हापासूनच आपला स्वत:वर ताबा नाहीय.

''किती सीरियस?''

''सांगतो. तिला जो प्रॉब्लेम झालाय, तो म्हणजे मरणाशी गाठ आहे.''

''काय सांगतोस!'' वॉरननं गाडीचा वेग आणखी वाढवला. जॅकला डोक्यावरचं हँडल एका हातानं धरूनच बसावं लागलं.

नाइन्टीसेव्हन्थ स्ट्रीटवरून वॉरनची काळीभोर 'हमर' भरधाव वेगानं पळत होती. थोड्याच वेळात मॅनहटन जनरल हॉस्पिटल लांबून दिसू लागलं.

''तुला कुठे सोडू?'' वॉरननं विचारलं.

''इमर्जन्सी डिपार्टमेंटकडे जाणारे बाण बघत चल.''

मिनिटाभरात वॉरननं गाडी दोन अँब्युलन्सच्या मधोमध आणून उभी केली. जॅक झटकन खाली उतरला.

''थँक्स, वॉरन.'' त्यानं म्हटलं.

''काय होतंय ते मला कळव. काही मदत लागली तर फोन कर.'' वॉरननं खिडकीतून ओरडून म्हटलं.

जॅकनं त्याच्याकडे बघून हात केला आणि वळून तो प्लॅटफॉर्मवर उडी मारून चढून धावतच आत गेला. आतला संपूर्ण प्रतीक्षा कक्ष माणसांनी भरलेला होता. जॅक आतल्या इमर्जन्सी रूमचं मोठं डबल दार शोधत होता. ते त्याला सापडलंही, पण तिथे पोचल्याबरोबर एका दणदणीत शरीरयष्टीच्या, लालबुंद चेहऱ्याच्या पोलिसानं त्याचा रस्ता अडवला.

''तुम्हाला तिकडे काऊंटरवर सही करावी लागेल.'' त्या पोलिसानं काऊंटरकडे हात दाखवत म्हटलं.

चरफडत जॅकनं खिशातल्या पाकिटाला जोडलेला मेडिकल एक्झॅमिनरचा बिल्ला

काढला. त्या पोलिसानं हातात घेऊन तो नीट पाहिला. ''सॉरी, डॉक्टर.''

इमर्जन्सी रूममध्ये शिरून जॅकनं लॉरी सहज कुठे दिसते का, ते पाहिलं. पण ती दिसली नाही म्हटल्यावर त्यानं घाईघाईनं रक्ताचे नमुने घेऊन चाललेल्या एका नर्सला थांबवून लॉरी मॉँटगोमेरी नावाची पेशंट कुठे असेल, असं विचारलं, त्या नर्सनं डोळे बारीक करून प्रवेशद्वाराजवळच लावलेल्या बोर्डवर लिहिलेली नावं वाचली. जॅकला हा बोर्डच दिसलेला नव्हता. ''त्या ॲक्यूट केअरमध्ये आहेत.'' तिनं म्हटलं. ''रूम नंबर २२.'' तिचे आभार मानून जॅक २२ नंबरची खोली शोधू लागला.

तो खोलीच्या दाराशी पोचला. लॉरी एकटीच चाकांच्या स्ट्रेचरवर पडलेली होती. तऱ्हेतऱ्हेची उपकरणं तिच्या आजूबाजूला होती. तिच्या डोक्यावर मागे एका टर्मिनलवर तिचा रक्तदाब आणि नाडीचा आलेख येत होता. तिचे डोळे मिटलेले होते आणि छातीवर ठेवलेल्या हातांची बोटं एकमेकात गुंफलेली होती. ती बरीच पांढुरकी दिसत होती, तेवढं सोडलं तर ती शांतपणे झोपल्यासारखी दिसत होती. तिच्या डोक्याशी आय व्ही स्टँडवर काही बाटल्या आणि रक्ताचा एक पाऊच लटकत होता. तिथून निघालेल्या नळ्या तिच्या डाव्या हाताला जोडलेल्या होत्या.

चटकन आत येत जॅक तिच्यापाशी आला. त्यानं आपला हात हळूच तिच्या हातावर ठेवला. तिला शांत झोपेतून जागं करावंसं त्याला वाटत नव्हतं, पण जागं न करण्याची भीतीही वाटत होती. ''लॉरी,'' त्यानं मृदु आवाजात हाक मारली.

लॉरीच्या जडावलेल्या पापण्या हळू हळू उघडल्या आणि जॅकला पाहिल्याबरोबर ती हसली. ''जॅक! बरं झालं तू आलास.''

''आता कसं वाटतंय?''

''एकंदरीत विचार केला तर खूपच छान वाटतंय. ॲनेस्थेशियाच्या लोकांनी मला ऑपरेशनपूर्वी द्यायची कसलीशी भूल दिलीय. आता मला ऑपरेशनसाठी वर नेणार आहेत. मी वर जायच्या आत तू यावास, अशी प्रार्थनाच करत होते मी.''

''तुझी एक्टोपिक प्रेग्नन्सी फुटलीय का?''

''हो, तसंच दिसतंय.''

''किती भोगावं लागतंय तुला. आय ॲम सो सॉरी.''

''पण मला खरं सांग, तुला जरा सुटल्यासारखं नाही वाटत? अगदी खरं काय ते सांग.''

''मुळीच नाही. मला अजिबात सुटल्यासारखं वाटत नाहीये, उलट तुझी काळजी वाटतेय मला. पण तुला दुसऱ्या एखाद्या हॉस्पिटलमध्ये नाही का हलवता येणार? तुझ्या डॅडींच्या हॉस्पिटलमध्ये जाऊ आपण.''

अर्धवट गुंगीत असल्यामुळे लॉरी शांतपणे हसली. तिनं नकारार्थी मान हलवली. ''माझ्या डॉक्टरला फक्त इथेच अधिकार आहेत. मी तिला लगेचच दुसरीकडे

चलायला सांगितलं होतं, पण काही उपयोग नाही. मला अजूनही आत रक्तस्त्राव होतोय असं म्हणते ती, त्यामुळे आपल्याकडे आणखी हालचाली करायला वेळ नाहीये.'' तिनं त्याच्या हातावर हात ठेवला. ''तुला कशाची भीती वाटतेय ते मला माहितय, पण मी इथे ठीक आहे. आणि आता तू आल्यावर तर मी बरीचशी निर्धास्त झालेय. इथे मी शोध घेत असलेल्या हत्यासत्रात माझा बळी जाऊ शकतो हे जरी खरं असलं तरी माझ्या मते तो धोका तितकासा नाही – विशेषत: मोतीलाल नाजा पोलिसांच्या ताब्यात आहे म्हटल्यावर तर मला हा धोका फारसा उरलेलाच नाही.''

जॅकनं मान डोलावली. तिचं म्हणणं बरोबर आहे हे त्याच्या बुध्दीला पटत होतं, पण तेवढ्यानं भागण्यासारखं नव्हतं. मोतीलाल नाजा काय, कधीही सुटू शकतो, इतके फालतू आरोप आहेत त्याच्यावर, त्यानं मनात म्हटलं. आधी मुळात लॉरी इथे असायलाच नकोय. पण आता जे काही झालंय, त्याबद्दल करता येण्यासारखं काहीच नाही. शिवाय तिला इथून हलवतानाच तिची तब्येत आणखी बिघडण्याचा धोकाही आहे!

''अरे, तू उगाच काळजी करू नकोस.'' लॉरी बोलतच होती. ''मी खरंच ठीक आहे. माझी डॉक्टरही खूप चांगली आहे आणि तिच्यावर माझा पूर्ण विश्वास आहे. आता आज रात्री मी कुठे असेन असं मी तिला विचारलं. तिनं सांगितलं, ऑपरेशन झाल्यावर मला पीएसीयू मध्ये नेऊन ठेवतील.''

''आता ही पीएसीयू काय नवीन भानगड आहे?''

''पीएसीयू म्हणजे पोस्ट ॲनेस्थेशिया केअर युनिट.''

''मग रिकव्हरी रूम कुठे गेली?''

लॉरीनं हसून खांदे उडवले. ''कोण जाणे. कदाचित नुसतं नाव बदललं असेल. एनी वे, तिनं सांगितलं की मला रात्रभर या पीएसीयू मध्ये राहावं लागेल आणि तिथून जर मला बाहेर जावंच लागलं, तर मला पुन्हा ॲक्यूट केअर युनिटमध्ये आणतील. कारण माझं एवढं रक्त गेलंय, म्हणून. माझ्या सत्रापैकी एकही केस इंटेन्सिव्ह केअरमध्ये झालेली नाही. सगळे मृत्यू हॉस्पिटलच्या मजल्यांवरच झालेत. त्यामुळे मला वाटतं उद्यापर्यंत मी इथे सुरक्षित असेन. उद्या आपण नक्कीच दुसरीकडे कुठे जायचं ते पाहू. माझे डॅडी मला युनिव्हर्सिटी हॉस्पिटलमध्येही हलवू शकतील.''

जॅकनं मान डोलावली. अजूनही त्याचं समाधान झालेलं नव्हतं, पण तिचं म्हणणंही त्याला पटत होतं. शिवाय इमर्जन्सी ऑपरेशनच्या बाबतीत मॅनहटन जनरलमध्ये किती उत्कृष्ट व्यवस्था आहे, हेही त्याला ठाऊक होतं.

''आता तरी माझ्याइतका निश्चिंत झालास का?'' लॉरीनं विचारलं.

''अं, हो.'' जॅकनं मान डोलावली.

''गुड.'' तिनं म्हटलं. ''शिवाय आपला सगळ्यांत महत्त्वाचा संशयित अटकेत

आहे, हे लक्षात घे.''

"त्यावर मात्र माझा तितकासा विश्वास नाही." जॅकनं म्हटलं.

"माझाही नाही." लॉरीनं म्हटलं. "पण तेवढ्यानं निदान माझं मन तरी आणखी थोडं निश्चिंत होतंय.''

"गुड." जॅकनं म्हटलं. "तुझ्या मनाची निश्चिंती सगळ्यांत महत्त्वाची. माझ्याबद्दल म्हणशील तर तू रात्रभर पीएसीयू मध्ये असशील म्हटल्यावर मला बराच धीर आलाय. तिथे तू खरी सुरक्षित असशील. नाजाविरुध्दची केस मात्र साफ बकवास आहे. सगळा अनमानधक्क्याचा खेळ आहे नुसता.''

"हो, अगदी बरोबर." लॉरीनं मान डोलावली. "हो, एक गोष्ट आठवली. माझं ऑपरेशन सुरू असताना तू उगाचच इथे थांबून काहीच उपयोग नाही. त्यापेक्षा माझं म्हणणं असं, की तू आपल्या ऑफिसात जा आणि मी माझ्या टेबलवर ठेवलेले कागद बघ. विशेषत: रॉजरच्या याद्या वाचून काढ. हवं तर सगळं इथे घेऊन आलास तरी हरकत नाही. मला सुचलेल्या काही गोष्टी मी तिथे लिहून ठेवल्या आहेत, पण त्यावरची तुझी मतंही समजली तर बरं होईल. कारण या नाजाच्या अटकेचा फ्लॉप शो झाला, तर आपल्याला पुढे काही तरी करावंच लागेल.''

"सॉरी!" जॅकनं ठामपणे म्हटलं. "ते शक्य नाही! तुझं ऑपरेशन चालू असताना मी इथून हलणारही नाहीये, लॉरी.''

"ओके, ओके. चिडू नकोस. मी फक्त माझं मत सांगितलं.''

"थँक्स बट नो थँक्स!"

थोडा वेळ दोघंही गप्प राहिले. जॅकनं वरच्या टर्मिनलकडे बघितलं. लॉरीचा रक्तदाब कमी होता आणि नाडी जास्त वेगात होती. त्याला थोडी चिंता वाटून गेली. पण निदान या दोन्ही गोष्टी आहेत तिथेच स्थिर आहेत हे त्यातल्या त्यात जरा बरं लक्षण आहे, त्यानं मनात म्हटलं.

"जॅक," लॉरीनं त्याचा हात आणखी घट्ट धरत म्हटलं. "मी आज दुपारी तुझ्यावर एकदम चिडायला नको होतं. तुला मी बोलूसुध्दा दिलं नाही. आय ॲम सॉरी.''

"असू दे, ते फार मनावर घेऊ नकोस." जॅकनं तिच्या चेहऱ्याकडे बघत तिचा हात थोपटला. "आणि मीही उगाच उखडलो तुझ्यावर. तू चिडणं स्वाभाविकच होतं. केवढा प्रचंड मनस्ताप भोगतेयस तू. पण अडचण अशी, की मीही मनातून भयंकर अस्वस्थ आहे. पण हे काही माझ्या चिडण्याचं संयुक्तिक कारण होऊ शकत नाही. आय ॲम ऑल्सो सॉरी.''

"ओके, लॉरी!" एक हसरा आवाज आला आणि पाठोपाठ लॉरा रायले एका ऑर्डर्लीला घेऊन घाईघाईनं आत आली. "ऑपरेशनची तयारी झालीय आणि आता

फक्त तुझीच उणीव आहे तिथे.''

लॉरीनं त्या दोघांची ओळख करून दिली. जॅक हा आपला ओसीएमईतला सहकारी डॉक्टर आहे, एवढंच तिनं सांगितलं. लॉरानं सस्मित मुद्रेनं त्याची ओळख करून घेतली, पण लगेच विषय बदलला. ''ओके, चला लवकर. आधीच उशीर झालाय.''

''मी ऑपरेशन पाहिलं तर चालेल का?'' जॅकनं विचारलं.

''नाही, मला नाही तसं वाटत. सॉरी.'' लॉरानं म्हटलं.

''पण मी एक करू शकते. तुम्हाला मी ऑपरेशन विभागाच्या लाऊंजमध्ये घेऊन जाते, तिथे थांबा तुम्ही. हे सुध्दा खरं म्हणजे नियमाला धरून नाही, पण तुम्ही डॉक्टर असल्यामुळे हरकत नाही. आणि लॉरीचं ऑपरेशन झालं, की लगेच मी तुम्हाला काय ते सांगेन – अर्थात, लॉरीची हरकत नसेल, तरच.''

''माझी काहीच हरकत नाही.'' लॉरीनं म्हटलं.

''मलाही चालेल, पण त्या आधी मला वाटतं मी लॉरीसाठी रक्तदान करेन.'' जॅकनं म्हटलं. ''आमचा दोघांचा एकच ब्लड ग्रुप आहे. तिला आणखी रक्त लागलं, तर ते मी देईन.''

''अगदी जरूर.'' लॉरानं मान डोलावली. ''आणि बहुतेक तुमचं रक्त वापरावं लागेलच आम्हाला.'' मग ती लॉरीकडे वळली. ''चल, आपण लगेच ऑपरेशन रूममध्ये जाऊ.'' आणि तिनं ऑर्डर्लीला खूण केल्याबरोबर त्यानं तिच्या स्ट्रेचरच्या चाकांचं कुलूप काढून स्ट्रेचर ढकलत तो दारातून कॉरिडॉरमधून पुढे निघाला

''एक्स्क्यूज मी!'' एक आवाज तिला ऐकू आला.

जॅझनं थांबून मागे वळून पाहिलं. कोलंबस ॲव्हेन्यूवरच्या ज्या स्टोअरमध्ये ती कायम जायची, त्याचा मालक पाठीमागे उभा होता. त्याचवेळी त्यानं तिच्या दंडालाही हलकेच स्पर्श केलेला होता.

''तुम्ही पैसे द्यायला विसरलात.'' त्यानं जॅझच्या खांद्याला लावलेल्या कॅन्व्हास बॅगकडे बोट दाखवत म्हटलं.

जॅझच्या चेहऱ्यावर एक तुच्छतादर्शक स्मित पसरलं. अंगावरच्या कपड्यांनिशी धड नव्वद पौंडही वजन नसलेला हा माणूस भर रस्त्यात आपल्याला हाक मारून थांबवतो! लोक सुध्दा काय मूर्ख असतात! अंगात बळ नसताना उगाच कुणाला थांबवायचं आपलं! का याच्याकडे एखादं पिस्तूल वगैरे असेल? पण तसं तिला वाटत मात्र नव्हतं. या माणसानं कमरेला एक एप्रन घट्ट बांधलेला होता. त्यामुळे त्याला खिशात वगैरे हात घालणं अशक्य होतं.

''तुम्ही दूध, ब्रेड, अंडी घेतलीत, पण पैसे नाही दिले.'' त्या माणसानं जराशा

चढेल आवाजात म्हटलं आणि ओठांचे कोपरे खाली वळवत आक्रमकपणे हनुवटी वर करून तिच्याकडे बघितलं. तो चिडलाय हे तर जॅझला स्पष्टच दिसत होतं, तो तिच्याशी चढेलपणानं बोलतही होता – इतका, की आता हा आपल्यावर चालून येतो की काय, असं तिला क्षणभर वाटून गेलं. पण कसल्या तरी एखाद्या खास मार्शल आर्टमध्ये जर हा ब्लॅक बेल्ट नसेल, तर हा माझ्या जवळही पोचू शकणार नाही, तिनं मनात म्हटलं. ती अंगानं त्याच्यापेक्षा थोराड होती, तिची तब्येत तर सणसणीतच होती, शिवाय तिच्या कोटाच्या खिशात ते ग्लॉक होतं, ते वेगळंच.

"दुकानात परत चला माझ्याबरोबर!" त्या माणसानं फर्मावलं.

जॅझनं नेहमीच्या सवयीनं इकडेतिकडे पाहिलं. कोणाचंही लक्ष त्यांच्याकडे नव्हतं. तिनं त्याच्याकडे थंड नजरेनं बघितलं. पण ती काही बोलणार, इतक्यात तिच्या कोटाच्या डाव्या खिशात ठेवलेला ब्लॅकबेरी वाजला.

"एक सेकंद." तिनं त्याला म्हटलं आणि खिशातून ब्लॅकबेरी बाहेर काढला. मि. बॉबचा मेसेज! तिच्या चेहऱ्यावर एकदम हास्य फुललं. गेल्या दोन दिवसांत तीन नावं आल्यावर आता इतक्या लगेच आणखी एखादं नाव येईल असं तिला वाटलं नव्हतं. पण मग तो तरी नेमक्या ज्या वेळी आपल्याला नावं येतात, त्याच वेळी आपल्याशी का संपर्क साधत असेल? तिनं चटकन मेसेज उघडला.

"ओके!" जॅझनं मोठ्यानं म्हटलं. पडद्यावर नाव आलेलं होतं – लॅरी मॉंटगोमेरी! खिशातून उजवा हात बाहेर काढून तिनं त्या दुकान मालकाला 'थम्स अप' केलं. ती एकदम बेहद्द खूष झाली. आणखी पाच हजार! म्हणजे तीन रात्रीत थोडे थोडके नाही, वीस हजार कमावणार आपण!

"तुम्ही पैसे दिले नाहीत तर माझी बायको पोलिसांना कळवेल." त्या माणसाचा हेका चालूच होता.

आणखी पाच हजार मिळणार म्हटल्यावर जॅझचं औदार्य एकदम जागं झालं. "तुम्ही म्हणताय, तर मी कदाचित विसरलेही असेन पैसे द्यायला. चला, आपण तुमच्या दुकानात जाऊन काय तो हिशोब करून टाकू."

विमानाची चाकं रन-वे वर टेकली, तसा विमानाला एक हादरा बसला आणि गाढ झोपी गेलेला डेव्हिड रोझेनक्रांट्झ खडबडून जागा झाला. आपण कुठे आहोत याचं भान यायलासुध्दा त्याला काही क्षण वेळच लागला. पावसाचे ओघळ उठलेल्या खिडकीतून त्यानं बाहेर नजर टाकली. विमान ला गार्डिया विमानतळावर येऊन उतरलेलं होतं. टर्मिनलचे दिवे धुक्यातून जेमतेम दिसत होते.

"चला, हवामानाचा निदान एक अंदाज तरी खरा ठरला म्हणायचा." एक आवाज आला. "दहा वाजण्याच्या सुमाराला पाऊस येईल असा अंदाज सांगितला

होता आणि खरंच पाऊस पडतोय.''

डेव्हिडनं शेजारच्या माणसाकडे पाहिलं. जवळजवळ साठीचा असावा तो. डेव्हिडसारखाच त्यानंही बिझनेस सूट घातलेला होता. रॉबर्टचं – मि. बॉबचं – नेहमी म्हणणं असे, की बाहेर जाताना काळा बिझिनेस सूट घालत जावा. म्हणजे आपलं ऑपरेशन इतर चार धंद्यांसारखं आहे असं वाटतं. डेव्हिडलाही ते पटलेलं होतं, कारण मग तो बाकीच्या गर्दीत सहज मिसळून जाऊ शकायचा.

डेव्हिड शेजारचा तो माणूस पुढे वाकून डेव्हिड शेजारच्या खिडकीतून बाहेर बघत होता. ''तुम्ही आता घरी जाणार, का कामासाठी आला आहात?'' त्यानं विचारलं. एवढा वेळ एक शब्दही न बोलता लॅपटॉपमध्ये डोकं खुपसून बसलेला हा माणूस एकदम गप्पा मारायला लागलेला होता.

''नाही. मी कामासाठी आलोय इथे.'' डेव्हिडनं तुटकपणे म्हटलं. सहप्रवाशांशी गप्पा मारायचं तो टाळायचा, कारण मग विषय नेहमी तुम्ही काय करता, मी काय करतो वगैरे गोष्टींकडे वळायचा. पूर्वी अगदी सांगावंच लागलं, तर डेव्हिड आपण हेल्थ केअर कन्सल्टंट असल्याचं सांगायचा. एकदा मात्र डेव्हिडनं जेव्हा शेजारच्या माणसाला आपण हेल्थ केअर कन्सल्टंट असल्याचं उत्तर दिलं होतं, तेव्हा त्या माणसानंही आपण हेल्थ केअर कन्सल्टंटच असल्याचं सांगितलं होतं आणि मग मात्र डेव्हिडची तारांबळ उडाली होती. नशिबानं त्याला लगेचच उतरायचं होतं, त्यामुळे तो सहीसलामत सुटला होता.

''मी ही कामासाठीच आलोय इथे.'' त्या माणसानं म्हटलं. ''मी कॉम्प्युटर सॉफ्टवेअर तयार करतो. बरं, तुम्ही कुठे उतरला आहात? मॅनहटनला जाणार असाल तर आपण एकाच टॅक्सीनं जाऊ. कारण न्यूयॉर्कमध्ये पाऊस पडला की सगळ्या टॅक्सी बहुधा वाहून जात असाव्यात.''

''थँक्स,'' डेव्हिडनं म्हटलं. ''पण अजून मी कुठे उतरायचं हेच ठरवलेलं नाहीय. फारच अचानक निघावं लागलं मला.''

''मग मला वाटतं तुम्ही 'मॅरियट'मध्ये उतरा. अगदी चांगलं हॉटेल आहे, मध्यवर्ती ठिकाणी आहे. तिथे रूम्सही मिळतात आणि फारशी गर्दीही नसते.''

डेव्हिडनं स्मित केलं. ''हे नाव मी लक्षात ठेवेन, पण मी थेट शहरात जाणार नाहीये. मला क्वीन्समध्ये एका ठिकाणी आधी जावं लागणार आहे.'' त्याला खरं म्हणजे लाँग आयलंड सिटीला जायचं होतं आणि टॅक्सी तशीच थांबवून ठेवून ते पिस्तूल ताब्यात घ्यायचं होतं.

'ती बया कायम पिस्तूल घेऊनच वावरत असते, हे लक्षात ठेव.' रॉबर्टनं म्हटलं होतं. 'त्यामुळे तिला अजिबात संधी देऊ नकोस आणि ती पिस्तूल वापरताना जराही विचार करत नाही.'

डेव्हिडनं या अनाहूत सल्ल्यावर नुसतीच मान डोलावली होती. त्याला अशा सल्ल्यांची गरजच नसे. वर्षानुवर्षं तो हे काम करत होता. कोटाच्या खिशात हात घालून त्यानं तो पत्ता लिहिलेला कागद बाहेर काढला. पत्ता होता १४२१ व्हरनॉन अॅव्हेन्यू, लाँग आयलंड सि. कशी असेल ही जागा? तो विचार करत होता. पिस्तूल मिळण्यात काही अडचण तर येणार नाही ना? त्याच्या मनात अशा शंका येणं स्वाभाविक होतं. नुकतंच तो शिकागोला गेलेला होता, तेव्हा ज्या माणसाकडून त्याला पिस्तूल घ्यायचं होतं, त्या माणसाला आदल्याच दिवशी पोलिसांनी भलत्याच कुठल्या तरी आरोपावरून पकडलं होतं आणि डेव्हिडची पुढची सगळी योजना फिस्कटली होती. दुसऱ्या पिस्तुलाची व्यवस्था झाली होती, पण तोपर्यंत त्याला पाच दिवस निष्कारण शिकागोमध्ये थांबावं लागलं होतं. आता यावेळी असं काही झालं नाही म्हणजे मिळवली, त्यानं मनात म्हटलं. उद्या लगेच सेंट लुईला परत जाता आलं तर बरं होईल.

डेव्हिडनं कागदावर लिहिलेले दुसरे दोन पत्तेही वाचले. एक होता तिच्या घरचा आणि दुसरा होता तिच्या जिम क्लबचा. दोन्ही पत्ते अप्पर वेस्ट साईडमधले होते.

"हे 'मॅरियट' कुठाय म्हणालात?" त्यानं त्या शेजारच्या माणसाला विचारलं. तो त्याचा लॅपटॉप केसमध्ये ठेवण्याच्या गडबडीत होता.

"टाईम्स स्क्वेअरमध्ये."

"वेस्ट साईडमध्ये का?"

"हो, हो. तिथे जवळच सगळी थिएटर्स आहेत."

बघू या, जमलं तर 'मॅरियट'मध्ये जाऊ, डेव्हिडनं मनात म्हटलं. आधी ते पिस्तूल घेऊ, मग हॉटेलचं बघू. नुकताच तो पश्चिम किनाऱ्यावर बरेच दिवस कामासाठी गेलेला होता, तेव्हा त्याला बरीच जागरणं झाली होती, त्यामुळे तो थकलेला होता. आज रात्री त्याला छानपैकी झोप काढायची होती. मग उद्या जस्मिन रॅकोव्झीचं काय करायचं ते बघू, त्यानं स्वतःशी म्हटलं. काय मस्त दिसते ती. कसली भरलेली फिगर आहे तिची. तेही बघायचं आहेच. त्यामुळे तिचा समाचार तिच्या घरी जाऊनच घ्यावा. तेच बरं, सगळ्याच दृष्टींनी.

एकवीस

जॅकनं कंटाळून हातातला 'कॉस्मॉपॉलिटन'चा अंक कॉफीच्या टेबलावर फेकून दिला. त्याला इथे, ऑपरेशन्सच्या मजल्यावरच्या लाऊंजमध्ये येऊन बसल्याला खूपच वेळ झालेला होता. एव्हाना त्यानं इथे पडलेले 'टाईम', 'पीपल', 'नॅशनल जिओग्राफिक', 'न्यूज' वगैरेचे सगळे जुने अंक वाचून काढलेले होते, शिवाय शनिवारची वर्तमानपत्रंही वाचून काढलेली होती. थोडा वेळ त्यानं टीव्हीवर 'सीएनएन' बघण्याचाही प्रयत्न केला होता, पण दोन कप कॉफी रिचवल्यामुळे त्याला टीव्हीवर लक्ष केंद्रित करणंही अशक्य झालेलं होतं. रात्रीचे पावणेबारा वाजून गेलेले होते आणि लॉरीचं ऑपरेशन अजूनही चालूच होतं. त्यामुळे आता तो वेळ जात होता तसतसा आणखी अस्वस्थ व्हायला लागलेला होता.

मघाशी तो लॉरी, डॉक्टर रायले आणि त्या ऑर्डर्लीबरोबरच वर आलेला होता. लॉरीला ऑपरेशन रूममध्ये नेलं जात असताना त्यानं तिच्या हातावर थोपटून धीर दिला होता. कदाचित लॉरा रायले आपल्याला ऑपरेशन रूममध्ये येऊन ऑपरेशन बघायला परवानगी देईलही, म्हणून त्यानं लॉकर रूममध्ये जाऊन अंगावर स्क्रब्जही चढवले होते. तिथल्याच एका कुलूप नसलेल्या रिकाम्या लॉकरमध्ये त्यानं आपले कपडे ठेवून दिले होते.

पण लॉरानं त्याचं काही एक ऐकून घेतलं नव्हतं. तुम्ही बाहेर लाऊंजमध्येच थांबा, ऑपरेशन झाल्याबरोबर मी बाहेर येऊन तुम्हाला सगळं सांगेन, असं तिनं निक्षून सांगितलं होतं. त्यामुळे त्याला भयंकर अस्वस्थपणे, इतका का वेळ लागतोय असं एकसारखं मनात म्हणत वाचनात स्वत:ला गुंतवून ठेवणं भाग पडलं होतं.

मध्येच हॉस्पिटलची पाळी बदलली होती. रात्रपाळीची सगळी माणसं येऊन आपापल्या कामाला लागली होती. पण जॅककडे येऊन त्याच्याशी कोणीही बोलण्याचा प्रयत्नसुध्दा केला नव्हता. जॅकला तेच हवं होतं. तो कुणाशीही गप्पा मारण्याच्या मन:स्थितीतच नव्हता.

रात्रीचे बारा वाजत आले होते. तेवढ्यात डॉक्टर लॅरा रायले एकदाची कॉरिडॉरमध्ये आली. जॅकला बघितल्याबरोबर ती त्याच्याकडे आली. ती थकलेली दिसत होती, पण तिच्या चेहऱ्यावर मात्र हास्य होतं. जॅकला एकदम बरं वाटलं.

"सॉरी, तुम्हाला वाट बघत बसावं लागलं." तिनं म्हटलं. "आम्हाला वाटलं होतं त्यापेक्षा थोडा जास्त वेळ लागला, पण ती आता एकदम ठीक आहे."

"थँक गॉड." जॅकनं म्हटलं. "पण नेमकं काय झालं होतं तिला?"

"सतत रक्त जात होतं आणि तिची रक्त गोठण्याची क्रिया आम्हाला हवी होती तितकी चांगली नव्हती. बरंच रक्त गेलं तिचं. आता ती पीएसीयू मध्ये आहे. तिथे आता तिच्या रक्त थांबण्यावर आणि रक्तदाबावर लक्ष ठेवतील."

"ओके. तेच बरं होईल."

"तुम्ही स्क्रब्ज घातलेले दिसतायत."

"हो, मला वाटलं होतं की तुम्ही मला ऑपरेशन बघायला परवानगी द्याल, कधी ना कधी."

"नाही, ते शक्य नव्हतं." लॉरानं म्हटलं. "लॉरीनं मला तुमच्या मैत्रीबद्दल सांगितलंय. ती जर खरंच बाळाला जन्म देत असती, तर मी मोठ्या आनंदानं तुम्हाला आत बोलावलं असतं. बाळाच्या आईबरोबर बापानंही त्याच्या जन्माच्या वेळी हजर असावं, त्या आनंदात सहभागी व्हावं असा माझा प्रयत्न असतो. पण अशा ऑपरेशनच्या वेळी मला ते चालत नाही. सॉरी."

"तुम्ही माफी वगैरे मागू नका." जॅकनं म्हटलं. "तुम्ही डॉक्टर आहात, त्यामुळे तुमचा शब्द शेवटचा. लॉरी ठीक आहे यात मला सगळं काही मिळालं."

"पण तुम्ही स्क्रब्ज घातलेत ते एका अर्थी बरं झालं. तुम्ही हवं तर आत येऊन तिला भेटू शकता. पण अगदी थोडा वेळ आणि तिला अजिबात त्रास देणार नसाल तरच."

"वा! मग तर फारच छान." जॅकच्या चेहऱ्यावर हास्य पसरलं. "पण मला सांगा, तिची खरोखरच नको तिथे गर्भधारणा झाली होती?"

"हो. एक्टोपिक प्रेगन्सीच होती ती." लॉरीनं मान डोलावली. "तिची गर्भधारणा गर्भनलिकेच्या अगदी अरुंद भागात; गर्भाशयाच्या आतल्या आवरणाच्या अगदी जवळ झाली होती. बहुधा त्यामुळेच तिला एवढं रक्त जात होतं. मुळात तिची ती गर्भनलिकाच सदोष होती. त्यामुळे आम्हाला ती आणि उजवं अंडाशय काढून टाकावं

लागलं. पण एक चांगली गोष्ट म्हणजे तिची डावी गर्भनलिका आणि अंडाशय अगदी छान आहेत. त्यामुळे तिची फलनक्षमता फारशी कमी होणार नाही.''

''हे ऐकून मात्र ती खूष होईल.'' जॅकनं म्हटलं. लॉरीच्या जिवाला आता धोका नाही म्हटल्यावर आपोआपच त्याचं मन त्या गेलेल्या गर्भाबद्दल विचार करू लागलं. लॉरी म्हणत होती तसं आपल्याला सुटल्यासारखं वाटेल अशी त्याची समजूत होती, पण त्याला मनोमन वाईट वाटलं. या गोष्टीचं त्याचं त्यालाच आश्चर्य वाटून गेलं. थोडा आणखी विचार केल्यावर त्याला आपल्याला दुःख होण्याचा दुसरा एक अर्थही उमगला : पुन्हा बाप बनणं आपल्याला आवडेल! आपण थोड्याच दिवसांपूर्वीपर्यंत 'आता मुळीच नको' असा विचार करत होतो खरा, पण तो चुकीचा होता हेच खरं!

लॉरा जॅकला घेऊन ऑपरेशन विभागाच्या मुख्य भागात आली. काही नर्सेस तिथल्या मुख्य काऊंटरशी बसून कागदपत्रांच्या कामात गढून गेलेल्या होत्या. त्यांच्या समोरच्या भिंतीवर आलेखाच्या कागदासारखा दिसणारा एक पांढरा फळा होता. त्याच्या डाव्या कडेला प्रत्येक ऑपरेशन रूमचा नंबर लिहिलेला होता. वर पेशंटचं नाव ॲनेस्थेशिओलॉजिस्ट, सर्जनचं नाव, सर्क्युलेटिंग नर्सचं नाव, स्क्रब नर्सचं नाव आणि ऑपरेशनचं स्वरूप, असे कॉलम होते. सध्या आठ केसेस चाललेल्या तिथे दिसत होत्या. त्यातल्या लॉरीच्या नावावरून पुढे संपूर्ण आडवी रेघ मारलेली होती.

काऊंटरच्या पलीकडे लगेचच पीएसीयू होतं. ही एक प्रशस्त, संपूर्णपणे पांढऱ्या रंगात रंगवलेली खोली होती. डावीकडे आठ आणि उजवीकडे आठ, अशा एकूण सोळा कॉट्स आत होत्या. प्रत्येक कॉटजवळ ॲनेस्थेशियाची उपकरणं, रक्तदाब आणि नाडी दर्शवणारी टर्मिनल्स, ईकेजी काढण्याची सोय, ऑक्सिजनची व्यवस्था वगैरे सगळं काही होतं. सध्या इथे फक्त चारच रुग्ण दिसत होते. भरपूर उजेड आणि कामाची गडबड आणि वर्दळ असूनही सगळे जण शांतपणे झोपलेले होते. प्रत्येक पेशंटपाशी स्वतंत्र नर्स होती आणि ती पेशंटच्या प्रत्येक गोष्टीवर बारीक नजर ठेवून होती : रोग्याची सगळी व्हायटल साईन्स, लघवी, लघवीचं प्रमाण, श्वासोच्छवास, शरीराचं तपमान वगैरे आणि रोग्याच्या डोक्याशी अडकवलेल्या पॅडवर या नोंदी करत होती. त्याबरोबरच ती आपल्या रोग्याच्या शरीरात सोडण्याचं आय व्ही चं प्रमाण योग्य तसं कमी जास्त करत होती, रोग्याच्या शरीरातून बाहेर पडणाऱ्या रक्ताच्या प्रमाणावर लक्ष ठेवत होती, गरज पडेल तेव्हा घाईघाईनं जाऊन हवी ती वस्तू, औषध, आय व्हीची बाटली वगैरे आणत होती. रूममध्ये मधोमध एक टेबल ठेवलेलं होतं आणि तिथे या सगळ्या नर्सेसची जाडजूड, गोल करारी चेहऱ्याची मुख्य नर्स बसलेली होती. तिच्या चेहऱ्यावर एखाद्या ड्रिल सार्जंटचा करडेपणा होता. लॉरानं तिची जॅकशी ओळख करून दिली. तिचं नाव होतं थिआ पापारिस.

''तुम्ही इथे फक्त काही मिनिटंच थांबू शकता, हे माहितेय ना?'' थिआनं शरीराला शोभेलशा करड्या आवाजात विचारलं.

''हो, हो. तुम्ही मला आत येऊ दिलंत हेच खूप आहे.'' जणू आपला जन्मच सगळे नियम पाळण्यात गेल्यासारख्या आज्ञाधारकपणे जॅकनं म्हटलं. एरवी तो अशा नियमांना अवाजवी महत्त्व देत नसे. पण आपल्या वागणुकीवरच इथे लॉरीची शुश्रूषा कशी होणार हे अवलंबून आहे, हे तो पुरतेपणी जाणून होता.

''तुमची बायको मोठी छान आहे, डॉक्टर.'' थिआनं म्हटलं. ''एवढा अ‍ॅनेस्थेशिआचा परिणाम आहे तिच्यावर, पण कशी हसतमुख आहे बघा.'' तेवढ्यात तिचं लक्ष आपल्या टेबलावरच्या मॉनिटरकडे गेलं. एका रोग्याचा एक ठोका थोडा चुकत होता. ही संधी साधून जॅकनं लॉराकडे कटाक्ष टाकला. लॉरानं त्याच्याकडे बघून अशा पद्धतीनं खांदे उडवले, की जॅक बरोबर काय ते समजला. त्याला इथे आत येता यावं म्हणून तिनं थिआला थाप मारलेली होती, की लॉरी त्याची बायको आहे!

तेवढ्यात थिआचं लक्ष पुन्हा जॅककडे गेलं. ''तर काय सांगत होते मी? तुमची बायको कमालीची मनमिळाऊ आहे. आम्हाला इथे रोग्यांचे किती विचित्र अनुभव येतात. काही रडतात, काही भांडतात, काही जण स्वत: होऊन साधा पायही इकडचा तिकडे करत नाहीत. पण तुमची बायको मात्र अत्यंत समंजस आहे.''

''थँक्यू.'' जॅकनं म्हटलं. ''तुमचं इतकं लक्ष आहे तिच्याकडे, आता मला काळजीचं कारण नाही.''

''ते तर आमचं कामच आहे.'' थिआनं म्हटलं.

लॉरानं जॅकला आपल्या मागून यायची खूण केली, आता ते दोघं भिंतीच्या एकदम शेवटच्या टोकाच्या बेडपाशी आले. एक पुरुष नर्स लॉरीचं आय व्ही ठीक करत होता. त्याच्या दंडावर मत्स्यकन्येचं एक उत्कृष्ट चित्र गोंदवलेलं होतं. लॉरीला आणखी एक युनिट रक्तही देण्याचं काम चाललेलं होतं.

''काय म्हणते पेशंट, पीट?'' लॉरानं विचारलं. तिनं लॉरीच्या डोक्याशी अडकवलेल्या पॅडवरून एकदा झरझर नजर फिरवली आणि ती तिच्या उजव्या हाताला जाऊन थांबली.

''अगदी छान तब्येत आहे.'' पीटनं म्हटलं. ''रक्तदाब आणि नाडी व्यवस्थित आहे. त्यांना लघवी होतेय आणि ड्रेनमधूनही काहीही बाहेर पडलेलं नाही.''

''गुड.'' असं म्हणून तिनं लॉरीचा हात धरून हलकेच हलवला. ''लॉरी.''

लॉरीचे डोळे उघडले, पण जेमतेम. तिला ते उघडे ठेवणंही जड जात होतं. तिनं आधी लॉराकडे बघितलं, मग दुसऱ्या बाजूला उभ्या असलेल्या जॅककडे बघितलं आणि कसंबसं स्मित करून त्याच्या हातावर आपला हात ठेवला.

''तुझं ऑपरेशन झालंय असं मी तुला सांगितल्याचं आठवतंय का तुला?''

लॅारानं विचारलं.

"अं... नाही." जॅकच्या चेहऱ्यावरून नजर न काढता लॅारीनं म्हटलं.

"बरं, मग तुझं ऑपरेशन झालंय आणि तुझी तब्येत उत्तम आहे." लॅारानं म्हटलं. "तुझा रक्तस्त्रावही थांबलाय. आता तू शांत झोप असं मी सांगणार होते, पण तू आधीच झोपलीयस."

लॅारीनं सावकाश तिच्याकडे मान वळवली. "थँक्स. तू खूप धावपळ केलीस माझ्यासाठी. आणि तुझा शनिवार मी बिघडवला, त्याबद्दल सॅारी."

"काळजी करू नकोस. माझा शनिवार इतक्या आनंदात कधीच गेला नव्हता."

"मी आत्ता पीएसीयू मध्येच आहे ना?"

"हो."

"रात्रभर मला इथेच ठेवणार ना?"

"हो, प्रश्नच नाही. मी उद्या राऊंडला येईपर्यंत तुला इथेच ठेवायचं, असं मी स्पष्ट बजावून ठेवलंय. इथल्या इंटेन्सिव्ह केअर युनिटमध्ये सध्या जागा नाहीये, पण हेही तितकंच चांगलं आहे. फक्त एकच आहे, की इथे इतक्या गडबडीत तुला शांत झोप लागणं कठीण आहे."

"चालेल मला." लॅारीनं म्हटलं आणि जॅकच्या हातावर हळूच थोपटलं.

"ओके." लॅारानं म्हटलं. "आता मी निघते. तुम्ही दोघं थांबा इथे. आणि लॅारी, मी सकाळी सातला परत येईन. सगळं काही छान आहे आणि छानच राहील. उद्या सकाळी आपण ऑब्स्टेट्रिक्स गायनॅकच्या मजल्यावर जागा असली, तर तुला तिथे हलवू. आज तरी तिथे जागा नाही. त्यामुळे उद्या काय ते पाहू. ओके?"

"ओके." लॅारीनं मान डोलावली.

आणि त्यांचा निरोप घेऊन लॅारा निघून गेली.

लॅारीनं जॅककडे वळून बघितलं. "किती वाजले रे?"

"साधारण सव्वा बारा झाले असतील."

"काय म्हणतोस? एवढ्यात सव्वाबारा वाजले? आपण धमाल करत असलो ना, की वेळ कसा जातो तेच कळत नाही."

जॅकच्या चेहऱ्यावर हास्य फुललं. "तुझी विनोदबुध्दी अजून जागृत आहे, म्हणजे तू एकदम ठीक आहेस. कसं वाटतंय तुला?"

"ग्रेट. एकदम मजेत आहे मी. त्यांनी मला अॅनेस्थेशिया म्हणून जे काही दिलं असेल ते असो, पण या क्षणी मी स्वर्गात आहे. मला कसलीही वेदना होत नाहीये. फक्त घशाला मात्र फार कोरड पडलीय. आता हे सगळं होऊन गेलंय, त्यामुळे आता मला कबूल करायला हरकत नाही, की मी भयंकर घाबरले होते. हा प्रॅाब्लेम मी हाताबाहेर जाऊ दिला, ही फार मोठी चूक झाली माझी."

"उगाचच सगळा दोष स्वत:कडे घेतेयस तू."

"अरे, पण हे खरंच आहे जॅक. सगळी लक्षणं धडधडीत समोर दिसत असूनही मी निष्कारण चालढकल केली, हा माझ्या स्वभावातल्या या अत्यंत वाईट दोषाचा स्पष्ट पुरावा आहे. कोणतीही अप्रिय गोष्ट असो – शारीरिक, मानसिक, भावनिक, कोणतीही – मी कायम तिकडे जाणूनबुजून दुर्लक्ष करते. या बाबतीत मी एकदम माझ्या मम्मीच्या वळणावर गेलेय."

"लॉरी, ॲनेस्थेशियाच्या अमलाखाली स्वत:बद्दलची असली निरीक्षणं उघड बोलून दाखवून तू आता मला घाबरवतेयस." जॅकनं विनोदानं म्हटलं. "त्यांनी काय तुझ्या ॲनेस्थेशियात थोडंसं ट्रुथ सिरमही मिसळलं की काय? थांब, याचं उत्तर देऊ नकोस. त्यापेक्षा आपण मूळ विषयाकडे येऊ. तुला एक्टोपिक प्रेग्नन्सी झाली होती आणि ती फुटली होती, हे तुला सांगितलं का त्यांनी?"

"सांगितलंच असणार, पण सध्या माझी स्मरणशक्ती नीट चालत नाहीये."

"तू ठीक आहेस हे समजल्यावर मला एक वेगळीच जाणीव झाली."

"भलतंच बोलतोयस तू हे." लॉरीच्या ओठांवर स्मित चमकलं. "काय झालं? मी बरी होणार म्हटल्यावर हिरमोड झाला की काय तुझा?"

"मी बोलताना चुकलो बहुतेक. मला म्हणायचं होतं, की तुला धोका नाही हे समजल्याबरोबर मला खूप बरं वाटलं, पण त्याचबरोबर आपलं बाळ वाचू शकलं नाही म्हणून मला फार वाईट वाटलं."

थोडा वेळ लॉरी काहीच बोलली नाही. तिच्या चेहऱ्यावरचं हसू नाहीसं झालं. विश्वास बसत नसल्यासारखी ती जॅककडेच बघत राहिली.

"हॅलो!" जॅकनं म्हटलं. "जागी आहेस तू, का झोपलीस?"

सावकाश हात उचलून लॉरीनं एका बोटानं डोळ्यातून गळू पाहणारा एक अश्रू पुसला. तिनं अविश्वासानं स्वत:शीच मान डोलावली. "मी आत्ता जे ऐकलं तेच तू जर बोलला असलास, तर तुझ्या तोंडून इतके गोड शब्द मी आत्तापर्यंत ऐकले नव्हते, जॅक. आता मला रडवणार तू."

"ए! रडू नकोस ना!" जॅकनं घाईघाईनं म्हटलं. त्याला वर मॉनिटरवर लॉरीच्या हृदयाचे ठोके वाढलेले दिसत होते. इतक्या नाजूक अवस्थेत असताना तिला त्रास देण्याची त्याची बिलकूल इच्छा नव्हती. "असलं काही तरी रडवारडवीचं बोलण्यापेक्षा आपण दुसरं काही तरी बोलू या. आधीच वेळ फार कमी आहे मला." त्यानं हळूच पीटकडे कटाक्ष टाकला. पीट आपल्याला काहीच ऐकू येत नसल्याचं भासवत होता. मग त्यानं पलीकडे थिआकडे एक कटाक्ष टाकला. पण तिचंही लॉरीकडे लक्ष नव्हतं. "मला इथे फार वेळ थांबता येणार नाही आणि मी इथे परत येऊ शकेन असंही नाही, आज. तुला इथे या लोकांनी ओलीस ठेवून घेतल्यासारखंच आहे.

माझ्याकडून जरा जरी चूक झाली, तरी ही माणसं कदाचित तुला त्रास देतील. मला तर आपण गेस्टापोंच्या राज्यात असल्यासारखंच वाटतंय इथे.''

''माझं ऑपरेशन चालू असताना एवढा वेळ काय करत होतास तू?'' लॉरीनं विचारलं.

''मी? धमाल केली मी.'' जॅकनं हसून म्हटलं. ''मी...'' तो काही तरी विनोदी बोलणार होता, पण त्याला काही सुचेचना. खजील होऊन तो उगाचच हसला. ''कमाल झाली. मला काही तरी गमतीशीर बोलायचं होतं, पण काही सुचतच नाहीये.''

''तू खरं म्हणजे कंटाळलायस आणि थकलायस. त्यापेक्षा घरी जाऊन थोडी झोप का घेत नाहीस?''

''झोप?'' जॅकनं विचारलं. ''शक्यच नाही. मघाशी लाऊंजमध्ये मी इतकी कॉफी ढोसलीय, की मी अजून तीन चार दिवस तरी झोपू शकेनसं वाटत नाही.''

''पण तू इथे हॉस्पिटलमध्ये बसून तरी काय करणार?'' लॉरीनं विचारलं. ''तुला जर खरंच झोप येणार नसेल, तर मी मघाशी म्हटलं तसं ऑफिसला का जात नाहीस तू? तुला जागायचंच असलं, तर निदान काही काम तरी कर ना.''

''हं, हे मात्र पटलं मला.'' जॅकनं मान डोलावली. आपण ती सांगते ते सगळे कागदपत्र इथेही घेऊन येऊ शकतो, त्यानं विचार केला. रॉजरच्या त्या याद्यांपैकी कोणाशी बोलता आलं तर निदान वेळ तरी जाईल आपला. पण पुढे रॉजरचं काय झालं ते आठवल्यावर मात्र त्याचा कोणाशी बोलण्याचा उत्साह जरा कमी झाला.

''एक मिनिट. तुमच्या बोलण्यात व्यत्यय आणतेय मी.'' तेवढ्यात लॉरीच्या बेडच्या पायथ्याशी येत थिआनं म्हटलं. ''सॉरी, पण तुम्हाला तुमचं बोलणं आवरावं लागेल. एक दोन इमर्जन्सीच्या केसेस येताहेत.''

''एक दोन मिनिटंच द्या आम्हाला.'' जॅकनं विनंती केली. थिआनं मान डोलावली आणि ती परत गेली.

''हे बघ, लॉरी.'' जॅकनं लॉरीच्या कानाशी वाकून हळूच म्हटलं, ''मी जातो, पण तुला इथे खरंच सुरक्षित वाटतंय ना, ते सांग मला. खरं खरं सांग! आणि तुला जरा जरी प्रॉब्लेम वाटत असला, तरी मी इथेच दाराबाहेर बसून राहीन रात्रभर. इंचभर सुध्दा हलणार नाही.''

''हो, मी अगदी छान आहे आणि मला इथे अगदी सुरक्षित वाटतंय. तू जाऊन झोप.''

''नाही! मी झोपणार मात्र नाही. माझ्या अंगात इतका उत्साह संचारलाय आता, की मी ट्रायथलॉनसुध्दा करू शकेन.''

''नको, नको! त्याची काही गरज नाही. शांत हो! त्यापेक्षा ऑफिसमध्ये जा, मी

सांगितलं तसं. आणि सगळे कागद वगैरे घेऊन ये.''

''तू ठीक आहेस? नक्की?''

''हो रे बाबा.''

''ओके.'' जॅकनं तिच्या कपाळाचं ओझरतं चुंबन घेतलं आणि तो सरळ झाला. ''तू शांत झोप काढ आता. मी ऑफिसला जाऊन येतो आणि त्या बयेनं परवानगी दिली, तर परत इथे येतो.''

''तू जा, माझी काळजी करू नकोस.''

लॉरीचा हात हळूच दाबून जॅक थिआपाशी आला. थिआ फोनवर बोलत होती, तेवढ्यात त्यानं आपलं नाव आणि सेलफोनचा नंबर एका कागदावर खरडला.

''मला इथे आत येऊ दिल्याबद्दल थँक्स.'' थिआनं फोन ठेवून त्याच्याकडे बघितल्याबरोबर त्यानं म्हटलं.

''डोंट मेन्शन इट.'' थिआनं म्हटलं. लगेच चवड्यांवर उभं राहून तिनं जॅकच्या मागे बघितलं. ''हां, क्लेअर, तीच ती ट्यूब ती नीट कर.'' तिनं ओरडून म्हटलं आणि पुन्हा जॅककडे पाहिलं. ''सॉरी, तुम्ही तुमच्या बायकोची काळजी करू नका अजिबात. ते काम आमचं आहे.''

''हा माझा सेलफोनचा नंबर लिहिलाय मी.'' जॅकनं तो कागद तिच्याकडे दिला. ''तिला काहीही जरी व्हायला लागलं, तरी मला प्लीज कळवलंत तर फार बरं होईल.''

''ओके.'' थिआनं म्हटलं आणि तो कागद टेबलावर टाकून दिला. जॅककडे बघून तिनं चटकन हसून हात हलवला आणि ती तिच्या कामाला लागली.

लॉरीकडे एकदा शेवटचं बघून जॅक तिथून बाहेर पडला. तो एवढा वेळ जिथे बसला होता, त्या लाऊंजमध्ये आला. इथले फक्त चेहरे बदललेले होते, पण दृश्य तेच होतं. पुरुषांच्या लॉकर रूममध्ये जाऊन त्यानं स्क्रब्ज उतरवून आपले कपडे घातले.

हॉस्पिटलचा मुख्य कॉरिडॉर आता इतका शांत होता, की त्या शांततेची सुध्दा भीती वाटावी. जॅक मुख्य दरवाजातून बाहेर आला. बाहेर काही टॅक्सी रांगेत उभ्या होत्या. पावसालाही सुरुवात झालेली होती.

टॅक्सीतून उतरून जॅक सिक्युरिटी ऑफिसजवळून चालत पुढे निघाला. रात्रपाळीचा सिक्युरिटी ऑफिसर कार्ल नोव्हॅक त्याला अचानक आलेला पाहून इतका दचकला, की तो ताडकन उठून उभा राहिला आणि तो वाचत असलेलं पुस्तक उडून खाली पडलं. घाईघाईनं तो दाराबाहेर डोकावला. ''काय झालं, डॉक्टर स्टेपलटन? काही गडबड?''

''नाही, काही गडबड नाही.'' जॅकनं जाता जाता मागे बघत म्हटलं.

रात्रपाळीचा मदतनीस माईकची तीच अवस्था झाली. ध्यानीमनी नसताना त्याला जॅकचा आवाज ऐकू आल्याबरोबर तोही उठून उभा राहिला. जॅक लिफ्टची वाट बघत थांबलेला असताना माईकनं विचारलं, "काय झालं? काही केस येणार आहे का?"

"नाही रे, माईक." जॅकनं नेहमीच्या पद्धतीनं तिरकसपणे म्हटलं. "या जागेच्या मी इतका प्रेमात पडलोय ना, की मला तिचा विरह फार वेळ सहनच होत नाही."

पाचव्या मजल्यावरचे बरेचसे दिवे मालवलेले होते, त्यामुळे ऑफिसांची पिवळी दारं आता काळपट वाटत होती. लॉरीच्या ऑफिसचं दार उघडून जॅकनं दिवा लावला आणि तो तिच्या खुर्चीवर बसला. तिच्या टेबलावर काय काय कागदपत्रं आहेत, ते त्यानं पाहून घेतलं. तिनं हॉस्पिटलच्या चार्ट्सचे दोन व्यवस्थित गठ्ठे करून ठेवलेले होते. त्यांच्याशेजारी रॉजरच्या याद्या होत्या आणि लॉरीच्या हस्ताक्षरातला एक रेघांचा कागद होता. त्यावर तिनं या केसेसचा एकमेकींशी संबंध असल्याचं दाखवणारे मुद्दे लिहिलेले होते. तिथल्या बोर्डावर लॉरीनं लिहिलेल्या दोन चिठ्ठ्या चिकटवून ठेवलेल्या होत्या. एक चिठ्ठी सॉब्झिकचा ईकेजी एखाद्या कार्डिओलॉजिस्टला दाखवण्याबद्दल होती. दुसऱ्या चिठ्ठीत एमएएसएनपी नावाच्या तपासणी बद्दल इन्व्हेस्टिगेटर लोकांना माहिती काढायला सांगण्याबद्दल लिहिलेलं होतं. टेबलावर तिसरी एक चिठ्ठी होती, पण ती पूर्णपणे चुरगाळलेली होती. जॅकनं ती हातानं नीट करून वाचली. त्यावर लिहिलं होतं, "एमईएफ २ ए म्हणजे काय?" हे नाव जॅकनंही कधी ऐकलेलं नव्हतं.

रॉजरच्या ऑफिसातून लॉरीनं सीडी आणलेली त्याला आठवत होती, पण ती मात्र त्याला इथे कुठे दिसेना. त्यानं टेबलावरचे चार्ट बाजूला करून त्यात कुठे ती गेलीय का, ते पाहिलं. टेबलावरचे कागदपत्र हलवून पाहिले. लॉरीचे ड्रॉवर्सही त्यानं उघडून पाहिली. तिच्या प्रत्येक ड्रॉवरमधली प्रत्येक वस्तू कशी व्यवस्थित लावून ठेवलेली होती. त्याला आपले अस्ताव्यस्त ड्रॉवर आठवून शरमल्यासारखं झालं. पण सीडी मात्र कुठेच दिसत नव्हती. कुठे ठेवली असेल तिनं ती? त्यानं घड्याळात बघितलं. पहाटेचा जवळजवळ दीड वाजला होता.

एक दीर्घ श्वास घेऊन जॅक जरा नीट, सुसंगत विचार करू लागला. एक तर कॉफीमुळे त्याच्या हृदयाचे ठोके जोरात पडत होते आणि मन इकडेतिकडे उड्या मारत होतं. त्यामुळे कशावरही ते एकाग्र होत नव्हतं लॉरीला इतक्या नाजूक अवस्थेत तिकडे मॅनहटन जनरलमध्ये एकटीला ठेवून आपण इतक्या लांब आलोय, हे त्याला मुळीच बरोबर वाटत नव्हतं, पण मग तिथे बसून आपण घड्याळाच्या काट्यांकडे बघत बसलो असतो, तर आपल्याला वेडच लागलं असतं, त्यानं मनात म्हटलं. हे सगळे कागद वगैरे तर इथून नेऊच आपण, पण तिकडे जाण्याआधी तिच्या त्या तीन चिठ्ठ्यांची उत्तरंही मिळतात का बघू. इथे जवळपास पुष्कळ

हॉस्पिटल्स आहेत. त्यात कुठे तरी ती उत्तरं आपल्याला मिळायला हरकत नाही. कदाचित त्यामुळे काही महत्त्वाचं समजेलही, कुणी सांगावं?

उठून उभा राहात जॅकनं चार्ट्‌सच्या गठ्ठ्यांमधून सॉब्झिकचा चार्ट शोधून काढला. त्यातली ईकेजीची पट्टीही त्याला लगेच मिळाली. त्यानं ती पुन्हा उलगडून पाहिली आणि काही समजत नाही म्हणून खांदे उडवून पुन्हा घडी करून ठेवली. खरं तर त्यातून कुणालाच काही अर्थबोध होईलसं वाटत नाही, त्यानं स्वत:शी म्हटलं. हृदयाच्या कंडक्शन सिस्टिमच्या पेशींनी मरता मरता केलेल्या प्राणांतिक धडपडीचं चित्रण आहे ते. त्यानं चार्टमधून ते पान आणि ती पट्टी हळूच बाहेर काढली. ती आणि त्या दोन उरलेल्या चिठ्ठ्या घेऊन तो दिवा तसाच ठेवून लॉरीच्या ऑफिसातून बाहेर पडला आणि लिफ्टपाशी येऊन त्यानं बटण दाबलं. लिफ्टचं दार ताबडतोब उघडलं. त्याला आश्चर्याचा धक्काच बसला. हे असं दिवसा कधीही घडलेलं नव्हतं.

लिफ्टनं खाली येता येता जॅकनं आता काय नि कसं करायचं ते मनाशी ठरवलं. आधी एनवाययू बेलेव्हू मेडिकल सेंटरला जावं, तिथल्या इमर्जन्सी रूममध्ये डोकावावं आणि तिथे ऑन कॉल असलेल्या कार्डिओलॉजिस्टची गाठ घ्यावी. यात काही फारसा वेळ जाण्याचं कारण नाही. कारण तो कदाचित इमर्जन्सी रूममध्येच असेल. त्यानंतर तिथल्याच लॅबोरेटरीत जाऊ. तिथल्या सुपरवायझर आपल्याला या 'एमएएसएनपी' आणि 'एमईएफ २ ए' चे नेमके अर्थ सांगू शकेल. कदाचित या दोन्ही गोष्टी एकमेकींशी संबंधितही असतील. तसं झालं तर फारच बरं.

बाहेर अजूनही पावसाची अगदी बारीक रिमझिम चालू होती. त्यामुळे त्या चिठ्ठ्या आणि कागद कोटाच्या आतल्या खिशात ठेवून जॅक फर्स्ट अॅव्हेन्यूवरून खरोखरच पळत निघाला. एनवाययू बेलेव्हू मेडिकल सेंटर जवळच होतं. तो थेट इमर्जन्सी रूममध्ये शिरला. मॅनहटन जनरलची इमर्जन्सी रूम आणि इथली रूम, यात काहीच फरक दिसत नव्हता. जॅक तिथल्या मुख्य काऊंटरशी गेला आणि तिथल्या, एखाद्या बारमधल्या बाऊन्सरसारख्या दिसणाऱ्या मुख्य मेड नर्सला जाऊन भेटला. या माणसाचं नाव होतं साल्व्हादोर. त्यानं गळ्यात निदान दहा-बारा सोन्याच्या साखळ्या घातलेल्या दिसत होत्या.

''मी डॉक्टर स्टेपलटन.'' जॅकनं म्हटलं. ''इथे ऑन कॉल कार्डिऑलॉजिस्ट कोण आहे, सांगता येईल?''

''नाही, पण मी विचारून सांगतो तुम्हाला.'' त्या मेड नर्सनं मागे वळून हाच प्रश्न पाठीमागच्या भागात काम करत असलेल्या दुसऱ्या एका नर्सला ओरडून विचारला. तिकडून उत्तर आल्याबरोबर तो पुन्हा जॅककडे वळला.

''डॉक्टर शर्ले मेरँड.'' त्यानं म्हटलं.

''मग त्या आत्ता इथे इमर्जन्सी रूममध्ये आहेत?''

"ते नाही सांगता येणार." त्या नर्सनं खांदे उडवत म्हटलं.

"मला त्यांना भेटायचंय. त्यांचा सेलफोन नंबर सांगता?"

"नाही, पण मी करतो त्यांना फोन." त्यानं लगेच फोन उचलला. "इथे बोलावू त्यांना?"

"हो." जॅकनं मान डोलावली. "मी इथेच थांबतो."

तो वळून तिथलं एकंदर दृश्य न्याहाळू लागला. भरपूर गर्दी होती. न्यूयॉर्क शहरातल्या रहिवाशांचं जणू एक प्रातिनिधिक स्वरूपाचं संमेलनच होतं तिथे – रडणाऱ्या बाळांपासून जख्खड म्हाताऱ्यांपर्यंत, बेघर भिकाऱ्यांपासून उत्कृष्ट कपडे घातलेल्या लब्ध प्रतिष्ठितांपर्यंत, दारूड्या माणसांपासून संन्याशांपर्यंत, जखमी झालेल्यांपासून आजाऱ्यांपर्यंत, अशी सगळ्या प्रकारची माणसं दिसत होती. बाहेरच्या जगात ही माणसं कोण असतील ती असोत, पण इथे मात्र सगळ्यांची पातळी एकच होती – डॉक्टरांच्या प्रतीक्षेत असलेल्या रुग्णांची.

"थांब रे जरा, ओरडू नकोस." एकसारख्या खणखणत असलेल्या फोनवर उखडून थिआ ओरडली. ती एक फॉर्म भरण्याचा गेला बराच वेळ प्रयत्न करत होती. शेवटी तिनं फोन उचलला. ऑपरेशन रूमची रात्रीची सुपरवायझर हेलन गार्व्ही फोनवर होती.

"तुझ्याकडे किती बेड आहेत?" हेलननं थेट मुद्द्यालाच हात घातला.

"भरलेले का रिकामे?" थिआनंही त्याच आविर्भावात उलट प्रश्न केला.

"एवढा बिनडोक प्रश्न मी फार दिवसांत ऐकला नव्हता!"

"चिडलेली दिसतेयस तू."

"चिडणारच! इमर्जन्सी रूमनं आत्ताच सांगितलंय, की आपल्याकडे अपघातात सापडलेल्या माणसांचा एक मोठा लोंढा येणार आहे. त्यातली पहिली लाट खालून सुटलीय. एक बस आणि एक व्हॅन अशी समोरासमोर टक्कर झालीय आणि त्यात ती बस कठडा तोडून पलीकडे गेली. बरेच लोक जखमी झालेत. पोलिसांनी त्यांना वेगवेगळ्या हॉस्पिटल्समध्ये पाठवलंय, पण त्यातले बरेचसे लोक आपल्याकडेच आलेत. मी सगळ्या ऑन-कॉल मंडळींना फोन करून बोलावून घेतलंय, त्यामुळे जवळजवळ वीस ऑपरेशन रूम्स एकदम सुरू होतील. भरपूर काम पडणार आहे आज."

"माझ्याकडे तेरा पेशंट आहेत आणि फक्त तीन बेड रिकामे आहेत."

"फारच कमी आहेत. बरं, त्या पेशंटची अवस्था कशी काय आहे?"

थिआनं मनातल्या मनात प्रत्येक रोग्याच्या एकंदर परिस्थितीचा विचार करत रूममधून नजर फिरवली. "फक्त एक पेशंट सोडून बाकीच्यांची तब्येत चांगली

आहे. या पेशंटचं पोटातल्या गाठीचं ऑपरेशन झालं होतं, पण त्याचं खूपच रक्त जातंय. ते बहुतेक परत उघडावं लागेल, त्यामुळे त्याला ठेवून घ्यावंच लागेल इथे.''

''म्हणजे मग बाकीचे ठीक आहेत ना?''

''हो. सध्या तरी ठीक आहेत.''

''मग या सगळ्यांना दुसरीकडे हलव, कारण पुढची लाट तुझ्याकडे येणार आहे.''

थिआनं फोन ठेवला. असल्या प्रसंगांना तोंड द्यायला तिची नेहमीच तयारी असे. ती एकदम उत्साहानं ओरडली. ''ऐका रे! मी सांगते त्या सगळ्या पेशंटना इथून ताबडतोब...''

लॉरी झोपलेली कॉट हलल्याबरोबर तिला गुंगीतून अर्धवट जाग आली. झगझगीत उजेडामुळे तिचे डोळेही धड उघडू शकत नव्हते. क्षणभर आपण कुठे आहोत, वेळ कुठली आहे, काहीच कळेना. आणखी एक धक्का बसून तिची कॉट जागची हलली, त्याबरोबर तिला क्षणभरच एक वेदना जाणवली, तेव्हा कुठे तिला आठवलं की आपलं ऑपरेशन झालंय. पाठोपाठच आपण पीएसीयू मध्ये असल्याचं तिला आठवलं आणि दाराच्या वरच्या बाजूला लावलेल्या मोठ्या घड्याळात तिला वेळही समजली : पहाटेचे दोन वाजून पंचवीस मिनिटं.

लॉरीला एकदम बोलण्याचे आवाज ऐकू आले. तिनं त्या रोखानं मान वळवल्याबरोबर मध्यभागी असलेल्या काऊंटरच्या आसपास उडालेली गडबड तिला दिसली. तिनं पाठ वाकवून मान थोडी उलटी करून आपली कॉट ढकलत असलेल्या ऑर्डर्लीकडे पाहिलं. हा माणूस अत्यंत कृश शरीराचा एक निग्रो होता. त्याला बारीकशा मिश्या होत्या आणि त्याचे केस अर्धवट पिकलेले होते. लॉरीची कॉट दाराकडे ढकलत नेत असताना त्याला बरेच कष्ट पडत होते.

''काय चाललंय?'' लॉरीनं विचारलं.

त्या ऑर्डर्लीनं काहीच उत्तर दिलं नाही. त्याचं सारं लक्ष पुढे चाललेली कॉट थांबवून थोडी मागे आणण्याकडेच होतं. कारण पीएसीयू चं दार धाडकन उघडलं गेलेलं होतं. आणखी एक कॉट आतमध्ये येत होती. या रोग्याचं नुकतंच ऑपरेशन झालेलं होतं. त्याची कॉट एकजण ओढत होता आणि दुसरा एक जण ती मागून ढकलत होता. कॉटबरोबर रोग्याला नाकात लावलेल्या नळ्या सांभाळत एक ॲनेस्थेशिओलॉजिस्ट येत होता आणि सगळे जण एकाच वेळी बोलायचा प्रयत्न करत असल्यासारखे वाटत होते.

लॉरीनं आपल्या ऑर्डर्लीला तोच प्रश्न पुन्हा विचारला. तिला आता भीती वाटायला लागलेली होती. काहीतरी गडबड आहे, तिनं मनात म्हटलं. लॉरानं स्वत:च तर सांगितलं होतं की सकाळी सातला मी परत येईपर्यंत तू इथेच असशील.

मग हे काय चाललंय?

"तुम्हाला तुमच्या रूममध्ये घेऊन जायचंय." तिच्या ऑर्डर्लीनं तिच्याकडे अर्धवट बघत म्हटलं.

"पण मला तर इथे पीएसीयू मध्येच ठेवणार होते." लॉरीनं म्हटलं. तिची भीती वाढत चाललेली होती.

"चला." तिचं बोलणं जणू ऐकूच आलं नसल्यासारखं त्यानं म्हटलं आणि दात-ओठ खात पुन्हा तिच्या कॉटला गती दिली.

"थांबा जरा!" लॉरी किंचाळली. लगेच तिला पोटात वेदना जाणवली आणि तिचा चेहरा वाकडातिकडा झाला.

लॉरीच्या ओरडण्यामुळे घाबरून त्या ऑर्डर्लीनं पुन्हा तिची कॉट थांबवली. तिच्याकडे बघितलं. "काय झालं?"

"मला इथून हलवायचं नाही असं ठरलेलं आहे." बाकीच्या गोंधळात त्याला ऐकू जावं म्हणून तिला ओरडून बोलावं लागत होतं आणि ओरडल्यामुळे पोटात उठत असलेली वेदना कमी करण्यासाठी तिला हातानं पोटाचा वरचा भाग थोडासा दाबून ठेवावा लागत होता. जॅक असताना तिला ऑपरेशनच्या जागी जवळजवळ काहीच दुखत नव्हतं. आता मात्र तिचं दुखणं वाढलेलं होतं.

"तुम्हाला तुमच्या रूममध्ये न्यायचं, असं मला बजावून सांगितलंय." त्या ऑर्डर्लीच्या आवाजात अवसानही होतं आणि गोंधळही होता. त्यानं खिशातून एक चिठ्ठी काढली. "लॉरी माँटगोमेरी तुम्हीच ना?"

त्याच्या प्रश्नाकडे दुर्लक्ष करून लॉरीनं उशीवरून मान वर करून मधल्या काऊंटरकडे बघितलं. तिथली गडबड आणखीन वाढलेली होती. समोरचं दार पुन्हा एकदा धाडकन उघडून आणखी एक कॉट आत आत आली. त्या ऑर्डर्लीला लॉरीची कॉट पुन्हा थांबवून नवीन कॉटला आत येऊ देण्यासाठी थोडी मागे घ्यावी लागली.

"मला इथल्या मुख्य नर्सशी बोलायचंय." लॉरीनं शक्य तेवढ्या जोरात म्हटलं.

तो गोंधळून एकदा लॉरीकडे आणि एकदा काऊंटरकडे पाहू लागला. त्याला काय करावं तेच समजेनासं झालेलं होतं.

"तुम्ही मला इथून कुठेही न्यायचं नाहीये." लॉरीनं म्हटलं. "मी इथेच राहायचं असं ठरलंय. मला मुख्य नर्सशी बोलायचंय. ती मोकळी नसेल तर सुपरवायझरशी बोलायचंय."

हताशपणे खांदे उडवत तो ऑर्डर्ली मधल्या काऊंटरपाशी गेला. त्याच्या हातात ती चिठ्ठी होती. थोडा वेळ त्याच्याकडे कोणी लक्षच दिलं नाही. शेवटी त्यानं एका माणसाला विचारलं, तेव्हा त्या माणसानं थिआकडे बोट दाखवलं. ऑर्डर्ली थिआला ती चिठ्ठी दाखवत लॉरीकडे बोट दाखवून काही तरी सांगू लागला. लॉरी हे सगळं

बघत होती.

थिआनं 'काय कटकट लावलीय' अशा आविर्भावात कपाळावर हात मारून घेतला आणि ती ताडताड चालत लॉरीपाशी आली. पाठोपाठ तो ऑर्डर्लीही होता.

"काय प्रॉब्लेम आहे तुमचा?" कमरेवर हात ठेवत थिआनं चढेल आवाजात विचारलं.

"सकाळी डॉक्टर रायले येईपर्यंत मला इथेच ठेवायचं असं ठरलेलं होतं." लॉरीनं म्हटलं. बोलताना तिलाही विचारच करावा लागत होता. कारण एक तर ती गुंगीतून अचानक जागी झालेली होती शिवाय ॲनेस्थेशियाचा परिणाम अजून बराच असल्यामुळे तिचं डोकं नीट चालत नव्हतं.

"हे बघा, तुम्ही काही काळजी करू नका. मी सांगते तुम्हाला, तुम्ही एकदम ठणठणीत आहात. तुम्हाला इथे पीएसीयूत राहाण्याचं काही कारणच नाही. आत्ता एका अपघातात सापडलेले बरेच पेशंट एकदम येताहेत. तुम्हाला रात्रभर इथे ठेवून घ्यायला मलाही आवडलं असतं, पण माझाही नाईलाज आहे!" एवढं बोलून थिआ तशीच माघारी वळून काऊंटरकडे निघूनही गेली. जाताजाता तिनं बाकीच्या नर्सेसना भराभर आज्ञा सोडायला सुरुवातही केलेली होती.

"एक मिनिट! एक्स्क्यूज मी!" लॉरीनं तिला हाक मारली, पण काही उपयोग झाला नाही. "तुम्ही निदान डॉक्टर रायलेला फोन तरी करा. किंवा मला तरी करू द्या!"

ऑर्डर्लीनं पुन्हा मागे उभा राहून तिचा बेड ढकलायला सुरुवात केली. बेडच्या धडकेनं दार धाडकन उघडलं. बाहेरच्या कॉरिडॉरमध्ये बेड सरळ दिशेनं ठेवण्याचा आटोकाट प्रयत्न करत तो पुढे निघाला. कॉरिडॉरमध्ये दोन्ही भिंतीच्या लगत बरीचशी चाकांची स्ट्रेचर्स होती आणि त्यांवर पडलेले रोगी आपल्याला ऑपरेशन रूममध्ये नेलं जाण्याची वाट पाहात होते.

"मला एक फोन करायचाय." लॉरीनं म्हटलं.

"तुमच्या रूममध्ये जाईपर्यंत थांबावं लागेल तुम्हाला."

लॉरीचा बेड लिफ्टपाशी येऊ लागला. आता मात्र ती चांगलीच घाबरलेली होती. चांगल्या सुरक्षित ठिकाणहून आपल्याला हलावं लागतंय आणि नेमकं जिथे आपल्या जिवाला धोका आहे, तिथेच जावं लागतंय. आणि हे आपण थांबवूही शकत नाही. एवढं रक्त गेलंय आपलं आणि इतका अशक्तपणा आलाय आपल्याला, की तो मारेकरी आला तर त्याला प्रतिकारही करणं शक्य होणार नाही आपल्याला. शिवाय आपल्या हत्यासत्रात बळी पडलेल्या लोकांच्यात आणि आपल्यात पूर्ण साम्य आहे – आपलं वय तसंच आहे, आपण निरोगी आहोत, आपण आय व्हीवर आहोत, आपलं नुकतंच ऑपरेशन झालंय आणि अमेरिकेअरकडे विमा उतरवून आपल्याला

फार दिवस झालेले नाहीत. एकच गोष्ट त्यातल्या त्यात बरी आहे, की डॉक्टर नाजा पोलिसांच्या ताब्यात आहे!

"कुठे जातोय आपण?" लॉरीनं जणू काडीचा आधार शोधत विचारलं. "ऑब्स्टेट्रिक्स-गायनॅकच्या मजल्यावर का?"

"नाही, मॅडम." ऑर्डर्लीनं नकारार्थी मान डोलावली. "मी तुम्हाला जनरल सर्जरीच्या मजल्यावर रूम नंबर ६०९ मध्ये नेतोय."

लॉरीच्या पोटात भीतीनं खड्डा पडला. तिची उरलीसुरली आशाही मावळलेली होती.

बावीस

"डॉक्टर स्टेपलटन! डॉक्टर स्टेपलटन!"

सगळ्या गडबडीच्या, पोरांच्या रडण्याच्या आणि एकूणच माणसांच्या बडबडीच्या आवाजातूनही सहज ऐकू जाईल अशा मोठ्या आवाजात आपल्याला हाक मारलेली ऐकून जॅकनं इमर्जन्सी रूममधल्या काऊंटरच्या दिशेनं बघितलं. एवढे मोठे कॅफिनचे डोस पोटात गेलेले असल्यामुळे तो इतका वेळ काऊंटरपासून मुख्य दारापर्यंत चकरा मारत हिंडत होता, कधी आतल्या माणसांकडे तर कधी बाहेरच्या पावसाकडे बघत होता. वेळ जात चालला होता, तसतसा तो विचार करत होता, की आता हा त्या चिठ्ठ्यांचा आणि ईकेजीच्या पट्टीचा अर्थ लावण्याचा नाद सोडून द्यावा, परत ओसीएमईत जावं, लॉरीच्या टेबलावरचे सगळे कागदपत्र उचलावे आणि सरळ मॅनहटन जनरलची वाट धरावी. अडीच वाजून गेले आहेत आणि आपण बाहेर आल्याला आधीच दीड तास होऊन गेलाय. लॉरीला आणखी एकटी ठेवणं बरं नव्हे.

साल्व्हादोर हात करून आपल्याला बोलावत असल्याचं जॅकला दिसलं. त्याच्याशेजारी जेमतेम पंधरा-सोळा वर्षांची वाटणारी एक पोरगी उभी होती. तिचे चॉकलेटी रंगाचे सरळसोट केस तिच्या खांद्यावर रुळत होते आणि ते तिनं मधोमध विंचरून आपल्या कानांवरून मागे सारलेले होते. तिचे कान लक्षात येण्याइतके मोठे होते, डोळे तर चांगलेच टपोरे होते आणि नाक अपरं होतं.

"ही डॉक्टर शर्ले मेरॅंड." जॅक आल्याबरोबर साल्व्हादोरनं म्हटलं.

ही एवढीशी पोरगी डॉक्टर आहे? जॅकचा विश्वासच बसेना. त्याला एकदम आपल्या वयाची जाणीव झाली. आपल्यापेक्षा निम्म्या वयाच्या पोरांबरोबर बास्केटबॉल

खेळत असल्यामुळे त्याला आपलं वय विसरायला व्हायचं. ही पोरगी इथे ऑन कॉल कार्डिऑलॉजिस्ट आहे, म्हणजे ती कॉलेजमध्ये, मेडिकल कॉलेजमध्ये गेलेली असणार, शिवाय तिनं रेसिडेंट डॉक्टर म्हणून बऱ्यापैकी कामही केलेलं असणार.

"व्हॉट कॅन आय डू फॉर यू?" शर्लेनं विचारलं. जॅकला तर तिचा आवाजही विलक्षण कोवळा वाटत होता.

जॅकनं आपली ओळख करून दिली आणि खिशातून सॉब्झिकच्या चार्टचं ते पान आणि ईकेजीची पट्टी काऊंटरवर काढून ठेवली.

"चला, मी माझ्या कामाला जातो." असं म्हणून साल्व्हादोर निघून गेला.

"ही पट्टी काही समजण्याच्या दृष्टीनं फारच छोटी आहे, हे माहितेय मला." जॅकनं म्हटलं. "पण हिचा काही अर्थ वगैरे मला सांगितलात तर बरं होईल."

"केवढीशी आहे ही पट्टी." शर्लेनं ती पट्टी बघत तक्रारीच्या सुरात म्हटलं.

"हो, पण माझ्याकडे एवढंच आहे." जॅकनं म्हटलं. त्याची नजर तिच्या सुंदर, चमकदार केसांवरून काही केल्या हटत नव्हती.

"कसलं लीड आहे हे?" शर्लेनं विचारलं.

"कोण जाणे. मला माहितेय तेवढंच सांगतो. एका जवळजवळ मेलेल्या पेशंटला पुन्हा जिवंत करण्याच्या प्रयत्नातलं अगदी सुरुवातीच्या भागातलं ट्रेसिंग आहे हे. ते प्रयत्न अयशस्वी झाले."

"म्हणजे एखादं नेहमीचं लीड असणार."

"कोण जाणे. मला यातलं फारसं कळत नाही."

शर्लेनं त्याच्याकडे वर मान करून पाहिलं. इतक्या जवळून तिचे डोळे आणखीच विशाल वाटत होते. आणि निष्पाप.

"काय सांगू मी?" शर्लेनं म्हटलं. "काही तरी नक्की मत द्यायचं तर त्या दृष्टीनं हे ट्रेसिंग फारच छोटं आहे."

"मला वाटलंच होतं." जॅकनं म्हटलं. "तो पेशंट आता जिवंत नाही, हे तर तुमच्या लक्षात आलंच असेल. माझं म्हणणं असं, की तुम्ही काहीही अंदाज केलात, भले मग तो चुकीचा का असेना, तरी आता त्यानं काहीच फरक पडणार नाहीये. तुम्ही फक्त तुमचा अंदाज सांगितलात तरी पुरे."

शर्लेनं पुन्हा त्या ट्रेसिंगकडे पाहिलं. "अं... तुम्ही हे ट्रेसिंग पाहिलं आहे, तेव्हा तुमच्या लक्षात आलंच असेल की यातली पीआरची इंटर्व्हल आणि क्यूआरएस कॉम्प्लेक्स, दोन्ही मोठे होत गेलेत, पण क्यूटीआरएस आणि टी-वेव्ह जवळजवळ एकमेकाला चिकटलेले वाटतायत."

जॅकची मनातल्या मनात चरफड झाली. ही पोरगी तर मला माझ्या वयाबरोबरच माझ्या बिनडोकपणाचीही जाणीव करून देतेय! "असेलही." त्यानं म्हटलं. "मला

वाटतं, तुम्ही तुमचं मत मला समजेल अशा भाषेत सांगितलं तर बरं होईल. तुमचं मत असं का झालं, ते सोडून देऊ या आपण.''

''अं... मला ते काय असेल ते लक्षात येतंय, पण...'' तिनं एकदम वर बघितलं. ''पण त्यापेक्षा दुसरी एक गोष्ट करूया आपण.''

''सांगा.''

''डॉक्टर हेन्री वू नावाचा माझा एक सहकारी कार्डिऑलॉजिस्ट आहे आणि तो आत्ता इथेच आहे.'' शर्लेनं म्हटलं. ''एका पेशंटला तातडीनं अँजिओग्राफी करायला त्याला इथे बोलावून घेतलंय आम्ही. आपण हे ट्रेसिंग त्याला दाखवू या. चालेल?''

जॅक एकदम खूष झाला. या अशा वेळी प्रत्यक्ष काम करणाऱ्या डॉक्टरलाच गाठावं, तो जास्त बरोबर माहिती सांगू शकेल, हे त्याला सुचलेलंच नव्हतं.

''इकडून असे आत या.'' शर्लेनं उठून त्याला म्हटलं. ''मी तुम्हाला त्याच्याकडे घेऊनच जाते.''

लिफ्टचं दार उघडलं, तसं त्या ऑर्डर्लीनं जोर लावून लॉरीचा बेड सहाव्या मजल्यावरच्या लॉबीत ढकलत आणला. लिफ्टच्या मानानं लॉबी किंचित खाली होती, त्यामुळे लॉरीला लागोपाठ दोन धक्के बसले. तिचा चेहरा वेदनेनं वाकडातिकडा झाला. तिला जी काही वेदनाशामक औषधं दिली असतील, त्यांचा परिणाम झपाट्यानं उतरत चाललेला होता.

पीएसीयू मधून बाहेर पडताना लॉरी चांगलीच गडबडलेली होती आणि अजूनही तिची तीच अवस्था होती. पण आता फोन करायची संधी मिळेपर्यंत आणखी करण्यासारखं असं आपल्या हातात काहीही नाही, हे तिनं स्वत:ला पटवलेलं होतं. आपलं सामान कुठे आहे, असं तिनं ऑर्डर्लीला विचारलं होतं, कारण त्यात तिचा सेलफोन होता. पण आपल्याला काहीच माहीत नसल्याचं त्यानं उत्तर दिलं होतं.

ऑर्डर्ली तिचा बेड ढकलत नर्सेसच्या स्टेशनच्या दिशेनं नेऊ लागला. त्या अंधाऱ्या, निद्राधीन झालेल्या वातावरणात नर्सेसच्या स्टेशनच्या झगझगीत उजेडाचा मोठा आधार वाटत होता.

नर्सेसच्या स्टेशनशी आल्यावर लॉरीचा घरंगळत चाललेला बेड थांबवणं त्याला चांगलंच जड गेलं. बेड थांबला, तसा त्यानं एका पायाचा ब्रेक लावला आणि तो नर्सेस स्टेशनच्या काऊंटरपाशी आला. लॉरीला काऊंटर पलीकडे दोन बायकांची डोकी दिसत होती – एकीचे केस बॉयकट केलेले होते, तर दुसरीचं पोनीटेल होतं. ऑर्डर्ली आल्यावर दोघींनीही माना वर करून त्याच्याकडे बघितलं.

''एक पेशंट आणलाय.'' लॉरीचा चार्ट काऊंटरवर टाकत त्यानं म्हटलं.

त्या बॉयकट केलेल्या नर्सनं चार्ट उचलून त्यावरचं आपलं नाव वाचलेलं

लॉरीला दिसलं. ती नर्स चटकन उठून उभी राहिली. ''ओ हो, मिस माँटगोमेरी! तुमची वाटच बघत होतो आम्ही.''

त्या दोघीजणी काऊंटरला वळसा मारून पुढे आल्या. ऑर्डर्ली लिफ्टकडे निघून गेला.

त्या दोघींना आपल्याकडे येताना लॉरी बघत होती. एक उजवीकडून आली, तर दुसरी डावीकडून. दोघींच्याही अंगावर स्क्रब्ज होते. बॉयकट केलेली ती नर्स काळी सावळी होती, तिचे डोळे बदामी आकाराचे होते आणि नाक धारदार होतं. दुसरी तिच्यापेक्षा जरा गोरी होती. तिचं नाक आणि चेहऱ्याची ठेवण जरा रुंद होती. बहुधा हिची आई किंवा बाप मंगोलियन वंशाचा असावा, त्याही परिस्थितीत लॉरीच्या मनात आलं.

''मला जरा फोन करायचाय.'' लॉरीनं दोघींकडे आळीपाळीनं बघत म्हटलं. या दोघींपैकी वरिष्ठ कोण ते तिला समजायला काहीच वाव नव्हता.

''जॅझ, मी यांना यांच्या रूममध्ये घेऊन जाते आणि यांची सगळी व्यवस्था नीट लावते.'' त्या पोनीटेलवाल्या नर्सनं म्हटलं. लॉरीच्या बोलण्याकडे तिनं साफ दुर्लक्ष केलं.

''नको, एलिझाबेथ.'' जॅझनं – त्या बॉयकटवाल्या नर्सनं – म्हटलं. ''माझं काम मलाच करू दे. मिस माँटगोमेरीची सगळी व्यवस्था मी स्वत: बघेन.''

''काय सांगतेस!'' एलिझाबेथनं विचारलं. तिला भलतंच आश्चर्य वाटलेलं दिसत होतं.

''हॅलो!'' लॉरीनं काहीसं चिडून म्हटलं. ''मला एक फोन करायचाय!''

''ओके. फारच छान.'' एलिझाबेथनं म्हटलं आणि ती परत काऊंटरकडे निघून गेली.

जॅझनं लॉरीचा चार्ट तिच्या बेडवर पायाशी टाकला आणि ती बेड ढकलण्यासाठी तिच्या डोक्याकडे गेली.

''एक्स्क्यूज मी!'' लॉरीनं तिच्याकडे मान वळवून बघत म्हटलं ''मला तो फोन द्या ना. मला ताबडतोब एक फोन करायचाय.'' एक हिसका बसून बेड त्या लांबलचक, अंधाऱ्या कॉरिडॉरमधून पुढे निघाला. लॉरी पुन्हा वेदनेनं कळवळली.

''हो, मला ऐकू आलंय तुमचं म्हणणं.'' पाठीमागून जॅझनं बेड ढकलत म्हटलं. ''पण आत्ता पहाटेचे अडीच वाजून गेलेत.''

''ते माहितेय मला.'' लॉरीनं ताडकन म्हटलं. ''मला माझ्या डॉक्टरला फोन करायचाय. ती सकाळी सातला येऊन मला तपासेपर्यंत मी खाली पीएसीयू मध्येच राहायचं, असंच ठरलंय. मला निष्कारण आणलंय इथे.''

''पण तुम्हाला सांगू का,'' जॅझनं तिला समजावत असल्यासारखं म्हटलं.

"तुमची डॉक्टर आता घरी शांत झोपलेली असेल. डॉक्टर लोकांना अशा फालतू कारणासाठी साखरझोपेतून उठवणं बरं नव्हे.''

"हा बेड इथल्या इथे थांबवा आधी!'' लॉरीनं ओरडून म्हटलं. "मी या रूममध्ये जाणार नाही.''

"असं?'' जॅझनं नुसतंच म्हटलं. तिचा ढकलण्याचा जोर कमी होण्याऐवजी चांगलाच वाढलेला होता. तिला आता लॉरीला तिच्या रूममध्ये घेऊन जायची घाई झालेली होती. मघाशी जेव्हा जॅझ हॉस्पिटलमध्ये येऊन पोचली होती, तेव्हा तिला लॉरीचा ठावठिकाणाच सापडला नव्हता, आधी तिला वाटलं होतं की मि. बॉबनं काही तरी चुकीचं हॉस्पिटलचं नाव कळवलेलं असावं. पण झालं होतं एवढंच, की लॉरीचं नाव हॉस्पिटलच्या कॉम्प्युटर सिस्टिममध्ये नोंदवायला जरा उशीर झाला होता. पोटॅशियमची अँप्यूल घ्यायला जॅझ जेव्हा इमर्जन्सी रूममध्ये आली होती, तेव्हा तिला इमर्जन्सी रूमच्या लॉगमध्ये बघितल्यावर हा सगळा उलगडा झाला होता.

"हा बेड थांबव आधी!'' लॉरी किंचाळली. जॅझनं तिच्या बोलण्याकडे दुर्लक्ष केल्यामुळे आता ती संतापलेली होती. पण किंचाळल्यामुळे तिला ऑपरेशनच्या जागी असह्य वेदना झाल्या. ती कळवळली.

"अरे वा! चांगलं ओरडता येतं की तुला! म्हणजे मला त्रास देणार तू, हो ना?'' जॅझ हेटाळणीपूर्वक हसली. ती मनोमन खूष झालेली होती. ऑब्स्टेट्रिक्स-गायनॅकच्या मजल्यावर जागा नसल्यामुळे लॉरी आयतीच तिच्या हाती सापडलेली होती – ते सुध्दा ती इथली सध्याची प्रमुख नर्स असताना! आता सगळंच कसं एकदम सोपं होतं.

रूम नंबर ६०९ पाशी आल्यावर जॅझनं कमालीच्या सहजतेने लॉरीचा बेड पूर्णपणे उलट फिरवला. आता लॉरीचं डोकं रूमच्या दरवाजाकडे झालेलं होतं. बेड आत रूममध्ये ढकलल्याबरोबर जॅझनं रूममधला वरचा दिवा लावला. त्यानंतर तिनं लॉरीचा बेड आधीच आत असलेल्या बेडशेजारी आणून उभा केला. लॉरीच्या आताच्या बेडच्या मानानं हा बेड किती तरी रुंद होता.

लॉरी जॅझकडे डोळे वटारून बघत होती. ही असं का वागतेय हेच तिला समजत नव्हतं. पण रूममधल्या झगझगीत उजेडात जेव्हा तिनं जॅझच्या छातीवर लावलेलं तिचं नाव वाचलं, तेव्हा मात्र तिचा चेहरा पांढराफटक पडला. जस्मिन रॅकोव्झी! अॅनेस्थेशियाचा प्रभाव अजून तिच्यावर भरपूर प्रमाणात असूनही तिला क्षणार्धात आठवलं, की हे नाव रॉजरच्या यादीत होतं!

"काय झालं?'' जॅझनं रूममधल्या बेडचा कडेचा कठडा खाली करत विचारलं. लॉरीच्या चेहऱ्यात झालेला बदल तिच्या लक्षात आलेला होता. "काही प्रॉब्लेम

आहे?''

लॅरीच्या उत्तराची वाट न बघता जॅझनं तिला हॉस्पिटलच्या बेडजवळ ढकललं. लॅरीच्या अंगावरचं ब्लँकेट तिनं लॅरीला कळायच्या आत मनगटाच्या एका झटक्यानं उडवलं. लॅरीच्या अंगावर फक्त एक हॉस्पिटलचा तोकडा झगा होता. तिचे गुडघ्यांपासून खालचे पाय एकदम उघडे पडले. तिच्या पोटाच्या उजव्या खालच्या बाजूला जे ड्रेसिंग केलेलं होतं, त्याच्यावर जाड, मऊ संरक्षक स्पंज होता. ऑपरेशनच्या जखमेतून निघालेली एक नळी झग्याच्या खालून बाहेर येऊन एका प्लॅस्टिकच्या उपकरणात शिरलेली होती. नळीत रक्त दिसत होतं.

''ओके.'' जॅझनं कोरड्या आवाजात म्हटलं. ''आता तुझी तूच त्या बेडवर सरक, म्हणजे बाकीचं सगळं मी व्यवस्थित करते.'' बेडच्या डोक्याशी जाऊन तिनं लॅरीची आय व्ही ची बाटली आधीच्या बेडच्या स्टँडवरून काढून नव्या बेडच्या स्टँडवर अडकवली.

लॅरी जागची हलली नाही. जॅझचं नाव वाचल्यावर भीतीनं ती पुरती गळाठून गेलेली होती. आता तिला नवीनच शंका भेडसावत होती : कदाचित ही जॅझच मारेकरी असेल!

''चला, आवरा, बाई.'' जॅझनं म्हटलं. ''तुमचं बूड हलवा तिकडे.''

लॅरी होतं नव्हतं तेवढं अवसान गोळा करून तिच्याकडे बघत जागेवरच पडून राहिली.

''हे बघ, तू जर मी सांगेन तसं वागणार नसलीस तर मी एलिझाबेथला बोलावेन आणि मग आम्ही दोघी तुझं बोचकं उचलून त्या बेडवर टाकू. तुझ्याशी चर्चा करत बसायला मला वेळ नाहीय.''

''मला इथल्या मुख्य नर्सशी बोलायचंय.''

जॅझ मोठ्यानं हसली. ''तू इतका वेळ इथल्या मुख्य नर्सशीच बोलतेयस. सध्या तरी मीच मुख्य आहे इथे.''

लॅरीला आपल्या गळ्यातला फास हळूहळू आणखी घट्ट होत चालल्यासारखं वाटू लागलं.

''अजून हलत का नाहीस तू?'' जॅझनं जरा चिडून म्हटलं. ''काय वाईट आहे त्या बेडमध्ये? तुला हवी तशी तू त्याची डोक्याची बाजू खालीवर घेऊ शकतेस. तो मऊ अन् गुबगुबीत आहे, तिथे तुला टीव्ही बघता येईल, पाण्याचा एक पिचर आहे जवळ, शिवाय आम्हा गुलामांना बोलवायला तिथे कॉल बटन आहे. आणखी काय सोयी हव्यात तुला?''

लॅरीची नजर आपोआपच ती दाखवत होती त्या वस्तूंवर जात होती. आणि अचानक तिला नाईटस्टँडवर ठेवलेला टेलिफोन दिसला! हे आपल्या आधीच लक्षात

यायला हवं होतं, तिनं मनात म्हटलं. आणि त्या ऑर्डर्लीनंही हे सांगितलं होतं. मोठ्या निग्रहानं तोंड घट्ट मिटून ती कोपरांवर रेलली आणि हळू हळू, एका वेळी एकच गोष्ट करत त्या मोठ्या बेडवर सरकत जाऊन पडली.

"शाबास. आता कसं?" जॅझनं म्हटलं.

लॉरी त्या बेडवर गेल्याबरोबर जॅझनं तिच्या जखमेतून आलेली ती ट्यूब आणि उपकरण हलवून नीट ठेवलं. पायाशी ठेवलेलं पांघरूण तिनं लॉरीच्या छातीपर्यंत घातलं, मग तिनं लॉरीचा रक्तदाब आणि नाडी पाहिली. हे करत असताना लॉरी तिच्याकडे बारकाईनं पाहात होती. ती लॉरीच्या नजरेला नजर भिडवायचं टाळत होती.

"ओके." शेवटी तिच्या नजरेला नजर भिडवत जॅझनं म्हटलं आणि बेडचा कठडा खाडदिशी वर केला. "सगळं काही ठीक दिसतंय. फक्त तुझी नाडी जरा जास्त जोरात आहे. मी आता काऊंटरवर जाते आणि तुझ्यासाठी काय काय सांगितलंय ते बघते. तुला गरज पडेल त्याप्रमाणे घ्यायला काही ना काही वेदनाशामक औषध दिलं असेल. तुला ते आत्ता हवंय, का आत्ता त्याची गरज वाटत नाहीये?"

जॅझच्या बोलण्यात किंवा वागण्यात कुठेही, माणसात आढळणारी किमान सहृदयता, प्रेम लॉरीला जाणवत नव्हतं. लॉरीनं फोन करण्यासाठी जे वारंवार सांगितलं होतं तिकडे तिनं दुर्लक्ष केलं होतं ही एक गोष्ट सोडली, तर तिच्या बोलण्या-वागण्यात बोट ठेवावं असं काही नव्हतं. पण तिच्या संपूर्ण व्यक्तिमत्त्वातच एक कमालीची निर्ममता, कोरडेपणा मात्र लॉरीला सतत जाणवत होता. आधीच लॉरी प्रचंड भेदरलेली असल्यामुळे या गोष्टीनं तिच्या भीतीमध्ये प्रचंड भर पडली. नर्सच्या वेषात असली बाई लॉरीनं कधीच पाहिलेली नव्हती.

"काय झालं, बोलती बंद का झाली?" जॅझनं कोरडं स्मित करत विचारलं. तिनं आपले हात पसरले. "अर्थात, तू बोलणार नसलीस तर त्याला मी काय करणार? आणि खरं म्हणजे तू बोलली नाहीस तर माझं काम आणखी सोपं होईल. तरीपण माझी गरज भासली तर ते बटन दाब. पण मी लगेच येईनच असं मात्र नाही. कदाचित त्यावेळी मी दुसऱ्या एखाद्या पेशंटशी बोलत असेन."

एकदा लॉरीकडे बघत बेदरकार हसून जॅझ निघून गेली.

जपून हालचाली करत लॉरीनं कठड्याच्या वरून हात लांबवून फोन उचलला. यामुळे तिच्या पोटाच्या स्नायूंवर पुन्हा ताण पडला आणि ती पुन्हा वेदनेनं कळवळली. तरीसुध्दा तोंड घट्ट दाबून वेदना जिरवत तिनं तो फोन कसाबसा नाईट स्टँडवरून उचलून बेडवर आणून ठेवला. फोन जवळ घेऊन ती मनातली भीती, काळजी, औषधांचे परिणाम या साऱ्यांमधून वाट काढत जॅकचा सेलफोनचा नंबर आठवू लागली. यात दोन क्षण गेले, पण लगेच तो तिला आठवला. लगेच तिनं रिसीव्हर उचलून कानाला लावला.

आणि तिच्या काळजाचा ठोकाच चुकला. फोनला डायल टोनच नव्हता! तिनं भयंकर घाबरून जाऊन फोनचं डिस्कनेक्टचं बटन भराभरा दाबलं; काही तरी बिघाड असेल म्हणून फोन हलवून बघितला पण फोन साफ डेड होता! आता मात्र जिवाच्या आकांतानं तिनं नर्सला बोलवायला कॉल बटन दाबायला सुरुवात केली; आणि ती दाबतच राहिली.

डॉक्टर हेन्री वू चीही आपल्याला वाट बघावी लागेल हे मात्र जॅकच्या डोक्यातच आलं नव्हतं. शर्लेबरोबर तो डॉक्टर वू ला भेटायला गेला, तेव्हा डॉक्टर वू चं एक कॅथेटरायझेशनचं काम चाललेलं होतं. पुन्हा जॅकला थांबणं भाग पडलं आणि तो येरझाऱ्या घालत फिरू लागला. मधूनच तो अत्यंत अस्वस्थपणे घड्याळात बघत होता. शर्ले मात्र शांतपणे एका जागी उभी होती. जॅकचा अस्वस्थपणा लक्षात येत असल्याचं फारसं काही चिन्ह तिच्या चेहऱ्यावर तरी दिसत नव्हतं.

शेवटी जवळजवळ पहाटे तीन वाजता डॉक्टर वू काम संपवून बाहेर आला. त्यानं हातातले लॅटेक्सचे ग्लोव्हज आणि चेहऱ्यावरचा मास्क उतरवला. गोल गरगरीत असलेल्या या कोरियन माणसाची त्वचा अत्यंत नितळ होती आणि त्यानं आपले काळेभोर केस बारीक कापलेले होते. शर्लेनं त्या दोघांची ओळख करून दिल्याबरोबर त्यानं जॅकशी जोरजोरात शेकहँड केला. शर्लेनं त्याला त्या लहानशा ईकेजी च्या ट्रेसिंगबद्दल सांगितलं. जॅकनं लगेच ती पट्टी आणि सॉब्झिकच्या चार्टमधलं पान त्याला दिलं.

''आय सी, आय सी.'' ती पट्टी निरखून बघून हेन्रीनं हसतमुखानं जॅककडे पाहिलं. ''इंटरेस्टिंग. ही एवढीच ट्रेसिंगची पट्टी आहे?''

''हो.'' जॅकनं मग पुन्हा एकदा ती सगळी हकिगत त्याला थोडक्यात सांगितली. ''तुम्ही नुसता अंदाज केलात तरी चालेल, कारण हा रोगी तर केव्हाच मेलाय. त्यामुळे तुमचा अंदाज चुकला तरी कुणाचं काही बिघडण्याचा प्रश्न नाही.''

''इतक्या थोड्या माहितीवरून आणि या एवढ्याशा ट्रेसिंगवरून काही सांगणं चांगलं नव्हे.'' हेन्रीनं पुन्हा एकदा ते ट्रेसिंग काळजीपूर्वक बघत म्हटलं. त्यानं मान वर करून शर्लेकडे पाहिलं. ''डॉक्टर मेरँड, तुम्ही काय अर्थ काढलात यावरून?''

शर्लेनं मग जॅकला त्याच त्या क्लिष्ट भाषेत मघाशी जे सांगितलं होतं तेच पुन्हा हेन्रीला सांगितलं. हेन्री मधूनच मान डोलावत होता.

''मग हे असे बदल कशामुळे झाले असतील असं वाटतं तुम्हाला?'' तिचं सांगून झाल्यावर हेन्रीनं विचारलं.

''सांगते.'' शर्लेनं म्हटलं. ''हृदयाची कंडक्शन सिस्टिम खालावत चालली असावी. कदाचित याचा अर्थ असा असू शकेल, की हृदयाच्या वरच्या कप्प्यांमधल्या

स्नायुतंतूंमधल्या ज्या पेशी असतात, त्यांचे सोडियम पंप काम करेनासे झाले किंवा त्यांच्यावर नको इतका ताण पडला आणि त्यामुळे तिथल्या कोमल पडद्यांना मोठी इजा झाली.''

जॅक पुन्हा मनातल्या मनात चरफडला. त्याला आता भडकून काही तरी बोलावंसं वाटू लागलेलं होतं. शर्लेनं हे सगळं इतक्या तांत्रिक आणि क्लिष्ट भाषेत सांगितलेलं होतं, की त्याला एकदम मेडिकल कॉलेजमधल्या ऐकलेल्या कंटाळवाण्या लेक्चर्सची आठवण झाली. आधीच कॉफीमुळे तो भयंकर अस्वस्थ होता, शिवाय तिकडे लॉरी गेले अडीच-तीन तास एकटी होती, तीही काळजी त्याला पोखरत होती. तो आता संतापून काही तरी बोलणार, एवढ्यात त्याचेच शब्द जणू हेन्रीनं उच्चारले, पण खूपच जास्त शांतपणे.

''मला वाटतं डॉक्टर स्टेपलटनना काय झालं यापेक्षा ते कसं आणि कशामुळे झालं, यात जास्त इंटरेस्ट आहे. बरोबर ना, डॉक्टर?''

जॅकनं जोरजोरात मान डोलावली.

''ओके. अं...'' आडून आडून समज दिलेली शर्लेच्या लक्षात आलेली होती आणि तिला जरा लाजल्यासारखंच झालं. ''या प्रकारचे परिणाम करणारी अनेक औषधं आहेत. त्यातही हृदयाच्या अनियमित ठोक्यांवरच्या उपचारासाठी जी औषधं आहेत, ती जास्त प्रमाणात घेतली तरी हे होऊ शकतं. पण माझं मत असं आहे, की शरीरातला विशेषत: पोटॅशियम किंवा कॅल्शियमसारख्या इलेक्ट्रोलाईटचा समतोल अचानक आणि बऱ्याच मोठ्या प्रमाणात बिघडल्यामुळे हा प्रकार झाला असावा. या पेक्षा आणखी काही सांगणं शक्य नाही मला.''

''शाबास. अगदी बरोबर बोललात.'' डॉक्टर हेन्री वू नं खूष होऊन म्हटलं आणि ती ट्रेसिंगची पट्टी आणि तो कागद जॅकच्या हातात परत दिला.

शर्लेच्या बोलण्यावर विचार करत जॅकनं ते दोन्ही कागद हातात घेतले. तिनं नवीन काहीच सांगितलेलं नव्हतं, पण तिनं अचानक बिघडलेल्या इलेक्ट्रोलाईट्सच्या समतोलाबद्दल जे सांगितलं होतं, त्यावरून जॅकच्या डोक्यात एक विचार आला. या सगळ्या मृत्यूंमध्ये पोटॅशियमचा संबंध असण्याची शक्यता त्यानं आणि बाकी सगळ्यांनीच फेटाळून लावली होती. याचं कारण असं, की मृताच्या शरीरातली पोटॅशियमची पातळी नॉर्मल होती, असं लॅबोरेटरीनं सांगितलेलं होतं, त्यानं मनात म्हटलं. पण आता विचार करताना लक्षात येतंय, की लॅबोरेटरीनं जी पोटॅशियमची पातळी नॉर्मल सांगितली होती, ती मृत्यूनंतरची होती. मृत्यूनंतर पोटॅशियमची शरीरातली पातळी एकदम खूप वाढते, कारण शरीरात प्रत्येक पेशीत भरपूर पोटॅशियम साठवलेलं असतं आणि ते शरीरात एका खास व्यवस्थेमार्फत इकडून तिकडे नेलं जात असतं. मृत्यू झाला की लगेच ही वाहून नेण्याची क्रिया थांबते आणि

सगळ्या पेशींमधलं पोटॅशियम ताबडतोब बाहेर पडतं. त्यामुळे मृत्यूपूर्वी जर एखाद्या माणसाच्या शरीरात मोठ्या प्रमाणात इंजेक्शनवाटे पोटॅशियम टोचलं गेलं, तर ते मृत्यूनंतर शरीरातून सुटलेल्या पोटॅशियममुळे झाकलं जाणार, हे उघड आहे. याचाच अर्थ असा, की कुणाला जर रोग्यांना असं छुप्या पद्धतीनं मारायचं असेल, तर त्यासाठी यासारखा बेमालूम मार्ग नाही!

''तुम्हाला जर आणखी पुढचं ईकेजीचं ट्रेसिंग मिळालं, तर आम्हाला सांगा.'' डॉक्टर हेन्री वू सांगत होता. ''कदाचित आणखी छातीठोकपणे आम्ही सांगू शकू.''

''हो, आणखी एक गोष्ट विचारायची राहून गेली.'' जॅकला त्या कागदाच्या मागे चिकटलेल्या लॉरीच्या दोन चिठ्ठ्या एकदम दिसलेल्या होत्या. ''ही लॅबोरेटरीतली तपासणी नेमकी काय आहे हे सांगता येईल तुम्हा दोघांपैकी कुणाला?'' त्यानं ती 'एमएएसएनपी' लिहिलेली चिठ्ठी काढून हेन्रीला दिली. हेन्रीनं ती चिठ्ठी वाचून नकारार्थी मान हलवली. त्यानं ती शर्लेला दाखवल्यावर तिनंही खांदे उडवून मान हलवली.

''नाही.'' हेन्रीनं चिठ्ठी जॅकला परत देत म्हटलं. ''पण आमच्या लॅब सुपरवायझरला कदाचित सांगता येईल. डेव्हिड हॅन्कॉक त्याचं नाव.'' त्यानं पलीकडे जेमतेम वीस फुटांवर असलेल्या एका दाराकडे बोट दाखवलं. ''ती तिथे लॅब आहे आमची. आणि आज डेव्हिड तिथे आत आहे, हे मला माहितेय. थोड्याच वेळापूर्वी आम्ही भेटलो होतो.''

जॅकनं ती चिठ्ठी पानामागे त्या दुसऱ्या चिठ्ठीशेजारी परत चिकटवली.

''मला 'एमएएसएनपी' ही तपासणी काय आहे ते माहीत नाही, पण मला 'एमईएफ २ ए' म्हणजे काय, ते मात्र माहितेय.'' जॅक ती चिठ्ठी चिकटवत असताना हेन्रीला त्या दुसऱ्या चिठ्ठीवर लिहिलेला शब्द दिसलेला होता.

''असं?'' जॅकनं कान टवकारले. हा चमत्कारिक शॉर्टफॉर्म लॉरीनं कुठून मिळवला हे सुध्दा त्याला माहीत नव्हतं. तो मनात विचार करत होता, की एवढा वेळ गेलाच आहे, तर या हॅन्कॉकची भेट लगेच झाली तर पाहावी.

''हा एक जीन आहे.'' हेन्रीनं सांगितलं. ''तो एक प्रोटीन तयार करतो. आणि हे प्रोटीन अशा एका विशिष्ट घटनाक्रमाचं नियंत्रण करतं, की जो हृदयरक्तवाहिन्यांच्या आतल्या बाजूचं आवरण उत्तम परिस्थितीत ठेवतो.''

''अस्सं.'' जॅकनं विचारमग्न अवस्थेत उत्तर दिलं. आता या माहितीचा लॉरीच्या हत्यासत्राशी काय संबंध असेल, असा तो विचार करत होता. ''मग 'पॉझिटिव्ह एमईएफ २ ए' चा अर्थ काय असेल?''

''हं, हा प्रकार मात्र दिशाभूल करणारा आहे. लॅबवाले लोक जेव्हा 'पॉझिटिव्ह एमईएफ २ ए' लिहितात, तेव्हा त्यांना म्हणायचं असतं, की 'एमईएफ २ ए च्या

म्युटेटेड स्वरूपासाठी पॉझिटिव्ह'. म्हणजे याचा प्रत्यक्षात अर्थ असा, की असा 'पॉझिटिव्ह एमईएफ २ ए' असलेली व्यक्ती शरीरात मी मघाशी सांगितलेलं जे प्रोटीन तयार करत असते ते सदोष असतं आणि त्यामुळे त्या व्यक्तीला केव्हा तरी हृदयरक्तवाहिनी रोग होण्याची खूप जास्त शक्यता असते. मी आत्ताच ज्याची अँजिओग्राफी आणि कॅथेटरायझेशन केलं, तो रोगी असा 'पॉझिटिव्ह एमईएफ २ ए' वाला आहे. त्याला हा कॉरोनरी आर्टरी डिसीझ होऊ नये म्हणून आम्ही त्याच्या शरीरातलं एल डी एल कोलेस्टेरॉल कमीत कमी पातळीवर ठेवलं तरीसुध्दा त्याला कॉरोनरी आर्टरी डिसीझ व्हायचा तो झालाच.''

''अस्सं. एनी वे, या सगळ्या माहितीचा खूप उपयोग होईल'' जॅकनं म्हटलं. कुठे आणि कसा उपयोग होईल हे अजून त्याला स्वत:लाच सांगता येत नव्हतं. मॅनहटन जनरलमध्ये परत गेल्यावर लॉरीला विचारलं पाहिजे, की हे दोन शॉर्टफॉर्म तुला कुठे मिळाले आणि मग आत्ता आपल्याला समजलेली माहिती तिला सांगावी.

हेन्री वू आणि शर्लेचे आभार मानून जॅक लगेच लॅबोरेटरीच्या दाराकडे निघाला. आता हा हॅन्कॉक जागेवर लगेच भेटला म्हणजे मिळवली, त्यानं मनात म्हटलं आणि घड्याळात पाहिलं – तीन वाजून बावीस मिनिटं! त्याची काळजी आणखी वाढली.

जॅझ गेल्यापासून लॉरीनं निदान पंचवीस वेळा ती कॉल बेल दाबली होती, पण तिच्याकडे कोणीही आलं नव्हतं. जॅझ असं मुद्दाम करत असावी हे तिच्या लक्षात आलं. कारण तिनं जातानाच तसं म्हटलं होतं. कॉल बटनावर ठेवलेल्या आपल्या हाताकडे लॉरीनं बघितलं. तो थरथर कापत होता.

तिच्या चिंतांमध्ये आणखी भर टाकण्यासाठीच की काय, या बेडवर सरकत येऊन टेलिफोन उचलल्यानंतर तिच्या ऑपरेशनच्या जागेचं दुखणं आणखी वाढलेलं होतं. आधी तिला फक्त हालचाल केल्यावर दुखत होतं, पण आता ते सारखंच दुखत होतं. काही तरी वेदनाशामक औषध घ्यायला हवं असं तिला वाटत होतं, पण त्या औषधाच्यामुळे येणाऱ्या गुंगीचा विचार करून ती ते घ्यायला तयार नव्हती. सध्याच्या परिस्थितीत तिला काहीही झालं तरी आपली स्थिती आणखी नाजूक होऊ द्यायची नव्हती. निदान जॅक येईपर्यंत तरी कुठल्याही गुंगीच्या आधीन होऊन चालणार नाही, असं ती स्वत:ला पुन्हा पुन्हा बजावत होती.

आता उभं राहून काय होतं ते बघू या, असा विचार लॉरीच्या मनात बळावत असतानाच आणखी एक वेगळीच नर्स घाईघाईनं रूममध्ये आली. ती जॅझपेक्षाही आणखी काळी वाटत होती आणि तिनं आपले लांबलचक, काळेभोर, सरळ केस एका क्लिपनं बांधलेले होते. तिच्या हातात एक मोठा ट्रे होता आणि त्या ट्रे मध्ये असलेल्या कप्प्यांमध्ये ब्लड ट्यूब, सिरिंज वगैरे गोष्टी ठेवलेल्या होत्या.

''लॉरी मॉंटगोमेरी?'' त्या नर्सनं खिशातून एक फॉर्म काढून त्यावरचं वाचत विचारलं.

''हो.'' लॉरीनं म्हटलं.

''तुमच्या रक्ताच्या गोठण्याच्या क्रियेचा अभ्यास करण्यासाठी मला तुमचं थोडं रक्त काढून घ्यावं लागेल.'' त्या नर्सनं हातातला ट्रे लॉरीच्या बेडवर तिच्या पायांपाशी ठेवला, त्यातून योग्य त्या रंगाच्या सँपल ट्यूब घेतल्या आणि टर्निकेट हातात घेऊन ती लॉरीच्या कडेला आली.

''मला एक टेलिफोन हवाय.'' लॉरीनं म्हटलं. ती नर्स लॉरीचा हात उचलून तिच्या नसा शोधू लागली. ''या इथे जो फोन आहे, तो बंद आहे.''

''त्या बाबतीत मी काहीच करू शकणार नाही.'' त्या नर्सनं म्हटलं. तिला लॉरीची तिला हवी तशी एक नस मिळाली आणि तिनं टर्निकेट बांधलं. ''मी लॅब असिस्टंट आहे.''

लॉरी तिला आपली अडचण सांगणार, इतक्यात तिला त्या नर्सच्या नावाचा बिल्ला दिसला: कॅथलिन चौधरी! हेही नाव रॉजरच्या याद्यांमध्ये वाचल्याचं लॉरीला तत्क्षणीच आठवलं. म्हणजे जॅझसारखी ही बयासुध्दा लोकांना मारत असू शकेल!

लॉरीनं हिसका मारून आपला हात कॅथलिनच्या हातातून सोडवून घेतला. कॅथलिन एकदम दचकली, पण तिनं लगेच स्वत:ला सावरलं. ''शांत व्हा!'' तिनं म्हटलं. ''मला फक्त तुमचं अगदी थोडं रक्त काढून घ्यायचंय.''

''मी नाही कुणाला माझं रक्त काढू देणार!'' लॉरीनं ठाम स्वरात म्हटलं. तिला आता प्रत्येकच माणूस आपल्या जिवावर उठला असल्याची शंका यायला लागलेली होती.

''तुमच्या डॉक्टरनं या तपासण्या करायला सांगितल्या आहेत.'' कॅथलिननं तिला समजावलं. ''आणि त्या तुमच्याच भल्यासाठी आहेत. फक्त एक सेकंद लागेल मला. आणि तुम्हाला अजिबात दुखणार नाही. माझा हात एकदम हलका आहे.''

''मी माझं रक्त काढू देणार नाही!'' लॉरीनं निक्षून सांगितलं. ''आय ॲम सॉरी. त्यासाठी माझं मन वळवण्याचा प्रयत्न करणंसुध्दा निरर्थक आहे.''

''ओके. ठीक आहे.'' कॅथलिननं हात उडवत म्हटलं. ''मला काय, मला हे बाकीच्या नर्सेसना सांगावंच लागेल.''

''हं, तसंच करा.'' लॉरीनं म्हटलं. ''आणि त्यांना सांगायला जाल तेव्हा त्यातल्या एकीला तरी इथे ताबडतोब यायला सांगा.''

कॅथलिननं त्राग्यानं हातातल्या सगळ्या ट्यूब ट्रेमध्ये टाकून दिल्या आणि ती निघून गेली.

पुन्हा एकदा त्या निद्रिस्त हॉस्पिटलमधली जडशील शांतता लॉरीच्या अंगावर चाल करून आली. आता तिला आपलं डोकं ठिकाणावर आहे की नाही, याचीच शंका येत होती. ही नावं खरंच रॉजरच्या यादीत होती, का हे फक्त माझ्या मनाचे खेळ आहेत? कोण जाणे. पण एक गोष्ट मात्र नक्की, की जॅक आल्याबरोबर आधी इथून बाहेर पडायचं!

लॉरीनं आता काहीही हालचाल केली, तरी तिच्या पोटाच्या स्नायूंवर ताण पडून तिला भयंकर वेदना होत होत्या. त्या सहन करण्याची जास्तीत जास्त मानसिक तयारी करून ती हळूहळू खाली, बेडच्या पायथ्याकडे सरकू लागली. तिला कठड्यांपलीकडे जाऊन मग उठून उभं राहण्याचा प्रयत्न करायचा होता. हळूहळू ती खाली सरकत असतानाच जॅझ आत आली.

''हळू.'' जॅझनं म्हटलं. ''कुठे चालला आहात आपण?''

लॉरीनं तिच्याकडे तुच्छतेनं पाहिलं. ''मी कॉल बटन दाबल्यावर इथे येईल अशी एखादी नर्स मिळते का ते बघायला.''

''हे बघ,'' जॅझनं म्हटलं. ''या मजल्यावर तू एकटीच पेशंट नाहीस आणि तू फारशी आजारीही नाहीस. कोणत्या पेशंटकडे किती लक्ष केव्हा द्यायचं, हे आम्हाला ठरवावं लागतं. तू जर मिनिटभर विचार केलास तर हे तुलाही समजेल. बरं, तुला काय हवंय, पेन किलर्स हवेत का?''

''मला टेलिफोन हवाय.'' लॉरीनं म्हटलं. ''इथला फोन चालत नाहीये.''

''फोनची दुरुस्ती करण्याचं काम कम्युनिकेशन डिपार्टमेंटमधले लोक करतात आणि ते फक्त दिवसा असतात. ही नर्सिंगची रात्रपाळी आहे. ही असली कामं करायला आमच्याकडे वेळ नसतो.''

''माझं सामान कुठाय?'' लॉरीनं विचारलं. आपला सेलफोन हातात आला तर सगळे प्रश्न कसे चुटकीसरशी सुटतील, तिनं मनात म्हटलं.

''ते ऑपरेशनच्या लोकांनी ठेवलं असणार.''

''मग मला ते सगळं ताबडतोब इथे हवंय. आत्ताच्या आत्ता.''

''फार कटकट करतेस तू.'' जॅझनं थट्टेनं म्हटलं. ''एकसारखं काही ना काही मागत असतेस. पण एक प्रॉब्लेम आहे. ऑपरेशनच्या डिपार्टमेंटला आत्ता प्रचंड काम आहे. त्यामुळे आम्हालाही भरपूर काम पडणार आहे. त्यांना वेळ मिळाला की तुला तुझं सामान मिळेल. आता मला जाऊ दे, खूप काम आहे इथे.''

''थांब!'' जॅझ बाहेर पडण्याआधीच लॉरी किंचाळली. जॅझ पुन्हा मागे वळली. ''ही आय व्ही काढ.''

''सॉरी.'' जॅझनं नकारार्थी मान डोलावत म्हटलं. ती पुन्हा लॉरीजवळ आली आणि लॉरीच्या काखांमध्ये हात घालून तिनं तिला काय होतंय ते कळायच्या आत

तिच्या मूळच्या जागेवर आणलं. लॉरी वेदनेनं कळवळली, पण जॅझच्या अंगातल्या ताकदीचं मात्र तिला नवल वाटलं. ''तुला जेव्हा इमर्जन्सी रूममध्ये आणलं, तेव्हा तू शॉकमध्ये गेलेली होतीस.'' जॅझनं म्हटलं. ''तू पुन्हा शॉकमध्ये गेलीस तर तुला आय व्ही द्यावं लागेलच. तुझ्या अंगात काहीतरी द्रवपदार्थ जायला हवेत, शिवाय तुला आणखी रक्तही लागू शकेल.''

''पण ही काढून दुसरी आय व्ही सुध्दा घालता येईल.'' लॉरीनं म्हटलं. ''तू ही आय व्ही काढून टाक. तू काढणार नसलीस तर मीच काढेन ती.''

जॅझनं तिच्याकडे क्षणभर निरखून पाहिलं. ''भारीच दिसतेस तू. पण तुला ती आय व्ही बाहेर काढायला फार त्रास पडेल. ती आय व्ही जिथे तुझ्या शरीरात घुसलीय ना, त्या जागी त्या बँडेजखाली तिला टाके घालून घट्ट बसवून टाकलंय. त्यामुळे तू ती उपटून काढलीस तर तिथे मोठी जखम होईल.''

''मला माझ्या डॉक्टरला फोन करायला हवाय.'' लॉरीनं निग्रहानं म्हटलं. ''नाही, तर मी मला काय वाटेल ते झालं तरी ती ही आय व्ही इथून उपटून काढणार आहे आणि सरळ या खोलीतून चालत बाहेर निघून जाणार आहे.''

जॅझच्या चेहऱ्यावर मघाचंच ते निर्लज्ज, उद्दाम हसू पुन्हा आलं. ''काय बाई आहेस तू! नुकतीच तू रक्तस्त्रावानं जवळजवळ मेली होतीस असं वाचलं मी आणि आता तू मला हुकूम सोडतेस! त्यापेक्षा मी असं करते, मी डॉक्टरला फोन करते आणि तू जे मला सांगितलंयस तेच नीट सांगते. चालेल?''

''ते मी स्वत:च केलेलं जास्त चांगलं.''

''हो, पण एक तर तुझा इथला फोन अजून सुरू झालेला नाही. मीच फोन करते, सगळं काही सांगते – तू तुझं रक्त तपासणी करायला काढू दिलं नाहीस तेही सांगते आणि लगेच परत येते. चालेल का आता तरी?''

''ठीक आहे, निदान तेवढं तरी कर.''

जॅझ निघून गेली. लॉरीनं डोकं उशीवर टेकवलं. तिचा बेड डोक्याकडून बऱ्यापैकी वर उचललेला होता, त्यामुळे तिला बसतं राहाणंच भाग होतं. तिला कानशिलांमध्ये हृदयाचे ठोके जोरजोरात पडत असलेले जाणवत होते, तिच्या ऑपरेशनच्या जखमेच्या वेदना आणखी वाढलेल्या होत्या आणि त्यातच आता ही आणखी एक नवीन काळजी तिला वाटू लागलेली होती: आपण हालचाल करताना काही टाके तर उपसले गेले नसतील? तिच्या मनातली भीती, काळजी तर आता थैमान घालू लागलेली होती. शांत होण्यासाठी तिनं एक मोठा थोरला श्वास घेऊन जोरात सोडून दिला. तिनं डोळेही मिटून घेतले. आपण जॅकशी फोनवरून बोलणं आणि जॅझनं लॉराशी फोनवरून बोलणं यांची आपल्या दृष्टीनं खरं तर तुलनाच होऊ शकत नाही, पण ठीक आहे, निदान तेवढं तर तेवढं!

तेवीस

पुन्हा एकदा जॅकच्या लक्षात आलं, की गोष्टी आपल्याला हव्या तशा होत नाहीयेत. डेव्हिड हॅन्कॉक म्हणे लंचला गेलेला होता, पण कोणत्याही क्षणी परत येणार होता. आधी हे ऐकल्यावर जॅकला हसूच आलं – एवढ्या रात्री कोणी 'लंच' करतं का? पण मग त्याच्या लक्षात आलं, की रात्रपाळीत काम करणाऱ्या लोकांचं जगच उलटं असत. त्यांच्या लेखी 'जेवणा'चा अर्थ लंच – मग भले घड्याळात किती का वाजले असेनात!

डेव्हिड हॅन्कॉक येईपर्यंत जॅक तिथेच येरझाऱ्या घालत थांबला. शिडशिडीत बांध्याचा हा उंच माणूस मूळचा नेमका कुठला असावा हे लगेच लक्षात येत नव्हतं. डोक्यावरच्या विरळ झालेल्या केसांची भरपाई म्हणूनच की काय, त्यानं हनुवटीवर दाढी राखलेली होती. तीही बरीच पिकलेली होती. शिवाय दाढीला साजेशा मिशाही होत्या. त्यामुळे हा माणूस पूर्वीच्या कथा-कादंबऱ्यांमधल्या एखाद्या दुष्ट पात्रासारखा दिसत होता. जॅकचं बोलणं त्यानं एक शब्दही न बोलता ऐकून घेतलं आणि मग त्याच्या हातातून ती लॉरीची चिठ्ठी घेऊन वाचली. वाचताना तो मधूनच दातांच्या फटीतून 'स्स' असा आवाज काढत होता.

''ही लॅबमधली तपासणी आहे अशी खात्री आहे तुमची?'' त्यानं विचारलं.

त्याबरोबर आपल्याला चटकन उत्तर मिळेल अशा जॅकच्या अपेक्षांवर एकदम थंडगार पाणी पडलं. ''बऱ्यापैकी खात्री आहे.'' हॅन्कॉकनं हातातून ती चिठ्ठी घ्यायला हात पुढे करत त्यानं म्हटलं.

पण हॅन्कॉकनं ती चिठ्ठी धरलेला हात मागे घेतला. अजूनही तो त्या चिठ्ठीकडेच

बघत होता. ''ही लॅबमधली तपासणी आहे असं तुम्हाला का वाटलं?''

''बऱ्याच काही रोग्यांच्या चार्ट्समध्ये ऑपरेशनपूर्वी करायच्या गोष्टींमध्ये हे लिहिलेलं होतं.'' जॅकनं मधूनच अस्वस्थपणे दाराकडे कटाक्ष टाकत म्हटलं.

''पण मग ते रोगी या हॉस्पिटलमधले नक्कीच नसणार.''

''नाही,'' आता इथून सरळ बाहेर पडावं का, असा विचार करत जॅकनं अस्वस्थपणे म्हटलं. ''हे रोगी मॅनहटन जनरल हॉस्पिटल आणि क्वीन्समधल्या सेंट फ्रान्सिस हॉस्पिटलमधले होते.''

''ओ हो!'' हॅन्कॉकनं हेटाळणीनं म्हटलं. ''दोन्ही हॉस्पिटल्स अमेरिकेअरची!''

जॅकला आश्चर्याचा धक्का बसला. काही क्षण तो त्याच्याकडे बघतच राहिला. ''तुमच्या आवाजात नाराजी दिसतेय.''

''हो, आहेच.'' हॅन्कॉकनं जरा जोरातच म्हटलं. ''स्टेटन आयलंडमध्ये माझी बहीण असते आणि तिची तब्येत बिघडली होती. अमेरिकेअरनं तिला नुसते इकडून तिकडे खेटे मारायला लावलेत. अजूनही तिचं काम झालेलं नाही. या लोकांच्या दृष्टीनं हा फक्त धंदा आहे. रोगी, त्यांची शुश्रूषा वगैरेशी त्यांना काहीही देणं घेणं नसतं.''

''मलाही एका वेगळ्या संदर्भात त्यांच्यामुळे खूप त्रास सोसावा लागलाय.'' जॅकनं म्हटलं. ''आपण परत भेटू तेव्हा नक्कीच या विषयावर बोलू. पण या क्षणी तरी मला फक्त एमएएसएनपी ही कसली तपासणी आहे, तेवढंच सांगा.''

''अं, खरं म्हणजे ते मलाही शंभर टक्के खात्रीनं सांगता येणार नाही, हे मला कबूल केलंच पाहिजे.'' हॅन्कॉकनं म्हटलं. ''पण माझ्या अंदाजानं ती मेडिकल जेनॉमिक्सशी संबंधित असावी.''

जॅकला आणखी एक धक्का बसला. आजचा आपला दिवसच वाईट दिसतो, त्यानं मनात म्हटलं. आत्ताच त्या शर्लेनं आपल्याला आपल्या वयाची जाणीव करून दिली आणि आता हा डेव्हिड हॅन्कॉक आपलं ज्ञानही जुनाट झाल्याचं दाखवून देणार बहुतेक! मेडिकल जेनॉमिक्सशी त्याचा संबंध होता, पण त्याचं ज्ञान फोरेन्सिक्स मध्ये लागणारे मार्कर ओळखण्यापुरतंच मर्यादित होतं. संपूर्ण मानवी जेनोमची रचना समजलेली असल्यामुळे ज्ञानाच्या या अगदी नवीन शाखेत प्रचंड वेगानं प्रगती होतेय, याची मात्र त्याला तितकीशी कल्पना नव्हती.

''माझा अंदाज असा आहे, की यातली 'एमए' ही अक्षरं म्हणजे मायक्रो ॲरे. हे जीन्सच्या ओळखीच्या संदर्भातलं एक अतिप्रगत तंत्रज्ञान आहे.'' हॅन्कॉकनं म्हटलं.

''हो का?'' जॅकनं जणू आपण त्या गावचेच नसल्यासारखं विचारलं. डेव्हिड हॅन्कॉक जे सांगत होता, त्याचा संबंध हेन्री वू नं 'पॉझिटिव्ह एमईएफ २ ए' बद्दल

जे सांगितलं होतं त्याच्याशी होता, हे जरी खरं असलं, तरी जॅकला आता भयंकर लाजल्यासारखं झालेलं होतं.

"तुमचा चेहरा असा विनोदी का दिसतोय, डॉक्टर?" हॅन्कॉकनं विचारलं. "मायक्रो ॲरे म्हणजे काय हे माहितेय ना तुम्हाला?"

"खरं म्हणजे, नाही." जॅकनं कबूल करून टाकलं.

"मग सांगतो. मायक्रो ॲरे म्हणजे मायक्रोस्कोपच्या स्लाईडला लावलेला, जणू एखाद्या बुध्दिबळाच्या पटासारख्या दिसणाऱ्या चौकटींचा एक पट असतो आणि त्यामध्ये वेगवेगळ्या प्रकारच्या, पण माहीत असलेल्या डीएनए सिक्वेन्सेस असलेले छोटे छोटे ठिपके असतात आणि असे हजारो ठिपके असतात. ते हजारो जीन्सच्या एक्स्प्रेशनबद्दल माहिती देतात."

"खरं म्हणता?" जॅकनं म्हटलं आणि लगेच जीभ चावली. हे म्हणजे आपल्या अज्ञानाची कबुलीच देण्यापैकी झालं!

"पण तुम्ही सांगताय ती तपासणी जीन्सच्या एक्स्प्रेशनची आहे की नाही, याबद्दल मला शंका आहे."

"असं?" जॅक पुटपुटला.

"हो. मला तरी तसं वाटत नाही. माझ्या अंदाजे 'एसएनपी' म्हणजे सिंगल न्युक्लिओटाईड पॉलिमॉर्फिझम, असं असावं. सिंगल न्युक्लिओटाईड पॉलिमॉर्फिझम चा अर्थ तुम्हाला माहीतच असेल – म्हणजे मानवाच्या जीनमधलं पॉइंट म्युटेशन. तुम्हाला हेही माहित असेल की मानवाच्या जेनोममधले असे हजारो एसएनपी आता इतक्या नेमकेपणानं लक्षात आले आहेत, की त्यांचा अशा म्युटेटेड जीन्सशी संबंध जोडता येतो, की जे एका पिढीकडून दुसऱ्या पिढीकडे जातात. अशा या संबंध जोडलेल्या एसएनपीजना 'मार्कर्स' असं म्हणतात. म्हणजे निर्देशक. थोडक्यात, एसएनपी म्हणजे एखाद्या सदोष जीनचे निर्देशक."

आता मात्र जॅकच्या डोक्यात लख्ख प्रकाश पडला. हॅन्कॉकनं जे सांगितलं ते सगळंच काही त्याला समजलेलं नव्हतं, पण एक साधारण चित्र मात्र त्याच्या डोळ्यांपुढे आलेलं होतं. थरथरत्या हातानं त्यानं सॉब्झिकच्या चार्टमधला तो कागद बाहेर काढला, त्याच्या घड्या जरा सरळ केल्या आणि तो हॅन्कॉकपुढे धरला. त्याच्याबरोबरच लॉरीची ती दुसरी चिठ्ठीही त्याच्या हातात आली. तीही त्यानं हॅन्कॉकला दिली. "मग हा एखाद्या एमएएसएनपी चा निष्कर्ष असू शकेल?" त्यानं प्रचंड उत्सुकतेनं विचारलं.

डोकं खाजवत डेव्हिड हॅन्कॉकनं ती चिठ्ठी वाचली. "पॉझिटिव्ह एमईएफ २ ए." त्यानं मोठ्यानं म्हटलं. "काही तरी आठवतंय." डोळे बारीक करून त्यानं दुसरीकडे नजर वळवली. "हां! आठवलं! हा एक जीन आहे आणि तो हृदयाच्या

रक्तवाहिन्यांशी संबंधित आहे. त्यांचा एकमेकांशी नेमका कसा संबंध आहे ते मला माहीत नाही, पण संबंध आहे हे अगदी नक्की. मला कुठे तरी वाचलेलं आठवतंय की हा जीन जर म्युटेटेड असला, सदोष असला, तर अशा माणसाला हृदयाच्या रक्तवाहिन्यांचा रोग–कॉरोनरी आर्टरी डिसीझ व्हायची शक्यता खूप जास्त असते. त्यामुळे तुमच्या प्रश्नाचं उत्तर असं, की 'पॉझिटिव्ह एमईएफ २ ए' हा 'एमएएसएनपी' नावाच्या तपासणीचा निष्कर्ष असू शकेल. म्हणजेच या तपासणीमुळे ठरलं असलं पाहिजे, की त्या व्यक्तीला एक असा विशिष्ट एसएनपी होता, की जो 'एमईएफ २ ए' या जीनच्या म्युटेटेड स्वरूपाचा मार्कर होता.''

जॅकला इतकं बरं वाटलं, की त्यानं डेव्हिड हॅन्कॉकचं चुंबनच घ्यायचं बाकी ठेवलेलं होतं. चटकन पुढे होऊन त्यानं त्याचा हात धरला आणि त्याला घाईघाईनं, पण अत्यंत मनापासून एक शेकहँड दिला. ''आपण नक्की पुन्हा भेटू! सध्या मी भयंकर घाईत आहे. आणि थँक्स! तुम्ही एक फार मोठं कोडं सोडवलंय!''

''कसलं कोडं?'' हॅन्कॉकनं आश्चर्यानं विचारेपर्यंत जॅक तिथून झपाट्यानं बाहेरही पडलेला होता.

लॅबोरेटरीत येताना तो इमर्जन्सी रूममधून आला होता, त्याच मार्गानं तो बाहेर पडला. दुसरा एखादा मार्ग असणार अशी त्याची खात्री होती, पण कुणालाही विचारत बसण्याइतका वेळच त्याच्यापाशी नव्हता. एवढा वेळ त्यानं त्या चिठ्ठ्यांच्या चौकशीसाठी घालवलेला होता, त्याचं सार्थक झालेलं होतं. लॉरीनं इतकं मन लावून त्या हत्यासत्राचा शोध लावण्याचा प्रयत्न केलाय, त्या मागचा उद्देश आणि ते मृत्यू कशा पद्धतीनं घडवून आणलेले असतील याचं बरंचसं समर्पक उत्तर आपल्याला मिळालंय, अशी आता त्याची बरीचशी खात्री झालेली होती. अर्थात, या दोन्ही गोष्टी सिद्ध कशा करायच्या हा प्रश्न अजून बाकी होताच. आता लॉरीला ते 'पॉझिटिव्ह एमईएफ२ए' कुठे मिळालं ते तिच्याकडून समजावून घ्यायचं आणि मग बाकीच्या मृतांमध्ये काही वेगळे मार्कर्स होते का, ते बघायचं, त्यानं मनात म्हटलं.

इमर्जन्सी रूमचं भलं मोठं रुंद दार धाडकन उघडून जॅक बाहेर वेटिंग रूममध्ये जवळजवळ पळतच आला. त्याच वेळी इमर्जन्सी रूममध्ये आणण्यात येत असलेल्या एक व्हीलचेअरवर बसलेल्या वयस्कर रुग्णाशी त्याची जवळजवळ टक्करच झाली. या माणसाला आधीच श्वास लागलेला होता आणि आता जॅकशी आपली टक्कर होणार अशा भीतीनं त्याची धाप आणखीच वाढली. पण जॅकनं लगेच स्वत:ला आणि त्याला सावरलं आणि त्याची तोंड भरून माफी मागून तो धावत वेटिंग रूममधून बाहेर पडला. पावसाचा जोर वाढलेला होता, पण त्याचं तिकडे अजिबात लक्ष नव्हतं. त्याच्या डोक्यात त्या हत्यासत्राचेच विचार भणाणत होते. आपला अंदाज जर बरोबर असेल, तर त्याचा अर्थ असा होतो, की अमेरिकेअरचे व्यवहार

नुसतेच अनैतिक नाहीत, तर ते तितकेच निर्दय आणि अमानुषही आहेत. बरं झालं, लॉरी या क्षणी मुख्य हॉस्पिटलमध्ये नाही, ती रात्रभर पीएसीयू मध्येच राहणार आहे. नाही तर तिचाही बळी पडला असता या हत्यासत्रात!

फर्स्ट अॅव्हेन्यूवर येऊन जॅक पुन्हा आल्या मार्गानं ओसीएमई कडे वळला. पावसात भिजतच त्यानं धावायला सुरुवात केली. हळूहळू लॉरीला ते 'पॉझिटिव्ह एम ई एफ २ ए' कुठे मिळालं असेल, हेही त्याच्या लक्षात आलेलं होतं. आता ते फक्त तिथून शोधून काढायचा अवकाश होता. लॉरीच्या ऑफिसात आता जास्तीत जास्त पंधरा मिनिटं थांबायचं, त्यानं विचार केला. तेवढ्यात ते सापडलं तर ठीकच, नाही तर तो नाद सध्या सोडून द्यायचा आणि ताबडतोब मॅनहटन जनरल गाठायचं. त्या ढब्बीनं आपल्याला पीएसीयू मध्ये परत घेतलं नाही तरी हरकत नाही. रात्रभर आपण बाहेर बसून राहू.

लॉरीला एकदम दचकून जाग आली. एवढी घाबरलेली असताना आपल्याला झोप कशी लागली तेच तिला कळेना. खरं तर रूममधल्या बोलण्याच्या आवाजांनी तिला जाग आलेली होती. तिनं डोळे उघडले. जॅझ आणि एलिझाबेथ, दोघीही आत येऊन दुसऱ्याच एका रोग्याबद्दल बोलत होत्या. तेवढ्यात जॅझ तिच्या उजव्या बाजूला आली, तर एलिझाबेथ बेडला वळसा घालून डावीकडे आली.

मोठ्या कष्टानं लॉरी सरळ झाली. झोपेत तिचं काहीसं मुटकुळं झालेलं होतं आणि खांदा बेडच्या कठड्याला येऊन टेकलेला होता. तिनं आळीपाळीनं त्या दोघींकडे बघितलं. तिची ऑपरेशनची जखम ठुसठुसत होती आणि तोंडाला भयंकर कोरड पडलेली होती. पीएसीयू मध्ये असताना तिला बर्फाचे तुकडे तरी चघळायला दिले होते. इथे मात्र तिला काहीच मिळालेलं नव्हतं.

"माय गॉड!" जॅझनं आश्चर्यानं खाली लॉरीकडे बघत म्हटलं. "तुला झोप लागलीय हे माहीत असतं तर आमचा थोडा त्रास तरी वाचला असता."

"तू माझ्या डॉक्टरशी बोललीस?" लॉरीनं विचारलं.

"त्यापेक्षा आपण असं म्हणू या, की मी एका डॉक्टरशी बोलले." जॅझनं त्याच निर्लज्ज उद्दामपणे म्हटलं. लॉरीला चिडवण्यात तिला कसला तरी विकृत आनंद मिळत होता, असं दिसत होतं.

"म्हणजे? माझ्या डॉक्टरशी नाही बोललीस तू?"

"मी डॉक्टर जोझे कॅब्रिओशी बोलले." जॅझनं म्हटलं. "तो इथे भेटला मला. तुमच्या डॉक्टर रायले मात्र घरी नवऱ्याच्या कुशीत मस्तपैकी झोपलेल्या दिसतायत."

लॉरीच्या नाडीचे ठोके एकदम वाढले. डॉक्टर जोझे कॅब्रिओ हे नावही तिला रॉजरच्या यादीत वाचलेलं आठवत होतं. त्याची एकंदर कीर्ती, त्याचं अमली

पदार्थांचं व्यसन, याही गोष्टी तिनं वाचलेल्या होत्या. तिच्या अंगावर काटाच उभा राहिला.

"तुझं आमच्याबरोबरचं वागणं ऐकून तो जाम चिडला." जॅझनं म्हटलं. "माझ्यावरही चिडला तो. तुझी ती रक्ताची तपासणी झालीच पाहिजे असं त्यानं मला बजावून सांगितलंय. तू तुझी आय व्ही उपटून इथून बाहेर जाण्याची धमकी दिलीस, तेही त्याला मुळीच आवडलेलं नाही."

"त्याला काय वाटतं याच्याशी मला काहीही देणं घेणं नाही." लॉरीनं फटकन म्हटलं. "तू माझ्या डॉक्टरशी बोलू असं म्हणाली होतीस. मला डॉक्टर रायलेला फोन करायचाय."

"चुकतेयस तू." जॅझनं हात वर करत म्हटलं. "मी फक्त 'डॉक्टरशी बोलते' असं म्हटलं होतं. तुला माहीत नसेल तर सांगते, की तुझ्या जिवाची जबाबदारी अजूनही बऱ्याच प्रमाणात ॲनेस्थेशिया डिपार्टमेंटकडे आहे. खरं म्हणजे अजून तू पोस्ट ॲनेस्थेशियाच्या अवस्थेतच आहेस."

"मला बाकी काहीही ऐकायचं नाही." लॉरीनं दात ओठ खात म्हटलं. "मला फक्त माझ्या डॉक्टरशी बोलायचंय."

"काय बाई आहे ना? कधी बघितलायस का असा पेशंट?" जॅझनं एलिझाबेथकडे बघत म्हटलं.

एलिझाबेथनंही हसून मान डोलावली.

जॅझनं मग लॉरीकडे पाहिलं. "एव्हाना चार वाजत आलेत, त्यामुळे आणखी थोड्याच वेळात तुझी डॉक्टर तुला प्रत्यक्षच येऊन भेटेल. म्हणजे सात वाजता. तोपर्यंत आम्हाला डॉक्टर कॅब्रिओनं जे सांगितलंय ते करावंच लागेल – एवढा चिडलेला असूनही त्यानं तुझ्याच फायद्यासाठी काय करायचं ते सांगितलंय आम्हाला." तिनं एलिझाबेथला मानेनं इशारा केला.

लॉरी पुन्हा काही तरी बोलणार होती, तेवढ्यात त्या दोघींनी एकाच वेळी तिचा एकेक हात पकडून बेडवर घट्ट दाबून धरला. चवताळून जाऊन लॉरीनं त्यांना विरोध करण्याची धडपड सुरू केली, पण असह्य वेदना आणि त्या दोघींच्या ताकदीपुढे तिला काहीही करणं शक्य नव्हतं. तिला एका क्षणाचीही संधी आणखी न देता त्या दोघींनी तिची दोन्ही मनगटं बेडच्या पृष्ठभागाखाली असलेल्या दांड्यांशी वेलक्रोच्या पट्ट्यांनी जखडून टाकली.

"व्हेरी गुड! झालं एकदाचं." जॅझनं एलिझाबेथला म्हटलं. "आता ती आय व्ही जागेवर राहील. शिवाय ही बाई कुठे तरी बाहेर हिंडायला जाण्याची आपली काळजीही मिटलीय."

"आता मात्र कमाल झाली!" लॉरीनं संतापानं, अगतिकपणे म्हटलं. आपले

हात सोडवून घेण्याची तिनं थोडी धडपड केली, पण ते शक्यच नव्हतं. बेडचे कठडे जोरानं थरथरण्यापलीकडे काहीच झालं नाही.

"डॉक्टर कॅब्रिओ म्हणत होता ते बरोबरच होतं." जॅझनं हसून म्हटलं. "अॅनेस्थेशिया आणि ऑपरेशनच्या मानसिक तणावामुळे कधी कधी माणसांचा मनावरचा ताबा सुटतो. अशा वेळी त्यांचं त्यांच्यापासूनच रक्षण करावं लागतं. त्यासाठी त्यानं तुला एक छानसं गुंगीचं औषधही द्यायला सांगितलंय. त्याचा परिणामही चटकन होतो. त्यामुळे तुला शांत झोप लागेल लगेचच." खिशात हात घालून तिनं एक सिरिंज बाहेर काढली. तिनं आधीच इंजेक्शन तयार करून आणलेलं होतं. सुईवरचं आवरण तिनं दातांनी काढलं आणि सिरिंज प्रकाशासमोर धरून तिच्यावर हळूच एक दोनदा टिचकी मारली.

"मला नकोय कसलं गुंगीचं औषध!" लॉरी किंचाळली तिनं पुन्हा एकदा आपले हात सोडवण्याची जोरदार धडपड सुरू केली.

"हेच ते. एवढ्याचसाठी तुला गुंगीचं औषध द्यायला सांगितलंय." जॅझनं म्हटलं. "एलिझाबेथ, बाईसाहेबांना जरा धरून ठेवतेस का?"

जॅझसारखंच दुष्ट हास्य एलिझाबेथच्या चेहऱ्यावर पसरलं. आपलं सगळं वजन वापरून तिनं लॉरीचे खांदे बेडवर घट्ट दाबून धरले. लॉरीची धडपड चालूच होती, पण काही उपयोग नव्हता, तिला दंडावर अल्कोहोलच्या बोळ्याचा थंडगार स्पर्श जाणवला आणि मग सुई टोचल्याची क्षणिक वेदना. जॅझ सरळ झाली. तिनं सुईवरचं आवरण लावून टाकलं.

"आता शांत झोपा हं, बाईसाहेब!" तिनं म्हटलं आणि लगेच ती आणि एलिझाबेथ निघून गेल्या.

प्रचंड हताश होऊन लॉरी कण्हत बेडवर पडली. आधीच आपल्याला होत असलेल्या वेदना आणि अॅनेस्थेशियामुळे आपल्याला काहीही करणं शक्य होत नव्हतं. त्यातच आता या दोघींनी आपल्याला बेडशी चक्क जखडून ठेवून वर ते गुंगीचं इंजेक्शन दिलंय – जर ते गुंगीचंच असलं तर! जर ते विषाचं असलं तर आपला बळी पडल्यातच जमा आहे आता! आणि जर ते खरंच गुंगीचं असलं, तर आपलं मरण कदाचित थोडंसं पुढे जाईल एवढंच.

डोळे मिटून गप्प पडून राहाण्यापलीकडे लॉरीच्या हातात आता काहीही उरलेलं नव्हतं.

बास्केटबॉल खेळत असल्यामुळे आणि शिवाय रोज ओसीएमईत येता-जाता सायकल चालवत असल्यामुळे जॅक त्याच्या वयाच्या मानानं चांगलाच तंदुरूस्त होता. तरी सुध्दा ओसीएमईत शिरून मुख्य लिफ्टपाशी धावत आल्यामुळे त्याला चांगलीच

धाप लागलेली होती. सिक्युरिटी ऑफिसमधून कार्ल नोव्हॅकनं त्याला हाकही मारली होती, पण तो तसाच पळत पुढे गेला होता. लिफ्टपाशी आल्याबरोबर त्यानं भराभरा लिफ्टचं बटन दाबलं – जणू त्यामुळे लिफ्ट लवकरच खाली येणार असल्यासारखं.

लिफ्टची वाट बघत असताना जॅक विचार करत होता. ती सीडी लॉरीनं कुठे ठेवली असेल? कारण त्या सीडीवरच तिला कुठे तरी 'पॉझिटिव्ह एमईएफ २ ए' मिळालेलं असण्याची शक्यता आहे. तेवढ्यात लिफ्ट आली, तसा जॅक चटकन आत शिरला. बाकीच्या चार्ट आणि याद्यांच्या तिथे तर सीडी नव्हती. तिच्या ड्रॉवरमध्येही ती नव्हती. आता फक्त एकाच ठिकाणी ती शोधायची बाकी राहिलीय – तिच्या त्या चार कप्प्यांच्या फायलिंग कॅबिनेटमध्ये. त्यानं घड्याळात पाहिलं – चार वाजून पाच मिनिटं. तो मॅनहटन जनरलमधून बाहेर पडून तीन तास होऊन गेले होते. बस्स, आणखी फार तर पंधरा मिनिटं थांबायचं इथे, त्यानं मनात म्हटलं. तेवढ्यात सीडी सापडली नाही, तर तसंच ताबडतोब इथून बाहेर पडायचं.

लिफ्ट थांबली. तिचं दार उघडायला लागलेला वेळ सुध्दा त्याला फारच जास्त वाटला. अखेर एकदाचं ते उघडल्याबरोबर तो बाहेर आला आणि पळतच त्या अंधाऱ्या कॉरिडॉरमधून लॉरीच्या ऑफिसकडे निघाला. पळण्याच्या नादात तो तिच्या ऑफिसच्या पलीकडेही गेलेला होता, पण तो ताबडतोब माघारी फिरला. ऑफिसचं दार उघडून त्यानं आत भराभर ती सीडी शोधायला सुरुवात केली.

पाच मिनिटात त्याचे फायलिंग कॅबिनेटचे चारही ड्रॉवर पाहून झालेले होते. शेवटचा खालचा ड्रॉवर बंद करून तो डोकं खाजवत विचार करत उभा राहिला. कुठे ठेवली असेल तिनं ती सीडी? त्यानं एकदा रेवाच्या टेबलाकडेही दृष्टिक्षेप टाकला, पण लगेच तो विचार मनातून काढून टाकला. त्यापेक्षा लॉरीचेच ड्रॉवर पुन्हा पाहावेत, मघाशी ती सीडी आपल्या नजरेतून सुटून गेली असेल, असं मनाशी म्हणत त्यानं पुन्हा लॉरीचे सगळे ड्रॉवर मघापेक्षा आणखी काळजीपूर्वक तपासले.

पण याही वेळी जॅकला ती सीडी सापडली नाही. "हॅ!" असं उद्वेगानं म्हणत त्यानं घड्याळात पाहिलं. आता त्यानं ठरवलेल्या पंधरा मिनिटांपैकी धड पाच मिनिटंही उरलेली नव्हती. आता पुन्हा एकदा ते चार्ट पालथे घालावेत की काय, असा विचार करत तो टेबलाकडे बघत होता, तेवढ्यात त्याला टेबलावरच्या मॉनिटरचा बारीकसा पिवळा दिवा दिसला. पडद्यावर काहीच नव्हतं, पण कॉम्प्युटर सुरूच आहे, हे त्याच्या लक्षात आलं.

लगेच जॅकनं कीबोर्डवरच्या एका की वर बोटानं हळूच आघात केला, त्याबरोबर पडद्यावर त्याला स्टीव्हन लुईसच्या माहितीचं एक पान दिसू लागलं. नेमकं लॅबोरेटरीच्या सगळ्या निष्कर्षांचंच पान होतं ते. पण अक्षरं अगदीच छोटी होती, त्यामुळे जॅकनं घाईघाईनं खिशातून चष्मा काढून डोळ्यांवर चढवला. लगेच सगळं काही स्पष्ट दिसू

लागलं. त्यानं डावीकडचा कॉलम वाचायला सुरुवात केली. काही क्षणातच तो 'एमएएसएनपी' पाशी पोचला. त्याच ओळीत शेवटच्या कॉलममध्ये होतं – 'पॉझिटिव्ह एमईएफ २ ए.'

सीडी कॉम्प्युटरमध्येच असणार, एवढी साधी गोष्ट इतका वेळ लक्षात न आल्याबद्दल मनातल्या मनात स्वत:ला शिव्या हासडत जॅकनं माऊस घेऊन लॉरीच्या हत्यासत्रातल्या प्रत्येक माणसाची माहिती भराभर वाचायला सुरुवात केली. आणि त्याला जे काही समजलं, त्याचं त्याला मुळीच आश्चर्य वाटलं नाही. त्याचा अंदाज शंभर टक्के खरा ठरलेला होता. लॉरीच्या हत्यासत्रातल्या बळी पडलेल्या प्रत्येक 'एमएएसएनपी'च्या तपासणीचा निष्कर्ष पॉझिटिव्ह आलेला होता – फक्त मार्कर्सची नावं मात्र वेगवेगळी होती. त्यातले काही मार्कर्स त्याला माहीत होते, पण काही नावं मात्र त्याला अगदीच नवीन होती. डार्लीन मॉर्गनची माहिती वाचताना मात्र त्याला जो धक्का बसला, त्यानं त्याच्या काळजाचा ठोकाच चुकला. डार्लीन मॉर्गनच्या 'एम ए एस एन पी' तपासणीचा निष्कर्ष होता – 'पॉझिटिव्ह बीआरसीए-१'!

जॅक डोळे फाडफाडून बघतच राहिला. अगदी या क्षणापर्यंत त्याची कल्पना होती, की लॉरीच्या हत्यासत्रात लॉरीचाच बळी पडण्याची शक्यता त्या मानानं कमी आहे. कारण एकंदर आकडेवारी तसंच सांगत होती. पण अचानक त्याचा साफ भ्रमनिरास झालेला होता. सगळ्याच गोष्टींचा उलगडा त्याला क्षणार्धात झाला. ज्या अर्थी या हत्यासत्रातल्या बळी पडलेल्या प्रत्येक व्यक्तीची 'एमएएसएनपी' तपासणी कुठल्या ना कुठल्या मार्करच्या बाबतीत पॉझिटिव्ह आहे, त्या अर्थी जो कोणी हे खून करत असेल, तो नेमके असेच लोक हेरतोय की ज्यांच्यामध्ये वंशानुगतिकतेनं सदोष जीन्स आलेले आहेत आणि मग त्यांना ठार मारतोय. त्याच क्षणी त्याला एकदम आठवलं, की डार्लीन मॉर्गनसारखीच लॉरीची तपासणी सुध्दा बीआरसीए-१ जीनसाठी पॉझिटिव्ह आलेली आहे!

विजेचा झटका बसल्यासारखा जॅक एकदम उठला आणि लॉरीचा कॉम्प्युटर किंवा ऑफिसचं दारसुध्दा बंद न करता धावत लिफ्टपाशी आला. नशिबानं लिफ्ट तिथेच थांबलेली होती. त्यानं लिफ्टचं बटन दाबलं आणि खाली येता येताच थरथरत्या हातानं खिशातला सेलफोन बाहेर काढला. त्यानं घड्याळात पाहिलं – चार वाजून सोळा मिनिटं. चटकन त्यानं मॅनहटन जनरल हॉस्पिटलला फोन केला, पण काही उपयोग नव्हता – लिफ्टमध्ये सिग्नलच मिळत नव्हता.

लिफ्ट खाली येऊन दार उघडताक्षणीच जॅक संपूर्ण कॉरिडॉरमधून धावत सुटला. कार्ल नोव्हॅकला पुन्हा एकदा धक्का बसला – पहाटे चार वाजता डॉक्टर स्टेपलटन अशी धावपळ काय करताहेत, तेच बिचाऱ्याला उलगडत नव्हतं. त्यानं त्याला पुन्हा हाक मारली आणि जॅक पुन्हा त्याच्याकडे लक्ष न देता तसाच पुढे पळत

गेला. लिफ्टमधून बाहेर पडल्याबरोबर त्यानं सेलफोन कानाला लावून ठेवलेला होता. तो पळत बाहेर फुटपाथवर पोचला, तेव्हा मॅनहटन जनरल हॉस्पिटलनं त्याच्या फोनला उत्तर दिलं. धावण्याचा वेग कमी न करता त्यानं धापा टाकत बोलायला सुरुवात केली. त्यानं फोन पीएसीयू ला जोडून द्यायला सांगितलं.

पीएसीयू मध्ये त्याचा कॉल उचलला गेला, तेव्हा तो पळत फर्स्ट अॅव्हेन्यूवर आलेला होता. तिथल्या मुख्य नर्सचा आवाज ऐकल्याबरोबर त्यानं पळणं थांबवून चालायला सुरुवात केली. पाऊस अजूनही तसाच पडत होता. त्यामुळे त्याला दोन्ही हातांनी फोन झाकणं भाग होतं. रस्त्यावर या वेळीसुध्दा तुरळक का होईना, रहदारी होती.

''थिआ, मी डॉक्टर जॅक स्टेपलटन.'' त्यानं धापा टाकत म्हटलं.

''एक मिनिट थांबा.'' पलीकडून थिआनं म्हटलं. पुढचे काही क्षण जॅकला ती ओरडून कुणाला तरी सूचना देत असल्याचे आवाज ऐकू येत होते. ''सॉरी, इथे फार गडबड उडालीय, डॉक्टर स्टेपलटन. बोला तुम्ही.''

''मला तुम्हाला त्रास द्यायचा नाहीये.'' जॅकनं म्हटलं. एवढ्या वेळात त्याला एकही टॅक्सी दिसलेली नव्हती. ''मला लॉरी माँटगोमेरीबद्दल चौकशी करायची होती.'' तेवढ्यात त्याला एक टॅक्सी लांबून येताना दिसली. तो तिकडे हात करणार इतक्यात थिआनं त्याला जबर धक्का दिला.

''आमच्याकडे लॉरी माँटगोमेरी अशा नावाची कोणीच पेशंट नाही.''

''असं काय म्हणताय? आहे ना!'' जॅकनं जोरात म्हटलं. ''त्या तुमच्यासमोरच्या, शेवटच्या टोकाला असलेल्या बेडवर असेल ती. मी थोड्याच वेळापूर्वी तुम्हाला भेटलो होतो. ती खूप मनमिळाऊ आहे, असंही म्हणाला होतात तुम्ही.''

''ओ हो, ती लॉरी माँटगोमेरी होय! सॉरी, सॉरी. आठवलं आता. गेले दोन-तीन तास आमच्याकडे एकदम गडबड आहे. एका अपघातात सापडलेले बरेच पेशंट येताहेत. लॉरी माँटगोमेरी आता पीएसीयू मध्ये नाही. तिची तब्येत छान होती आणि आम्हाला तिच्या बेडची गरज होती.''

जॅकच्या घशाला एकदम कोरड पडली. ''कधी झालं हे?''

''ऑपरेशन रूमच्या सुपरवायझरनं मला फोन करून सांगितल्यावर लगेच. म्हणजे साधारण सव्वा दोनच्या सुमाराला असेल.''

''पण मी तुम्हाला माझा सेलफोन नंबर दिला होता ना?'' जॅकनं कसंबसं म्हटलं. ''तिच्या तब्येतीत काही बदल झाला तर मला लगेच कळवा, असं सांगितलं होतं मी.''

''पण तिच्या तब्येतीत काहीच बदल झाला नव्हता. अगदी उत्तम होती ती. तिला काही होतंय अशी नुसती शंका जरी आली असती, तरी आम्ही तिला सोडलं

नसतं. विश्वास ठेवा माझ्यावर!''

"मग आता कुठे पाठवलंय तिला?'' मनात उसळणाऱ्या संतापावर आणि निराशेवर ताबा ठेवण्याचा आटोकाट प्रयत्न जॅक करत होता. "आयसीयू मध्ये का?''

"छे, छे. तिला आयसीयू ची गरजच नव्हती. आणि तशीही तिथे जागा नव्हती. ऑब्स्टेट्रिक्स-गायनॅकमध्येही जागा नव्हती. तिला ऑपरेशनच्या मजल्यावर रूम नंबर ६०९ मध्ये पाठवलंय आम्ही.''

जॅकनं चिडून फोनच बंद केला आणि त्या निर्मनुष्य, अंधाऱ्या, भिजलेल्या रस्त्यावर भयंकर अस्वस्थपणे इकडेतिकडे बघितलं. थिआ पापारिसशी बोलण्याच्या नादात मघाची ती टॅक्सी तर कधीच निघून गेलेली होती. आपण इथे बाहेर वेडपटासारखे धावपळ करत असताना चांगले दोन तास बिचारी, काहीही करण्याच्या परिस्थितीत नसलेली आपली लॉरी पीसीएयूच्या बाहेर आहे, ही कल्पनाच त्याला सहन होण्यापलीकडची होती. अरे, हे मी काय लावलंय तरी काय? तडिताघाताच्या प्रतिध्वनीसारखा हा प्रश्न त्याच्या मनाच्या चारी कोपऱ्यांमध्ये आदळत होता. प्रचंड घाबरलेल्या मन:स्थितीत जॅकनं वाटेत येणाऱ्या पाण्याच्या डबक्यांकडे दुर्लक्ष करत भर वेगात मॅनहटन जनरल हॉस्पिटलच्या दिशेनं धावायला सुरुवात केली. आपल्याला पळत तिकडे पोचायला खूप वेळ लागेल खरा, पण इथे मूर्खासारखं उभं राहून तरी काय उपयोग? आधीच उशीर झालाय, तो नको इतका झालेला नसला म्हणजे मिळवली.

चोवीस

आज जॅझला खरोखरच खूप काम पडलेलं होतं. किंबहुना, इथे लागल्यापासून आजच्या इतकं काम पडलेलं तिला आठवतच नव्हतं. पीएसीयूमधून आलेल्या अपघातग्रस्तांची नुसती रीघ लागलेली होती. इथल्या सगळ्याच्या सगळ्या रिकाम्या जागा भरून गेलेल्या होत्या. जॅझनं स्वत:च मुख्य नर्सचं काम आपल्याकडे घेतलेलं होतं – तात्पुरतंच, कारण लवकरच एक नवी मुख्य नर्स येणार असल्याचं ती ऐकून होती – आणि त्यामुळे येणाऱ्या रोग्यांची हजर असलेल्या नर्सेसमध्ये विभागणी करण्याचं काम तिला करावं लागत होतं. शिवाय तिनंही स्वत:कडे योग्य त्या प्रमाणात लोक घेतले असल्यामुळे कुणा नर्सनं फारशी तक्रारही केली नव्हती. त्यातही तिच्या दृष्टीनं महत्त्वाचं म्हणजे, लॉरी मॉंटगोमेरीला तिनं मुद्दाम आपल्या अखत्यारीत घेतलं होतं. आता तिला तिचं काम कधीही करता येणार होतं.

जॅझनं हात वर करून, मान इकडेतिकडे करून शरीर जरा मोकळं केलं. नुकत्याच काही नोंदी वगैरे करण्याचं काम करून ती उठलेली होती. आता रोग्यांच्या शुश्रूषेतून जरा मोकळा वेळ काढायचा आणि तेवढ्यात आपलं काम उरकून टाकायचं, तिनं मनात म्हटलं. रोग्यांच्या गर्दीमुळे सगळ्यांची लंचची सुट्टीही आवरती घेण्यात आली होती. जॅझनं तर लंचचा बेतच रद्द केला होता. त्याऐवजी ती कॅफेटेरियातून बाहेर पडून लेडिज टॉयलेटमध्ये घुसली होती आणि तिथे तिनं पोटॅशियम क्लोराईडची सिरिंज भरून तयार करून रिकाम्या अँप्यूलची वासलात लावली होती. पोटॅशियम क्लोराईडची अँप्यूल तिनं नेहमीप्रमाणेच इमर्जन्सी रूममधून पळवून आणलेली होती. आता या गोष्टींची तिला सवयच होऊन गेलेली होती.

पहाटेचे चार वाजले होते. जॅझची सगळी तयारी झालेली होती. ती आता संधीची वाट बघत होती आणि मिनिटाभरातच तिला संधी मिळाली. एवढा वेळ तिच्या शेजारी बसून कागदपत्रांवर लिहिण्याचं काम करणाऱ्या एलिझाबेथला अचानक रूम नंबर ६३७ मधून बेल वाजल्यामुळे तिकडे जावं लागलं. ती लगबगीनं तिकडे निघून गेली. बाकीच्या नर्सेसही कुठे कुठे गेलेल्या होत्या. अंधुक उजेड असलेले सगळे कॉरिडॉर आता एकदम शांत होते. जॅझनं सगळीकडे एकवार बघितलं. कुठेही कोणीही दिसत नव्हतं.

खुर्ची मागे सरकवून जॅझ उठली. आपोआपच उजवा हात खिशात घालून तिनं खिशातली भरलेली ती सिरिंज चाचपून बघितली. एक खोल श्वास घेऊन ती निघाली आणि झपाझप चालत रूम नंबर ६०९ पाशी आली. रूमच्या दाराबाहेर क्षणभर थांबून तिनं पुन्हा एकदा कॉरिडॉरमधून दोन्ही बाजूंना नजर टाकली. उगाच नंतर कटकट नको, म्हणून ती आपल्याला कुणी बघता कामा नये अशी खबरदारी अलीकडे मुद्दाम घेत होती.

जॅझच्या दृष्टिक्षेपात कुणीही नव्हतं. फक्त जवळच्या एका रूममधून येणारा मॉनिटरचा बारीकसा तालबध्द आवाज सोडला तर कुठे कसला आवाजही येत नव्हता. जॅझच्या चेहऱ्यावर एक हास्य झळकलं. आत्तापर्यंतच्या सगळ्या केसेसमध्ये लॉरी मॉंटगोमेरीची केस आपल्याला सगळ्यांत सोपी जाणार, तिनं खूष होऊन मनात म्हटलं. आपण आपल्या सोयीनं आपलं काम करणार, शिवाय तिला गुंगीचं औषध दिलंय ते वेगळंच. आता आणखी काय पाहिजे?

तिनं खोलीत पाऊल टाकलं. अर्ध्या तासापूर्वी एका रुग्णाला औषध देऊन परत येताना तिनं लॉरीच्या खोलीत डोकावून पाहिलं होतं आणि गुंगीच्या औषधानं आपलं काम केलंय ना, याची खात्री करून घेतली होती. आत शिरून तिनं लॉरीच्या बेडची तिरकी करून ठेवलेली डोक्याची बाजूही हळूच खाली घेतली होती. त्यामुळे लॉरी बेडवर आडव्या स्थितीत झोपली होती. त्याच वेळी तिनं वरची मोठी ट्यूबही मालवली होती. त्यामुळे आता लॉरीच्या रूममध्ये मंद प्रकाशाचा एकच दिवा चालू होता.

आवाज न करता जॅझ लॉरीच्या शेजारी आली. लॉरी गुंगीच्या औषधाच्या गाढ झोपेत होती. तिचं तोंड किंचित उघडं होतं. तिची जीभ आणि ओठ साफ कोरडे पडलेले जॅझला दिसत होते. "बिचारी!" ती कुत्सितपणे पुटपुटली. या कामात तिला एक अवर्णनीय आनंद मिळत असे. मेलीच पाहिजे ही. बाकी कुणीही एवढा त्रास दिला नव्हता, इतका त्रास दिलाय हिनं. तिची हीच लायकी आहे. असल्या सगळ्याच श्रीमंत, गर्विष्ठ, आखडू माणसांची तीच लायकी आहे. मेलीच पाहिजेत ही सगळी माणसं!

पट्ट्यांनी बेडला जखडून बांधलेले लॉरीचे हात बघून तर जॅझला आणखीच बरं वाटलं. आता त्या स्टीव्हन लुईससारखी ही बोचकारणारही नाही आपल्याला. कशी त्या इंटरनेटवरच्या सिनेमात दाखवलं होतं तशी गुलामासारखी दिसतेय!

अगदी हलक्या हातानं तिनं लॉरीचं डोकं उचलून खालची उशी काढून घेतली. गुंगीच्या औषधामुळे लॉरी हलणारही नाही अशी तिची खात्री होती आणि तसंच झालं. उशी काढून जॅझनं ती काखेत धरून ठेवली – हो, उगाच शुध्द आली हिला, तर निदान उशी तोंडावर दाबून हिला गुदमरून तरी मारता येईल! नाही तर त्या सॉब्झिकच्या वेळेसारखं व्हायचं उगाच. अर्थात, जॅझला लॉरीकडून प्रतिकार किंवा गडबड होण्याची फारशी अपेक्षाही नव्हती. कारण तिला लावलेली आय व्ही मोठ्या रक्तवाहिनीला जोडलेली असल्यामुळे तिला पोटॅशियम जाताना वेदना फारशा जाणवण्याची शक्यता कमी होती. तरीसुध्दा जॅझची उगाच धोका पत्करायची मुळीच तयारी नव्हती.

हात वर करून जॅझनं आय व्ही ची ट्यूब पकडली आणि तिचा प्रवाह पूर्ण जोरात सोडला. प्रवाह नीट जातोय ना हे बघायला ती थोडा वेळ थांबली. सगळं ठीक आहे अशी खात्री झाल्यावर तिनं खिशातून ती इंजेक्शनची सिरिंज काढली. दातांनी सुईवरचं आवरण काढून तिनं सुई आय व्ही पोर्टमध्ये खोलवर खुपसली.

क्षणभर दाराकडे बघून, बाहेर कुणाची चाहूल लागतेय का ते पाहून जॅझनं एकाच जोरकस दाबानं सिरिंजचा प्लंजर दाबला. जेमतेम पाच सेकंदात तिचं काम झालेलं होतं. ते पोटॅशियम लॉरीच्या हृदयात जेवढ्या संपृक्त स्वरूपात पोचेल, तेवढा त्याचा परिणाम लवकर होईल, हे तिला माहीत होतं.

सिरिंज रिकामी झाल्याबरोबर जॅझनं सुई बाहेर काढली आणि सुईवर ते आवरण परत घालून टाकलं. तेवढ्यात लॉरी जरा चाळवली. अस्पष्ट कण्हत तिनं अचानक डोळे उघडले. लगेच उशी हातात घेऊन जॅझ एकदम सावधपणे तिच्याकडे बघू लागली.

"हॅपी जर्नी!" जॅझ पुटपुटली. एका हातात उशी आणि दुसऱ्या हातात सिरिंज धरून ती लॉरीपाशी वाकली, कारण लॉरी काही तरी बरळली असं तिला वाटलं होतं. "काय म्हणालीस?" असं काही तरी तिला विचारायला ती वाकली आणि तेवढ्यात तिला रूमचं दार स्टॉपरला धाडकन आपटल्याचा आवाज ऐकू आला आणि ती भयंकर दचकली. त्याच क्षणी कोणी तरी पिसाटासारखं रूममध्ये घुसलं. इतक्या शांत, अर्धवट अंधाऱ्या वातावरणात अचानक काय झालं, हेच तिला क्षणभर समजलं नाही. मात्र आपोआपच ती दोन पावलं मागे झाली.

"कशी आहे तिची तब्येत?" जॅकनं त्याच झपाट्यात लॉरीच्या पायथ्याशी येत म्हटलं. तो जोरजोरात धापा टाकत होता. त्याचे केस पावसानं ओलेचिंब होऊन

गळत होते. अर्धवट वाढलेली दाढी, लाल झालेले डोळे, ओलेगच्च कपडे आणि त्याहीपेक्षा आणखी ओले शूज, अशा अवतारात तो जरा वेडसरच वाटत होता. बेडच्या पायथ्याच्या कठड्यावर दोन्ही हात ठेवून तो वाकून दम खात काही क्षण उभा राहिला. पण समोर जे दिसलं त्यामुळे त्याच्या चेहऱ्यावर तीव्र नापसंती उमटली. त्यानं जॅझकडे कटाक्ष टाकला. तिनं अजून काहीच उत्तर दिलेलं नव्हतं. तिच्या हातातली उशी आणि सिरिंज त्याला दिसत होती. लगेच त्याची नजर लॉरीकडे वळली. ती तोंडातल्या तोंडात कण्हत होती आणि हात सोडवण्याची क्षीण धडपड करत होती.

"हे काय चाललंय?" जॅकनं चढ्या आवाजात विचारलं. तो लगेच लॉरीच्या बेडला वळसा घालून तिच्या उजव्या बाजूला, जॅझच्या समोर जाऊन उभा राहिला. "लॉरी!" तो मोठ्यानं ओरडला. त्यानं चटकन लॉरीचं मनगट पकडलं आणि दुसऱ्याच क्षणी ते सोडून तिच्या कपाळावर हात ठेवला. ती एकसारखं डोकं हलवत होती. "आणि हे तिचे हात कशाला बांधलेत?" त्यानं ओरडून विचारलं, पण उत्तराची वाट न बघताच तो तिच्याकडे नीट बघू लागला. लॉरीची तब्येत झपाट्यानं बिघडतेय हे त्याच्या लक्षात आलं. तिच्या चेहऱ्यावर वेदना, भयंकर भीती, गोंधळ, सगळंच स्पष्ट दिसत होतं.

"सगळे दिवे लावा आधी!" तो मोठ्यानं किंचाळला. "इमर्जन्सी कोड प्लीज!"

जॅझ या सगळ्या अचानक गडबडीनं जागेवरच खिळून उभी होती. आणखी एक पाऊल मागे सरकण्यापलीकडे तिनं काहीच केलं नाही.

"फक्!" ती काहीच हालचाल करत नाही असं दिसल्यावर तो चवताळून ओरडला. त्या शांत, निद्रिस्त वातावरणात त्याचा आवाज घुमत होता. त्याला ताबडतोब मदतीची गरज होती, पण त्याचबरोबर त्याला एक क्षणभरही लॉरीला सोडून जाववत नव्हतं.

भयंकर चिडून जाऊन जॅकनं सरळ लॉरीचा बेडच झटका देऊन भिंतीपासून खेचला. बेडची चाकं लॉकमुळे बंद होती, ती जोरानं जमिनीवर घासली. बेडजवळचं छोटं नाईट टेबल त्यानं वाटेतून दूर ढकललं. त्याच्यावरच्या बऱ्याचशा वस्तू या गडबडीत पडल्या. तिकडे ढुंकूनही न बघता जॅक बेडची डोक्याची बाजू आणि भिंत यांच्यातल्या अरुंद फटीत जोर करून जाऊन उभा राहिला. पायानं त्यानं बेडच्या चाकांची लॉक्स काढली. दात ओठ खात, शत्रूवर हल्ला करताना ओरडतात तसं प्रचंड आवाजात ओरडत त्यानं लॉरीचा बेड भिंतीपासून आणखी दूर ढकलला. त्या हिसक्यानं बेडला लावलेल्या मॉनिटर वगैरेच्या सगळ्या केबल्स निसटून खाली पडल्या. एक हुंकार देऊन त्यानं बेड दाराकडे ढकलायला सुरुवात केली. त्या अवजड बेडनंही आता जरा वेग घेतला. उघड्याच असलेल्या दारावर धाडकन

आपटून तो तसाच पुढे गेला आणि दोन क्षणांनी जॅक बेड ढकलत कॉरिडॉरमध्ये आला. अंगातली सगळी ताकद एकवटून त्यानं बेड दूरवर दिसणाऱ्या नर्सेसच्या स्टेशनच्या रोखानं वळवला आणि त्याला गती दिली.

"इमर्जन्सी कोड! इमर्जन्सी कोड!'' बेड ढकलतच जॅक मोठमोठ्यानं ओरडत पुढे चाललेला होता. वाटेत काही वेगवेगळ्या वस्तू ठेवलेली ढकलगाडी उभी होती, तिलाही सरळ धडक देऊन उलथून टाकत बेड पुढे गेला. ढकलगाडीवरचे साबण, नॅपकिन्स वगैरे सगळ्या गोष्टी जमिनीवर पडल्या. आजूबाजूच्या खोल्यांमधल्या नर्सेस, त्यांचे सहायक, इतकंच काय, काही चालण्याच्या परिस्थितीतले पेशंटही दाराशी येऊन काय गडबड चाललीय ते बघू लागले.

लॉरीचा बेड घरंगळत नर्सेसच्या स्टेशनपाशी येऊ लागला, तसा जॅकनं त्याचा वेग कमी करायचा प्रयत्न केला, पण ते त्याला वेळेत नीटसं जमलं नाही. बेड नर्सेसच्या स्टेशनवर येऊन धाडकन आदळला. काऊंटरवरचे सगळे कागद, पेन्सिली, एक फुलांचा ठेवलेला गुच्छ, वगैरे सगळ्या गोष्टी जमिनीवर पडल्या. इथल्या झगझगीत प्रकाशात मात्र जॅकला लॉरीची अवस्था किती गंभीर होती ते लगेच दिसलं. ती पूर्णपणे पांढरी फटक पडलेली होती. तिची हालचाल पूर्णपणे बंद पडलेली होती आणि तिच्या उघड्या राहिलेल्या डोळ्यांच्या बाहुल्या एकदम मोठ्या झालेल्या होत्या. तिचे निस्तेज डोळे सरळ वर छताकडे बघत होते.

अंगातला भिजलेला कोट झटक्यात काढून टाकून जॅक लॉरीच्या कडेला आला आणि त्यानं तिची तपासणी आरंभली. तिचा श्वासोच्छ्वास आणि नाडी पूर्णपणे बंद पडलीय हे दोन सेकंदातच त्याच्या लक्षात आलं. त्यानं लॉरीची हनुवटी खाली खेचली, नाक दुसऱ्या हातानं बंद केलं आणि आपलं तोंड तिच्या तोंडावर घट्ट दाबून ठेवलं आणि स्वत: भराभर श्वास घेऊन तिच्या तोंडात जोरानं सोडायला सुरुवात केली. काही वेळा असा कृत्रिम श्वासोच्छ्वास तिला दिल्यावर त्यानं चटकन बेडवर उडी मारून तिच्या छातीवर जोरजोरानं मसाज करायला सुरुवात केली. काही सेकंदातच काही नर्सेसनीही तिकडे धाव घेतली. एकीनं 'अ‍ॅम्ब्यु' बॅग पैदा केली आणि जॅकच्या मसाजबरहुकूम लॉरीला कृत्रिम श्वासोच्छ्वास द्यायला सुरुवात केली. जॅकनं पाच वेळा मसाज केला की ती लॉरीची फुप्फुसं एकदा फुगवत होती. दुसऱ्या एका नर्सनं धावत जाऊन ऑक्सिजनचा सिलिंडर ढकलत आणला आणि तो त्या 'अ‍ॅम्ब्यु' बॅगला जोडला.

"इमर्जन्सी कोड जाहीर केलाय का?'' जॅकनं मध्येच ओरडून विचारलं.

"हो.'' त्या नर्सनं उत्तर दिलं.

"मग ते सगळे लोक का नाही आले अजून?''

"सर, इमर्जन्सी कोड जाहीर करून अजून पुरतं मिनिटही झालेलं नाही.''

"डॅम इट, डॅम इट!" जॅकनं वैतागून म्हटलं. आधी भरपूर केलेली पळापळ, मग लॉरीचा बेड ढकलणं आणि आताचा कृत्रिम श्वासोच्छ्वास, या सगळ्यामुळे त्याचा दम पार नाहीसा झालेला होता. कशाला तिला एकटं सोडून बाहेर गेलो आपण? मनोमन स्वत:ला शिव्या हासडत तो विचार करत होता. तिनं सांगितलं म्हणून काय झालं? आपल्याला नव्हतं का कळत? काही नाही, आपण त्या पीएसीयूच्या बाहेरच ठिय्या मारून बसायला हवं होतं. इतक्या जवळून त्याला लॉरीच्या चेहऱ्याचा पांढरेपणा किंचितसा कमी झालेला दिसत होता. त्यांच्या धडपडीला माफक प्रमाणात का होईना, यश मिळत होतं. "तिच्या डोळ्यांच्या बाहुल्या कशा आहेत?" त्यानं धापा टाकत विचारलं.

"त्यात काही फार फरक दिसत नाहीय." त्या नर्सनं म्हटलं.

त्यानं चिडून जोरजोरात मान हलवली. "अजून किती वेळ आहे तुमच्या टीमला यायला? ते काय पेशंट मेल्यावर येणार आहेत का इथे?" तो मोठ्यानं ओरडला. लॉरीला जे झालंय असं आपल्याला वाटतंय, तेच जर झालं असलं, तर रोग्याला पुनर्जीवित करणारी माणसं इथे आल्याशिवाय ती जगणं शक्य नाही, हे त्याला पक्कं ठाऊक होतं – आणि ती माणसं आली तरीही लॉरी वाचण्याची कितपत शक्यता आहे, याबद्दल त्याला शंकाच होती. आपण आत्ता जे काही करतोय, त्याचा फारसा उपयोग नक्कीच होणार नाही, ह्याचीही त्याला जाणीव होती. लॉरीवर औषधोपचार – आणि तेही पुढच्या दोन-तीन मिनिटांतच होण्याची नितांत गरज होती.

जणू काही त्याच्या प्रश्नाचं उत्तर म्हणूनच की काय, त्याच क्षणी लिफ्टचं दार उघडलं आणि तातडीच्या वैद्यकीय उपचारांच्या साधनांची एक ढकलगाडी एकदम बाहेर पडली. पाठोपाठ दोन पुरुष आणि दोन स्त्रिया, अशा चार जणांनी लिफ्टमधून बाहेर पडून लॉरीच्या बेडच्या दिशेनं धाव घेतली. हे सगळे रेसिडेंट डॉक्टर होते. सगळ्यांत पुढे शर्ले मेरँडसारखीच अत्यंत कोवळी दिसणारी एक तरुणी धावत होती – इतकी कोवळी, की ही डॉक्टर नसून एखाद्या शाळेतली मुलगी आहे, असंच वाटावं. तिचं नाव होतं डॉक्टर कॅटलिन बरोज. खरं म्हणजे ते सगळं टोळकंच अगदी तरुण दिसत होतं, पण बाकीचे तिघं वयानं कॅटलिनइतके लहान वाटत नव्हते.

त्यांच्यापैकी एकानं ताबडतोब त्या नर्सकडून 'अॅम्ब्यु' बॅगचा ताबा घेतला. उरलेल्या दोघांनी भराभर ईकेजी काढण्याची तयारी सुरू केली.

"बोला, काय झालंय?" कॅटलिननं लॉरीच्या डोळ्यांच्या बाहुल्या तपासत ताडकन विचारलं.

"हायपरकॅलेमिया." जॅकनंही फाडकन उत्तर दिलं.

"इतकं नेमकं निदान?" कॅटलिननं आश्चर्यानं म्हटलं. कॅटलिन बंदुकीची फैर

झाडल्यासारखी सटासट बोलत होती. दिसायला जरी ती शाळकरी पोरगी वाटत असली, तरी तिच्या बोलण्यातला आणि हालचालीतला आत्मविश्वास अनुभवाशिवाय आलेला असणं शक्य नव्हतं. ''पेशंटच्या रक्तात मोठ्या प्रमाणात पोटॅशियम आहे हे तुम्हाला कसं कळलं? पेशंटला काही मूत्रपिंडाचा रोग झालाय का?''

''नाही.'' जॅकनं तुटकपणे म्हटलं. रक्तात मोठ्या प्रमाणात पोटॅशियम मिसळल्यामुळे लॉरीची अशी अवस्था झालीय, याची जॅकला जरी अगदी शंभर टक्के खात्री नसली, तरी त्याला एका गोष्टीची मात्र शंभर टक्के खात्री होती. या लोकांनी लॉरीवर ताबडतोब उपचार सुरू केले नाहीत आणि तिच्या रक्तात जर खरोखरच पोटॅशियम प्रचंड प्रमाणात असल्याचं समजलं, तर ती निश्चितपणे मरेल आणि तिनंच शोधून काढलेल्या हत्यासत्रात तिचाच समावेश होईल. ''ते मला कसं माहितेय हे सांगायला आत्ता वेळ नाही, पण मला ते नक्की माहितेय एवढंच सांगतो.'' जॅकनं ठासून म्हटलं. ''तिच्यावर हायपरकॅलेमियासाठीच उपचार करावे लागतील आणि ते ही आत्ताच्या आत्ता!''

''हे तुम्ही इतक्या निश्चितपणे कसं काय सांगू शकताय आणि तुम्ही कोण?''

''मी डॉक्टर स्टेपलटन.'' जॅकनं भराभर बोलायला सुरुवात केली. ''मी न्यूयॉर्कमध्येच ओसीएमई मध्ये मेडिकल एक्झॅमिनर आहे. ऐका जरा! जानेवारी महिन्यापासून या हॉस्पिटलमध्ये अचानक हृदयक्रिया बंद पडून मृत्यू झाल्याच्या घटना घडताहेत. सगळ्या केसेसमध्ये या पेशंटसारख्याच तरुण, निरोगी पेशंट्सवर मृत्यू ओढवलाय. प्रत्येक बाबतीत पेशंटला जिवंत करण्याचे सगळे प्रयत्न साफ फसले होते. त्यामुळे ओ सी एम ई मध्ये आम्हा सगळ्यांना इथून येणाऱ्या केसेसकडे डोळ्यात तेल घालून लक्ष द्यायला सांगितलं आणि आमचं मत असं आहे, की सगळ्या केसेसमध्ये मृत्यूचं कारण एकच आहे. पर्पजफुल आएट्रोजेनिक हायपरकॅलेमिया. कोणी तरी निश्चितपणे पेशंटच्या शरीरात मुद्दाम होऊन भरपूर प्रमाणात पोटॅशियम सोडून त्याचा जीव घेतंय.''

''कॅटलिन, इथे ईकेजीवर फारशी काही हालचालच येत नाहीय.'' त्यांनी आणलेल्या ढकलगाडीवरच्या ईकेजीच्या मशीनजवळ उभ्या असलेल्या तिच्या एका सहकाऱ्यानं म्हटलं. ईकेजी वरून बाहेर पडत असलेल्या कागदाच्या पट्टीमध्ये येत असलेले आलेख लॉरीचं हृदय जवळजवळ बंद पडल्याचं दाखवत होते.

कॅटलिननं चटकन ती पट्टी उचलून फक्त एकदाच पाहिलं. तिला जे काही दिसलं असेल, त्यानं तिला जॅकचं म्हणणं ताबडतोब पटलं आणि तिनं भराभर आज्ञा सोडायला सुरुवात केली. त्याबरोबर नर्सेसची धावपळ सुरू झाली. ''मला कॅल्शियम ग्लुकोनेट हवंय; मला इन्शुलिनची वीस युनिट्स आणि ग्लुकोज पन्नास ग्रॅम द्या, सोडियम बायकार्बोनेट आणा; रिटेन्शन एतिमासाठी कॅशन एक्सचेंज रेझिन तयार

करा ताबडतोब; पेशंटचं रक्त काढून घ्या आणि मला ताबडतोब त्यातल्या इलेक्ट्रोलाईट्सची तपासणी करून हवीय; कोणा तरी सर्जरीच्या रेसिडेंट डॉक्टरला बोलवा. मला पेशंटचं तातडीनं पेरिटोनियल डायलेसिस करायला त्याची मदत लागेल नाऊ! स्टार्ट.'' शेवटचं वाक्य ऐकून जॅकला सुटल्यासारखं वाटलं – लॉरी वाचण्याची खरी शक्यता या डायलेसिसमुळेच आहे, त्यानं मनात म्हटलं. एकंदरीतच त्याच्या मते उपचारांची दिशा अगदी योग्य होती.

नर्सेस कॅटलिननं सांगितलेल्या सगळ्या वस्तू आणण्यासाठी आणि बाकीच्या कामांसाठी धावपळ करत असतानाच त्या दोघा पुरुष रेसिडेंट डॉक्टरांपैकी एकजण लॉरीच्या बेडवर चढला आणि त्यानं जॅकला बाजूला होऊन थोडी विश्रांती घ्यायला सांगितली. जॅकनं पुष्कळ आढेवेढे घेतले, पण तो जेव्हा बाजूला होऊन त्या डॉक्टरचं काम बघू लागला, तेव्हा त्यालाही पटलं, की हा पोरगा आपल्यापेक्षा हे काम जास्त चांगलं करतोय. जॅकला या कामाची सवयच राहिलेली नव्हती. शिवाय तो आधीच जाम थकलेला होता. पण लॉरी तिथे मृत्यूशी झुंज देत पडलेली असताना त्याला नुसतं तिच्या पायथ्याशी उभं राहून बघत बसणंही शक्य होत नव्हतं. लॉरीला पुन्हा जिवंत करण्याच्या प्रयत्नात इतका वेळ गुंतलेला असल्यामुळे त्याला कसला विचार करणंही शक्य झालेलं नव्हतं.

ओसीएमईपासून मॅनहटन जनरलपर्यंतचं सगळंच अंतर जरी जॅकनं पळत कापलेलं नसलं, तरी तो बरंच मोठं अंतर पळत आला होता. फर्स्ट ॲव्हेन्यूवरून तो जवळ जवळ दहा चौक धावत आला होता, तरीही त्याला एकही रिकामी टॅक्सी दिसली नव्हती. बऱ्याच गाड्या त्याच्या अंगावर रस्त्यावर साठलेलं पाणी उडवत न थांबता तशाच पुढे गेल्या होत्या. पण पुढे 'यूनो' च्या मुख्यालयाजवळ असताना एक पोलिसांची गाडी त्याच्या पुढ्यात येऊन थांबली होती – हा बहुधा कसला तरी गुन्हा करून पळून चाललेला असा संशय येऊन ती गाडी थांबली होती. पण आपलं ओळखपत्र दाखवत जॅकनं जेव्हा आपण एक डॉक्टर आहोत आणि आपल्याला मॅनहटन जनरलला ताबडतोब पोचायचंय असं सांगितलं होतं तेव्हा मात्र त्या गाडीतल्या पोलिसांनी गाडीत यायला सांगितलं होतं आणि सायरन सुरू करून प्रचंड वेगानं त्याला हॉस्पिटल बाहेर आणून सोडलं होतं. मेलेल्या माणसांच्या प्रेतांची चिरफाड करणाऱ्या मेडिकल एक्झॅमिनरनं जिवंत माणसांच्या हॉस्पिटलमध्ये एवढ्या रात्री काय तातडीचं काम काढलं, अशी शंका जरी त्या पोलिसांच्या डोक्यात आली असलीच, तरी तसं त्यांनी काहीच दाखवलं नव्हतं.

लॉरीवर तिच्या हायपरकॅलेमियावरचे उपचार ऐन भरात आले असतानाच एक ॲनेस्थेशिओलॉजिस्ट तिथे आला आणि त्यानं अत्यंत कौशल्यानं लॉरीच्या कृत्रिम श्वासोच्छवासासाठी लावलेल्या ट्यूब्जमध्ये काही बदल केले. त्याबरोबर तिला

कृत्रिम श्वासोच्छ्वास देण्याच्या कामात एकदम सुधारणा झाली. तो माणूस सरळ झाल्यावर जॅकला त्याच्या छातीवरचं नाव दिसलं : डॉक्टर जोझे कॅब्रिओ! हे नाव रॉजरच्या यादीत वाचलेलं त्याला चांगलंच आठवत होतं. त्यामुळे जॅक त्याच्या प्रत्येक हालचालीकडे बारीक लक्ष ठेवून होता. आला तसा डॉक्टर कॅब्रिओ निघून गेला. जॅकला जरा हायसं वाटलं.

लॉरीच्या उदरावरणाचं – पेरिटोनियल – डायलेसिस तिच्या पोटाची चिरफाड न करताच सुरू करण्यात आलं. यासाठी एक मोठ्या व्यासाचं उपकरण तिच्या पोटातून सरळ आत घुसवण्यात आलं. जॅकला हे बघवणं शक्यच नव्हतं. त्यानं एकदम नजर दुसरीकडे वळवली. तरीसुध्दा ते उपकरण आत घुसत असताना आलेले आवाज त्याला ऐकू आलेच. त्याचा चेहरा एकदम वाकडातिकडा झाला. त्यानंतर पोटॅशियम नसलेलं एक विशिष्ट द्रव तिच्या पोटात सोडण्यात आलं. देवा, आता याचा तरी उपयोग होऊ दे, त्यानं मनोमन प्रार्थना सुरू केली. पण पोटामध्ये आतड्याची वेटोळी असतात, त्यामुळे आत भरपूर जागा असते, शिवाय भरपूर शुध्द रक्तवाहिन्यांचं मोठं जाळं पोटात असतं, त्यामुळे लॉरीच्या रक्तातल्या पोटॅशियम किंवा तत्सम दुसऱ्या कुठल्याही इलेक्ट्रोलाईटची पातळी झपाट्यानं घटवण्यासाठी पेरिटोनियल डायलेसिस हेच सगळ्यांत योग्य ठरेल, हे मात्र त्याला माहीत होतं.

तरीसुध्दा, डायलेसिस सुरू करून दहा मिनिटं होऊन गेल्यावरही लॉरीच्या अवस्थेत फारसा काहीच फरक पडलेला नव्हता. लगेच कॅटलिननं आणखी कॅल्शियम ग्लुकोनेट मागवलं आणि त्याचं इंजेक्शन तिनं स्वत: लॉरीला दिलं. जॅक आता भयंकर अस्वस्थपणे लॉरीच्या बेडपासून लिफ्टच्या लॉबीपर्यंत येरझाऱ्या घालत होता. आता त्याची अस्वस्थता कॅफिनमुळे आलेली नव्हती. कॅफिनची जागा आता त्याच्या मनात दाटून येत असलेल्या भीतीनं आणि भयंकर अपराधी भावनेनं घेतलेली होती. आपण ज्यांच्यावर प्रेम करतो ती माणसं मरतात, याचं हे आणखी एक उदाहरण तर होणार नाही ना, अशी भीती एकसारखी त्याचं मन कुरतडत होती. आत्ताच थोड्या वेळापूर्वी आपण आपल्याला होऊ घातलेलं बाळ गमावलं आणि आता त्याची आईही? – त्यातही वाईट म्हणजे, याचा दोष काही ना काही प्रमाणात आपल्याकडेही येतो!

तेवढ्यात लॉरीचं रक्त तपासणीसाठी पाठवलं होतं, त्याचा रिपोर्ट आला. कॅटलिन तो घेऊन लगेच जॅककडे आली. ''हे बघा. तुमचं म्हणणं शंभर टक्के बरोबर निघालं.'' तिनं म्हटलं. ''एवढं पोटॅशियमचं मोठं प्रमाण रक्तात असलेलं मी पहिल्यांदाच बघतेय. हे सगळं एकदाचं व्यवस्थित पार पडलं, की हे तुम्हाला कसं माहीत होतं, ते मला ऐकायचंय.''

''अगदी जरूर सांगेन.'' जॅकनं मान डोलावली. ''फक्त ही पेशंट वाचली

तरच.'' ती नाही वाचली तर – ? जॅक कल्पनाच करू शकत नव्हता.

"आम्ही आमच्याकडून सगळे प्रयत्न करतोय.'' कॅटलिननं म्हटलं. "निदान आता पेशंटचा पांढरेपणा बराचसा कमी झालाय आणि डोळ्यांच्या बाहुल्याही जवळजवळ पहिल्यासारख्या झाल्या आहेत.''

वेळ जातच होता. जॅक दुरूनच कधी उभा राहून, तर कधी येरझाऱ्या घालत सगळं बघत होता. लॉरी मरणोन्मुख अवस्थेत तिथे पडलीय आणि एक सर्वस्वी तिऱ्हाईत माणूस तिच्या छातीवर आघात करतोय, हे दृश्य बघताना त्याला भयंकर विचित्र वाटत होतं. बऱ्या अवस्थेत असलेले जे रोगी आपापल्या रूममधून बाहेर येऊन हे भीषण नाट्य बघत होते, ते सगळे एक एक करून परत गेले होते. बऱ्याचशा नर्सेसही आपापल्या कामाला निघून गेलेल्या होत्या.

सहाला वीस मिनिटं कमी असल्याचं घड्याळ दाखवत होतं. त्याच वेळी लॉरीची तब्येत सुधारणार असा आशेचा पहिला किरण दिसू लागला. ही गोष्ट सगळ्यांत आधी कॅटलिनच्या लक्षात आली. "ए! हे बघा!'' ती उत्साहानं ओरडली. "हृदयात थोडी फार इलेक्ट्रिकल ॲक्टिव्हिटी दिसायला लागलीय!'' तिच्याबरोबरची ती दुसरी मुलगी या क्षणी जरा रिकामी होती, ती धावतच तिकडे गेली आणि तिच्यामागे उभी राहून मान उंचावून ईकेजी मशीनकडे बघू लागली. "लगेच पेशंटचं रक्त घ्या आणि पोटॅशियमची पातळी तपासून आणा.'' कॅटलिननं एका नर्सला फर्मावलं.

"हे बघ! वा! आता या ईकेजी वरचे कॉम्प्लेक्सेस एकदम सुधारायला लागलेत!'' त्या दुसऱ्या पोरीनं कॅटलिनला म्हटलं. कॅटलिननं मान डोलावली.

"तिची छातीची कॉम्प्रेशन्स जरा थांबव.'' कॅटलिननं लॉरीच्या अंगावर ओणवलेल्या डॉक्टरला म्हटलं. "तिची नाडी लागतेय का बघ.''

ती 'ॲम्ब्यु'ची बॅग चालवत असलेल्या डॉक्टरनंही आपलं काम थांबवून लॉरीच्या गळ्याला हात लावून तिथली नाडी बघितली. "हो! पेशंटची नाडी लागतेय! आणि ते बघ! तिचा श्वासोच्छ्वासही सुरू झालेला दिसतोय!'' लॉरीच्या चेहऱ्यावरचा मास्क काढून त्यानं ट्यूबपाशी तळहात नेला. त्याला लॉरीच्या छातीतून आत-बाहेर येणाऱ्या हवेचा स्पर्श स्पष्ट जाणवला. "ती जवळजवळ नेहमीसारखा श्वासोच्छ्वास करायला लागलीय आणि ही ट्यूबही तिला बहुतेक अडथळा करतेय.''

"मग ती काढून टाक.'' कॅटलिननं म्हटलं. "आता तिचा ईकेजी जवळजवळ नॉर्मल येतोय.''

त्यानं लगेच लॉरीच्या तोंडातून ती ट्यूब काढून टाकली, पण हनुवटी ओढून धरून तिचं तोंड उघडंच ठेवलं. अजून काही वेळ तिची श्वासनलिका उघडी ठेवणं भाग होतं. लॉरीला एकदम खोकला आला.

लिफ्टजवळच्या अंधाऱ्या कॉरिडॉरमध्ये येरझाऱ्या घालत असलेल्या जॅकला हे बोलणं अर्धवट ऐकू गेलं. तो लगेच धावत नर्सेसच्या स्टेशनच्या पाठीमागे गेला. लॉरीला जोडलेला मॉनिटर नर्सेसच्या स्टेशनमध्ये काऊंटरच्या आतल्या बाजूला ठेवलेला होता. तो कॉरिडॉरमधून किंवा लॉरीच्या बेडपासून दिसणं शक्य नव्हतं. अर्ध्या तासापूर्वी त्याला या मॉनिटरवर लॉरीचा रक्तदाब आणि नाडी दाखवणाऱ्या रेषा म्हणजे अगदी सरळ आडव्या रेघा दिसल्या होत्या. आता मात्र सगळंच चित्र पालटलेलं होतं. लॉरीला आता रक्तदाबही आलेला होता आणि नाडीही!

"पेशंटचं पेरिटोनियल डायलेसिस थांबवा आता." कॅटलिननं म्हटलं. आणि कॅशन एक्स्चेंज रेझिन रिकामं करा. नाही तर परिणाम उलटा व्हायचा आणि तिची पोटॅशियमची पातळी नको इतकी खालावायची."

जॅक पुन्हा नर्सेसच्या स्टेशनमागून बाहेर आला. कॅटलिननं नुकतंच जे सांगितलं होतं, ते करण्याची गडबड आता लॉरीभोवती सुरू झालेली होती. त्याला त्यांच्यात लुडबुड करायची नव्हती, पण लॉरीपासून दूरही जायचं नव्हतं.

"माय गॉड! ते बघा!" एका रेसिडेंट डॉक्टरनं एकदम ओरडून म्हटलं. "पेशंट शुध्दीवर येतेय!"

आता मात्र न राहवून जॅक लॉरीच्या डोक्याशीच गेला आणि तिच्याकडे वाकून बघू लागला. त्याच्या डोळ्यांदेखत हा चमत्कार झालेला होता, तरीही त्याचा अजून विश्वास बसत नव्हता! लॉरीचे डोळे टक्क उघडलेले होते आणि ती सगळ्या चेहऱ्यांकडे आळीपाळीनं बघत होती. गोंधळ आणि भीती यांचं एक अजब मिश्रण तिच्या चेहऱ्यावर दिसत होतं. जॅकच्या डोळ्यांमधून एकदम अश्रुधारा वाहू लागल्या. आनंदानं त्याच्या तोंडातून शब्दही फुटेना. पुढच्याच क्षणी तो हमसाहमशी रडू लागला.

"पेशंटच्या हाताचे पट्टे काढून टाका." कॅटलिननं म्हटलं. तीही जॅकसारखीच आश्चर्यानं लॉरीला बघायला पुढे येऊन उभी राहिलेली होती. लॉरीला जिवंत करण्याच्या धडपडीत तिचे हातांना बांधलेले पट्टे त्यांनी मुद्दाम तसेच राहू दिलेले होते. कॅटलिननं खाली वाकून लॉरीच्या खांद्यावर धीर दिल्यासारखं थोपटलं. "वेलकम बॅक!" तिनं म्हटलं. "सगळं काही ठीक आहे. आता फक्त शांत पडून रहा."

लॉरीनं काही तरी बोलायचा प्रयत्न केला, पण तिचा आवाज अत्यंत क्षीण होता. शेवटी कॅटलिननं वाकून आपला कान तिच्या तोंडाशी नेला, "तुम्ही मॅनहटन जनरल हॉस्पिटलमध्ये आहात." लॉरीचं बोलणं ऐकून घेऊन तिनं म्हटलं. "तुमचं नाव माहितेय का तुम्हाला? आणि हे किती साल चालू आहे, सांगता मला?" तिनं लॉरीचं क्षीण आवाजातलं उत्तर ऐकून वर जॅककडे बघितलं. जॅकही आता बराचसा सावरलेला होता. अश्रू पुसत तो आपलं रडणं आवरत होता. "त्यांना त्यांचं नाव

आठवतंय, त्यांनी वर्षही बरोबर सांगितलं. त्या पूर्णपणे भानावर आहेत. त्यांचे प्राण वाचले ते केवळ तुम्ही एका फटक्यात केलेल्या निदानामुळेच. त्यांचं पोटॅशियम इतकं प्रचंड वर गेलेलं असताना आम्ही वाटेल ते केलं असतं तरी त्या वाचू शकल्या नसत्या.''

जॅकनं फक्त मान डोलावली. अजूनही त्याच्या तोंडातून शब्द फुटत नव्हता. खाली वाकून त्यानं आपलं कपाळ लॉरीच्या कपाळावर हळूच टेकवलं. लॉरीचे हात आता मोकळे होते. एक हात उचलून तिनं त्याच्या गालावर हलकेच थोपटलं. ''काय झालं? तू असा रडतोयस का?'' तिनं कसंबसं विचारलं.

तिच्या प्रश्नानं जॅकला पुन्हा रडू कोसळलं. तो फक्त तिचे हात धरून हुंदके देऊन रडत होता.

तेवढ्यात नर्सेसच्या स्टेशनमागे काऊंटरवर काम करत असलेली एक नर्स उठून उभी राहिली. ''डॉक्टर बरोज,'' तिनं हाक मारली. ''आत्ताच फोन आला होता. लॉरी मॉंटगोमेरीचं पोटॅशियम आता चार मिलिइक्विव्हॅलंट्स आहे.''

''वा!'' कॅटलिननं म्हटलं. ''म्हणजे जवळजवळ नॉर्मलच म्हणायचं.'' ती लगेच आपल्या तिघा सहकाऱ्यांकडे वळली. ''ओके! आता आपण असं करायचं. मी अटेंडिंग डॉक्टरला फोन करून सगळी माहिती देते, तोपर्यंत तुम्ही पेशंटला कार्डिॲक केअर युनिटमध्ये घेऊन जा आणि तिथे मॉनिटरची व्यवस्था करा. तुम्ही तिकडे पोचल्याबरोबर परत एकदा पोटॅशियमची तपासणी करून घ्या. माझं इथलं काम झालं की मी लगेच तिकडे येते, म्हणजे पुढचं काय ते आपल्याला ठरवता येईल.''

लॉरीला सीसीयूमध्ये हलवण्याची तयारी भराभर सुरू झाली आता कुठे जॅकला नीट बोलता येऊ लागलं. ''मी रडत नव्हतो.'' त्यानं लॉरीच्या कानात म्हटलं. ''तू ठीक आहेस हे बघून मला आनंदानं रडू कोसळलं. थोडा वेळ तू जाम घाबरवून सोडलं होतंस आम्हाला.''

''हो?'' लॉरीनं विचारलं. तिचा आवाज हळूहळू जागेवर येत होता, पण बोलताना तिला वेदना होत होत्या.

''थोडा वेळ तुझी शुध्द हरपली होती.'' जॅकनं म्हटलं. ''तुला शेवटचं काय आठवतंय?''

लॉरीनं थोडा विचार केला. ''मला पीएसीयू मधून बाहेर पडल्याचं आठवतंय. त्यानंतरचं मात्र मला काहीच आठवत नाहीय. नंतर एकदम इथे मी डोळे उघडले तेव्हा बरेच काही चेहरे मला दिसले, ते आठवतंय! का? काय झालं?''

''असू दे. मग परत कधी तरी सांगेन सगळं.'' लॉरीचा बेड जागचा हलला, तसं जॅकनं म्हटलं.

"तू येणार ना?" त्याचा हात धरून ठेवत तिनं विचारलं.

"येणार म्हणजे? आता मला तुझ्यापासून कुणी लांब ठेवूनच बघावं!" तिच्या बेड शेजारून चालत जॅकनं म्हटलं. तेवढ्यात एका नर्सनं लगबगीनं येऊन त्याला त्याचा ओला कोट दिला.

सावकाश जाणाऱ्या लिफ्टनं ते तिसऱ्या मजल्यावर उतरले इथेच सीसीयू होतं. सीसीयू च्या दाराशीच मुख्य नर्सनं जॅकला अडवलं. तिनं त्याला आत यायला मज्जाव केला, पण पेशंटची एकदा सगळी व्यवस्था लागली, की लगेच येऊन भेटायला परवानगी दिली. पहिल्यांदा जॅकला पुन्हा एकदा लॉरीला एकटं सोडण्याची कल्पना सहन झाली नाही. पण लॉरीबरोबर येत असलेल्या त्या दोघा रेसिडेंट डॉक्टरांनी त्याची समजूत काढली, आम्हा दोघांपैकी एक जण पेशंटबरोबर कायम असेल असं सांगितलं. तेव्हा मात्र मोठ्या अनिच्छेनं का होईना, जॅकनं माघार घेतली.

"मी इथे बाहेरच या वेटिंग रूममध्ये बसतोय, लॉरी." त्यानं सीसीयू बाहेरच्या छोट्याशा वेटिंग रूमकडे हातानं दाखवत म्हटलं.

लॉरीनं नुसतीच मान डोलावली. जसजशी तिला शुध्द येत होती, तसतशी तिला आपल्या एकंदर शारीरिक अवस्थेची जाणीव होत होती. सगळ्यांत आधी तिला तोंडात ठेवायला बर्फाचे तुकडे हवे होते. तिच्या तोंडाला भयंकर कोरड पडलेली होती आणि घसाही जाम दुखत होता . तिला ऑपरेशनच्या जागी वेदना जाणवत होती. छातीतही दुखत होतं. अजूनही तिला पीसीएयूमधून बाहेर पडल्यानंतरचं काहीही आठवत नव्हतं.

जॅक बाहेरच्या वेटिंग रूममध्ये गेला. तिथे कुणीच नव्हतं. तिथल्या भिंतीवर लावलेलं घड्याळ सकाळचे सव्वा सहा वाजल्याचं सांगत होतं. मधल्या टीपॉयवर जुन्या मासिकांचे अंक पडलेले होते. पलीकडे एका कोपऱ्यात कॉफीची व्यवस्था होती. जॅकनं आपला कोट एका सोफ्याच्या हातावर टाकला आणि भयंकर थकून तो एक मोठा थोरला सुस्कारा सोडत खाली बसला. मागे रेलून बसत त्यानं दोन्ही हात डोक्यामागे घेतले आणि डोळे मिटले. इतक्या थोड्या अवधीत त्यानं पूर्वी कधीही एवढी शारीरिक दमणूक, प्रचंड मानसिक तणाव आणि मूडमधले बदल अनुभवले नव्हते. त्यात मघाचं कॅफिन अजूनही त्याच्या अंगात रेंगाळत होतं.

आता त्याला विचार करायला जरा उसंत मिळाली. तिला मृत्यूच्या दाढेतून खेचून आणण्याच्या प्रयत्नात त्याच्या लक्षातच आलेलं नव्हतं, की लॉरी ज्या भयानक प्रसंगातून केवळ नशिबानं वाचली, त्याच्या मागे केवढं प्रचंड कारस्थान असेल. लॉरीच्या रूममध्ये धाडकन शिरल्यावर दिसलेली ती गव्हाळसर वर्णाची नर्स त्याला आताही डोळ्यांसमोर दिसत होती. रूममधल्या अंधुक प्रकाशात तिचे बॉयकट केलेले केस, कमालीचे पांढरे शुभ्र दात, खोल डोळे वगैरेमुळे त्याला ती

तेव्हासुध्दा भीतीदायकच वाटली होती. पण त्याला सगळ्यांत स्पष्ट आठवत होती, ती तिच्या एका हातातली उशी आणि दुसऱ्या हातातली सिरिंज. त्याला कल्पना होती, की त्या वेळी तिच्या हातात या दोन गोष्टी का होत्या, याचंही पटण्यासारखं स्पष्टीकरण असू शकेल आणि रूममध्ये अत्यंत गंभीर प्रसंग ओढवलेला असताना ती जागेवरच का खिळून राहिली होती, याचीही अनेक कारणं असू शकतील. अशा आणीबाणीच्या परिस्थितीत किंकर्तव्यमूढ होऊन जागेवरच उभे राहिलेले अनेकजण जॅकनं स्वतःही आधी पाहिले होते. किंबहुना, करिअरच्या सुरुवातीला आपल्यावर हा प्रसंग ओढवला होता, तेव्हा आपलीही अशीच अवस्था झाल्याचं त्याला आठवत होतं. असं असूनही आताच्या त्या नर्सच्या हालचाली त्याला भयंकर संशयास्पद वाटत होत्या. लॉरीला परत जिवंत करण्यासाठी तो स्वतः आणि बाकीचे लोक जिवाचा आटापिटा करत असतानाही त्याला ती एकदोनदा ओझरती दिसली होती. तिनं मात्र त्या धडपडीत का भाग घेतला नव्हता, हे आणखी एक गूढ होतं. त्या वेळी जॅकनं दुसऱ्या एका नर्सला त्या नर्सचं नाव विचारलं होतं. आणि ते समजल्यावर त्याला तेव्हाही आठवलं होतं, की हे नाव रॉजरच्या यादीत आपण वाचलंय.

काही तरी आठवून जॅकनं डोळे उघडले. कोटाच्या खिशात हात घालून त्यानं आपला सेलफोन बाहेर काढला. आता मात्र लू सोल्डॅनोला हे सांगायलाच पाहिजे, असं मनात म्हणत त्यानं त्याच्या सोहो भागातल्या घरी फोन केला. सात-आठ वेळा पलीकडे रिंग वाजल्यावर लू नं फोन उचलला. त्यानं झोपेनं जडावलेल्या आवाजात 'हॅलो' म्हटलं आणि नंतरचे काही क्षण तो फक्त खोकत होता.

"काय, जिवंत आहेस का अजून?" जॅकनं जन्मजात तिरकसपणानं विचारलं.

"फालतू विनोद पुरे." लू गुरगुरला. "ही काय वेळ आहे फोन करायची? काही तरी महत्त्वाचं असेल तर सांग, नाही तर मुकाट्यानं फोन बंद कर."

"मी सांगतोय ते किती महत्त्वाचं आहे, हे कळेलच तुला." जॅकनं म्हटलं. "काल रात्री मॅनहटन जनरलमध्ये लॉरीचं तातडीचं ऑपरेशन करावं लागलं. त्यानंतर दोन-एक तासांपूर्वी कोणी तरी तिला मृत्यूच्या कड्यावर नेऊन उभं केलं आणि चांगला जोराचा धक्का दिला. ती जवळजवळ मेल्यातच जमा होती – नाही, थोडा वेळ ती मेलेलीच होती."

"माय गॉड!" लू नं धक्का बसून म्हटलं आणि मग त्याला खोकल्याची आणखी एक उबळ आली.

"रोज सकाळी असाच खोकतोस का रे तू?" लू चं खोकून झाल्यावर जॅकनं विचारलं.

"आता कुठाय ती?" त्याच्या प्रश्नाकडे दुर्लक्ष करत लू नं विचारलं.

"इथे मॅनहटन जनरलमध्ये तिसऱ्या मजल्यावर कार्डिॲक केअर युनिटमध्ये

आहे. आणि मी तिच्या दारासमोरच वेटिंग रूममध्ये बसलोय.''

''तिला कसला धोका आहे का?''

''कशा दृष्टीनं विचारतोयस? वैद्यकीय दृष्टीनं की आणखी कसल्या?''

''दोन्ही दृष्टींनी.''

''वैद्यकीय दृष्टीनं म्हणशील, तर जवळजवळ नाहीच. केवळ तिचं नशीब चांगलं होतं म्हणून तिला एक अत्यंत हुशार अशी कार्डिऑलॉजीची रेसिडेंट डॉक्टर पोरगी मिळाली. दिसायला मात्र ही पोरगी एकदम शाळकरी वाटते. तिच्याकडे पाहिल्यावर मला खरोखरच आपलं वय झाल्याचं जाणवलं. तुला सांगतो, आजच्या रात्रीतला हा दुसरा प्रसंग होता. पण ते जाऊ दे. लॉरीच्या सुरक्षिततेबद्दल सांगायचं, तर ज्या व्यक्तीनं तिला मारण्याचा प्रयत्न केला, तिला आता पुन्हा तशी संधी मिळेलसं मला वाटत नाही – निदान इथे कार्डिॲक केअर युनिटमध्ये तरी नाहीच. इथे तिच्या आसपास भरपूर माणसं आहेत, शिवाय मी स्वत: इथे बाहेरच बसलोय.''

''ओके. बरं, तिला मारायचा प्रयत्न कुणी केला, काही कल्पना आहे तुला?''

''एक नर्स आहे इथे, तिनंच लॉरीला मारायचा प्रयत्न केला असं मी पैजेवर सांगेन, पण तसा निश्चित पुरावा मात्र माझ्याकडे नाही. तू इथे आलास की मी तुला सगळं नीट सांगेन. शिवाय रॉजरच्या याद्याही आपल्याकडे आहेत, त्यामुळे तुझं काम एकदम सोपं आहे. पण लॉरीचं हे हत्यासत्र म्हणजे केवळ कल्पनेचे खेळ आहेत असं जे आपण समजतोय, ते मात्र साफ चूक आहे. यात मेलेल्या चौदा माणसांनंतर पंधरावं नाव तिचं स्वत:चं जवळजवळ आल्यात जमा होतं.''

''या नर्सचं नाव माहितेय तुला?''

''रॅकोक्झी.''

''हे कसलं विचित्र नाव?''

''कोण जाणे. त्यावरून ती मूळची कुठली, हे सांगणं मला तरी शक्य नाही.''

''तुझा या रॅकोक्झीवर संशय आहे हे तिला स्वत:ला माहितेय का?''

''शक्य आहे.'' जॅकनं म्हटलं. ''लॉरीला पुन्हा जिवंत करण्याचे आमचे प्रयत्न सुरू असताना ती माझ्यापासून कायम लांब राहिली. दुसरं म्हणजे लॉरीच्या रूममध्ये मी जेव्हा शिरलो, तेव्हा ती तिथेच होती.'' जॅकनं मग लू ला तो प्रसंग थोडक्यात वर्णन करून सांगितला.

''ठीक आहे. सगळ्यांत आधी मी तिची चौकशी करेन.'' लू नं म्हटलं. ''मी शक्य तितकं लवकर तिथे येतो – म्हणजे साधारण अजून अर्ध्या तासानं. त्याच्या आधी मी त्या भागातल्या दोघा पोलिसांना तिकडे पाठवण्याची व्यवस्था करतो. त्यांना तिथे कार्डिॲक केअर युनिटच्या दाराबाहेर उभं राहायला सांगतो. म्हणजे मग तुला कुठे जावं लागलं तर तू जरा मोकळा होशील.''

"चालेल."

"रात्रभर जागाच होतास?"

"हो." जॅकनं म्हटलं. "मी झोपण्याचा प्रश्नच नव्हता."

"ओके. थोडी कळ काढ. मी आलोच."

जॅक फोन बंद करणार इतक्यात त्याला लू बोलत असल्यासारखं वाटलं. त्यानं फोन पुन्हा कानाशी नेला. "आणखी एक अत्यंत महत्त्वाची गोष्ट. हिरोगिरी करायची नाही. डिटेक्टिव्हगिरी करायची नाही. फक्त जागेवर बसून राहायचं. काय?"

"त्याची काळजी करू नकोस." जॅकनं म्हटलं. "गेल्या काही तासांत मी जे भोगलंय, त्यानंतर मला नुसता श्वास आत घेऊन बाहेर सोडायलासुध्दा कष्ट पडताहेत. मी कसला कुणाच्या मागे जातो? मी इथेच बसून राहणार आहे."

"गुड. रॉजरची अवस्था आठवतेय ना?"

"हो रे बाबा!"

सेलफोन बंद करून जॅकनं ठेवून दिला आणि डोळे मिटले. लू शी बोलल्यावर त्याला एकदम बरं वाटलं. निदान आता कारस्थानाचा शोध लावायची आपली जबाबदारी संपली, त्यानं मनात म्हटलं. रिले रेसमध्ये कसा एक धावपटू आपल्या हातातला बॅटन पुढच्या धावपटूला देतो, तसं.

आपलं म्हणणं आपणच न पाळल्याचा आपल्याला किती त्रास होणार आहे, याची मात्र त्याला मुळीच कल्पना नव्हती.

पंचवीस

"**ए**क्स्क्यूज मी." जॅकच्या खांद्याला धरून हलकेच हलवत कॅटलिननं म्हटलं.

निद्रेच्या समुद्राच्या पार तळाशी जाऊन पडलेला जॅक खडबडून पुन्हा पृष्ठभागावर आला. इथून पोहत जाऊन आपण जागृतावस्थेच्या किनाऱ्यावर जायचं असतं, हे समजायलासुध्दा त्याला जरा वेळच लागला. पण जेव्हा त्याला आपण कुठे आहोत, कोण आहोत, वेळ काय आहे, वगैरेचं भान आलं, तेव्हा मात्र तो चटकन सोफ्यावर सावरून बसला. आपल्याला झोप लागली होती या गोष्टीचंच मुळात त्याला भयंकर आश्चर्य वाटलं आणि स्वतःची चीडही आली.

"काय झालं?" त्यानं कसंबसं विचारलं. "ती ठीक आहे ना?"

"हो, एकदम छान आहेत त्या." कॅटलिननं म्हटलं. "त्यांची पुन्हा पोटॅशियमची तपासणी केली ती एकदम नॉर्मल आलीय, शिवाय रक्तदाब, नाडी वगैरे सगळ्या गोष्टी अगदी छान आहेत. डॉक्टर रायलेनं सांगितलं तसं त्यांना थोडा फ्रुट ज्यूस वगैरे तोंडावाटे दिलाय."

"फॅन्टॅस्टिक." जॅकनं म्हटलं आणि तो उठू लागला.

कॅटलिननं पुन्हा त्याच्या खांद्याला स्पर्श करून खाली बसायला सांगितलं. "तुम्हाला त्यांना भेटावंसं वाटतंय हे मला माहितेय, पण माझ्या मते तुम्ही लगेच त्यांना भेटू नका. त्या खूप थकलेल्या आहेत आणि त्यांना शांत झोप लागलीय."

जॅकनं पुन्हा सोफ्यावर पाठ टेकत म्हटलं, "बरोबर आहे तुमचं. खरं तर मला तिच्या तब्येतीपेक्षा तिच्या सुरक्षिततेची काळजी जास्त वाटतेय या क्षणी. तिला कोणी तरी मुद्दाम पोटॅशियम देऊन मारायचा प्रयत्न केलाय, हे तुम्हाला एव्हाना

समजलेलंच असेल.''

''हो, ते लक्षात आलं माझ्या.'' कॅटलिननं मान डोलावत म्हटलं. ''पण तुम्ही काळजी करू नका. त्या दृष्टीनं सीसीयू अगदी सुरक्षित आहे आणि शिवाय मी माझ्या एका रेसिडेंट डॉक्टरला सतत त्यांच्यापाशी बसून राहायला सांगितलंय. त्याच्या परवानगीशिवाय कोणीही त्यांच्याजवळ जाऊ शकणार नाही.''

''उत्तम. मला हेच हवं होतं.'' जॅकनं म्हटलं.

''हे काम कुणी केलं, हे मला वाटतं मी तुम्हाला न विचारलेलंच बर.''

''खरंय. त्या प्रकाराचा उलगडा होईपर्यंत त्याची वाच्यता जेवढी कमी होईल तेवढं बरं.'' जॅकनं मान डोलावली. ''या एवढ्या मोठ्या हॉस्पिटलमध्ये जरा काही झालं की लगेच ते वणव्यासारखं सगळीकडे पसरतं, त्यामुळे ही गोष्टही गुप्त राहणं कठीणच आहे. तरी पण तुम्ही किंवा तुमच्या लोकांनी घडला प्रकार पुढचे दोन-तीन दिवस कुठे बोलला नाहीत, तर बरं होईल. थोड्याच वेळात पोलिसांचा एक डिटेक्टिव्ह इथे येणार आहे, त्यामुळे तोच आता काय ती तपासणी करेल.''

त्याच वेळी युनिफॉर्ममधले दोन पोलीस दाराशी आले. एक दणदणीत तब्येतीचा, उत्कृष्ट कमावलेल्या शरीराचा निग्रो होता, त्यानं आपलं नाव केव्हिन फ्लेचर सांगितलं. त्याची सहकारी एक स्पॅनिश वाटणारी, सडपातळ बांध्याची तरुणी होती, तिचं नाव होतं तोया सँचेझ. हॉस्पिटलमध्ये आल्यामुळे दोघंही काहीसे बावरलेले वाटत होते. दोघांनीही जॅकपाशी येऊन अगदी हळू आवाजात आपली ओळख करून दिली आणि आम्हाला तुम्हाला येऊन भेटायला सांगितलंय, असं सांगितलं. आता पुढे आपण नेमकं काय करायचं याची दोघांना बहुधा कल्पना नसावीसं दिसत होतं.

''तुम्ही खुर्च्या घ्या आणि तिथे कार्डिॲक केअर युनिटच्या दाराशी बसा ना.'' जॅकनं म्हटलं. ''प्रत्येक आत जाणारा माणूस काही कामानिमित्तच आत जातोय ना, एवढंच फक्त बघा.'' त्यानं कॅटलिनकडे बघितलं. ''एवढं एकच दार आहे ना, आत जायला?''

''हो.'' कॅटलिननं म्हटलं.

आता काय करायचं हे एकदा नक्की ठरल्यावर त्या दोघांना जरा बरं वाटलं. थोड्याच वेळात दोघंही खुर्च्या घेऊन सीसीयू च्या दाराबाहेर जाऊन बसले. यांचा काय उपयोग व्हायचा तो होऊ दे, पण त्यांचं अस्तित्वच जास्त महत्त्वाचं आहे, जॅकनं मनात म्हटलं. खरी सुरक्षितता आतल्या सततच्या वर्दळीमुळेच मिळेल.

''चला, आता मला राऊंडवर निघायला हवं.'' कॅटलिननं म्हटलं. ''आता तुम्ही इथेच बसून नजर ठेवा.''

''थँक्यू. तुम्ही आज कमाल केलीत.'' जॅकनं मनापासून म्हटलं. ''तुमच्यामुळेच आज लॉरी जिवंत आहे.''

"तुम्ही पोटॅशियमबद्दल जी टिप दिलीत ना, त्यामुळे ते जमलं." कॅटलिननं हसून म्हटलं. "तुम्ही पण कार्डिऑलॉजी रेसिडेंट होताय का, बघा. आपली जोडी मस्त जमेल."

जॅकही मोठ्यानं हसला. ही पोरगी काय फ्लर्ट करतेय की काय माझ्याशी? मग त्याचं त्यालाच या कल्पनेनं हसू आलं. ती निघाली, तसा त्यानं हसून हात हलवून तिला निरोप दिला.

कॅटलिन गेल्यावर जॅक पुन्हा शांतपणे सोफ्यावर बसला. आता त्याला झोप येणं शक्यच नव्हतं. कॅटलिननं धक्का देऊन गाढ झोपेतून उठवल्यामुळे आता त्याच्या शरीरात भरपूर अॅड्रेनलिन तयार झालेलं होतं. आपोआपच त्याच्या मनात या हत्यासत्राबद्दल विचार येऊ लागले. सदोष जीन्सचे मार्कर्स असणाऱ्या रोग्यांना कोणी तरी मारतंय, याचा खरा अर्थ आणि व्याप्ती काय असेल? याच्यामागे मोठं कारस्थान असणार हे तर सूर्यप्रकाशाइतकं स्वच्छ आहे. आणि हे घडवून आणणारी माणसं नुसतीच विकृत मनोवृत्तीची नसावीत. प्रत्यक्ष रोग्याच्या शरीरात पोटॅशियम टोचणारी व्यक्ती मात्र काही ना काही प्रमाणात निश्चितपणे विकृत असणार. समाजविघातक असणार, किंवा कुठे तरी दुखावली गेलेली असणार. या प्रकरणाची व्याप्तीही खूप मोठी असेल. अमेरिकेअरमध्ये मोठ्या पदांवरची माणसं यात नक्की गुंतलेली असणार. कशी वाट लागत चाललीय या डॉक्टरी पेशाची! जीव वाचवण्यासाठी लोक यांच्याकडे येतात आणि हेच उलट लोकांचे जीव घेतात! मानवाला खऱ्या अर्थानं उपकारक असलेला डॉक्टरी पेशा आज मानवाच्याच जिवावर उठलाय – केवळ त्याला धंद्याचं स्वरूप आलंय म्हणून. इतका प्रचंड झालाय हा व्यवसाय आणि त्यातही शुश्रूषेपेक्षा त्यातला धंद्याचा आणि पैशाचा भागच वरचढ ठरतोय, म्हणून हे सगळं होतंय. 'मॅनेज्ड केअर' क्षेत्रात अमेरिकेअरसारख्या किती तरी प्रचंड कंपन्या आहेत आणि त्यांच्या सर्वोच्च पदांवरची माणसं रोगी, रोग, शुश्रूषा, उपचार या गोष्टींपासून इतकी दूर असतात, की त्यांना या गोष्टींचं भानच उरलेलं नसतं. त्यांना दिसत असते ती फक्त बॉटम लाईन – शेअरच्या किमती, नफा, पैसा, पैसा आणि पैसा!

बाहेर कॉरिडॉरमध्ये एकदम गोंगाट ऐकू आला आणि जॅकची विचारशृंखला एकदम तुटली. नर्सेसचा एक घोळका आलेला होता आणि पोलीस दारावर असलेले पाहिल्यावर त्यांची बडबड आणि हास्यविनोद सुरू झाले होते. पोलीस त्यांची आय डी कार्ड पाहूनच त्यांना आत सोडत होते. आपल्या हॉस्पिटलमध्ये काय प्रकार घडतायत हे समजल्यावरही हे असेच हास्यविनोद करतील का? जॅकच्या मनात विचार आला. डॉक्टर लोकांपेक्षाही या नर्सेस आणि बाकीच्या मंडळींनाच खऱ्या अर्थानं प्रत्यक्ष अडचणींना तोंड देत रोग्यांची सेवा-शुश्रूषा करावी लागते, रोगांचा

सामना करावा लागतो. आपल्यापैकीच एक नर्स रोग्यांना ठार मारतेय हे समजल्यावर ही माणसं नक्कीच खवळून उठतील.

ती जस्मिन रॅकोक्झी अशीच तर एक नर्स आहे. तीच जर खरोखर गुन्हेगार असली, तर ती नक्कीच विकृत असणार. कदाचित आपला अंदाज चुकीचाही असेल. अशी एखादी विकृत, समाजविघातक प्रवृत्तीची बाई नर्स असेलच कशी आणि जर ती विकृत असली, तर तिला या एवढ्या मोठ्या नावाजलेल्या हॉस्पिटलमध्ये नोकरी मिळाली तरी कशी? आणि ज्या अर्थी मिळालीय, त्या अर्थी अमेरिकेअरच्या जगड्व्याळ कारभारातला कोणी तरी नक्की तिच्या पाठीशी असणार आणि तोच तिला या अत्यंत बेमालूम पद्धतीनं रोग्यांना मारायला सांगत असणार.

तेवढ्यात सीसीयू चं दार धाडकन उघडून नर्सेसचा आणखी एक घोळका बाहेर पडला. हे लोक बहुधा घरी चाललेले असावेत. असा जॅकनं तर्क केला. दाराबाहेर पोलीस बघून त्यांनाही मोठा धक्का बसला. पोलिसांनी अत्यंत सौजन्यानं त्यांचीही आय डी कार्ड्‌ तपासली, मग हा घोळका हळूहळू गप्पा मारत निघून गेला.

जॅकनं भिंतीवरच्या घड्याळात पाहिलं. सात वाजून गेलेले होते. बऱ्याच वेळानंतर जॅकच्या थकून गेलेल्या मेंदूत एकदम प्रकाश पडला. अरे! सात वाजून गेले, म्हणजे ती माणसं रात्रपाळीची होती! हो, पण हे आपल्या आधीही लक्षात आलं होतं. पण याचा अर्थ असा की जस्मिनचीही घरी जायची वेळ झालेली असणार!

लू इथे येऊन पोचण्याआधी जस्मिनची पाळी संपेल, हे जॅकच्या डोक्यातच आलेलं नव्हतं. तो ताडकन सोफ्यावरून उठला. ती गुन्हेगार असल्याचा आपल्याला संशय आल्याचं तिच्या लक्षात आलं, तर ती पळूनच जाईल ना! झपाझप चालत तो त्या दोघा पोलिसांपाशी आला आणि त्यानं त्यांना सांगितलं, की आपण वर सहाव्या मजल्यावर चाललो आहोत आणि डिटेक्टिव्ह लेफ्टनंट सोल्डॅनो आले की त्यांनाही वरच पाठवा.

तिथून लगेच जॅक लिफ्टच्या लॉबीपाशी आला. आता इथलं सगळंच वातावरण बदललेलं होतं. दिवसाच्या कामाची गडबड सुरू झालेली होती. लिफ्टसाठी बारा-पंधरा माणसं थांबलेली होती. त्यात चाकांची स्ट्रेचर्स घेऊन आलेले काही ऑर्डर्लीही होते. ते ज्यांची ऑपरेशन्स ठरलेली होती, अशा रोग्यांना घेऊन जायला चाललेले होते.

वरती जाणारी पहिली लिफ्ट खालूनच भरून आली. तरीही काही जण आत शिरले. जॅकही सरळ आत घुसला. लोकांच्या चेहऱ्यांवर उमटलेली चीडही त्याला दिसली. अक्षरश: सगळे जण एकमेकांना खेटून उभे होते. लिफ्टची दारं जेमतेम बंद होण्याइतपतच आत रिकामी जागा होती. लिफ्ट वर निघाली. कोणीही एकमेकांशी बोलत नव्हतं.

मुळातच अत्यंत सावकाश चढत असलेली ती लिफ्ट प्रत्येक मजल्यावर थांबत होती. लोक उतरत होते – त्यातही मागे उभे असलेले लोकच जास्त उतरत होते. त्यामुळे प्रत्येकवेळी पुढे उभा असलेला जॅक आणि त्याच्यासारख्याच इतर काही लोकांना बाहेर यावं लागत होतं. जॅकची मनातल्या मनात जाम चिडचिड होत होती. अखेर सहाव्या मजल्यावर लिफ्ट थांबल्याबरोबर सगळ्यांत आधी तो बाहेर पडला. उतरल्याबरोबर आधी नर्सेसच्या स्टेशनपाशी जाऊन जस्मिन रॅकोव्झीची चौकशी करायची, असं त्यानं ठरवलेलं होतं.

तो उतरला. त्याच्या समोरच्या बाजूला आणखी एक लिफ्ट होती आणि तिची दारं सावकाश बंद होत होती. डोळ्यांच्या कोपऱ्यातूनच त्याला त्या लिफ्टमध्ये तीच नर्स उभी असलेली वाटली. त्यानं मान वळवून तिकडे पाहिलं, पण तोपर्यंत लिफ्टचे दरवाजे बंद झालेले होते.

क्षणभर जॅक विचारात पडला, की काय करावं? असंच पळत जिने उतरून गेलो, तर आपण बहुतेक लिफ्टच्या आधी पोचू. पण जर ती रॅकोव्झी नसलीच तर काय? शेवटी त्यानं ठरवलं, की आपण आधी ठरवलं होतं तसंच करायचं. धावतच तो नर्सेसच्या स्टेशनपाशी गेला. तिथे आणि आसपासही बऱ्याच नर्सेस दिसत होत्या. त्यांच्यापैकी काहींना त्यानं ओळखलं. एक वॉर्ड क्लार्कही नुकताच कामाला आलेला होता आणि तो काऊंटरवर इतस्तत: पडलेले कागद, इतर वस्तू आवरत होता.

चटकन त्या माणसापाशी जाऊन जॅकनं आधी आपली ओळख करून दिली आणि जस्मिन रॅकोव्झीला भेटायचंय असं त्याला सांगितलं. जॅझ रॅकोव्झी आत्ता दोन सेकंदापूर्वीच गेली, त्यानं उत्तर दिलं. किरकोळ अंगाच्या, सोनेरी केसांची पोनीटेल मागे बांधलेल्या त्या माणसानं पलीकडे वाकून, जस्मिन रॅकोव्झी लिफ्टच्या आसपास कुठे दिसते का, तेही बघितलं.

''बरं, ती कुठे जाते, सांगता येईल?'' जॅकनं विचारलं. याचा अर्थ आपण तिलाच लिफ्टमध्ये पाहिलं होतं, हे त्याच्या लक्षात आलं. ''म्हणजे, ती कोणत्या दारानं बाहेर पडते, किंवा कोणत्या बाजूला चालायला लागते, असं विचारतोय मी. मला तिला भेटलंच पाहिजे फार महत्त्वाचं काम आहे.''

''ती घरी चालत नाही जात.'' त्या क्लार्कनं म्हटलं. ''तिच्याकडे एक सुंदर हमर गाडी आहे, काळी, भली मोठी. तिनं मला ती एकदा दाखवलीसुध्दा होती. त्या गाडीतली म्युझिक सिस्टीम इतकी मस्त आहे ना, की तुमचा विश्वासच बसणार नाही. ती नेहमी गॅरेजच्या दुसऱ्या मजल्यावर, पायी चालत जाण्याच्या पुलाच्या बरोबर दारासमोर उभी असते.''

''या पुलावर जायचं, तर लिफ्टनं कोणत्या मजल्यावर उतरावं लागतं?'' जॅकला आता जाम घाई झालेली होती.

"म्हणजे काय, दुसऱ्याच मजल्यावर." हा काय वेडगळ प्रश्न आहे, असा चेहरा करत त्या क्लार्कनं उत्तर दिलं.

जॅक जिन्याकडे धावत सुटला. आता एवढा वेळ इथे घालवल्यावर जस्मिन रॅकोक्झीच्या आधी खाली पोचणं अशक्यच होतं. पण इथे चौकशी करण्यात वेळ घालवल्याचं त्याला वाईट वाटलं नाही. कारण तशीही ती त्याला दिसली नसतीच कारण, काहीच माहीत नसल्यामुळे तो पळत सरळ पहिल्या मजल्यावरच पोचला असता. पण अजूनही आपण तिला गाठायची शक्यता आहे, त्यानं मनात म्हटलं. कारण तिला गाडीपर्यंत चालतच जावं लागणार आहे. शिवाय तिची गाडी कुठली हेही माहितेय.

संपूर्ण जिना काळपट राखाडी रंगाचा होता. पायऱ्या लोखंडी होत्या, त्यामुळे तो पळत खाली उतरत असताना त्या एखाद्या ड्रमसारखा आवाज करत होत्या. प्रत्येक मजल्यादरम्यान दोन लँडिंग होती, त्यामुळे त्याला एकसारखं वळावं लागत होतं. दुसऱ्या मजल्याच्या दाराशी येईपर्यंत त्याला जरा गरगरायला लागलेलं होतं.

अस्ताव्यस्त कपडे, वाढलेली दाढी, विस्कटलेले केस अशा अवतारात जॅक होता, शिवाय तो धावताना अडखळत होता. त्यामुळे आजूबाजूचे लोक त्याला बिचकून जायला जागा करून देत होते. त्यानं पायी जाण्याच्या पुलाकडे कसं जायचं असं विचारलं, तरी कोणी थांबत नव्हतं. शेवटी एका माणसाला त्याची कीव आली आणि त्यानं बोलण्याच्या फंदात न पडता फक्त बोट करून त्याला मार्ग दाखवला. एकदा कुठे जायचं ते कळल्यावर जॅक आणखी वेगानं निघाला. पावला पावलाला 'एक्स्क्यूज मी' म्हणत तो पार्किंग गॅरेजकडे जाणाऱ्या गर्दीतून भराभर वाट काढत पुढे जात होता. आणि एका दारातून पलीकडे गेल्याबरोबर अचानक त्याला आपण पुलावर आल्याचं लक्षात आलं, कारण त्याला तिथून समांतर जात असलेला मॅडिसन अॅव्हेन्यू दिसू लागलेला होता. पुलाला गॅरेजच्या बाजूला आणखी एक दार होतं. तिथून आत गेल्यावर एक छोटीशी लॉबी होती आणि लॉबीत लिफ्टची वाट बघत थांबलेल्या लोकांची एकच गर्दी होती. गर्दीतून कशीबशी, धक्के देत आणि खात वाट काढत तो एकदाचा दुसऱ्या मजल्यावरच्या गॅरेजमध्ये आला. गॅरेजमध्ये येणाऱ्या आणि जाणाऱ्या गाड्यांची गडबड उडालेली होती. आत कोंदलेल्या धुराच्या पडद्यावर गाड्यांचे दिवे प्रकाशाच्या आकृत्या काढत होते. बाहेर आता कुठे पहाट फुटत होती आणि आत फक्त अधूनमधून लागलेल्या ट्यूब्जचा जेमतेम प्रकाश होता.

जॅझची गाडी कोणती हे माहीत असल्याचा जॅकला चांगलाच फायदा झाला. एका क्षणात त्यानं ती काळी कुळकुळीत 'हमर' हेरली. त्या क्लार्कनं सांगितलं होतं, तशीच ती बरोबर पुलाच्या दारासमोर उभी होती. जॅकनं चवड्यांवर उभं राहून बघितल्याबरोबर त्याला दुरूनच जस्मिन रॅकोक्झी दिसली. ती नुकतीच गाडीपाशी

पोचलेली दिसत होती. त्याला तिच्या हातातला रिमोट कंट्रोलही दिसला. आपल्या गाडीच्या आणि शेजारच्या गाडीच्या दरम्यानच्या चिंचोळ्या जागेतून वाट काढत ती गाडीच्या ड्रायव्हरच्या बाजूच्या दाराशी पोचली.

''मिस रॅकोव्झी!'' गाड्यांच्या आवाजातूनही तिला सहज ऐकू जाईल इतक्या मोठ्यानं जॅकनं ओरडून तिला हाक मारली. तिनं चमकून आवाजाच्या दिशेनं त्याच्याकडे मान वळवून पाहिलं. ''थांबा जरा! मला बोलायचंय तुमच्याशी!'' जॅकच्या थकलेल्या मेंदूत क्षणभर विचार चमकून गेला, की या बाईनं एवढे खून केल्याचा आपल्याला संशय आहे, तरीही आपण एकटे तिच्याकडे जातोय, यात काही धोका...? पण तिला असं जाऊ देऊनही चालणार नाही. इथे इतकी माणसं असल्यामुळे आपण तसे सुरक्षित आहोत, त्यानं मनात म्हटलं. शिवाय आपल्याला काही तिच्याशी बोलाचाली करायची नाहीये...

डावी-उजवीकडे बघत, कोणती गाडी येत-जात नाहीये ना, याचा अंदाज घेत जॅक मधला छोटा रस्ता ओलांडून पलीकडे पोचला. ड्रायव्हरच्या बाजूचं गाडीचं दार उघडून जॅझ उभी होती. तिच्या हातात आता तो रिमोट नव्हता. अंगातल्या स्क्रब्जवरून तिनं एक भला मोठा ऑलिव्ह-ड्रॅब रंगाचा कोट घातलेला होता. तिचा उजवा हात कोटाच्या खिशात होता आणि चेहऱ्यावर चढेल भाव होते.

जॅझची हमर आणि शेजारची दुसरी गाडी यांच्यामधल्या अरुंद जागेतून जॅक तिच्यापाशी जाऊन पोचला. ती बारीक डोळे करून त्याच्याकडेच बघत होती. आता कुठे जॅकला तिच्यातला पशू जाणवला.

''तुम्हाला हॉस्पिटलमध्ये परत बोलावलंय.'' जॅकनं मुद्दामच जणू एखादा हुकूम देत असल्यासारख्या आविर्भावात म्हटलं. त्याला तिच्याशी वादविवाद टाळायचा होता. ''काही लोक आलेत आणि त्यांना तुमच्याशी बोलायचंय.''

''माझी ड्यूटी संपलीय.'' जॅझनं तिरस्कारानं म्हटलं. ''मी चालले घरी.''

आणि तिनं वळून गाडीत पाय ठेवला. जॅकनं झटकन पुढे होऊन तिचा दंड घट्ट पकडला.

''नाही, नाही, तुम्हाला त्यांच्याशी बोलावं लागेल.'' जॅकनं म्हटलं. तुम्ही माझ्याबरोबरच चला, असं काही तरी तो बोलणार होता, पण तेवढा वेळच त्याला मिळाला नाही. जॅझनं एका झटक्यात आपला दंड त्याच्या पकडीतून सोडवून घेतला आणि त्याच क्षणी त्याच्या गुप्तांगावर गुडघ्यानं जोरदार आघात केला. कळवळत जॅक गुप्तांगाशी दोन्ही हात धरून खाली वाकला. पुढच्याच क्षणी त्याला मानेवर पिस्तुलाच्या नळीचा थंडगार स्पर्श जाणवला.''

''ऊठ××××!'' जॅझनं दात ओठ खात तिरस्कारानं म्हटलं. ''आणि गाडीत बस.''

जॅकनं मान वर केली. भयंकर वेदनेमुळे त्याला डोळ्यांत पाणी आल्यामुळे समोरचं जेमतेमच दिसत होतं आणि एक पाऊलही पुढे टाकणं शक्य नव्हतं.

"आत बस, नाही तर इथेच मरशील." जॅझनं जरबेनं, पण त्याला जेमतेम ऐकू जाईल अशा आवाजात म्हटलं.

ती एक पाऊल मागे सरकली, तसा जॅक पुढे सरकला आणि डाव्या हातानं गाडीचा आधार घेत, उजव्या हातानं गुप्तांग धरून तो ड्रायव्हरच्या सीटवर कसाबसा जाऊन बसला. एवढ्या प्रचंड वेदना त्यानं जन्मात कधी अनुभवल्या नव्हत्या. त्याच्या अंगातली सगळी ताकदच जणू नाहीशी झालेली होती.

"चल, पलीकडे सरक." कोणी बघत नाही ना, म्हणून इकडे तिकडे पाहात जॅझनं म्हटलं. अर्धवट उजेड, गाड्यांची ये-जा, हॉर्न आणि इंजिनांचे आवाज, यातून कुणाचंही त्यांच्याकडे लक्ष गेलेलं नव्हतं. "आवर लवकर!" जॅकच्या कानशिलावर पिस्तुलानं ढोसत तिनं म्हटलं.

गाडीची गिअर बॉक्स दोन्ही सीटच्यामध्ये होती, त्यामुळे आताच्या परिस्थितीत पलीकडे कसं जायचं, हा जॅकपुढे प्रश्नच होता. पण सरकावं तर लागणारच होतं. तो कसाबसा गिअर बॉक्स ओलांडून आधी स्वत: पलीकडे गेला, मग पाठीवर आडवा पडून त्यानं पाय पलीकडे घेतले. पुन्हा सरळ होणं त्यामुळे आणखी अवघड बनलं. तो तसाच अर्धवट आडवा पडून राहिला.

पाठोपाठ जॅझही चटकन आत शिरली आणि तिनं दार बंद केलं. आपोआपच गॅरेजमधले बरेचसे आवाज एकदम नाहीसे झाले तिनं उजव्या हातानं अजूनही पिस्तूल जॅकच्या कपाळावर रोखून ठेवलेलं होतं. "आता सांग. कशाबद्दल बोलायचंय या लोकांना माझ्याशी?" तिनं हेटाळणीनं म्हटलं.

जॅकनं बोलायला तोंड उघडलं, पण तिनं त्याला गप्प केलं. "उत्तर दिलं नाहीस तरी चालेल. कारण तू आपण होऊन मरण ओढवून घेतलंयस."

पिस्तुलावर सायलेन्सर असूनही त्या बंदिस्त जागेत गोळीचा आवाज इतक्या मोठ्यानं घुमला, की जॅकचे कान अक्षरश: बधीर झाले. आवाजाबरोबरच त्यानं आपोआपच मिटून घेतलेले डोळे उघडले. जॅझचीच मान लुळी पडून पुढे झुकलेली होती आणि मग तिचं डोकं हळूच पुढच्या स्टीअरिंग व्हीलवर जाऊन टेकलं. तिच्या मानेच्या खोलगट भागावर एक रक्ताचा ओघळ आला. जॅकला काय चाललंय तेच समजेना. त्यातच जॅझचं पिस्तूल त्याच्या अंगावर पडलं.

"एक्स्क्यूज मी," पाठीमागच्या सीटच्या अंधारातून एक पुरुषी आवाज आला. "तेवढं ते पिस्तूल मला जरा देता? फक्त तो सायलेन्सर तुमच्या हातात धरून दस्ता माझ्या हातात द्या."

जॅकनं सीटवर पडलेलं जॅझचं पिस्तूल मागच्या आवाजानं सांगितलं होतं तसं

उचललं. थोडंसं मागे सरकून तो अर्धवट बसता झाला. आता तो सीटच्या पाठीवरून हळूच डोके वर काढून पाठीमागच्या सीटकडे बघू शकत होता. पण गाडीची पाठीमागची काचही काळी असल्यामुळे त्याला फारसं दिसत नव्हतंच. त्याला फक्त मागच्या सीटवर, ड्रायव्हरच्या सीटच्या बरोबर पाठीमागे बसलेल्या माणसाची अंधुक आकृती दिसली. बंदुकीच्या दारूचा दर्प त्या बंदिस्त जागेत भरून राहिलेला होता.

"ते पिस्तूल द्या लवकर." त्या आकृतीनं जरबेनं म्हटलं. "नाही तर परिणाम गंभीर होईल. खरं तर तुम्ही मला मदत करायला हवी. तुमचा जीव वाचवलाय मी."

सगळंच इतकं अनपेक्षित आणि अचानक घडत होतं, की जॅक पुरता घाबरून, बावचळून गेलेला होता. त्याला त्या माणसाला काही प्रत्युत्तर देणंही शक्य नव्हतं. त्यानं पुढच्या दोन्ही सीटमधल्या फटीमधून पिस्तूल हात मागे करून द्यायला सुरुवात केली. तेवढ्यात अचानक ड्रायव्हरच्या बाजूचं गाडीचं दार झटक्यात उघडलं गेलं आणि जॅझचं गतप्राण शरीर गाडीतून खाली काँक्रीटच्या जमिनीवर कलंडून पडलं. पुन्हा जबर धक्का बसलेल्या जॅकला एकदम बाहेर उभा असलेला लू दिसला. त्यालाही जॅझचं प्रेत बघून धक्का बसलेला होता. "मागच्या सीटवर बघ!" जॅक मोठ्यानं ओरडला. "खाली वाक!"

लू चटकन वाकून दिसेनासा झाला आणि त्याच क्षणी मागच्या त्या आकृतीनं पुन्हा गोळी झाडली. त्या धमाक्यापाठोपाठ खळ्कन काचा फुटल्याचा आवाज झाला. जराही विचार न करता जॅकनं हातातलं पिस्तूल एकदम उलटं केलं, त्याबरोबर त्याचं बोट पिस्तुलाच्या ट्रिगर गार्डमध्ये शिरलं. पुढच्या सीटवर बसलेल्या अवस्थेत आणखी खाली वाकत त्यानं त्या आकृतीच्या दिशेनं जमेल तेवढा नेम धरून ट्रिगर पाठोपाठ तीनदा दाबला. सायलेन्सर असल्यामुळे या पिस्तुलाचा आवाज त्या मानानं बराच कमी आणि खूपच वेगळा आला. बॉक्सिंगच्या पंचिंग बॅगवर ठोसा मारतानाचा होणारा 'धप्' असा आवाज आणि टायरमधून हवा बाहेर पडतानाचा 'फुस्स' आवाज, असं ते चमत्कारिक मिश्रण होतं. पाठोपाठ तिन्ही गोळ्यांची केसिंग्जही गाडीत पडल्याचे आवाज झाले. पुन्हा एकदा बंदुकीच्या दारूच्या त्या वासानं आतलं वातावरण भरून गेलं.

जॅकचं हृदय थाड थाड उडत होतं. तो मुटकुळं करून सीटवर टेकून बसून राहिला. तेवढ्यात मागच्या सीटवरून त्याला एक विचित्र आवाज ऐकू येऊ लागला. अरुंद जागेत पाणी शिरताना होतो तसा तो आवाज होता. तो आता हालचाल करायलाही घाबरत होता. मागचा तो माणूस उठून आपल्याला मारणार अशी त्याची जवळजवळ खात्री झालेली होती.

"लू?" त्यानं कशीबशी हाक मारली. त्याला जागेवरून हालायचीही भीती वाटत होती आणि लू लाही गोळी लागली असेल अशीही भीती वाटत होती.

"हं!'' लू चा आवाज गाडीबाहेरून कुठून तरी ऐकू आला.

"तू ठीक आहेस ना?''

"हो, मला काहीही झालेलं नाही. आत्ता गोळ्या कुणी मारल्या?''

"मीच मारल्या. नेम न धरताच मारल्या.''

"पण कुणाला?''

"कोण जाणे.''

"ही जी बाहेर मरून पडलेली नर्स आहे इथे, ती तू सांगत होतास तीच का?''

"हो, तीच ती.'' जॅक किंचित सरळ झाला. गाडीच्या पलीकडच्या दाराशी पाठ टेकून बसलेला असल्यामुळे त्याला तिथलं हँडल पाठीला भयंकर बोचत होतं.

"तुला मी हिरोगिरी करायची नाही असं सांगितलं होतं आणि तूही तसं कबूल केलं होतंस.'' लू नं तक्रारीच्या सुरात म्हटलं. "या नर्सलाही तूच मारलंस की काय?''

"नाही, नाही. मी नाही मारलं तिला. तिला या मागच्या माणसानं मारलं.''

"त्यानं माझ्यावरही पिस्तूल चालवलं.''

मघाच्या त्या पाण्यासारख्या आवाजाबरोबरच जॅकला पाठीमागून धाप लागल्याचा आवाज ऐकू येऊ लागला. त्याच वेळी त्याला लू चं डोकं दिसलं. लू खाली चवड्यांवर बसलेला होता आणि ड्रायव्हरचं दार थोडंसं उघडून सावधपणे आत बघत होता. त्यानं हातात पिस्तुलही घेतलेलं होतं आणि तेही फटीतून आत डोकावत होतं.

जॅकनं धडपड करत कसेबसे आपले पाय नीट खाली घेतले आणि मान उंच करून, पुढच्या दोन्ही सीटदरम्यानच्या जागेतून हळूच मागे बघितलं. आतल्या अंधुक उजेडात तेवढ्या फटीतून त्याला एक जवळजवळ निर्जीव पडलेला हात दिसला. त्या हाताचं पहिलं बोट अजूनही पिस्तुलाच्या ट्रिगर गार्डमध्ये अडकलेलं होतं. त्याबरोबरच जॅकला धापा टाकत असल्याचा आवाजही आला.

कसाबसा धीर करून त्यानं पुढच्या सीटवरून मान वर करून मागे पाहिलं. आता त्याला मागचा माणूस अजूनही टेकून बसलेला दिसत होता, पण त्याचे दोन्ही हात मात्र निर्जीवपणे दोन्ही बाजूंना सीटवर पडलेले होते. त्याच्या तोंडावर एक स्कीईंग करताना वापरायचा मास्क होता आणि त्याला श्वासोच्छ्वास करताना भयंकर त्रास होत असल्यासारखा वाटत होता.

"मला वाटतं माझ्या गोळ्या लागल्या त्याला.'' जॅकनं काहीशा नवलानं म्हटलं.

लू आता उठला आणि गाडीच्या मागच्या, त्या माणसाच्या शेजारच्या खिडकीशी आला. याच खिडकीची काच मघाशी त्या माणसाच्या गोळीनं फोडलेली होती. लू नं दोन्ही हातांनी आपलं पिस्तूल काढून त्याच्यावर रोखलं. "जॅक, आतले दिवे

लाव.'' त्यानं म्हटलं.

जॅकनं वळून डॅशबोर्डच्या खालची दिव्यांची बटनं शोधून काढली आणि आतले दिवे सुरू केले. मग त्यानं पुन्हा मागच्या त्या माणसाकडे बघितलं. त्याच्या छातीवर रक्ताचा एक मोठा थोरला डाग होता आणि तो हळू हळू पसरत चाललेला होता.

''त्याच्या पिस्तुलापर्यंत हात पोचतोय का तुझा?'' लू नं विचारलं. त्यानं अजूनही आपलं पिस्तूल त्या निश्चेष्ट माणसावरून हलू दिलेलं नव्हतं.

जॅकनं भयंकर सावधपणे हात घालून हळू हळू लांब करायला सुरुवात केली – न जाणो, सिनेमात दाखवतात तसा या माणसानं शेवटच्या क्षणी पुन्हा हल्ला केला तर?

''फक्त पिस्तुलाची नळी पकड. दस्त्याला हात लावू नकोस.'' लू नं म्हटलं. ''आणि ते पिस्तूल त्याच्या हातातून सोडवून घेऊन तिथेच सीटवर ठेवून दे.''

लू नं सांगितलं होतं बरोबर तसंच जॅकनं केलं आणि लगेच तो दार उघडून गाडीबाहेर आला. त्यानं आपल्या बाजूचं मागचं दार उघडून पुन्हा आत डोकावून त्या माणसाकडे बघितलं. त्या माणसाला श्वास घेताना किती भयंकर कष्ट होतायत हे इतक्या जवळून आणखी स्पष्ट दिसत होतं. त्याचा त्रास कमी व्हावा म्हणून जॅकनं त्याच्या चेहऱ्यावरचा मास्क काढून टाकला. लू नंही पलीकडचं दार उघडलं.

''तू ओळखतोस का याला?'' त्यानं विचारलं.

''छे. कधी पाहिलेलंसुध्दा नाही.'' जॅकनं उत्तर दिलं.

जॅक त्या माणसाची नाडी बघत असताना लू नं त्याचा शर्टचा पुढचा भाग एका झटक्यात टर्रकन फाडला. सगळी बटनं भराभर तुटून इकडेतिकडे उडाली. त्या माणसाच्या छातीत गोळ्यांच्या तीन जखमा अगदी स्पष्ट दिसत होत्या.

''याची नाडी अत्यंत अनियमित आहे आणि खूप जोरात आहे.'' जॅकनं म्हटलं. ''आपण चटकन याला हलवलं नाही, तर हा फार वेळ जिवंत राहणार नाही. एक गोष्ट त्यातल्या त्यात बरी आहे, की आपण हॉस्पिटलमध्येच आहोत.''

''ओके. तू त्या नर्सकडे बघ.'' लू नं म्हटलं. ''मी याला गाडीबाहेर काढायला लागतो.

लगेच जॅक धावत गाडीला वळसा घालून दुसऱ्या बाजूला गेला. खाली वाकून त्यानं जॅझकडे बघितलं. ती जवळजवळ मेलीय हे लक्षात यायला त्याला एक सेकंदही लागला नाही. अगदी जवळून डोक्याच्या मागच्या भागात घातलेली ती गोळी निश्चितपणे तिच्या लहान मेंदूमधून आरपार गेलेली होती, हे अगदी उघड होतं.

सरळ होऊन जॅक तिला ओलांडून लू पाशी आला. लू नं त्या माणसाला अर्धं अधिक गाडीबाहेर काढलेलं होतं.

''कशी आहे ती?'' लू नं विचारलं.

"ती मेल्यातच जमा आहे. आपण या माणसाचंच काय ते बघू या."

गाडीचं मागचं दार उघडून शेजारच्या गाडीला लागलेलं होतं, त्यामुळे जॅकला पुन्हा मागे वळून, जॅझला ओलांडून उलट्या बाजूनं धावत लू ला मदत करायला यावं लागलं. लू नं त्या माणसाच्या काखांखाली हात घातलेले होते. जॅकनं आणखी पुढे घुसून त्याच्या मांड्या पकडल्या.

"बाप रे! काय वजन आहे रे याचं!" दोघांनी त्याला उचलून जरा मोकळ्या जागेत आणल्यावर लू नं म्हटलं. पाठोपाठ त्या तिघांच्याही अंगावर गॅरेजबाहेर जाऊ बघणाऱ्या एका गाडीच्या दिव्यांचा प्रखर झोत पडला. त्या ड्रायव्हरनं बिनदिक्कत गाडीचा हॉर्न जोरानं वाजवला.

"फक्त न्यूयॉर्कमध्येच हे असं घडू शकतं!" लू नं दात ओठ खात त्या ड्रायव्हरकडे चिडून बघत म्हटलं. त्या जखमी माणसाला हलवणं म्हणजे महाकर्मकठीण गोष्ट होती. "माय गॉड! टनभर वजन असेल याचं!"

पादचारी पुलाच्या दाराकडे त्या माणसाला ते कसंबसं घेऊन येत असताना हॉस्पिटलमधून घरी परत चाललेले लोक त्यांच्याकडे आ वासून बघत होते. आपण काय बघतोय हे त्यांना समजत नव्हतं आणि यांना मदत करायला जावं की नाही, हेही त्यांना कळत नव्हतं. त्यातलाच एक जण मागे वळून परत आला आणि त्यानं पुलाचं दार त्यांच्यासाठी उघडून धरलं.

अर्धा पूल ओलांडल्यावर मात्र लू चा तोल जायला लागला. "आता जरा थांबू या." त्यानं धापा टाकत म्हटलं.

"त्यापेक्षा आपण जागा बदलू या." जॅकनं म्हटलं. लगेच त्यांनी त्या माणसाला पुलावर खाली झोपवलं आणि जागा बदलून पुन्हा त्याला उचललं.

"तू अगदी वेळेवर पोचलास." जॅकनं धापा टाकत म्हटलं.

"हो. मी सीसीयू मध्ये पोचलो तेव्हा तू नुकताच तिथून गेलेला होतास." लू नं म्हटलं. "मग मी सहाव्या मजल्यावर गेलो, तेव्हाही तू नुकताच गेलेला होतास. तरी नशीब, की त्या तिथल्या क्लार्कनं मला गाडीचं वर्णन बरोबर सांगितलं."

एव्हाना सकाळ व्हायला लागलेली असल्यामुळे त्या माणसाच्या छातीवरचे डाग म्हणजे रक्त आहे, हे स्पष्ट दिसू लागलेलं होतं. त्यामुळे लोक आता त्यांना आपण होऊन मदत करू लागले. पूल ओलांडता ओलांडता दोन पुरुष नर्स त्यांना येऊन मिळाले. एकानं जॅकला मदत करायला सुरुवात केली, तर दुसऱ्यानं लू बरोबर त्या माणसाचा एक पाय पकडला.

"इमर्जन्सी रूम खालच्या मजल्यावर आहे." त्यांच्यापैकी एकानं म्हटलं. "लिफ्टनं जाऊया, की जिन्यानं?"

"लिफ्टनंच जाऊ." जॅकनं म्हटलं. त्या जखमी माणसाचा श्वासोच्छ्वास

थांबल्याचं त्याच्या लक्षात आलेलं होतं. ''पण आपण वर जायचंय, खाली नव्हे. याला छातीचं ऑपरेशन करणाऱ्या सर्जनची गरज आहे आणि ती सुध्दा आत्ता लगेच.''

त्या दोघाही नर्सेसनी धक्का बसल्यासारखं एकमेकांकडे पाहिलं, पण ते काही बोलले नाहीत. त्या जखमी माणसाला खाली ठेवण्याऐवजी जॅकनं भिंतीचा आधार घेतला आणि मोकळ्या हातानं लिफ्टचं बटन दाबलं. नशिबानं लिफ्ट लगेच आली खरी, पण ती माणसांनी खच्चून भरलेली होती.

''वाट द्या आम्हाला!'' जॅक मोठ्यानं ओरडला आणि ते सगळे सरळ आत घुसले. क्षणभर काहीच न कळल्यामुळे आतलं कोणीच जागचं हललं नाही. पण एकंदर परिस्थितीचं गांभीर्य ओळखून काही लोकांनी चटकन लिफ्टमधून बाहेर येऊन त्यांना पुरेशी जागा करून दिली. लिफ्टचं दार बंद झालं.

सगळ्यांच्याच नजरा त्या जखमी माणसावर खिळलेल्या होत्या, पण कोणीही एक शब्दही तोंडातून काढत नव्हतं.

लिफ्ट तिसऱ्या मजल्यावर पोचली. त्याबरोबर ते त्या माणसाला घेऊन बाहेर पडले आणि पुढचं दार ढकलून आत घुसले. सर्जिकल लाऊंजमध्ये शिरता शिरताच जॅकनं आपण गोळीबारात जबर जखमी झालेला माणूस आणल्याचं मोठ्यानं ओरडून सांगितलं. त्यामुळे ऑपरेशन रूमकडे जाणाऱ्या दाराशी ते पोचेपर्यंत लाऊंजमध्ये आपापल्या केसची वाट बघत बसलेले काही सर्जन त्यांना येऊन मिळाले. त्यांच्यातले काही जण छातीची ऑपरेशन करणारे सर्जनही होते आणि त्यांनी चालता चालताच त्या जखमी माणसाच्या एकंदर परिस्थितीचं, त्याच्या जखमांचं निरीक्षण करायला सुरुवात केली आणि भराभर चर्चा करून ठरवलं, की या पेशंटला सगळ्यांत आधी कार्डिओ-पल्मनरी बायपासवर ठेवलं, तरच हा वाचण्याची शक्यता आहे.

हा सगळा घोळका ऑपरेशन रूमच्या काऊंटरपाशी आल्याबरोबर तिथल्या नर्सेस एकदम चिडल्याच : बाहेरचे कपडे घालून एवढी माणसं आमच्या अत्यंत स्वच्छ, निर्जंतुक भागात आलीच कशी? पण हे लोक अत्यंत गंभीररीत्या जखमी झालेल्या एका पेशंटला घेऊन येताहेत हे बघितल्याबरोबर त्या गप्प झाल्या.

''रूम नंबर आठमध्ये ओपन हार्ट सर्जरीची तयारी करताहेत.'' एकीनं ओरडून त्यांना सांगितलं.

सगळे जण तसेच आठ नंबरच्या रूममध्ये शिरले आणि तिथे त्यांनी त्या जखमी माणसाला सरळ ऑपरेशन टेबलावरच नेऊन ठेवलं. सर्जन लोकांनी एक सेकंदही वाया न घालवता त्याचे कपडे कापून टाकले. तेवढ्यात एका ॲनेस्थेशिओलॉजिस्टनं ओरडून सांगितलं की पेशंटचा श्वासोच्छ्वास पूर्णपणे बंद झालाय आणि नाडीही लागत नाहीय. त्यानं चटकन त्याला ट्यूब वगैरे लावून शुध्द ऑक्सिजन द्यायला

सुरुवात केली. आणखी एका अॅनेस्थेशिओलॉजिस्टने त्याला भराभर एकदम दोन-तीन आय व्ही जोडल्या आणि तो त्याच्या शरीरात मोठ्या प्रमाणात सलाईन सोडू लागला. त्यानं लगेच त्याच्या रक्ताचा नमुना घेऊन त्या रक्तगटाचं रक्त मागवायचीही व्यवस्था केली.

सर्जन लोक ऑपरेशन टेबलाभोवती जमून झपाट्यानं कामाला लागले, तसे जॅक आणि लू तिथून मागे सरकले. एका थोरॅसिक सर्जननं ओरडून 'स्कॅल्पेल' असं म्हटल्याबरोबर कोणी तरी एक स्कॅल्पेल त्याच्या हातात सरकवलं. ग्लोव्हज हातात घालण्याइतकासुध्दा वेळ न घालवता त्या सर्जननं स्कॅल्पेलच्या एका सपकाऱ्यात त्या माणसाची छाती उघडली; आणि नुसत्या हातांनी काड काड त्याच्या बरगड्या मोडून तो छातीच्या पोकळीपर्यंत पोचलासुध्दा. छातीच्या पोकळीत प्रचंड प्रमाणात रक्तस्त्राव होऊन रक्त जमलेलं होतं. आता मात्र लू ला हे पाहावेना. तो हळूच ऑपरेशन रूममधून बाहेर सटकला आणि लाऊंजमध्ये येऊन थांबला.

"सक्शन!" तो सर्जन मोठ्यानं ओरडला.

ऑपरेशन टेबलाच्या डोक्याशी उभा राहून जॅक मात्र सगळं काही बघत होता. असलं ऑपरेशन त्यानं कधी जन्मात पाहिलेलं नव्हतं. एकाही सर्जननं ग्लोव्हज, मास्क, गाऊन वगैरे काहीच घातलेलं नव्हतं. प्रत्येकाचे हात कोपरापर्यंत रक्तानं भरलेले होते. सगळ्याच घटना इतक्या वेगानं आणि अनपेक्षितपणे घडलेल्या होत्या, की ऑपरेशनपूर्वीची एकही प्रक्रिया पूर्ण करायला कुणाला वेळच मिळालेला नव्हता. एवढं मोठं ऑपरेशन करत असतानाही सगळ्यांच्या गप्पा आणि हास्यविनोद चाललेले होते; तेही त्याला ऐकू येत होते. सर्जन ही जमातच वेगळी असते असं त्यानं ऐकलेलं होतं, ते आज त्याला प्रत्यक्ष अनुभवायला मिळत होतं. एवढं गंभीर ऑपरेशन होतं, नेहमीप्रमाणे नर्सेस वगैरे कुणी मदतीला नव्हतं – किंबहुना सगळी परिस्थितीच नेहमीपेक्षा अगदी वेगळी होती, पण ही माणसं चक्क मजेत होती.

हा माणूस हॉस्पिटलच्या आवारातच जर जखमी झाला नसता तर तो निश्चितपणे जगला नसता, ही गोष्ट एव्हाना सगळ्यांना माहीत झालेली होती. तीनपैकी दोन गोळ्या त्याच्या फुफ्फुसांमधून आरपार गेलेल्या होत्या. सर्जन लोकांच्या दृष्टीनं ही तशी अगदीच किरकोळ होती. तिसऱ्या गोळीनं मात्र बरंच जास्त नुकसान केलं होतं. छातीतल्या महारक्तवाहिन्यांना तिनं भोकं पाडली होती.

या सगळ्या रक्तवाहिन्या बंद करून त्या माणसाला हार्ट-लंग मशीनवर ठेवण्यात आलं. आता मात्र काही सर्जन आपापल्या ठरलेल्या ऑपरेशनसाठी निघून गेले. उरलेल्या त्या दोघा थोरॅसिक सर्जन्सनी काम जरा थांबवलं आणि मग हातपाय स्वच्छ धुवून ग्लोव्हज, स्क्रब्ज वगैरे सगळे ऑपरेशनचे नेहमीचे कपडे घातले. पेशंट जगण्याची कितपत शक्यता आहे, असं काही तरी विचारायला जॅक त्या

ॲनेस्थेशिओलॉजिस्टकडे निघाला, पण तेवढ्यात त्याला नर्सिंगच्या सुपरवायझरनं रोखलं.

"सॉरी, पण आता ऑपरेशनमधलं ताबडतोब करण्याचं काम संपलंय, त्यामुळे आम्हाला आता पुन्हा इथले स्वच्छतेचे सगळे नियम पाळणं भाग आहे." तिनं म्हटलं. "त्यामुळे तुम्हाला जर इथे थांबून ऑपरेशन बघायचं असलं तर कपडे बदलून स्क्रब्ज चढवावे लागतील. आणि या शूजवरूनही कव्हर घालावी लागतील."

"कबूल." जॅकनं मान डोलावली. आपल्याला आधीच बाहेर हाकललं नाही, याचंच त्याला आश्चर्य वाटत होतं.

तिथल्या लांबलचक कॉरिडॉरमधून लाऊंजकडे परत चालत येत असताना मात्र रात्रभरात झालेल्या असह्य शारीरिक आणि मानसिक श्रमांचा सगळा परिणाम जाणवू लागला. आपल्या पायांमध्ये शिसं भरलंय असं त्याला वाटत होतं. मधूनच त्याला अंगावर शिरशिरी उठत होती. तो लाऊंजमध्ये पोचला तेव्हा लू सेलफोनवर कुणाशी तरी बोलत होता. त्याच्यासमोरच्या छोट्या कॉफीच्या टेबलावर एक पैशाचं चामड्याचं पाकीट आणि एक ड्रायव्हिंग लायसन्स पडलेलं होतं.

एक खुर्ची ओढून घेऊन जॅक त्याच्यासमोर बसला. लू नं आपलं बोलणं न थांबवता फक्त लायसन्सकडे बोट केलं. जॅकनं ते लायसन्स उचललं. त्या माणसाचं नाव होतं डेव्हिड रोझेनक्रांट्झ. वर त्याचा लॅमिनेट केलेला फोटो होता. चांगला धिप्पाड देहाचा, तगडा दिसत होता तो आणि फोटोत त्याची जाडजूड मान आणि तोंडभर हसणारा, देखणा चेहरा दिसत होता.

सेलफोन बंद करून लू नं जॅककडे बघितलं आणि तो पुढे झुकून बसला. "या क्षणी मला हे सगळं कसं झालं याचं अगदी तपशिलवार स्पष्टीकरण नकोय," त्यानं थकलेल्या आवाजात म्हटलं. "पण तू हे का केलंस एवढं मात्र तुला सांगावं लागेल. आपण सीसीयूच्या बाहेर वेटिंग रूममध्ये बसलो आहोत आणि काही झालं तरी तिथून हलणार नाही, असं तू मला वचन दिलं होतंस."

"हो आणि मी तिथे बसूनच राहणार होतो." जॅकनंही थकून गेलेल्या आवाजात, मान डोलावत म्हटलं. "पण रात्रपाळीचे लोक घरी चाललेत, पाळी बदलतेय असं माझ्या लक्षात आलं. त्यामुळे मला वाटलं की ही रॅकोव्झी निसटून जाईल. आणि तू येईपर्यंत काहीही करून मला तिला थांबवून धरायचं होतं."

लू नं कंटाळून दोन्ही हातांनी चेहरा जोरजोरात चोळला आणि तोंडातल्या तोंडात एक तीव्र नापसंतीदर्शक हुंकार दिला. "हौशी डिटेक्टिव्हगिरी! तो रॉजर रूसो तसाच निघाला आणि आता तू!"

"तिच्याकडे पिस्तूल असेल ही गोष्ट माझ्या लक्षातच आली नाही."

"अरे, भल्या माणसा, पण मी तुला तेवढ्याचसाठी मुद्दाम रॉजरचं काय झालं

ते आठवतंय ना, असं विचारलं होतं. शिवाय त्याच्याआधी एक-दोनच दिवस त्या नर्सचाही खून गोळ्या घालूनच झाला होता. या गोष्टी तुझ्या त्या बारक्याशा मेंदूत शिरल्या नव्हत्या का?''

''नाही ना.'' जॅकनं प्रांजळपणे कबूल करून टाकलं. ''खरोखरच माझ्या डोक्यात आलं नाही. मला आपलं एकसारखं वाटत होतं की ती पळून जाता कामा नये. मी तिला फक्त थांबायला सांगणार होतो. मी तिच्याशी भांडण करणार नव्हतो, की तिच्यावर कसले आरोप करणार नव्हतो.''

''अरे, पण लॉरीला तिनं मारलं असा संशय तुलाच आला होता ना? आणि तरीही ती तुला काही करेल हे तुझ्या डोक्यात आलं नाही म्हणतोस तू, आता मला तुला हसावं का रडावं तेच कळत नाहीय.''

जॅकनं खांदे उडवले. लू चं म्हणणं बरोबर आहे, हे त्याला मनोमन जाणवत होतं.

''तू ज्याला गोळ्या घातल्यास, त्या माणसाचं लायसन्स बघितलंस का?''

जॅकनं मान डोलावली. आपण कुणाला तरी गोळ्या घातल्या, हा विचारच त्याला सहन होत नव्हता.

''मग कोण आहे हा डेव्हिड रोझेनक्रांट्झ?''

जॅकनं नकारार्थी मान हलवलं. ''कोण जाणे. मी कधी त्याला आधी बघितलेलं नाही, की त्याचं नाव ऐकलेलं नाही.''

''तो वाचणार आहे का यातून?''

''कोण जाणे. मी हीच गोष्ट त्या ॲनेस्थेशिओलॉजिस्टला विचारणार होतो, पण तेवढ्यात मला बाहेर काढलं तिथून. पण मला वाटतं त्या सगळ्या सर्जन लोकांना मात्र तो नक्की जगेल असं वाटतंय, निदान मला त्यांच्या बोलण्यावरून तरी तसं वाटलं. पण जर तो वाचला, तर यानं एक गोष्ट नक्की सिध्द होईल : पिस्तुलाच्या गोळ्या खायला हरकत नाही, पण त्या हॉस्पिटलच्या आवारातच खाव्या.''

''बोलत राहा नुसता!'' लू नं जराही न हसता म्हटलं. ''बरं लॉरी कशी आहे?''

''एकदम ठीक आहे ती – निदान मी निघालो तेव्हा तरी होती. चल, असेच जाऊ तिकडे सीसीयूमध्ये.''

''चल.'' लू नं उठत म्हटलं.

सीसीयूच्या मुख्य नर्सनं बाहेर येऊन जॅकला सांगितलं, की पेशंट एकदम सुधारतेय, सध्या झोपलीय आणि डॉक्टर रायले येऊन मघाशीच तपासून गेल्या. आता पेशंटला युनिव्हर्सिटी हॉस्पिटलमध्ये हलवायचा विचार चालू आहे, असंही तिनं सांगितलं.

''परफेक्ट.'' जॅकनं लू कडे बघत म्हटलं.

''यस. परफेक्ट.'' लू नंही मान डोलावली.

सीसीयू मध्ये लॉरीला पाहून दोघं परत फिरले, तेव्हा लू नं जॅकला आपल्याबरोबर पुन्हा इमर्जन्सी रूममध्ये चलायला सांगितलं. पार्किंगमध्ये आज सकाळी ज्या नर्सची गोळी घालून हत्या करण्यात आली, तीच नर्स लॉरीच्या रूममध्ये आपण पाहिली होती आणि त्याच नर्सचं हे प्रेत आहे, अशी कागदोपत्री ओळख त्याला जॅककडून पटवून हवी होती. ''मी जेव्हा तुझ्या आधी ऑपरेशन रूममधून बाहेर पडलो, तेव्हा मी पोलिस हेडक्वार्टर्समध्ये फोन करून सांगितलं होतं, की मी त्या नर्सची हमर हे गुन्ह्याचं ठिकाण आहे असं धरून तिचं प्रेत हॉस्पिटलमध्ये घेऊन जातोय. शिवाय मला तिचं 'ग्लॉक' पिस्तुलही बॅलिस्टिक्सकडे तपासणीला पाठवायचं होतं. तिचं प्रेत इमर्जन्सी रूममध्ये आणून ठेवलंय.''

ते परत लिफ्टकडे निघाले. लू नं चालता चालता म्हटलं, ''तू थकला असशील याची कल्पना आहे मला, तरी पण तू गॅरेजमध्ये गेल्यानंतर पुढे नेमकं काय झालं, ते मला लगेच समजणं आवश्यक आहे.''

''रॅकोव्झी अगदी तिच्या गाडीत बसत असतानाच मी तिला लांबून पाहिलं.'' जॅकनं म्हटलं. ''तिनं दारही उघडलेलं होतं, त्यामुळे मी मोठ्यानं हाक मारून तिला थांबवलं आणि लगेच तिच्यापाशी जाऊन पोचलो. मी तिला रोखायचा प्रयत्न केला, पण ती कसली ऐकते? मी तिचा दंड पकडल्याबरोबर तिनं मला इथे जोरात गुडघा मारला.'' त्यानं बोट करून 'कुठे' मारलं होतं ती जागा दाखवली.

''आऊच!'' लू कळवळला.

''त्यावेळी मी वेदनेनं खाली वाकलेलो असतानाच तिनं पिस्तूल काढून माझ्या डोक्यावर टेकवलं आणि मला गाडीत बसायला लावलं.''

''आता यापासून धडा घे.'' लू नं म्हटलं. ''सशस्त्र गुंडाबरोबर कधीही गाडीत शिरू नये.''

''अरे, पण तो गुंड काय आपल्याला विनंती करत बसणार आहे का, की प्लीज गाडीत बसा?'' जॅकनं म्हटलं. ''अशा वेळी माणसाचा नाईलाजच होतो. तसा तो माझाही झाला.''

तेवढ्यात ते लिफ्टच्या लॉबीत आले, त्यावेळी त्यांनी हळू आवाजात बोलायला सुरुवात केली.

''आणि त्याच वेळी मी तिथे आलो.'' लू नं म्हटलं. ''मी तुला गाडीत बसताना पाहिलं. मला तिच्या हातातलं पिस्तुलही दिसत होतं पण मध्ये गाड्या जात असल्यामुळे मला थांबून राहावं लागलं. मग मी तिथे गाडीपाशी पोचलो, गाडीत काय घडलं?''

''सगळ्याच गोष्टी भयंकर वेगानं घडत गेल्या. तो माणूस आधीच गाडीत

येऊन तिची वाट बघत बसलेला होता. ती मला गोळी घालणार, इतक्यात त्यानं... ओ, गॉड!'' आपलं मरण किती जवळ आलेलं होतं हे आठवून जॅक नखशिखांत शहारला.

''गाढव कुठला!'' लू नं म्हटलं आणि जॅकच्या खांद्यावर हलकेच एक गुद्दा मारला. त्यानं स्वत:शीच मान हलवली. ''कायम आपण होऊन अडचणीत कसा पाय टाकतोस रे तू? केवळ तो माणूस तिला संपवायला आधीच तिथे येऊन पोचला होता, म्हणून वाचलास तू. हे डोक्यात शिरतंय का तुझ्या?''

''हो. खरंय.'' जॅकनं मान डोलावली.

तेवढ्यात लिफ्ट आली आणि ते आत शिरून अगदी मागे जाऊन उभे राहिले.

''ओके, आता मुख्य प्रश्न असा, की हे असं का घडलं?'' लू नं विचारलं. ''तू काही विचार केलायस का यावर?''

''हो, केलाय.'' जॅकनं म्हटलं. ''पण त्या आधी आपण थोडे मागे जाऊ या. सगळ्यांत पहिलं सांगायचं, तर लॉरीला पोटॅशियमचा एक प्रचंड डोस देऊन ठार मारण्याचा प्रयत्न झाला आणि त्यातून ती केवळ नशिबानं वाचली. एखाद्या माणसाला मारायचा हा अत्यंत बेमालूम मार्ग आहे. आणि हे कधीही, कुठल्याही तपासणीत उघडकीला येत नाही, कारण शरीरात आधीच भरपूर प्रमाणात पोटॅशियम असतं. पण हे एवढ्यावरच थांबत नाही. माझं म्हणणं असं आहे, की लॉरीच्या त्या हत्यासत्रातल्या सगळ्याच रोग्यांना याच पद्धतीनं मारलं गेलंय. पण त्यांना व्यक्तिश: हेरून, किंवा कुठल्या बदल्याच्या भावनेनं, किंवा खून करण्याच्या नेहमीच्या कुठल्याच उद्देशानं मारलेलं नाही. लॉरीसकट या सगळ्याच माणसांच्या बाबतीत एक समान धागा असा होता, की त्यांच्या रक्ताच्या तपासण्यांमध्ये या माणसांमध्ये अनुवांशिकतेनं काही सदोष जीन्स मिळालेले सापडले होते आणि त्यांच्या या जीन्सच्या तपासण्या पॉझिटिव्ह आलेल्या होत्या. या सदोष जीन्समुळे पुढे कधीतरी या माणसांना वेगवेगळे अत्यंत गंभीर आजार होण्याची मोठी शक्यता होती.''

लिफ्ट पहिल्या मजल्यावर थांबली, तसे जॅक आणि लू उतरले. सगळीकडेच गर्दी होती. त्यामुळे इमर्जन्सी रूमकडे जाताना दोघंही हळू आवाजात बोलत होते.

''अस्सं. पण याचा आणि त्या माणसानं त्या नर्सला अगदी व्यवस्थितपणे जे ठार मारलं, त्याचा एकमेकांशी काय संबंध?'' लू नं विचारलं.

''मला असं वाटतं, की या सगळ्या हत्यांमागे एक फार मोठं कारस्थान असल्याचा हा प्रत्यक्ष पुरावा आहे.'' जॅकनं म्हटलं. ''मला वाटतं, तुझं नशीब जर चांगलं असलं, तर तुला या प्रकरणाचा तपास करताना लक्षात येईल, की ही नर्स आणखी कुणासाठी तरी काम करत होती, तो माणूस आणखी कुणासाठी, असं करत करत या जाळ्यात तू जसजसा वर जाशील, तसं या प्रकरणाचा मुख्य सूत्रधार हा

अमेरिकेअरमध्ये उच्च पदावर काम करत असलेला कुणी तरी माणूस आहे, असं तुझ्या लक्षात येईल.''

''एक मिनिट!'' लू नं जॅकच्या खांद्याला धरून वाटेतच थांबवलं. ''म्हणजे तुला असं म्हणायचंय का, की अमेरिकेअर सारखी 'मॅनेज्ड केअर' क्षेत्रातली एक प्रचंड मोठी कंपनी आपल्याच क्लाएंट्सला मारतेय? हॅं! काहीतरीच बोलतोयस.''

''हो?'' जॅकनं म्हटलं. ''कुठल्याही राज्यात, शहरात, किंवा अगदी देशातही या मोठ्या कंपन्यांची एकमेकींशी जीवघेणी स्पर्धा चाललेली असते. यात त्या कधी दुसऱ्या लोकांना काम करता येणार नाही अशी व्यवस्था करतात, तर कधी छोट्या लोकांना किंवा छोट्या कंपन्या चक्क विकतच घेतात. त्यांची सगळ्यांत मोठी स्पर्धा चालू असते, ती प्रीमियमबद्दल. या कंपन्या त्यांच्या प्रीमियमच्या रकमा कशा ठरवतात? पूर्वीची जुनी पद्धत होती, ती केवळ आकडेवारीवर आधारलेली असायची. एक उदाहरण देतो. समजा, एखाद्या गावात चारशे घरं आहेत आणि त्यांच्या आगीच्या विम्याचं प्रीमियम ठरवायचंय. पूर्वीच्या नोंदींवरून लक्षात आलेलं आहे, की दर वर्षी सरासरी चार घरं आगीत नष्ट होतात आणि त्यांना ती पुन्हा उभारायला अमुक एक खर्च येतो. हा खर्च मग गावातल्या चारशे घरांवर विभागला जातो. प्रत्येक घराच्या वाट्याला जो खर्च येईल, त्यात नफा घातला जातो, काही कंपनीचे खर्च धरले जातात आणि मग जी रक्कम येते, ती म्हणजे त्या चारशे घरमालकांनी दरवर्षी देण्याचं प्रीमियम. हेल्थकेअर क्षेत्रातही याच पद्धतीनं आरोग्य विम्याची प्रीमियमची रक्कम काढली जायची. पण अचानक, गेल्या काही वर्षांमध्ये हे सगळंच चित्र बदललंय. माणसाच्या जेनोमचं संपूर्ण विश्लेषण झालेलं असल्यामुळे आता आरोग्य विम्याची जुनी संकल्पना जवळजवळ मोडीतच निघाल्यात जमा आहे. आता एकच रक्ताची तपासणी – ती सुध्दा अगदी सोपी – केली, की त्यातून त्यांना, आपल्या कुठल्या क्लाएंटवर आपल्याला मोठा खर्च करावा लागणार आहे, ते लगेच समजतं. त्यांच्या दृष्टीनं अडचण अशी, की एवढ्या मोठ्या कंपन्यांना क्लाएंट स्वीकारताना दुजाभाव दाखवणं काही शक्य नसतं. त्यामुळे मग अशा सदोष जीन्स असलेल्या क्लाएंट्सवर पुढचा संभाव्य मोठा खर्च टाळायचा, तर केवळ धंद्याच्या दृष्टिकोनातून पाहिलं, तर ते मेलेलेच बरे, नाही का?''

''म्हणजे, अमेरिकेअरमध्ये खूप मोठ्या पदांवर असलेल्या काही लोकांनी खून केले असतील, असं म्हणतोयस तू?''

''नाही. प्रत्यक्ष खून नाही.'' जॅकनं म्हटलं. ''प्रत्यक्ष हत्या भयंकर विकृत व्यक्तींनीच करायची असते. तू मिस रॅकॉक्झीचा तपास करशील, तेव्हा तीही विकृत होती हे तुला समजेल. मी बोलतोय ते एका अत्यंत गुंतागुंतीच्या, पांढरपेशा व्यक्ती करत असलेल्या गुन्ह्यांच्या भयानक प्रकाराबद्दल. या मोठ्या कंपन्यांच्या सर्वोच्च पदांवर अशी माणसं

असतील, की जी दुसऱ्याच कुठल्या तरी, ज्यांचा रोगी, रोग, औषधं, शुश्रूषा असल्या गोष्टींशी अर्थाअर्थी काही संबंध नाही, अशा उद्योगातून आलेली असतील. आपल्या अधिकाराखाली असलेल्या हॉस्पिटलशी त्यांचा दुरान्वयानंही संबंध नसेल आणि रोग्यांशी तर त्यांना काही कर्तव्यच नसेल. त्यांचं लक्ष फक्त एकाच गोष्टीवर असेल – बॉटम लाईनवर, नफ्यावर. दुर्दैव असं की धंदा म्हटला की तो असाच चालणार. मुक्त बाजारपेठेच्या आर्थिक व्यवस्थेतही सरकारचं कुठे तरी या सगळ्यावर बारीक लक्ष असलं पाहिजे. निदान काही सर्वसाधारण नियम, काही आचारसंहिता सगळ्यांसाठी असली पाहिजे असं मी जे म्हणतो, ते यासाठीच. आणि त्यातही हेल्थकेअर आणि त्याच्याशी संबंधित औषधं, आरोग्य विमा अशा क्षेत्रांबद्दल तरी असायलाच हवं, कारण यात प्रत्यक्ष माणसाच्या जिवाशी संबंध असतो. मला तू कदाचित बावळट म्हणशील, पण माझं असं स्पष्ट मत आहे, की माणूस हा मूलत: स्वार्थीच असतो आणि तो बाकीच्या गोष्टींकडे बहुधा साफ डोळेझाक करतो.''

लू नं विषादानं मान हलवली. "तू हे सांगतोयस, ते सगळं विचित्रच आहे, जॅक. माझ्या दृष्टीनं हॉस्पिटल म्हणजे आपला आजार बरा करण्याची जागा, आपला जीव वाचवण्याची जागा. आणि डॉक्टर म्हणजे आपला जीव वाचवणारा प्रत्यक्ष देवदूत.''

"सॉरी.'' जॅकनं ठासून म्हटलं. "काळ झपाट्यानं बदलतोय, लू. माणसाच्या जेनोमचं संपूर्ण विश्लेषण झालं, ही फार मोठी, व्यापक परिणाम करणारी घटना आहे. सध्या तिच्याकडे लोकांचं दुर्लक्ष झालंय, पण तिचं खरं महत्त्वच अजून लोकांना समजलेलं नाही. आणि या घटनेचे प्रत्यक्ष परिणाम केवढे प्रचंड आणि व्यापक होणार आहेत, हे लवकरच समजेल. त्यासाठी फार वाट बघावी लागणार नाही. आरोग्यशास्त्र, औषधं, शुश्रूषा या सगळ्या गोष्टी पूर्णपणे बदलून जाणार आहेत. त्यातले बरेचसे बदल खूप चांगले आणि उपकारक असतील, पण काही बदल असे वाईटही असतील. तंत्रज्ञानातल्या प्रगतीचे परिणाम नेहमी चांगले आणि वाईट, असे दोन्ही प्रकारचे होतात. कदाचित त्यांना 'प्रगती' असा मोठा शब्द न वापरता फक्त 'बदल' एवढा साधाच शब्द वापरणं योग्य ठरेल.''

लू बराच वेळ जॅककडे टक लावून बघत राहिला. जॅकही त्याच्याकडे बघत होता. लू च्या चेहऱ्यावर विषाद, उद्वेग आणि चीड यांचं एक विचित्र पण गंमतीशीर मिश्रण दिसत होतं.

"तू चेष्टा करतोयस माझी?'' त्यानं विचारलं.

"नाही रे.'' जॅकनं थोडंसं हसून म्हटलं. "मी मनापासून बोलतोय.''

लू काही क्षण विचार करत होता. मग त्यानं विचारमग्न अवस्थेतच म्हटलं, "तुम्हा लोकांचं सगळं विश्वच वेगळं असतं. त्यात मी नाही, हे फार बरं आहे. पण ते मरू दे! चल, आधी आपण आपलं काम करू.''

ते इमर्जन्सी रूममध्ये शिरले. तिथे एवढ्यातच भरपूर गर्दी झालेली होती. युनिफॉर्म घातलेले बरेच पोलिसही दिसत होते. लू नं इमर्जन्सी रूमचा प्रमुख डॉक्टर रॉबर्ट स्प्रिंगरला शोधून काढलं. डॉक्टर स्प्रिंगर त्या दोघांना घेऊन एका रूमपाशी आला. रूमचं दार बंदच होतं. आत गेल्यावर त्यांना एका बेडवर ठेवलेला जस्मिन रॅकोव्झीचा विवस्त्र मृतदेह दिसला. तिच्या घशातून श्वासनलिकेत एक ट्यूब घालून ती एका रेस्पिरेटरला जोडलेली होती. तिची छाती वरखाली होत होती. तिच्या पाठीमागे एका मॉनिटरवर तिची नाडी आणि रक्तदाब दिसत होता. रक्तदाब बराच कमी होता, पण नाडी मात्र व्यवस्थित होती.

''सांग आता.'' लू नं जॅककडे बघितलं. ''तुला लॉरीच्या रूममध्ये दिसली होती ती हीच का?''

''हो. हीच ती.'' जॅकनं म्हटलं. मग तो डॉक्टर स्प्रिंगरकडे वळला. ''तिला कृत्रिम श्वासोच्छ्वास कशासाठी देताय तुम्ही?''

''आम्हाला तिच्या शरीरात ऑक्सिजन खेळता ठेवायचाय.'' डॉक्टर स्प्रिंगरनं म्हटलं.

''तिचा लहान मेंदू खलास झालाय असं नाही वाटत तुम्हाला?'' जॅकनं विचारलं. या जवळजवळ मेलेल्या बाईचं शरीर जिवंत ठेवायचा हे लोक एवढा प्रयत्न का करताहेत, तेच त्याला समजलं नव्हतं.

''हो, झालाय ना.'' डॉक्टर स्प्रिंगरनं म्हटलं. ''पण मृत व्यक्तींचे अवयव दुसऱ्यांना दान करण्याचं काम पाहाणारे लोक तिच्या नातेवाइकांचा शोध घेताहेत. तिचे आतले अवयव त्यांना चांगले ठेवायचेत.''

लू नं जॅककडे बघितलं. ''आता कमाल झाली.'' त्यानं म्हटलं. ''तिच्यामुळे काही लोकांचे तरी प्राण वाचतील.''

''बरं झालं.'' जॅकनं म्हटलं. ''जिवंतपणी नर्स असूनही लोकांचे प्राण घेतले हिनं, आता निदान मेल्यावर तरी लोकांचे प्राण वाचवेल.''

''हा म्हणजे मोठाच विरोधाभास झाला.''

''याला मी नुसता विरोधाभास म्हणणार नाही, लू मी याला 'पोएटिक जस्टिस' म्हणेन.''

मोठ्यानं हसून डिटेक्टिव्ह लेफ्टनंट लू सोल्डॅनोनं डॉक्टर जॅक स्टेपलटनच्या डोक्यावर एक टप्पल मारली. ''अॅहॅं! मोठा आलाय शहाणा! तुला काय कळतं रे काव्यातलं?''

डॉक्टर रॉबर्ट स्प्रिंगर या अजब जोडगोळीकडे आश्चर्यानं बघतच राहिला.

मोठ्यानं हसत ते दोघं बाहेर निघून गेले.

उपसंहार

दीड महिन्यानंतर

डिटेक्टिव्ह लेफ्टनंट लू सोल्डॅनोनं आपली पोलीस खात्याची, पण तसं सांगणारी नावनिशाणी कुठेही नसलेली कॅप्रिस गाडी रस्त्याकडेला एका फायर हायड्रंट शेजारी आणून उभी केली आणि आपलं लॅमिनेट केलेलं आय डी कार्ड खिशातून काढून डॅशबोर्डवर टाकून दिलं. नंतर त्यानं उजवीकडचा कप्पा उघडला आणि त्यातून ब्रेथ स्प्रे काढून, एवढ्या सगळ्या सिगारेटी ओढल्या होत्या, त्यांचा वास घालवण्यासाठी दोन-तीन वेळा तो स्प्रे तोंडात मारला. गाडीतला आरसा खाली वळवून त्यानं आपला चेहरा बघितला. आपले केस हात फिरवून त्यानं जरा सारखे केले. वाढलेल्या दाढीबद्दल मात्र आत्ता काही करणं शक्य नव्हतं. तशी त्याची दाढी कायम केलेली नसल्यासारखीच दिसायची. एकदा सगळं ठीकठाक आहे ना, असं बघून तो दार उघडून बाहेर आला.

रात्रीचे आठ वाजून गेले होते. बाहेर हवा अगदी छान, आल्हाददायक होती. निरभ्र आकाशाचा रंग फिकट गुलाबीसर दिसत होता आणि पूर्वेकडे ते चंदेरी जांभळट होत गेलेलं होतं. मोठ्या उत्साहानं लू सेकंड अॅव्हेन्यूवरून चालत निघाला. दुपारी त्यानं जॅक आणि लॉरीला फोन केला होता. अमेरिकेअरच्या केसमध्ये काय प्रगती झालीय, हे त्याला सांगायचं होतं. त्यावेळी त्यांनीच उलट त्याला त्यांच्या आवडत्या

'एलिऑस'मध्ये डिनरला बोलावलं होतं.

तसे ते तिघंही पूर्वी 'एलिऑस'मध्ये डिनरला आलेले होते – कधी धमाल आली होती, तर कधी भयंकर गंभीर गोष्टींवर त्यांना बोलायचं होतं. त्यातल्या त्यात लॉरीनं आपण त्या कुणा मूर्खाशी लग्न करतोय असं अचानक सांगितलं होतं, तो प्रसंग लू ला आताही आठवत होता. पण नशिबानं तसं काही घडलं नव्हतं. त्या आठवणीनं लू च्या चेहऱ्यावर हसू फुटलं. त्या वेळी आपण आणि जॅक काय उद्ध्वस्त झालो होतो!

लू रेस्टॉरंटच्या बाहेर येऊन थांबला. तिथल्या पार्किंग मीटरला जॅकची ती सुप्रसिध्द माऊंटन बाईक साखळीनं बांधून ठेवलेली त्याला दिसली. ही सायकल चालवण्यापासून जॅकला परावृत्त करणं मात्र लू ला आणि लॉरीला शक्य झालेलं नव्हतं. लू ला आणखीच हसू आलं – हा जॅक आपल्याला सिगारेट ओढू नकोस, त्यामुळे प्रकृतीला धोका असतो असं हजारदा सांगत असतो, पण स्वत: मात्र शहरातल्या भयंकर रहदारीतून बेगुमान सायकल चालवतो, त्यात आपल्या सिगारेटपेक्षा शंभरपट जास्त धोका असतो हे त्याला पटत नाही!

रेस्टॉरंटमध्ये एकदम उत्सवी वातावरण होतं. संध्याकाळची गर्दी एकदम जोरात होती. बारभोवती तर नुसती गर्दी उसळलेली होती. अशा वातावरणात, अशा लब्धप्रतिष्ठित लोकांमध्ये लू ला कायम काहीसं लाजल्यासारखं व्हायचं.

तिथल्या गर्दीतून वाट काढत लू आत डायनिंग रूममध्ये आला. तिथेही भरपूर गर्दी होती. एकही टेबल रिकामं नव्हतं. लू नं जागेवरच उभं राहून हे दोघं कुठे दिसतात का, ते बघायला सुरुवात केली. आणि उजवीकडच्या एकदम मागच्या कोपऱ्यातल्या टेबलाशी जॅक आणि लॉरी बसलेले दिसल्यावर त्याला एकदम हायसं वाटलं.

डायनिंग रूममध्ये जिथे म्हणून शक्य होतं तिथे टेबलं मांडलेली होती. त्यातून वाट काढत लू हळूहळू पुढे निघाला. वाटेत एका माणसाच्या कोपराला त्याचा धक्का लागला आणि त्या माणसाच्या हातातल्या ग्लासमधली वाईन सांडली. त्याची माफी मागायला तो वळला, तेव्हा त्याच्या ओव्हरकोटचा पट्टा दुसऱ्या टेबलवरच्या माणसाच्या सूपमध्ये बुडाला आणि तोही माणूस चिडला. त्याही माणसाला चुचकारून, त्याची माफी मागून एकदाचा लू जॅक आणि लॉरीच्या टेबलाशी पोचला.

''सॉरी, मला उशीर झाला.'' लॉरीच्या गालाला हलकेच स्पर्श करत, जॅकशी शेकहँड करत – आणि त्याच वेळी त्यांच्यासमोरच्या उंच ग्लासेसना आपला धक्का लागणार नाही अशी खबरदारी घेत – त्यानं म्हटलं.

''असू दे,'' हसून लॉरीनं म्हटलं आणि आईस बकेटमध्ये ठेवलेली शँपेनची बाटली काढून त्याचा ग्लास भरला.

आपला ओव्हरकोट काढून खुर्चीच्या पाठीवर पांघरण्याचा लू नं जो प्रयत्न केला, तो लांबून बघूनच एक वेटर धावत पुढे आला आणि त्यानं तो ताब्यात घेतला. त्यामुळे निदान पुढचा अनर्थ टळला. एकदाचा लू खुर्चीवर बसला आणि त्यानं खिशातून नॅपकिन काढून कपाळावर चमकणारा घाम पुसला. त्याला इथे भयंकर उकडत होतं. तसं त्याला कायमच उकडायचं. शर्टाचं वरचं बटन काढून, गळ्यातला टाय सैल करत त्यानं वारा घेत म्हटलं, "पुढच्या वेळी आपण 'लिट्ल इटली' मध्ये भेटू. त्या वेळी माझ्या पोरांनाही आणतो. इथे फारच उकडतंय."

"जरूर." लॉरीनं हसून म्हटलं. "पण तुला तिथेही उकडणारच आहे."

थोडा वेळ इकडच्या तिकडच्या गप्पा झाल्या, हास्यविनोद, चेष्टा मस्करीही झाली.

मग जॅकनं म्हटलं, "त्या अमेरिकेअरच्या केसबद्दल फार उत्सुकता लागून राहिलीय मला. पुढे काय झालं रे?"

"हो, मलाही ऐकायचंय ते." लॉरीनं म्हटलं.

लू नं आपल्या या दोघा दोस्तांकडे बघितलं. या दोघांबरोबरच्या आपल्या दोस्तीचं त्याला राहून राहून आश्चर्य वाटायचं. त्याच्या मुलांच्या, किंवा अगदी स्वत:च्याही डॉक्टरबरोबर त्याची कसलीच मैत्री नव्हती. त्याचे बहुतेक सगळे मित्र त्याच्यासारखेच पोलीस दलातले होते. शिवाय अग्निशमन दलातले तीन जवानही त्याचे मित्र होते, त्यांच्याबरोबर तो बऱ्याचदा पत्ते खेळायचा. पण त्याला भेटलेल्या बाकी सगळ्या डॉक्टर लोकांपेक्षा जॅक आणि लॉरी फार वेगळे होते. ते कधीही शिक्षणावरून, किंवा त्याच्या पोलिसाच्या नोकरीवरून त्याची चेष्टा करत नसत, किंवा त्याला हीन लेखत नसत. ते दोघं त्याच्याशी कायम बरोबरीच्या नात्यानं वागायचे, आपला खराखुरा मित्र समजायचे.

"म्हणजे बिझिनेस बिफोर प्लेझर म्हणता?" लू नं म्हटलं. "ओके. कुठून सुरुवात करू? सगळ्यांत पहिलं म्हणजे, जस्मिन रॅकोव्झीला मारलं त्या दिवशी, जॅक, तू जे काही मला सांगितलं होतंस, ते तंतोतंत खरं निघालं."

जॅकनं हसून लू कडे बघितलं.

"पण या प्रकरणाचा तलास लावण्याच्या बाबतीतला सिंहाचा वाटा जातो तो लॉरीकडे. सगळं जग तिच्या मतांची खिल्ली उडवत असताना, कुठूनही कसली मदत मिळत नसताना तिनं जी प्रचंड चिकाटी दाखवली, ती खरोखर कौतुकास्पद होती. स्टीव्हन लुईसच्या नखांखाली रॅकोव्झीच्या त्वचेचे राहिलेले अंश तिनं शोधून काढले आणि त्याचा फार मोठा फायदा पुढे झाला."

"आय विल ड्रिंक टु दॅट." लॉरीनं आपला ग्लास उचलून बाकीच्या दोघांच्या ग्लासांना भिडवत म्हटलं.

"आता," लू नं शँपेनचा एक छोटासा घुटका घेऊन ग्लास खाली ठेवला. "बॅलिस्टिक्सचे रिपोर्ट आले आहेत आणि त्यात सिद्ध झालंय, की रॅकोक्झीच्या पिस्तुलातूनच माझ्या कॅप्टनची मेव्हणी आणि रॉजर रूसो या दोघांना गोळ्या घातलेल्या होत्या." त्यानं हात पुढे करून लॉरीच्या हातावर हळूच थोपटलं. "लॉरी, ही दुःखद आठवण काढल्याबद्दल सॉरी."

लॉरीनं फक्त हलकंसं स्मित केलं. लू च्या दुसऱ्याचं मन ओळखण्याच्या गुणाचं तिला नेहमीच कौतुक वाटत आलेलं होतं.

"बॅलिस्टिक्सच्या रिपोर्टमध्ये असंही सिद्ध झालंय की रॅकोक्झीच्या डोक्यात घुसलेली गोळी रोझेनक्रांट्झच्या पिस्तुलातून सुटलेली होती. म्हणजे जॅक निर्दोष असल्याचं आपोआपच सिद्ध होतंय."

"वा! काय पण विनोद!"

"आता दुसरी गोष्ट अशी, की रॉजर रूसोचं मुंडकं आणि हात रॅकोक्झीच्या रेफ्रिजरेटरमध्ये सापडले, पण ते ओसीएमईमध्ये आणले होते, त्यामुळे ते सगळं तुम्हाला माहीतच आहे. त्यामुळे त्या बाबतीत मी आणखी काही बोलत नाही."

"प्लीज बोलू नकोस." लॉरीनं म्हटलं.

"डेव्हिड रोझेनक्रांट्झ हा न्यूयॉर्क राज्याच्या बाहेरून इथे आलेला होता, त्यामुळे सुरुवातीपासूनच या तपासात एफबीआय होती. आणि त्यांनी वेगवेगळ्या राज्यांमध्ये केलेल्या तपासात उघडकीला आलंय, की वेगवेगळ्या राज्यात अमेरिकेअरची जी हॉस्पिटल्स आहेत, त्या बऱ्याचशा हॉस्पिटल्समध्ये अशाच प्रकारची हत्यासत्रं झालेली आहेत. त्यामुळे आता प्रत्येक ठिकाणी या मागच्या सूत्रधाराचा शोध घेण्याचं काम चालू झालंय."

"माय गॉड!" जॅकला धक्काच बसलेला होता. "काहीतरी कारस्थान असेल असं मी म्हटलं, तेव्हा मला वाटलं होतं की यात एखाद-दुसरा उच्चपदस्थ असेल आणि रॅकोक्झी प्रत्यक्ष मारण्याचं काम करत असेल. पण हे प्रकरण पार देशाच्या पातळीवर चालू असेल, असं मात्र मला स्वप्नातही वाटलं नव्हतं."

"हं आणि आता त्यातला खरा इंटरेस्टिंग भाग सांगतो." आपली खुर्ची आणखी पुढे खेचून लू टेबलावर झुकला. "त्या डेव्हिड रोझेनक्रांट्झला आपण वाचवलं ना, ते फार बरं झालं. तो चक्क माफीचा साक्षीदार होतोय आणि त्यानं त्याचा जो बॉस आहे – रॉबर्ट हॉथोर्न त्याचं नाव – त्याच्यावरही ठपका ठेवलाय. या सगळ्या ऑपरेशनमध्ये या रॉबर्ट हॉथोर्नची भूमिका अत्यंत महत्त्वाची आहे. सेनादलातल्या स्पेशल फोर्सेसमधून निवृत्त झालेला हा एक अधिकारी आहे आणि त्याच्या सेनादलातल्या मित्रांमार्फत तो अजूनही सेनादलाशी संबंध राखून आहे. सैन्यातल्या वैद्यकीय विभागात जे असंतुष्ट लोक असतात, त्यांच्यामध्ये या माणसाला फार इंटरेस्ट आहे. सेंट

लुईमध्ये एक वकिलांची खूप मोठी फर्म आहे आणि ती फक्त गैरव्यवहारांच्या खटल्यांची कामं करते. त्या फर्मसाठी हा हॉथोर्न गुप्तपणे काम करणारा एक कॉन्ट्रॅक्टर आहे. या फर्मचे खटले देशभरात सगळीकडे चालू असतात. एकंदरीत असं दिसतंय, की हॉथोर्ननं बऱ्याच काही असंतुष्ट नर्सेसना हाताशी धरलं – त्यात बऱ्याच नर्सेस सेनादलातही होत्या – आणि त्यांना पैसे देऊन तो हॉस्पिटलमध्ये घडणाऱ्या गैरव्यवहारांची, दुर्लक्षाची, चुकीच्या उपचारांची माहिती घ्यायचा. असे जे या प्रकारांना बळी पडलेले रोगी असतील त्यांच्या केसेस मग ही फर्म घ्यायची. ज्या केसमध्ये खटला उभा राहील, त्याबद्दल या नर्सेसना बोनसही मिळायचा.''

''हो, या प्रकाराबद्दल मी ऐकलंय.'' जॅकनं म्हटलं.

''मीही ऐकलंय.'' लॉरीनं मान डोलावली. ''वकील लोक इन्शुअरन्सच्या केसेस मिळवण्यासाठी अँब्युलन्सचाही पाठलाग करायचे, त्यातलाच हा प्रकार झाला.''

''असेलही. त्याबद्दल मला फारशी माहिती नाही.'' लू नं म्हटलं. ''पण गेल्या काही वर्षांमध्ये 'मॅनेज्ड-केअर' क्षेत्रातल्या कंपन्यांना अशा गैरव्यवहाराबद्दल जबाबदार धरण्याची प्रकरणं चांगलीच वाढीला लागलीयत – अर्थात, माझ्या मते हे योग्यच आहे.''

''योग्य काय आणि अयोग्य काय, याचा या देशामध्ये शुश्रूषेशी काहीही संबंध नाही.'' जॅकनं मध्येच म्हटलं. ''हे सगळं फक्त फायद्यासाठी ठरवलं जातं.''

''दैवानं असे काही विलक्षण फासे फेकले, की वरवर पाहाता या 'मॅनेज्ड केअर' वाल्या कंपन्या आणि हे गैरव्यवहारांच्या केसेस चालवून नुकसान भरपाई मिळवून देणारे वकील जरी एकमेकांच्या विरुध्द असल्यासारखे वाटले, तरी दोघांच्याही लक्षात आलं, की आपण एकमेकांचे बेड पार्टनर्स आहोत.'' लू बोलतच होता. ''याचं कारण असं, की गैरव्यवहारांच्या विरोधात कायद्यात सुधारणा होणं किंवा एखादा नवीन कायदा अस्तित्वात येणं दोघांनाही नको होतं. या मागे दोघांचेही उद्देश वेगवेगळे होते – 'मॅनेज्ड केअर'वाल्या कंपन्यांना आपल्यावर खटला भरण्याची तरतूद कायद्यात होऊन चालणार नव्हतं तर या वकील मंडळींना वेगवेगळ्या प्रकारच्या गैरव्यवहारांबद्दल त्यांच्या क्लाएंटला मिळत असलेल्या नुकसान भरपाईवर मर्यादा यायला नको होत्या. शिवाय या वकिलांनी त्यांच्याच कामात जर कुचराई केली तर त्यांचेच क्लाएंट त्यांच्यावरच उलट खटले भरून त्यांना लुटू शकत होते, तेही त्यांना नको होतं. त्यामुळे या दोन्ही गटांनी लॉबिंग केलं, दबावगट वापरले आणि सध्याच्या गैरव्यवहाराविरुध्द कायद्यात सुधारणा होऊ दिल्या नाहीत. या निमित्तानं हे दोन्ही मूळचे शत्रू एकत्र आले. यातून आपोआपच पुढच्या गोष्टी घडत गेल्या असणार. अमेरिकेअरमधल्या कोणाच्या तरी डोक्यात अचानक एक विकृत कल्पना चमकलेली असणार, की आपण रॉबर्ट हॉथोर्नच्या विकृत माणसांचा वापर

करून आपलं एक काम उरकून घेऊ शकतो. ही बरीचशी माणसं मानसिकदृष्ट्या विकृत, सहजपणे, निर्दयपणे खून करू शकणारी आणि मुख्य म्हणजे असंतुष्ट होती.''

''अशा समाजविघातक विकृतीला हल्ली 'ॲन्टिसोशल डिसऑर्डर' असं नाव आहे.'' लॉरीनं मध्येच म्हटलं.

''असेल. जे काही असेल ते.'' लू नं म्हटलं. ''आता सेंट लुईमधल्या त्या वकिलांनी धंदा मिळवण्यासाठी हॉथोर्नला नेमलेलं होतं आणि हॉथोर्ननं त्यासाठी ही विकृत मंडळींची फौज जमवलेली होती. त्यांचाच उपयोग अमेरिकेअरनं आपल्या फायद्यासाठी करून घेतला – आपल्याकडे इन्शुअरन्स उतरवलेल्या क्लाएंट्सपैकी असे क्लाएंट्स निवडायचे, की ज्यांना भविष्यात कॅन्सरसारखे प्रचंड खर्चिक आजार होण्याची शक्यता मोठी आहे आणि त्यांचाच काटा काढायचा. म्हणजे मग पुढचे प्रचंड खर्च आपोआपच वाचले आणि त्यामुळे प्रीमियमही वाढवायची गरज नाही. हे सगळं प्रकरणच अत्यंत विकृत आहे खरं, पण ते एका अर्थी तर्कसंगतही वाटतं मला.''

''माय गॉड!'' जॅकनं म्हटलं. ''हे सगळं जवळजवळ माझा तर्क होता तसंच निघालं, पण त्याची व्याप्ती भलतीच मोठी निघाली.''

''थांब जरा. मला बोलू दे पुढे.'' लू नं म्हटलं. ''आता यात पुढे आणखी काही समझोता झाला होता का– उदाहरणार्थ मग या वकिलांनी या मृत्यूंचा फायदा घ्यायचा आणि मृतांच्या नातेवाइकांना हाताशी धरून डॉक्टरांवर खटले भरायचे, ते काही सांगता येणार नाही. आतापर्यंत फक्त सेंट फ्रान्सिस हॉस्पिटलमधल्या एका डॉक्टरवर असा खटला भरला गेल्याचं आम्हाला माहितेय.''

''पण तो मृत्यू म्हणजे खून होता, असा संशय असल्यामुळे तो खटला काढून घेतला जाईल.'' जॅकनं म्हटलं.

''शक्य आहे.'' लू नं म्हटलं. ''पण खात्री देता येत नाही, कारण खुनीच मुळात हॉस्पिटलमध्ये कर्मचारी होता.''

''हं.'' लॉरीनं म्हटलं. ''मग सध्या तपास कुठपर्यंत आलाय?''

''ज्या ज्या ठिकाणी अशाच प्रकारे मृत्यूंची प्रकरणं घडली, त्या ठिकाणच्या जस्मिन रॅकोक्झींचा शोध घेण्याचं काम जोरात चालू आहे. एखादीला पकडायचं आणि माफीचा साक्षीदार बनवायचं, म्हणजे हा सगळा पत्त्यांचा बंगला आपोआपच कोसळून पडेल.''

''त्या रोझेनक्रांट्झनं दिलेल्या माहितीवरून कुणावर खटले भरलेत का?'' लॉरीनं विचारलं.

''अजूनपर्यंत फक्त रॉबर्ट हॉथोर्नच हाती लागलाय. तो तोंडही उघडायला तयार

नाही – उलट त्याला भल्या मोठ्या जामिनावर सोडलंय.'' लू नं म्हटलं. ''वाईट गोष्ट अशी, की रोझेनक्रांट्झला सगळ्या ऑपरेशनची माहिती दिलेली नव्हती. त्याला फक्त एवढंच माहित होतं, की आपला बॉस कायम त्या वकिलांच्या फर्ममध्ये जात असतो. तिथे तो कुणाला भेटत होता, किंवा तिथे काय बोलणं होत होतं, यातलं त्याला काहीच माहीत नव्हतं.''

''म्हणजे अमेरिकेअरमधला कोणीही अजून सापडलेला नाही?'' जॅकनं नाराजीनं विचारलं.

''अजून नाही, पण तपास काही संपलेला नाही.''

''बाप रे!'' लॉरीनं शहारून म्हटलं. ''तो प्रसंग आठवला तरी काटा येतो अंगावर.''

''ए!'' लू नं जणू समोरच्या उंच ग्लासातून उठत असलेले बुडबुडे पहिल्यांदाच दिसत असल्यासारखं म्हटलं. ''ही तर शँपेन आहे!'' आणि त्यानं आईस बकेटमधून शँपेनची बाटली उचलून हातात घेतली. ''पण मी हे का बघतोय? मला कुठे कळतं यातलं?'' त्यानं ती बाटली परत आईस बकेटमध्ये खोचून ठेवून दिली. ''आज काय विशेष? कसलं सेलिब्रेशन आहे का?''

''हो, तसंच थोडसं.'' लॉरीनं हसून म्हटलं आणि जॅककडे बघितलं. जॅकनं डोळ्यांनीच 'सांगू नकोस!' असं म्हटलं.

''सांगा लवकर काय ते!'' लू नं आळीपाळीनं त्या दोघांकडे बघत म्हटलं.

''अरे, तसं काही खास नाहीये.'' लॉरीनं म्हटलं. ''आज माझी एक तपासणी झाली. ती जरा त्रासदायक होती, पण त्यातून जे समजलं, ते मात्र खूप छान होतं. एकंदरीत असं दिसतंय, की माझी एक्टोपिक प्रेग्नन्सी झाली, याचं कारण म्हणजे माझी गर्भनलिका सदोष होती – किंवा तिचं नुकसान झालेलं होतं. ती गर्भनलिका त्या वेळी काढून टाकली होती. आज केलेल्या तपासणीत असं निष्पन्न झालंय, की माझी उरलेली, दुसरी गर्भनलिका अगदी नॉर्मल आहे.''

''वा! ग्रेट!'' लू नं मोठ्या आनंदानं मान डोलावत आपल्या या दोघा दोस्तांकडे बघितलं. दोघंही जण एकमेकांची नजर टाळत समोरच ग्लासकडे बघत होते. ''मग? काय विचार आहे? त्या गर्भनलिकेची प्रत्यक्ष परीक्षा घेण्याचा विचार करताय की नाही?''

लॉरीनं जॅककडे बघत म्हटलं, ''सध्या या तपासणीच्या निष्कर्षाचा अर्थ एवढाच आहे, की माझ्या गर्भनलिकेची प्रत्यक्ष परीक्षा घेतली जाऊ शकते.''

''अरेरे!'' लू नं सहज म्हटलं. ''बघ, त्या प्रत्यक्ष परीक्षेसाठी तुला कुणी इच्छुक हवा असला, तर मी आहे. काळजी करू नकोस.''

जॅकनं मोठ्यानं हसून त्या दोघांकडे बघितलं. ''तुम्ही दोघं काय कारस्थान

रचताय का माझ्याविरुध्द?''

"छे, छे!'' लू नं निष्पापपणे म्हटलं. "पण एक चांगला मित्र म्हणून माझीही काही कर्तव्यं आहेत की नाही?''

"हे बघ, चांगल्या मित्रा,'' जॅकनं लॉरीच्या खांद्याभोवती हात टाकला. "ती जी गर्भनलिकेची परीक्षा बघायचीय ना, त्याबाबतीत मी आणि लॉरी काय ते बघून घेऊ. समजलं का?''

"हां.'' लू नं समाधानानं ग्लास उंचावला. "आय विल ड्रिंक टु दॅट.''

"मी टू.'' लॉरीनंही आपला ग्लास उंचावला.

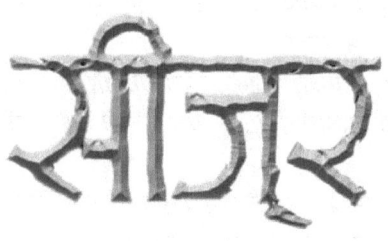

सीज़र

रॉबिन कुक

अनुवाद : **डॉ. प्रमोद जोगळेकर**

पेशींचे क्लोनिंग करून मानवजातीला ग्रासणाऱ्या पार्किन्सन्ससारख्या
आनुवंशिक विकारांवर उपचार करण्याचे तंत्र विकसित करणारा,
विलक्षण बुद्धिमत्तेचा शास्त्रज्ञ
डॅनियल लॉवेल आणि लोकांच्या भावनांशी खेळून स्वत:चा
राजकीय मतलब साधणारा एक महत्त्वाकांक्षी सिनेटर,
एकमेकांच्या समोर उभे ठाकतात.
पेचातून सुटका व्हावी म्हणून डॅनियल सिनेटर बटलरचा
अनैतिक प्रस्ताव मान्य करून, कोणी कधी न केलेले
जनुक उपचार करायला तयार होतो.
उपचारासाठी लागणारे जनुक थेट ख्रिस्ताच्या रक्तापासून
मिळवण्याची विलक्षण अट बटलर घालतो आणि त्यातून
सुरू होते ती पेच-डावपेचांची जीवघेणी मालिका...

■